நெடுங்குருதி

எஸ்.ராமகிருஷ்ணன்

தேசாந்திரி பதிப்பகம்

தேசாந்திரி பதிப்பக வெளியீடு: 28

நெடுங்குருதி நாவல்
எஸ்.ராமகிருஷ்ணன்

மூன்றாம் பதிப்பு: ஜீலை 2023

தேசாந்திரி பதிப்பகம்,
டி-1, கங்கை அப்பார்ட்மெண்ட்,
110, 80 அடி ரோடு, சத்யா கார்டன்,
சாலிகிராமம், சென்னை 600 093,
தொலைபேசி: 044 2364 4947.
விலை: ரூ.530

NEDUNGURUTHI - Novel
S.Ramakrishnan ©

Third Edition: July 2023, Pages: 528
Size: Demy 1x8, Paper: 18.6 kg maplitho

Published by :
Desanthiri Pathippagam
D-1, Gangai Apartments,
110, 80-Feet Road, Satya Garden, Saligramam,
Chennai - 600 093, Ph: 044 2364 4947
Email : desanthiripathippagam@gmail.com
www.desanthiri.com

ISBN: 978-93-87484-34-4

Book design: R.prakash
Wrapper Design: Manikandan
Printed by: Ramani Print Solution, Chennai.

Price: Rs.530

எஸ். ராமகிருஷ்ணன்

எஸ். ராமகிருஷ்ணன், விருதுநகர் மாவட்டம் மல்லாங்கிணறு கிராமத்தில் 1966இல் பிறந்தார். முழுநேர எழுத்தாளரான இவர் தற்போது சென்னையில் வசிக்கிறார்.

சிறுகதைத் தொகுப்புகள்: எஸ். ராமகிருஷ்ணன் கதைகள், நடந்து செல்லும் நீருற்று, பதினெட்டாம் நூற்றாண்டின் மழை, அப்போதும் கடல் பார்த்துக்கொண்டிருந்தது, நகுலன் வீட்டில் யாருமில்லை, புத்தனாவது சுலபம், வெளியில் ஒருவன், காட்டின் உருவம், தாவரங்களின் உரையாடல், வெயிலைக் கொண்டு வாருங்கள், பால்ய நதி, மழைமான், குதிரைகள் பேச மறுக்கின்றன. காந்தியோடு பேசுவேன், நீரிலும் நடக்கலாம், என்ன சொல்கிறாய் சுடரே.

நாவல்: உபபாண்டவம், நெடுங்குருதி, உறுபசி, யாமம், துயில், நிமித்தம், சஞ்சாரம், இடக்கை, பதின்.

கட்டுரைத் தொகுப்புகள்: விழித்திருப்பவனின் இரவு, இலைகளை வியக்கும் மரம், என்றார் போர்ஹே, கதாவிலாசம், தேசாந்திரி, கேள்விக்குறி, துணையெழுத்து, ஆதலினால், வாக்கியங்களின் சாலை, சித்திரங்களின் விசித்திரங்கள், நம் காலத்து நாவல்கள், காற்றில் யாரோ நடக்கிறார்கள், கோடுகள் இல்லாத வரைபடம், மலைகள் சப்தமிடுவதில்லை, வாசகபர்வம், சிறிது வெளிச்சம், காண் என்றது இயற்கை, செகாவின் மீது பனி பெய்கிறது, குறத்திமுடுக்கின் கனவுகள், என்றும் சுஜாதா, கலிலியோ மண்டியிடவில்லை, சாப்ளினுடன் பேசுங்கள், கூழாங்கற்கள் பாடுகின்றன, எனதருமை டால்ஸ்டாய், ரயிலேறிய கிராமம், பிகாசோவின் கோடுகள், இலக்கற்ற பயணி, செகாவ் வாழ்கிறார், ஆயிரம் வண்ணங்கள்.

திரைப்பட நூல்கள்: பதேர் பாஞ்சாலி—நிதர்சனத்தின் பதிவுகள், அயல் சினிமா, உலக சினிமா, பேசத்தெரிந்த நிழல்கள், இருள் இனிது ஒளி இனிது, பறவைக் கோணம், சாமுராய்கள் காத்திருக்கிறார்கள்.

குழந்தைகள் நூல்கள்: *கால் முளைத்த கதைகள், ஏழு தலைநகரம், கிறுகிறு வானம், லாலிபாலே, நீளநாக்கு, தலையில்லாத பையன், எனக்கு ஏன் கனவு வருது, காசுகள்ளன், பம்பழாபம், சிரிக்கும் வகுப்பறை, அக்கடா.*

உலக இலக்கியப் பேருரைகள்: ஆயிரத்தொரு அரேபிய இரவுகள், ஹோமரின் இலியட், ஷேக்ஸ்பியரின் மெக்பத், ஹெமிங்வேயின் கடலும் கிழவனும், தஸ்தாயெவ்ஸ்கியின் குற்றமும் தண்டனையும், லியோ டால்ஸ்டாயின் அன்னா கரீனினா, பாஷோவின் ஜென் கவிதைகள்.

வரலாறு: எனது இந்தியா. மறைக்கப்பட்ட இந்தியா.

நாடகத் தொகுப்பு: அரவான், சிந்துபாத்தின் மனைவி, சூரியனைச் சுற்றும் பூமி.

நேர்காணல் தொகுப்பு: எப்போதுமிருக்கும் கதை, பேசிக்கடந்த தூரம்.

மொழிபெயர்ப்புகள்: நம்பிக்கையின் பரிமாணங்கள், ஆலீஸின் அற்புத உலகம், பயணப்படாத பாதைகள்.

தொகை நூல்: அதே இரவு அதே வரிகள் (அட்சரம் இதழ்களின் தொகுப்பு), வானெங்கும் பறவைகள்.

ஆங்கிலத்தில் வெளிவந்துள்ள நூல்கள்: Nothing but water, Whirling swirling sky.

இணையதளம்: www.sramakrishnan.com

மின்னஞ்சல்: writerramki@gmail.com

முன்னுரை

வேம்பலையின் மீது படர்ந்திருப்பது யாராலும் தீர்க்க முடியாத சாபத்தின் துர்கனவு. தலைமுறைகளாக இக் கனவை கடந்து கொண்டிருக்கும் மனிதர்களின் வாதைகளும் ஏக்கங்களும் நிலை கொள்ள முடியாத தத்தளிப்புகளும் ஆசா பாசங்களின் இருளும் வெளிச்சமும் இந் நாவலின் முடிவற்ற குருதிப் பெருக்காகின்றன. பொருளற்ற வாழ்வும் மரணமும் தங்கள் வசியக் குரலால் வேம்பலையை நோக்கி மனிதர்களை அழைத்துக்கொண்டே இருக்கின்றன. ஒரு பிரமாண்டமான கனவின் திரை மீது அறியப்படாத யதார்த்தம் ஒன்றை எழுதுகிறது இந் நாவல்.

நான் வளர்ந்த கரிசல் மண்ணின் மறக்கமுடியாத நினைவுகளே இந்த நாவலை எழுதத்தூண்டின. குறிப்பாகத் தகிக்கும் சூரியனே இந்த நாவலின் கதாநாயகன். வெயில் குடித்து வளர்ந்த மனிதர்களின் வாழ்க்கை அவலமே நெடுங்குருதி. வேம்பின் நிழலில் அமர்ந்தபடியே தான் இந்நாவலை எழுதினேன். ஆகவே வேம்பின் மணமும் சலசலப்பும் நாவலின் ஊடாக வெளிப்படவே செய்யும்.

நெடுங்குருதியின் புதிய பதிப்பை தேசாந்திரி வெளியிடுவது சந்தோஷம் அளிக்கிறது.

இந்நாவலை எழுதும் தருணங்களில் இருந்து இன்று வரை என்னை வழிநடத்தும் ஆசான் எஸ். ஏ.பெருமாள். கவிஞர் தேவதச்சன் இருவருக்கும் அன்பும் நன்றியும்

என்னையும் எழுத்தையும் நேசிக்கும் மனைவி சந்திரபிரபா பிள்ளைகள் ஹரி மற்றும் ஆகாஷ் இருவருக்கும் இந்த நூலை சிறப்பாக வடிவமைத்து தந்த பிரகாஷிற்கும் அட்டை வடிவமைத்த மணிவண்ணனுக்கும் நன்றி

சென்னை — மிக்க அன்புடன்

ஏப்ரல் 13. 2018 — **எஸ். ராமகிருஷணன்**

கோடைக் காலம்

"என்பு இலதனை வெயில் போலக் காயுமே..."

குறள் 77

01

ஒரு சாரை எறும்புகள் ஊரை விட்டு விலகிய பாதையில் அவசரமாகச் சென்றுகொண்டிருப்பதைப் பார்த்துக்கொண்டிருந்த போது நாகுவிற்கு பதினோரு வயது நடந்து கொண்டிருந்தது.

தெருக்களிலும் வீட்டு உத்திரங்களிலும் வேம்பிலும் அலைந்து கொண்டிருந்த எறும்புகள் சில நாட்களாகவே ஊரை விலக்கிச் சென்றுகொண்டிருந்தன. காலை நேரத்தில் அவை மண் சுவர்களை விட்டு மெதுவாகக் கீழிறங்கித் தலையைச் சிலுப்பியபடி தெருவின் நீண்ட தனிமையில் பயத்தோடு, கால்கள் பரபரக்க ஊர்ந்து செல்வதைப் பார்த்துக்கொண்டேயிருந்தான். அவன் வீட்டு வேம்படியில் இருந்த எறும்புகள் நேற்றோடு முற்றாக வெளியேறிப் போய்விட்டன. எறும்புகளின் சரசரப்பு ஓசையும் அற்றுப்போன பிறகு மரத்தில் காற்று துளிர்ப்பது கூட ஒடுங்கி விட்டது. இலைகள் தலை கவிழ்ந்தது போல நிசப்தித்துவிட்டன. எறும்புகள் எங்கே செல்கின்றன என்றே தெரியவில்லை.

நாகு கவனித்துக்கொண்டேயிருந்தான். நீண்ட வரிசையில் அவை தரையிறங்கிச் சென்றுகொண்டிருந்தன. ஒரு சில எறும்புகள் மட்டும் முன்பின்னாக அலைந்து ஏனோ தடுமாறிக்கொண்டு போவது போல் மண்ணில் புரண்டு கொண்டிருந்தன. தெருவில் காலை வெயில் வடிந்து கொண்டிருந்தது. எறும்புகளைப் பார்த்தபடியேதான் அவன் தெருவினுள் வந்தான். புளியமரத்தை ஒட்டிய நாவிதனின் கூரை வீட்டிலிருந்த எறும்புகளும் கூட தெருவிற்குள் வந்துவிட்டிருந்தன. அவை நிறம் முற்றி செங்கறுப்பில் இருப்பதை நாகு கவனித்தான். அவ்வெறும்புகள் நீண்ட நாட்களாக நாவிதனின் கூரையடியிலே அடங்கியிருந்திருக்கின்றன போலும். அந்தக் கண்கள் நெருப்பின் துகள் போல மினுங்கிக்கொண்டிருந்தன.

நாவிதன் ஊரைக் காலி செய்து வெளியேறி இரண்டு வருடங்களுக்கும் மேலாகிவிட்டது. தெற்கில் இருந்த தவசியாபுரத்திற்கு

ஊர்க்கூலியாகக் குடும்பத்தோடு போய்விட்டிருந்தான். அந்த வீட்டில் இப்போதும் பூனைகள் அலைந்து கொண்டிருந்தன. ஊரை விலக்கிப் போகும் நாளில் நாவிதனின் மனைவி குருவிகளுக்காக வீட்டின் கூரையில் மீதமிருந்த தானியங்களைத் தூவிவிட்டுச் சென்றிருந்தாள், அதனால் ஆளற்ற பகல் நேரங்களில் குருவிகள் கூரையிறங்கித் தானியங்களைக் கொத்திக் கூச்சலிட்டுக்கொண்டிருந்தன. நாவிதனின் வீட்டுப் புளிய மரத்தடியில் கேசச் சுருள்கள் மண்ணோடு படிந்து நிறம் மங்கி உறைந்திருந்தன.

நாவிதன் போன பிறகும் எறும்புகள் வீட்டை விலக்கவேயில்லை. அவை தளர்ச்சியோடும் மூப்பேறிய கண்களுடனும் அதே வீட்டின் சுவர்களில் பல நாட்கள் அலைந்து கொண்டிருந்தன. புளியம்பழம் பொறுக்கும் சிறுமிகள் எப்போதாவது சாவித்துவாரத்தின் வழி எட்டிப் பார்ப்பதைப் பற்றி எறும்புகள் கவனம் கொள்வதேயில்லை. ஆனால் கடுங்கோடை அந்த எறும்புகளையும் வெளியேற்றி விட்டது.

கோடை துவங்கிய சில நாட்களிலே பகல் பற்றி எரிவது போல உக்கிரம் கொள்ளத் துவங்கியது. ஒரு நாள் வெயிலின் உக்கிரம் தாளாமல் நாவிதன் வீட்டுக்கூரை தானே பற்றி எரிந்தபோது ஊரே பயத்தோடு பார்த்துக்கொண்டிருந்தது. நெருப்பை அணைப் பதற்காக எவரும் தண்ணீர் தருவதற்கு முன் வரவில்லை. வானை நோக்கி உயரும் கரும்புகையைச் சலனமற்றுப் பார்த்துக்கொண்டேயிருந்தார்கள். நெருப்பின் சீற்றம் மிகுந்திருந்தது. சில நிமிடங்களில் அனலின் தகதகப்பு மிகுதியான போது சிறுவர்கள் மண்ணை அள்ளி நெருப்பில் வீசினார்கள். கூரை முழுவதுமாக எரிந்து அடங்கிய பகலில் யாவர் வீட்டிலும் பேச்சு உதிர்ந்து கண்களில் துக்கமும் சொல்ல முடியாத வேதனையும் கவிந்தன. நாவிதனின் வீட்டுப் புகை அன்று முழுவதும் ஊரில் மிதந்து கொண்டேயிருந்தது.

அந்தப் பகலில் தான் நாகுவின் வீட்டில் அய்யாவிற்கும் அம்மா விற்கும் மூர்க்கமாகச் சண்டை துவங்கியது. வெக்கையில் உப்பு மரவையில் இருந்த உப்பு கரைந்து சமையலறையெங்கும் ஒழுகியிருப்பதை அய்யா கண்டதிலிருந்துதான் அந்தச் சண்டை துவங்கியது. மண்டை வெல்லத்தைத் தேடி உறிப்பானைகளை உருட்டிக் கொண்டிருந்த அவரது காலில் உப்பேறிப் பிசுபிசுத்தது. காலைத் துடைப்பதற்காக அய்யா வீட்டுப் பானைகளில் தண்ணீர் தேடிய போது பானைகள் தலைகீழாகக் கவிழ்த்தி வைக்கப் பட்டிருந்ததையும் மண்கலயத்தில் மட்டும் உள்ளங்கையளவு தண்ணீர் மிதந்து கொண்டிருந்ததையும் கண்டு ஆத்திரம்

மிகுதியாகி, காலிப் பானையை ஓங்கி மிதித்ததும் அது சிதறி வீட்டின் பின்னால் வளர்ந்திருந்த வேலிப்புதருக்குள் விழுந்தது. அம்மா சொளகில் போட்ட சண்டுவத்தலைக் கைபார்த்தபடியே அவரைப் பார்த்துக் கொண்டுதானிருந்தாள் ஆனாலும் அவள் பேசவேயில்லை. அவள் கண்களில் உக்கிரம் பதுங்கியிருந்தது. அவள் தனது சிடுக்கேறியிருந்த தலைமயிர் முகத்தில் படர மிளகாயின் காம்பைக் கிள்ளிக் கொண்டிருந்தாள்.

அய்யாவின் கால்களில் படிந்த உப்பின் பிசுபிசுப்பு எரியத் துவங்கியது. அவர் ரௌத்திரத்துடன் காலைத் தரையில் தேய்த்து உரசியபோதும் உப்பு போகவேயில்லை. கோபத்துடன் பழைய சேலையொன்றைப் போட்டு மூடியிருந்த மண் பானையை வெளியே இழுத்தார். அந்தப் பானையில் பாதியளவு நீரிருந்தது. ஈய டம்ளரில் தண்ணீரைக் கோரி எடுத்துக் காலில் ஊற்றியபோது, வத்தல் கிள்ளுவதைப் போட்டுவிட்டு ஆத்திரம் தாங்க முடியாமல் விடுவிடுவென நடந்து வந்த அம்மா கையில் இருந்த டம்ளரைப் பிடுங்கியவளாகக் கத்தினாள். டம்ளர் தட்டிவிடப்பட்டு தண்ணீர் சுவரில் சிதறியதும் ஓங்கி அவள் முகத்தோடு அறைந்த அய்யா, மண் பானையிலிருந்த தண்ணீர் முழுவதையும் தனது கால்களில் ஊற்றிக் கழுவிக்கொண்டவராக வெளியே நடந்த போது அம்மாவின் அலறல் சப்தம் கேட்டு அக்காவும் அருகாமை வீட்டிலிருந்த இரண்டு பெண்களும் வந்திருந்தனர். அம்மா ஓங்காரம் எடுத்து அழத் துவங்கினாள்.

அய்யா எந்தச் சலனமுமில்லாமல் மெதுவாக வெயிலைக் கண்டபடி வெளியேறி நடந்தார். சிதறிய தண்ணீரை வீட்டுச் சுவர் தன் ஆயிரம் நுண் நாவுகளால் சுவடேயில்லாமல் உறிஞ்சியிருந்தது. வீட்டில் நீண்ட நேரம் அழுகை கட்டிக்கொண்டிருந்தது. அம்மா வோடு சேர்ந்து அக்காவும் அழுது கொண்டிருந்தாள். நாகு வீடு திரும்பி வந்து கொண்டிருந்தான். அக்காவின் அழுகை சப்தத்தைக் கேட்டதும் அப்படியே திரும்பி தெருவில் நடக்கத் துவங்கினான்.

இருட்டியிருந்தபோதும் தெருவில் வெளிச்சம் அடங்கவில்லை. உதிர்ந்த இலைகளைப் போல சலசலப்பை ஏற்படுத்திக்கொண்டு அப்போதும் நாவிதனின் வீட்டு எறும்புகள் தெருவில் இறங்கிப் போய்க்கொண்டிருந்தன. அவை மிகுந்த கவனத்தோடு பாதை யோரமாகவே கடந்து சென்றுகொண்டிருந்தன; நாகு அதன் கூடவே நடந்து சென்றான். எறும்புகள் ஊரை விட்டு வெளியேறும் பாதையை அறிந்திருந்தன. நாகு தெற்குத்தெரு கடந்து வண்டிப் பாதையில் உடைந்து கிடந்த கற்களின் மீதேறி அவை போவதைக்

கவனித்துக்கொண்டிருந்தபோது யாரோ அவனை அழைப்பது போலிருந்தது.

குரலை வைத்தே அறிந்து கொண்டுவிட்டான். தெற்குத்தெருவில் இருந்த ஆதிலட்சுமிதான் அவனைக் கூப்பிடுகிறாள். அவன் ஆதிலட்சுமியின் வீட்டை நோக்கி நடக்கத் துவங்கினான். தெருவில் எந்த வீட்டின் கதவும் பூட்டப்படவேயில்லை. மங்கிய இருட்டு படர்ந்த வீட்டு வாசல்களில் சிலர் பாயை விரித்துப் படுத்துக் கிடந்தார்கள். நல்ல தண்ணீர்க் கிணறு வறண்டுபோன பிறகும் அதன் கல்லில் இருந்த குளிர்ச்சி குறையவேயில்லை. அந்த ஈரத்திற்காக ஏங்கிய இரண்டு மூன்று ஆட்கள் கல்லில் முதுகு படர படுத்துக் கிடந்தனர். வானம் நட்சத்திரங்களற்றுப் பிரம்மாண்டமானதாக விரிந்து கிடந்தது. தொலைவு வரை வேறு ஊர்களேயில்லாததால் வெம் பரப்பு போல நீண்ட வளையம் ஒன்று ஊரைச் சுற்றி மிதந்து கொண்டிருந்தது. வெக்கையைக் குடித்தபடி கண்களைத் திறந்தபடி படுத்துக் கிடந்தனர்.

இரண்டு சிறுவர்கள் எறிபந்து விளையாடிக்கொண்டிருந்தார்கள். தெற்குத்தெரு மிகவும் குறுகலாகவும் கோழிகள் அலைந்து கொண்டிருப்பதாகவுமிருக்கும். வீடுகள் அதிகமில்லை. ஒன்றிரண்டு காரை வீடுகளைத் தவிர தெற்குத்தெருவில் அதிகம் கூரை வீடுகளேயிருந்தன. நாகு தெருவினுள் நடந்தபோது நாய் ஒன்று யாரோ வீசியெறிந்திருந்த உலர்ந்த மீன் முள்ளைக் கவ்விக்கொண்டு தலையைச் சிலுப்பிக்கொண்டிருந்தது. நாகு ஆகாசத்தைப் பார்த்தபடியே நடந்தான்.

ஆதிலட்சுமி வீட்டுத் திண்ணையில் சுருண்டு கிடந்தாள். திண்ணைக்குக் கீழே பஞ்சாரத்தில் கோழிக் குஞ்சுகள் அடைத்து வைக்கப்பட்டிருந்தன. நாகு ஆதிலட்சுமியருகே போனபோது அவள் தனது செம்பழுப்பு நிறக் கண்களை உருட்டிக்கொண்டு திண்ணையில் ஏறி உட்காரச் சொன்னாள். நாகு தயக்கத்துடன் நின்றான். அவள் தன் இடக்கையை ஒருக்களித்து ஊன்றியபடி காலை இழுத்துக்கொண்டு சாய்ந்து எழுந்து சுவரோரமாக உட்கார்ந்தபடி அவனைத் திரும்பவும் திண்ணையில் ஏறச் சொன்னாள். நாகு கோழிக் குஞ்சுகள் இருக்கின்றனவா எனப் பஞ்சாரத்தினுள் குனிந்து பார்த்தான். ரோமங்கள் மட்டுமே மிதந்து கொண்டிருந்தன. ஒரு கோழிக் குஞ்சுகூட இல்லை. அவன் திண்ணையில் ஏறிக் கொண்டதும் ஆதிலட்சுமி அவனிடம் கேட்டாள்,

"எறும்பு தெற்குப் பக்கமாகத்தானே போகுது."

ஆச்சரியத்துடன் தலையசைத்தான்.

ஆதிலட்சுமி ரகசியம் போல சொன்னாள்,

“எறும்போட கண்ணு ஊசித் துவாரத்தை விடவும் ரொம்ப சின்னதுடா.”

நாகு தனக்கும் இது தெரியும் என்பது போல ஒத்துக்கொண்டான். ஆதிலட்சுமி தனது வலது கையின் ஆள்காட்டி விரலை அவனிடம் நீட்டியபடி கேட்டாள்,

“இதுல என்ன தெரியுது.”

“ஒண்ணுமேயில்லைக்கா.”

இப்போ பாக்குறயா என்று விரலைத் திண்ணையில் நாலைந்து முறை உரசித் தேய்த்துவிட்டு பாவாடையால் துடைத்துக்கொண்டு காட்டினாள். ஆள்காட்டி விரலின் ரேகைகள் மினுமினுவென வெள்ளி நிறத்தில் ஒளிரத் துவங்கின. நாகு ரேகைகளை ஆச்சரியத் தோடு தொட்டுப் பார்த்தான். அதில் பால் போல ஒளி கசிந்து கொண்டிருந்தது. ஆதிலட்சுமி சிரிப்போடு அவன் உள்ளங்கையை நீட்டச் சொல்லி அதில் தன் விரல் ரேகையைத் தடவினாள். மசியில் புரட்டியது போல அவள் ரேகை அப்படியே நாகு கையில் பதிந்து ஒளிர்ந்தது. அவள் வேடிக்கையாகக் கேட்டாள்,

“உன் கன்னத்திலே ரேகை வைக்கவா?”

கூச்சத்தோடு நாகு மறுத்தபடி வேண்டாங்கா என்றான். அவனது உள்ளங்கையில் இருந்த ரேகையின் ஒளி பார்த்துக் கொண்டிருந்தபோதே மறைந்து கொண்டிருந்தது. அவன் கையை மூடித் திறந்த போது உள்ளங்கையில் ரேகையொளியில்லை. ஆதிலட்சுமி டிரிக்கு எப்பிடி... எனச் சிரித்தபடியே, தனது நார்க்கொட்டானை அருகில் இழுத்து அதிலிருந்து ஒரு பழுப்பு நிறக் கல்லை எடுத்துக் காட்டினாள்.

“இது என்ன கல்லு தெரியுமா.”

நாகு அந்தக் கல்லைப் பார்த்தான். ஓடையில் கிடக்கும் கல்லைப் போலத்தானிருந்தது.

“இதைக் கையிலே தேச்சு மோந்து பாரு தெரியும்.”

நாகு கல்லை வாங்கித் தனது கைகளால் நன்றாகத் தேய்த்தான். தேய்க்கும்போதே வாசனை கசிந்து வரத் துவங்கியது. தன் இரண்டு கைகளையும் முகத்திற்கு நேராகக் கொண்டுபோய் முகர்ந்து பார்த்தான். மாம்பழ வாசனை கமகமத்தது. மெதுவாகத் தனது

நாவின் நுனியால் உள்ளங்கையைத் தடவினான். மாம்பழச் சுவை தென்பட்டது.

ஆதிலட்சுமி அவனைப் பார்த்துச் சிரித்தபடியே கேட்டாள்,

"மாம்பழம் இனிக்குதா, புளிக்குதா?"

நாக்கால் தன் கைகளை நக்கிக்கொண்டு "இனிச்சுக் கிடக்கு. இந்தக் கல்லு ஏதுக்கா" என்றான். கிணற்று வெட்டுக்குப் போன அண்ணன் கொண்டுவந்து தந்ததாகச் சொல்லியபடி ஆதிலட்சுமி கல்லைத் தன் கையில் வாங்கி வைத்துக் கொண்டாள். நாகு அவளை ஆச்சரியத்துடன் பார்த்துக்கொண்டிருந்தான். அவள் மெதுவான குரலில் யார்கிட்டேயும் இந்தக் கல்லைப் பத்திச் சொல்லாதே என்றாள். தலையசைத்துக் கொண்டவனாகக் கேட்டான்,

"எறும்பு எல்லாம் நம்ம ஊரை விட்டு எங்கே போகுது?"

ஆதிலட்சுமி அவன் முகத்திற்கு அருகாமையில் வந்து சொன்னாள்,

"வீட்ல ஈரமிருக்கும் வரைக்கும்தான் எறும்புகள் சுவரேறி நடமாடும். ஈரம் உலர்ந்து போயிட்டா வீட்டில் தங்காது. எறும்பு வீட்டை விட்டுப் போயிட்டா மனுசன் அந்த வீட்டிலே குடியிருக்கவே முடியாது, வீடு வெறிச்சோடிப் போயிரும். இந்த ஊரில் இனிமேல் எறும்பேயிருக்காதுடா."

நாகுவிற்கு அதைக் கேட்கவே பயமாகயிருந்தது. அவன் பதட்டத்துடன் கேட்டான்,

"உங்க வீட்லயும் எறும்பு வெளியேறிப் போயிருச்சா?"

ஆதிலட்சுமி பதில் பேசவேயில்லை, அவள் வீட்டில் எப்போதும் எறும்புகள் நடமாடிக் கொண்டிருக்கும். அவர்கள் எறும்புகளை விரட்டுவதேயில்லை. பதிலாக அவை தண்ணீர்க் குடங்களில் படர்ந்து ததும்பும்போது உள்ளங்கைகளில் அதை வெளியே கொண்டுபோய் விட்டு வருவார்கள்.

அவர்கள் பேசிக்கொண்டிருந்தபோது தெருவில் யாரோ நடந்து கொண்டிருந்தார்கள். தூக்கமில்லாமல் போகிறவர்கள் அதிக மிருப்பதால் யார் நடந்து போகிறார்கள் என்று தெரிவதேயில்லை. நாகு தயங்கித் தயங்கி அவளிடம் சொன்னான், "எங்க அய்யாவுக்கும் அம்மாவுக்கும் சண்டை.'

அவள் தனக்கு முன்பே தெரியும் என்பது போல தலையசைத்து விட்டுத் தனது தலைமாட்டில் இருந்த மாடக்குழியிலிருந்து

எதையோ எடுத்து அவன் கைகளில் கொடுத்தாள். அவன் நாக்கில் ருசித்துப் பார்த்துவிட்டு சில்லுக் கருப்பட்டி என்று சொன்னான். ஆதிலட்சுமி தான் சுவைத்துக்கொண்டிருந்த கருப்பட்டியை நாக்கின் நுனியில் வைத்துக் காட்டினாள். நாகுவிற்குச் சிரிப்பாகயிருந்தது.

ஆதிலட்சுமிக்கு வயது பதிமூன்றைக் கடந்தபோதும் அவள் சிறுமியைப் போலவேயிருந்தாள். பிறந்தது முதலே கால்கள் சூம்பிக் கொண்டு சவலையாகிவிட்டதால் எப்போதும் தன் காலை மடித்துக்கொண்டு வீட்டுத் திண்ணையிலே இருக்கிறாள். வீட்டில் அவளும் ஒரேயொரு அண்ணனும் மட்டுமிருந்தார்கள். அம்மா இறந்து போன பிறகு அவளது அய்யா வீட்டில் தங்குவதேயில்லை. தொலைவில் ஏதோவொரு ஊரில் ரயில்வே லைன் போட்டுக் கொண்டிருந்த வேலைக்குப் போய்விட்டிருந்தார்.

ஆதியின் வீட்டில் துணைக்கு ஒரேயொரு கிழவி மட்டுமே யிருக்கிறாள். குளிப்பதற்கு உள்ளே தூக்கிப் போவதைத் தவிர பகலிர வெல்லாம் ஆதிலட்சுமி திண்ணையை விட்டு நகர்வதே கிடையாது. அவள் உட்கார்ந்து உட்கார்ந்து தரையெங்கும் உப்பரித்துப் போயிருந்தது. கனகாம்பர நிறத்தில் பூப்போட்ட பாவாடையும் கூன் விழுந்த முதுகுமாக இருந்த அவள் எப்போதும் ஏதோ யோசனையோடேயிருப்பாள்.

அவள் கண்ணில் படாமல் தெருவில் நிழல் கூட நகர்ந்து போக முடியாது. பௌர்ணமி நாளின் பின்னிரவில் நிலா முற்றி ஒளிர்ந்து ஈரம் சொட்டுவது போல தனது சாக்கில் வெண்ணிறம் நிரம்பி விடுவதையும், தெருவெங்கும் வானிலிருந்து ஒளி கசிந்து குளிர்மை ததும்பிக்கொண்டிருப்பதையும் கண்டிருக்கிறாள்.

நாகு அவள் எது சொன்னாலும் நம்பிவிடுவான். ஒரு இரவில் அவள் ரகசியம் போல ஒன்றை நாகுவிடம் சொன்னாள்,

“நடுராத்திரியிலே யாரோ வானத்திலிருந்து வெள்ளரி விதை போல ஒண்ணைத் தூவிவிட்டுட்டு மறைஞ்சிட்டாங்க. அது என்ன விதை தெரியுமாடா... அது யார் வீட்டுக் கூரையிலேயாவது விளுந்து முளைச்சா, அந்த வீட்டில சச்சரவும் சண்டையும் பெருகி குடும்பமே ஊரை விட்டு வெளியேறிப் போயிரும். யார் வீட்ல விழுந்ததுனு தெரியலே...”

நாகுவிற்கு அவள் சொல்வது புரியவில்லை. ஆனாலும் அவன் தெரிந்தவன் போலக் கேட்டான்,

“கினு வீட்லயா இருக்கும்கா. அவங்க வீட்லதான் நேத்துகினு அம்மாவோட மண்டையை அவங்க அய்யா உடைச்சிட்டாரு.”

அது சரிதான் என்பது போல ஆதிலட்சுமி அன்று தலையாட்டிக்கொண்டாள். ஒரு எறும்பு தனியே சுவரில் ஊர்ந்து இறங்கிக்கொண்டிருந்தது. சப்தமில்லாமல் அதை ஆதிலட்சுமியிடம் காட்டினான். அவள் தன் விரலை அதன் வழியின் குறுக்கே வைத்ததும் எறும்பு பரபரவென அதே இடத்தில் கால்களை இழுத்தபடித் தலையைத் தூக்கிப் பார்த்தது. அவள் எறும்பை மிரட்டும் தொனியில் கேட்டாள்,

"எங்கடா போறே?"

எறும்பு வந்த வழியிலே திரும்பிச் சுவரின் மேல் ஏறத் துவங்கியது. நாகு சிரித்துக்கொண்டான். ஆதிலட்சுமியின் வீட்டில் படியை ஒட்டிய சிறிய துளையில்தான் எறும்புகளின் பெரிய குடும்பமொன்று குடியிருந்தது. அதில் நூற்றுக்கணக்கான எறும்புகள் ஒன்றாகக் கலந்து கிடந்தன. அவை மெதுவாகத் தங்கள் வெக்கையேறிய கண்களை இறுக்கிக்கொண்டு படபடப்புடன் வெளியேறி கல் படிகளில் ஏறி இறங்கி வீட்டினுள்ளும், அரிசி இடித்துவிட்டுப்போன உரலைச் சுற்றியும் திரிந்து கொண்டிருந்தன.

ஆதிலட்சுமி சுவரைப் பார்த்தபடியே நாகுவிடம் சொன்னாள்,

"சாயம் காச்சும் சென்னம்மாவை உனக்குத் தெரியும்ல, அவ வீட்டுக்குள்ளே குருணை சிந்தினது மாதிரி செவ்வெறும்புகள் இருக்குது. படிக்கல்லைக்கூட மெதுவாகக் கருமிக் கருமித் திங்கிற எறும்புக அது, வீட்டு எறும்பில்லைடா. அவளை மாதிரியே அந்த எறும்புகளும் எதையோ முணுமுணுத்துகிட்டுத் தெருவில் வருதுடா. சென்னம்மாவை நீ பார்த்திருக்கிறாயா?"

நாகு பயத்துடன் தலையாட்டினான்.

சென்னம்மா வீட்டில் சாயம் காய்ச்சுவார்கள். இதற்காகப் பெரிய உலையும் கொதி பாத்திரங்களுமிருந்தன. சென்னம்மாவின் உறவுக்காரன் ஒருவன் எங்கிருந்தோ கொண்டுவரும் காட்டிலைகளைக் கொதிக்கவிட்டு இரவில் சாயம் காய்ச்சுவான். அந்த வாடை காடி போல முறுகியதாகயிருக்கும். விடிகாலையில் சாயத்தை வடித்து மண்கலயங்களில் வாயைக் கட்டி தலைச்சுமையாகக் கொண்டுபோகும்போது நான்கு பார்த்திருக்கிறான்.

சென்னம்மாவிற்கு வயது முற்றியிருந்தது. அவள் எழுந்து நடமாடுவதேயில்லை. வீட்டின் உள் அறையொன்றிலே சுருண்டு கிடக்கிறாள். அவள் குரல் மட்டும் ஏவ், ஏவ் என எப்போதாவது வெளியே கேட்கும். வீட்டுப் பூனையைத் தவிர வேறு ஆட்கள் உள்ளே போவதேயில்லை.

இடிந்துபோன கற்படி கொண்ட அவள் வீட்டினுள் நாகு ஒருமுறை போயிருக்கிறான்.

உள்ளே மங்கிய இருளில் பானைகள் வரிசையாக அடுக்கி வைக்கப்பட்டிருந்தன. மெதுவாக நடந்து மூடிக்கிடந்த அறையினுள் பார்த்தான். சென்னம்மாவின் வயதேறி வெடித்த பாதங்கள் அசையாமலிருந்தன. அவள் மெலிந்து மரப்பல்லியின் நிறத்திற்கு வந்திருந்தாள். கதவைப் பிடித்தபடி உள்ளே பார்த்துக் கொண்டிருந்தான். அவள் படுக்கையருகே கிண்ணத்தில் கொஞ்சம் அரிசிப் பொரி சிதறிக் கிடந்தது. வலது கண்ணில் பூவிழுந்து விட்டதால் அவளால் வெளியே நடமாட முடியவில்லை. எப்போதாவது இருட்டும் நேரங்களில் அவள் சுவரைப் பிடித்துக்கொண்டு நடந்து, வீட்டின் பின்பக்கம் நின்றபடி மூத்திரம் பெய்வதைத் தவிர வேறு நேரங்களில் அவள் படுத்துக் கொண்டேதானிருப்பாள்.

சென்னம்மாவிற்கு அகலமான கைகள். அவள் எப்போதும் கைகளைத் தரையோடு விரித்துக்கொண்டு படுத்திருப்பாள். எறும்புகள் வீட்டு ஜன்னல் வழியாகச் சப்தமின்றி வெயில் இறங்குவது போல ஊர்ந்து நார்க்கொட்டானில் வைத்திருக்கும் பனை வெல்லத்தின் வாசனையை நோக்கிச் சென்றுகொண்டிருக்கும். நாரும் வெல்லத் தூசிகளும் நிரம்பிய கொட்டானின் விளிம்பில் சுற்றித் திளைத்துவிட்டு வீட்டுத் தரைகளில் வெல்லத் தூசிகளை இழுத்துக்கொண்டு வெளியேறும்போது சென்னம்மாவின் கைகள் தரையைத் தேய்த்தபடியே வந்து மெல்ல எறும்புகளை அள்ளி வாயில் போட்டு, மென்று தின்றுவிடுவாள்.

அவள் உதட்டு இடுக்கில் சிக்கி வெளியேறும் எறும்புகள் கூட அகன்ற அவள் முகத்தின் மேடு பள்ளங்களைக் கண்டு திகைத்து பயத்தோடு புருவமயிர்களில் தடுமாறும்போது அவள் விரல்கள் எறும்புகளைத் தேடிப் பிடித்து நாக்கில் ஒட்ட வைத்துக்கொள்ளும். சரசரப்பின்றி நடமாடித் திரிந்த எறும்புகள் கூட அவள் விரலில் சிக்காமல் தப்ப முடிந்ததேயில்லை. நாளாக ஆக அவள் வீட்டில் எறும்புகளின் நடமாட்டம் முற்றாக ஒடுங்கிவிட்டது. அவள் கண்கள் ஜன்னலை, கதவிடுக்குகளைப் பார்த்தபடியிருந்தன. எறும்புகள் வருவதேயில்லை. அவள் தானாகத் தனது கண்கள் மங்கிவிட்டதாக முனங்கிக்கொள்வதோடு தரையில் கைகளைத் தேய்த்துத் தேய்த்துப் புண்ணாக்கிக்கொண்டிருந்தாள். சென்னம்மாவைப் பற்றி நினைக்கும்போதே பயமாகயிருந்தது.

எஸ்.ராமகிருஷ்ணன்

ஆதிலட்சுமியின் மெலிந்து நீண்ட கால்கள் பாவாடையை விட்டு வெளியே நீட்டிக்கொண்டிருந்தன. சாக்கில் கையை ஊன்றியபடியே சொன்னாள்,

“படி இடுக்கில் குனிஞ்சு எறும்பு என்ன செய்துட்டிருக்குனு பாரேன்.”

நாகு தலையைக் குனிந்து எட்டிப் பார்த்தான். எறும்புகள் வளைய வந்து கொண்டிருந்தன. இருளினுள் வேறு எதுவும் புலப் படவில்லை. ஆதிலட்சுமி அவனிடம் திரும்பவும் சொன்னாள்,

“சென்னம்மா வீட்டுப் பக்கம் மட்டும் போகவே கூடாதுனு எறும்புகிட்டே சொல்லுடா.”

அவன் இருள் துளிர்த்துக்கொண்டிருக்கும் துளையினுள் உரத்த குரலில் சொன்னான்,

“வெளியே போகாதே, சென்னம்மா பிடிச்சித் தின்னுருவா... போகாதீங்க.”

எறும்புகள் எதைப் பற்றியும் சட்டையின்றி மெதுவாகப் படியை விட்டு இறங்கித் தெருவிற்குள் செல்கின்றன. அவை வெளியேறியதைப் பார்த்தபடி ஆதிலட்சுமி சொன்னாள்,

“எறும்பு எங்கிருந்து பிறந்து வருது தெரியுமா? ராத்திரியிலே வானத்தில் சுத்திகிட்டிருக்கும் சாமி தன் சடையில் ஒட்டிக்கிட்டிருக்கும் எறும்புகளை ஊரிலயும் வீட்லயும் நடக்கிறதைத் தெரிஞ்சு கிடுறதுக்காகத் தூவிவிட்டுப் போறாரு. ஆகாசத்திலிருந்து எறும்புங்க தரைக்கு வரும்வரை வாய் ஓயாமல் பேசிக்கிட்டே யிருக்கும், தரையிறங்கியதும் அதுக பேச்சு நின்னு போயிடும். பிறகு நாள் பூரா வீட்ல, தெருவில் நடக்கிறதை எல்லாம் தெரிஞ்சுகிட்டு திரும்பவும் சாமி வீட்டுக்குப் போறதுக்காகத்தான் வழியைத் தேடிக்கிட்டிருக்கு.”

நாகு சந்தேகத்துடன் கேட்டான்,

“வானத்திற்கே எறும்பு ஏறிப் போயிருமா?”

அவள் ஏதோ யோசனைக்குப் பிறகு சொன்னாள்,

“எறும்புக்கு ராத்திரியானதும் றெக்கை வந்திரும்டா, றெக்கையை அசைச்சு அசைச்சு வானத்துக்கே போயிரும்.”

நாகுவிற்கு ஆச்சரியமாகயிருந்தது. அன்று வீடு திரும்பியதும் ஆதிலட்சுமி சொன்னதைத் தனது வேணியக்காவிடம் சொன்னான். அவள் பல்லை இளித்துக்கொண்டு அவனைப் பரிகாசம் செய்பவளைப் போலச் சொன்னாள்,

"பொய்யுடா. மாடு சாணி போடுதில்ல, அதில் இருந்து எறும்பு முளைச்சு வருது. கடவுள்கிட்டே போயி எறும்பு நின்னா அவர் கட்டைவிரலை வச்சே நசுக்கிப் போட்ருவாரு. ஆதிலட்சுமி பொய் சொல்வா... நம்பாதே... அவ வீட்டுக்கு விளையாடப் போகாதே... பெறகு உன்னையை அய்யாகிட்டே சொல்லி உரல்ல கட்டி வைக்கச் சொல்லிருவேன்... பாத்துக்கோ."

நாகு உதட்டைக் கடித்துக்கொண்டு திரும்பிப் படுத்துக் கொண்டு யோசித்துக்கொண்டேயிருந்தான். அக்காதான் பொய் சொல்கிறாள். அவளுக்கு எறும்புகள் எங்கே போகின்றன என்பதே தெரியவில்லை. இரவில் அவன் சிம்னி விளக்கின் ஒளி தரையில் ஊர்ந்து கொண்டிருப்பதைப் பார்த்தபடியே யோசனையிலே கிடந்தான். மறுநாள் காலை நாகு ஆதிலட்சுமியைப் பார்த்ததும் தான் மிகப் பெரிய ரகசியம் அறிந்தவன் போல சொன்னான்,

"நேற்று ராத்திரி ஒரு நாய் ஊளையிட்டுச் சுக்கா... கேட்டயா யாரோ சாகப்போறாங்க."

ஆதிலட்சுமி தனக்கு முன்னமே தெரியும் என்பது போல சொன்னாள்,

"யாரு சாகப்போறானு தெரியுமா... நீ போய் சென்னம்மா வீட்டில் என்ன நடக்குதுனு பாத்துட்டு வர்றயாடா?"

நாகுவிற்குப் பயமாகயிருந்தது ஆனாலும் மெதுவாக நடந்து சாயக்காரர்கள் தெரு வழியாகச் சென்னம்மாவின் வீட்டருகே போய் மூடாமல் கிடந்த மரக் கதவைத் தள்ளி உள்ளே எட்டிப் பார்த்தான். சென்னம்மா இருளினுள் படுத்திருந்தாள். தயங்கித் தயங்கி அருகே போய்ப் பார்த்தான். கிழிந்த வாழையிலை போலயிருந்த அவளது முதுகு தெரிந்தது. முதுகில் எறும்புகள் ஊர்ந்து கொண்டிருந்தன. அவன் கண்களைக் கூர்மையாக்கிப் பார்த்துக்கொண்டிருந்தான். முதுகில் மட்டுமல்ல இடுப்பில், கேசத்தில், குதிங்காலில் எறும்புகள் அப்பிக்கொண்டிருந்தன. வீட்டில் சாயம் காய்ச்சுபவர்கள் எவரையும் காணோம். அவன் சென்னம்மா முழித்திருக்கிறாளா எனக் குனிந்து பார்த்தான்.

கண் இமைகளில் எறும்புகள் ஊர்ந்து போய்க்கொண்டிருந்தன. சுவரில் கையை ஊன்றியபடி அவளது நீண்டு தொங்கும் காதுகளைப் பார்த்தபடியிருந்தான் கை பிசுபிசுத்தது போலிருந்தது. துடைத்துக் கொள்ள டவுசரில் தடவியபோது கையெல்லாம் எறும்புகள். பயத்தோடு கைகளை உதறிவிட்டான். சுவரில் ஆயிரக் கணக்கான எறும்புகள் ஊர்ந்து கொண்டிருந்தன. சென்னம்மா சலனமில்லாமல் படுத்துக் கிடந்தாள். வெயில் ஜன்னலுக்கு

வெளியே எட்டிப் பார்த்துக்கொண்டிருந்தது. பயத்தோடும் நடுக்கத்தோடும் அவசர அவசரமாக நாகு ஆதிலட்சுமியின் வீட்டுத் திண்ணைக்கு ஓடினான்.

ஆதிலட்சுமியைக் குளிக்க வைப்பதற்காகப் பின்வாசலுக்குத் தூக்கிக்கொண்டு போயிருந்தார்கள். மரப்பலகையில் குனிந்து உட்கார்ந்திருந்த ஆதிலட்சுமியின் முன்னால் கிண்ணம் நிறைய எண்ணெய்யும் சீயக்காய்த் தூளுமிருந்தன. அவள் விரலால் எண்ணெய்யைத் தொட்டபடியே நிமிர்ந்து பார்த்தாள். நாகு பயத்தோடு சொன்னான்,

"சென்னம்மா முதுகிலே நிறைய எறும்பு அப்பிக் கிடக்குதுக்கா."

அவள் எண்ணெய்க் கிண்ணத்தைக் கையில் சரித்துக்கொண்டு நாகு அருகே திரும்பிச் சொன்னாள்,

"நேத்து நடுராத்திரி சென்னம்மா நம்ம தெரு மேல மிதந்து போறதைப் பார்த்தேன், காலை விரிச்சுகிட்டு பறந்துகிட்டு இருந்தா. கிழட்டு வெளவால் மாதிரியிருந்துச்சு" என்றபடி அவள் மெலிந்த தனது கால்களில் எண்ணெயைப் பூசிக்கொண்டு உதட்டைக் கடித்துக்கொண்டு சொன்னாள்,

"அவ சாகப்போறா... நீ அவ வீட்டுப் பக்கமா இனிமே போகாதே."

நாகுவிற்கு பயமும் நடுக்கமும் ஏறிக்கொண்டது. அவன் பயந்த குரலில் கேட்டான்.

"இன்னைக்கும் சென்னம்மா ராத்திரி வானத்தில் பறப்பாளாக்கா?"

இதற்கு ஆதிலட்சுமி பதில் சொல்லவில்லை. அவள் பெரு மூச்சிட்டபடியே சொன்னாள்,

"இன்னைக்கு ராத்திரி ரெண்டு பேரு வருவாங்க. முழிச்சிட்டு இருந்தா பாரு."

அவள் யார் வரப்போவதென சொல்லவேயில்லை. நாகு திரும்பவும் சென்னம்மா வீட்டின் பக்கம் போகலாமா என யோசித்தான். அவள் பறந்து வெளியே வந்துவிட்டால் என்ன செய்வதென பயமாக இருந்தது. தனியாக நடந்து போய் வீட்டின் முன் இருந்த வேம்படிக்குப் போய் உட்கார்ந்து கொண்டான். தெருவில் ஆடுகள் புழுதியைக் கிளப்பியபடி வந்து கொண்டிருந்தன. கத்தியை யாரோ சாணை பிடிப்பது போல தெருவை வெயில் தீட்டிக்கொண்டிருந்தது. நாகு இரவு வருவதற்காகக் காத்துக்கொண்டிருந்தான்.

02

கோடையின் நீண்ட இரவில் எங்கிருந்தோ இரண்டு பரதேசிகள் வேம்பலை ஊரை நோக்கி நடந்து வந்துகொண்டிருந்தார்கள். இருவரில் வயதானவன் துந்தனா வாசித்தபடி நடந்து வந்து கொண்டிருந்தான். இருவரும் வெகு தூரம் நடந்திருக்கக்கூடும். மிக மெதுவாக நடந்து கொண்டிருந்தனர். வேம்பலை எந்தத் திசையில் வீழ்ந்து கிடக்கிறது என்பதைக்கூட அறிந்து கொள்ள முடியவில்லை. ஊர் இருக்கும் திசையில் வானில் திட்டுப் போல வெளிச்சம் மிதந்து கொண்டிருப்பதை அவர்கள் பல இடங்களில் கண்டிருக்கிறார்கள். உறங்கும் மனிதர்களின் கண்ணில் ஒளிந்துள்ள வெளிச்சம் சிறிய புழுவென கண்ணிலிருந்து ஊர்ந்து வெளியேறி ஊரின் மீது வளையமிடுவதையும், அந்த வெளிச்சம் பகல் இரவில் இல்லாத வொரு விநோத வெண்ணொளியைத் தக்க வைத்திருப்பதையும் பார்த்திருக்கிறார்கள்.

கோடை இரண்டு பரதேசிகளையும் வெகுவாகச் சீரழித்துக் கொண்டிருந்தது. நடந்து செல்லும் பாதை தோறும் யாரோ முனங்குவது போல மண் புரண்டு சப்தமிடுவதையும், வெக்கை தாளாமல் புதையுண்டு கிடந்த மூதாதையர்களின் எலும்புகள் திமிறிக்கொண்டு மண்ணை மீறி வெடிப்பதையும் கண்டார்கள். தென் கிராமங்கள் யாவுமே உலர்ந்து கொண்டுவிட்டன. காணும் முகங்களில் சினமும் ரௌத்திரமும் அப்பிக்கொண்டிருக்கின்றன. பகலை விடவும் சிறியதாக இரவு விரிகிறது.

நேற்றைய இரவில் இரண்டு வருசத்திற்குப் பிறகு அவர்கள் செவல்பட்டிக்கு வந்து சேர்ந்திருந்தார்கள். பரதேசிகளைக் காண கூச்சலிட்டுக்கொண்டு வரும் சிறுவர்கள் கூட அன்று முகம் கொடுக்கவில்லை. வழக்கமாக ஊரின் தெருவைச் சுற்றிவிட்டு மேவீட்டு முன்னுள்ள கல்லில் வந்து உட்கார்ந்துவிட்டால்

யாராவது பேச்சுக் கொடுக்க வருவார்கள். நீண்ட தொலைவு போக முடியாதவர்கள் பரதேசிகளிடம் கோவில் காணிக்கைகளைக் கொடுத்து விடுவதும், எங்காவது மழை தண்ணீர் பெய்திருக்கிறதா என விசாரிப்பதற்காக வந்து சேர்வதும் நடக்கும்.

பரதேசிகளில் ஒருவனின் சிகை வளர்ந்து பெண்ணைப் போல தோள் வரை சரிந்திருந்தது. அவனைப் பார்த்ததுமே குழந்தைகள் வீறிட்டு அழத் துவங்கிவிடும். எப்போதும் ஒரு கும்பா நிறைய கம்பங்கஞ்சியும் துவையலும் கொண்டுவந்து தருவாள் மேவீட்டுக் காரனின் தாய். இருவரும் வைத்த வாயை எடுக்காமல் குடித்து முடிப்பார்கள். பிறகு தங்கள் பொதியிலிருந்து மயிலிறகையோ தோல் நோய்களைக் குணமாக்குவதற்காகக் கொண்டுவந்த ரண பத்திரகாளிக் கோவிலின் பிடிமண்ணையோ எடுத்துப் பெண்களிடம் தருவார்கள். வேம்படியில் ஆண்கள் சுற்றிலும் உட்கார்ந்து கொள்ள இரவு முழுவதும் வெற்றிலையைப் போட்டுக்கொண்டே பரதேசிகள் பேசிக்கொண்டிருப்பார்கள்.

உடல் மெலிந்த பரதேசிக்குப் பசியடங்குவதேயில்லை. அவன் வயிறு ஓநாயைப் போல ஒட்டிக்கொண்டிருந்தபோதும் எதை யாவது தின்று கொண்டேயிருப்பான். காட்டு இலந்தைப் பழங்களையும், கொய்யாப் பழங்களையும் இதற்காக அவன் தன் சுமையிலே வைத்திருப்பான். அவர்கள் விடிகாலை வரை பேசிக்கொண்டிருந்து விட்டு பால் கறக்கும் நேரத்தில் கோவில் மடத்தில் கையைத் தலைக்கு வைத்து தூங்கப் போகும்போது ஊர் இயங்கத் துவங்கியிருக்கும்.

வெயில் காலில் ஏறி முகத்தின் அருகே வரும் வரை உறங்குவார்கள். பிறகு எழுந்து கொண்டு பாரதம் படிக்கும் கிட்ணாசாரியின் வீட்டுக்குப் போய் எதையாவது தின்று பசியாறுவார்கள். அந்த வீட்டுப் பெண்கள் எப்போதும் மஞ்சள் பூசி வெளிறிய உடலும் முகத்தில் சிரிப்புமாக எதையாவது திரித்துக்கொண்டோ இடித்துக் கொண்டேயிருப்பதைக் காணுவார்கள். அதிலும் மூத்தவள் மூக்கில் ஒரே துளையில் இரண்டு வளையம் போட்டிருப்பாள். அவளுக்குத் தலைமயிர் சுருண்டு நெளிவு நெளிவாகயிருக்கும். பரதேசிகள் பார்க்கும்போது அவளது சிரிப்பு கடுகு சிதறுவது போல உருண்டுபோகும். அவள் மெலிந்து உயரமாகவும் எப்போதும் பச்சை நிறத்தில் கட்டமிட்ட சேலையைக் கட்டிக்கொண்டிருப் பவளாகவுமிருந்தாள். பரதேசிகளுக்காக அவள் கத்திரிக்காயைச் சுட்டு புளிச்சாறுடன் கொண்டுவந்து தருவாள். ஓநாய் வயிறு

கொண்டவன் நாவில் எச்சில் ஒழுக அதைத் தனது விரலால் தொட்டுச் சப்பிச் சாப்பிடுவதைப் பார்த்துக்கொண்டே நிற்பாள்.

ஒவ்வொரு முறையும் பரதேசிகளிடம் தனது கூந்தலுக்காக எங்கிருந்தாவது முயல் ரத்தம் கொண்டுவந்து தர வேண்டும் எனக் கேட்பாள். ஊர் வரும் நாளில் பரதேசிகள் அதை மறந்துவிடுகிறார்கள். ஆனால் அவளுக்கு அடுத்தவள் எப்போதும் இடுப்பில் ஒரு ஆறு மாதக் குழந்தையை வைத்துக்கொண்டு அதற்குப் பருப்போ, அரிசி மாவோ ஊட்டிவிட்டுக்கொண்டிருப்பதைப் பார்த்திருக்கிறார்கள்.

ஊரிலே கிட்ணாசாரியின் வீட்டில் மட்டும்தான் பாரதச் சுவடியிருந்தது. அதை அவர் யாராவது சாவிற்காகப் படுக்கையில் கிடக் கும்போது படிப்பதற்காக எடுத்துக்கொண்டு வருவார். மற்ற நேரங்களில் மடத்திலிருந்த தகரப் பெட்டிக்குள் அந்த ஏழு கட்டுச் சுவடிகள் பத்திரமாகயிருக்கும். கிட்ணாசாரியின் வீட்டுப் பெண்களுக்கு ஒரே முகச்சாடையிருந்தது. பரதேசிகள் சாப்பிட்டு முடிந்ததும் அந்த இடத்தைச் சாணி போட்டுத் துடைப்பதற்காக வருபவள் மட்டும் எரிச்சலுடன் அவர்களை முறைத்துப் பார்ப்பாள், அப்போது பரதேசிகள் தலை கவிழ்ந்து கொள்வார்கள்.

சாப்பிட்டு முடித்ததும் அவர்களை மாட்டுத் தொழுவத்திற்குள் கூட்டிப்போய் கிட்ணாசாரி தான் புதுசாக வாங்கியிருக்கும் பசுவைக் காட்டுவார். வெள்ளைப் பசுக்களின் மீது அவருக்குத் தீராத ஆசை. சிறிய கொம்புகள் கொண்ட வெள்ளைப் பசுவொன்று மடி பருத்து நின்று கொண்டிருக்கும்.

பரதேசிகள் அதைத் தொட்டுப் பார்க்க விரலை நீட்டும்போது கிட்ணாசாரி பொய்யாகக் கடிந்துகொள்வார்.

“பொம்பளைப் பிள்ளை மாதிரி பொத்தி வச்சு பாத்துகிட்டிருக்கேன். கையை நீட்டுறான் களவாணிப் பய.”

பரதேசிகள் சிரித்துக்கொள்வார்கள். செவல்பட்டியிலிருந்து புறப்படும்போது இடித்த எள்ளும் வெல்லமும் தருவதற்கு மூத்தவள் மறப்பதேயில்லை.

ஆனால் அவர்கள் நேற்று செவல்பட்டிக்கு வந்து சேர்ந்தபோது தெருக்களில் புழுதி படிந்து போய் சாம்பல் படிந்த இரவாகயிருந்தது. வழக்கமாக நடந்து செல்லும் தெருவில் ஆட்கள் படுத்திருந்தபோதும் யாரும் துந்தனா சப்தம் கேட்டு எழுந்து கொள்ளவில்லை, பதிலாக எரிச்சலோடு ஏதோ தாங்களாகவே பேசிக் கொண்டார்கள். பசியேறிய வயிற்றுடன் பரதேசிகள் மேவீட்டின் முன் வந்து

உட்கார்ந்து கொண்டார்கள். வீட்டு மனிதர்கள் யாரையும் காணவில்லை.

பரதேசிகளில் ஒருவன் சப்தம் கொடுத்துப் பார்த்தான். யாரும் வருவதாகத் தெரியவில்லை. மெதுவாக நடந்து வீட்டின் பின் புறமுள்ள தொழுவத்திற்குள் எட்டிப் பார்த்தான். லாந்தர் விளக்குகளை வைத்துக்கொண்டு மேவீட்டுக்காரரும் அவரது தாயாரும் கால் ஒடிந்து போய் நின்றிருந்த மாட்டிற்கு மருந்து கட்டிக் கொண்டிருந்தார்கள்.

பரதேசிகளில் ஒருவன் குரலை உயர்த்தாமலே கூப்பிட்டான். ஆனாலும் அந்த சப்தம் பிரம்மாண்டமானதாக வெளிப்பட்டு ஓடியது. சப்தம் கேட்டுத் திரும்பிய மேவீட்டுக்காரனின் தாயார் முகத்தில் ரௌத்திரம் பொங்க. "நாயி. நாயி... சோத்துக்குத் தொழுவத்துக்கே வந்துட்டயா செருப்பை எடு..." எனக் கத்தினாள். பயந்து போய் வெளியே வந்த பரதேசி வேம்படியில் இருந்த மற்றவனின் முன்னால் அமைதியாக உட்கார்ந்து கொண்டான். மேவீட்டுக்காரன் கையில் வேப்பெண்ணெய்க் கிண்ணத்துடன் கோபமாக வந்து, 'நாங்க பிழைச்சுக் கிடக்கமா செத்துப்போயிட்டமானு பாக்க வந்தாயா... கள்ள நாயி... ஊருல இந்த ஒரு வீடு மட்டும்தானா இருக்கு... இந்தப் பக்கம் வந்தே காலை முறிச்சிருவேன் படுவா... போங்கடா" எனக் கத்தினார்.

பரதேசிகள் இருவரும் தலை கவிழ்ந்து உட்கார்ந்துகொண்டார்கள். அவர்கள் தன் பேச்சைக் கேட்டும் எழுந்து கொள்ளாமல் இருக்கவே வேகமாக நடந்து மாட்டு வண்டியில் இருந்த ஊனு கம்பைப் பிடுங்கி அவர்கள் மீது எறிந்தார். அடிபட்ட நாயைப் போல கத்திக்கொண்டு பரதேசிகளில் ஒருவன் எழுந்து ஓடினான்.

ஊரில் யாவரும் தூங்குவதற்காகப் படுத்திருந்தபோதும் பசி யடங்காத கண்கள் சோர்வு கொண்டிருந்ததேயன்றி உறக்கம் கொள்ளவில்லை.

அவர்கள் மெதுவாக நடந்து கிட்ணாசாரியின் வீட்டு முன்னால் போய் நின்றனர். வீட்டின் கதவு பூட்டப்பட்டிருந்தது. "தாயி... தாயி" எனக் கதவைத் தட்டினார்கள். ஆனால் யாரும் கதவைத் திறக்கும் சப்தமேயில்லை, உள்ளே யாரோ விசும்பும் குரல் கேட்டது. பசியாற்றிக்கொள்ள எங்கே போவது என்றே தெரியவில்லை.

பரதேசிகள் இருவரும் நாலு தெருவையும் சுற்றி வந்துவிட்டார்கள். எங்கும் பிடி சோறு கிடைக்கவில்லை. அடுப்புப் புகையே அடங்கிப்போய்விட்டதா?

இனி நடந்து வேறு ஊரைப் பார்த்துச் செல்வதென்றால் கூட முடியாது. யார் வீட்டுக் குப்பையிலாவது சாப்பிடும் பொருட்கள் கிடக்கின்றனவா எனத் தேடுவதற்காக குப்பைக்கிடங்கில் இறங்கித் தேடினார்கள். பூனையொன்று பல்லை இளித்துக் காட்டியபடி அவர்கள் மீது மூர்க்கமாகப் பாய்ந்தது. கையை உதறியபடி பூனையை ஓங்கிச் சாடிய பரதேசி தன் ஆத்திரம் தீர அதை அடிப்பதற்காகக் கம்பை எடுத்துக்கொண்டு ஓடினான். பூனை சாம்பலை வாரிவிட்டபடி சுருண்டு ஓடியது.

பரதேசிகள் எங்காவது மஞ்சனத்திப் பழங்கள் கிடைத்தால் கூட போதும், அதைச் சுவைத்துக்கொண்டாவது படுத்துவிடலாம் எனத் தேடினார்கள். எதுவும் கைக்குக் கிடைக்கவேயில்லை. பசியை அடக்கிக்கொண்டு இருவரும் கோவில் மடத்திற்கு வந்தபோது கிட்ணாசாரியும் மடத்தில்தான் படுத்துக் கிடந்தார். அவர் பரதேசிகள் வந்திருப்பதைத் தெரிந்து கொண்ட போதும் புரண்டு படுக்கவேயில்லை. வானம் நட்சத்திரங்கள் அற்று இருளைச் சுரந்து கொண்டிருந்தது. வயிற்றிற்குக் கையை அண்டக்கொடுத்தபடி பரதேசிகள் படுத்துக் கிடந்தனர்.

மழையற்றுப் போன வருஷங்கள் ஊரை கரும்புச் சக்கை போலாக்கிவிட்டிருந்தன. எங்கிருந்தோ தண்ணீர் கொண்டு வருவதற்காக நடந்து போன பெண்கள் வீடு திரும்பும் சப்தம் கேட்டுப் படுத்துக்கொண்டிருந்த ஆண்கள் எழுந்து வீடு நோக்கிப் போனார்கள். கோவில் மடத்தில் ஆட்களேயில்லை. கிட்ணாசாரி மட்டும் ஏதோ யோசனையோடு கால்களை ஆட்டிக்கொண்டு படுத்துக் கிடந்தார்.

ஊரில் எங்கோ ஒரு ஊமைச்சப்தம் அடங்காமல் கேட்டுக் கொண்டிருந்தது. பரதேசிகளில் ஒருவன் கோவிலின் பொந்தில் புறாவொன்று றெக்கையடிக்கிறது என ரகசியமான குரலில் மற்றவனிடம் சொன்னான். அவனும் அதை உன்னிப்பாகக் கேட்டான். புறாக் குஞ்சுதான் சப்தமிடுகிறதா? இருவருக்கும் நாக்கில் எச்சில் ஊறத் துவங்கியிருந்தது. மூத்திரம் பெய்ய எழுந்து கொள்பவன் போல ஒரு பரதேசி கோவிலின் பின்பக்கம் வழியாக நடந்து போனான். ஒரு கல்லைத் தூக்கிப் போட்டு ஏறிக் கையை விட்டுப் பார்த்தான். பொந்தில் புறாக் குஞ்சுகள் இருந்தன. மெதுவாக இறங்கி வந்து படுத்துக்கொண்டான். ஆள் அரவம் அடங்கி விட்டால் புறாக் குஞ்சைக் கவ்விக் கொண்டுவந்து சுட்டுச் சாப்பிட்டு விடலாம். இன்னொரு பரதேசி கண்களை மூடிக்கொண்டு குழந்தையைப் போல உதட்டைக்

கடித்துக்கொண்டு படுத்துக் கிடந்தான். உறங்குவது போல் பாசாங்கு செய்த இருவரும் பின்னிரவில் எழுந்து கொண்ட போது படுத்துக் கிடந்த கிட்ணாசாரியைக் காணவில்லை.

கோவிலின் பக்கம் நடந்து போனபோது இருளுக்குள்ளாகவே பதுங்கிப் பதுங்கிப் போன ஒரு உயரமான பெண் கோவிலின் பிடி கல்லில் ஏறிப் பொந்தில் கையை நுழைத்துப் புறாக் குஞ்சுகளைப் பிடித்து மடியில் பொத்திக்கொண்டு நடந்து போவதைக் கண்டார்கள். இருவருக்கும் ஆத்திரமாக வந்தது. அவசர அவசரமாக அந்த உருவம் கிட்ணாசாரியின் தொழுவத்திற்குள் போன போது அது யாரெனத் தெரிந்துவிட்டது. பரதேசிகள் சப்தமின்றி வெளியே நின்று கொண்டுவிட்டார்கள்.

புறாக் குஞ்சுகள் விக்கிய குரலில் றெக்கையடித்து சப்தமிட்டு ஓய்ந்தன. சிறிது நேரத்திற்குப் பிறகு புறா ரோமத்தை அள்ளிக் குப்பையில் போடுவதற்காக வெளியே வந்தபோது கிட்ணாசாரியின் மூத்தவளைப் பரதேசிகள் இருவரும் பார்த்தனர். அவள் முகம் ஒடுங்கிப்போய் இறுகியிருந்தது. பரதேசிகளைக் கண்டதும் அவள் கையிலிருந்த குப்பைக் கூடையைத் தவறவிட்டாள். இள ரோமங்கள் காற்றில் பறந்தன, பரதேசிகள் அவளிடம் எதுவும் கேட்டுக்கொள்ளவில்லை. அவளையே பார்த்துக்கொண்டிருந்தார்கள்.

சட்டென அவள் பெருங்குரலெடுத்து அழுதபடி தொழுவத்தின் உள்ளே ஓடினாள். உள்ளே எரிந்து கொண்டிருந்த அடுப்பின் முன்பாகப் பசியோடு கிட்ணாசாரியின் பெண்கள் உட்கார்ந்திருந்தனர். மாமிசம் நெருப்பிலிடப்பட்ட வாசனை கசிந்து கொண்டிருந்தது. தொழுவில் மாடுகள் இல்லை, பசுக்கள் நின்ற இடத்தில் மூத்திரக் கறை மட்டுமே படிந்து கிடந்தது. மகளின் அழுகைச் சப்தம் கேட்ட கிட்ணாசாரி பயத்தோடு வெளியே வந்தபோது தெருவில் பரதேசிகள் போய்க்கொண்டிருந்தார்கள். மகளைப் போலவே கிட்ணாசாரியும் தலையில் மாறி மாறிக் கைகளால் உரத்து அடித்துக்கொண்டு வாய்விட்டு அழவும் முடியாமல் பொங்கி விம்மியபடி தொழுவத்துப் படியில் உட்கார்ந்து கொண்டார்.

பரதேசிகள் இருவரும் கையை வாயில் கொடுத்து அடக்கியபடி ஊரை விட்டு வெளியேறி நடந்து கொண்டிருந்தனர். ஊர் எல்லையைத் தாண்டும்போது ஒருவன் தன்னை மீறிப் பீறிட்டு அழத் துவங்கினான். மிக சப்தமாகவும் பசியின் ஓலமாகவுமிருந்த

அக் குரல் நீண்ட தூரம் கேட்டுக்கொண்டிருந்தது. மற்ற பரதேசியோ மண்ணை அள்ளி அள்ளித் தன் தலையில் போட்டுக்கொண்டு கத்திக்கொண்டிருந்தான். நட்சத்திரங்கள் அடர்ந்த வானத்தின் கீழ் அவர்கள் விடியும்வரை எதை எதையோ புலம்பிக்கொண்டிருந்தனர். இனி ஒரு நாளும் செவல்பட்டிக்குத் திரும்பி வர முடியாது.

பரதேசிகள் இருவரும் மாடுகளைப் போல மூத்திரம் பெய்தபடியே நடந்து போனார்கள். ஆத்திரமும் இயலாமையும் ஒருமை கொள்ள அவர்கள் நடந்தபோது தொலைவில் இருள் தன் அகன்ற கைகளை வீசி நடந்து சென்றுகொண்டிருந்தது.

03

வேம்பலை மிகச் சிறிய ஊராகயிருந்தது. பனையும் செம்பாறைகள் வெடித்துக் கிடக்கும் பாதைகளுக்கும் நடுவில் தகைவு கொண்டிருந்தது. ஊரில் கோட்டு கொள்ளைக்குப் பிரசித்தி பெற்ற வேம்பர்கள் இருந்தார்கள். நூறு குடும்பங்களுக்கும் மேலிருந்த வேம்பர்கள் கொற்கைப் பாண்டியனின் வீரர்களுக்குப் பயந்து ஒளிந்து வாழ்வதற்காக இங்கே வந்து சேர்ந்தார்கள் என்றும் இந்த ஊர் உள்ளங்கையைப் போல மூடிக்கொள்ளக் கூடியது என்றும் வேம்பர்கள் சொல்லிக்கொண்டார்கள். வேம்பர்களின் வீட்டில் பிறக்கும் ஆண் குழந்தைகள் யாவருக்கும் பிறக்கும்போதே குதிங்காலில் வெட்டுத் தழும்பிருக்கும். முன் எப்போதோ எட்டு வேம்பர்கள் வழிப்பறிக் கொள்ளைக்குப் போய்த் திரும்பும்போது வடபாதி மங்கலத்தில் பிடிபட்டு குதிங்கால் வெட்டப்பட்டுக் கழுவேற்றுவதற்காகக் கொண்டுபோனபோது ஊரில் திடீரென சூறைக்காற்று எழுந்து தெருவில் புழுதியை வாரி வீசியதாகவும் வேம்பர்கள் காற்றினுள் பதுங்கித் தப்பி ஒளிந்துவிட்டதாகவும் அவர்கள் தப்பிச் சென்ற வழியெல்லாம் குதிங்கால் ரத்தம் சொட்டிக்கொண்டு வந்ததால் அடையாளம் கண்டு ஆட்கள் துரத்தி வந்தபோது வேம்பலையில் இருந்த வேப்ப மரங்களை அவர்கள் கட்டிக்கொண்டு தங்களைக் காப்பாற்ற வேண்டும் என்று மருகியதால் வேம்பு தன் வயிறு திறந்து அவர்களை உள் வாங்கிக்கொண்டதென்றும் தேடி வந்த வீரர்கள் வேம்பில் சிறிய வெட்டுத் தழும்புகள் இருப்பதைக் கண்டும் கள்வர்கள் எங்கே ஒளிந்தார்கள் என்பதை அறிய முடியாமல் திரும்பிப் போய்விட்டனர் என்றும் களவுக்குப் போய் திரும்பாத தங்கள் குடும்பத்து ஆண்களைத் தேடி வந்த உறவுக்காரர்கள் ரத்த வாசனையை அறிந்து வேம்பலைக்கு வந்து சேர்ந்தபோது மரம் திறந்து எட்டு வேம்பர்களும் பச்சை நிற உடலோடு வெளியே வந்தார்கள் என்றும் சொல்வார்கள்.

அன்றிலிருந்து தங்கள் ஒளிவு வாழ்க்கைக்கு அந்த ஊரே சரியானது என வேம்பர்கள் குடும்பத்தோடு வந்து சேர்ந்து விட்டார்கள் என்றும் சொல்வதுண்டு. வேம்பலையில் இது நிஜமென்பது போலவே நூற்றிற்கும் அதிகமான வேப்ப மரங்கள் இருந்தன. வேம்பர்கள் வருவதற்கு முன்பாக ஊரில் கிணற்று வெட்டுக்குச் செல்லும் ஆட்களும், ஒன்றிரண்டு குயவர்களும் ஒரு நாவிதனும் இரண்டு தச்சாசாரிகளும் மட்டுமேயிருந்தார்கள். வேம்பர்கள் வந்தபிறகு ஊரில் இரண்டு தெருக்களாகப் பிரிந்து வாழத் துவங்கினார்கள். இதற்கெல்லாம் பிறகான காலத்தில்தான் சாயம் காய்ச்சும் சென்ன கேசவன் தன் குடும்பத்தோடு வேம்பலைக்கு வந்து சேர்ந்தான். அருகாமையில் கிடைக்கும் காட்டுச் செடிகளில் இருந்து சாயம் தயாரிக்கத் துவங்கியதால் ஊரில் அவனது வகையறா என நாலைந்து குடும்பங்கள் வரத் துவங்கி சில வருடங்களிலே ஒரு தெரு முழுவதும் சாயம் காய்ச்சுபவர்கள் நிறைந்துவிட்டனர்.

வேம்பர்கள் ஊரில் தங்குவதேயில்லை. மழைக் காலத்தில் கூட அவர்கள் களவிற்காகத் தொலைதூரக் கிராமங்களை நோக்கிக் கிளம்பிப் போவார்கள். திரும்பி வரும் நாட்களில் பண்ட பாத்திரங்களும், தானிய மூடைகளும், கல் அட்டிகைகளும், ஆடு கோழிகளுமாக ஊர் வந்து சேர்வார்கள். அது தீர்ந்து போகும் நாள் வரை ஊரில் மாமிச வாடையும் குடியும் தொடர்ந்து நடந்து கொண்டிருக்கும். சாராயம் காய்ச்சுவதற்காகவே கோட்டில் இருந்து கூட்டி வரப்பட்ட புலிகுத்தியும் அவன் மனைவியும் சாராயத்தை வடித்து சூடாறுவதற்குள் தரும் போது வேம்பர்கள் தேங்காய்ச் சிரட்டைகளில் வாங்கி அருந்திவிட்டு வெறியேறிய கண்களும் சிரிப்புமாக இரவிலும் கூச்சலிடுவார்கள்.

நீண்ட நாட்களுக்குப் பிறகு ஒரு தானியக் கொள்ளைக்காக வேம்பர்கள் செங்கரைக்குச் சென்று கம்பும் கோப்பையும் சோளமும் வண்டி வண்டியாக ஏற்றிக்கொண்டு வரும்போது வழியெல்லாம் தானியம் சிந்தி மழைக் காலத்தில் தானே காட்டுச் சோளமும் கம்பும் பெருகி வளரவே ஊர்க்காரர்களில் சிலர் களவிற்குப் போக மனமில்லாமல் சோளக்காட்டைத் திருத்துவதில் கவனம் கொள்ளத் துவங்கினார்கள். ஒரு சிலருக்கோ நாயைப் பழக்கி முயல் வேட்டைக்குக் கொண்டுபோவதில் கவனம் உண்டானது. இதற்காக உடல் மெலிந்து நீண்ட சிப்பிப்பாறை நாய்களை வாங்கிவந்து கலப்பில்லாமல் விருத்தம் செய்து கையில் குத்தீட்டியும் நாயுமாக முயலையும் வெருகையும் வேட்டையாடிக்கொண்டிருந்தார்கள்.

வெல்சி துரை கம்பெனியதிகாரியாக வந்து சேரும் வரை வேம்பர்களை அடக்குவதை எவராலும் நினைக்கக்கூட முடிந்ததேயில்லை. கம்பெனியின் தானியக் கிடங்கில் இருந்தே நெல் மூட்டைகளை திருடிப் போனபோதும் வேம்பர்களில் ஒருவன் முக அடையாளம் கூட எவருக்கும் தெரியவேயில்லை. வேம்பர்கள் புகையைப் போல எல்லா இடத்திலும் சுற்றிக்கொண்டிருந்தார்கள்.

வெல்சிதுரை வேம்பர்களில் ஒருவனையாவது பிடித்து வரும்படி தனது குதிரை வீரர்களை அனுப்பினான். ஒரு துப்புக் கிடைத்து வைக்கோல் போர்களுக்குள் பதுங்கியிருந்த வீரர்கள் மூன்றாவது ஜாமம் தாண்டிய இரவில் இரண்டு வேம்பர்கள் கன்னக்கோல் வைக்க நத்தைகளைப் போல நிசப்தமாக ஊர்ந்து ஒரு வீட்டை அணுகுவதைக் கண்டார்கள். கன்னம் வைக்கும் வரை காத்திருந்து விட்டு நுழைந்தவுடன் அவர்களைக் குத்தீட்டி முனையில் வீரர்கள் சுற்றி வளைக்கவே வேம்பர்களில் ஒருவன் தனது வாயில் வெற்றிலை போன்ற பச்சையிலையை மென்று குதப்பித் துப்பினான். ஸர்ப்பங்களின் நாவு போல அவன் வாயிலிருந்து நெருப்பு சீறி எதிராளி முகத்தில் அடித்தது. மற்றவன் இதற்குள்ளாகக் கையில் வைத்திருந்த பிடிசாம்பலைக் காற்றில் ஊதிவிட்டான். பார்த்துக் கொண்டிருந்த வீரர்களின் கண்கள் சுருங்கிக்கொள்ளப் பாக்கு மெல்லும் நேரத்தில் அவர்கள் மயங்கிச் சரிந்தனர்.

வீரர்கள் விழிப்பு வந்து எழுந்து கொள்வதற்கு இரண்டு நாட்களுக்கும் மேலானது. வெல்சி வீரர்கள் சொல்வதிலிருந்து அவர்கள் கள்வர்கள் மட்டுமல்ல, தீவினையின் ஆவியுருக்கள் என்பதைத் தெரிந்து கொண்டுவிட்டான். தானியக் கொள்ளையும் வழிப்பறியும் கஜானா கொள்ளையும் கட்டுமீறிப் போய்க்கொண்டிருந்தது. ஆனாலும் வேம்பர்கள் பெண்கள், வயசாளிகள், குழந்தைகள், புதுமண மானவர்களைக் கொள்ளையடிப்பதில்லை என்பதைத் தெரிந்து கொண்டவனாகக் காத்துக்கொண்டேயிருந்தான்.

உத்திரகோசத்தில் இருந்து வண்டிப் பாதை வழியாகக் கடந்து போகும் செட்டிக் குடும்பமொன்றை கொள்ளையடிப்பதற்காக வேம்பர்கள் வடபாதி கண்மாயின் இருளில் நின்றபோது வானம் அடர்ந்து கருமை கொண்டிருந்தது. தொலைவில் மாட்டு வண்டிகள் பாரம் தாங்காமல் பெருமூச்சிட்டபடியே வந்தன. வண்டிப் பாதையில் கற்கள் நொறுங்கும் சப்தம் விட்டு விட்டுக் கேட்டுக்கொண்டிருந்தது. கருவேல மரங்களில் அடைந்திருந்த பறவைகள் கூட சப்தம் எழுப்பவில்லை. மெதுவாக மாட்டு வண்டியின் சிறிய லாந்தர் ஒளி பாதையை முன்பின்னாக அலையச் செய்தபடி வந்து கொண்டிருந்தது.

கொள்ளைக்கு நால்வர் வந்திருந்தார்கள். ஒருவன் கையில் வங்கியும் மற்றவன் குறுங்கத்தியும் மூன்றாமவன் இடுப்பில் வளை கத்தியும் நாலாமவன் தலைப்பாகை கட்டி அதில் ரெட்டைக் கத்தியும் சொருகியிருந்தான். மாட்டு வண்டி கண்மாய் கரை கடந்து உள்ளேயிறங்கியதும் பாய்ந்துவிட வேண்டியதுதான் எனக் காத்திருந்தார்கள். கம்மாயினுள் நின்றிருந்த கருவை மரங்கள் வெளிச்சம் ஊர்ந்து வருவதில் இலைகளை மினுக்கிக்கொண்டிருந்தன.

ஒரு கள்ளன் இரண்டு மின்னாட்டம் பூச்சிகள் ஒன்றையொன்று துரத்திக்கொண்டு தங்கள் அருகாமையில் பறப்பதைப் பார்த்துக்கொண்டிருந்தான். மாட்டு வண்டி கண்மாய்க்குள் இறங்கியது. இருவர் முன்னால் நடந்து கருவ மரமொன்றில் பதுங்கி நின்றபடி கண்களை இடுக்கிக்கொண்டு பார்த்தபடியிருந்தனர். மற்ற இருவர் பாய்வதற்குத் தயாராகக் கிளையேறி நின்றனர். மாடுகளின் மூச்சு சப்தம் அருகாமையில் கேட்டது. பயணம் செய்பவர்களின் பேச்சாரவமில்லை, உறங்கியிருக்கக்கூடும். வண்டியோட்டி மாடுகளை விரட்டிக்கொண்டிருந்தான். வேம்பர்களில் ஒருவன் மெல்லிய வண்டுக்குரலில் சப்தமிட்டான். சப்தம் கேட்டு வண்டியோட்டி நிமிர்வதற்குள் வேம்பர்கள் அவன் மீது பாய்ந்துவிட்டார்கள். மாடு வெருண்டு துள்ளியது. வேம்பர்கள் தங்கள் ஆயுதங்களை எடுத்துக்கொண்டு வண்டியின் படுதாவைத் தூக்கியதும் வெடியோசை கேட்டது.

ஒரு வேம்பனின் காது மடல் பிய்ந்து சிதறியது. மற்றவன் தாங்கள் ஏமாற்றப்பட்ட ஆத்திரத்தில் இரட்டைக் கத்தியால் உள்ளிருந்தவனைக் குத்தும்போது வண்டியின் அடியிலிருந்து மூன்று துப்பாக்கி வீரர்கள் வெடியைக் கிளப்பிக்கொண்டு குதித்தனர். ரத்தம் பீறிட ஒரு வேம்பன் காலை இழுத்துக்கொண்டு கருவேல மரங்களுக்குள் ஓடினான். துப்பாக்கி ரவை சப்தம் ஓயவேயில்லை. வண்டியோட்டி இடுப்பில் அடிபட்டு எழுந்து கொள்ள முடியாமல் காலை இழுத்தபடி லாந்தரைத் தேடி எடுத்து ஏற்றியபோது பறவையின் சிறகுகள் சில உதிர்ந்து கிடந்ததேயன்றி வேம்பன் எவனையும் காணவில்லை.

இருளுக்குள் லாந்தரைத் தூக்கிக்கொண்டு இரண்டு வீரர்கள் தேடினார்கள். ஒரு வேம்பன் காட்டுக் கிணற்றின் முன்னால் விழுந்து கிடந்தான். அவன் தாடையில் துப்பாக்கி ரவை பாய்ந்திருந்தது. மற்ற மூவரில் இருவர் தப்பியிருந்தார்கள். லாந்தர் வெளிச் சத்தில் கண்மாய் வாயகன்று பூதாகரமாகிக்கொண்டிருந்தது. நாலாவது ஆளைத் தேடிக்கொண்டு முள் அப்பிக் கிடந்த கண்மாயினுள் வீரர்கள் நடந்தார்கள். மாடு இப்போதும் இருளில் திமிறிக்கொண்டு

எஸ்.ராமகிருஷ்ணன்

தனியே துள்ளியபடியிருந்தது. நாலாவது ஆள் ஓடி தன் உசாரின்றி இலந்தைப் புதருக்குள் விழுந்திருந்தான்.

வீரர்கள் அவன் உடலைப் புரட்டியபோது உயிரிருந்தது, ஆனால் உடம்பில் காட்டு இலந்தையின் முட்கள் அப்பியிருந்தன. அவனைத் தூக்கிக்கொண்டு கண்மாயில் இறந்து கிடந்தவனைத் தேடி வந்த போது அந்த இடத்தில் ரத்தக் கறை மட்டுமேயிருந்தது. வேம்பர்கள் செத்தவனைக் கொண்டு போயிருந்தார்கள்.

வெல்சி மறுநாள் பகலில் காயம்பட்டிருந்த அந்த வேம்பனைக் கண்டான். உடம்பில் நூற்றுக்கணக்கான முள் முறிந்திருந்திருக்க கட்டையான தலைமயிரும் பெரிய பற்களும் கொண்ட அந்த வேம்பன் இருபது வயதுகூட நிரம்பாதவனாகவேயிருந்தான். அவன் இடது கையில் தேளின் உருவம் பச்சை குத்தப்பட்டிருந்தது. கால்களில் இரும்பு வளையமிட்டிருந்தான். உடம்பெங்கும் முள் முறிந்திருந்தபோதும் அவன் வலியில் முனங்கவேயில்லை. கண்கள் திறந்து ஒரேயொரு முறை அவர்களைப் பார்த்த பிறகு அவன் வாயைக் கட்டிக் கொண்டவன் போலாகிவிட்டான். பசியோ தாகமோ இல்லாதவனைப் போல சுருண்டு ஒடுங்கிக் கிடந்தான்.

வெல்சி அந்த மனிதன் குணமாகும் வரை தன் கவனிப்பிலே இருக்கட்டும் என்றான். இரவில் வேம்பனுக்குக் காய்ச்சல் கண்டது. அவன் படுத்திருந்த பாயில் காய்ச்சலின் சூடு பரவி நாணல் நிறம் வெளிறிய போதும் அவன் சப்தமிடவேயில்லை. இரண்டு நாட்கள் நெற்றியில் பத்திட்டு வேம்பனைக் குணப்படுத்திய பிறகு அவன் எழுந்து கொண்டுவிட்டான்.

தனது தனியறைக்கு அவனை அழைத்து வரச் சொல்லி நேர் நின்றபடி பார்த்தபோது வெல்சி அந்தக் கண்களைக் கவனித்தான். உலோகத்தின் பழுப்பு நிறமான கண்கள். அதில் ரகசியங்கள் யாவும் முங்கிக் கிடந்தன. எப்படிக் கேட்டும் வேம்பர்கள் எந்த ஊரில் இருக்கிறார்கள் என்பதைத் தெரிந்து கொள்ள முடியாத வெல்சி வேம்பனைத் தானியக் கிடங்கின் முன்னால் நிறுத்தி மாலையில் சுடப் போவதாகத் தண்டோரா போட்டான்.

தெருவெங்கும் ஜனங்கள் திரண்டிருந்தனர். வேம்பன் சலனமில்லாமல் தலை கவிழ்ந்தபடியே கைகள் பிணைக்கப்பட்டு நடந்து வந்தான். துப்பாக்கி வீரர்கள் தானியக் கிடங்கின் முன்பாகக் காத்திருந்தனர். ஜனத்திரளினுள் குரங்காட்டியொருவன் குரங்கைத் தனது தோளில் தூக்கிக்கொண்டு நடந்து செல்லும் வேம்பனைப் பார்த்துக்கொண்டிருந்தான். சாவை நோக்கி நடந்த வேம்பன் கூட்டத்தில் இருந்த மனிதர்களைக் கவனம் கொள்ளாது போனான்.

32 ※ நெடுங்குருதி

ஒரு பெண் அவனை மிகக் கொச்சையாக வசையிட்டுக் கொண்டிருந்தாள். தானிய வணிகர்கள் சிலர் வேம்பனின் சிகையை மொட்டையடித்துவிட வேண்டும் எனக் கூச்சலிட்டுக் கொண்டிருந்தார்கள். பகல் நீண்டுகொண்டிருந்தது. வேம்பனின் தலைமயிரைப் பற்றி எந்த ஊரிலிருக்கிறார்கள் உன் ஜனங்கள், சொல்லிவிடு என கேட்டான் வெல்சி. வேம்பன் உதட்டைக் கடித்துக்கொண்டு வெல்சியைப் பார்த்து முறைத்தபடியே துப்பாக்கி வீரர்களை நோக்கி நடந்தான்.

ஆயிரம் கண்கள் வேம்பனைக் கவனித்துக்கொண்டிருந்தன. துப்பாக்கி வீரர்கள் சுடுவதற்காகக் காத்துக்கொண்டிருந்தனர்.

வெல்சி தனது குதிரையில் நின்றபடியே கூட்டத்தைக் கவனித் தான். கல்லில் செதுக்கப்பட்ட முகங்களைப் போல யாவும் ஒடுங்கியிருந்தன. காற்று கூட மெதுவாகக் கடந்து போனது. தனது கையில் இருந்த குதிரைச் சவுக்கை அசைத்துத் துப்பாக்கி வீரர்கள் சுடுவதற்காக ஆணையிட்டு வெல்சி திரும்பிய போது குரங்காட்டியின் குரங்கு தனது கொம்பில் இருந்து மேலெகிறிக் கூட்டத்தினுள் பாய், கூட்டம் சிதறிக் கலைந்து கூச்சலிடக் கண் இமைக்கும் நேரத்தில் குரங்காட்டி தனது பிடி நீண்ட வளை கத்தியால் வெல்சியின் குரல்வளையை அறுத்து ரத்தம் பீச்சிடச் செய்துவிட்டு ஜனங்களுக்குள் மறைந்து போனான்.

பிடிபட்ட கள்வனின் உடம்பில் பதினாறு ரவைகள் பாய்ந்து தலை தொங்கும்போது வெல்சியின் குரல்வளை கிழிந்து ரத்தம் கொப்பளித்துக்கொண்டிருந்தது.

வேதனை தாங்க முடியாமல் வெல்சி கத்தினான். கூட்டத்தில் காவல்வீரர்கள் வேம்பர்களைத் தேடியலைந்தனர். அவசரமாகத் தனது இருப்பிடத்திற்குத் தூக்கிப் போகும் வழியில் வெல்சி துரை மயங்கிவிட்டான்.

துப்பாக்கியால் சுடப்பட்ட வேம்பனின் உடல் மூன்று நாட்கள் எவரும் தொட்டுத் தூக்கிப் போடவும் தைரியமின்றி பறவைகள் இறங்கி நுகர்ந்து பார்க்காமலும் கூட வீழ்ந்து கிடந்தது.

குரல்வளை துண்டிக்கப்பட்டதால் வெல்சி சொஸ்தமாவதற்காக வேலூருக்குக் கொண்டு போகப்பட்டான். அதற்குப் பிறகான இரண்டு வாரங்கள் வேம்பர்கள் இரவில் தாங்கள் காணுமிடங்களையெல்லாம் தீ வைத்தனர். தானியக் கிடங்குகளும் மாட்டு வண்டிகளும் குதிரை லாயங்களும் தீயில் கருகின. தபால் பட்டு வாடா செய்யும் அலுவலகத்தைத் தீ வைத்தபோது இருபதிற்கும் மேற்பட்ட

எலிக்குஞ்சுகள் வாலில் தீப்பற்றிக்கொள்ள கீச்சிட்டு ஓடின. எப்போதும் ஊரை நெருப்பு சுற்றிக்கொண்டிருந்தது போலத் தீயின் நாவுகள் துடித்துக்கொண்டிருந்தன. கொள்ளையை விடவும் மிகுந்த வன்மத்தோடு அவர்கள் நெருப்பிட்டபடி அலைந்தனர்.

மழைக் காலத்தில் வெல்சி திரும்பி வந்தபோது அவன் குரல் கீறப்பட்டது போல் கரகரத்து எங்கோ அடி ஆழத்திலிருந்து பேசுவது போலிருந்தது. கழுத்தடியில் நாலாம் பிறை போல பெரிய வடு ஒன்றிருந்தது. அவன் தானறியாமல் தன் கைகளால் குரல் வளையைத் தடவிவிட்டுக்கொண்டேயிருந்தான். தன் மீது பாய்ந்த அந்த வேம்பனின் கண்கள் நினைவில் இருந்து கொண்டேயிருந்தன. வேம்பர்களை அழித்தொழிப்பதைத் தவிர தனக்கு வேறு கவன மேயில்லை என்பது போல அவன் கடுகடுப்புடன் காத்திருந்தான்.

மழைக் காலத்தில் வேம்பர்கள் யாவரும் ஒளிந்து கொண்டு விட்டதைப் போல வெளியே நடமாட்டமேயில்லை. பகலில்கூட மேகமின்றி வெயில் மூடிக் கிடந்தது. துப்புக்கூலிக்கு ஆட்களை அனுப்பித் தேடிக்கொண்டிருந்தான் வெல்சி.

இரண்டு நாட்களின் பின்பாக ஒரு இரவில் மழை மிகுந்த சப்தத்தோடு பெய்யத் துவங்கியிருந்தது. அந்த மழை சப்தம் இது வரை அவர்கள் கேட்டிராத பாறைகள் முறியும் சப்தம் போலவேயிருந்தது. மழையின் ஊடாக வந்து சேர்ந்த துப்புக்கூலியொருவன் வேம்பர்கள் தெற்கே வேம்பலை என்ற ஊரில்தான் ஒளிந்திருக்கிறார்கள். இனி மழை நிற்கும் நாள் வரை அவர்கள் வீடு தங்கித் தானிருப்பார்கள் என்றான்.

வெல்சி பதினாறு குதிரை வீரர்களுடன் தானே மழையில் புறப்பட்டான். தலை நிமிர்ந்து காண விடாமல் கண்ணை மறைத் துப் பெய்தது மழை. குதிரைகள் மழைக்குள்ளாகவே விரைந்தன. இரவு முடிவதற்குள்ளாக அவர்கள் வேம்பலைக்கு வந்து சேர்ந்திருந்தார்கள். வேம்பலையில் மழை ஓங்கியிருந்தது. குதிரைகளின் குளம்படி சப்தம் கேட்டு எவரும் தப்பிவிடக் கூடாதென்பதற்காக அவர்கள் தொலைவிலே குதிரைகளை அவிழ்த்துவிட்டு இறங்கி நடந்து வந்தனர். பறவையைப் போல மழை ஊரில் தத்திக் கொண்டிருந்தது. ஈரத்தில் பாதைகள் நடுங்கிக்கொண்டிருந்தன. மின்னல் வெட்டி இருளைச் சிதறச் செய்து கொண்டிருந்தது. வெல்சி தெற்குப் பாதை வழியாக ஊரினுள் வந்தபோது தெருவில் யாருமேயில்லை. செம்மண் கரைந்து வீதியில் ஓடிக்கொண்டிருந்தது. மயக்கமூட்டும் இருளும் ஓங்கிய மழை சப்தமாய் தெரு நனைந்து கொண்டிருந்தது.

மண் வீடுகளின் மீது மழை பெய்யும் விநோத ஓசையைக் கேட்டபடியே தனது வீரர்களை ஊரைச் சுற்றி வளைக்கச் சொன்னான். தெருவில் தாவிக் குதித்த தவளையொன்று வெல்சியைக் கண்டபடி கத்தியது. யாரோ செருமும் ஓசை. எங்கோ அருகாமையில் வீழ்ந்தது போல இடி சப்தம் கேட்டது. தனது துப்பாக்கியால் ஒரு மரக் கதவை நோக்கிச் சுட்டபடி ஆத்திரத்துடன் கத்தினான் வெல்சி. மறு நிமிஷத்தில் ஊர் விழித்துக்கொண்டது போல அரவம் கேட்கத் துவங்கியது. வீடு வீடாகத் தேடியபோது ஊரில் ஒரு ஆண்கூட இல்லை.

வெல்சி ஊரிலிருந்த வயதானவர்கள், பெண்கள், குழந்தைகள் யாவரையும் பிடித்துத் தெருவில் நிறுத்தினான். யார் முகமும் தெரியாமல் மழை பெய்து கொண்டிருந்தது. கற்சிலைகளைப் போல வெறித்தபடி நின்றார்கள். ஆத்திரத்துடன் வேம்பர்கள் எங்கே ஒளிந்தார்கள் என்று தனது வீரர்களைத் தேடச் சொன்னான். அவர்கள் ஒளிந்த சுவடேயில்லை. அன்று இரவு முழுவதும் வீரர்கள் ஒவ்வொரு கல்கல்லாகத் தேடியபோது எவரும் அகப்படவேயில்லை.

மழை வெறித்து விடிகாலை தோன்றும்போது ஊரில் மெல்லிய ஒளியின் கீற்று பாயத் துவங்கியது. வீட்டிலிருந்தவர்கள் கைகள் பிணைக்கப்பட்டு தெருவில் வரிசையாக முழங்காலிட்டுக் குனிந்து நிற்க வைக்கப்பட்டிருந்தனர். ஏழெட்டு குழந்தைகள், சிறுவர்கள் கூட மண்டியிட்டிருந்தனர்.

வெல்சி சினமடங்காமல் யாவரையும் உயிரோடு எரித்து விடலாமா என்பது போல யோசித்துக்கொண்டிருந்தான். மழைக்குப் பிந்திய வானம் துல்லியமாகி சூரியன் மிகுந்த பிரகாசத்துடன் உதயமாகி வெளிப்பட்டது. மழையில் ஒடுங்கி நின்றிருந்த வேப்ப மரங்கள் கூட இலையை அசைத்தபடி வெயிலில் மினுங்கத் துவங்கின. நனைந்து நின்றிருந்த வீடுகள் வெயிலைக் கண்டதும் திமிறிக்கொண்டு முதுகு காட்டின.

பிடிக்கப்பட்டு வீதியில் மண்டியிடப்பட்டவர்களிடமிருந்து எதையும் தெரிந்து கொள்ள முடியவேயில்லை. வெல்சி பூனையொன்று கல்படிகள் கொண்ட மேட்டிலிருந்து கிணற்றுக்குள் தாவி மறைவதைப் பார்த்துக்கொண்டிருந்தான். சட்டென அவன் கண்கள் விரிந்தன. தனது துப்பாக்கியைக் கைகளில் எடுத்துக் கொண்டு அவன் கிணற்றின் அருகே வந்து நின்று குனிந்து பார்த்தான். பாதி கிணற்றிற்கும் மேலாகத் தண்ணீர் பச்சை நிறத்தில் நிரம்பியிருந்தது. வெயிலில் கிணற்று நீரில் ஒளியலைகள் அலைந்து கொண்டிருந்தன. தனது துப்பாக்கியைக் கிணற்றினுள்

நீட்டி நான்கு முறை சுட்டான். வெடியோசை கேட்டுத் தெருவில் கிடந்த நாயொன்று பயத்தில் குலைத்தபடியே ஓடியது.

வெல்சி கிணற்றுக்குள் பார்த்துக்கொண்டேயிருந்தான். மெல்லிய ரத்த நிறம் தண்ணீரில் கலந்து மிதக்கத் துவங்கியது. வெல்சி கண்களை விரித்தபடி பார்த்துக்கொண்டிருந்தான் அது ரத்தம் பீறிட்டு கலந்த நிறம்தான். தனது வீரர்களைச் சப்தமிட்டு அழைத்து கிணற்றுக்குள் ஒளிந்த வேம்பர்களை வெளியே கொண்டுவரச் சொன்னான். நீண்ட நேரத்தின் பிறகு குத்தீட்டிகளால் குத்தப்பட்டு ரத்தக்காயத்துடன் வேம்பர்கள் கிணற்றின் வெளியே கொண்டு வரப்பட்டார்கள்.

ஒருவர் இருவரல்ல, நாற்பத்தியிரண்டு வேம்பர்கள் ஒரே கிணற்றினுள் மழையில் இரவெல்லாம் மூழ்கிக் கிடந்திருக்கிறார்கள். குருதி சொட்டும் உடலுடன் அவர்கள் நின்றுகொண்டிருந்தார்கள், வெயில் ஏறிச் சிகையைப் புரட்டிக்கொண்டிருந்தது. தன் குரல் வளையை அறுத்த அந்த மனிதனும் கூட்டத்தில் ஒருவனாக நின்றிருந்தான். அவன் தலைமயிரைப் பற்றித் தூக்கிய வெல்சி முகத்தை நேராக நிமிர்த்தியபடி கேட்டான். “நீதானே என் மீது கத்தி வீசியது.” அவன் தலை தானே கவிழ்ந்து கொண்டது. தனது கைகளால் அவன் நாடியோடு அடித்தபோது உதடு வெட்டுப் பட்டு ரத்தம் கசிந்தது. வேம்பர்கள் தொலைவில் மண்டியிட்டு நிற்கும் தங்கள் குழந்தைகளைப் பார்த்தபடி நின்றுகொண்டிருந்தனர். வயிறு பருத்த ஒருவன் நின்ற நிலையிலே மூத்திரம் பெய்து கொண்டிருந்தான்...

வெல்சி அவர்களைத் தலைகீழாக வேம்பில் கட்டித் தொங்க விடச் சொன்னான். வௌவால்களைப் போல் மரங்களில் வேம்பர்கள் தொங்கிக்கொண்டிருந்தார்கள். சூரியன் வெக்கையை வாரியிறைத்த மதிய நேரத்தில் வெல்சி தனது கையாலே நாற்பத்தி இரண்டு வேம்பர்களையும் துப்பாக்கியால் சுட்டுக் கொன்றான். அப்போதும் எவரும் வேதனையில் அழவோ சிறிய முனங்கல் சப்தமிடவோகூடயில்லை. எந்தக் கேள்விக்கும் பதில் பேசாமல் வாயைக் கட்டிக்கொண்டிருந்த வேம்பர்களுக்கு இனிமேல் பேச்சு எதற்கு என ஊரிலிருந்த வயசாளிகள், பெண்கள், குழந்தைகள் யாவருக்கும் அவன் தனது வளைகத்தியால் குரல் நரம்பையும், இந்த ஊரை விட்டு எவரும் இனி வெளியே செல்லவே கூடாது என குதிங்கால் நரம்பையும் அறுத்து எறிந்தான். ரத்தம் பீறிட்டு தெருவில் ஓடியது.

கண்களில் ரௌத்திரமும் வன்மமுமாக அவர்கள் வீழ்ந்து கிடந்தனர். நாற்பத்தியிரண்டு உடல்கள் மரக்கிளைகளில் தொங்கிக்கொண்டிருந்தன. ரத்தக் கறை படிந்த தனது காக்கி உடையுடன் வெல்சி தனது வீரர்களைக் கூட்டிக்கொண்டு ஊரை விலக்கித் திரும்பிய நாளில் மழை திரும்பவும் பிடித்துக்கொண்டது.

களவிற்காகத் தென்திசை போய் திரும்பிய மற்ற வேம்பர்கள் வீடு வரும் நாள் வரை மரங்களில் இருந்த உடல்கள் கீழே இறக்கப்படவேயில்லை. ஊர் வந்து சேர்ந்த வேம்பர்கள் அடக்க முடியாத வேதனையில் விக்கி விக்கி அழுதார்கள். ரௌத்திரத்தில் கத்தினார்கள். குரல் அறுபட்டுப்போன மனைவி, மக்களைக் காணும்போது தாங்கள் அறியாமலே அவர்கள் உடம்பில் பயமும் நடுக்கமும் வந்தது. அவர்கள் வெல்சியை உயிரோடு கொண்டுவந்து இதே ஊரில் கால் வேறு கை வேறாக வெட்டிப்போடுவதாகக் கத்தினார்கள். ஆனாலும் வேம்பனின் ரத்தத்தில் பயம் கலந்துவிட்டது.

வேம்பின் கைப்பு ருசி தரை இறங்கி யாவர் கைகால்களிலும் அப்பிக்கொண்டு நாக்கு வரை கசப்பை ஏற்றியது. இனி வேம்பன் கொள்ளைக்குச் செல்ல முடியாது. அவன் கண்களின் ஓரத்தில் நடுக்கம் மிதந்து கொண்டிருந்தது. ஊரில் பகலில் துளிச் சப்தமேயில்லை. எப்போதாவது அடைக்கோழியின் ஊமைக்குரலைப் போல ஒரு சப்தம் பிறந்து சில நிமிஷங்களில் அடங்கிவிடுகிறது.

சில வாரங்களில் வெல்சி கிழக்கு வங்காளத்திற்குப் பணி மாற்றம் செய்யப்பட்டு புறப்பட்டுப் போகும் நாள் வரை தான் வேம்பர்களால் கொல்லப்பட்டுவிடக்கூடும் என பயந்து கொண்டே இருந்தான். ஆனால் ஒரு வேம்பன் கூட ஊரை விட்டு வெளியேறி வரவேயில்லை.

அந்த மழைக் காலம் முடிந்து பனிக் காலம் துவங்கும்போது மீதமிருந்த வேம்பர்கள் இனி திருட்டுக்குப் போவதில்லை, தாங்கள் கல் உடைக்கவோ, கிணறு வெட்டு வேலைகளையோ பார்த்துக் கொண்டு வீடு தங்கிவிடுவதாக முடிவு செய்தார்கள். சிலர் பாறைகளை அகற்றிக் கீரைப்பாத்தியிடும் காரியங்களைத் துவக்கினார்கள்.

வெல்சியால் அந்த மழை நாளை மறக்க முடியவேயில்லை. கம்பெனி தானியக் கொள்ளையர்களான வேம்பர்களை அடக்கிய தற்காக அவனை இருபத்தி இரண்டாவது ரெஜிமெண்டிற்குத் தலைமை கொள்ளச் செய்ததோடு வருடத்திற்கு நானூறு ரூபாய்

கூடுதல் சலுகையும் தந்தது. அவன் கிழக்கு வங்காளத்தில் ஆறு வருடங்கள் இருந்தான்.

ஒரு மழைக் காலத்தின் மாலையில் பத்மா நதியைக் கடந்து செல்ல படகில் போய்க்கொண்டிருந்தபோது ஆற்றில் நிழல் போல ஏதோ நீந்திக்கொண்டிருப்பதைக் கண்டான். குனிந்து அது மீன்தானோ எனப் பார்த்தபோது தண்ணீரில் குரங்கின் நிழல் ஒன்று மிதந்து கொண்டிருப்பது போல தெரிந்தது. காலை மடக்கிக் குனிந்து பார்த்தபோது தண்ணீரினுள் அந்த வேம்பன் தனது குரங்கோடு நீந்திக்கொண்டிருந்தான். வெல்சி பயத்தில் “குரங்கு குரங்கு” எனக் கத்தினான். வீரர்கள் தண்ணீருக்குள் குதித்துத் தேடியபோது எதுவும் தென்படவில்லை.

வெல்சி அதன் பிறகு யோசனையால் பீடிக்கப்பட்டவனைப் போல எப்போதும் குரங்கு குரங்கு எனப் பயத்தோடு சொல்லிக் கொண்டிருந்தான். அவன் கண்கள் காய்ச்சல் கண்டது போல எப்போதும் மஞ்சள் நிறமேறியிருந்தன. தூக்கத்தில் கூட பயந்து கத்துவதுமாக இருந்தான். டாக்டர் நிகோலஸ் அவனைப் பரிசோதித்தபோது வெல்சின் கண்கள் நிலைகொள்ளாமல் தத்திக் கொண்டிருப்பதையறிந்து மனச்சிதைவின் அறிகுறியென ஆழ்ந்த உறக்கத்திற்கு மருந்து தந்தார்.

கனவில் ஆழத்தில் வேம்பன் சிறிய வளைகத்தியோடு அவனது குரல்வளையை நோக்கிப் பாய்ந்தபோது அழுகையும் வேதனையும்மாகப் படுக்கையிலே மூத்திரம் போயிருந்த வெல்சியை இரு வாரங்களுக்குப் பிறகு கப்பலில் யார்க்ஷயர் அனுப்ப கம்பெனி முடிவு செய்தது. புறப்படும் நாளின் பகலில் வெல்சி சிறிய படகில் நதியைக் கடந்தபோது வெளிறிப்போயிருந்தான். தாகம் மிக அதிகமாகயிருக்கிறது என சிவப்பு ஒயின் பாட்டிலைத் திறந்து குடித்து விட்டு கார்க்கை மூடும் போது யாரோ தனது தோளைத் தொடுவது போலிருந்ததைக் கண்டு திரும்பினான். படகில் வேம்பலையில் தனது குரல்வளையை அறுத்தவன் நின்றுகொண்டிருந்தான். எப்போதோ இறந்துபோனவனைக் கண்டதும் நாக்கு தடித்துப் போய் பேச்சு வராமல் வெல்சி வேம்பனின் கண்களைப் பார்த்த போது அதில் செங்குருதி வழிந்து கொண்டிருந்தது.

சட்டென வேம்பன் தன் அகன்ற கைகளை வீசினான். வெல்சி தனது முகத்தில் அடி விழாமலிருக்க விலகியபோது நிலைதடுமாறி

பத்மா நதியினுள் விழுந்தான். ஆற்றின் பெரு வெள்ளத்தினுள் வீழ்ந்த வெல்சியை வெள்ளம் இழுத்துக்கொண்டு போய்விட்டதாக யாரோ சொன்னார்கள். மூன்று நாட்கள் தேடியபோதும் உடலைக் கண்டெடுக்க முடியவேயில்லை.

ஆனால் தோளில் குரங்கை வைத்துக்கொண்டு ஒருவன் வெல்சியின் படகிலிருந்து தண்ணீருக்குள் தாவிக் குதித்துப் போனதைப் பார்த்ததாக கம்பெனியில் வீரர்கள் சொன்னதை உயர் அதிகாரிகள் பெரிதாகக் கணக்கில் எடுத்துக்கொள்ளவில்லை.

இது நடந்து பல வருடமான போதும் வேம்பலையில் இன்றும் சுருண்டு கிடக்கும் நத்தையென ஒவ்வொருவரின் மனதிலும் வெல்சியின் மீதான கசப்பு ஒளிந்திருந்தது. ஊரும் தனது குரல் வளையே அறுபட்டது போல சதா நிசப்தத்திலே மூழ்கிக் கிடந்தது.

எஸ்.ராமகிருஷ்ணன்

04

நாகு பாதி இரவிலே விழித்துக்கொண்டுவிட்டான். யாரோ ஊருக்குள் வந்திருக்கிறார்கள். நாய்கள் குரைக்கின்றன. ஆதிலட்சுமி சொன்னது போல சென்னம்மாதான் தெருவில் பறந்து போய்க் கொண்டிருக்கிறாளா, இல்லை யாரோ வரப் போவதாகச் சொன்னாளே அப்படி யாரும் வந்திருக்கிறார்களா? எழுந்து வெளியே போய்ப் பார்க்கலாமா என்று தோணியது. அருகில் இரண்டு அக்காக்களும் உறங்கிக்கொண்டிருந்தார்கள். அம்மா வாசலில் தலை வைத்துத் தூங்கிக்கொண்டிருந்தாள். கதவு ஒருக்களித்துச் சாத்தப்பட்டிருந்தது. அய்யா மடத்தில் போய்ப் படுத்திருப்பார்.

நாகு கண்களைப் பாதி திறந்து கொண்டு கூரையைப் பார்த்தான். யாரோ தன் அகலமான கைகளை விரித்துக் கொண்டிருப்பது போலத் தெரிந்தது. தெருவில் யாரோ நடந்து போகிறார்கள். நாய்களின் குரைப்பொலியடங்கிவிட்டது. சிம்னி விளக்கு அணைக் கப்பட்டிருந்தாலும் வீட்டிற்குள் எங்கிருந்தோ வெளிச்சம் கசிந்து கொண்டிருந்தது. இன்றைக்கு வானத்தில் நிலா இருந்ததா? நாகு யோசித்துப் பார்த்தான். அவன் விளையாடிவிட்டு வீடு திரும்பும் வரை நிலா வரவில்லை. சில நேரம் தான் உறங்கிய பிறகு வந்திருக்கக்கூடும். சிறிய ஜன்னல் வழியாகக் காற்று கசிந்து கொண்டிருந்தது.

நேற்றிரவு அவன் ஆதிலட்சுமியோடு பேசிக்கொண்டிருந்து விட்டு வீடு திரும்பும் போது சிறுவர்கள் தட்டாமாலை சுற்றிக் கொண்டிருந்தார்கள். வானத்தைப் பார்த்துத் தலையை நிமிர்த்திக் கொண்டு கிறுகிறுவென சுற்றுவார்கள். அப்படிச் சுற்றினால் மனதிற்குப் பிடித்த நட்சத்திரத்தை வானிலிருந்து பறித்துவிடலாம் என அவனுக்குப் பாண்டி சொல்லியிருந்தான்.

நாகுவும் தன் கைகளை அகலமாக விரித்துக்கொண்டு ஒரு நட்சத்திரத்தைப் பார்த்தபடியே கிறுகிறுவெனச் சுற்றினான். வானமும் நட்சத்திரங்களும் வீடும் தெருக்களும் தலைகீழாகச் சுற்றிச் சிதறின. நட்சத்திரம் ஒன்று எங்கோ தெறித்து விழுந்தது. அவன் கண்கள் இருண்டு கொண்டுவர தரையில் வீழ்ந்துவிட்டான். கண்களில் சூடு பொங்கியது.

விழித்தபோது வானத்தில் அந்த நட்சத்திரத்தைக் காணவில்லை, எங்கே விழுந்திருக்கக்கூடும்? பாண்டியும் அவனும் நட்சத்திரத்தைத் தேடியலைந்தார்கள். யார் வீட்டுக் கூரை மேலாவது விழுந்திருக்குமா? அவர்கள் களத்தின் அருகில் இருந்த வேலிச் செடிகளுக்குள் கூடத் தேடிப் பார்த்தனர். வீழ்ந்த நட்சத்திரத்தைக் காணவில்லை.

பாண்டியைத் தேடிக்கொண்டு அவன் அம்மா ஓங்காரமாகக் கத்திக்கொண்டு தெருவில் வந்து கொண்டிருந்தாள். தொலைவிலே அவளைக் கண்டதும் பயத்தில் தனது அவிழ்ந்த டவுசரைக் கையில் பிடித்துக்கொண்டு பாண்டி தெருவில் ஓடினான். நட்சத்திரத்தைத் தேட தனியாளாக முடியாது என நாகு வீட்டிற்குத் திரும்பி வந்து அம்மாவிடம் கேட்டான்,

“கிறுகிறுவானம் சுத்தினா நட்சத்திரம் கீழே விழுந்திருமா?”

அவள் பதில் சொல்லாமல் மண்சட்டியில் கடுகைத் தாளித்துக் கொண்டிருந்தாள். நாகு பெரியக்காவிடம் கேட்கலாமா என நினைத்தான். ஆனால் அவளிடம் கேட்கப் பிடிக்கவில்லை. சாப் பிடும்போது அம்மாவிடமே திரும்பவும் கேட்டான். அவள் ஏதோ யோசனையில் பதில் பேசாமலிருந்தாள். சேலையைப் பற்றி இழுத்துக் கேட்டதும் அவனது தொடையில் கிள்ளியபடி “என்னேரமும் என்னடா விளையாட்டு, சோத்தைப் பாத்து சாப்பிடு” எனத் திட்டினாள். அவள் கிள்ளிய இடத்தில் வலி அதிகமாகயிருந்தது. கண்களில் அழுகை முட்டிக்கொண்டு அவன் பாதிச் சாப்பாட்டிலே எழுந்து ஓடினான்.

தெருவிலிருந்து வெளியேறி காடா விளக்கு எரிந்து கொண்டிருந்த ஏகாலி வீட்டு முன்னால் கிடந்த கல்லில் போய் உட்கார்ந்து கொண்டான். இரண்டு கழுதைகள் கால்கள் பிணைக்கப்பட்டு வாசலருகே நின்றுகொண்டிருந்தன. ஒரு சிறுமி ஈயத் தட்டில் கஞ்சி குடித்துக்கொண்டிருந்தாள்.

வானில் இப்போது நட்சத்திரங்கள் பெருகியிருந்தன. கழுதைகளின் கால்களை எதற்காகக் கட்டி வைத்திருக்கிறார்கள் என யோசித்துக் கொண்டேயிருந்தான். கழுதைகள் ரெண்டும் ஒன்றாகக் காலைத்

தூக்கிக்கொண்டு இருளுக்குள் சென்று மறைந்தன. தானும் இருட்டிற்குள் போய் உட்கார்ந்து கொள்ள வேண்டும் என்பவன் போல நாகு வேலிப்புதரடியில் கிடந்த கல்லிற்கு மாறி உட்கார்ந்து கொண்டான். இருட்டிலும் சேவலொன்று வேலிப்புதருக்குள் எதையோ மேய்ந்து கொண்டிருந்தது ஆச்சரியமாகயிருந்தது.

அவனைத் தேடி நீலாக்கா வந்திருந்தாள். கைகளைப் பிடித்து வீட்டிற்கு இழுத்தபோது அவன் வர மாட்டேன் எனப் பிடிவாதமாக முரண்டு பிடித்தான். நீலாக்காவிற்கு அவனை ரொம்பவும் பிடிக்கும். அவள் நாகுவின் தலையைக் கோதிவிட்டுத் தான் அவனுக்காக எள் உருண்டை செய்து வைத்திருப்பதாகச் சொல்லி வீட்டிற்குக் கூட்டிப் போனாள். அவன் வீட்டினுள்ளே நுழைந்ததும் வேணியக்கா அழுத பிள்ளை சிரிச்சதாம் கழுதைப் பாலை குடிச்ச தாம் எனக் கேலி செய்தாள். ஆனால் நீலாக்கா தனது பாவாடைக்குள் அவனை மறைத்துக்கொண்டு அடுப்படிக்குக் கூட்டிப்போய் எள்ளுருண்டையை எடுத்துக் கொடுத்தாள். பிறகு அவர்கள் இருவரும் பாயை விரித்துப் படுத்துக்கொண்டனர். அவன் நீலாக் காவின் தலைமயிரைத் தனது விரலால் சுழித்தபடியே அவளிடம் சொன்னான்,

“இன்னைக்கு நான் வானத்தில இருந்து ஒரு நட்சத்திரத்தைப் பறிச்சு எடுத்திட்டேன் தெரியுமா?”

அவள் ஆர்வமாகக் கேட்டுக்கொண்டிருந்தாள். தூங்கும் வரை இருவரும் ஒருவரையொருவர் பார்த்துச் சிரித்துக் கொண்டேயிருந்தனர். தனது வலது கை விரலை மெல்ல வாயில் கொடுத்துச் சுவைத்தபடியே நீலாக்கா தூங்கிப் போய்விட்டாள். நாகு உறங்கும் அக்காவைப் பார்த்தபடியே படுத்துக் கிடந்தான்.

அய்யா சாப்பிட வந்திருந்தார். மிளகாய் வத்தலை அடுப்பில் சுட காரம் நாசியில் ஏறியது. உறங்கும் மகளைக் கவனித்த அய்யா “இரண்டு கழுதை வயசாகிருச்சு. இன்னும் கை சூம்புது பாரு... வேப்ப எண்ணையை வச்சுவிட்டாத்தான் பழக்கம் போகும்...” என அம்மாவிடம் சொல்லியபடி சாப்பிடத் துவங்கினார். அம்மா எழுந்து வந்து நீலாவின் சூம்பும் விரலை எடுத்துவிட்டுச் சென்றாள். நீலாவின் கைவிரல் தானாக மறுபடியும் வாயில் சென்று புதைந்து கொண்டது.

பகலில் இதை அக்காவிடம் சொன்னால் தான் கை சூம்புவதேயில்லை எனக் கோபப்படுவாள். நாகு அருகில் வேணியக்கா சேலையை விரித்துப் படுத்துக்கொண்டாள். அவள் தலைமயிர் பிசுபிசுவென வாடையடித்தது. கறுப்பு

வளையல் இரண்டையணிந்திருந்த அவள் தனது தாவணியை வயிற்று மடிப்பில் சொருகியிருந்தாள். நாகு உறங்குகிறானா எனத் தலையைத் தூக்கிப் பார்த்த போது நான்கு கண்களை இறுக்கமாக மூடிக்கொண்டான். பெரிய அக்கா தன் விரல்களை நீட்டி ஏதோ கணக்குப் போடத் துவங்கினாள். என்ன கணக்கு என்று தெரியவேயில்லை.

ஆனால் அவள் தினமும் படுக்கைக்கு வந்ததும் மனதிற்குள்ளாகவே எண்ணிக்கொண்டிருக்கிறாள். சில சமயம் அந்த முணு முணுப்புச் சப்தம் அவனுக்கும் கேட்கும். பூனையொன்று மண் சுவரில் இருந்து தாவிக் குதித்தோடும் ஓசை கேட்டது. கண்களை நன்றாக மூடிக்கொண்டுவிட்டான். சென்னம்மாவின் உடம்பில் இருந்த எறும்புகள் அவளையே இழுத்துக் கொண்டு தமது புற்றிற்குக் கொண்டுபோய்விடுமா? நாளை காலை பார்ப்பதற்குள் எறும்புகள் அவளை ஊரை விட்டே இழுத்துக்கொண்டு போய் விட்டால்... யோசித்துக்கொண்டே நாகு உறங்கிப்போயிருந்தான். பின்னிரவில் நாய்க் குரைப்பின் சப்தம்தான் அவனை எழுப்பியது.

*

வேம்பலையின் தெருவில் பரதேசிகள் இருவரும் நடந்து கொண்டிருந்தார்கள். தெருவில் பாய் விரித்துப் படுத்துக் கிடந்தவர்களில் சிலர் பாதி உறக்கத்தில் அவர்களைக் கண்டபோதும் எதுவும் கேட்டுக்கொள்ளவில்லை. பரதேசிகள் இருவரும் சாயக்காரர்கள் இருக்கும் தெருவிற்கு வந்தனர். விடிவதற்காக மேகம் நிறம் மாறிக் கொண்டிருந்தது.

சாயக்காரர்கள் வீட்டில் யாரோ எழுந்து கொண்டு வேலி முள்ளை வெட்டி அடுப்பில் திணித்தபடி கொதிபானையை ஏற்றிக் கொண்டிருந்தார்கள். பரதேசி அந்த வீட்டின் முன்னால் நின்று குரல் கொடுத்தான. உள்ளிருந்து ஒரு பெண் சிந்தாமணிக் கிழங்கு இரண்டைக் கொண்டுவந்து பரதேசிகளுக்குத் தந்துவிட்டு சாய இலைகளை இடிக்கச் சென்றுவிட்டாள். சாய அடுப்பு புகையோடு எரிந்து கொண்டிருந்தது. பரதேசி சிந்தாமணிக் கிழங்கை அடுப்பில் போட்டுவிட்டு சாயங்காய்ச்சுபவனையே பார்த்துக்கொண்டிருந்தான். சாயங்காய்ச்சுபவன் மெலிந்து சயரோகியைப் போல இருமியபடி அடுப்பைத் தள்ளி விட்டுக்கொண்டிருந்தான். சிந்தாமணிக் கிழங்கு வெந்து வெடித்திருந்தது.

சிறிய குச்சியால் குத்தி அதை வெளியே எடுத்து பரதேசிகள் பிய்த்தனர். கிழங்கின் மணம் நாவில் எச்சிலைச் சுரக்கச் செய்தது.

சூடு கைகளில் பரவ கிழங்கைப் பிய்த்து இருவரும் அவசரமாகத் தின்னத் துவங்கினர். சூடு பொறுக்க முடியாமல் நாவு துடித்தது. ஆனாலும் தொண்டையில் சூடு படரக் கிழங்கைத் தின்று முடித்து விட்டுத் தண்ணீர் கேட்டார்கள். தாகத்திற்கு சிரங்கையளவு தண்ணீர் தரக்கூட எவருக்கும் மனசில்லை. நாவால் உதட்டை ஈரமாக்கிக்கொண்டு இருவரும் வேம்படியில் படுத்துக்கொள்வதற்காக நடந்தனர். ஒரு நாய் குரைக்காமல் அவர்கள் பின்னாடியே நடந்து வந்தது. பரதேசிகள் நாவால் உதட்டை நக்கிக்கொண்டே வந்து வேம்படியில் படுத்துக்கொண்டனர். சாயம் கொதிக்கும் வாசம் தெருவில் கசிந்து வந்து கொண்டிருந்தது.

*

நாகு எழுந்து கொண்டு பின் வாசலுக்கு வந்தான். மங்கிய வெளிச்சத்தில் வேலிப்புதருக்குள் யாரோ ஒளிந்து உட்கார்ந்திருப்பது போல தெரிந்தது. வீட்டை விட்டு வெளியே நடந்து போகலாமா வேண்டாமா என யோசித்தபடியே நின்றான். புதருக்குள் ஏதோ சலனம் தெரிந்தது. அவசரமாகத் திரும்பி வந்து படுத்துக்கொண்டான். விடிவதற்கு இன்னும் நிறைய நேரமிருப்ப தாகத் தோன்றியது. பெரிய அக்கா தூக்கத்திலும் எதையோ எண்ணியபடி தன் விரல்களை நீட்டிக்கொண்டிருந்தாள்.

05

பிடிபட்ட கள்வனைப் போல எப்போதும் ஒடுங்கி நிற்கும் வேம்பொன்று வேம்பர்கள் தெருவின் வடக்கே நின்றிருந்தது. மற்ற வேம்புகள் பூக்கும், காய்க்கும் காலங்களில் இது பூப்பதோ காய்ப்ப தோயில்லை. காற்றைக்கூட அனுமதிக்காத அந்த வேம்பில் இலைகள் அடர்ந்திருந்தன. அது ஊமை வேம்பு என்று ஊர்க்காரர்கள் சொன்னார்கள். ஊமை வேம்பின் இலைகள் அசைந்து யாரும் பார்த்ததில்லை. அது மூர்க்கமேறிய மனிதனைப் போல ஊரை வெறித்துப் பார்த்துக்கொண்டேயிருந்தது. அதன் இலைகள் பழுத்த போதும் எளிதில் உதிர்வதில்லை. பேய் பிடித்த பெண்களைக் கோடாங்கி விரட்டிக் கல்லைத் தூக்கிக்கொண்டு ஓடச் செய்யும் போது அவர்கள் இந்த வேம்படியில் தான் வந்து உட்கார்ந்து கொள்வார்கள். அந்த வேம்பின் அடியில் கண்கள் பிதுங்குமளவு வெறிகொண்ட பெண்ணொருத்தியை நாம் பார்த்திருக்கிறான். அவள் திருமணமாகிப் புதிதாக ஊருக்கு வந்திருந்தாள். எப்போதும் மாட்டுச் சாணியள்ளுவதற்குக் கூடையோடு அலைந்து கொண்டிருந்த அவள் ஓர் இரவில் உக்கிரமேறிக் கத்தினாள். அவள் என்ன பேசுகிறாள் என்றே எவருக்கும் தெரியவில்லை. அவள் தனது தொண்டையைத் தடவிவிட்டபடியே இருந்தாள். ஒருவேளை அவளை வேம்பர்களின் குரல்வளையை அறுத்த வெல்சிதான் பிடித்துக்கொண்டுவிட்டானா? அவள் கூண்டிலிடப் பட்ட விலங்கைப் போல உறுமிக் கொண்டேயிருந்தாள். தெருவில் நடந்து போகிறவர்கள் அச்சப்படுமளவு அக்குரல் வெடித்தது. மற்ற நாட்களில் அவள் யாருடனும் பேசிக்கூட பார்த்ததில்லை. கோடாங்கி அவளிடம் உடுக்கையடித்து மிரட்டிக்கொண்டிருந்தான். அவள் ஆவேசத்துடன் ஏதேதோ பேசிக்கொண்டிருந்தாள், பிறகு தானே எழுந்து ஓடத்துவங்கினாள். ஊமை வேம்பின் அடிக்கு வந்ததும் அவளது உக்கிரம் கொஞ்சம் கொஞ்சமாகத் தணியத்

துவங்கியது. அவள் ஏக்கத்துடன் அழுதுகொண்டிருந்தாள். பின்பு நிசப்தமாகி மண்ணையே பார்த்துக்கொண்டிருந்தாள். கோடாங்கி அவள் தலைமயிரைக் கொத்தாக அள்ளி வேம்பில் ஒரு ஆணியை அடித்தான். முன்னதாக வேம்பில் நூற்றுக்கணக்கில் சிறியதும் பெரியதுமாக ஆணிகள் அறையப்பட்டிருந்தன. அதில் கொத்தாகத் தலைமயிர்கள் காற்றில் ஆடிக்கொண்டிருப்பதைச் சிறுவர்கள் பயத்தோடு பார்த்துக்கொண்டிருப்பார்கள். ஊமை வேம்பில் இது வரை யாரும் ஏறியதே கிடையாது. அதன் ஒரு இலையைக்கூட எவரும் கிள்ளுவதற்குப் பயப்பட்டார்கள். ஊமை வேம்பினுள் கிசுகிசுவென யாரோ பேசிக்கொள்வது போல ஒரு சப்தம் வந்து கொண்டிருக்கிறது என்று பலரும் பேசிக்கொண்டார்கள். பல நேரங்களில் சிறுவர்கள் ஒன்றிரண்டு பேர் ஒன்றாக வேம்பருகே வந்து தங்கள் காதை வைத்துக் கேட்டுப் பார்ப்பார்கள். வேம்பினுள் எங்கோ ஆழத்தில் யாரோ பேசிக்கொண்டிருப்பது போல முணு முணுப்பு சப்தம் கேட்கும். நாகுவின் சிநேகிதன் பாண்டி விரட்டியடிக்கப்பட்ட பேய்கள் வாய் ஓயாமல் பேசிக்கொண்டேயிருக்கும் என்று சொன்னான். ஊரில் இதுவரை எந்த ஒரு ஆணையும் பேய் பிடித்துப் பார்த்தில்லை. நாகு ஊமை வேம்பைச் சில நேரங்களில் இரவில் கடந்து போகும்போது பார்த்திருக்கிறான். மரத்திலிருந்த ஆணிகள் திமிறிக்கொண்டிருப்பது போலிருக்கும். ஒரு நாளில் அந்த ஆணிகளில் ஒன்றை சாயக்காரர்கள் தெருவிலிருந்த வீரம்மாள் பிடுங்கிக்கொண்டு போனாள். அவள் வீட்டில் அதன் பிறகு ஆறேழு நாட்கள் சண்டையும் சச்சரவும் கூடி வீட்டு உத்திரத்திலிருந்து தேள் உதிரத் துவங்கியது. அவள் பயத்துடன் யாருமறியாமல் அந்த ஆணியை வேம்பில் அடிப்பதற்காக வந்தாள். அது வேம்பில் இறங்கவில்லை. இரவெல்லாம் அதை மரத்தில் அடிப்பதற்காகக் கையில் கல்லோடு போராடிக்கொண்டிருந்தாள். அந்த சப்தம் ஊருக்குள் கேட்டுக் கொண்டிருந்தபோதும் யாரும் அருகே போய்ப் பார்க்கவேயில்லை. விடிகாலையில் ஆணி நெளிந்து கீழே கிடந்தது. வெளிச்சத்தில் வேம்பு திமிறிக்கொண்டிருக்கும் காளையைப் போல நின்றது. அவள் நடுக்கத்துடன் தனது வீட்டிற்குத் திரும்பினாள். அவள் வீட்டில் நிம்மதியும் சந்தோஷமும் வற்றிப்போகத் துவங்கியது. அவள் ஒவ்வொரு நாளின் இரவிலும் அந்த ஆணியை மரத்தில் அடித்துக்கொண்டிருப்பாள். நாகு ஓர் இரவில் அவள் ஆணியடிப்பதைத் தொலைவில் நின்றபடி பார்த்துக்கொண்டிருந்தான். வீரம்மாள் தன் கையில் கல்லைப் பிடித்தபடி வேம்பிடம் மன்றாடிக் கொண்டிருந்தாள். வேம்பின்

இலைகள் கூட அசையவில்லை. பிறகு அவளுக்குப் பகலிலும் அந்த ஆணியை அறையும் வேலையில் ஈடுபாடு வந்து சேர்ந்தது. வீட்டையோ குழந்தைகளையோ காண விருப்பமற்றவளைப் போல மரத்தடியிலே எப்போதும் உட்கார்ந்திருப்பாள். வளைந்து போன ஆணி என்றோ மண்ணில் தொலைந்துவிட்ட போதும் அந்த ஆணியிருந்த துளையில் சிறிய சீனிக் கல்லையோ, ஒடிந்து கிடந்த வாகைக் குச்சியையோ வைத்து அடித்துக்கொண்டிருப்பாள். ஊமை வேம்பிடம் எந்தச் சலனமும் இருப்பதில்லை. நாகுவிற்கு அவளைப் பார்க்கவே பயமாகயிருக்கும். அவன் எப்போதாவது அவள் அருகில் போகும்போது அவள் மரத்தில் தனது ஆணி ஏறியிருக்கிறதா என்று பார்ப்பதற்காக நெருங்கி வரச் சொல்வாள். எவரும் துணிந்து போவதேயில்லை. ஆத்திரம் மிகுதியாகிப்போன வீரம்மாளின் கணவன் தான் வேம்பை வெட்டிப் போட்டுவிடப் போவதாகச் சொல்லியபடி இரவில் ஓடினான். மரத்தில் நாலைந்து முறை வெட்டியபோது குங்கும நிறத்தில் பிசுபிசுவெனக் கசியத் துவங்கியது. அவன் தன் வெட்டரிவாளைக் கீழே போட்டுவிட்டு கிழக்கே ஓடினான். நெடுநாட்களுக்கு ஊமை வேம்பில் அவன் வெட்டிய இடம் வெளிறிப்போயே இருந்தது. நாளாக ஆக ஊமை வேம்பின் அடியில் நாய்கள் வந்து நிற்பதற்குக்கூட பயந்தன. ஒரு குருவி கூட அதன் கிளைக்கு வருவதேயில்லை.

*

சென்னம்மாவின் கேசத்திலிருந்து குதிங்கால்வரை அடை அடையாக எறும்புகள் அப்பிக்கொண்டிருந்தன. அவள் விரல்களில் அசைவேயில்லை. பாதி திறந்த கண்களுடன் ஒரு விருட்சத்தைப் போல எறும்புகள் தன் மீது ஏறி ஊர்ந்து அலைவதை அனுமதித்தபடியே வீழ்ந்து கிடந்தாள். கோழிகள் இரையெடுத்தபடி தெருவில் அலைந்து கொண்டிருந்த காலையில் சாய இலைகளை அள்ள வந்த பர்வதம் மச்சினுள் நார்ப்பெட்டியை எடுக்க சிம்னி விளக்கைத் தூக்கிக் காட்டியபோது சென்னம்மாவின் உடம்பில் தங்க நிற எறும்புகள் மொய்த்துக்கொண்டிருப்பதைக் கண்டு அதிர்ச்சியில் கூச்சலிட்டாள். அவள் சப்தம் கேட்டுத் தெருவிலிருந்த சிலர் ஓடி வந்தார்கள்.

வீடெங்கும் கேப்பை மூடையைக் கொட்டிவிட்டது போல எறும்புகள் குவிந்திருப்பதைக் கண்டதும் ஒரு வயதானவள் பயத்தில் தனது விரல்கள் நடுங்க, அய்யோ அய்யோ என் நெஞ்சில் அடித்துக் கொண்டு வெளியேறினாள். தெருவிலும் ஆட்கள் கூடி விட்டார்கள்.

நாகு தன் வீட்டிலிருந்து எழுந்து ஓடினான். வீட்டு வாசலில் விலக்க முடியாத கூட்டம். ஆட்களை இடித்து முண்டிக்கொண்டு வீட்டினுள் போனான். பகலிலும் இரண்டு அரிக்கேன் விளக்குகள் எரிந்து கொண்டிருந்தன. மச்சிற்குள் இரண்டு ஆண்கள் நின்று கொண்டிருந்தார்கள். அவனைப் போலவே முண்டிக்கொண்டிருந்த சிறுமிகளை சென்னம்மாவைப் பார்க்கக் கூடாது எனப் பெண்கள் கைகளால் அவர்கள் கண்களை மூடினார்கள். விரலிடுக்கு வழியாக ஒருத்தி மெல்லிய இருளில் சென்னம்மாவின் பாதங்களைப் பார்த்தாள். பித்த வெடிப்பேறிய பாதம் வேர்விட்டிருந்தது.

நாகு மெதுவாக சென்னம்மா படுத்திருந்த பக்கம் நடந்தான். எட்டிப் பார்க்கும் ஒரு சிறுமியை ஒரு பெண்ணின் தாய் திட்டினாள்,

“கிட்டே போய்ப் பார்க்காதடி, உத்துப் பார்த்தா உன் கண்ணிலே எறும்பு ஏறிரும், பிறகு எடுக்கவே முடியாது.”

சிறுமி அவசரமாகக் கண்களை மூடிக்கொண்டுவிட்டாள். நாகு விற்கும் பயமாகயிருந்தது. தன் கண்களை விரல்களால் பாதி மூடிக் கொண்டான்.

செம்பட்டைத் தலைமயிர் கொண்ட இரண்டு சிறுமிகள் பயந்தபடி நின்றுகொண்டிருந்தார்கள். சென்னம்மா செத்துப்போய் விட்டாள் என் அருகாமையில் போவதற்கே பயந்தார்கள். பர்வதத்தின் மருமகன் மட்டும் மச்சிற்குள் விளக்கைத் தூக்கிப் பிடித்தபடி குனிந்து சென்னம்மாவைப் புரட்டிப் பார்த்தபோது அவளுக்கு உயிரிருந்தது. ஆனால் தன்னுசார் மறந்துவிட்டது. நாசிக்குள் கூட எறும்புகள் ஊர்ந்து திரும்புமளவிற்கு அவள் உடல் தன் வசம் மீறிப் போய்விட்டது. இனி அவளைக் கந்தாழியில் இறக்கி வைத்துவிட வேண்டியதுதான் என்றான். சாகும்வரை அவள் அந்த மண்தாழிக்குள்ளே சுருண்டிருந்து இருந்து ஒரு நாளில் தன் உயிரை வெளியேற்றிவிடுவாள். இப்படி வாழ்நாள் முற்றிக் கனிந்து சாவை நோக்கிப் போகின்றவர்கள் எவரையும் அவர்கள் கண்டதேயில்லை.

சென்னம்மா ஆயிரம் பிறை கண்டவள் என்று பேசிக் கொண்டார்கள். நாகு அவர்கள் பேசிக்கொண்டதைக் கேட்டுக் கொண்டிருந்தான். கந்தாழி எப்படியிருக்கும் என்று அவனுக்குத் தெரியவில்லை. கூட்டத்தில் இருந்த வயதானவர் கந்தாழிக்காக எங்கே போவது, ஊரிலிருந்த குயவன் வெளியேறிப் பத்து வருடத்திற்கும் மேலாகிவிட்டது, ஆள் அனுப்பி தாதன்குளத்தில்

இருந்த குயவனிடம் தாழி செய்யச் சொல்லித்தான் கொண்டுவர வேண்டும் என சொல்லிக்கொண்டிருந்தார்.

இதற்கு இடைமறித்து ஒரு பெண் அதற்குள் உடம்பை எறும்பு அரித்துப் போய்விடும், கந்தாழி வரும் வரைக்கும் சென்னம்மாவைத் தானியக் குலுக்கையொன்றிற்குள் இறக்கி வைக்கலாம் என்று சொன்னாள். அப்படியே செய்வதென முடிவானது.

சென்னம்மாவின் வீட்டிலே இரண்டு தானியக் குதிர்கள் இருந்தன. அவள் கணவன் உயிரோடு இருந்த வரையில் அதில் எப்போதும் தானியங்களிருந்தன. சாணப்பூச்சு உதிர்ந்துபோன தானியக் குலுக்கையைச் சரிபார்த்து அவளைப் பகலிற்குள் இறக்கிவிடலாம் என இருவர் தானியக் குலுக்கையை மெழுகுவதற்காக வெளிச்சத்திற்கு உருட்டிக்கொண்டு வந்தார்கள். ஆறடி உயரமுள்ள அந்தக் குலுக்கையை வெளிச்சத்திற்குக் கொண்டுவந்தபோது அதற்குள் ஒரு தேள் செத்துக் கிடந்தது. வேப்பிலைகள் சருகாகிக் கிடந்தன. சிறுமிகள் அந்தக் குலுக்கையை விரல்களால் தடவிப் பார்த்தார்கள். காடித்துப்போய் பழுப்பேறியிருந்த குலுக்கையில் எலி கருமிய இரண்டு பொந்துகளிருந்தன. குலுக்கையைப் பொத்தி முடிக்கும் போது கூட்டம் கலைந்துபோகத் துவங்கியது.

வீட்டில் ஒன்றிரண்டு ஆட்கள் மட்டுமே மீதமிருந்தார்கள். ஒரு பெண் உள் கதவின் மேல் சொருகப்பட்டிருந்த மயிலிறகை எக்கி எடுத்துக்கொண்டிருந்தாள். நான்கு குலுக்கையைச் சரிசெய்யும் மனிதனின் முன்பாக உட்கார்ந்து கொண்டான். அந்த மனிதன் சாணத்தைக் கரைத்துக்கொண்டிருந்தான். உள்ளே வந்த பர்வதம் சிறுவர்களை வெளியே விரட்டிவிட்டாள். நாகு வெளியே போவதா வேண்டாமா எனத் தயங்கியபடி நின்றுகொண்டிருந்தான். சென்னம்மாவின் மீது ஊர்ந்த எறும்புகளைத் துடைத்துச் சிரட்டையில் வாரிக்கொண்டு போய் வெளியே போட்டுக் கொண்டிருந்தாள் தெற்கு வீட்டுக்காரி. நாகு வாசலுக்கு வந்து நின்றான். தெருவில் வெயில் விரிந்து கிடந்தது. மூன்று நான்கு சிறுவர்கள் கல்லா மண்ணா விளையாடிக்கொண்டிருந்தார்கள்.

நாகு ஆதிலட்சுமியைப் பார்ப்பதற்காக அவள் வீடிருந்த தெருவிற்குப் போகலாமென இறங்கி ஓடினான். சேவுக பெருமாள் வீட்டு முன்னால் கிடந்த கல் உரலடியில் படுத்துக்கொண்டிருந்த நாய் விருட்டென எழுந்து லேசாக உறுமியது. நாகு ஓடுவதா வேண்டாமா என்ற பயத்துடன் நாயைப் பார்த்தபடி நின்றான். நாய் உர்உர் என்ற சப்தத்துடன் வாயை இளித்துக்கொண்டு நின்றது.

மெதுவாக நடந்து போய்விடலாம் எனக் கைகளை டவுசருக்குள் நுழைத்தபடி பதுங்கிப் பதுங்கி நடந்தான். அவன் சில அடி நடப்பதற்குள் நாய் மூர்க்கமானது போல குரைக்கத் துவங்கியது.

பயமும் அழுகையுமாக நாயை விரட்டிவிடுவதற்காகக் கையை வீசி 'சூ சூ' எனச் சப்தமிட்டான். நாய் செம்மஞ்சள் நிறமான தனது கண்களை வெறித்தபடி அவனைப் பார்த்துக்கொண்டிருந்தது. கடித்துவிடுமோ என்ற பயத்துடன் அவன் பின்னால் திரும்பி ஓடிவிடலாமா எனப் பார்த்தான். தெருவில் யாருமேயில்லை. நாய் காலால் மண்ணை வாரிவிட்டுக்கொண்டு நின்றது. நாகு குனிந்து சிறிய கல்லை எடுத்துக் கைகளில் வைத்துக்கொண்டான். நாய் அவனை முறைத்தபடி குரைத்துக்கொண்டிருந்தது. இந்த வழியில் இனிமேல் வரவே கூடாது என முடிவு செய்தவனாக நின்றுகொண்டிருந்தான். காகமொன்று ஓட்டின் மேல் நின்றபடி தெருவைப் பார்த்துக்கொண்டிருந்தது. நாகுவிற்குப் பயத்தில் மூத்திரம் முட்டிக்கொண்டுவந்தது.

தெருவிற்குள் வேப்பமுத்து வாங்குபவன் தனது சைக்கிளை உருட்டிக்கொண்டு வந்தான். அவனைக் கண்டதும் நாய் நிச்சயம் குரைக்கும் என எதிர்பார்த்தான். ஒட்ட வெட்டிய கிராப்புடன் வேஷ்டியை மடித்துக் கட்டிக்கொண்டு பாதி சாக்கு நிறைய வேப்ப முத்துக்களை வாங்கியிருந்த அந்த மனிதன் தலை கவிழ்ந்தபடியே தெருவில் வந்து கொண்டிருந்தான். நாய் தலையைச் சிலுப்பிக் கொண்டு தெருவையே பார்த்துக்கொண்டிருந்தது. கல்லை இறுக்கமாகக் கையில் பிடித்துக்கொண்ட நாகு வேப்பமுத்து வியாபாரி அருகாமை வரும் வரைக்கும் காத்துக்கொண்டேயிருந்தான். அவன் சைக்கிள் எண்ணெய்ப் பசையின்றி சப்தமிட்டுக்கொண்டிருந்தது. நாகு அருகாமைக்கு வியாபாரி வந்ததும் அவன் நிழல் போலவே கூடவே ஒட்டிக்கொண்டு நடந்தான்.

நாயைக் கடந்து போகும்வரை உடம்பு வியர்த்துக்கொண்டிருந்தது. நாய் அவர்களைப் பார்த்துக் குறைக்கக்கூடயில்லை, திரும்பவும் உரலடியில் படுத்துக்கொண்டது. சைக்கிள் கம்பியைப் பிடித்தபடி வந்த நாகு நாயைத் தாண்டியதும் ஒரேயோட்டமாக ஓடத் துவங்கினான். தெருவில் சிறுவர்கள் பறந்து கொண்டிருக்கும் கோழி ரோமங்களைப் பிடித்து விளையாடிக்கொண்டிருந்தார்கள்.

ஆதிலட்சுமி தனது சிநேகிதி கனகாம்பரத்துடன் திண்ணையில் உட்கார்ந்தபடி புளியமுத்தை உரசித் தாய்மாடிக்கொண்டிருந்தாள். நாகுவைக் கண்டதும் அவள் சிரித்தபடியே கனகாம்பரத்திடம்

சொன்னாள், 'நாய்க்குப் பயந்து போய் ஓடி வர்றான்.' நாகு மூத்திரத்தை அடக்கிக்கொண்டு திண்ணையில் ஏறி உட்கார்ந்து கொண்டான். ஆதிலட்சுமி அவனிடம் கேட்டாள்,

"நீ சென்னம்மாவைப் பாத்தியாடா?"

தலையாட்டினான். அவள் கையிலிருந்த புளியமுத்தைக் குலுக்கி ஒரு தாயம் இரு ஐந்து நாலு போட்டாள். நாகு அவள் கேட்காமலே சொன்னான்,

"அக்கா ராத்திரி சென்னம்மா பறந்து போறதை நான் பாத்தேன்."

"பொய் சொல்லாதடா. அவளே சாகக் கிடக்கா..."

"இல்லைக்கா... சத்தியமா ரெண்டு கண்ணாலயும் பார்த்தேன்... அவ மட்டுமில்லக்கா அவ வீட்டுப் பூனைகூட வானத்தில் பறந்து போச்சு. போகும்போது தெரு மேலே பூனை மூத்திரம் பெஞ் சுகிட்டே போனது. உய்ங்உய்ங்குனு சப்தம் கேட்டுச்சு."

இதைக் கேட்டதும் கனகாம்பரம் சிரித்துவிட்டாள். ஆதிலட்சுமி தனது இடுப்பை இழுத்துக்கொண்டு சுவரில் சாய்ந்து கொண்டவளாகச் சொன்னாள்,

"விடிகாலையில ரெண்டு பரதேசிகள்தான் ஊருக்கு வந்தாங்க. அவங்க நடந்து போகும்போது ஒருத்தன் துந்தனா வாசிச்சுகிட்டு வந்தான். அதைத்தான் கேட்டிருக்கே."

இதற்கும் கனகாம்பரம் சிரித்துக்கொண்டாள். அவனுக்கு பரதேசிகள் வந்திருப்பது தெரியாது. ஆனால் ஆதிலட்சுமிக்கு ஊரில் நடக்கிற எல்லா விஷயமும் எப்படி தெரிந்துவிடுகிறது என்ற ஆச்சரியத்துடன் பார்த்துக்கொண்டிருந்தான்.

ஆதிலட்சுமி திரும்பவும் தாயம் போட்டாள். கனகாம்பரம் அவளோடு விளையாடித் தோற்கப் போவதற்காகச் சலித்துக் கொண்டவள் போலச் சொன்னாள்,

"நான் முள்ளு பெறக்க போறேன்... உனக்கென்ன உங்க அய்யா ரயிலுல வேலை செய்றாரு... ஒரு நாள் இந்த ஊருக்கே ரயிலை கொண்டுகிட்டு வருவாரு... எங்களுக்கு யாரு இருக்கா... அம்மா தேடுவா. நான் வீட்டுக்குப் போறேன்."

ஆதிலட்சுமிக்கு விளையாட்டைப் பாதியில் விட்டுப் போவதாகச் சொன்னதால் கோபம் வந்துவிட்டது. அவள் விளையாடிக் கொண்டிருந்த புளியமுத்தைத் தெருவில் வீசி எறிந்துவிட்டுச் சொன்னாள்,

"ஏன் உங்கய்யாவை யாரு ரயிலு வேலைக்குப் போக வேணாம்னு தடுத்தது..."

கனகாம்பரத்திற்கும் கோபம் வந்தது,

"எங்கய்யா எதுக்கு இப்படி போயி அத்தகூலிவேலை செஞ்சு பிழைக்கணும், எங்கய்யா ரோசக்காரரு... செத்தாலும் இந்த ஊரை விட்டுப் போக மாட்டாரு."

"அப்போ சோத்துக்குப் பதிலா மண்ணைத் தின்னுங்க."

"தின்போம். அதுக்காக எச்சி சோத்தைத் திங்க மாட்டோம். பேச வந்துட்டா. பெரிய இவ மாதிரி... நொள்ளைக்காலை வச்சுக் கிட்டு."

ஆதிலட்சுமிக்கு ஆத்திரம் மிகுதியானது. ரௌத்திரத்துடன் கனகாம்பரத்தின் தலைமயிரைப் பிடித்து இழுத்து வாயோடு அடித்தாள். கனகாம்பரமும் ஆதிலட்சுமியின் கைகளைப் பின்னால் வளைத்துத் திருகிக் கடிக்க முற்பட்டாள். நாகுவிற்கு என்ன செய்வதென்றே தெரியவில்லை. ஆதிலட்சுமியின் கைகள் வளைந்து கொண்டுவிட்டன, அவள் வேதனை தாங்க முடியாமல் கத்தத் துவங்கினாள்.

நாயை அடிப்பதற்காக டவுசரில் எடுத்துப்போட்டிருந்த கல்லை எடுத்து கனகாம்பரத்தின் நெற்றியோடு அடித்தான் நாகு. ரத்தம் கொப்பளித்துக்கொண்டு வந்தது. ரத்தத்தைக் கண்ட கனகாம்பரம் கூக்குரலிட்டுக் கத்தினாள். தெருவிலிருந்த ஆட்கள் ஓடி வந்தார்கள். நாகு ஆதிலட்சுமியைப் பார்த்தான். அவளும் வலி தாங்க முடியாமல் கத்திக்கொண்டிருந்தாள். திண்ணையில் இருந்து குதித்து ஓடினான் நாகு. கனகாம்பரம் தனக்கும் ஆதிலட்சுமிக்கும் நடந்த சண்டையை மறைத்து விட்டாள். நாகு அவளை மண்டையை உடைத்துவிட்டான் என ஓங்காரமாகக் கத்தினாள். நாகுவைத் தேடிக்கொண்டு இரண்டு சிறுவர்கள் அவசரமாக அவன் வீட்டிற்கு ஓடினார்கள். சைக்கிளில் வீடு வந்து சேர்ந்த ஆதிலட்சுமியின் அண்ணன் அவள் அழுது கொண்டிருப்பதைக் கண்டு கோபமாகி அங்கிருந்த பெண்கள் யாவரையும் ஏக வசனத்தில் பேசத் துவங்கினான். அவனது வசையைக் கண்டு பெண்கள் முகம் சுழித்தபடியே தெருவில் கலைந்தனர். ஆதிலட்சுமியைத் தனது இரண்டு கைகளால் தூக்கிக்கொண்டு வீட்டிற்குள் கொண்டு சென்றான்.

நாகு ஊரை விட்டு வெளியே ஓடிக்கொண்டிருந்தான். தொலைவு வரை வேலிப்புதர்கள் அடர்ந்திருந்தன. நாகு தெற்கு

நோக்கிப் போகும் பாதையில் நடந்து கொண்டேயிருந்தான். தொலைவில் இரண்டு பூனைகளும் காடையொன்றும் சப்தமிடுவது கேட்டது. வெயில் முற்றிப் பொங்கிக்கொண்டிருந்த பாதையில் பாம்பு ஊர்ந்த தடங்களிருந்தன. ஊர் மெல்ல அவனை விட்டு விலகி அமிழ்ந்து கொண்டிருந்தது.

மஞ்சனத்திப் புதர்களும் காட்டு இலந்தைச் செடிகளும் வளர்ந்திருந்த பாதையில் அவன் நடந்து சென்று கல்கிடங்கின் அருகாமையில் இருந்த ஆலமரத்தடிக்கு வந்து சேர்ந்தான். சிவப்பு நிறத் துணிகள் கிழிந்து காற்றில் ஆடிக்கொண்டிருந்தன. ஆலமரம் விழுது விட்டு அகன்றிருந்தது. ஒரு விழுதைப் பிடித்துத் தொங்கிக் கொண்டு கத்தினான். அவன் குரல் காட்டில் நீண்டு சென்றது.

மரத்தடியில் யாரோ சீட்டு விளையாடிவிட்டுப் போட்டுப் போன ஒன்றிரண்டு பழைய சீட்டுகள் கிடந்தன. குனிந்து அதை பொறுக்கித் தனது பையில் வைத்துக்கொண்டான். வண்ணத்துப் பூச்சிகள் போல வெயில் விழுதுகளுக்கிடையில் அலைந்து கொண்டிருந்தது. இலைகள் விநோதமான சப்தமிட்டன. தொலைவில் ஒரு சைக்கிள் செல்லும் சப்தம் கேட்டுக்கொண்டிருந்தது. மரத்தைச் சுற்றிலும் பழுத்து வெளிறிய இலைகள் உதிர்ந்து கிடந்தன. அதில் நடக்கும்போது சிரிப்பு மூட்டும் ஓசையை ஏற்படுத்தியது. அவன் அந்த இலைகளின் மீது மூத்திரம் பெய்தான். அவனுக்கு அடக்க முடியாத சிரிப்பு வந்தது. ஊரில் அவனைத் தேடிக்கொண்டிருப்பார்கள். வீட்டிற்குத் திரும்பிப் போகக் கூடாது. என்று மனதில் தோன்றியது. கல்லில் உட்கார்ந்து கொண்டு மரத்தைப் பார்த்தபடியிருந்தான். சூரியன் இலைகளுக்கு ஊடாகப் பதுங்கி அவனை எட்டிப் பார்த்துக்கொண்டிருப்பதாகப்பட்டது.

வயிறு பசிக்கத் துவங்கியது காலையிலே சாப்பிடாமலே சென்னம்மாவின் வீட்டிற்கு ஓடிவந்துவிட்டது அப்போதுதான் ஞாபகம் வந்தது. உதிர்ந்து கிடந்த இலையொன்றை எடுத்து வாயில் போட்டுச் சவைத்தான். குமட்டிக்கொண்டு வந்தது. துப்பிவிட்டுத் திரும்பவும் ஆலவிழுதில் தொங்கத் துவங்கினான்.

பொழுது இருட்டத் துவங்கியதும் ஆதிலட்சுமியின் அண்ணன் இரண்டு சிறுவர்களோடு ஆலமரத்தடிக்கு வந்து சேர்ந்த போது நாகு உறங்கிப்போயிருந்தான். அருகில் குனிந்து இரண்டு சிறுவர்கள் எழுப்பியதும் நாகு திகைப்பும் பயமுமாக எழுந்து ஓடிவிட எத்தனித்தபோது ஆதிலட்சுமியின் அண்ணன் அவனைப் பிடித்துக்கொண்டு இங்கே என்னடா செய்றே வா வீட்டுக்கு என்று

கூட்டிக்கொண்டு வந்தான். அவன் தப்பிவிடக் கூடாது என்பது போல இரண்டு சிறுவர்களும் கூடவே வந்தார்கள். அவர்கள் ஊருக்குள் வந்தபோது மாலை நேரத்தின் மெல்லிய மயக்கமாக வெளிச்சம் நிரம்பிக்கொண்டு வந்தது.

ஆதிலட்சுமியின் வீட்டிற்குப் போனபோது அவள் வழக்கம் போல திண்ணையில் உட்கார்ந்துகொண்டு விளையாடிக்கொண்டிருந்தாள். நான்கு தலைகவிழ்ந்தபடியே திண்ணையில் ஏறி உட்கார்ந்து கொண்டான். அவள் மாவு உருண்டையொன்றைத் தனது மடியில் இருந்து எடுத்துக் கொடுத்தாள். அவன் வேக வேகமாகத் தின்றான், விக்கிக்கொண்டது. ஆதிலட்சுமி தனது செம்பில் இருந்த தண்ணீரை எடுத்துக் குடிக்கத் தந்தாள். குடித்து முடித்த பிறகு சிரித்துக்கொண்டே கேட்டாள்,

"உனக்கு எவ்ளோ கோபம் வருது... அவ மண்டையை எதுக்குடா உடைச்சே?"

நாகு அமைதியாகச் சொன்னான்,

"அவ மட்டும் உன் கையை ஒடிக்கப் பாத்தா."

ஆதிலட்சுமி பதில் பேசவில்லை. நாகுவின் கேசத்தைக் கோதிவிட்டபடியே சொன்னாள்,

"அவளுக்கு வீட்ல அவங்க அம்மாகிட்டே நல்ல அடி."

நாகு சிரித்துக்கொண்டான். ஆதிலட்சுமி பல்லாங்குழியை அவன் முன்னால் எடுத்து வைத்தபடி சொன்னாள்,

"நாம ரெண்டு பேரும் விளையாடுவமா."

தலையாட்டினான். இருவரும் புளியமுத்தை எண்ணிக் குழிகளில் நிரப்பத் துவங்கினர். தெருவில் தன்னைத் தேடி பெரிய அக்கா வந்து கொண்டிருப்பதை நாம் கவனித்தான். ஆதிலட்சுமி விளையாட்டைத் துவக்கியிருந்தாள்.

06

ஒரு நாள் முழுவதும் பரதேசிகள் உறங்கிக்கொண்டிருந்தார்கள். வேம்பின் காற்று கடல் அலையைப் போல சப்தமிட்டுக்கொண்டிருந்தது. முகத்தைக் கைகளில் புதைத்தபடி முதுகைக் காட்டிக் கொண்டு உறங்கிக்கொண்டிருந்த அவர்களின் குதிங்காலில் பட்டு முதுகில் ஏறித் தலை வரை வெயில் நடமாடிய போதும் ஏதோ வொரு மீட்க முடியாத கனவில் சிக்கிக்கொண்டவர்கள் போல அவர்கள் உறங்கிக்கொண்டிருந்தார்கள். பகலில் தெரு நாயொன்று இருமுறை அவர்கள் கால்களை மோர்ந்து பார்த்துவிட்டுத் தலையைச் சிலுப்பிக்கொண்டு ஓடியது.

பரதேசிகளில் ஒருவன் அலுப்புத் தீராமல் புரண்டு படுத்தபோது தெருவில் சாயங்காலம் தத்திக்கொண்டு வருவதைக் கண்டான். செம்மஞ்சள் ஒளியும் சிறுவர்களின் சப்தமும் கேட்டது. அவன் எழுந்து உட்கார்ந்து கொண்டான். கண்கள் திகுதிகுவென எரிந்தன. நாவறட்சியும் அசதியுமாக இருந்தது. தன்னோடு உறங்கிக் கிடந்த மற்றவனை எழுப்பினான். அவனும் தன் கண்களைக் கசக்கியபடியே எழுந்து கொண்டான். இருவரும் வேம்படியிலிருந்து எழுந்து தெருவிற்குள் நடந்தபோது வேம்பலையிலும் மனிதர்கள் குறைந்து போயிருந்ததைக் கண்டார்கள். இங்கிருந்தவர்கள் பலரும் கூட ஊரை விலக்கி வேறிடம் போயிருந்தார்கள். பாதி வீடுகளில் ஆட்களில்லை. சாயக்காரர்கள் தெருவில் கூட சொற்ப ஆட்களேயிருந்தார்கள். வேம்பர்களில் பெரும்பான்மையானவர்கள் கள்வை விட்டு தினக்கூலிகளாக வேலைக்குப் புறப்பட்டுப் போய்விட்டார்கள்.

தெற்குத்தெருவிற்குள் பரதேசிகள் வந்தபோது அச்சு முறிந்து கிடந்த மாட்டு வண்டியொன்றைத் தனியாள் உடைத்துப் பிரித்துக் கொண்டிருந்தான். பரதேசிகள் அவனருகே வந்து நின்றபோது அவன்

தலையை நிமிர்த்திப் பார்த்துவிட்டு வண்டியின் சக்கரத்தை ஆரம் ஆரமாகப் பிரித்து அடுப்பு விறகிற்காக உடைக்கத் துவங்கினான். பரதேசிகளைக் கண்டுவிட்ட சிறுவர்கள் கூச்சலிட்டபடியே பின்னால் நடந்தனர். தெருவே செம்பழுப்பு நிறத்திலிருந்துதது. பரதேசிகள் தெருவை வெறித்துப் பார்த்தபடியிருந்தனர். வேம்பர்கள் செழிப்பாக இருந்த நாட்களில் இந்தத் தெருவில் இறைச்சியின் வாசமும் கருவாட்டு மணமும் குடிவெறியேறிய கூச்சலும் இருந்துகொண்டேயிருக்கும். கோடையால் வேம்பர்கள் ஒடுங்கிப்போய்விட்டார்கள்.

பரதேசிகளில் ஒருவன் காற்றில் அரித்துப்போய் நின்ற மண்சுவர்களைப் பார்த்தபடியே நடந்தான். ஆதிலட்சுமியின் வீட்டை அவர்கள் கடந்தபோது பாதி மூடியிருந்த கதவு வழியாகத் தன் கால்களுக்குத் தைலம் போட்டுக்கொண்டிருந்த ஆதிலட்சுமி அவர்களைக் கவனித்தாள். அவசர அவசரமாகக் காலை இழுத்துக் கொண்டு கதவைப் பிடித்தபடி அவர்களைக் கூப்பிட்டாள். பரதேசிகளில் வயதானவன் திரும்பிப் பார்த்தான். தெருவில் யாரையும் காணவில்லை. யார் கூப்பிட்டிருப்பார்கள் என்று புரியாமல் நடக்கத் துவங்கிய போது திரும்பவும் ஆதிலட்சுமி கூப்பிட்டாள். இருவரும் சவலையான அந்தச் சிறுமிதான் அவர்களைக் கூப்பிடுகின்றவள் என்பதைத் தெரிந்து கொண்டவர்களாக அவள் வீட்டு முன் வந்து நின்றார்கள். அவள் பரதேசிகளில் ஒருவனைத் தன்னைத் திண்ணையில் தூக்கிவிடச் சொன்னாள். இதற்காகத் தான் தன்னைக் கூப்பிட்டிருக்கிறாளோ என்ற எரிச்சலுடன் அவளைத் தூக்கித் திண்ணையில் வைத்தான்.

அவள் சாய்ந்து உட்கார்ந்து கொண்டு அவர்களைப் பார்த்துச் சிரித்தபடியே “சாப்பிட்டீங்களாண்ணே” என்றாள். இல்லையெனத் தலையாட்டினார்கள். அவள் “கம்மஞ்சோறும் சுட்ட கருவாடும் சாப்பிடுறீங்களா” எனக் கேட்டாள். இருவரும் சரியெனத் தலையாட்டினார்கள். “பாட்டி இப்போதான் அடுப்பு பத்த வைக்கப் போறா. கொஞ்ச நேரம் உட்காருங்க” எனத் தனது திண்ணையில் இருவரையும் உட்காரச் சொல்லிவிட்டு தெருவில் போய்க்கொண்டிருந்த சிறுவனிடம் “ஜோதி வீட்டில் இருந்தா வரச் சொல்லுடா” என்றாள். பரதேசிகளில் ஒருவன் மெதுவாகக் கை ஜாடையில் அவளிடம் குடிக்கத் தண்ணீர் வேண்டுமெனக் கேட்டான். அவள் வீட்டிற்குள் இருந்த பாட்டியிடம் குடிக்கத் தண்ணீர் கேட்டாள். உள்ளேயிருந்து பதில் வரவேயில்லை. பிறகு அவளாகவே “உள்ளே பித்தளைப் பானையில் இருக்கும், மோந்து குடிங்க” எனப் பரதேசியை உள்ளே அனுப்பினாள்.

அவசரமாக எழுந்துகொண்ட பரதேசி வீட்டிற்குள் போனான். வீட்டிற்குள் வெளிச்சமேயில்லை. இருட்டிற்குள் பானையைத் தேடினான். பின் வாசலில் முள்ளை வெட்டி அடுப்பெரித்துக் கொண்டிருந்தாள் ஒரு கிழவி. புகை முட்டிக்கொண்டிருந்தது. பானையில் பாதியளவு தண்ணீர் இருந்தது. செம்பைத் தேடும் போது ஏதேதோ பாத்திரங்கள் கீழே விழுந்தன. பானையோடு தூக்கிக் குடிக்கத் துவங்கினான். கழுத்தடியில் மார்பில் தண்ணீர் இறங்கி ஓடிக்கொண்டிருந்தது. குடித்துவிட்டு மனசின்றி பானையைக் கீழே இறக்கி வைத்தபோது அவனறியாமல் சிரிப்பு வந்தது.

தன்னோடு வந்தவனுக்கும் தண்ணீர் கொடுக்க வேண்டும் என்றவனைப் போல அவன் செம்பைத் தேடினான். பிறகு சுவரில் சாத்தி வைக்கப்பட்டிருந்த ஈயத் தட்டை எடுத்து அதில் தண்ணீரை நிரப்பிக்கொண்டு மற்றவன் குடிப்பதற்காகக் கொண்டுவந்தான். அவன் வாசலுக்கு நடந்து வருவதற்குள் வீடெல்லாம் தண்ணீர் கொட்டிக்கொண்டு வந்தது. கையில் சாப்பாட்டுத் தட்டோடு நிற்கும் பரதேசியைக் கண்டதும் ஆதிலட்சுமிக்கும் சிரிப்பாக வந்தது. ஆனால் தண்ணீரைக் கண்ட பரதேசியோ பாய்ந்து தட்டில் இருந்த தண்ணீரை உறிஞ்சிக் குடித்தான். அவன் மூக்கு நனைந்து கடைவாயில் ஒழுகியது தண்ணீர். இருவரும் குளிர்மை கண்டவர்களைப் போல பார்த்துப் பார்த்துச் சிரித்துக்கொண்டார்கள். அவள் இருவர் கண்களிலும் சிரிப்பு பொங்கிக்கொண்டிருப்பதைக் கண்டாள். அவளும் சேர்ந்து சிரித்துக்கொண்டாள்.

பரதேசிகளில் ஒருவன் தனது பையில் இருந்த காய்ந்த வெற்றிலை ஒன்றை எடுத்துத் தின்றபடியே அவள் கைகளை நீட்டச் சொன்னான். ஆதிலட்சுமி தனது கைகளை நீட்டினாள். அவள் ரேகைகளைத் தனது விரல்களால் தடவிப் பார்த்தபடியே சொன்னான்,

"தாயி உன் கையில் தனரேகை ஓடுது. நீ வாக்கப்பட்டு போற வீட்டில் சொர்ணம் கொழிச்சு கிடக்கும். உனக்கு பதினோரு பிள்ளைக பிறக்கும். அதில ஆம்பளை எட்டு, பொம்பளை மூணு."

ஆதிலட்சுமிக்கு வெட்கமாகயிருந்தது. அவள் கைகளை வெடுக்கெனப் பிடுங்கிக்கொண்டாள். பரதேசிகளில் ஒருவன் தனது பையில் இருந்த சிறிய சுருக்குப் பையை எடுத்து அதிலிருந்த காட்டுச் செடியின் இலைகளைத் தனது கையில் போட்டுக் கசக்கி அவளிடம் முகர்ந்து பார்க்கச் சொன்னான். நல்ல நறுமணமாகயிருந்தது.

எஸ்.ராமகிருஷ்ணன்

அவள் கையில் சுருக்குப் பையிலிருந்த இலைகளைப் போட்டு விட்டு ரகசியம் போல மெதுவாகச் சொன்னான்,

"இதை விழுதா அரைச்சு உடம்பிலே பூசிக்கிட்டா ஆளே செக்கச் செவேருன்னு ஆகிருவாங்க. வெள்ளைக்காரப் பொம்பளைக எல்லாம் இதைப் பூசிக்கிட்டுதான் வெள்ளை வெளேருனு சுண்ணாம்பு மாதிரி இருக்காளுக. வச்சுக்கோ."

ஆதிலட்சுமிக்கு வெட்கம் தாள முடியவில்லை. இதற்குள் ஆதிலட்சுமியின் வீட்டுத் திண்ணையில் சிறுவர்கள் கூடிவிட்டார்கள். ஒரு சிறுவனின் காதைப் பிடித்து இழுத்து காதில் சொடக்கு போட்டுக் காட்டினான் பரதேசி, மற்றவன் பனையோலையில் காற்றாடி செய்து கருவை முள்ளைக் குத்தி தெருவில் ஓடச் சொன்னான். ஆதிலட்சுமிக்கு இதையெல்லாம் பார்க்க சந்தோஷமாகயிருந்தது. தெருவில் இருள் நிரம்பியது. வீட்டிற்குள் இருந்த காடா விளக்கின் புகை திண்ணை வரை கசிந்து வந்து கொண்டிருந்தது.

பரதேசி இந்தக் களேபரத்தினுள் கிழவி சாப்பாட்டை ஆக்கி முடித்துவிட்டாளா என எட்டிப் பார்த்தான். புகையில் எதுவுமே தெரியவில்லை. இரண்டு சிறுவர்கள் தெருவில் கத்திக்கொண்டு ஓடினார்கள்.

"சென்னம்மாவைத் தூக்கிக் குலுக்கைக்குள்ளே போடப் போறாங்க டோய்."

இதைக் கேட்டதும் ஆதிலட்சுமியின் திண்ணையில் இருந்த மற்ற சிறுவர்கள் நிமிஷத்தில் குதித்துத் தெருவில் ஓடி மறைந்தனர். பரதேசிகளும் கூட அதைப் பார்த்து வருவதற்காக இறங்கி நடந்தனர். சாயக்காரர்கள் தெருவில் ஒரு சிறுவன் சோளத் தட்டையை எரித்துத் தலைக்கு மேலாகச் சுற்றிக்கொண்டிருந்தான். நெருப்பு சிறு துகளாகத் தெறித்து விழுந்து கொண்டிருந்தது. அவனை அடிப்பதற்காக ஒரு பெரியவர் விரட்டிக்கொண்டிருந்தார். சென்னம்மாவின் வீட்டில் கூட்டம் நிரம்பியிருந்தது.

வீட்டிற்குள் அரிக்கேன் விளக்கு ஒன்றைக் கையில் பிடித்தபடி பர்வதத்தின் மருமகன் நடந்து கொண்டிருந்தான். உள்ளே சிறிய கல்விளக்கு எரிந்து கொண்டிருந்தது. இப்போது எறும்புகள் துடைக் கப்பட்ட சென்னம்மா நத்தையைப் போல் சுருண்டு போயிருந்தாள். அவளுக்கு அப்போதும் தன் நினைவு இல்லை. சுவாசம் சர்ப்ப ஓசை போல சீராகக் கேட்டுக்கொண்டிருந்தது. தானியக் குலுக்கைக்குள் வேப்பிலைகளை நிரப்பி ஒரு மண் கலயத்தில் தண்ணீரும் சிறிய கிண்ணியொன்றில் பிடி உப்பும்

வைத்துவிட்டு, அவளைத் தூக்கி வைப்பதற்கு முன்பாக வீட்டு தெய்வத்திற்குத் தூப ஆராதனையும் படையலும் செய்தார்கள். வீடே தூபப் புகையால் நிரம்பியது.

சென்னம்மாவைத் தன் இரு கைகளால் குழந்தையைப் போல தூக்கி ஒரேயொரு முறை தெருவிற்குக் கொண்டுவந்து தெருவைக் காட்டினார்கள். பதினோரு வயதில் புதுப் பெண்ணாக வந்து சேர்ந்து ஆயிரமாயிரம் கால் தடம் பதிய அலைந்து திரிந்த தெருவை, அருகாமை வீடுகளை, ஆகாசத்தை சென்னம்மா ஒரேயொரு முறை பார்த்துக்கொள்வதற்காகக் காட்டினார்கள். சென்னம்மாவின் கண்கள் மூடிக்கொண்டிருந்தன.

தெருவில் நின்றிருந்த பெண்கள் அவளை வணங்கிக்கொண்டார்கள். சென்னம்மாவை வீட்டிற்குள் கொண்டுவந்து குலுக்கையில் கிடத்தி ஏழு துளையிட்ட மண் மூடியால் மூடியபோது யாரோ சட்டென உடைந்து அழும் சப்தம் கேட்டது. நிமிஷத்தில் இந்த அழுகைச் சப்தம் தொற்றிப் பரவி யார் அழுகிறார்கள் என பேதம் காண முடியாதபடி உள்ளே நின்றிருந்தவர்கள் யாவரும் அழுது கொண்டிருந்தார்கள். கேவல் ஓசை அடங்கவேயில்லை. பர்வதத்தின் மருமகன் தெருவிற்கு வந்து நின்று தன் கண்களைத் துடைத்துக் கொண்டான். அப்போது சாயக்கார கோவிந்தன் கந்தாழியைச் செய்து வாங்கி வருவதற்கு நாம் எதற்காகப் போக வேண்டும்; இந்தப் பரதேசிகளிடம் சொல்லிவிட்டால் அவர்கள் குசவனிடம் செய்யச் சொல்லி அடுத்த முறை வரும்போது கொண்டுவந்து விட மாட்டார்களா எனக் கேட்டான். பர்வதத்தின் மருமகனிற்கும் அது சரியான யோசனையாகவேயிருந்தது. பரதேசிகளும் அதற்கு ஒத்துக்கொண்டார்கள்.

ஆதிலட்சுமியின் வீட்டிற்கு பரதேசிகள் திரும்பியபோது ஊர் அடங்கியிருந்தது. ஆதிலட்சுமியும் திண்ணையிலே உறங்கிப் போயிருந்தாள். நாய்கள்கூட படியடியில் பதுங்கிக் கிடந்தன. வீட்டிற்குள் கிழவி இன்னமும் எதையோ அடுப்பில் கொதிக்க விட்டுக் கொண்டிருந்தாள். பரதேசிக்கு ஆத்திரமாக வந்தது. வீட்டின் எதிரே கிடந்த கல்லில் உட்கார்ந்து கொண்டு யாரும் கேட்டு விடாமல் தாழ்ந்த குரலில் கிழவியைத் திட்டிக்கொண்டிருந்தான்.

அடுப்பில் கருவாடு சுடும் மணம் கசிந்து வரத் துவங்கியது. இருவரும் நாவில் எச்சில் ஒழுக எழுந்து நின்றுகொண்டார்கள். கிழவி வீட்டிற்குள்ளிருந்து மெதுவாக வாசலை நோக்கி வந்து திண்ணையில் உறங்கியிருந்த ஆதிலட்சுமியை எழுப்பத் துவங்கினாள். அவளோ தூக்கம் கலையாமல் ஏதோ உளறிக்

கொண்டிருந்தாள். கிழவி தன் கைகளை ஊன்றி ஆதிலட்சுமியை உலுக்கியபடி எழுந்து கொள்ளச் சொன்னாள். பரதேசிகள் வீட்டு வாசலில் நிற்பதை அவள் கவனித்ததாகவே தெரியவில்லை.

ஆதிலட்சுமி எழுந்து கொண்டுவிட்டாள். கண்களைக் கசக்கியபடியே அவள் பரதேசிகளைப் பார்த்துச் சிரித்தாள். ஒரு பரதேசி அவளைத் தூக்கிக்கொண்டு போய் வீட்டிற்குள் உட்கார வைத்தான். சிறிய காடா விளக்கு எரிந்து கொண்டிருந்தது. கிழவி தனது இடத்தில் போய்ப் படுத்துக்கொண்டுவிட்டாள். ஆதிலட்சுமி பரதேசிகளுக்கும் சேர்த்து தட்டில் கம்மஞ்சோற்றைப் போட்டாள். கருவாடு சுட்டு வைத்திருந்த மூடியை அருகே இழுத்துக்கொண்டாள். ஒருவரையொருவர் பார்த்துக்கொள்ளக்கூட விரும்பாதவர்கள் போல் அவசரமாக சாப்பிட்டார்கள்.

ஆதிலட்சுமி மெதுவாகக் கருவாட்டு மண்டையைக் கடித்துத் துப்பிக்கொண்டிருந்தாள். அவள் சாப்பிட்டு முடிக்கும்வரை இருவரும் தங்கள் கைகளை நக்கிக் கொண்டு உட்கார்ந்திருந்தனர். வேலிப் புதரடியில் கைகழுவச் சென்றபோது பூனையொன்று கருவாட்டு மண்டைக்காகக் காத்துக்கொண்டு நின்றது. பரதேசிகள் ஆதிலட்சுமியைத் திரும்பவும் திண்ணைக்குத் தூக்கிக்கொண்டு வந்தனர். அவர்கள் வேறு ஊரை நோக்கிப் போக இருக்கிறார்கள் என்பதை அறிந்து கொண்ட ஆதிலட்சுமி மனசின்றி படுத்துக் கொண்டாள். அவள் கண்களை மூடும்வரை காத்திருந்தவர்கள் போல பரதேசிகள் மெதுவாகத் திண்ணையை விட்டு இறங்கித் தெருவின் இருளில் நின்றார்கள். ஆதிலட்சுமி அரைக்கண்ணால் அவர்கள் தெருவில் போவதைப் பார்த்தாள்.

எதற்காகவோ அவளுக்கு வேதனையாகயிருந்தது. அவர்களைக் கூப்பிட்டுத் தன் வீட்டிலே இருக்க வைத்துக்கொள்ள வேண்டும் போலிருந்தது. அவள் கண்களை நன்றாக விழித்துப் பார்க்கும்போது தெருவில் அவர்கள் இல்லை. ஆதிலட்சுமிக்கு ஏனோ தொண்டை வலித்தது. செய்வதறியாமல் சுவரில் இருந்த மண்ணை நகத்தால் கீறிக்கொண்டே நெடுநேரம் தெருவையே பார்த்துக்கொண்டிருந்தாள்.

07

வேம்பலையை விட்டு விலகி ஊருக்கும் பனைகளுக்கும் நடுவே ஒரேயொரு வீடு இடிந்து கிடக்கிறது. உண்மையில் அந்த வீடு முழுமையாகக் கட்டப்படவேயில்லை. பாதி கட்டப்பட்டுக் கொண்டிருந்தபோதே அந்த வீட்டைக் கட்டிய லட்சுமணன் வடுவார்பட்டி குறவர்களோடு சிநேகமாகி ஒரு முறை கன்னம் வைப்பதற்காக வடக்கே வெகு தூரம் போயிருந்தான். அம்மி கொத்துகிறவர்களைப் போல ஊர் ஊராகப் பகலில் அலைந்து திரிந்த அவர்கள் இரவில் கன்னம் வைத்துப் பண்ட பாத்திரங்களையும், கோவில் மணிகளையும், காதணி கையணிகளையும் திருடி ஒரு மாட்டு வண்டியில் ஏற்றிக்கொண்டு வரும்போது துப்புக் கிடைத்து ஆள் விரட்டி வரவே ஒவ்வொரு ஊர் கிணற்றிலும் ஒரு பொருளாகப் போட்டுவிட்டு வெறும் ஆளாக ஊர் திரும்பியிருந்தான். கோமணத்திற்குள் மறைத்துக் கொண்டுவந்திருந்த இரண்டு சோடி காதணிகளைத் தவிர யாவும் மழைத் தண்ணீர் நிறைந்த கிணற்றுக்குள் ஊறிக் கிடந்தன. வடுவார்பட்டி குறவர்கள் ஒவ்வொரு கிணற்றிற்கும் ஒரு குறி போட்டிருந்தார்கள். லட்சுமணன் காதணிகளை விற்றுவிட்டு வந்த பணத்தில்தான் வீட்டைக் கட்டத் துவங்கினான். பத்துப் பனிரெண்டு நாட்களில் வீட்டுச் சுவர் பாதி எழும்பிவிட்டிருந்தது. உத்திரத்திற்கு ஒரு பனையை அறுத்துப் போட்டிருந்தான். வடுவார்பட்டி குறவன் சொல்லியனுப்பியதாக ஒரு நாளில் வந்த ஒருவன் அவனை இரவில் அழைத்துக்கொண்டு சொக்கிகுளம் தபால் ஆபீஸிற்குக் கூட்டிப்போனான். விளக்கு வெளிச்சமில்லாத தபால் அலுவலகத்தின் ஓட்டைப் பிரித்து உள்ளே இறங்கியபோது சட்டென கொல்லத்து ஓடுகளுடன் உத்திரம் முறிந்து உள்ளே விழுந்தான் லட்சுமணன். ஆனாலும் வாயைத் திறந்து கத்தவில்லை. வடுவார்பட்டி குறவன் உள்ளேயிருந்தபடி பின்

வாசற்கதவைத் திறக்கச் சொன்னான். இடுப்பை இழுத்துக்கொண்டு லட்சுமணன் பின் வாசற்கதவைத் திறந்து விட்டான். தபால் அலுவலகத்தில் கையிருப்பு குறைவாகவேயிருந்தது. ஆத்திரமிகுதியில் அங்கிருந்த காகிதங்கள் அனைத்திற்கும் தீ வைத்துவிட்டு குறவன் லட்சுமணனையும் தூக்கிக்கொண்டு தனது இருப்பிடத்திற்குப் போய்ச் சேர்ந்தான். மாரியம்மன் கோவிலைச் சுற்றிய இடத்தில் டெண்ட் அடித்திருந்தார்கள். லட்சுமணனுக்கு உடும்புக்கறி தின்றால் மட்டுமே இடுப்பு ஒன்று சேரும். ஆகவே எழுந்து நடமாடுவதற்கு ஆறு மாதத்திற்கு மேலாகும் என்று குறவர்கள் சொன்னார்கள். மழைக் காலம் முடியும் மட்டும் லட்சுமணன் குறவர்களோடு கிடந்தான். குறப்பெண்களில் ஒருத்தியைச் சேர்த்துக்கொண்டான். உடும்புக்கறி தின்றும் இடுப்பு சேரவேயில்லை. குறத்திகள் பகலில் குறிசொல்லப் போன பிறகு தனியே கூடாரத்தில் படுத்துக் கிடந்த லட்சுமணன் மெதுவாகப் பச்சை குத்துவதற்குப் பழகிவிட்டிருந்தான். ஆறு மாதங்களுக்குப் பிறகு சித்திரை வெயில் துவங்கிய போது குறவர்கள் கிணற்றில் போட்டிருந்த சாமான்களை எடுப்பதற்காக வடக்கே போனார்கள். அவர்கள் வைத்திருந்த தடயம் யாவும் அழிந்துபோயிருந்தன. வறண்ட கிணற்றில் எந்தப் பொருளுமில்லை. ஆத்திரத்துடன் வடுவார்பட்டி குறவர்கள் லட்சுமணன் தான் யாரையாவது அனுப்பி எடுத்துக்கொண்டுவிட்டான் என்று அவனைக் குத்தூசியால் குத்து வந்தார்கள். லட்சுமணன் தான் யாரிடமும் வாயைத் திறக்கவேயில்லை என்றான். வடுவார்பட்டி குறவர்கள் அவனை ரயில் ரோட்டருகே தூக்கிக்கொண்டு போட்டுவிட்டு முடிந்தால் ஊர் போய்ச் சேர்ந்து கொள்ளச் சொல்லியபடி இடத்தைக் காலி செய்து போனார்கள். கடந்து போகிறவர்கள் ஒவ்வொருத்தர் துணையாக லட்சுமணன் வீடு வந்து சேர்ந்த போது பெண்டாட்டி பிள்ளைகள் சிரிப்பும் சந்தோஷமுமாக இருப்பதைக் கண்டான். அன்றிரவில் லட்சுமணனின் மனைவி அவன் குறவர்களோடு போன சில நாட்களுக்குப் பிறகு அவர்களது மகன் சீனி ஒற்றை ஆளாக வடக்கே புறப்பட்டுப் போய் கிணற்றில் கிடந்த பொருட்கள் யாவையும் வண்டியில் ஏற்றிக்கொண்டு வந்து விட்டான் என்றாள். யாவையும் விற்றுக் காசாக்கிவிட்டார்கள். ஆனாலும் வீட்டைக் கட்டி முடித்தால் அவர்களைக் கண்டுபிடித்து விடுவார்கள் என்று பாதி கட்டி முடிக்கப்பட்ட வீட்டில் குடியிருப்பதென முடிவு செய்தார்கள். சீனி தங்கத்தில் ஒரு பல் கட்டியிருந்தான். சிரிக்கும்போது மினுமினுப்பாகயிருந்தது. மிச்சமிருந்த பணத்தையெல்லாம் சீனி ரகசியமாக ஒரு பானைக்குள் போட்டு வீட்டிற்குள்ளாகவே புதைத்திருந்தான். இடுப்பு சேராமல் போனதால் எழுந்து

நிற்க முடியாத லட்சுமணன் வீட்டில் கைகளை ஊன்றி இழுத்துக்கொண்டு எந்த இடத்தில் புதைத்திருப்பான் என நுகர்ந்து பார்த்துக்கொண்டே அலைந்தான். வடுவார்பட்டி குறவர்களுக்கு நெடுநாட்களாக லட்சுமணன் மீது சந்தேகமிருந்தது. கழுதை விற்க வந்தவர்களைப் போல அவனது வீட்டை நோட்டம்விட வந்த கொப்பயநாயக்கன்பட்டி குறவர்கள் மூன்று பேர் கடலாடிக்குத் தகவல் கொடுத்தார்கள். சீனி அமாவாசை தோறும் கன்னம் வைக்கக் கிளம்பும் நாளில் கொப்பயநாயக்கன்பட்டி குறவர்கள் ஒரு நரியை ஊருக்குக் கொண்டுவந்து கட்டிப் போட்டார்கள். பிடிபட்ட நரியைப் பார்ப்ப தற்காக ஊர்க்காரர்கள் கூடியதும் லட்சுமணனின் மனைவியும் வீட்டிலிருந்து வெளியேறி வந்தாள். சாக்கை விரித்துப் படுத்துக் கிடந்த லட்சுமணன் தன் வீட்டைச் சுற்றி ஆள் நடமாட்டம் தெரிவது கண்டு சப்தம் கொடுத்ததும் குறவர்களில் ஒருவன் அவனது கண்ணில் மண்ணைத் தூவிவிட்டான். கண்ணைக் கசக்கும் நேரத்திற்குள் வீட்டிற்குள் நாலைந்து பேர் வந்து தரையைத் தோண்டத் துவங்கினார்கள். சொல்லி வைத்தது போல அவர்கள் புதைத்து வைத்திருந்த பானையை வெளியே தோண்டி எடுத்தார்கள். பானைக்குள் ஒரு குறவன் கையை விடப் போனபோது மற்றவன் அவசரமாகக் கையை இழுத்துக்கொண்டு பானையைக் கீழே கொட்டினான். தரையில் காதணிகள், கழுத்தணிகளுடன் நாலைந்து தேள்கள் உதிர்ந்தன. லட்சுமணன் வெறித்தபடி பார்த்துக்கொண்டிருந்தான். அவர்கள் பல்லை இளித்தபடியே வீட்டிலிருந்து வெளியேறிப் போனார்கள். லட்சுமணன் அன்றிலிருந்து உறங்கவேயில்லை. எப்போது பார்த்தாலும் வடுவார்பட்டி கள்வர்களைக் குத்த வேண்டும், கொல்ல வேண்டும் என்று புலம்பிக்கொண்டேயிருந்தான். வீட்டில் லட்சுமணனின் மனைவியும் மகனும் புதைத்த பொருட்களை லட்சுமணன் தான் திருடியிருக்க வேண்டும் என்று சந்தேகப்பட்டார்கள். ஒரு இரவில் தாயும் மகனும் ரகசியமாக ஏதோ பேசிக்கொண்டிருப்பதை லட்சுமணன் கேட்டுக்கொண்டிருந்தான். ஒருவேளை தன்னைக் கொன்று விடுவார்களா என்ற பயத்தில் இடுப்பை இழுத்துக்கொண்டு வீட்டை விட்டு வெளியேறிப் பனையடியில் படுத்துக்கொண்டான். சீனி தனது பொருட்களைப் பனையடியில் எங்கோதான் புதைத்து வைத்திருக்கிறான் என்று தகப்பன் மீது ஆத்திரம் அதிகமாகி வேல் கம்பால் அடிவயிற்றோடு சேர்த்து குத்திவிட்டான். ரத்தப்போக் காகிச் செத்தபிறகும் வடுவார்பட்டி குறவர்கள்தான் பொருட்களைக் கொண்டு போயிருப்பார்கள் என்பதை அவர்கள் நம்பவேயில்லை. லட்சுமணனின் மனைவி நாள் முழுவதும் வீட்டைச் சுற்றித்

எஸ்.ராமகிருஷ்ணன் 63

தோண்டிக்கொண்டேயிருப்பாள். சீனி எப்போதாவது அவளது மூர்க்கத்தைக் காணும்போது ஆத்திரமாகிக் கத்துவான். அவள் தனது நாக்கால் தரையைத் தடவிப் பார்த்துக் கொண்டே எங்கோ தனது செல்வக் களஞ்சியம் ஒளிந்து கிடப்பதாகச் சொல்லுவாள். காலம் வேம்பை பூக்கவும் காய்க்கவும் செய்து உருமாறிய போது, சீனி திருட்டில் வல்லாளன் ஆகியிருந்தான். அவன் ஈரத்துணிக் கள்ளன் என்று ஜில்லா முழுவதும் தெரிந்திருந்தான். சீனி ஒரேயொரு துண்டை மட்டுமே தலையில் கட்டியிருப்பான். எங்கே திருடப்போவதாகயிருந்தாலும் அந்தத் துண்டை நனைத்து ஈரமாக்கிக்கொண்டு போவான். திருவிழாக் கூட்டங்களில் ஈரத் துணியைக் காயப்போடுவது போல திருட வேண்டிய பொருள் மீது போட்டுவிட்டுத் திருடிக் கொண்டு போய் விடுவான். எப்போதும் திருடப்போகும்போது அவனது டவுசர் பையில் ஒரு வெள்ளாட்டின் நாக்கை வைத்திருப்பான். காட்டுக் கருப்பிற்குப் பலிகொடுத்த வெள்ளாட்டின் நாக்கு அது. அதை வைத்திருக்கும் வரை தன்னை ஒருவனும் பிடிக்க முடியாது என்று நம்பினான். அது நிஜம் என்பது போலவே அவனை ஒரு போதும் யாராலும் பிடிக்க முடிந்ததேயில்லை. பித்தேறிப்போனது போல அவனது தாய் பனையடியில் கிடந்து இறந்த பிறகு வைராக்கியமாக சீனி அந்த வீட்டைக் கட்டி முடிக்கக் கூடாது என்று விட்டுவிட்டான். வேம்பலையில் அவன் சில நாட்கள் குடிவெறி அதிகமாகிப் புலியாட்டம் ஆடிக் காட்டுவான். வேடிக்கையாயிருக்கும். மணிலை என்ற ஊரின் திருவிழாவிற்குப் போன போது அங்கே வடுவார்பட்டி குறவர்கள் சிலர் சுற்றிக்கொண்டிருப்பதைக் கண்டான். அவர்கள் மிதமிஞ்சிக் குடித்தபடியே பேசிக்கொண்டிருந்தார்கள். அவனை அடையாளம் கண்டு கொண்ட குறவன் ஒருவன் தங்களோடு குடிக்கச் சொன்னான். கண் இரைப்பைகள் பிதுங்குமளவு அன்று சீனி குடித்தான். அவர்களில் ஒருவன்தான் அன்று தன் வீட்டிற்கு வந்து புதைத்த பொருளைத் தோண்டி எடுத்துக்கொண்டு போனவன் என்று அவன் வாயாலே சொல்லிக் கேட்டான். ஆத்திர ஆத்திரமாக வந்தது. தகப்பனை இதற்காக வேல்கம்பை எடுத்துக் குத்தி விட்டோமே என்று குடித்துக் கொண்டிருந்த குறவர்கள் மீது பாய்ந்து இருவரின் கழுத்தை அறுத்துவிட்டான். மீதமிருந்த குறவர்கள் பயத்தோடு ஓடினார்கள். அவன் தனது வளைகத்தியோடு துரத்திக்கொண்டு ஓடினான். டவுசர் பையிலிருந்த வெள்ளாட்டின் நாக்கு அப்போதுதான் விழுந்திருக்க வேண்டும். பெருமாள் கோவிலைத் தாண்டி ஓடும் போது பாராக்காரர்கள் அவனைப் பார்த்துவிட்டார்கள். அவன் சுதாரித்துத் திரும்புவதற்குள் மடக்கிவிட்டார்கள். அவனை எங்கே

கொண்டு போனார்கள் என்று யாருக்கும் தெரியவேயில்லை. ஆனால் வடுவார்பட்டி குறவர்கள் அதன் பிறகு வேம்பலையைக் கடந்து செல்வதற்குக்கூட பயந்தார்கள். பாதி கட்டி முடிக்கப் படாத அந்த வீடு மெல்ல காற்றில் சிதைவுற்றுக் கொஞ்சம் கொஞ் சமாக இடிந்து விழத்துவங்கியது.

நாகு அந்த வீட்டிற்குள் இப்போதும் சொர்ண காசுகள் புதைத்திருக்கக்கூடும் என்று தேடியிருக்கிறான். ஒரு பகலில் அவன் இரண்டு சிறுவர்களோடு சேர்ந்து தோண்டும்போது புதைத்து வைக்கப்பட்டிருந்த ஒரு மடக்குக் கத்தி மட்டும் கிடைத்தது. அதைக் கழுவித் துடைத்துப் பார்த்தபோது கத்தியில் இரண்டு புலி பாய்வது போலச் செதுக்கப்பட்டிருந்தன. ஒவ்வொரு உருவமாகத் தொட்டுப் பார்த் தான். புலியின் கண்கள் நிஜத்தில் அசைவது போலவேயிருந்தது. கத்தியை அசைக்க அசைக்கப் புலிகள் ஒன்றின் மீது ஒன்று பாய நெருங்குவது போலிருந்தது ஆச்சரியமாகயிருந்தது. அவனது கத்தியை வாங்கிப் பார்த்த ஆதிலட்சுமி சொன்னாள்,

“இது. புலிவாங்கி... இதை வச்சுதான் பாம்படம் போட்ட காதை அறுப்பாங்க.”

அவன் திகைப்புடன் கேட்டான்,

“வலிக்காதா?”

ஆதிலட்சுமி சிரித்துக்கொண்டே சொன்னாள்,

“காது நுனியை அறுத்ததும் தானா பாம்படம் கழுண்டு விழுந்திரும். அதுக்குத்தான் இது”

என்றபடி அவனது காது நுனியை வெட்டிவிடவா என்று கேட்டாள். வேண்டாம் என்று பயத்தோடு சொல்லிய நாகு அதை ஆதிலட்சுமியே வைத்துக்கொள்ளும்படி கொடுத்துப்போனான். எப்போதும் சில சிறுவர்கள் அந்த வீட்டைச் சுற்றித் தோண்டிக் கொண்டிருப்பதைப் பனையைக் கடந்து செல்லும் சூரியன் பார்த்துக்கொண்டேயிருந்தது.

*

கனகாம்பரத்தின் மண்டையை உடைத்ததற்காக நாகுவின் வலது கால் கெண்டைச் சதையில் சூடு வைத்திருந்தாள் அம்மா. இரவெல்லாம் கத்திக் கூப்பாடு போட்டு அழுதான். யாரும் அவனைச் சமாதானம் செய்யக் கூடாது என அம்மா சொல்லியிருந்தாள். வலியை விடவும் இது அவனை மிகுந்த வேதனை கொள்ளச் செய்தது. நீலா அக்கா அம்மியில் மஞ்சளை

அரைத்துக் கொண்டிருந்தாள். இனிமே வெளியே விளையாட போக மாட்டேன்மா, மாட்டேன்மா என நாகு தானாகவே சொல்லிக் கொண்டிருந்தான். அடுப்பின் முன்னிருந்த அம்மா அவன் அழுகையைக் கட்டுப்படுத்த விரும்பாமல் நெருப்பைத் தள்ளி விட்டுக்கொண்டிருந்தாள். பாயில் படுத்திருந்த நாகுவின் அருகில் வந்து வேணி குனிந்து உட்கார்ந்து கொண்டு அவன் காலைத் தூக்கித் தன் மடியில் வைத்துக்கொண்டு சூடுபட்ட இடத்தில் எண்ணெய் போட்டுவிட்டபடியே "காந்துதா?" எனக் கேட்டாள். விம்மலுடன் தலையாட்டினான். அம்மா நீலாவிடம் அருவாமனையை எங்கே வைத்திருக்கிறாள் எனக் கேட்டாள். நீலா பதில் பேசவில்லை. மௌனமாக முறைத்தபடியே வெளியே நடந்து போய்விட்டாள். நாகுவை அம்மா சூடு வைத்தது அவளுக்குப் பிடிக்கவேயில்லை. அம்மா மீது ஆத்திர ஆத்திரமாக வந்தது. வேணியக்கா யார் வீட்டிலோ கேட்டு இரண்டு கோழி முட்டைகளைக் கொண்டு வந்திருந்தாள். அம்மா அந்த முட்டைகளைத் தனக்காகத்தான் பொறிக்கப் போகிறாள் என்பது தெரிந்ததும் நாகு அழுகையை அடக்கிக்கொண்டான். வேணியக்கா முட்டையைப் பொறித்தபடியே "ஆதிலட்சுமியை எவளோ அடிச்சா உனக்கு என்னடா, அதுக்கு நீ மண்டையை உடைப்பயோ, உன்னைய எல்லாம் பேசாம மாடு மேய்க்க அனுப்பி வச்சிருக்கணும்டா" என சொல் லிக்கொண்டபடி நெருப்பைத் தள்ளிக்கொண்டாள். நின்றிருந்த அழுகை நாகுவிற்குத் திரும்பவும் பீறிடத் துவங்கியது. அவன் பெருமூச்சு விம்ம அழுதான். அம்மா முறைத்தபடி "வாயை மூடுடா" என்றாள். அவன் அழுகையை நிறுத்திக்கொண்டான். ஆனாலும் நெஞ்சு அடங்கவில்லை, விம்மல் சப்தம் கேட்டுக் கொண்டேயிருந்தது.

அம்மா தட்டில் சாப்பாட்டைப் போட்டு, பொறித்த முட்டையைக் கொண்டுவந்து வைத்தாள். நாகு முட்டையை மட்டும் தனியே எடுத்துச் சாப்பிடத் துவங்கினான். அம்மா அதைக் கவனித் திருக்க வேண்டும். முறைத்தபடியே ஏதோ சொல்ல வந்தாள். அதற்குள் அவன் சோற்றைச் சாப்பிடத் துவங்கினான். "யம்மா... மா..." என நாகுவைப் போலவே அழுது காட்டினாள் வேணியக்கா. ஆத்திரத்துடன் நாகு அவளை அடிப்பதற்காகக் கையில் இருந்த வெஞ்சனத் தட்டை வீசி எறிந்தான்.

அம்மா மூத்தவளை ஏதோ திட்டியபடி தட்டை எடுத்து வரச் சொன்னாள். அன்றிரவு நீலாக்காவும் சாப்பிடவில்லை. அம்மா கூப்பிட்டுப் பார்த்தும் பிடிவாதமாக மறுத்துவிட்டு பாயைப்

போட்டு நாகு அருகில் படுத்துக்கொண்டாள். நாகு அவளை ஒட்டிக்கொண்டு படுத்துக்கொண்டான்.

"ரொம்ப வலிக்குதாடா" எனக் கேட்டாள். நாகு பதில் சொல்லவில்லை. அவள் தானாகவே "இனிமே நீ ஆதிலட்சுமி வீட்டுப் பக்கமே போகக் கூடாதுடா, நம்ம வீட்டிலயே விளையாடு" என்றாள்.

நாகு தலையாட்டிக்கொண்டான். பிறகு நீலா ரகசியமான குரலில் சொன்னாள்,

"எனக்குக் கல்யாணமாகி என் புருஷன் வீட்டுக்குப் போகும் போது உன்னையும் அங்கே கூட்டிட்டுப் போயிருறேன்... அங்கே உன் இஷ்டத்துக்கு நீ விளையாடலாம்."

நாகுவிற்கு சந்தோஷமாகயிருந்தது. அவன் தலையை ஆட்டிக் கொண்டு கேட்டான்,

"உனக்கு எப்பக்கா கல்யாணம்?"

அவள் ஏதோ யோசனைக்குப் பிறகு சொன்னாள்,

"வெயிலும் மழையும் ஒண்ணா பெய்யுற அன்னைக்கு."

நாகு தான் அக்கா வீட்டிற்குப் போய்விட்டால் என்ன விளையாடுவது என்பதைப் பற்றி யோசிக்கத் துவங்கினான். வலி மெல்ல மறையத் துவங்கியது. கிணற்று வெட்டுக்குக் கூலியாகப் போயிருந்த அய்யா நெடுநேரமாகியும் வீடு திரும்பவேயில்லை. அம்மா எரிந்து கொண்டிருந்த காடா விளக்கையும் அணைத்துவிட்டாள். இருள் பூச்சிகள் சப்தமிடத் துவங்கின. இருட்டிற்குள் படுத்திருந்த அம்மா அழும் குரல் கேட்டது. எப்போதாவது சில நாட்களில் அவள் வேதனை மீறும்போது இருட்டில் புதைத்தபடியே வெகு நேரம் அழுது கொண்டிருப்பாள்.

அது போன்ற நாட்களில் சில வேளை வேணியக்காவும் அழுவதுண்டு. இன்றைக்கு வேணியக்கா அழவில்லை. அவள் அம்மா அழும் சப்தத்தை மட்டும் கேட்டுக்கொண்டிருந்தாள். அது ஏனோ மனதைப் பிசைவதாகயிருந்தது. அவளுக்கு வீட்டில் ஒரு விளக்கு எரிந்தால் கூட போதும் மனசாந்தியாகயிருக்கும் போலிருந்தது. அம்மா கேவிக் கேவி அழுது கொண்டிருந்தாள். நீலா விற்குத் தூக்கம் வரவில்லை. அவள் புரண்டு படுத்துக்கொண்டாள். வேணி மட்டும் எழுந்து வெளியே வந்து இருளில் நின்றுகொண்டாள். காற்றில் வெக்கை அடங்கவில்லை.

எஸ்.ராமகிருஷ்ணன்

அம்மாவின் சப்தம் தேய்ந்து கொண்டுவந்தது. தெருவில் கிணற்று வெட்டிற்குப் போன ஆட்கள் திரும்பி வந்து கொண்டிருப்பதைக் கண்டாள். அவர்களோடு அய்யா வீடு திரும்பி வரவில்லை. நடந்து சென்று வள்ளி வீட்டில் போய்க் கேட்டுவிட்டு வந்தாள். அவளுடைய அய்யா கிணற்று வெட்டிற்கு வரவில்லையென்றும் வண்டியில் பொதி ஏற்றிக்கொண்டு கூட்டமாகச் செல்லும் அஞ்சு வர்ணத்தார்களோடு சேர்ந்து வடக்கே போவதைப் பார்த்தாகவும் சொன்னான் வள்ளி புருஷன். இதைக் கேட்டதும் வேணிக்கு நடுக்கமாகயிருந்தது. ஓடிப்போய் இப்போதே அம்மாவிடம் இதைச் சொல்லிவிட வேண்டும் போலிருந்தது. ஆனாலும் அவள் அமைதியாக வீட்டிற்கு நடந்து வந்தாள்.

அய்யா வருகிற வரைக்கும் அந்த வீட்டிற்குத் தானே பொறுப்பாளி என்பது போல அவள் வாசலில் நின்று கொண்டு யோசித்தாள். வீட்டிற்குள் யாவரும் உறங்கியிருந்தார்கள். உள்ளே யாரோ அனத்துவது போல இருந்தது. விளக்கைப் பொருத்தி எடுத்துக் கொண்டு அருகாமை வந்தபோது நாகு பிதற்றிக்கொண்டிருந்தான். அவன் உடல் காய்ச்சலில் கொதித்துக்கொண்டிருந்தது, நெற்றியில் விரல் வைக்க முடியவில்லை. அம்மாவை எழுப்புவதா வேண்டாமா என யோசித்துக்கொண்டிருந்தாள். நாகுவின் வாயில் எச்சில் ஒழுக நடுங்கியபடி உறங்கிக்கொண்டிருந்தான்.

வேணி அவனருகே உட்கார்ந்து கொண்டு ஈரத் துணியை நனைத்து நெற்றியில் போடத் துவங்கினாள். மஞ்சள் வெளிச்சத்தில் வீட்டினுள் உறங்கிக்கொண்டிருந்தவர்கள் மிகுந்த அழகோடிருந்தார்கள். நாகு முகத்தில் வழியும் ஈரத்தைத் துடைத்தபடி ஜன்னல் வழியாக வெளியே பார்த்தபோது எவர் கையிலிருந்தோ சிதறிய தானியங்களைப் போல வானத்தில் நட்சத்திரங்கள் மிதமிஞ்சிப் பெருகியிருந்தன.

08

வீடே நிசப்தமாகயிருந்தது. அம்மா நாகு அருகில் அமர்ந்தபடி அவனையே பார்த்துக்கொண்டிருந்தாள். நாகுவின் உடலில் அம்மை முத்து முத்தாக அரும்பியிருந்தது. அவன் வலியில் முனங்கிக் கொண்டிருந்தான். வேம்பின் இலைகளை வாசலின் முன்னே கட்டிக்கொண்டிருந்தாள் வேணி. நீலா தண்ணீர் கொண்டு வருவதற்காகக் கல்வெட்டான் கிணற்றிற்குச் சென்ற பெண்களோடு அதிகாலையிலே புறப்பட்டுப் போயிருந்தாள். அங்கும் தண்ணீர் வற்றிக்கொண்டுவருவதாகவும் ஊற்றின் கண் அடைத்துக்கொண்டு விட்டதாகவும் பெண்கள் பேசிக்கொண்டார்கள். அம்மா காலையில் இருந்தே நாகுவைப் பார்த்துக்கொண்டே அருகில் உட்கார்ந்து கொண்டிருந்தாள். அய்யா எங்கோ போய்விட்டார் என்பதைப் பற்றி அவள் கேட்டுக்கொள்ளவேயில்லை.

நாகு கண்ணைத் திறந்து பார்த்தான். வெயில் கூரையின் வழியாகத் தன் விரலை அசைத்தபடியிருந்தது. திரும்பிப் படுக்க முடியவில்லை, உடம்பில் அரும்பியிருந்த அம்மை முத்துகள் நோவு தந்தன. அவன் கண்களில் இருந்து நீர் கசிந்து கொண்டேயிருந்தது. கண்களை மூடிக்கொண்டபடியே உலர்ந்து போயிருந்த உதட்டைத் தனது நாவால் தடவியபடி, “அம்மா தாகமாயிருக்கும்மா” என்றான். பிள்ளைக்கு என்ன கொடுப்பது என்று தெரியாமல் அம்மா அவனையே பார்த்துக்கொண்டிருந்தாள். பிறகு ஏதோ முடிவு செய்து கொண்டவள் போல வாசலில் நின்றிருந்த ஆட்டுக் குட்டியின் கயிற்றை அவிழ்த்துப் பிடித்துக்கொண்டு பிசுக்கேறிய தன் கூந்தலை அள்ளி முடிச்சிட்டுக்கொண்டு வேலிப்புதர் வழியாக செல்லும் பாதையில் நடந்து போக ஆரம்பித்தாள்.

அம்மா போவதைப் பார்த்துக்கொண்டேயிருந்தபோதும் வேணி எதையும் கேட்டுக்கொள்ளவில்லை. வீட்டிற்குள் பகல் வெக்கை

வந்துவிடாதபடி ஒரு சேலையை மறைவு கட்டிவிட்டு வாசலுக்கு முன்னே கல் கூட்டி அடுப்பு பற்றவைத்தாள். நாகுவிற்கு அசதியாக வந்தது, தன்னறியாமல் அசதியில் சொருகியிருந்தான். கண்ணை விழித்துப் பார்த்தபோது அருகில் யாருமேயில்லை. உலர்ந்திருந்த நாக்கால் அம்மாவைக் கூப்பிட முயற்சித்த போதும் சப்தம் எழவேயில்லை. வெளியே கிடந்த அம்மியில் வேணி வேப்பிலையை அரைத்துக்கொண்டிருந்தாள்.

நாகு காற்றில் கைகளை அசைத்தபடி முனங்கும் குரலில் அம்மா அம்மா என்றான். அம்மிக்கல்லில் வெயில் முற்றி உறைந்திருந்ததால் இழுத்து அரைக்க முடியவில்லை சூடு தாங்காமல் கைகளைத் தனது பாவாடையில் துடைத்துக் கொண்டு வேகவேகமாக அரைத்தாள் மூத்தவள். அவள் கேசம் வழியாக வெயிலின் தாரைகள் இறங்கி முதுகில் ஊர்ந்து கொண்டிருந்தன. பகலில் தெரு மிக நீண்டு போயிருந்தது. சூடு தாங்க முடியாமல் வீட்டுப் படிகள் நெளிந்து கொண்டிருந்தன.

*

கல்வெட்டான் கிணற்றில் வாளியால் மோந்து எடுக்க முடியாதபடி தண்ணீர் சிறிய குழிக்குள் மட்டுமே தேங்கியிருந்தது. உள்ளேயிறங்கித்தான் பானையில் அள்ளி ஊற்ற வேண்டும். பெண்கள் படிகள் இல்லாத அந்தக் கிணற்றைப் பார்த்தபடி பட்டியக் கல்லில் நின்றனர். சூரியன் தலைக்கு மேலாக நின்று கிணற்றைத் தானும் குனிந்து பார்த்துக்கொண்டிருந்தது. சேலையால் தலையை முக்காடு போட்டிருந்த அவர்கள் உடைமரங்களைத் தவிர தொலைவு வரை குத்துச் செடிகள் கூட இல்லாத அந்த வெம்பரப் பில் நின்றுகொண்டிருந்தனர். கிணற்றுக்குள் இறங்கிவிட வேண்டியதுதான் என்றாள் நீலா. பாதி கிணற்றிற்குப் பிறகே மண் மூடிக் கிடந்த படிகள் தெரிந்தன, கால் வைப்பதற்கான சிறிய புடவுகளைக் கவனித்தபடியிருந்த செடியும் அவளும் கிணற்றுக்குள் இறங்குவதென முடிவானது.

நீலா பாவாடை தூக்கி இடுப்பில் சொருகி, படிக்கற்களை பிடித்துக்கொண்டு உள்ளே இறங்கினாள். மண் சரிந்து சிதறியது. கால்விரல்கள் கற்களின் ஊடேயிருந்த பொந்தைத் தேடியது. பெரு விரல் நுழையுமளவேயிருந்த இடைவெளியில் கால் விரலைக் கொடுத்து ஊன்றித் தாவினாள். பிடி தவறி உள்படியில் போய் விழுந்த அவளைப் பயத்தோடு பார்த்தடியிருந்தனர் உடன் வந்த பெண்கள். அவள் எழுந்து தனது பிருஷ்டத்தைத் தட்டிவிட்டுக் கொண்டு சௌடி இறங்குவதற்காகக் காத்துக்கொண்டிருந்தாள்.

குள்ளமான பெண்ணான சௌடி ஒரு குருவியைப் போல எளிதாக இறங்கிவிட்டாள். இருவரும் மண் சரிந்து கிடந்த படியில் கவனமாக இறங்கினார்கள். ஊற்றுக்கண்ணிருந்த இடத்தருகே போய் நின்று கொண்ட சௌடி தலையை நிமிர்த்தியவளாகப் பானைகளை உள்ளே போடச் சொன்னாள். பயத்தோடு ஒரு பெண் கயிற்றைக் கட்டிப் பானையை உள்ளே இறக்கினாள். நீலா தண்ணீரின் அருகே குனிந்து பார்த்துக்கொண்டேயிருந்தாள்.

ஊற்றில் முனங்கல் சப்தம் கேட்டுக்கொண்டிருந்தது. தண்ணீர் செம்மண் நிறத்தில் கலங்கிப்போயிருந்தது. அவள் இரண்டு கைகளாலும் தண்ணீரைக் கோரிக் குடித்தாள். தாகம் அடங்கவேயில்லை. சௌடியோ அவசர அவசரமாகத் தண்ணீரைத் தனது பானையில் அள்ளிக்கொண்டிருந்தாள். நீலா கலங்கிக்கொண்டிருக்கும் தண்ணீரைப் பார்த்தபடியே கிணற்றின் மேலிருந்த பெண்கள் ஏதோ சப்தமிட்டுச் சொல்வதைக் கண்டு நிமிர்ந்து பார்த்த போது சூரியன் முகத்தில் பாய தலைகவிழ்ந்து கொண்டாள்.

சௌடி ஒவ்வொரு பானையாகத் தண்ணீரை நிரப்பிக் கயிற்றை கட்டி மேலே ஏற்றினாள். குடம் கிணற்றின் சுவர்களைத் தட்டி தட்டி ஓசையெழுப்பியபடி உயர்ந்து சென்று கொண்டிருந்தது. நீலா தனது பானைக்குரிய தண்ணீரை சேந்தும் போது அவள் தண்ணீருக்குள் ஒரு ஆமை ஒடுங்கிக்கொண்டிருப்பதைக் கண்டாள். சௌடியிடம் சொன்னபோது இருவரும் கலங்கிய தண்ணீரினுள் ஆமை அசைவற்று இருப்பதைக் கண்டார்கள்.

சௌடி மெதுவாகக் குனிந்து கைகளைத் தண்ணீருக்குள் நுழைத்து ஆமையை அடிவயிற்றோடு பிடித்தாள். மெதுவாக ஆமையின் கால்கள் நீண்டன. அவள் வெடுக்கென ஆமையைத் தூக்கி மண்ணில் திருப்பிப் போட்டாள். ஆமை திறந்த வயிற்றுடன் கால்களை அசைத்தபடி மெதுவாகத் தலையை நீட்டி வெளியே பார்த்தது. நீலா அந்த ஆமையைப் புரட்டிவிட்டாள். தலையைத் தூக்கி நிதானமாகப் பார்த்துவிட்டு நீண்ட அசதி கொண்டது போல ஆமை ஓட்டிற்குள்ளாகவே சுருண்டுகொண்டது. தண்ணீருக்குள் தப்பிப் போய்விடாமல் ஆமை தலையைச் சுருக்கிக் கொண்டது நீலாவிற்கு ஆத்திரமாக வந்தது. இதற்குள் சௌடி ஆமையைத் தன் கையில் தூக்கிக் கொண்டவளாக ஊற்றின் கண்ணில் ஏதோ அடைத்துக்கொண்டிருப்பதால்தான் அது முறுக்கிக்கொண்டு சப்தமிடுகிறது என்றாள்.

நீலா பானையைக் கயிற்றில் கட்டி மேலே தூக்கச் சொல்லி விட்டு கிணற்றினுள் கிடந்த குச்சியை எடுத்துக்கொண்டு தரையில்

படுத்தபடி ஊற்றின் கண்ணைக் குத்திவிடத் துவங்கினாள். பழுத்த இலைகளையும் மண்ணையும் அள்ளி வெளியே போட்டாள். இன்னும் ஏதோ அடைத்துக்கொண்டிருக்கிறது. தன் பலத்தை மொத்தமாகப் பிரயோகித்துக் குத்தினாள். கல் புரளுவது போல ஒரு சப்தம் கேட்டது. ஊற்றிலிருந்து தண்ணீர் குபுகுபு வெனப் பொங்கத் துவங்கியது. சட்டெென தண்ணீரின் நிறம் மாறி செம்பழுப்பாகியது. அதைக் கவனித்த சௌடி நாளை வரும்போது தண்ணீர் நிறைய ஊறியிருக்கும் எனச் சிரித்தாள்.

நீலா கையிலிருந்த ஆமையின் கால்கள் மெதுவாக வெளியே நீண்டு வந்து கொண்டிருந்தன. தண்ணீர்ப் பானைகளுடன் ஒரு வாளியில் ஆமையைக் கொஞ்சம் தண்ணீருக்குள் போட்டுத் தூக்கிக்கொண்டு அவர்கள் நடந்தபோது கிணற்றைவிட்டு வெளியேறுகிறோம் என்பதை அறியாமல் ஆமை ஒரேயொரு முறை தலையை வெளியே நீட்டிப் பார்த்தது. பிரம்மாண்டமான வெளிச்சத்தைக் காண முடியாமல் பிறகு அது திரும்பவும் ஓட்டிற்குள் தலையை ஒடுக்கிக்கொண்டது.

அவர்கள் பானைகளோடு அத்துவானத்தடியில் நடந்து வந்து கொண்டிருந்தபோது வானிலிருந்த சூரியன் செம்பருந்தைப் போல அவர்கள் தலையை நோக்கித் தாழ்ந்து வந்து கொண்டிருந்தது.

*

நாகுவின் வாயில் கசப்பு ஊறி உமிழ் நீரெல்லாம் கூட கைப் பேறியது. அவன் அருகில் அமர்ந்தபடி வேப்பிலையால் உடம்பைத் தடவிக்கொண்டிருந்தாள் வேணி. நாகுவின் கண்கள் எதையோ யாசித்தேன். அவள் எழுந்து கருப்பட்டியைத் தட்டிப்போட்டு பானக்காரம் கலந்து கொண்டு வந்து தந்தாள். ஒரு மிடறு குடிப்பதற்குள் குமட்டிக் கொண்டு வந்தது. சப்தமில்லாமல் அழுதான்.

09

வெயில் உகந்த அம்மன் கோவிலை விட்டு வெளியே வந்தாள் நாகுவின் அம்மா. பிள்ளைக்கு அம்மை இறங்கிவிட்டால் முடி இறக்கி, தான் முதுகில் அலகு குத்தி, இருபத்தியோரு அக்கினிச் சட்டி எடுத்து வந்து, வெயில் உகந்தாளுக்குக் காணிக்கை செய்வதாக நேர்ச்சை செய்திருந்தாள். பிடி திருநீறும் மந்திரித்த வேப்பிலையும் வாங்கிக் கொண்டவளாகப் பொட்டலை நோக்கி நடந்து கொண்டிருந்தாள். நாவறட்சி அடங்கவேயில்லை. கையில் வைத்திருந்த பையில் கொஞ்சம் குருணையரிசியும் கருப்பட்டியும் வாங்கி வைத்திருந்தாள். புழுதி பறந்து கொண்டிருந்த வெயில் உகந்தம்மன் கோவிலை ஒட்டிய பொட்டலில் வெள்ளரிப் பிஞ்சு விற்கும் பெண்களில் அவளது ஈஸ்வரி மதினியிருப்பதைப் பார்த்தவளாக அருகே நடந்து போனாள்.

மதினி அவளைக் கண்டதும் கையை இறுக்கமாகப் பிடித்துக் கொண்டாள். இருவரும் பேசிக்கொள்ளாமல் ஒருவரையொருவர் பார்த்துக்கொண்டார்கள். வைப்பாற்றைத் தாண்டிய ஊரில் அல்லவா அண்ணனிருந்தான், இங்கே எப்படி மதினி வந்தாள் என்பது போல நாகுவின் அம்மா ஒரு கையால் மதினியின் உலர்ந்த கேசத்தைத் தடவிவிட்டாள். நெருநெருவென்றிருந்தது.

"என்ன மயினி நீங்க போயி வெள்ளரிப் பிஞ்சு வித்துக் கிட்டிருக்கீங்க. அண்ணன் எங்கே?"

இதைக் கேட்கக் காத்திருந்தவள் போல ஈஸ்வரி மூசு மூ சென அழத் துவங்கினாள். யாரைப் பற்றிய கவலையுமின்றி அவள் வெடித்து அழுது கொண்டிருந்ததைப் பொட்டலில் இறங்கியிருந்த வெயிலைத் தவிர நின்று கவனிக்க ஆட்களேயில்லை.

மனது தாங்காமல் கைகளை இறுகப் பிடித்துக்கொண்டு மயினி... என்ன மயினி... இது என் நாகுவின் அம்மா சமாதானம்

சொல்லியபடியே இருந்தாள். அழுகை தானே கம்மியாகிக் கொண்டு வந்து மெதுவாக அடங்கியது. அவளாகத் தனது நீல நிறச் சேலையால் முகத்தைத் துடைத்துக்கொண்டவளாகச் சொன்னாள்.

“உங்க அண்ணனை மாடு திருடுனதா பிடிச்சுட்டு போயிட்டாங்க. நாலு பிள்ளைகளை வச்சுகிட்டு நடுத்தெருவில் நிக்கேன். கேட்க நாதியில்லை, ஊமத்தங்காயை அரைச்சுத் தின்னுட்டு செத்துப் போயிரலாமானு இருக்கு.”

நாகுவின் அம்மா பதில் பேசவில்லை. இருவரும் பொட்டலைக் கடந்து செல்லும் மாட்டு வண்டியைப் பார்த்தபடியிருந்தார்கள். தேரடியில் உட்கார்ந்திருந்த ஜோசியக்காரனின் கிளி வெயில் தாங்காமல் கூண்டிற்குள் கத்திக்கொண்டிருந்தது. நாகுவின் அம்மா தனது சுருக்குப் பையில் இருந்த திருநீற்றை எடுத்து மதினியின் கைகளில் கொடுத்தாள்.

“மயினி எல்லாம் சரியா போயிரும்... மனசை விட்டுறாதீங்க.”

நெற்றி நிறைய பூசிக்கொண்ட மதினி குனிந்து கூடையிலிருந்த வெள்ளரிப் பிஞ்சு ஒன்றை உடைத்து அவளிடம் நீட்டினாள்.

“சாப்பிடு.”

வெள்ளரிக்காயைத் திங்க மனதில்லாமல் நாகுவின் அம்மா கைகளிலே வைத்துக்கொண்டிருந்தாள். ஏதோ யோசனைக்குப் பிறகு ஈஸ்வரி கேட்டாள்,

“பிள்ளைக எல்லாம் சுகமா இருக்கா?”

நாகுவின் அம்மா வெள்ளரிக்காயைப் பார்த்தபடியே சொன்னாள்,

“சின்னவனுக்கு அம்மை போட்டிருக்கு. உங்க அண்ணன்தான் போன இடம் தெரியலை.”

எத்தனை நாளாச்சு மயினி எனக் கேட்டபடியே கூடையில் இருந்த பிஞ்சு வெள்ளரிகளாகப் பொறுக்கி நாகுவின் அம்மா பையில் போட்டாள்.

எதுக்கு இது... என நாகுவின் அம்மா தடுத்தபோதும் அவள் விடவில்லை. பிறகு ஈஸ்வரியைப் பார்த்து நாகுவின் அம்மா ஆதங்கத்துடன் கேட்டாள்,

“மயினி சாப்பிட்டீங்களா. பாத்தாகிறக்கமா இருக்கு.”

சிறிது யோசனைக்குப் பிறகு தான் சாப்பிட்டதாகத் தலையாட்டினாள் ஈஸ்வரி. நாகுவின் அம்மா தனது புடவையில் சொருகி வைத்திருந்த காசை அவிழ்த்தவளாகச் சொன்னாள்,

"ஒரு சர்பத்தாவது குடிப்போம், எனக்கும் தலை கிறுகிறுனு சுத்துற மாதிரியிருக்கு."

வெள்ளரிக் கூடையை அருகில் இருந்தவளிடம் கவனித்துக் கொள்ளச் சொல்லிவிட்டு இருவரும் கோவிலை ஒட்டிய கடைக்குச் சென்றார்கள். நாகுவின் அம்மா அப்போதுதான் கவனித்தவள்போல கேட்டாள்,

"மயினி... உண்டாகியிருக்கீங்களா... எத்தனை மாசம்?"

"காயுற வயிறு போதாதுன்னு, இது ஒண்ணு வேற வயித்துல துள்ளிக்கிட்டு இருக்கு. நாலு மாசம் முடிஞ்சு போச்சு."

இருவரும் சர்பத்தைக் குடித்தார்கள். எலுமிச்சை விதை நாவில் புரண்டது. காசைக் கொடுத்துவிட்டுத் திரும்பும்போது நாகுவின் அம்மா தனது சுருக்குப் பையிலிருந்து இரண்டு ரூபாயை எடுத்து ஈஸ்வரியிடம் நீட்டியபடி சொன்னாள்,

"அத்தைகாரி கொடுத்தானு கருப்பட்டி மிட்டாயாவது பிள்ளைகளுக்கு வாங்கிக் கொடுங்க மயினி."

ஈஸ்வரிக்கு அழுகை முட்டிக்கொண்டு வந்தது. வெயிலைப் பார்த்துத் திரும்பியபடி சேலையால் கண்களைத் துடைத்துக் கொண்டாள். இருவரும் பெட்டிக்கடை நிழலில் பேச்சற்றவர்களாக நின்று கொண்டிருந்தார்கள். வெயிலின் உக்கிரத்தால் கோபுரத்திலிருந்த சிற்பங்கள் நிலை கொள்ள முடியாமல் முறுக்கிக்கொண்டிருந்தன. ஈஸ்வரியும் அவளும் திரும்பவும் பொட்டலுக்கு வந்த போது குடையைப் பிடித்தபடி ஒரு மனிதன் வெள்ளரிப் பிஞ்சை விலை கேட்டுக்கொண்டிருந்தான். ஈஸ்வரி வேகமாக நடந்து தனது வியாபாரத்தைக் கவனிக்கத் துவங்கினாள்.

நாலைந்து இளநீரை வாங்கிக் கட்டி ஒரு சாக்கில் போட்டு தலைச்சுமையாகத் தூக்கிக்கொண்டு நாகுவின் அம்மா கடைத் தெருவைக் கடந்து வண்டிப்பேட்டை அருகே போனபோது வேதக் கோவிலின் முன் ஒருவன் ரப்பர் பந்து விற்றுக்கொண்டிருப்பதைக் கண்டவளாகக் கையிலிருந்த காசிற்கு ஒரு பந்தை வாங்கி மடியில் கட்டிக்கொண்டு ஊரை நோக்கி நடக்கத் துவங்கினாள்.

தான் சூடு வைத்ததால்தான் நாகுவிற்கு அம்மை கண்டுவிட்டதோ என்ற உறுத்தல் வழியெல்லாம் இருந்து கொண்டேயிருந்தது.

செம்புழுதியேறிய பாதையில் நடந்து போகும்போது பனையில் இருந்து காடை சப்தமிட்டுக்கொண்டிருந்தது. தன்னைத் தவிர அந்தப் பாதையில் நடந்து போகிறவர்கள் யாருமேயில்லை என்பதைத் தெரிந்து கொண்டவள் போல் அவள் தலை கவிழ்ந்தபடி நடந்து கொண்டிருந்தாள். வெயிலின் அலைகள் மினுமினுப்பாக மிதந்து சென்றுகொண்டிருந்தன. கையில் நாயுடன் பதினெட்டுப்படியேறி நிற்கும் காட்டுக் கருப்பசாமியின் கோவிலைத் தாண்டும் போது யாரோ அவளை அழைப்பது போலிருந்தது. திரும்பிப் பார்த்தாள், தொலைவு வரை யாருமேயில்லை. அவள் தன் சுமையைப் படிகளில் இறக்கி வைத்துவிட்டு இரு கைகளையும் கூப்பி படியில் தலை வைத்து வணங்கினாள். படிகளில் வழிந்து கொண்டிருந்த வெயில் அவள் நெற்றியைச் சுட்டது. நிமிர்ந்து பார்த்த போது தொலைவில் ஒரு மாட்டு வண்டி வரும் சப்தம் கேட்டது. கானலின் பரப்பில் கண்கள் கூசின.

அவளால் திசையைத் தெரிந்து கொள்ள முடியவில்லை. மாட்டு வண்டி மேற்கிலிருந்து வந்துகொண்டிருந்தது. அவள் ஊரை நோக்கி நடக்கத் துவங்கினாள். வண்டியின் ஓசை வேகமாகக் கேட்டது. அவள் அருகாமையில் வந்தபோது வண்டியிலிருந்த பாண்டி மாடுகளைச் சுண்டிப் பிடித்தபடி சொன்னான்,

“யக்கா ஊருக்குத்தானே போறீக... ஏறிக்கோங்க.”

அவள் சாக்கைத் தூக்கிப் போட்டுவிட்டு வண்டிச் சக்கரத்தைப் பிடித்து ஏறும்போது கால் தாங்கியபடி மாடுகள் பெருமூச்சிட்ட படியே நின்று கொண்டிருந்த சப்தம் பூதாகரமாகப் பெருகியோடியது. வண்டி நகரத் துவங்கியதும் சேலையால் முகத்தை முக்காடு போட்டபடி குத்துக்கால் வைத்து உட்கார்ந்துகொண்டாள். கற்கள் முனங்கிக்கொண்டிருந்த பாதையில் மாடுகள் நடந்து கொண்டிருந்தன. கண்களை இடுக்கிக்கொண்டாள்.

ஊர் முனையில் வந்து இறங்கும்வரை அவர்கள் பேசிக்கொள்ள வேயில்லை. அவள் தலைச்சுமையைத் தூக்கிக்கொண்டு வேலிப்புதர் பாதை வழியாகத் தன் வீட்டை நோக்கி நடந்தபோது யாரோ அழுவது போன்ற குரல் கேட்டது, அவசர அவசரமாகத் தலைச் சுமையை வாசலில் போட்டுவிட்டு உள்ளே நுழைந்தாள். நாகுவின் தலையைத் தூக்கி வைத்துத் தண்ணீர் புகட்டிக்கொண்டிருந்தாள் வேணி. அவன் விருப்பமற்றவனைப் போல வேதனையோடு உதட்டைச் சுழித்தான். கன்னங்களில் வழிந்து கழுத்தடியை நோக்கி ஓடிக்கொண்டிருந்தது தண்ணீர்.

அருகே வந்து உட்கார்ந்து கொண்ட அம்மா தன் கைகளால் அவன் தலையைத் தாங்கிப் பிடித்துக்கொண்டு ஒரு மடக்கு குடிச்சுக்கோ ராசால்ல என்றாள். நாகு பேச முடியாமல் அவள் கைகள்ள உதறி விலக்கினான். விரித்திருந்த வேப்பிலையில் அவனைப் படுக்க வைத்துவிட்டுச் சொன்னாள்

“அம்மா உனக்கு இள நீ வாங்கிட்டு வந்திருக்கேன்... குடிக்கிறயா.”

நாகு பதில் பேசவில்லை. இதற்குள் வேணி சாக்கில் இருந்த இளநீரை எடுத்துக் கூரையில் சொருகியிருந்த அருவாளால் சீவிக் கொண்டிருந்தாள். நாகுவின் உடம்பில் அம்மை முத்துகள் நிரம்பியிருந்தன. அவன் கண்களில் இருந்து கண்ணீர் தானே சுரந்து கொண்டிருந்தது. அம்மா தனது சுருக்குப் பையிலிருந்த திருநீற்றை எடுத்து அவன் நெற்றியில் பூசிவிட்டு அவன் வாயைத் திறக்கச் சொல்லி நாக்கில் போட்டுவிட்டாள்.

வேணி ஒரு சொம்பில் இளநீரை வெட்டிக்கொண்டு வந்திருந்தாள். அம்மா அதை வாங்கிக்கொண்டு அவன் தலையைத் தூக்கிப் பிடித்தபடி “குடிச்சுக்கோ...” என்றாள். நாகு உதட்டையே திறக்கவில்லை. சட்டென நினைப்புக்கு வந்தவள் போல தனது மடியில்ருந்த ரப்பர் பந்தை எடுத்து அவனிடம் காட்டியபடி சொன்னாள்,

“பந்து வாங்கிட்டு வந்தேன்... வச்சுக்கோ. அம்மை இறங்கினதும் விளையாடுய்யா.”

நாகுவின் கைகள் பந்தை வாங்கிக்கொண்டன. அம்மா அவனைத் தனது மடியோடு சேர்த்துக் கிடத்தி இளநீரைப் புகட்டி விட்டாள். செந்நிறம் படிந்த தனது கண்களைத் துடைத்தபடி நாகு பந்தை இறுக்கமாகப் பிடித்துக்கொண்டான். வேணி அம்மா கொண்டு வந்திருந்த வெள்ளரிக்காய்களைத் தனது பாவாடையால் துடைத்துத் தின்னத் துவங்கினாள்.

நாகுவின் அருகாமையில் அமர்ந்தபடி அம்மா வேப்பிலையால் அவனுக்கு விசிறிவிடத் துவங்கினாள். வெளியே கோழிகள் சப்தமிட்டுக்கொண்டிருப்பதைக் கேட்டுக்கொண்டே படுத்திருந்தான் நாகு. அவனுக்கு ஆதிலட்சுமியைப் பார்க்க வேண்டும் போலிருந்தது. அம்மா எழுந்து போய் வீட்டின் பின் சுவர் அருகே நின்றபடி மூத்திரம் பெய்யும் சப்தம் கேட்டது.

வாசல் கதவருகே உட்கார்ந்துகொண்ட வேணிக்குக் குருணையை சொளகில் போட்டு புடைக்கத் துவங்கும்போது அய்யாவின் நினைவு வந்தது. எந்த ஊரில் இருக்கிறாரோ, அய்யா

சாப்பிட்டாரோ இல்லையோ, எதற்காக அய்யா யாரிடமும் சொல்லிக் கொள்ளாமல் போனார்? அவளுக்கு நினைக்கும் போதே தொண்டையில் வலியுண்டாகியது. அம்மாவிடம் அய்யாவைப் பற்றிப் பேசினால் ரௌத்திரமாகிவிடுகிறாள்.

வேணிக்கு அய்யாவின் மேல் கோபமில்லை. அவள் குருணையைப் புடைத்தபடியே மனதிற்குள்ளாக எதையோ பேசிக்கொள்ளத் துவங்கினாள். புடைத்த குருணையை அள்ளி வைக்க பானையை எடுக்க உள்ளே நுழைந்தபோது நாகுவினருகே அசதியால் தூங்கிக்கொண்டிருந்தாள் அம்மா. அவளது முகமெங்கும் கேசம் படர்ந்து கிடந்தது. நாகுவும் உறங்கியிருந்தான்.

10

நாகுவிற்கு அம்மை இறங்கியிருந்தது. முதல் தண்ணீர் ஊற்றிய மறுநாளில் இருந்து அவன் வாசலில் கிடந்த கல்லில் உட்கார்ந்து கொண்டு, இறக்கையடிக்கும் சப்தம்கூட இல்லாமல் பறவைகள் வானில் பறந்து போய்க்கொண்டிருந்ததைப் பார்த்துக்கொண்டிருந்தான்.

எங்கிருந்தோ பறவைகளின் கூட்டமொன்று வடக்கு நோக்கிக் கடந்து போய்க்கொண்டிருந்தது. பறவைகள் பறப்பதைப் பார்த்துக் கொண்டேயிருப்பது விநோதமாகயிருந்தது. மீன்கள் நீந்துவது போல சப்தமில்லாமல் பறவைகள் போய்க்கொண்டிருந்தன. அவன் அண்ணாந்து வானைப் பார்த்தபடியே பறவைகளை எண்ணத் துவங்கினாள். ஒன்று, இரண்டு, நான்கு, ஆறு, எட்டு, பத்து, பதிமூன்று, இருபது. எண்கள் வளர்ந்து கொண்டேயிருந்தன.

மங்கிய மாலை நேரத்தின் சாம்பல் வெளிச்சத்தில் விதவிதமான பறவைகள் வானில் பறந்து கொண்டிருந்தன. அவன் பார்த்துக் கொண்டேயிருந்தான். இவ்வளவு பறவைகள் இதுவரை எங்கே ஒளிந்திருந்தன. தானியக் குருவிகளின் படையொன்று தெற்கிலிருந்து வடக்கு நோக்கி வந்து கொண்டிருந்தது. தண்ணீரில் வீசி எறியப்பட்ட ஓட்டுச்சில் சிதறிப்போவது போல அவை ஒரு அழகான சிதறிய வடிவத்தில் வானத்தில் வந்து கொண்டிருந்தன. ஒரு பறவை மட்டும் தனியே முன்னால் பறந்து கொண்டிருந்தது. யாவும் ஊரைக் கடந்து போய்க்கொண்டிருந்தன. பறவைகள் கிழக்கு நோக்கித் திரும்பி அரை வட்டத்தில் சுழன்று எதையோ கண்டு அடைந்துவிட்டதைப் போல சந்தோஷமாகத் திரும்பவும் வடக்கு நோக்கிப் பறந்து செல்லத் துவங்கின.

ஆயிரக்கணக்கான பறவைகள் கடந்து போனபோதும் வானில் அதன் சுவடேயில்லை. இரவு கூடியது, ஆனால் பறவைகள்

பறந்தலைவது நிற்கவேயில்லை. உலர்ந்து போன இரவாகயிருந்ததால் மென்னொளி வானில் இருந்துகொண்டேயிருந்தது. அவன் கண்களை இடுக்கிக்கொண்டு பார்த்தான். பறவைகள் நெடுந்தூரத்திற்கு அப்பாலிருந்து வருகின்றன போலும்.

நாகுவிற்கு உறக்கம் வரும் வரை பார்த்துக்கொண்டேயிருந்தான். கண்களை மூடும்போது பறவையின் கீச்சொலி கேட்டுக்கொண்டு தானிருந்தது. கண்களை மூடிக்கொண்ட போதும் தொலைதூரத்தில் ஏதோ பறவைக் கூட்டம் மிதந்து வருவது போலிருந்தது. அவன் தூக்கத்திலும்கூட பறவைகளை எண்ணிக்கொண்டிருந்தான். மறு நாள் காலை பறவைகளின் வரத்து வடிந்திருந்தது. வானில் நடமாட்டமேயில்லை. வெயிலின் உக்கிரம் பீறிட்டுக்கொண்டிருந்தது. ஆனால் அவனுக்குக் கண்களை மூடிக்கொண்டால் பறவைகள் எங்கோ பறப்பது போலத் தோன்றுகிறது. அந்தப் பறவைகள் கண் விழித்ததும் மறைந்துவிடுகின்றன.

குழப்பத்துடன் கல்லில் அமர்ந்தபடி அன்றும் வானைப் பார்த்தபடியே இருந்தான். பகலில் எங்கோ மரங்களுக்கு இடையில் இருந்து குக்குறுவான் “குக் குக் குக்” என மதியப் பொழுதின் பேரமைதியைக் கொத்திக்கொண்டிருப்பது கேட்டது. மாலை நேரத்தில் வால் நீண்ட குருவியொன்று மிகத் தாழ்வாக வட்ட மிடுவதையும் தரையில் கிடக்கும் எதையோ கண்டுவிட்டது போல சந்தோஷ மிகுதியில் தனது மீன் போன்ற வாலால் வட்டமடிப்பதையும் காணும்போது விசித்திரமாகயிருந்தது. அவன் பார்த்துக் கொண்டேயிருந்தான்.

ஒருமுறை பறவை செல்லும் வழியிலே நாகு தானும் ஓடினான். ஊரை விட்டு வெளியேறிய பாதையில் போய் நின்றபோது வானில் நூற்றுக்கணக்கான பறவைகள் வளைய வளையமாக ஆகாசத்தை வட்டமிட்டுக்கொண்டிருந்தன. தன் கைகளைத் தூக்கியபடி பறவைகளைப் பார்த்துக் கத்தினான். மூர்க்கமேறிய நடனத்தைப் போல பட்சிகளின் குறுக்கோட்டம் ஓயவேயில்லை. அன்றிரவில் கண்களை மூடும்போது நீல ஆகாசமும் கை தொடும் தூரத்தில் நூற்றுக்கணக்கில் மிதந்து கொண்டிருக்கும் பறவைகளும் தென்படத் துவங்கின. கைகளை நீட்டிப் பறித்துவிடலாம் என்பது போல அவை தாழப் பறந்தன. கண்ணைத் திறந்து பார்த்தான். அருகில் யாவரும் உறங்கிக்கொண்டிருந்தார்கள்.

வானமே தெரியாத இருட்டு. திரும்பவும் கண்களை மூடிக் கொண்டான். ஆகாசம் தென்படத் துவங்கியது அவன் பார்த்துக் கொண்டே உறங்கிப்போயிருந்தான். தொலைதூரத்தில் வெண்

குருவிகளின் கூட்டமொன்று கீச்கீச்செனச் சப்தமிட்டு சடசடத்துக் கொண்டிருந்ததைக் கண்டான். அவை வளையமிட்டு தரை நோக்கிப் பாய்ந்து வந்துகொண்டிருந்தன. தன்னை நோக்கித்தான் அக்குருவிகள் வந்து கொண்டிருந்ததைக் கண்டதும் கைகளை விலக்கிப் பயத்தோடு சூ சூ என விரட்டினான். குருவிகள் சடசட வென உரசும் றெக்கைகளுடன் அவன் மீது மழை பெய்வது போல படர்கின்றன, கைகளால் விலக்க முடியவில்லை, உடல் ரோமங்கள் குத்திடுகின்றன. உடலில் இருந்த அம்மை வடுக்களின் வழியாக உடலினுள் புகுந்துவிடுகின்றன. சாரல் தரையிறங்குவது போல் அவன் உடம்பிற்குள் அவை ஊடுருவி மறைந்துவிட்டன.

பயத்தில் கத்தி அலறியபடி அவன் எழுந்து கொண்டான். இன்னமும் பொழுது விடியக் காணோம். அம்மா சப்தம் கேட்டு எழுந்து "தண்ணி குடிக்கயா" எனக் கேட்டாள். பயத்தோடு தனது உடம்பைத் தானே தடவிப் பார்த்துக்கொண்டான். அம்மை வடுக்கள் வெளிறியிருந்தன. உடலில் பறவைகள் போகவில்லை. திரும்பவும் கண்களை மூடிக்கொள்வதற்கே பயமாகயிருந்தது. மெதுவாகக் கண்களை மூடினான். மீண்டும் எண்ணிக்கையற்ற பறவைகள் பறக்கத் துவங்கின. ஒன்றையொன்று மோதி விலக்கிய போதும் அக் குருவிகளிடம் சப்தமில்லை. அவை மூர்க்கம் கொண்டு விட்டதைப் போல மிக வேகமாக இடவலமாகச் சுற்றுகின்றன. சட்டென அவன் கண்களைத் திறந்து கொண்டான்.

விடிகாலையின் வெளிச்சம் வாசலை நோக்கி ஊர்ந்து வந்து கொண்டிருந்தது. வானில் இரண்டு நட்சத்திரங்கள் ஒன்றை யொன்று துரத்திக்கொண்டிருந்தன. கண்களை மூடுவதற்கே பயமாகயிருந்தது. திரும்பவும் படுப்பதா வேண்டாமா என்ற யோசனையோடு அவன் உட்கார்ந்துகொண்டிருந்தான். நீலாக்கா அருகில் விரல் சூப்பியபடி உறங்கிக்கொண்டிருந்தாள். அவளுக்கு நெருக்கமாக படுத்துக்கொண்டு விரலால் அவள் பாவாடையைப் பிடித்துக்கொண்டான். பயமாகவும் அழுகையாகவுமிருந்தது.

11

தண்ணீரில் மிதந்து கொண்டிருந்தன வேப்பிலைகள். வாசலில் வைத்திருந்த தண்ணீர்ப் பானையில் மிதந்து கொண்டிருந்த வேப் பிலையில் ஊர்ந்து சென்றது வெயில். இருபத்தியொரு நாட்களுக்குப் பிறகு நாகுவிற்கு மூன்றாவதாகத் தலைக்கு ஊற்றுவதற்காக வெயிலில் தானே சூடேற தண்ணீர்ப் பானையை வாசலில் வைத்திருந்தார்கள்.

நாகுவின் கன்னங்கள் ஒட்டிப்போய்விட்டன. கை கால்கள் வாடி மெலிந்து போய் விட்டிருந்தன. அவன் எப்போதாவது இரவில் முனங்குவது போல சப்தமிடுவான். உறக்கமற்றவர்கள் போல தாயும் சகோதரிகளும் ஒரே நேரத்தில் என்ன வேணும் என்று கேட்பதோடு எழுந்து அவனைத் தொட்டுப் பார்த்துக்கொள்வார்கள். இரவில் அரிக்கேன் விளக்கு எரிந்து கொண்டேயிருக்கிறது. அதன் மஞ்சள் வெளிச்சம் பட்டு நாகுவிற்குத் தன் கண் இமைகளிலே ஒரு மஞ்சள் தடமேறிப் போய்விட்டது போலிருந்தது. அவன் தன் நகங்கள் கூட உலர்ந்து போயிருப்பதைக் கண்டான்.

நாகுவிற்கு இன்னமும் நாவறட்சி அடங்கவேயில்லை. அம்மா அவனை வாசலில் பலகையைப் போட்டு உட்கார வைத்துவிட்டு வெயிலில் காய்ந்து கொண்டிருந்த தண்ணீர்ப் பானையை தூக்கிக் கொண்டு வந்தாள். வேணி துவைத்து மடித்து வைத்திருந்த அய்யாவின் வேஷ்டியைத் தலை துவட்டுவதற்காக எடுத்து வைத்துக் கொண்டு வந்து அருகிலே நின்றாள். அம்மா மனதிற்குள்ளாக வெயில் உகந்தாளை வேண்டிக்கொண்டபடியே அவன் தலையில் தண்ணீரை ஊற்றத் துவங்கினாள்.

கண்களை மூடிக்கொண்டான். பறவைகள் வளையமிடத் துவங்கின. கைகளால் நீண்டதொரு கயிற்றை யாரோ சுற்றுவது போல வளைந்து வளைந்து அவை பறந்துகொண்டிருந்தன. குருவிகளின்

சிறகுகள் ஒன்றையொன்று உரசியபடி குறுக்கும் நெடுக்குமாகப் பறந்தன. நாகு கண்களை மூடியபடியே பார்த்துக்கொண்டிருந்தான். வெளிறிய வானில் பறவைகள் தொலையை நோக்கிப் பறக்கத் துவங்கின. சிதறும் மழைத்துளியைப் போல ஒன்றின் பின் ஒன்றாக அவை விழத் துவங்கின. நாகுவிற்குப் பயம் கலைந்து பறவைகளின் சிறகடிப்பு சந்தோஷம் தருவதாக மாறியது. அவன் தானே கைகளைத் தட்டிக்கொண்டு சிரித்தான்.

வேணிக்கு நாகுவைப் பார்க்கவே பயமாகயிருந்தது. அவனைக் காலையிலிருந்து நாலைந்து முறை கூப்பிட்ட போதும் அவன் கவனம் கொள்ளவேயில்லை. மாறாக அவன் முகம் எதையோ கண்டதைப் போல் சிவந்து கொண்டிருந்தது. இப்போதும் ஆத்திரத் தோடு அவனை எழுப்பினாள். “நாகு... டேய்.” கைகளை உலுப்பியதும் நாகு சட்டெனக் கண்களைத் திறந்தான். சுருக்கு விழுந்தது போல வானம் ஒடுங்கிக்கொண்டுவிட்டது. வேணியைப் பார்த்தபடி திகைப்புடன் நின்றிருந்தான் நாகு. அவள் தோளைப் பிடித்து உலுக்கி, “எதுக்குடா இப்படி இருக்கே” எனத் திட்டினாள். நான்கு பதில் பேசவில்லை.

திரும்பவும் அவசரமாகக் கண்களை மூடிக்கொண்டான். வானம் தென்படவில்லை. மூடிய கண்களால் துழாவியபோது குருவிகள் மெல்ல பறந்து வரத் துவங்கின. வேணி செய்வதறியாமல் தண்ணீரை அள்ளியள்ளித் தலையில் ஊற்றினாள். வேப்பிலைத் தண்ணீர் தலையிலிருந்து இறங்கி முகத்தில் ஓடியபோது இமைகளில்லிருந்து உதட்டிற்குக் கசப்பு இறங்கியிருந்ததது.

இத்தனை நாள் படுக்கையிலிருந்ததால் வேப்பிலையின் வாசம் அவன் உடம்பிலே நிரம்பியிருந்தது. அவன் தன் கன்னத்தில் ஒட்டிய ஒரு வேப்பிலையைத் துடைத்துவிட முயற்சித்தான். அம்மா அதைத் தன் விரலால் எடுத்துப் போட்டாள். தண்ணீர் அவன் தொடை இடுக்குகள் வழியாக ஓடித் தரையிறங்கியது. அவன் தன் நாக்கால் வேப்பிலைத் தண்ணீரை ருசித்துக்கொண்டான்.

அம்மா வேஷ்டியால் அவனைச் சுற்றிப் பொத்திக்கொண்டு வீட்டினுள் கூட்டிப்போனபோது வேஷ்டியிலிருந்த உவர்மண்ணின் மணம் கமகமத்துக்கொண்டிருந்தது. அவன் தலையை வேணியக்கா துவட்டிவிட்டாள். அவன் பனியனும் டவுசரும் போட்டுக்கொண்டான். அம்மா நெற்றியில் திருநீறு பூசிவிட்டாள். வாசலில் கிடந்த கல்லில் நாகு வந்து உட்கார்ந்து கொண்ட போது தெருவில் இரண்டு சிறுவர்கள் அவனைப் பார்த்துச் சிரித்தபடியே நடந்து போய்க் கொண்டிருந்தனர். தானும் அவர்களோடு தெருவில்

நடந்து போக வேண்டுமென ஆசையாகயிருந்தது. நீலா வாசல் அருகே வந்தவளாக அவனிடம் கேட்டாள்,

"நம்ம வீட்ல ஒரு ஆமையிருக்கு பாத்தயா."

நாகு தலையாட்டினான்.

அவள் நாகுவின் கைகளைப் பிடித்துக் கூட்டிக்கொண்டு மாடுகளுக்குத் தண்ணீர் தரும் கல்தொட்டியைக் காட்டி உள்ளே எட்டிப் பாரு என்றாள். நாகு எக்கி நின்று பார்த்தான். தண்ணீருக்குள் அடங்கிக் கிடந்தது ஆமை. நீலா ஆசையுடன் "ஆமையை உன் கையிலே எடுத்துத் தரட்டுமா" எனக் கேட்டாள்.

நாகு பதில் பேசாமலிருந்தான். நீலா திரும்பவும் கேட்டாள், "ஆமைக்குப் பயப்படுவயா?"

பேசாமல் தலை கவிழ்ந்திருந்தான். மெல்லிய கோபத்தோடு "ஏண்டா ஊமைக்கோட்டான் மாதிரியிருக்கே. வாயைத் திறந்து பதில் சொல்லுடா, பயப்படுறயா" என நீலா கேட்டாள். அவளுக்கு ஏதோ பதில் சொல்ல விரும்பினான். ஆனால் பேச விருப்ப மற்றவன் போல தான் உட்கார்ந்திருந்த கல்லிற்குத் திரும்பிப் போய் விட்டான்.

எரிச்சலாகியிருந்த நீலா அடுப்படியிலிருந்த அம்மாவைக் கூட்டிக்கொண்டு வெளியே வந்தாள்.

நாகு கண்களை மூடிக்கொண்டு உட்கார்ந்திருந்தான்.

"எதைக் கேட்டாலும் வாயைத் திறந்து பேச மாட்டேங்குறாம்மா… நீயாவது கேளு" என நீலா சொன்னாள்.

அம்மா அவன் அருகே உட்கார்ந்து கொண்டு கேட்டாள்,

"பொரி உருண்டை வாங்கித் தரட்டுமா?"

நாகு பேசவேயில்லை. அமைதியாகக் கண்களை மூடிக் கொண்டிருந்தான். வெண் குருவிகள் தொலைவில் பறந்து கொண்டிருந்தன.

அம்மா கலக்கத்துடன் அவன் முகத்தைப் பார்த்தபடியே கேட்டாள்,

"உனக்கு என்ன வேணும் சொல்லு ராசா?"

அவன் கண்களைத் திறக்கவேயில்லை. தன் கைகளால் அவன் முகத்தைத் தூக்கிப் பிடித்தபடியே கேட்டாள்,

"தொண்டை வலிக்குதா?"

நாகு தலை கவிழ்ந்து கொண்டான். அம்மாவின் கண்கள் கலங்கிக்கொண்டிருந்தன. திரும்பத் திரும்ப எதையோ கேட்டுக் கொண்டிருந்தாள். அவன் பதில் பேசவேயில்லை. எதையோ கவனித்துக்கொண்டிருப்பவன் போல முகபாவத்திலிருந்தான். அம்மா ஓங்காரமான குரலில் அழத் துவங்கினாள்.

"எம்புள்ளை பேச மாட்டேங்குதே பிரம்மை புடிச்ச மாதிரி இப்படி உக்காந்திருக்கே... அய்யோ... என்னைப் பெத்தவரே... பேசுய்யா... அம்மா கூட பேசுய்யா."

அவள் கதறல் சப்தம் கேட்கக்கூடிய அருகாமையிலிருந்த வீட்டுப் பெண்கள் கூட நாகுவிடம் பேசச் சொல்லிக் கேட்டுக் கொண்டிருந்தனர். அவன் பேசவேயில்லை. அம்மாவின் அழுகை சகோதரிகளையும் தொற்றிக்கொண்டது. தெருவில் வேதனையின் தூவல்கள் நிரம்பத் துவங்கின. இதைப் பார்த்துக்கொண்டிருந்த சாயங்காச்சும் பெண்ணொருத்திகூட வேதனை தாளமுடியாமல் தெருவில் அழுதபடியே ஓடினாள். அவர்கள் எவ்வளவு நேரம் அழுது கொண்டிருந்தார்கள் என்பதே தெரியாமல் இருள் அவர்களைச் சுற்றி நிரம்பத் துவங்கியது.

நாகு எதுவும் நடக்காததுபோல் அமைதியாக அதே கல்லில் உட்கார்ந்திருந்தான். வேணிதான் அம்மாவைத் தேற்றத் துவங்கினாள். அம்மாவின் அழுகை அடங்கவேயில்லை. அவர்கள் நால்வரும் அன்றைக்குச் சாப்பிடவும் மறந்து வாசலில் பாயை போட்டுப் படுத்துக்கொண்டனர். நீலாக்கா நாகுவின் விரல்களை பிடித்தபடியே ரகசியமான குரலில் சொன்னாள்,

"ஏண்டா இப்படி எங்களை வேதனைப்படுத்துறே."

அன்றிரவில் நாகுவிற்கு வெண்குருவிகள் சிரசிலிருந்து கால் விரல் நோக்கிப் பறந்து கொண்டிருப்பதாகத் தோன்றியது. சரசரப் புணர்வுடன் உடம்பு முழுவதும் முறுக்கேறிக்கொண்டது. பெரு விரல் வரை நடுக்கம் கொள்ளப் பார்த்துக்கொண்டிருந்தான். அம்மா சுருண்டு படுத்திருந்தாள். அவளுக்கு என்ன செய்வதென்று தெரியவில்லை. நாகு கைகளை உறக்கத்தில் வீசி வீசி ஏதோ சொல்லிக்கொண்டிருந்தான். காற்று ஒடுங்கிப்போன இரவில் பூனைகள் தெருவில் நடமாடிக் கொண்டிருந்தன. வேணி ரெட்டணைக் கால் போட்டபடி எதையோ யோசித்துக்கொண்டிருந்தாள். நினைத்துக்கொண்டாற்போல் அம்மா எழுந்து நாகுவை இறுகக் கட்டிக்கொண்டாள். அவள் கண்ணில் இருந்து ஈரம் கசிந்து

அவன் நெற்றியில் ஊர்ந்து கொண்டிருந்தது. அவன் மனம் எங்கோ ஓடுங்கிவிட்டதைப் போல பேசாமலேயிருந்தான்.

அவன் உடலினுள் பறவைகள் கால் விரல்களில் இருந்து சிரசை நோக்கித் திரும்பிக்கொண்டிருந்தன.

*

பிந்திய நான்கு நாட்கள் நான்கு எதையும் சாப்பிடவுமில்லை யாரோடும் பேசவுமில்லை. அம்மா எத்தனையோ முறை கெஞ்சியும் பார்த்துவிட்டாள். நிலைகுத்திப்போன கண்களுடன் நாகு உட்கார்ந்திருந்தான். அம்மா வதையும் நோவும் தன் வீட்டையே சுற்றிக் கொண்டிருக்கிறதே என இரவில் பிள்ளைகளுக்குத் தலையைச் சுற்றித் தெருவில் கழிப்புக் கழித்துப் போட்டாள். நாகுவின் கண்கள் சொருகியேயிருந்தன. ஐந்தாம் நாளில் நாகு இரவில் அம்மாவை எழுப்பிப் பசிக்கிறது என்றான். அவள் நாகுவைக் கட்டிக்கொண்டு அழுதாள். பிறகு அவசரமாகக் கஞ் சியைக் கரைத்துக் குடிக்கக் கொடுத்தாள். நாகு அம்மாவிடம் சொன்னான்,

“கசக்குதுமா.”

அவள் தலையைத் தடவிவிட்டபடி “கொஞ்சம் குடிச்சுக் கோய்யா” எனப் புகட்டினாள். நான்கு கசப்பாக வாந்தியெடுத்தான். தன் கைகளில் அதைப் பிடித்துக்கொண்டு சேலையால் வாயைத் துடைத்து விட்டாள். நாகுவின் நாவு கசப்பேறியிருந்தது. அப்போதும் நாகுவிற்கு உடலில் பறவைகள் நிரம்பியிருப்பதாகவே தோன்றியது.

12

பிறந்த மேனியாகவே ஊர் ஊராக நடந்து செல்லும் சமணத் துறவிகள் மூன்று பேர் வேம்பலையின் கிழக்கேயிருந்த பாறையொன்றில் வந்து அமர்ந்திருப்பதாகவும் அவர்கள் கையில் வைத்திருக்கும் மயிலிறகால் தலையைத் தடவிவிட்டால் உடலின் ரோகம் தீர்ந்து போகிறதெனவும் வேம்பலைக்காரர்கள் திரண்டு போய்க்கொண்டிருந்த காலையில் பிள்ளைகளை உடன் அழைத்துக் கொண்டு நாகுவின் அம்மா சிறிய ஓலைக் கொட்டானில் கம்பம் புல்லை அள்ளி நிரப்பித் தலையில் வைத்தபடி துறவிகளைப் பார்ப்பதற்காக நடந்து கொண்டிருந்தாள்.

வழியில் அவளைப் போலவே வெற்றிலை பாக்கு ஏந்தியபடி பெண்கள் சிலர் கிழக்கே நடந்து போய்க்கொண்டிருந்தார்கள். பெரிய சுண்ணாம்புப் பாறை மீது அமர்ந்திருந்த மூன்று நிர்வாணத் துறவிகளும் ஒரே முகச்சாடையிலிருந்தார்கள். அதில் ஒருவருக்கு மட்டும் வயதாகியிருந்தது. அவர் வாயைச் சிறிய வெண் துணியால் கட்டியிருந்தார். விலா எலும்புகள் தெரியும்படியாக வற்றிய உடம்பு. தலை மழிக்கப்பட்டிருந்தது. புருவங்களேயில்லையோ எனும்படியாகச் சிறிய கண்களிருந்தன. சோழியை நினைவுபடுத்தும் வெண்ணிறக் கண்களவை. அவர் தனது மயிலிறகால் அருகில் வருபவர்களின் தலையில் வைத்து ஆசி தருவது போல அமைதியாகக் கண்களை மூடிக்கொண்டார். யாராவது தங்களின் நல்ல காலம் பற்றிக் கேட்டபோதும் அவரிடமிருந்து புன்னகையே வந்தது.

அவரோடு இருந்த இரண்டு இளைஞர்கள் கற்சிலைகளைப் போல வடிவான உடலமைப்பு கொண்டிருந்தார்கள். நடந்து நடந்து அவர்களின் உடலில் செம்மண் நிறம் உண்டாகியிருந்தது. அவர்களும் மழித்த தலையோடு இருந்தார்கள். அவர்கள் தங்களுக்குள் கூட பேசிக்கொள்ளவில்லை. பார்வையிலே பதில்

பேசிக்கொண்டார்கள். பழங்களும் தானியங்களும் அவர்கள் முன்பாகக் காணிக்கை வைக்கப்பட்டிருந்தன.

சிறுவர்களை அருகில் அழைத்துப் பழங்களை எடுத்துத் தின்னச் சொன்னார்கள். பறவைகளுக்காகத் தானியங்களை அருகாமையிலிருந்த பாறையில் தூவி விட்டார்கள். வந்த மூவரில் இளை ஞனாகயிருந்தவன் மட்டுமே கேட்பவர்களுக்குப் பதில் பேசினான். அவனும் வேறு பாஷையைச் சேர்ந்தவன் என்பது அவன் பேசும் முறையிலே தெரிந்தது. தாங்கள் சமணர்கள் என்றும் மேற்கேயுள்ள சிரவணமலைக்கு சல்லேகனம் அடைவதற்காகப் போய்க்கொண்டிருப்பதாகச் சொன்னான். வேணி அந்த மனிதர்களின் குறி சீனிக் கிழங்கைப் போலிருப்பதைக் கண்டு மனதிற்குள்ளாகவே சிரித்துக் கொண்டாள். நாகுவின் அம்மா பாறையின் முன் வீழ்ந்து வணங்கினாள். நாகுவும் அவரது காலில் விழுந்தான். முதிய துறவி நாகுவின் கண்களையே பார்த்துக் கொண்டிருந்தார்.

பிறகு அவனை அருகில் அழைத்து நெற்றியில் தனது விரலால் தடவினார். நான்கு தானாகக் கண்களை மூடிக்கொண்டான். பறவைகள் ஒவ்வொன்றாகப் பறந்து தொலைதூரத்தை நோக்கிப் போய்க்கொண்டிருந்தன. அவன் கண் திறந்த போது அம்மாவின் தலையில் மயிலிறகு தொட்டுக்கொண்டிருந்தது. பாறையில் சிதறிய தானியங்களைக் கொத்துவதற்காகக் காகங்கள் நிரம்பியிருந்தன. அவர்களிடம் அம்மா துக்கத்தை வெளிக்காட்டிக்கொள்ளாமல் ஆசி கேட்டாள். அவர் மெலிதான புன்னகையோடு கொய்யாப் பழம் ஒன்றை நாகுவிடம் கொடுத்துச் சாப்பிடச் சொன்னார்.

வீடு திரும்பி இரவில் நாகு ஆழ்ந்து உறங்கினான். மறுநாள் அவன் கண்களை மூடிக்கொண்டபோது மனதில் பறவைகள் பறந்து கொண்டிருந்த சுவடேயில்லை. பதிலாக ஈரக்காற்றைப் போல உள்ளம் லேசாக மாறியிருப்பதாகயிருந்தது. நீண்ட நாட்களுக்குப் பிறகு அம்மாவைப் பார்த்துச் சிரித்தான். அம்மா அவனைக் கட்டிக் கொண்டபடியே துறவிகளுக்கு நன்றி சொன்னாள்.

ஒரு இரவு, பகல் மட்டுமே தங்கியவர்களாக அந்தச் சமணர்கள் ஊரை விலக்கிப் போனபோதும் சிதறிய தானியங்களைத் தின்பதற்காகப் பறவைகள் பல நாட்கள் அந்தத் திட்டிற்கு வந்து கொண்டேயிருந்தன.

*

நாகு இரண்டு நாட்களுக்குப் பிறகு வழக்கம் போல விளையாடத் துவங்கினான். ஆதிலட்சுமியின் வீடிருந்த தெருவிற்குள் நடந்து

சென்றான். அவளைப் பார்த்தாலும் பேசக் கூடாது என அம்மா சொல்லியிருந்தாள். தெருவில் ஒரு கழுதை கால் நொண்டியபடி தனியே நின்றுகொண்டிருந்தது. எவர் வீட்டிலிருந்தோ ஓலைக் கொட்டான் ஒன்றைக் கவ்விக்கொண்டு ஓடியது நாய். கையில் வைத்திருந்த வேப்பங்குச்சியால் மண்ணில் கோடு கிழிக்கத் துவங்கினான் நாகு. கோடு வளைந்து வளைந்து நீண்டுகொண்டே போனது. வளைய வளையமாகக் கோடுகளைக் கிழித்தபடியே தெருவினுள் நடந்து சென்றான். தெருவெங்கும் மணல் கோடுகள் நீண்டுகொண்டு போயின. வேகவேகமாகக் குச்சியைப் புழுதியில் இழுத்தான். கல்லைப் பெயர்த்துக்கொண்டு கோடுகள் எழுந்தன.

புழுதியடங்கியதும் தெருவில் பளபளவென ஏதோ வெயிலில் மினுங்கிக்கொண்டிருந்தது. நான்கு குனிந்து எடுத்தான். பெண் குழந்தைகளின் அரையில் கட்டும் வெள்ளி இலை. ஏதோ குழந்தையின் அரைநாண் கயிற்றிலிருந்து கழண்டு விழுந்திருக்கிறது. சிறிய வெள்ளி இலையைத் தன் கைகளில் வைத்துப் பார்த்தபடியிருந்தான். மண்ணில் புதையுண்டு கிடந்ததால் கருத்துப் போயிருந்தது. தன் டவுசரில் துடைத்தபடி அவன் உள்ளங்கையில் வைத்துப் பார்த்தான். பிறகு வாயில் கடித்துப் பார்த்தான். நெளிந்தது. டவுசர் பைக்குள் போட்டுக்கொண்டு அவன் ஆதிலட்சுமியின் வீட்டிற்கு அருகாமை வந்தபோது திண்ணையில் தனியே உட்கார்ந்து கொண்டு புளியமுத்துகளை உரசிக்கொண்டிருந்தாள் ஆதிலட்சுமி.

அவளைப் பார்க்கக் கூடாது என்றவன் போலவே வேறு பக்கம் முகத்தைத் திருப்பிக்கொண்டு நடந்து சென்றான். புளியமுத்தை உரசியபடியே ஆதிலட்சுமி கூப்பிட்டாள்,

“நாகு... இங்கே வாயேன்.”

அவன் நடந்து கொண்டேயிருந்தான். அவளுக்கு ஆத்திரமாக வந்தது. சப்தமாகத் திரும்பவும் கூப்பிட்டாள்,

“நீ ஒண்ணும் என் கூட பேச வேண்டாம். இங்கே வந்துட்டு மட்டும் போடா.”

அவள் வீட்டின் முன் தரையில் கோடுகளைக் கிழித்தபடியே சுற்றத் துவங்கினான். வானம் கிறுகிறுவென சுற்றத் துவங்கியது. ஆதிலட்சுமி பேசுவதைக்கூட கேட்கவில்லை. அவள் ஆத்திரத்துடன் தனது பாயின் அடியில் இருந்த தட்டாங்கல் ஒன்றை எடுத்து அவன் மீது வீசினாள். கல் அவனை விலக்கிப் போய் மேய்ந்து கொண்டிருந்த கோழியின் மேல் போய் விழுந்தது.

நாகு தனது குச்சியைத் தலைக்கு மேலாகத் தூக்கிச் சுற்றிக் கொண்டே தெருவிலிருந்து வெளியேறி ஓடத் துவங்கினான்.

ஆத்திரத்துடன் ஆதிலட்சுமி "டேய் நாகு கோகு... பன்னி" எனத் திட்டிக்கொண்டிருந்தாள். நாகு திரும்பவும் தெருவில் கோடு கிழிக்கத் துவங்கியவனாக சாயக்காரர்களின் தெருவிற்குள் நுழைந்தான். ஆதிலட்சுமியின் சப்தம் தெருவில் அடங்கவேயில்லை.

நாகு பகலெல்லாம் தெருவில் அலைந்தபடியிருந்தான். காலியான தெருக்களில் வெயில் ஏறியதும் யாரோ முணுமுணுப்பது போல சப்தம் கேட்கத் துவங்கிவிடுகிறது. தாயும் மகளும் மட்டுமிருந்த கிழக்கு பார்த்த வீட்டின் முன்னால் விறகிற்காக ஒரு பெண் உடைந்து போய் நின்றிருந்த கூண்டு வண்டியின் சக்கரங்களைக் கோடாலியால் பிளந்து கொண்டிருந்தாள். ஆரமாக வண்டியின் சக்கரம் பிரிந்து போவதைப் பார்த்தபடியே நாகு நின்று கொண்டிருந்தான். செங்குளவி ஒன்று வண்டிச் சக்கரத்தடியில் கூடு கட்டியிருந்தது. விறகின் சக்கரம் பிளக்கப்படவே வ்யுங்வ்யுங்என சப்தமிட்டபடியே தலையைச் சுற்றிப் பறந்து கொண்டிருந்தது.

நான்கு வயதான அந்தப் பெண்ணையே பார்த்துக் கொண்டிருந்தான். அவள் வன்மத்தோடு பற்களைக் கடித்துக் கொண்டு அந்த வண்டியின் சக்கரங்களைப் பிளந்து கொண்டிருந்தாள். வீட்டிற்குள்ளிருந்து கையில் ஒரு ஈய டம்ளருடன் வெளியே வந்தவள் விறகு பிளந்து கொண்டிருப்பவளை நோக்கிச் சொன்னாள்,

"இந்த மோரைக் குடிம்மா... வெயிலு உச்சியைப் பிளக்குது."

உதட்டில் படாமலே மோரைக் குடித்துவிட்டு திரும்பவும் உக்கிரத்துடன் அவள் சக்கரங்களைப் பிளக்கத் துவங்கினாள். நாகுவிற்கு மோர் வேண்டுமா என அந்த வீட்டுக்காரப் பெண் கேட்டாள். அவன் பேசாமல் நின்றுகொண்டேயிருந்தான். அவள் வீட்டிற்குள்ளே வரும்படியாக அழைத்துவிட்டு உள்ளே சென்றாள். நாகு தயக்கத்துடன் அவள் பின்னாலே சென்றான். தாயும் மகளும் அடிக்கடி சண்டை போட்டுக்கொள்கிறவர்கள். நாகுவே அதைப் பார்த்திருக்கிறான். தலைமயிரைப் பற்றிக்கொண்டு தாய் மகளை அடிப்பதையும் அவள் ஆத்திரத்துடன் தெருவில் கிடந்த புழுதியைத் தாயின் மேல் வாரித் தூற்றியதையும் கண்டிருக்கிறான். ஆனால் மகள் சில நாட்கள் இருட்டும் நேரத்தில் வாயில் வெற்றிலை போட்டுக்கொண்டவளாக ஊரை விட்டு வெளியே போவதும், அவள் போகும்போது தெருவில் இருந்த பெண்கள் விரல்களைச் சொடுக்கி முறிப்பதையும் கண்டிருக்கிறான்.

அவர்கள் வீட்டில் மட்டும்தான் ஊரிலே டார்ச் லைட் இருந்தது. இரவு நேரத்தில் தாயும் மகளும் அந்த டார்ச் லைட்டை

அடித்தபடி வேலிப்புதருக்குள் மலம் கழிக்கச் செல்வார்கள். அந்த பெண்ணின் தாய்க்கு மூக்கில் சிறிய மரு இருந்தது.

நாகு வீட்டிற்குள் போகத் தயங்கியபடியிருந்தான். அவள் உள்ளேயிருந்து திரும்பவும் கூப்பிட்டாள், வாசல்படியைத் தாண்டியதும் ஒரே இருட்டாகயிருந்தது. மங்கிய வெளிச்சத்தில் அவள் உள்ளே நடந்து போய்க்கொண்டிருந்தாள். ஜன்னல்களில் ஈரச் சாக்கை நனைத்துக் கட்டியிருந்தார்கள். உள்ளே மிதமான வெக்கையே இருந்தது. அந்தப் பெண் அரை டம்ளர் மோரைக் கொண்டுவந்து அவன் கைகளில் கொடுத்துவிட்டு அவனிடம் கேட்டாள்,

"உங்கய்யா எந்த ஊருக்கு போயிருக்காரு?"

நாகு பதில் பேசவில்லை. மோரைக் கையில் வைத்தபடியே அவளைப் பார்த்துக்கொண்டிருந்தான். நிறைய மஞ்சள் பூசியிருந்தாள். முகத்தில் திட்டுத் திட்டாக அப்பியிருக்கிறது. சிறிய முகம் பார்க்கும் கண்ணாடி சுவரில் தொங்கிக்கொண்டிருந்தது. அருகில் இருந்த மரப்பலகையில் வட்ட வடிவமான பவுடர் டப்பா இருந்தது. அவள் நாகு பவுடர் டப்பாவைப் பார்ப்பதை அறிந்து கொண்டவளைப் போல அருகே சென்று பவுடர் டப்பாவைத் திறந்து கையில் கொஞ்சம் போட்டுக்கொண்டு வந்து அவன் கன்னத்தில் தடவிவிட்டாள். அவன் சட்டென அவள் கைகளை விலக்கிவிட்டான்.

பவுடர் வாசம் கமகமவெனயிருந்தது. அவள் நாகுவைப் பார்த்துச் சிரித்தபடியே நின்றாள். நாகு மோரைக் குடிக்காமல் இருட்டிற்குள் நின்றுகொண்டிருந்த சிறிய பூனைக்குட்டியைப் பார்த்தான். அதன் கண்கள் பச்சை நிறத்தில் மினுங்கிக்கொண்டிருந்தன. அவள் குனிந்து பூனைக்குட்டியைத் தூக்கி அவன் முகத்திற்கு நேராகக் கொண்டுவந்தாள். பூனையின் மீசை மயிர்கள் நீண்டுகொண்டிருந்தன. பூனைக்குட்டியை அவன் கன்னத்தில் உரசுவதற்காக அவள் கொண்டு வந்ததும் சட்டென மோர் டம்ளரைக் கீழே போட்டுவிட்டு வெளியே ஓடினான். பிறகு பிளந்து கொண்டிருந்த பெண் அவனை நிமிர்ந்து பார்த்தாள்.

பூனைக்குட்டி வாசல் வரை வந்து நின்றது. வெயிலின் நீண்ட கிளைகள் விரிந்து வெளிச்சத்தில் கண்கூசுவதால் திரும்பவும் இருளுக்குள் போய்விட்டது. விறகு பிளக்கும் பெண் ஆவேசமாகக் கோடாரியால் மரத்தைப் பிளந்து கொண்டிருக்கும் சப்தம் தெருவில் தனியே கேட்டது.

13

"**சு**ப்புதாயி சுப்பு" என யாரோ தன்னைப் பெயர் சொல்லி அழைப்பது போலிருந்ததும் நாகுவின் அம்மா சட்டெனத் திரும்பிப் பார்த்தாள். புகை மண்டிக்கொண்டிருப்பதால் ஆள் தெரியவில்லை. அடுப்பை ஊதிக்கொண்டிருந்தவளுக்குக் கொதித்துக்கொண்டிருந்த காட்டுக் கீரையின் வாடை தாங்க முடியவில்லை. வெயிலில் தகிப்பதால் அடுப்பின் முன் குனிந்தும் ஊத முடியவில்லை. உஷ்ணம் முகத்தில் அடிக்கிறது.

திரும்பவும் "சுப்பு... சுப்பு" என அழைக்கும் சப்தம் கேட்டது. பரிச்சயமான அந்தக் குரலைக் கேட்டதும் தலைமயிரைத் தூக்கி முடிந்து கொண்டு அவசரமாக வாசலுக்கு வந்தாள். வாசல் கதவைப் பிடித்தபடி அவளது வயதான தகப்பன் நின்றுகொண்டிருந்தார். அவளால் நம்ப முடியவேயில்லை. வெயிலுக்குத் தலையில் துண்டை மடித்துப் போட்டவராக முகம் எல்லாம் வாடிப் போய் நின்றுகொண்டிருந்தார். அவரைப் பார்த்ததும் தானறியாமல் கண்கள் கலங்கி, குரல் தழுதழுத்தது. "யெய்யா" என அவள் கூப்பிடும்போதே குரல் உடையத் துவங்கியது.

அவர் தனது துண்டால் முகத்தைத் துடைத்துக்கொண்டபடியே அவளிடம் குடிக்கத் தண்ணீர் கொண்டாடா என்றார். கண்களைத் துடைத்துக்கொண்டே அவள் வேகமாக உள்ளே சென்றாள். அய்யா வீட்டிற்குள் வந்து தரையில் உட்கார்ந்து கொண்டார். அவள் செம்பு நிறைய தண்ணீருடன் ஒரு வெல்லத்தையும் அய்யா கையில் கொண்டுவந்து கொடுத்தாள். அவர் வெல்லத்தை மென்று தின்றுவிட்டுத் தண்ணீரைக் குடித்தார். அவளும் அருகே உட்கார்ந்து கொண்டுவிட்டாள்.

அவர் தான் கொண்டுவந்திருந்த பையிலிருந்து வாழைப் பழங்களையும் முறுக்கையும் வெளியே எடுத்து வைத்துவிட்டு எங்கே

பிள்ளைகளைக் காணோம் என்றார். அவள் வாழைப்பழங்களை வெறித்துப் பார்த்துக்கொண்டிருந்தவளாக "சின்னவன் விளையாடப் போனான். பொம்பளைப் பிள்ளைக முள்ளு வெட்ட போயிருக்குதுக" என்றாள். அவர் தன் மகளின் அயர்ச்சியடைந்த முகத்தைப் பார்த்தபடியிருந்தார். அந்த முகத்தில் இறுக்கமும் கவலைகளும் நிரம்பியிருந்தன. அவள் எதையும் சொல்லிக் கொள்வதேயில்லை. இத்தனை வருஷத்தில் தன்னைத் தேடி வந்து எதையும் கேட்டதுமில்லை. அய்யா கூரையைப் பார்த்தபடியே துண்டால் காற்று வருவதற்காக வீசிக்கொண்டார்.

அவள் அய்யாவைப் பார்த்துக்கொண்டேயிருந்தாள். மாட்டுத் தரகராக ஊர் ஊராகச் சுற்றியலைந்த கால்கள் வெடித்துப்போய் விருவு கொண்டிருந்தன. ஏழு பிள்ளைகளைப் பெற்றுக் காமாலைக்கும், வெக்கைக்கும் நாலு பிள்ளைகளையும் பெண்டாட்டியையும் பறிகொடுத்துவிட்டுத் தனியாளாகப் பிள்ளைகளை வளர்த்து எடுத்தவர் அய்யா. அவர் சமைக்கும் நேரங்களில் முகத்தில் சொல்ல முடியாததொரு வேதனை நிரம்பியிருக்கும். மூணு ஆம்பளைப் பிள்ளைகளுக்குக் கடைசியாக அவள் ஒருத்தி மட்டுமேயிருந்தாள். அவள் ருது வெய்திய பிறகும்கூட அய்யா சமைத்திருக்கிறார். அண்ணன்காரன்கள் ஆளுக்கு ஒருவராகத் தனித்துப் போன பிறகும் அவர் மாடுகளை ஓட்டிக்கொண்டு இப்போதும் சந்தை சந்தையாக அலைந்து கொண்டிருக்கிறார். ஒத்தை அடுப்பும் இடிந்து போன சுவருமாக அவர் வீடு இப்போதும் தான் பட்டியில் இருக்கிறது.

அவள் அய்யாவிற்காகப் பனையோலை விசிறியைக் கூரையடியில் இருந்து உருவி எடுத்துக் கொடுத்தாள். அவர் விசிறிக் கொண்டே மெதுவாகக் கேட்டார்,

"மாப்பிள்ளை எந்த ஊர்ல இருக்காருனு ஏதாச்சும் தாக்கல் வந்துச்சா?"

அவள் பதில் பேசவில்லை. இத்தனை நாட்களாக யாரோடும் பேச விரும்பாமல் மனதிற்குள்ளாகவே அமுக்கி வைத்திருந்த துயரம் மெல்லக் கசியத் துவங்கியது. அவள் பேசாமல் அய்யாவைப் பார்த்தபடியிருந்தாள். அவர் தனது மடியை அவிழ்த்து அதிலிருந்த வெற்றிலையை எடுத்துக் காம்பைக் கிள்ளியபடியே வாயில் போட்டுக்கொண்டு சொன்னார்,

"சின்னவனுக்கு அம்மை கண்டிருக்குனு கேள்விப்பட்டேன். ஈஸ்வரிதான் சொன்னா."

எஸ்.ராமகிருஷ்ணன்

அவள் இதற்காவது பதில் சொல்ல வேண்டும் போல நினைத்தாள். தொண்டையில் தழுதழுப்பு நிரம்பியது.

அவராகவே சொன்னார்,

“உங்க அண்ணன்காரனை போலீசு உள்ளே தூக்கிப் போட்டிருக்காங்க. உன் மயினி பாவம், வேகாத வெயில்ல கிடந்து வெள்ளரிக்காய் விக்கிறா.”

அடுப்பிலிருந்த கீரை தீய்ந்து போவது போல வாடையடிக்கத் துவங்கியது. அவள் அவசர அவரமாக எழுந்து சட்டியை வெறுங்கையால் பிடித்து இறக்கி வைத்தாள். கை சுட்டுவிட்டது. விரலை உதறிக்கொண்டே கலயத்திலிருந்த மோரை ஆற்றத் துவங்கினாள். அய்யா துண்டைத் தலைக்கு வைத்துப் படுத்துக் கொண்டார். மோரை ஆற்றியபடி ஒரு மடக்கு குடித்துப் பார்த்தாள். லேசான புளிப்பேறியிருந்தது. அருகில் போனபோது அவர் கிறக்கமான முகத்துடன் “நீ வேணும்னா பிள்ளைகளைக் கூட்டிகிட்டு ஊர்ல வந்து இரு தாயி” என்றார்.

அவள் மோர் டம்ளரைக் கையில் கொடுத்துவிட்டு சொன்னாள்,

“சாகுறதுன்னு ஆன பிறகு எங்கே கிடந்து செத்தா என்ன?”

அவர் எழுந்து உட்கார்ந்து கொண்டபடி மோரைக் குடிக்காமல் கையில் வைத்துக்கொண்டே அவளிடம் சொன்னார்,

“நானும் வடக்கே போன ஆட்களை எல்லாம் கேட்டுப் பாத்துட்டுதான் வர்றேன். யாரும் மாப்பிள்ளையைப் பார்க்கவேயில்லைனுதான் சொல்றாங்க.”

“பெத்த புள்ளைகளைச் சீரழிய விட்டுட்டுப்போன மனுசனை எதுக்குத் தேடுறீங்க.”

அவள் கோபம் அடங்கவேயில்லை. தெருவிலிருந்து வீட்டிற்குள் ஓடி வந்த நான்கு தாத்தாவைப் பார்த்ததும் அருகே வந்து நின்று சிரித்தான். அவர் தன் கைகளால் அவனைப் பிடித்து இழுத்து தன் கையிலிருந்த மோரைக் குடிக்கக் கொடுத்தார். நாகு மோரை உறிஞ்சினான். இறுக்கமாகக் கட்டிக்கொண்டிருந்ததால் தாத்தாவின் மீசை அவன் கன்னத்தைக் கூசச் செய்து கொண்டிருந்தது. அவர் நாகுவின் முகத்தில் மாறாது போயிருந்த அம்மை வடுக்களை விரல்களால் தடவிக்கொண்டிருந்தார். மோரைக் குடித்து முடித்ததும் அவனிடம் கேட்டார்,

“வாழைப்பழம் திங்குறயா?”

அவன் தாத்தாவின் பிடியிலிருந்து விடுபட்டு ஒரு வாழைப் பழத்தை எடுத்துக்கொண்டு வெளியே ஓடினான். தாத்தா திரும்பவும் படுத்துக்கொண்டார். நாகுவின் அம்மா திடீரென வெடித்து அழத் துவங்கினாள்.

“எம்பிள்ளை அம்மை கண்டு பிழைக்குமா சாகுமான்னு தெரியாம, பத்து நாளா மருகிகிட்டு இருந்தேன். ஒரு வார்த்தை வந்து கேட்டுட்டு போறதுக்கு ஆள் இல்லாமப் போயிட்டேன். மூணு பேரு உடன் பிறந்தும் நாதியத்தவ மாதிரி தெருவிலே நிக்கேன்… யெய்யா… எனக்கு யாருமேயில்லைய்யா… செத்துப் போனா தூக்கிப் போடக்கூட எனக்கு ஆள் இல்லைய்யா…”

அய்யா அவளின் அழுகுரல் தாங்காமல் அதட்டும் குரலில் பேசத் துவங்கினார்,

“அதான் வந்திருக்கேன்ல… சரியா… முகத்தைத் துடைச்சுக்கோ.”

அய்யாவின் சமாதானம் தான் அம்மாவின் அழுகையை அதிகப் படுத்தியது. அவள் எதை எதையோ நினைத்து அழத் துவங்கினாள். அய்யா அவள் அழுது வடியும் மட்டும் காத்திருக்க விரும்பியவர் போல அமைதியாக இருந்தார். அவள் துக்கம் நீண்டு வழிந்து கொண்டிருந்தது. அவளது அய்யா வாசலேறி வரும் வெயிலையே பார்த்துக்கொண்டிருந்தார். பிறகு அவர் தயக்கத்துடன் கேட்டார்,

“சாப்பிட ஏதாச்சும் வச்சிருக்கயாம்மா.”

அவள் தன் கண்களைத் துடைத்துக்கொண்டாள். ஏதோ யோசனை செய்தவளைப் போல வீட்டின் பின்பக்கம் நடந்து போய் மண்பானையில் இருந்த தண்ணீரை அள்ளி அள்ளி முகத்தில் அடித்துக்கொண்டாள். பிறகு நாலு வீடு தள்ளியிருந்த மணியக்காவும் அம்மாவுமாக வேலிப்புதருக்குள் மேய்ந்து கொண்டிருந்த கோழியை விரட்டிப் பிடித்தார்கள். நாகுவின் அம்மா தன் இடக்கையை முறுக்கிக்கொண்டு கோழியை அடித்தாள். கழுத்து முறிந்து தொங்கியது கோழி.

நாகுவின் தாத்தா உறங்கத் துவங்கியிருந்தபோது வேணியும் நீலாவும் தலைச்சுமையாக முள்ளை வெட்டிக்கொண்டு வந்து சேர்ந்து வீட்டின் பின்புறத்தில் முள் கட்டைப் போட்டுவிட்டு உள்ளே வந்தபோது தாத்தாவைக் கண்டார்கள். நீலா சந்தோஷத்தில் அவர் அருகே உட்கார்ந்து கொண்டு மீசையைப் பிடித்து இழுத்தாள். உறக்கம் கலைந்தவராக அவளது கன்னத்தைத் தடவிவிட்டபடியே அருகாமையில் உட்கார வைத்துக்கொண்டார். வேணி மட்டும்

பெரிய மனுஷியைப் போல தாத்தாவை இரண்டு கைகளைக் கூப்பி வணக்கம் சொன்னாள்.

தாத்தா அவளை டீச்சருக்குப் படிக்க வைக்க வேண்டும் என்று ஆசைப்பட்டார். ஆனால் நாகுவின் அய்யா வேணியைப் பள்ளிக் கூடத்திற்கே அனுப்பவில்லை. தாத்தா பரிகாசமான குரலில் "வணக்கம் டீச்சரம்மா" என்றார். அவள் வெட்கப்பட்டுக் கொண்டே அடுப்படிக்குள் போய்விட்டாள். அம்மாவும் வேணியும் சேர்ந்து சமைக்கத் துவங்கினார்கள்.

அம்மா வெயிலுக்குள் உட்கார்ந்து கொண்டு அம்மியில் மசால் அரைப்பதைக் கண்ட சின்னப்பாண்டி கேட்டான்,

"ஊரிலிருந்து ஆள் வந்திருக்கு போல. வழியில் பார்த்தேன். மயினி மச்சினனை மறந்திரம் கோழிக் குழம்பு கொஞ்சம் கொடுத்து விடுங்க."

அவள் சிரித்துக்கொண்டே மல்லியை அரைக்கத் துவங்கினாள். சாப்பிடத் துவங்கும் போது வெயில் அடங்கியிருந்தது. யாவரும் ஒன்றாக உட்கார்ந்து சாப்பிட ஆரம்பித்தார்கள். அய்யா வீட்டில் இருந்த நாட்களில் அம்மாவைத் தவிர அவர்கள் நால்வரும் ஒரே நேரத்தில் தான் சாப்பிடுவார்கள்.

தாத்தா கோழிக்கறியாக எடுத்து விரலில் நசுக்கி நசுக்கி நாகு விற்குக் கொடுத்துக்கொண்டிருந்தார். தனக்கும் ஒரு வாய் வேண்டு மென்று நீலா கையை நீட்டினாள். அவளுக்கும் தாத்தா ஊட்டி விட்டார். அம்மா யாவருக்குமாக விசிறியால் வீசிவிட்டுக் கொண்டேயிருந்தாள்.

இறைச்சி வாடைக்கு வாசலில் ஒரு நாய் வந்து படுத்திருந்தது. நாகு ஒரு சப்பை எலும்பை உதட்டில் வைத்து ஊதத் துவங்கினான். அதைக் கண்டதும் நீலாவிற்குச் சிரிப்பு வந்தது. அவள் சிரிப்பு மீறி வெடித்து சாப்பாட்டைத் துப்பினாள். தாத்தாவின் மீது சோறு தெறித்தது. அவரும் சேர்ந்து சிரித்துக்கொண்டார். கோபத்துடன் நாகு எலும்பை வாசலை நோக்கி வீசி எறிந்தான். நாய் அவசர அவசரமாகக் கவ்விக்கொண்டு ஓடியது.

14

யாவரும் வாசலிலே உறங்கியிருந்தார்கள்.

அம்மை கண்டபிறகு நாகுவை நினைத்தாலே பயமாகயிருக்கிறதென அம்மா தன் அய்யாவிடம் சொல்லிப் புலம்பிக்கொண்டிருந்தாள். நீலா பாயை விட்டுப் புரண்டு மண்ணில் தலையை உரசியபடி படுத்துக் கிடந்தாள். அம்மா மினுக்கிக்கொண்டு எரியும் அரிக்கேன் விளக்கின் திரியைப் பார்த்தபடியே பேசிக்கொண்டிருந்தாள். தெருவில் ஆள் நடமாட்டம் ஓய்ந்து பூமிக்கு அடியில் ஊரே மூழ்கிப் போய்விட்டது போலிருந்தது.

நாகுவின் எதிர்காலத்தைப் பற்றித் தெரிந்து கொள்வதற்காக பூவிலாங்குளத்திற்குப் போய் தட்சணாசாரியைப் பார்த்து வாக்கு கேட்டுவிட்டு வருவதென நாகுவின் அம்மாவும் அவனது தாத்தாவும் முடிவு செய்து கொண்டார்கள்.

நாய் ஒன்று ஊளையிடத் துவங்கியது. நீண்ட ஓலத்துடன் அந்த ஊளை சப்தம் தெருவில் புரண்டு கொண்டிருந்தது. அம்மா ஆத்திரத்துடன் சனியன் ஊளையிடுது எனத் திட்டினாள். உறங்கிக் கொண்டிருக்கும் பிள்ளைகளையே பார்த்துக்கொண்டிருந்தார் நாகுவின் தாத்தா. பார்க்கப் பார்க்க மனதைத் துக்கம் அடைத்தது. உறங்கும் குழந்தைகளை உற்றுப் பார்க்கக் கூடாது என அவராக மனதில் சொல்லிக்கொண்டே வேலிப்புதரில் பதுங்கிய இருளை வெறித்துப் பார்க்கத் துவங்கினார் பிறகு துண்டைத் தலைக்கு வைத்துப் படுத்துக்கொண்டார். அம்மா பிள்ளைகளை ஒட்டியே படுத்துக்கொண்டாள். நட்சத்திரம் ஒன்று தலைக்கு மேலாக மினுங்கிக்கொண்டிருந்தது. வேணி தன் விரல்களை நீட்டி உறக்கத்திலே எதையோ எண்ணிக்கொண்டிருந்தாள். அய்யாவிற்கு உறக்கம் பிடிக்கவேயில்லை.

விடிகாலையிலே உறங்கிக்கொண்டிருக்கும் நாகுவைத் தோளில் தூக்கிக்கொண்டு நாகுவின் தாத்தா நடக்கத் துவங்கிய போது அம்மா ஈரக் கூந்தலும் நெற்றி நிறையத் திருநீறுமாக உறக்கமற்ற கண்களுடன் நிசப்தமாக அவருக்கு முன்பாக நடந்து போய்க் கொண்டிருந்தாள்.

மெல்லிய சாம்பல் வெளிச்சத்தில் அவர்கள் வேலிப்புதர்களுக்கு நடுவே இருந்த பாதை வழியாக நடந்து ஊரை விட்டு வெளியே வந்தபோது பனங்காற்றின் புளிப்பு வாடை எங்கும் கசிந்து கொண்டிருந்தது. வேகவேகமாக இருவரும் நடந்தார்கள். உடை மரங்கள் இருந்த கண்மாயின் பாதை வழியாக அவர்கள் நடந்து கொண்டிருந்தபோது வானம் வெளிவாங்கத் துவங்கியிருந்தது.

நாகு அரைத் தூக்கத்திலே தாத்தாவின் முதுகில் கைகளால் அடித்துக்கொண்டே வந்தான். அவர் தளர்ச்சியற்ற நடையில் கண்மாயின் மேற்குப் பாதையில் நடந்து போய்க்கொண்டிருந்த போது எங்கோ மயிலின் கேவல் ஓசை கேட்கத் துவங்கியது. திரும்பிப் பார்க்க மனதின்றி அவர் நடந்து கொண்டிருந்தார்.

தண்ணீர் அற்றுப்போன வெறும் கண்மாய் பாளம் பாளமாக வெடித்துப் போயிருந்தது. அவர்கள் எதையும் பேசிக் கொள்ளவேயில்லை. கண்மாயைத் தாண்டும்போது கிழக்கில் சூரியன் ப்ரகாசிக்கத் துவங்கியிருந்தது. அவள் ஒரு நிமிஷம் அந்த இளஞ்சூரியனைப் பார்த்தாள். வானத்தில் தனியே சிரித்துக்கொண்டிருப்பது போல சூரியன் செஞ்சிவப்பில் மிளிர்ந்து கொண்டிருந்தது. வானத்திலிருந்து பூமி வரை எங்கும் வெளிச்சத்தின் மென்தூவல்கள் நிரம்பத் துவங்கின. மரங்களின் இலைகள் விழித்துக்கொண்டது போல மெதுவாகத் திரும்பின. காட்டு வேம்பு மெதுவாக இலை அசைக்கத் துவங்கியது. மண் புரண்டு படுத்துக்கொண்டது. அவள் தலை தாழ்வதற்குள் சூரியன் நகர்ந்து மேகங்களுக்குள் போயிருந்தது.

அய்யா அவளை விட்டு முன்னால் போயிருந்தார். அவள் கண்மாயை விட்டு கீழே இறங்கிப் பிரியும் பாதையில் நடந்து கொண்டிருந்தாள். தொலைவில் ஒரு ஊர் மிதந்து கொண்டிருந்தது. அவள் அய்யாவின் வேகத்திற்கு ஈடுகொடுப்பதற்காகப் புடவையைத் தூக்கிச் சொருகிக்கொண்டு நடக்கத் துவங்கினாள். வழியில் அவள் காலடியில் எப்போதோ இறந்து போய் இடுகாட்டை விட்டு வெளியேறிய ஒரு மனுஷனின் கை எலும்பு ஒன்று மிதிபட்டது. அவள் ஓங்கி அதை எத்தினாள். காலத்தை மீறி நிறம் வெளிறிப் போன அந்தக் கை எலும்பு எகிறிப் புதரில் போய் விழுந்தது.

அவர்கள் இருவரும் அருகாமையிலிருக்கும் சிற்றூரைக் கடந்து போனபோது அந்த ஊரில் வெயில் நிரம்பியிருந்தது. காலை துவங்கியிருந்தபோது ஆள் நடமாட்டமில்லை. அவர்கள் ஊரின் வெளிவட்டத்திற்குள்ளாகவே நடந்து கிளைப் பாதை வழியாகப் பூவிலாங்குளத்திற்குச் செல்லும் பாதையில் நடந்து போகத் துவங்கினார்கள்.

தட்சணாசாரி வீட்டு வாசலில் கையில் வெற்றிலையும் பழமும் வாங்கி வைத்தபடி அவர் குளித்துவிட்டு வருவதற்காக ஆறேழு பேர் காத்திருந்தார்கள். அம்மாவும் வெற்றிலை வாங்குவதற்காகப் போயிருந்தாள். ஆட்டுக்குட்டியைக் கல் உரலில் கட்டி வைத்திருந்த தட்சணாசாரியின் வீட்டைத் தூக்கம் கலைந்து இடுக்கிய கண்களுடன் பார்த்துக்கொண்டிருந்தான் நாகு. அவன் அருகில் உட்கார்ந்திருந்த தாத்தா அவன் முகத்தைத் துண்டால் துடைத்து விட்டபடியே அருகில் இருந்த மற்றவர்களைப் பார்த்துக்கொண்டிருந்தார்.

தட்சணாசாரி பெருமாளைக் கும்பிடுகிறவர். அவர் வீட்டின் உள்ளேயிருந்து கோவிந்த நாமம் சொல்லிக்கொண்டிருந்தார்கள். அம்மா கையில் ஒரு முறுக்கை வாங்கிக்கொண்டு வந்திருந்தாள். நாகுவிற்கு அதைத் திங்கப் பிடிக்கவில்லை. முறுக்கைக் கையில் வைத்தபடி பயத்துடன் அந்த வீட்டைப் பார்த்துக் கொண்டிருந்தான்.

அம்மா தன் அருகில் இருந்த ஒரு பெண்ணிடத்தில் எதையோ கேட்டுக்கொண்டிருந்தாள். அவள் அருகே ஒரு நடுத்தர வயது ஆள் மொட்டையடித்த தலையுடன் கையில் பனையோலை ஒன்றை வைத்துக்கொண்டு ஒடுங்கிப் போய் உட்கார்ந்திருந்தான். அவன் கண்கள் நிலை கொள்ளாமல் தத்திக்கொண்டிருந்தன. அவன் மண்ணைப் பார்த்து எதையோ சொல்லிக்கொண்டிருந்தான். அந்த ஆளோடு வந்திருந்த பெண் அது தன் கணவன் என்றும், கண்ணை மூடித் தூங்கினால் அவருக்குப் பயம் என்றும், தூங்காமலே இருபத்தி மூன்று நாட்கள் இருந்து இருந்து இப்படி பயத்தில் ஒடுங்கிப் போய்விட்டார் என்றும், அவரது தம்பிகள் செய்வினைகள் செய்துவிட்டதாகவும் சொன்னாள்.

நாகுவிற்கு அந்த ஆளைப் பார்க்க முடியவேயில்லை. அவர் கைவிரல்கள் சதா ஆடிக்கொண்டேயிருக்கின்றன. பற்களைக் கடித்துக்கொண்டு தரையையே உற்றுப்பார்த்துக்கொண்டிருக்கிறார். அம்மாவிற்கும் பயம் வந்திருக்க வேண்டும். அவள் நாகுவை அணைத்துப் பிடித்துக்கொண்டு உட்கார்ந்து கொண்டாள்.

தட்சணாசாரி வீட்டிற்குள் இருந்து ஒடிசலான ஒரு பெண் வெளியே வந்து வீட்டுத் திண்ணையில் சிறிய பாயை விரித்துப் போட்டு ஒரு செம்பில் தண்ணீர் கொண்டுவந்து வைத்துவிட்டுப் போனாள். தட்சணாசாரி வெளியே வந்தபோது வெயில் ஏறியிருந்தது. திண்ணையில் ஏறி உட்கார்ந்து கொண்டு தனது சுருக்குப் பையிலிருந்து வெற்றிலைகளை எடுத்துப் போட்டுக்கொண்டபடி மரத்தடியில் வந்து காத்துக்கொண்டிருப்பவர்களைப் பார்த்து லேசாகச் சிரித்தபடி கண்களை மூடிக்கொண்டார்.

தட்சணாசாரிக்கு வயது எழுபதைத் தாண்டியிருக்கும். தலை மயிர் முழுதாக நரைத்துப்போயிருந்தது. இரண்டு காதுகளிலும் கடுக்கன் போட்டிருந்தார். மெலிந்த உடல்வாகு. சட்டை போடாமல் மேல் துண்டு மட்டும் போட்டிருந்தார். வெற்றிலைப் பாக்கைக் கையில் வைத்துக்கொண்டு யாவரும் அவர் தங்களைக் கூப்பிடுவதற்காகக் காத்துக் கொண்டிருந்தார்கள். அவர் கண்களை மூடியபடியே இருந்தார். அம்மா கவலை ததும்பிய முகத்துடன் தன் அய்யாவைப் பார்த்துக்கொண்டிருந்தாள். தட்சணாசாரி வெற்றிலையைத் துப்பிவிட்டு சொம்புத் தண்ணீரில் வாயைக் கொப்பளித்தபடியே கரகரத்த குரலில் கூப்பிட்டார்,

“சுப்பு தாயி... பையனைக் கூப்பிட்டு வாம்மா.”

இத்தனை பேரில் முன்பின் தெரியாத தன்னைப் பெயர் சொல்லி தட்சணாசாரி அழைத்தது அவளுக்கு ஆச்சரியமாகயிருந்தது. நாகுவைத் தூக்கிக்கொண்டு அவர் முன்பாகப் போய் நின்று வெற்றிலைப் பாக்கைத் தட்சணையாகக் கொடுத்தாள். அருகில் நின்றுகொண்டிருந்த நாகுவின் தாத்தாவை தட்சணாசாரி ஜாடையிலே திண்ணையில் ஏறி உட்காரச் சொன்னார். மூவரும் கிழக்குப் பார்த்து உட்கார்ந்து கொண்டார்கள். தட்சணாசாரி நாகுவையே பார்த்துக்கொண்டிருந்தார். பிறகு கண்களை மூடிக்கொண்டார். அவரது உதடுகள் எதையோ முணுமுணுத்த படியிருந்தன. தெளி வற்ற சப்தத்தால் அவர் என்ன சொல்கிறார் என்றே தெரியவில்லை. அவர் கண்களைத் திறந்து கொண்டு பெருமூச்சிட்டார். பிறகு அவளிடம் கேட்டார்,

“இந்தப் பையனோட தகப்பன் வீட்டை விட்டுப் போயி ஒரு மாசமிருக்குமா?”

அம்மா தலையாட்டினாள். வெற்றிலை ஒன்றை எடுத்து காம்பு கிள்ளிவிட்டு எதையோ முணுமுணுத்துவிட்டு நாகுவை அழைத்து அதைப் பார்க்கச் சொன்னார். நாகு வெற்றிலையை உற்றுப் பார்த்தான். அதில் வெண்குருவிகள் சடசடவென சிறகடித்துக்

கொண்டிருந்தன. உன்னிப்பாகப் பார்த்துக்கொண்டேயிருந்தான். குருவிகள் தொலைவில் தங்கள் சிறிய வாலை அசைத்தபடி கூட்டமாகச் சிறகடித்துப் பறந்து கொண்டிருந்தன. அதைப் பார்க்கப் பார்க்க அவன் முகம் மாறிக்கொண்டேயிருந்தது. பிறகு அவன் நிமிர்ந்து அம்மாவைப் பார்த்துவிட்டுத் திரும்பவும் வெற்றிலையைப் பார்த்தான். அதில் வெண்குருவிகள் இல்லை. பச்சை நரம்புகளுடன் கிளையோடியிருந்தது வெற்றிலை. அவர் நாகுவின் தலையில் தன் கையை வைத்து ஆசி செய்தபடியே சொன்னார்,

“எல்லாம் சரியா போயிரும்மா... கிரக சஞ்சாரங்கள் செய்ற வேலை... பையனைக் கூட்டிட்டு பெருமாள் கோவில்ல போயி சென்னகேசவனைக் கும்பிட்டு வந்திரு. நல்லா ஆகிருவான்.”

அம்மா எழுந்து கொண்டாள். கூடவே அய்யாவும் எழுந்து கொண்ட போது தட்சணாசாரி தொண்டையைச் செருமினார். அய்யா நாகுவையும் அம்மாவையும் மட்டும் சென்னகேசவன் கோவிலுக்கு அனுப்பி வைத்துவிட்டுத் திண்ணையிலே உட்கார்ந்திருந்தார். தன் கண்களை மூடிக்கொண்டு தட்சணாசாரி வாக்கு சொல்லத் துவங்கினார்.

நாகுவும் அம்மாவும் சென்ன கேசவனின் கோவிலுக்குள் நடந்தார்கள். பெரிய மதில் சுவரோடு உள்ள கோவிலில் ஆட்களேயில்லை. கோவில் சுவரில் கிளிகள் சப்தமிடுகின்றன. இருட்டறைக்குள் வௌவாலின் மணம்.

அவள் நாகுவைக் கூட்டிக்கொண்டு சன்னதிக்குள் போனபோது உள்ளே எரிந்து கொண்டிருந்த விளக்கின் சுடர்கள் நடுங்கிக் கொண்டிருந்தன. களிம்பேறிய சென்னகேசவமூர்த்தி சாந்தம் ததும்பியிருந்தார். அம்மா நாகுவின் கைகளைத் தன்னோடு சேர்த்து வைத்துக்கொண்டு வணங்கினாள். துளசி தீர்த்தத்தைக் குடித்து விட்டு பிரகாரத்திற்கு வரும்போது அம்மாவிற்குப் பசிக்கத் துவங்கியது. அவள் நாகுவிடம் குனிந்து கேட்டாள்,

“பசிக்குதாய்யா?”

அவன் பயத்தில் இல்லையெனத் தலையாட்டினான். அவர்கள் கோவில் வாசலுக்கு வந்தபோது வாசலில் நாகுவின் தாத்தா கையில் ரெண்டு இனிப்பு வடைகளுடன் நின்றிருந்தார். தேரடியில் இருந்த நிழலில் உட்கார்ந்து கொண்டு தாயும் மகனும் அதைச் சாப்பிடத் துவங்கினார்கள். தாத்தா கோவில் கோபுரத்தையே பார்த்துக்கொண்டிருந்தார். அம்மா தட்சணாசாரி வேறு ஏதாவது

சொன்னாரா எனக் கேட்க விரும்பினாள். வழியில் கேட்டுக் கொள்ளலாம் என நினைத்தவளாக விட்டுவிட்டாள்.

அவர்கள் ஊர் நோக்கித் திரும்பத் துவங்கும் போது வெயில் முற்றியிருந்தது. நாகு தாத்தாவின் துண்டைத் தலைக்குப் போட்டுக் கொண்டு பாதையில் நடந்து கொண்டிருந்தான். வெயிலிலும் கூட தட்டான்கள் தங்கள் கண்ணாடிச் சிறகுகளுடன் பாதையில் அலைந்து கொண்டிருந்தன.

15

காலையில் பல்விளக்கும்போதே நீலா பார்த்தாள். கல் தொட்டிக்குள் இருந்த ஆமை ஈரம் உலர்ந்து போய் உள்ளங்கையளவு தண்ணீரில் தன் கால்களை அசைத்தபடி கிடந்தது. மெதுவாகத் தன் தலையை வெளியே நீட்டியபோது மிக ப்ரகாசமான வெளிச்சம் தன்னைச் சுற்றிலும் நிரம்பியிருப்பதைக் கண்டதாக அவசரமாகத் தலையை ஓட்டிற்குள் இழுத்துக் கொண்டது. அம்மா தம்பியை அழைத்துக்கொண்டு போன பிறகு வேணியும் நீலாவும் காட்டுவேலிகளை வெட்டுவதற்காக ஆளுக் கொரு அருவாளைத் தலைச்சும்மாடுக்குள் வைத்துக்கொண்டவர்களாகத் தெருவில் நடந்து போனார்கள்.

மூன்று தெருக்களில் ஆட்கள் அற்றுப்போய்விட்டார்கள். மீதமிருப்பது முப்பது நாற்பது வீட்டு ஆட்கள் மட்டும்தான். அதிலும் வயதான ஒன்றிரண்டு ஆட்களைத் தவிர மற்றவர்கள் பகலில் வீடு தங்குவதேயில்லை. வெளியே கிளம்பிப் போய்விடுகிறார்கள். இரவு துவங்கும் நேரம் வீடுகளில் சுற்றும் சமையல் புகையைத் தவிர வேறு நடமாட்ட அறிகுறிகள் இல்லை.

ஊரிலிருந்தவர்களை ஞாபகப்படுத்திக்கொள்வதுகூட மனதைச் சங்கடப்படுத்துவதாகியது. தெருவில் நடந்து போகும்போது மூடிக் கிடக்கும் எவர் வீட்டையும் எவருக்கும் நிமிர்ந்து பார்க்கும் தைரியம் வரவில்லை. பலரும் தலைகவிழ்ந்தபடியே ஊருக்குள் நடமாடிக்கொண்டிருந்தார்கள்.

வேணி தெருவின் வடகோடியைக் கடக்கும்போது இடிந்த சுவருள்ள வீட்டின் முன்பாகச் சிங்கிக் கிழவன் விழுந்து கிடப்பதைக் கண்டாள். அந்தக் கிழவனுக்குப் பார்வை மங்கிப் போயிருந்தது. கையில் வேலிக்கம்பை வைத்துக்கொண்டு தட்தட்டென அடித்தபடி

எப்போதாவது தெருவில் நடந்து வருவதைத் தவிர இடிந்து போன தன் வீட்டினுள்ளாகவே படுத்துக் கிடக்கிறான்.

சில நேரங்களில் சுவரைத் தடவித் தடவிப் பிடித்தபடி மூத்திரம் பெய்வதற்கு அருகாமை சந்திற்குள் நடந்து போவதும் தன் வீட்டை யாராவது கடக்கும்போது செருமுவதைத் தவிர அவன் வேறு இயக்கமே கொள்வதில்லை. அந்த வீட்டின் சுவர்கள் காற்றில் அரித்து அரித்து மண்ணை உதிர்த்துக்கொண்டிருந்தன.

கோரை போல மயிர்கள் அடர்ந்து போன கிழவனின் முகத்தில் எப்போதும் சொல்ல முடியாத ரௌத்திரம் பதுங்கியிருந்தது. நடை தடுமாறிக் கீழே விழுந்து கிடந்தவனை வேணி குனிந்து புரட்டிப் போட்டாள். உடம்பெங்கும் மூத்திரம் தெறித்திருந்தது. செம்புழுதி பிசுபிசுப்போடு முகமெங்கும் ஒட்டியிருந்தது. அவன் கைகால்களில் சிராய்ப்புகள் தெரிந்தன. அவள் கிழவனை இடுப்போடு சேர்த்துத் தூக்கிவிட்டாள். அவன் பற்களை நறநறவென கடித்துக்கொண்டு தன்னையே மிகக் கொச்சையாகத் திட்டிக்கொண்டபடி ஊனு கம்பைத் தேடிக் கைகளைக் காற்றில் படர விட்டான். வேணி புழுதியில் கிடந்த வேலிக்கம்பை எடுத்து அவன் கையில் கொடுத்தாள். அவன் மிக வேதனையுடன் நடந்து தன் வீட்டிற்குள் போய் சுருண்டு கொண்டான்.

தன் கைகளில் இருந்த மூத்திர வாடையைப் பாவாடையில் துடைத்துவிட்டு வேணி நடந்தபோது நீலா தொலைவில் போய்க் கொண்டிருந்தாள். ஊரைப் பிரிந்து போகும் வடக்குப் பாதையில் இருந்த வேலிமுட்களை இருவரும் வெட்டத் துவங்கினர்.

கழுத்தடியில் ஒரு கையைக் கொடுத்து நெறிப்பது போல வெயில் இறுக்கத் துவங்கியது. வெட்டிய முள்ளை இழுத்து அருகில் போட்டு நிமிரும் முன்பு வியர்த்து இடுப்பெல்லாம் நீர் இறங்கி ஓடியது. கையிலிருந்த அருவாளால் சூரியனைத் துண்டு துண்டாக வெட்டிப்போட்டு விடலாமா என ஆத்திரமாக வந்தது. இங்கு மட்டும் எதற்காகக் கொப்பளிக்கிறது சூரியன்.

அவள் ஆத்திரத்தை வேலிச் செடிகளின் மீது காட்டத் துவங்கினாள். பச்சை வாடையுடன் செடி முறிந்து கொண்டிருந்தது. தெற்கிலிருந்து வெட்டிக்கொண்டு வந்த நீலா தூர்ந்து போன கிணற்றடியில் நின்றபடியே வேணியைக் கூப்பிட்டாள்.

நிமிர்ந்து பார்த்துவிட்டு வேலியை வெட்டத் துவங்கிய வேணி மறுபடியும் நீலா அழைத்ததும் அருகே நடந்து போனாள்.

அருகாமையில் ஒரு கல்லில் நூற்றுக்கணக்கில் நத்தைகள் அப்பியிருந்தன. அவள் இதைக் காட்டுவதற்காகவா தன்னை அழைத்தாள் எனக் கோபப்படும் முன்பாக நீலா கையைக் காட்டிச் சொன்னாள்,

"செல்வ அண்ணனைப் புதைச்ச இடம்."

வேணி அந்தப் புதைமேட்டையே பார்த்துக்கொண்டிருந்தாள். பிறகு நீலாவிடம் சொன்னாள்,

"இது இல்லே... வேற யார் இதோ."

"இல்லக்கா... நாம் ஒரு தடவை வந்து பாத்தமே... அப்பக் கூட நிறைய நத்தை ஒட்டிகிட்டு இருந்துச்சே."

ஆமாம் என வேணி தலையாட்டினாள். இருவரும் அருகாமையில் சென்று பார்த்தார்கள். புதைமேடு மிகச் சிறியதாக அடங்கியிருந்தது. பிய்ந்து போன துணிகளும் செத்தைகளும் பெருகிக் கிடந்த அந்த இடத்தை நீலா குனிந்து தன் கைகளால் சுத்தப்படுத்தினாள். பிறகு வேணியிடம் கேட்டாள்,

"செல்வ அண்ணனை நீ பாத்திருக்கியாக்கா?"

பார்த்திருப்பதாக வேணி தலையாட்டினாள்.

"யாரு மாதிரிக்கா இருப்பாங்க?"

வேணி பதில் சொல்லாமல் தான் முள் வெட்டிக்கொண்டிருந்த இடத்திற்குத் திரும்பிப் போனாள். நீலா வெட்டிய முள்ளை இழுத்து ஓரிடத்தில் குவித்துக்கொள்ளத் துவங்கினாள். கவைகவையாகப் பிரிந்திருந்த ஒரு வேலிச் செடியை வேணி வெட்டத் துவங்கும் போது அவளறியாமல் அம்மாவின் ஞாபகம் வந்தது. செல்வ அண்ணனைப் பற்றி இப்போது நினைவுபடுத்தினாலும் அம்மா அழுதுவிடுவாள்.

வேணிக்கு மங்கிய ஞாபகமாகயிருக்கிறது. அவளுக்கு அடுத்துப் பிறந்திருந்தான் செல்வம். பிறந்தது முதலே அழுது கொண்டேயிருந்தான். அவனுக்குப் புகட்டும் பால் வயிற்றில் தங்கவேயில்லை. வாய் ஓயாத அழுகை. சின்னஞ்சிறிய கைகால்களை அசைத்தபடி அம்மாவின் அருகே படுத்துக் கிடந்த செல்வத்தைப் பார்த்துக் கொண்டேயிருந்தாள். முட்டி முட்டி அழுது மூச்சு வாங்கத் துவங்கியிருந்தது. அவனது குரலே தேய்ந்து போயிருந்தது. எதற்காக இத்தனை அழுகை என்று எவருக்குமே புலப்படவில்லை.

எஸ்.ராமகிருஷ்ணன்

வேணியின் அய்யா குழந்தை அருகே உட்கார்ந்து கொண்டு பகலும் இரவுமாக விசிறியால் வீசிவிட்டுக்கொண்டேயிருந்தார். மருத்துவச்சி பெயர் சொல்லாததை அரைத்துக் கொடுக்கச் சொன்னாள். அம்மாவிற்கு நிலைகொள்ளவேயில்லை. அந்த அழுகை ஏழாம் நாள் வரை நீண்டு பின் அடங்கியது. ஓரிரவில் குழந்தை சீராக உறங்கிக்கொண்டிருந்தது. அம்மா மார்பில் கட்டிய பாலைப் புகட்டக்கூடப் பிள்ளையைத் தூக்கவில்லை. மறுநாள் காலை சிரிப்போடு அது கைகால்களை உதைத்து விளையாடத் துவங்கியது. அய்யாவிற்கு சந்தோஷமாகயிருந்தது.

அவர் வேணியைத் தூக்கிக்கொண்டு காளியம்மன் கோவிலில் போய் ஒரு தேங்காய் வெடலை போட்டு வந்தார். மூன்று நாட்கள் குழந்தை விளையாடிக்கொண்டேயிருந்தது. வேணி அதன் விரல்களைப் பிடித்தபடியே பார்த்துக்கொண்டிருப்பாள். அய்யாதான் செல்வம் என்ற பெயரை வைத்தார். காற்றில் எதையோ பிடித்து விளையாடுவது போல தானே சிரித்துக்கொண்டிருந்தது. நாலாம் நாள் இரவில் திரும்பவும் அழத் துவங்கியது. முந்தைய நாட்களை விடவும் உக்கிரமாக வீறிட்டு எழுந்த அந்த சப்தம் இரவில் ஓயவேயில்லை. தெருக்காரர்கள் கூடிவிட்டார்கள். குழந்தையை ஆள் மாற்றி ஆள் தேற்றிப்பார்த்தார்கள். ஆனால் அது அவர்களோடு சேர்ந்து வாழ்வதற்கு விருப்பமின்றித் தன் அழுகையை நிரந்தரமாக நிறுத்திக்கொண்டது.

அம்மா பெருங்குரல் எடுத்து அழத் துவங்கினாள். ஆண்களும் பெண்களுமாக அழுகை திரண்ட அந்த இரவில் வேணி பயந்து கொண்டேயிருந்தாள். அவளும் இடைவிடாமல் அழுதாள். காலை துவங்கியதும் ஊரின் அருகாமையிலே இருந்த கிணற்றடி மேட்டிலே செல்வனைப் புதைத்து வந்தார்கள்.

வேதனையிலிருந்து அம்மா நாட்கள் கடந்தும் எழுந்து கொள்ள வேயில்லை. அவளுக்கு மார்பில் பால் நெறிகட்டிக்கொண்டு கடு கடுத்தது. அவளை வீட்டுச் சந்தினுள் கூட்டிப்போய் மண் சுவரில் கட்டியிருந்த பாலைப் பீச்சிவிட்டார்கள். பாலைச் சுவர்கள் நுண் நாவால் சப்பி உறிஞ்சிக் குடித்தன. அப்போது அம்மா அடிவயிற்றிலிருந்து குரல் எழுப்பி அழுதாள்.

செல்வனுக்கு அடுத்ததாக நீலா பிறந்தாள். பல வருடங்களுக்குப் பிறகுதான் நாம் பிறந்தான். ஆனாலும் நாகு தூக்கத்தில் அழுதால்கூட அம்மா பதறிப்போய்விடுவாள். வருஷம் பத்தைக் கடந்து போயிருந்தது. யாவரும் செல்வ அண்ணனை மறந்திருந்திருந்தார்கள்.

எப்போதோ ஒரு நாள் வீட்டில் வேணிதான் நீலாவிற்கு நடந்ததை எல்லாம் சொன்னாள். நீலாவிற்குத் தான் பிறப்பதற்கு முன்பே இறந்துபோன அந்த அண்ணன் மீது சொல்ல முடியாத பாசம் உண்டானது.

அவர்கள் வேலியை வெட்டி முடித்தபோது வெயில் உச்சிக்கு வந்திருந்தது. நீலா தறித்த முள்கட்டைத் தலைக்குத் தூக்கிக் கொண்டு வீட்டைப் பார்த்து நடக்கத் துவங்கியிருந்தாள். யோசனை கலைந்த வேணி தான் வெட்டிக்கொண்டிருந்த வேலிச் செடியைச் சீவி எறியத் துவங்கினாள்.

நீலா வீடு வந்து சேர்ந்தபோது வீட்டிற்குள்ளிருந்து ஒரு நாய் வேகமாக வெளியே ஓடியது. தலைச்சுமையைப் போட்டுவிட்டு அவசரமாக வீட்டிற்குள் போனாள். நாய் ஒரு மண்சட்டியை உருட்டி விட்டிருந்தது. நீலா சட்டியை நேராக நிமிர்த்து வைத்து விட்டு மூஞ்சியைக் கழுவுவதற்காக நடந்தாள். தண்ணீர் பட்டதும் முகமெல்லாம் எரியத் துவங்கியது.

கல்தொட்டியை எட்டிப் பார்த்தாள். அதில் மிதந்து கொண்டிருந்த ஆமையைக் காணவில்லை. அவள் தன் கையை விட்டுப் பார்த்தாள். தூசியும் மண்ணும் தென்பட்டதேயன்றி ஆமையில்லை. யாரோ திருடிக்கொண்டு போய்விட்டார்கள்.

நீலாவிற்கு ஆத்திரம் தாங்க முடியவில்லை. யாராக இருக்கும் என யோசித்துப் பார்த்தாள். தன் அருகாமை வீடுகளில் இருந்தவர்கள் தான் எடுத்திருக்கக்கூடும். தெருவில் நின்றபடி கண்டபடி ஏசத் துவங்கினாள். யார் எனத் தெரியாமல் அவள் கத்திக் கொண்டிருந்தாள்.

வேணி தெருவிற்குள் வரும்போது நீலா ஓங்காரமாகக் கத்திக் கொண்டிருந்தாள். வேணி ஆமையைப் பற்றிப் பெரிதாகக் கவலைப்பட்டுக்கொள்ளவில்லை. அவள் நீலாவிடம் காக்கா தூக்கிக்கொண்டு போயிருக்கும் எனச் சொன்னாள். நீலாவிற்கு ஆத்திரத்தை அடக்க முடியவில்லை. தெருவில் வீடுவீடாகக் கேட்கும்படி வசையிட்டபடியே நடந்து போனாள்.

உக்கிரமான வெயில் கூட அவளது குரலைக் கண்டதும் பயந்து ஒடுங்கிக்கொண்டது போல மப்பு போடத் துவங்கியது. நீலா அடிபட்ட விலங்கைப் போல உடம்பெல்லாம் நடுங்க வாசலில் வந்து உட்கார்ந்து கொண்டாள்.

16

பூவிலாங்குளத்திலிருந்து திரும்பி வரும்போது நாம் ஒரு ஊதல் வாங்கி வந்திருந்தான். பீப்பீ என சப்தமிட்டுக்கொண்டேயிருக்கும் அதை இரவில்கூட வாசித்துக்கொண்டிருந்தான். தாத்தா ஊருக்குக் கிளம்பிப் போயிருந்தார். வாசலில் உட்கார்ந்து கொண்டு நாகு பீப்பீ ஊதுவது நீலாவிற்கு எரிச்சலாக வந்தது. அவள் ஆத்திரத்துடன் அவனைத் திட்டினாள். எங்கே ஊதலைப் பிடுங்கிக்கொண்டு விடுவாளோ என்ற பயத்தில் அவசரமாகத் தெருவில் போய் நின்று கொண்டான். ஊருக்குப் போகும்போது தாத்தா நாகுவின் அம்மா விடம் சொன்னார்,

“கவலைப்படுறதுக்கு ஒண்ணுமில்லை. வெள்ளி செவ்வாய்க்குக் காளியம்மன் கோவில்ல விளக்குப் போட்டா போதும்னாரு தட்சணாசாரி. பிள்ளைகளைப் பாத்துக்கோம்மா.”

அம்மா அதை மௌனமாகக் கேட்டுக்கொண்டாள். நாகு தெருவில் நின்று ஊதலை ஊதிக்கொண்டிருந்தான்.

நீலாவைத் தேடி சாயக்காரர்கள் தெருவிலிருந்த சவுடி வந்திருந்தாள். அவளைக் கண்டதும் நீலா வீட்டிலிருந்து வெளியே வந்தாள். இருவரும் ரகசியமாக எதையோ பேசிக்கொண்டார்கள். நீலா ஆத்திரத்துடன் சவுடியோடு சாயக்காரர்கள் தெருவிற்கு நடந்தாள்.

நவுனியம்மா வீட்டில் இன்னமும் விளக்கு பொருத்தக்கூடயில்லை. அவள் எதையோ உரலில் போட்டு இடித்துக்கொண்டிருந்தாள். நீலா சவுடியைக் கூட்டிக்கொண்டு வருவதைக் கண்டதும் இடித்துக் கொண்டிருந்ததைப் போட்டுவிட்டு அவசரமாக வீட்டிற்குள் போய்விட்டாள். நீலா வாசலில் வந்து நின்றபடி அதட்டும் குரலில் கூப்பிட்டாள்,

"ஏ நவுனி வாடி."

நவுனி இருட்டிற்குள்ளாகவே எதையோ தேடிக்கொண்டிருப்பவள் போல் துழாவிக்கொண்டிருந்தாள். நாகுவிற்கு ஆத்திரமாக வந்தது. அவள் வீட்டு முன்னிருந்த கோழி அடைக்கும் பஞ்சாரத்தைக் காலால் எத்திவிட்டாள். உள்ளே சலனமேயில்லை.

"திருட்டு முண்டை வெளியே வாடி" என அவள் ரௌத்திரமாகக் கத்தியதும் கூந்தலை அள்ளிக் கட்டிக்கொண்டு வாசலுக்கு வந்த நவுனி கத்தினாள்,

"உன் வயசு என்ன, என் வயசு என்னடி, யாரைப் பார்த்துடி முண்டை தண்டைங்கிறே... தட்டுவாணி."

நீலா பதில் பேசவேயில்லை. நவுனியின் மீது பாய்ந்து அவள் கைகளைக் கடித்துவிட்டாள். ரத்தம் கசியத் துவங்கியது. நீலா தன் இரண்டு கைகளாலும் நவுனியின் தலைமயிரைப் பிடித்து உலுக்கினாள். நவுனி தன் வயதை மறந்து வலியில் கூப்பாடு போட்டாள். நீலா விடுவிடுவெனத் தெருவில் இறங்கி நடக்கத் துவங்கினாள். தெருவில் இப்போதும் நாகு பீப்பீ ஊதிக் கொண்டிருந்தான். அவள் எதுவும் நடக்காதது போலவே தன் இடத்தில் வந்து உட்கார்ந்து கொண்டாள்.

நவுனி தன் புருஷனைக் கூட்டிக்கொண்டு நீலாவை அடிப்பதற்காக வந்தபோது நாகு வானத்தைப் பார்த்தபடி ஊதலை ஊதிக் கொண்டிருந்தான். நவுனி எப்படியாவது நீலாவை அடித்துவிட வேண்டும் என்பவள் போல கையில் அருவாள்மனையைத் தூக்கிக் கொண்டு வந்திருந்தாள். தன் பிள்ளையை அடிப்பதற்காக வந்து நின்றவளைக் கண்டதும் அம்மாவிற்குக் கோபம் உச்சத்தில் ஏறியது. நீலா அம்மா கேட்காமலே சொன்னாள்,

"நம்ம வீட்டில் இருந்த ஆமையைக் களவாண்டு போயி தின்னுருக்கா."

நவுனி ஆங்காரமாகக் கேட்டாள்,

"நீ பாத்தயாடி?"

"ஆமா உன் பிள்ளையைக் கூப்பிடு கேட்போம்" என நீலா கோபத்தோடு சொன்னாள்.

நவுனிக்கு ஒரு சிறுமி தன்னை அதிகாரம் செய்வது தாங்க முடியவில்லை. தனது அருவாள்மனையால் ஆத்திரத்தோடு கொத்த வந்தாள். அவள் புருஷன் நெஞ்செலும்புகள் தெரிய

எஸ்.ராமகிருஷ்ணன்

புகைச்சலுடன் மெலிந்து போனவனாயிருந்தான். அவன் அடங்கிய குரலில் கேட்டான்,

"அதுக்குக் கடிச்சு வைக்குறதா?"

நீலா பதில் பேசவில்லை. வேணியும் அம்மாவும் சேர்ந்து கொண்டு நவுனியைப் பிடிபிடியெனப் பிடிக்கத் துவங்கினார்கள். அவர்களின் சச்சரவு அடங்கியபோது நவுனியின் தலைமயிரைப் பிடித்து வீட்டிற்கு இழுத்துக்கொண்டு போனான் அவள் புருஷன். எவருக்கும் அன்றிரவில் சாப்பிடக்கூடத் தோன்றவில்லை. நாகு தூங்கும்போதுகூட அந்த ஊதலைத் தன் கைகளில் வைத்தபடியே தூங்கிக்கொண்டிருந்தான்.

17

"புலி அடைபடுது. பாத்து விளையாடுங்க அப்பச்சி" என்ற குரல் கேட்டதும், சட்டெனத் தன் கைகளை நீட்டிக் காயை நகர்த்துவதற்காக எழுந்து கொண்ட சிங்கிக் கிழவனுக்குக் கைகளில் எதுவும் தட்டுப்படவில்லை. தரையைத் தடவிப் பார்த்தான். தான் வீட்டில் அல்லவா உறங்கிக் கிடக்கிறோம். இங்கே எப்படி அவன் குரல் கேட்டது. ஒருவேளை இது சொப்பனம்தானோ என்று பட்டது. பொழுது விடிந்துவிட்டதா இல்லையா என்பது கூடத் தெரியவில்லை. காற்றை ஆழமாக நுகர்ந்தான். இன்னமும் பொழுது விடிவதற்கு நேரமிருக்கிறது. காற்றின் சுழி மாறவில்லை. அடிபட்ட தன் இடக்கையை வலது கையால் தடவிவிட்டுக் கொண்டான். திரும்பவும் அதே குரல் கேட்டது.

"ஆட்டை வச்சுப் புலியை அடைச்சுப் போட்டாச்சுல்ல."

குரல் வந்த திக்கில் தன் கைகளை வீசி யாரு எனக் கேட்டான் சிங்கி.

"குருவன் வந்திருக்கேன். அப்பச்சிக்குப் பார்வை போனதும் ஆள் தெரியலையாக்கும்."

நிஜமாகவே யாரோ தன் அருகில் அமர்ந்து பேசுவது போலவேயிருந்தது. சிங்கி தன் கைகளால் தேடினான். யாரோ இருப்பது போன்ற தன்னுணர்வு தென்படுகிறது.

சிங்கி அதட்டும் குரலில் கேட்டான்,

"குருவன் செத்துப்போய் எட்டு பத்து வருசமாச்சு... யாருடா நீ?"

அவன் அமைதியாகயிருந்தான்.

"நான்தான் அப்பச்சி ஆடுபுலியாட்டம் விளையாடுறதுக்கு தோதா ஆள் இல்லேனு தவதாயப்படுறீங்களேனு வந்திருக்கேன். நீங்களும் எம்புட்டு நாள் தான் சுவத்தைத் தடவிக்கிட்டேயிருப்பீங்க."

சிங்கி அமைதியாகக் கேட்டுக்கொண்டிருந்தான். அதே குரு வனின் குரல். செத்துப்போனவன்தான் திரும்ப வந்திருக்கிறானா? சிங்கி அமைதியாக இருந்தான். யாரோ கரியால் தரையில் கோடு போடும் சப்தம் கேட்டது. அவன் கைகளுக்கு மூன்று கற்கள் வந்திருந்தன.

குருவன் கேட்டான்,

“புலி உச்சந்தலையிலே இருந்து இறங்கப் போகுதா. நாலாம் கட்டமா?”

நிஜமாகவே தன்னை விளையாடத்தான் அழைக்கிறான் குருவன். எத்தனை வருடமாகிவிட்டது பதினெட்டாம் புலி விளையாடி. தன் கையில் இருந்த கற்களை உச்சந்தலையில் ஒன்றும் இரண்டை இடமும் வலமுமாக வைத்துவிட்டு “குருவா... ஆட்டை எங்க வைக்கேனு சொல்லிட்டு ஆடுறா...” என்றார்.

விளையாட்டு துவங்கியிருந்தது. ஆடுகள் புலியின் குறுக்காகக் கடந்து போய்க்கொண்டிருந்தன. தன் மூன்று புலிகளை மனதிற்குள்ளாகவே நகட்டத் துவங்கினான் சிங்கிக் கிழவன். குருவன் விளையாடும்போதே கேட்டான்,

“கண்மாய் மடையிலே ஒரு நாள் வெளையாண்டது ஞாபக மிருக்கா அப்பச்சி. ஆறே ஆட்டை வச்சுப் புலியை அடைச்சனே.”

அவனுக்குக் குருவன் பழைய கதைகளை ஞாபகப்படுத்துவது ஆத்திரமாக வந்தது.

“மசிரு... ஆட்டைப் பாத்து நகட்டுடா” என்றான் சிங்கி.

ஒரு புலியை அடைத்துவிட்டான் குருவன். செத்து இத்தனை நாட்களுக்குப் பிறகு குருவன் தன்னைத் தேடி எதற்காக வர வேண்டும். தன் புலிகளை அடைத்துக் காட்டி ஏளனம் செய்வதற்காக. பற்களைக் கடித்துக்கொண்டு தன் புலியை இறக்கினான்.

குருவன் பிறகு பேசவேயில்லை. இடையிடையே அவன் ஆடுகளை இழக்கும்போது உச் உச்செனப் பரிதாபப்பட்டுக் கொண்டான். குருவனின் ஆடுகள் எளிதில் வெட்டுப்பட்டன. மீதமிருக்கும் ஆடுகளை வேட்டையாட புலி கோடுகளில் இறங்கிக் கொண்டிருந்தது.

குருவன் கேட்டான்,

“சுண்ணாம்பு வச்சிருக்கீங்களா அப்பச்சி.”

“விளையாட்டைப் பாத்து ஆடுறா. வெத்திலை... மசிருனு.”

விரல் நுனியளவு சுண்ணாம்பு வாங்கிட்டு வந்திருறேன் என குருவன் எழுந்து கொண்டான். சிங்கிக் கிழவன் தன் கைகளால் மீதம் எத்தனை ஆடுகள் இருக்கின்றன என எண்ணிப் பார்த்தான் பதினோரு ஆடுகள் இருந்தன. உச்சந்தலையில் இருந்த புலியை இறக்கி ஆட வேண்டியதுதான் என முடிவு செய்து கொண்டு குருவன் வருவதற்காகக் காத்திருந்தான். காகங்களின் கரைப்பொலி கேட்கத் துவங்கியது. விடிந்துவிட்டது போலிருக்கிறதே என்றவனாக அவன் தன் ஊனுகம்பைத் தேடினான்.

குருவன் வரவேயில்லை. பாதியிலே ஆட்டம் நின்று போயிருந்தது. சிங்கிக் கிழவனுக்குச் சொல்ல முடியாத ஆத்திரம் உண்டானது. குருவனைக் கொச்சை கொச்சையாக ஏசத் துவங்கினான். வெயில் துவங்கிய பிறகு ஊனுகம்பை ஊன்றிக் கொண்டு வாசலுக்கு வந்தபோது வெளிச்சம் தெருவில் நிரம்பியிருப்பது உடல் முழுவதும் தெரிந்தது. சிங்கிக் கிழவன் தெருவைக் கடந்து போன பெண்ணிடம் கேட்டான்,

“சுண்ணாம்பு வாங்க குருவன் வந்தானா?”

அவள் முறைத்துவிட்டுப் போனாள். பகலில் எல்லா நாட்களையும் போல சிங்கியால் படுத்திருக்க முடியவில்லை. மனம் பாதி விளையாடி நின்றுபோன புலிக்கட்டத்திலே இருந்தது. பதினோரு ஆடுகளை ரெண்டே புலி கொண்டு வெட்டிவிட வேண்டும். உச்சாணிப் புலி சிம்மாசனத்திலே இருக்கட்டும், கீழ் இறங்கக் கூடாது என அவனாகவே சொல்லிக்கொண்டிருந்தான்.

சிங்கி வாலிபனாகயிருந்த நாட்களில் அவனைக் கண்டு பயப்படாதவர்களே ஊரில் கிடையாது. வளைந்த கிருதாவும், பருத்த மீசையும் வைத்திருந்த அவன் பனையைப் போலவே உயர்ந்து கருத்திருந்தான்.

திருட்டுக்குப் பேர் போன செங்கரைப் பாதை வழியாக நடந்து போனவர்கள் அறிவார்கள் சிங்கியை. அதிலும் ஒரு நாளில் இரவில் பந்த வெளிச்சத்தில் வண்டியில் போய்க்கொண்டிருந்த கணக்குப் பிள்ளையின் குடும்பத்திற்கு யாருமற்ற வெட்ட வெளியில் திடீரென கிளிகளின் கீச்சு சப்தமும் பசுக்களை ஓட்டிக்கொண்டு செல்லும் இருவரின் பேச்சுக் குரலும் குழந்தைகளின் அழுகையொலியும் மாறி மாறிக் கேட்கத் துவங்கியது. எங்கிருந்து கேட்கிறது எனத் தெரியாமல் அவர்கள் சுற்றிலும் பார்த்தார்கள். பஞ்சம் பிழைப்பதற்காக வடக்கே செல்லும் குடும்பம் ஏதாவது கடந்து

போகிறதா எனப் புரியாமல் திரும்பித் திரும்பிப் பார்த்தார்கள். தொலைவு வரை ஆட்கள் யாரும் தெரியவேயில்லை.

வண்டிக்காரன் வேகமாக மாட்டை ஓட்டிய போது பசுவின் சப்தம் மிக அருகில் கேட்டது. கணக்குப் பிள்ளை வண்டியை நிறுத்தச் சொன்னார். மாட்டுக்காரன் மாடுகளைச் சுண்டிப் பிடித்தபோது சிங்கி தனியாளாக எதிரே நின்றிருந்தான். இருட்டிற்குள்ளிருந்து அவன் தான் குரலை மாற்றிப் பேசியிருக்கிறான். அவன் கையில் ஒரு சூரிக்கத்தியை மட்டும் வைத்திருந்தான். வண்டியில் இருந்த பெண்கள் பயத்தில் கத்தினார்கள். மாட்டுக்காரன் பயத்தோடு சொன்னான்,

"சிங்கி வேணாம்... குலதெய்வம் சாமி கும்பிடப் போயிட்டு இருக்காங்க. வம்பு வழக்கு வேணாம் போயிரு."

சிங்கி நிஜம்தானா என்பது போல உள்ளே எட்டிப்பார்த்தான். கணக்குப்பிள்ளை கையெடுத்துக் கும்பிட்டார். அங்கிருந்த பெண்களையே பார்த்துக்கொண்டிருந்தான். உறக்கம் கலையாமல் பயத்தில் ஒடுங்கியிருந்த பெண்கள் மிக அழகாக இருந்தார்கள்.

"எந்தூரு" என சிங்கி கேட்டான்.

கணக்குப்பிள்ளை ஒடுங்கிய குரலில் சொன்னார்,

"வலங்கை."

"எந்தக் கோயிலுக்குப் போறீக?"

"சீலைக்காரி."

வண்டிக்கு அடியில் பார்த்தபடியே கேட்டான்,

"கிடா வெட்டு கிடையாதா, ஆட்டைக் காணோம்?"

வண்டிக்காரன் சொன்னான்,

"கறி புளி சாப்பிடாதவங்க."

சிங்கி சிரித்துக்கொண்டே சொன்னான்,

"வண்டி செங்கரைப் பாதையிலே வரும்போதே யாரு வண்டி, யாரு போறா எல்லாம் தெரிஞ்சுதான் மறிக்கேன். சீலைக்காரி கோவில் எங்கே கிடக்கு, எந்த பக்கம் போறே, கோவிலாங்குளத்துக் கணக்குப்பிள்ளைனு கூடவா தெரியாம இருக்கேன். காதுல கழுத்தில் கிடக்கிறதைக் கழட்டி வச்சிட்டு ஊர் போய்ச் சேருங்க."

பெண்கள் சப்தம் இல்லாமல் ஒருவரையொருவர் பார்த்துக் கொண்டார்கள். பிறகு கழுத்தில் போட்டிருந்த தங்க நகைகளைக்

கழட்டித் தூங்கிக்கொண்டிருந்த சிறுமிகளின் கழுத்தில் போட்டு விட்டார்கள். சிங்கியின் குரல் அதிர்ந்தது.

"கழட்டுனு சொல்றேன், வேடிக்கை பார்த்துட்டு இருந்தா எப்பிடி?"

பெண்களில் ஒருத்தி சிங்கியைப் பார்த்துச் சொன்னாள்,

"வேணும்னா நீயே கழட்டி எடுத்துக்கோ."

சிங்கி வண்டிக்குள் பார்த்தான் பெண்களின் காதில் கழுத்தில் நகைகள் எதுவுமில்லை. பதிலாக உறங்கிக்கொண்டிருந்த சிறுமிகள் சர்வ அலங்காரமாக இருந்தார்கள். சிங்கி குழந்தைகள் கழுத்தில் காதில் அணிந்த நகைகளை ஒரு நாளும் கழட்ட மாட்டான். மனசு ஏங்கிப்போய்விடுவார்கள் என விட்டுப் போய்விடுவான். எப்படியோ அவனைப் பற்றி இந்தப் பெண்களுக்குத் தெரிந்திருந்தது ஆத்திரமாக வந்தது. ஒரு பெண்ணைக் கத்தியைக் காட்டி மிரட்டினான்,

"பிள்ளைக கழுத்துல கிடக்க நகையை அவிழ்த்து கொடுக்கயா... சங்கை அறுக்கவா?"

"ஏன் உன் கை என்ன பூ பறிக்கா? வேணும்னா கழட்டிக்கோ" என எகத்தாளமாகப் பதில் சொன்னாள் ஒருத்தி.

சிங்கிக்கு என்ன செய்வது என்று தெரியவில்லை. அந்தப் பெண்ணைச் செவுளோடு சேர்த்து அடித்துவிடலாமா என முறைத்துப் பார்த்தான். குழந்தைகள் உறக்கம் கலையாமல் சுருண்டு கிடந்தார்கள். சிங்கி கணக்குப்பிள்ளையை மிரட்டினான்,

"யோவ்... ஒருத்தரும் உசிரோடு ஊர் போக முடியாது. கழட்டி கொடுக்கச் சொல்லுய்யா."

கணக்குப்பிள்ளைக்குச் சிங்கியின் கடிவாளம் பிடிபட்டுவிட்டது. அவரும் தைரியத்தை வரவழைத்துக்கொண்டு சொன்னார்.

"அதான் பொம்பளை சொல்றா இல்லே... கழட்டி எடுத்துட்டு போப்பா."

பந்த வெளிச்சத்தில் சிங்கியின் முகத்தைப் பார்க்க வண்டிக் காரனுக்குச் சிரிப்பாக வந்தது. சிங்கி மிரட்டிக்கொண்டேயிருந்தான். பலிக்கவேயில்லை.

வண்டிக்காரன் தயக்கத்துடன் சொன்னான்,

"சிங்கி, மாடு கால் தாங்குது. விடியுறதுக்கு முன்னே ஊரு போயிட்டா தேவலை."

எஸ்.ராமகிருஷ்ணன்

தலைகவிழ்ந்தபடியே சிங்கி சொன்னான்,

"அந்த மசிரை எதுக்கு என்கிட்டே கேட்கிறே. போ. போய்த் தொலை."

வண்டி புறப்பட்டபோது வண்டிக்குள்ளிருந்த பெண்கள் தன் இரு கைகளையும் கூப்பி அவனைக் கும்பிட்டார்கள். சிங்கிக்குத் தன் மீது ஆத்திரமாக வந்தது. வண்டி செங்கரைப் பாதையைத் தாண்டிப் போகும்வரை காத்திருந்துவிட்டு வேம்பலைக்குத் திரும்பும்போது தனக்குத் தானே சொல்லிக்கொண்டான்,

"இனிமே வண்டியை நிறுத்துனதும் பாஞ்சு கழுத்தை அறுத்திரணும். களவாணி முண்டைகள் இடம் தெரிஞ்சு அடிக்காளுக."

சிங்கிக்குக் கள்ளும் திருட்டும் இல்லாத நாட்களேயில்லை என்பது போலிருந்தது. கையில் காசு நடமாடியதால் ஊருக்கு ஒரு பெண்டாட்டியும் பிள்ளையுமிருந்தார்கள். வடகுறிச்சி பண்டாரத்தின் மகள் தேவானையைச் சந்திக்காமலே போயிருந்தால் சிங்கி வெட்டுப்பட்டு இந்நேரம் செத்தும் போயிருப்பான். ஒரு நாளில் மிதமிஞ்சிய குடிமயக்கத்தில் மூடிக் கிடந்த கோவிலுக் கருகே தூங்கிக்கொண்டிருந்தவனை வெட்டுவதற்காக ஆறு பேர் துப்புத் தெரிந்து வந்திருந்தார்கள். பிரகாரத்தின் வெயிலில் பட்டுப் போய் நின்றிருந்த புளியமர நிழலில் உறங்கிக்கொண்டிருந்தான் சிங்கி.

கோவில் பின்புறச் சுவர் வழியாக இறங்கி, நடக்கிற சப்த மில்லாமல் அருவாளைத் தீட்டி எடுத்துக்கொண்டு வந்த ஆறு பேரும் சிங்கியை வெட்டக் குனிந்தபோது கையில் குடத்துடன் தண்ணீர் இறைக்க வந்த பண்டாரத்தின் மகள், வீச்சரிவாளைக் கண்டு கத்தி ஊரைக் கூட்டியதால் சிங்கி விழித்துக்கொண்டான். வெட்ட வந்தவர்களில் ஒருவன் ஓடும்போது சிங்கியின் கெண்டைக் கால் சதையோடு வெட்டிவிட்டு ஓடினான். எலும்பு முறிய சிங்கி கோவிலின் பிரகாரத்திலே விழுந்தான். பண்டாரத்தின் மகள் ஆட்களைத் திரட்டி வந்துவிட்டாள். சிங்கியின் கண்கள் சொருகத் துவங்கியிருந்தன.

காயத்துக்குப் பத்து போட்டு பண்டாரத்தின் வீட்டை ஒட்டிய மாட்டுத் தொழுவத்திலே படுத்துக் கிடந்தான் சிங்கி. பண்டாரத்தின் மகள் வெடவெடவென அங்குமிங்கும் பகலெங்கும் அலைந்து கொண்டிருந்தாள். அவனுக்குக் கால் வலி குறையத் துவங்கியது. மதிய நேரங்களில் துளசி இலைகளை ஓலைப் பெட்டி நிறைய

கிள்ளிக்கொண்டு வந்து போட்டு அவள் மாலை கட்டும்போது அவனையும் கதம்பங்களைக் கட்டித் தரச் சொல்லி வேலை வாங்குவாள்.

சிங்கிக்கு வேடிக்கையாகயிருக்கும். ஊரையே மிரட்டித் திரிந்தவன் சிறிய பித்தளை குடம் மாதிரி இருந்த பெண் சொல்கிற பேச்சுக்கெல்லாம் மறுபேச்சில்லாமல் நாரில் பூ கட்டுகிறான். அவன் பூ கட்டுவதை அவள் சதா கேலி செய்தபடி இருந்தாள்.

சிங்கி கையில் கேந்திப்பூவை வைத்தபடியே அவளைப் பார்த்துக் கொண்டிருப்பான். அவள் எப்போதாவது நிமிர்ந்து பார்க்கும் போது அவன் தன்னைப் பார்த்துக்கொண்டிருப்பதைக் கண்டு யாரையோ சொல்வது போல கண்ணை நோண்டிப்புடுவேன் என விரலையாட்டி சாடையாகச் சொல்வாள்.

சிங்கி நடமாடத் துவங்கும்போதுதான் தன் கெண்டைக் கால் சதையில் பாதி இல்லாதது தெரிய வந்தது. பத்தடி நடப்பதற்குள் கால் வலி கண்டுவிடுகிறது. உதட்டைக் கடித்துக்கொண்டு தொழு வத்திலிருந்து கோவில் வாசல் வரை நடந்து வருவான். ஆனாலும் இனிமேல் அவன் சுவரேறிக் குதிக்க முடியாது. காலை இழுத்து இழுத்துத்தான் நடக்க வேண்டியிருந்தது.

பண்டாரத்தின் மகள் எங்கிருந்தோ மயில் ரத்தத்தை வாங்கி வந்து காய்ச்சி, எண்ணெய் எடுத்து அவன் கால்களுக்குத் தேய்க்கக் கொடுத்தாள். அவன் தன் கைகளால் கெண்டைக் காலைத் தேய்த்ததும் வலி தாங்க முடியவில்லை. தேவானையே எண்ணெயை வாங்கி உள்ளங்கை நிறைய ஊற்றி கரகரவென தேய்த்தாள். அவனுக்கு வலி தாங்க முடியாமல் கண்ணில் நீர் முட்டியது. சட்டெனத் தனது இடது கையை அவன் வாயில் கொடுத்து அடைத்துக்கொண்டு தேய்க்கத் துவங்கினாள். அவன் பற்கள் அவள் சுண்டுவிரல் நுனியில் ஆழமாகப் பதிந்துவிட்டன. அவள் தன் விரலை உதறியபடி சொன்னாள்,

"எப்படித்தான் உன்னையெல்லாம் உங்கம்மா பண்டுவம் பார்த்து வளர்த்துவிட்டாளோ."

அவள் போன பிறகு சிங்கிக்கு அவனறியாமல் பண்டார மகளின் கருணையை நினைத்து அழுகை வந்தது. அவளுக்காக இனி இந்த ஊரிலே இருந்துவிட வேண்டியதுதான் என முடிவு செய்து கொண்டான். பண்டாரத்தின் மகளுக்காகக் கிணற்றில் தண்ணீர் இறைக்கவும், அவள் வீட்டுக் கோழிக்குஞ்சுகளைப் பஞ் சாரத்தில் அடைக்கவும் சிங்கிக்கு அதிக வேலைகளிருந்தன.

அப்போதெல்லாம் சிங்கிக்குத் தன் கையில் பணம் எதுவும் மில்லாமல் போய்விட்டதே என்று கவலையாக இருந்தது. ஒரேயொரு இடத்தில் திருடிப் பொன்னும் புடவையுமாகக் கொண்டுவந்து போட வேண்டும் என ஆசைப்பட்டான். பண்டார மகள் எதற்கும் ஆசைப்படவேயில்லை. பதினோரு வருசங்கள் தன் ஊரை எட்டிப் பார்க்காமலே அவளோடு சேர்ந்தே வாழ்ந்து விட்டான்.

தெருவில் போகிற வருகிற பொடியன் கூட சிங்கியைப் பேர் சொல்லியழைக்குமளவு ஊரில் பழகிவிட்டான். ஆனால் பண்டார மகளுக்குக் கர்ப்பவாய் திறக்கவேயில்லை. அவளுக்குக் காமாலை கண்டது. இனி பிழைக்க மாட்டாள் எனப் பேசிக்கொண்டார்கள். சிங்கி மட்டும் அதை நம்பவேயில்லை. மறுபிழைப்பு கொண்டாள். ஆனால் பிழைத்து வந்த நாள் முதல் அவள் கையில் கிடைத்ததை எல்லாம் சாப்பிடத் துவங்கினாள். அவளுக்குப் பசியடங்கவேயில்லை.

எப்போதும் எரிச்சலும் பசியுமாக அவள் எதையாவது செய்து சாப்பிட்டுக்கொண்டேயிருந்தாள். கோழி முட்டைகளின் மீது விசேஷ ருசி உண்டானது. தினசரியாக அவள் எட்டு பத்து முட்டைகளைத் திங்கத் துவங்கினாள். இரவில் அவளது ஏப்பச் சப்தமும் துர்வாடையும் சிங்கியைக் கோபம் கொள்ளச் செய்தது. அவள் வயிற்றைப் புரட்ட முடியாமல் புரட்டிக்கொண்டு ஓங்கரிப்பாள். சிங்கி தன் தலையில் தானே அடித்துக்கொள்வான்.

பார்த்துக்கொண்டிருந்தபோதே அவளின் மென் குணங்கள் மறைந்து போய், உடம்பு பெருத்துத் தலைமயிர் கழிந்து கண்களுக்குக் கீழ் எல்லாம் சதை தொங்க ஆளே உருமாறிப் போயிருந்தாள்.

பகலும் இரவும் தொட்டதற்கெல்லாம் ஏசத் துவங்கினாள். சிங்கிக்கு அந்த வீட்டில் உறக்கம் கொள்ள முடியவேயில்லை. கோவில் மடத்தில் இரவு உறங்கப் போய்விடுவான். அதிகாலை வீடு திரும்பும்போது அவள் தன் தொடைகளை விகாரமாக அகட்டி விரித்துக் காட்டியபடி “இது புடிக்கலையா...” எனக் காறித் துப்புவாள்.

சிங்கி தண்ணீர் இறைத்துப் பானைகளில் ஊற்றி அவளைக் குளிக்க வைப்பான். அவள் எப்போதாவது மதிய நேரங்களில் உறங்கிய பிறகு சிங்கி ஊரை விட்டு வெளியேறி கருவ மரங்கள் நிறைந்திருந்த வெளவா தொத்தி கண்மாயினுள் போய் ஏதாவது ஒரு மரத்தடியில் படுத்துக்கொள்வான். அங்கேதான் குருவன் அவனைச் சந்தித்தான்.

மாட்டு வைத்தியம் செய்துவந்த குருவனுக்கு சேவற்கட்டுகளுக்குச் சேவலைப் பழக்குவதையும் பதினெட்டாம் புலியாட்டத்தையும் தவிர வேறு காரியமே கிடையாது. சிங்கி அவனோடுதான் வெட்டும் புலியை விளையாடத் துவங்கினான். வெயில் கருவேல மரங்களுக்குள் இறங்கி மறையும் வரை இருவரும் விளையாடிக்கொண்டிருப்பார்கள்.

புலியாட்டத்தில் குருவனின் ஆடுகள் சாமர்த்தியமானவை, எந்தப் புலியாக இருந்தாலும் அடைத்துவிடக்கூடியவை. ஆனால் சிங்கியின் புலிகள் எளிதில் அடைபட மறுத்தன.

தினசரியாக இருவரும் மாலை அடங்கும் வரை விளையாடி முடித்து ஊர் திரும்பும்போது பண்டார மகள் வீட்டு வாசலில் நின்று கொண்டு சிங்கியை ஏசிக் கொண்டிருப்பாள். சிங்கி ஒரு வார்த்தை பதில் பேசுவது கிடையாது. அவள் இரவானதும் ஏவ்ஏவ்வென ஏப்பம் விடத் துவங்குவாள். சிங்கி வீட்டிலிருந்து நழுவியது தெரியாமல் வெளியேறிவிடுவான்.

குருவன் அவனை நன்றாகப் புரிந்து வைத்திருந்தான். மதிய நேரங்களில் கண்மாய்க்குள்ளாக குருவன் கொண்டுவந்த கம்பங்கஞ்சியை இருவரும் பகிர்ந்து கொள்வார்கள். குருவன் ஒரு நாள் ஆத்திரம் தீராதவனாக சொன்னான்,

"அப்பச்சி, நீங்க இங்கே கிடந்து எதுக்குக் கஷ்டப்படுறீக. பேசாம வேம்பலைக்குப் போயி சேருங்க... ஒரு வாய் கஞ்சிக்குத் தொண்ணாந்துகிட்டு இவகிட்டே பேச்சு வாங்குறது... எனக்கே மனசு தாங்க மாட்டேங்குது."

அவனும் அதைத்தான் நினைத்துக்கொண்டிருந்தான். ஆனால் எப்படிப் போவது? அவளுக்குத் தெரியாமல் போவது சரியாக இருக்குமா? யோசனையாக இருந்தது. தேவானையோ நாளுக்கு நாள் மூர்க்கமாகிக்கொண்டு வந்தாள். ஒரு நாளில் பதினெட்டாம் புலியாடி முடிந்த பிறகு குருவனே சொன்னான்,

"ரெண்டு பேருமா இன்னைக்கு உங்க ஊருக்குப் புறப்படுவோம். கிளம்புங்க."

இத்தனை வருஷத்திற்குப் பிறகு இருவரும் நடந்தே வேம்பலைக்கு வந்து சேர்ந்தபோது இரவு முற்றியிருந்தது. தெருவில் இன்னமும் ஆள் நடமாட்டம் ஒடுங்கவில்லை. சிங்கியைக் கண்டு கொண்டதும் அவர்கள் கூடிவிட்டார்கள்.

எஸ்.ராமகிருஷ்ணன்

பண்டார மகளைச் சேர்த்துக் கொண்டு வாழ்வதைப் பற்றி அவர்களும் அறிந்திருந்தார்கள். தன் ரத்த உறவுகளைக் கண்டதும் அவனறியாமல் உடம்பில் ஒரு பலம் உண்டானது. சிங்கி அவர்களிடம் ஒரேயொரு வார்த்தைதான் சொன்னான்.

"இனிமே இங்கேதான் இருக்கப் போறேன்"

இடிந்து கிடந்த அவன் வீட்டைத் தங்கச்சி முறையுள்ள ஒரு பெண் தூத்துப் பெருக்கிவிட்டாள். இன்னொரு வீட்டிலிருந்து பானையும் உலைமூடியும் கொண்டுவந்து வைத்தார்கள். குடிக்க ஒரு பானைத் தண்ணீர் தூக்கி வந்தாள் சின்ன மதினி.

இடிந்து கிடந்த வீட்டுக் கதவைப் பற்றிக்கொண்டு சிங்கி யாவரையும் கையெடுத்துக் கும்பிட்டான். அன்றைக்குப் பிறகு அவன் பண்டார மகளைப் பார்க்கப் போகவேயில்லை. குருவன் பகலில் அங்கிருந்து கிளம்பி விளையாடுவதற்காக வேம்பலையின் வேம்படிக்கு வந்து சேர்வான். இருவரும் பதினெட்டாம் புலியாடுவார்கள். பிறகு சோளமோ, கம்போ கஞ்சி காய்ச்சிக் கருவாட்டைச் சுட்டுக் கடித்துக்கொண்டு குடிப்பார்கள். இரவில் குருவன் வீடு திரும்பிப் போய்விடுவான்.

சிங்கிக்கு எப்போதாவது பண்டார மகளின் நினைப்பு வரும், அப்போதெல்லாம் மனது தாங்க முடியாமல் அவளைக் கண்டபடி கொச்சை கொச்சையாகத் திட்டுவான். அதுபோன்ற நாட்களில் அவன் சப்தம் எளிதில் அடங்காமல் இரவெங்கும் கேட்டுக் கொண்டேயிருக்கும்.

18

வாசல் தெளிப்பதற்காகச் சாணம் தேடித் தெருவினுள் நடந்து சென்றாள் வேணி. தொழுவங்கள் காலியாகிவிட்டன. மாடுகள் பாதி தின்று போட்டுப்போன சோளத்தட்டைகள் வெம்பியடித்துப் போய்க் காடியில் கிடக்கின்றன. புண்ணாக்கு ஆட்டி வைக்கும் உரலில் களிம்பு போல கருமை படர்ந்திருக்கிறது.

வேணி யார் வீட்டில் போய்ச் சாணியைத் தேடுவது என்ற யோசனையிலே தெற்குத்தெரு முழுவதும் நடந்துவிட்டாள். சாயக்காரர்கள் தெருவில் ஒரேயொரு கருத்த பசு நிற்கிறது. அந்த வீட்டில் பசுவை வீட்டின் உள்ளே கட்டியிருப்பார்கள். மாடு பகலில் போட்ட சாணி வேம்படியில் கிடந்தால் கூட போது மென்று தோணியது.

அவள் கருத்த பசு நின்ற வீட்டிற்கு அருகாமையில் போனபோது வீட்டினுள் எதையோ காய்ச்சிக் கொண்டிருக்கும் வாடை தாங்க முடியவில்லை. ஆணும் பெண்ணுமாகச் சேர்ந்து பெரிய கொப்பரையில் காய்ச்சிக்கொண்டிருந்தார்கள். நாய்ப் பீயைத் தொட்டு விட்டது போல துர்வாடை. அவள் வாசலில் வந்து நின்று பசுவை எங்கே கட்டியிருக்கிறார்கள் என்று பார்த்தாள்.

வேம்படியில்தான் கட்டப்பட்டிருந்தது. அவள் மெதுவாகப் பசுவின் அருகே சென்று அதன் வயிற்றைத் தடவிவிட்டாள். பசு நின்ற இடம் சுத்தமாகயிருந்தது. மூத்திரக் கழிவுகூட இல்லை. இப்போதுதான் அவிழ்த்துக்கொண்டு வந்து கட்டியிருக்கிறார்கள். கருத்த பசுவின் கண்களில் ஈரம் வடிந்து கொண்டிருந்தது. அவள் கையை நீட்டியதும் பசு நாக்கால் அவள் கையை நக்கியது. அவள் பசுவின் கண்களையே பார்த்துக்கொண்டிருந்தாள். கருமணியில் புள்ளி விழுந்திருக்கிறது. பசுவிற்கு மடி வற்றிப்போய்விட்டது.

எஸ்.ராமகிருஷ்ணன்

மடி வற்றிய மாடுகளுக்குத் தீனி போடுவதற்கு யாருக்குத்தான் விருப்பமிருக்கக்கூடும். அவள் மாட்டின் மூச்சுக் காற்று தன் கையில் படுவதை உணர்ந்தபடியே யோசனையோடு நின்றுகொண்டிருந்தாள். இனி வாசல் தெளிப்பிற்குச் சாணி கிடையாது. வீட்டிற்குள்ளிருந்த பெண் உடம்பெல்லாம் பச்சை நிறம் வழிய வாசலுக்கு வந்தபோது வேணி சாணியள்ளிக்கொண்டு நிற்பதைப் பார்த்து முறைத்தபடியே நின்றாள். அவள் கால் விரல்கள் கூட கரும்பச்சை நிறத்தில் சாயமேறியிருந்தன.

வேணி அவளைக் கவனிக்காதது போல விலகி நடந்து வீட்டிற்குத் திரும்பி வந்தபோது அவள் வீட்டு வாசலில் பெரியதாக ஒரு ஜோடி செருப்புகள் கிடப்பதைக் கண்டவளாகத் திகைப்புடன் பார்த்தாள். வாசலில் உறங்கிக் கிடந்த அம்மாவையும் காணவில்லை. வாசற்கதவு வேறு திறந்து கிடந்தது. அவசரமாக உள்ளே போய்ப் பார்த்தாள். சுவரையொட்டி ஒருக்களித்துப் படுத்தபடியே அவளது அய்யா தூங்கிக்கொண்டிருந்தார். வேணியால் நம்பவே முடியவில்லை.

இத்தனை நாட்களுக்குப் பிறகு அய்யா வீடு திரும்பிவிட்டார். அவள் குனிந்து அய்யாவின் முகத்தைப் பார்த்தாள். சவரம் செய்யாத முகத்தில் மயிர்கள் குத்திக்கொண்டு நின்றன. ஆழ்ந்து உறங்கிக்கொண்டிருந்தார். அவர் தலைமாட்டில் பெரிய சாக்கு மூட்டை ஒன்றிருந்தது.

அவள் சாக்கு மூட்டையை நகட்டி இழுத்து அவிழ்த்தாள். சாக்கு நிறைய ரப்பர் செருப்புகள். ஊதா, பச்சை, மஞ்சள் நிறங்களில் நிரம்பியிருந்தன. அவள் ஒரு செருப்பை மட்டும் எடுத்து காலில் போட்டுப் பார்த்தாள். ரொம்பவும் பெரியதாகயிருந்தது. ரப்பர் வாசனை கசியும் செருப்பை சாக்கில் போட்டுவிட்டுத் திரும்பிப் பார்த்தபோது வாசலில் அம்மா வந்து நின்றிருந்தாள். அவள் சொல்வதற்கு முன்னால் அம்மாவே கேட்டாள்,

"எப்படி வந்தாரு."

"சாணி எடுக்கப் போயிருந்தேன்லம்மா... அய்யா அப்போ தான் வந்திருக்காரு."

அம்மா உறங்கும் தன் புருஷனையே பார்த்துக்கொண்டிருந்தாள். பிறகு சுவர் ஓரமாக நிறுத்தி வைக்கப்பட்டிருந்த பெட்ரோ மாக்ஸ் லைட்டைக் காட்டிக் கேட்டாள்,

"இதுவும் அவர் கொண்டுட்டு வந்ததுதானா?"

வேணி அதைக் கவனிக்கவில்லை. அவள் பெட்ரோமாக்ஸ் லைட்டை ஆச்சரியத்துடன் பார்த்தபடி சொன்னாள்,

“அய்யா ஒரு மூடை நிறைய செருப்பு வாங்கிட்டு வந்திருக்காரும்மா.”

“ஏன் அதை விதைக்கப் போறாராக்கும். இல்லை நமக்கு ஆளுக்கு ஒரு செருப்பு மாலை போடுறதுக்கு வாங்கிட்டு வந்திருக்கிறாரா?”

அம்மா கோபமாக இருக்கிறாள் என்று தெரிந்த வேணி பேசாமல் வாசலைத் தெளிக்கத் தண்ணீரைத் தூக்கிக்கொண்டு போனாள். அம்மா அடுப்பைப் பற்ற வைத்தபடியே வாசலில் உறங்கிக் கிடந்த பிள்ளைகளை எழுந்து கொள்ளச் சொல்லிக் கத்தினாள்.

உறக்கம் கலையாமலே பாயைச் சுருட்டிக்கொண்டு வீட்டிற்குள் வந்து படுத்துக்கொண்டார்கள் நீலாவும் நாகுவும். வேணிக்கு ஏனோ மனது சந்தோஷமாகயிருந்தது. தண்ணீரைத் தெளிக்கும் போது கைகள் தண்ணீரை வீசித் தெளித்தன. அய்யா வந்து விட்டார். இனிமேல் அவர்கள் கவலைப்பட வேண்டியதில்லை. அவள் வேலியடியில் நின்று கொண்டிருந்த சேவலின் மீது மீதமிருந்த தண்ணீரைத் தெளித்துவிட்டாள். அது கூவியபடி வேலிக்குள்ளாகவே ஓடியது.

அய்யா உறக்கம் கலைந்து எழுந்து கொண்டபோது வெயில் ஏறியிருந்தது. அவர் எதுவுமே நடக்காதது போல பிள்ளைகளைப் பார்த்துச் சிரித்தபடியே எழுந்து மூஞ்சியைக் கழுவிக்கொள்வ தற்காக வெளியே வந்தார். வெயில் சுரீரென அடித்தது.

வாயில் தண்ணீரை நிரப்பிக்கொண்டு சப்தமிட்டபடியே கொப்பளிப்பதை வேணி பார்த்துக்கொண்டிருந்தாள். சிரிப்பாக வந்தது. நீலாவும் அம்மாவும் கீரையை ஆய்ந்து கொண்டிருந்தார்கள். அய்யா உள்ளே வந்து நின்று வேணியைப் பார்த்துச் சிரித்தபடியே கேட்டார்,

“பெரியவளே ஒரு செம்பில் தண்ணி கொண்டாடா”

வேணி இதற்காகவே விளக்கி வைத்திருந்த பித்தளைச் செம்பில் தண்ணீர் கொண்டுபோய்க் கொடுத்தாள். அவர் தண்ணீரைக் குடித்துவிட்டு நீலாவிடம் கேட்டார்,

“சின்னவளுக்கு ஒரு குஞ்சலம் வாங்கிட்டு வந்தனே... பாத்தயாடா.”

நீலா பெரிய மனுஷியைப் போல சொன்னாள்,

“யாரு வேணும்னு கேட்டது. அதை நீங்களே உங்க காதுல மாட்டிட்டுத் திரிங்க.”

அய்யா அவள் கோபத்தை ரசித்தபடியே சொன்னார்,

"கோபம் பெரிசாயில்லை இருக்கு. எங்கத்தா வாங்கின இம்புட்டு கோபத்தை."

நீலாவிற்கு ஆத்திரமாக வந்தது.

"சைக்கிள்ல வித்துட்டுப் போனான், வாங்கி ரெண்டு கூடை வச்சிருக்கேன்."

அய்யா வாய்விட்டுச் சிரித்தார். நாகு உருட்டிக்கொண்டிருந்த பனங்காய் வண்டியை வீட்டு முன்னால் போட்டுவிட்டு உள்ளே நுழைந்தான். அவனைத் தன் கைகளால் பிடித்து இழுத்தார் அய்யா. அவன் திமிறிக்கொண்டு அம்மாவின் அருகில் போய் உட்கார்ந்துகொண்டான்.

அய்யா ஆத்திரத்துடன் அம்மாவைப் பார்த்துக் கத்தினார்,

"எம் பிள்ளைகளை எனக்கே ஆகவிடாம பண்ணணும்னு எத்தனை நாளாடி உருவேத்தினே."

அம்மாவும் மௌனம் கலைந்து கத்தினாள்.

"இப்பதான் பிள்ளைக உசிரோட இருக்காகனு நினைப்பு வந்துச்சாக்கும். தன் வயிறு நிறைஞ்சா போதும்னு ஓடிப்போன ஆளுக்கு எதுக்குப் பெண்டாட்டி பிள்ளைக."

இருவருக்கும் சண்டை துவங்கி மாறி மாறித் திட்டினார்கள். நாகு தன் வண்டியை உருட்டிக்கொண்டு தெருவிற்கு ஓடி விட்டான். வேணிக்கு நீலாவின் மேல்தான் கோபம் உண்டானது. அவளால்தான் இத்தனை சண்டையும். நீலா காலிப் பானையைத் தூக்கிக்கொண்டு தண்ணீர் எடுத்து வருவதற்காக நடந்து போகத் துவங்கினாள். அவள் போன பிறகு வேணி கம்மம்புல் இடிப்பதற்காக உலக்கையை இரவல் வாங்குவதற்குப் போனாள். வெயிலில் சண்டையிடும் குரல் தெருவெங்கும் ஓங்காரமாக எதிரொலித்துக் கொண்டிருந்தது.

*

நீலா வீடு திரும்பும்போது அடுப்பில் கோழிக்கறி கொதிக்கும் வாடை வந்து கொண்டிருந்தது. அம்மா வாசலில் உட்கார்ந்து மல்லியை அரைத்துக்கொண்டிருந்தாள். அய்யா புகை மண்டிய வீட்டிற்குள் திரும்பவும் அதே இடத்தில் படுத்து உறங்கிக்கொண்டிருந்தார். வேணி குளித்து ஈரக் கூந்தலை உலர்த்தியபடி வேப்ப மரத்தடியில் நின்று அருகாமை வீட்டுப் பெண்ணோடு பேசிக் கொண்டிருந்தாள். அவளது சிரிப்புச் சப்தம்

வாசல் வரை கேட்டது. சச்சரவு யாவும் அடங்கிப்போய்விட்டது என நீலாவிற்குத் தெரிந்தது.

அவள் தண்ணீர்ப் பானையை இறக்கி வைத்துவிட்டு எரிந்து கொண்டிருக்கும் அடுப்பைத் தள்ளிவிட்டபடியே கோழிக்கறியின் வாசனையை நுகர்ந்தாள். நாக்கில் எச்சில் ஊறியது. மதிய சாப்பாட்டிற்குப் பிறகு அய்யாவே ஒவ்வொருவருக்கும் வெற்றிலை மடித்துக் கொடுத்தார். வேணியும் நீலாவும் அய்யாவோடு சேர்ந்து தாய்மாடினார்கள். மாலை நேரத்தில் யாவரும் காளியம்மன் கோவிலுக்குப் போய் சக்கரைப் படையலிட்டு வந்தார்கள்.

இரவானதும் அய்யா வீட்டிற்குள்ளிருந்த பெட்ரோமாக்ஸைத் தூக்கிக்கொண்டு வெளியே வந்து வைத்துக் கண்ணாடியைத் தன் துண்டால் துடைத்துவிட்டு அதன் பம்பை அடித்துப் பற்ற வைத் தார். குமிழில் செந்நிறத் தீ குபுகுபுவென எரிந்தது. அவர் பம்பை வேகமாக அடிக்க ஆரம்பித்தார்.

பாம்பு சீறுவது போல சப்தமிடத் துவங்கிய பெட்ரோமாக்ஸ் பிரகாசமாக எரியத் துவங்கியது. வெளிச்சம் ஏகமாகப் பரவி வாசலிலிருந்து ஊர்ந்து தெரு வரையேறியது. அய்யா சிரித்துக் கொண்டே பெட்ரோமாக்ஸைத் தூக்கி உரலின் மீது வைத்தார். வெளிச்சம் குபுகுபுவெனப் பெருகி ஓடியது.

இதுநாள் வரை அப்படியொரு வெளிச்சம் கண்டிராத அவர் களது வீடு ஒளியில் மிதந்து கொண்டிருந்தது. அம்மா சிரிப்பை மறைத்துக்கொண்டு பார்த்துக்கொண்டிருந்தாள். அவர்கள் வீட்டுக் கூரைகூட லேசான மஞ்சள் வெளிச்சத்தில் மின்னிக்கொண்டிருந்தது. நாகு தன் கைகளை வெளிச்சத்தில் காட்டிக் காட்டி விளையாடத் துவங்கினான். வேலிப்புதர்கள் கூட வெளிச்சம் கண்டு கூசி நின்றன. இருட்டில் நின்றிருந்த கோழிகள வெளிச்சத்தைக் கொத்தியலையத் துவங்கின. அவர்கள் தங்கள் வீட்டு வாசலில் பெருகும் வெளிச்சத்தையே பேச மறந்து பார்த்துக்கொண்டிருந்தனர்.

தெரு இத்தனை ப்ரகாசத்தில் தன் பிராயத்திற்குத் திரும்பி விட்டது போல முறுக்கிக் கொண்டது. அருகாமை வீட்டுக்காரர்கள் வெளிச்சத்தைக் கண்டபடி அவர்கள் வீட்டருகே வந்து வெட்கப் பட்டுக்கொண்டே பார்த்துக்கொண்டிருந்தார்கள். அந்த பெண்களின் கண்களில் இருந்த ஆச்சரியம் கண்டு அம்மா மௌனமாக சிரித்துக்கொண்டாள். பெட்ரோமாக்ஸைச் சுற்றி யாவரும் உட்கார்ந்துகொண்டார்கள். இந்த வெளிச்சம் இரவு முழுவதும் இருக்கக் கூடாதா என வேணிக்கு ஆசையாகயிருந்தது.

தங்கள் வீட்டிற்கு ஒரேயொரு முறை அந்த பெட்ரோமாக்ஸைக் கொண்டுபோய் வரட்டுமா என ஆசையோடு கேட்டாள் தங்கச்சி முறையுள்ள ஒருத்தி. "அதுக்கு என்ன நானே கொண்டு வாறேன் நீ போ... தாயி" என்றபடி அய்யா தெருவில் பெட்ரோமாக்ஸைத் தூக்கிக்கொண்டு நடந்தார்.

நீண்ட நாட்களுக்குப் பிறகு மூடிக் கிடந்த வீடுகளில் வெளிச்சம் தாவியேறியதும் ஜன்னல்கள் கதவுகள் ஒளியைக் கண்டு கூசி நின்றன. ஏதோ சாமி புறப்பட்டு வருவது போல அய்யா பெட்ரோ மாக்ஸ் தூக்கியபடி தெருவில் நடந்து சென்றார். கூடவே பிள்ளைகள் சில சப்தமிட்டபடி வந்தான். விருப்பப்பட்ட வீட்டிற்கு முன்னால் எல்லாம் பெட்ரோமாக்ஸைத் தூக்கி வெளிச்சம் காட்டினார்.

நீலாவிற்கு அவர்கள் வீட்டு வெளிச்சத்தை எதற்காக மற்றவர்களுக்கு அய்யா தூக்கிக் கொடுக்கிறார் எனக் கோபமாக வந்தது. வீட்டிற்குத் திரும்பி வந்த போது அம்மா பொய்யாக அய்யாவைக் கோவித்துக்கொண்டாள்,

"கருப்பசாமி வேட்டைக்குப் போன மாதிரி என்ன வேலை செய்றீக."

அய்யா சிரித்தபடியே சொன்னார்,

"வீட்ல கிடக்குதே ஒரு மூடை செருப்பு அதை ஊர் ஊராப் போயி ஏலம் போட்டு விக்கப் போறேன்... ஜோடிக்கு ரெண்டோ மூணோ ரூவா கிடைக்கும்... வடக்கே இப்படி நிறைய ஊர்ல போய் வித்தாச்சு. அதுக்குத்தான் இந்த பெட்ரோமாக்சு."

நாகுவின் அய்யா வடக்கே போய் வியாபாரம் பழகி வந்து விட்டார். இனிமேல் வீட்டில் நெல்லுச் சோற்றிற்குப் பஞ்சமிருக்காது எனப் பெண்கள் பேசிக்கொண்டு கலைந்து போனார்கள்.

அய்யா பெட்ரோமாக்ஸை அணைத்து விடட்டுமா என கேட்டார். யாருக்கும் மனது வரவேயில்லை. அம்மாவின் முகத்தையே பார்த்தார்கள். அவள் தலையைக் கவிழ்ந்தபடியே அணைத்து விடச் சொன்னாள். அய்யா பெட்ரோமாக்ஸை அணைத்ததும் இத்தனை நாள் இல்லாத அளவு இருள் பீறிட்டுக் கொண்டு நிரம்பியது. வெளிச்சத்தை விழுங்கியிருந்த யாவரின் கண்களிலும் ப்ரகாசம் இன்னமும் பதுங்கியிருந்தது.

யாவரும் விரித்திருந்த பாயில் படுத்துக்கொண்டார்கள். அய்யா ரெண்டனைக் கால் போட்டபடியே சீட்டியடித்துக் கொண்டிருந்தார்.

நாகு நீலாவிடம் கேட்டான்,

"பெட்ரோமாக்ஸ் வெளிச்சத்திலே வேப்ப மரத்தைப் பாத்தயா. பேய் ஆடுறது மாதிரி... தலையைத் தூக்கித் தூக்கி ஆடுச்சு."

நீலா தானும் அதைக் கண்டதாகச் சொல்லிச் சிரித்துக் கொண்டாள். உலர்ந்து காற்றேயற்றுப்போன அந்த வெம் பரப்பில் அவர்கள் கள்ளச் சிரிப்புடன் வானத்தைப் பார்த்தபடியே உறக்க மற்றுக் கிடந்தார்கள்.

அம்மாவின் கூந்தலில் இத்தனை நாட்களுக்குப் பிறகு ஒரு மஞ்சள் கேந்திப்பூ இருப்பதைக் கண்டதும் வேணிக்கு சந்தோஷமாகயிருந்தது. அய்யா ரொம்ப ரொம்ப நல்லவர் என வேணி தனக்குத் தானே சொல்லிக்கொண்டாள். தெரு தான் கண்ட ப்ரகாசத்தின் வியப்பில் இருந்து மீள முடியாமல் நிசப்தத்தில் ஊறியிருந்தது.

19

கத்திரி வெயில் துவங்கியிருந்தது. பதினெட்டு நாட்கள் இனி தெருவில் காகங்களின் கரைப்பொலிகூட பகலில் கேட்காது. துவங்கிய நாளிலே அக்னி நட்சத்திரத்தின் சூடு தெருவில் கொப்பளித்துக்கொண்டிருந்தது. வேலியடிக்குள் யாவும் பதுங்கிக் கொண்டது போல நாய்களும் பூனைகளும் கோழிகளும் வேலிப் புதருக்குள் குழி பறித்து ஒடுங்கியிருந்தன. சீராக மழை பெய்வது போல தெருவெங்கும் வெக்கையில் நனைந்து கொண்டிருந்தன.

கதவுகளற்ற தனது வீட்டிற்குள் வெயில் ஏறிவருவதைக் கண்ட சிங்கிக் கிழவன் ஆத்திரத்துடன் வைக்கோல் பிரிகளுக்குள் பதுக்கி வைத்திருந்த தனது கத்தியை எடுத்துக்கொண்டு சூரியனைப் பார்த்துக் கத்தினான்.

"வகுந்துருவேன் வகுத்து. சூரியன்னா பெரிய மசிரா. சங்கை அறுத்துப்புடுவேன்."

தெருவில் ஒரு நாய் நிழல் தேடி ஓடிக்கொண்டிருந்தது. ஆதிலட்சுமியிருந்த திண்ணையைச் சுற்றி சாக்கை மறைவாகத் தொங்க விட்டிருந்தார்கள். அவள் சாக்கை மீறி வெயிலின் ரேகைகள் திண்ணையில் இறங்கி ஓடுவதைப் பார்த்தபடியே தட்டாங்கல் ஆடிக்கொண்டிருந்தாள்.

நாகு நீண்ட நாட்களுக்குப் பிறகு அவளைப் பார்ப்பதற்காகப் போயிருந்தான். அவள் சாக்கை விலக்கிக்கொண்டு நாகு வந்து நிற்பதைக் கண்டவளாகச் சொன்னாள்,

"நீ ஒண்ணும் என் கூட பேச வேண்டாம்... உங்க வீட்டுக்குப் போ."

நாகு பதில் பேசாமல் ஆதிலட்சுமி எதிரில் தன் கைகளை விரித்து நீட்டினான். அதில் ஒரு பித்தளை ஊக்கு இருந்தது. ஆதிலட்சுமி ஆச்சரியத்துடன் பார்த்தபடி கேட்டாள்,

“ஏதுடா இந்த மஞ்ச ஊக்கு.”

நாகு அவளிடம் தந்தபடியே சொன்னான்,

“உனக்குத்தான்... வச்சுக்கோ.”

திண்ணையில் நன்றாக ஏறி உட்கார்ந்து கொள்ளச் சொல்லி விட்டு ஊக்கை வாங்கித் தன் வளையலில் மாட்டிக்கொண்டாள். நாகுவின் அம்மை வடுக்களைத் தடவிப் பார்த்தபடியே கேட்டாள்,

“அம்மை வந்ததுக்குப் பயந்து போயிட்டயா?”

ஆமாம் எனத் தலையாட்டினான்.

ஆதிலட்சுமி கூந்தலிலிருந்து ஏதோ வாடையடித்துக் கொண்டேயிருந்தது. அவள் சந்தோஷமான குரலில் சொன்னாள்,

“முயல் ரத்தம் பூசிக் குளிச்சிருக்கேன். தலைமயிரு கருகருனு வளரும்.”

நாகு அவள் உரசி வைத்திருந்த புளியமுத்துகளைக் கையில் எடுத்துப் பார்த்தான். ஒரே வட்டமாக அழகாக உரசப்பட்டிருந்தது.

“உனக்கு ஏன் அம்மை வந்துச்சு தெரியுமா?”

தெரியாதென நாகு தலையாட்டினான். அவள் தான் மட்டுமே அறிந்த ரகசியத்தைச் சொல்வதுபோல சொன்னாள்,

“சென்னம்மா ராத்திரி வானத்திலே பறந்து போறதை ஒருநாள் நீ பாத்தேயில்லையா, அதுக்குத்தான் அவ வீட்டில் இருந்துகிட்டே உன் மேலே உப்பை அள்ளிப்போட்டிருக்கா. அதான் உனக்கு அம்மை வந்தது.”

இதைக் கேட்டதும் நாகுவிற்குத் திடீரென பயமாக வந்தது. அவன் தன் வீட்டிற்கு உடனே போய்விட வேண்டும் என்றவன் போல மெதுவாகத் திண்ணையை விட்டு இறங்கினான். ஆதிலட்சுமி அவன் முகத்திலிருந்த பயத்தை அடையாளம் கண்டுவிட்டவள் போல பேச்சை மாற்றுவதற்காகக் கேட்டாள்,

“உங்க அய்யா வியாபாரத்துக்குப் போயிட்டாரா?”

“போகலே. வீட்டிலதான் படுத்துக் கிடக்காரு.”

தன் அண்ணனோடு திருவிழாவுக்குப் போவதாக ஆதிலட்சுமி உற்சாகத்துடன் சொன்னாள்,

மிக வருத்தத்துடன் நாகு அவளிடம் கேட்டான், “வண்டியிலயா?”

“ஆமா... நாளைக்கு ராத்திரி போறோம்.”

நாகுவிற்குப் பேச்சு வரவில்லை. தொண்டையில் எதற்காகவே வலிக்கத் துவங்கியது. உரசி வைத்த புளியமுத்தை கைகளில் உருட்டிப் போட்டான். நாலு விழுந்தது. அவள் நாகுவின் தலையைத் தடவி விட்டபடி சொன்னாள்,

"அங்கே தண்ணி துப்பாக்கி விக்குமாம். உனக்கு வாங்கிட்டு வரவா."

தலைகவிழ்ந்து கொண்டான். அவள் நாகுவின் தாடையைப் பிடித்துத் தூக்கியபடி கேட்டாள்,

"நீயும் என்கூட திருவிழாவுக்கு வர்றயா."

இதைக் கேட்டதும் நாகுவின் கண்கள் சந்தோஷம் கண்டன. ஆனாலும் தயக்கத்துடன் சொன்னான்,

"எங்கய்யா விட மாட்டாரு."

"கேட்டுப் பாக்குறயா."

சரியெனத் தலையாட்டினான். ஆதிலட்சுமி வீட்டின் முன் வைத்திருந்த மண் பானை வெடித்து ஓடுகள் சிதறிக் கிடந்தன. சாக்கைத் தூக்கிக்கொண்டு ஆதிலட்சுமி பார்த்தாள். வெயிலில் கண்கள் கூசுகின்றன. நாகு திண்ணையை விட்டு இறங்கி "நான் வீட்ல போயி கேட்டுட்டு வர்றேன்கா" என ஓடினான்.

நாகு தன் வீட்டிற்குள் போனபோது அய்யா வெக்கைக்குள்ளும் உறங்கிக் கிடந்தார். வேர்வை தலைமசிரெல்லாம் ஈரமாக்கியிருந்தது. அம்மாவிடம் கேட்கலாம் என அடுப்பருகே போய் உட்கார்ந்து கொண்டான். ஊற வைத்திருந்த புளிக்குள் விரலை விட்டுப் புளியமுத்தைத் தேடியபடியே அம்மா அம்மா எனக் கூப்பிட்டுக் கொண்டேயிருந்தான். அவள் சுண்டக்காய்களை வதக்கிக் கொண்டிருந்தவள் நாகுவைக் கவனிக்கவேயில்லை. ஆத்திரத்தில் நாகு சப்தமாகக் கத்திக் கூப்பிட்டான். அவள் சட்டெனத் திரும்பும்போது கரைத்து வைத்த புளி தரையில் கொட்டியது. ஆத்திரத்துடன் சினந்தாள்,

"ஏன்டா உசிரை வாங்குறே... எங்கேயாவது போய்த் தொலைஞ் சாயென்ன?"

நாகு முறைத்தபடியே சொன்னான்,

"ஆதிலட்சுமியக்காகூட அவங்க ஊருக்கு போறேன்."

அம்மா முறைத்தபடி "சூடு வாங்கினது மறந்து போச்சா" என்று கேட்டாள்.

இதைக் கேட்டதும் நாகுவிற்கு அழுகை கண்களில் முட்டியது. அவன் தன் புறங்கைகளால் கண்களைத் துடைத்துக்கொண்டபடி அம்மாவையே பார்த்துக்கொண்டிருந்தான்.

"போ... போயி வேம்படி நிழல்ல போயி உக்காரு" என அம்மா சொல்லிவிட்டு அடுப்பை ஊதத் துவங்கினாள்.

வாசலுக்கு வந்து நின்றான். வேம்பில் சிறிய ஊஞ்சலைக் கட்டி நீலா ஆடிக்கொண்டிருந்தாள். தெருவில் நடந்தபோது உச்சந்தலையில் ஏறியது வெயில். நாகு உதட்டைக் கடித்துக்கொண்டு நடந்தான். ஆடு ஒன்று மரநிழலில் காலைச் சாய்த்துப் படுத்திருந்தது. நீலா ஊஞ்சலில் இருந்தபடியே நாகுவைக் கூப்பிட்டாள். வேம்படி நிழலுக்கு வராமல் வேண்டுமென்றே வெயிலில் நடந்து போய்க்கொண்டிருந்தான் நாகு.

20

இரவாகியிருந்தது. இத்தனை வேம்பிருந்தும் காற்று சுரக்கவேயில்லை. சிங்கிக் கிழவன் உலர்ந்து போன தனது உதடுகளை எச்சிலால் ஈரப்படுத்திக்கொண்டு அடிவயிற்றைத் தடவிப் பார்த்துக்கொண்டான். தொப்பூழைச் சுற்றிலும் சூடு பரவியிருந்தது. காலையில் இருந்தே மூத்திரக் கடுப்பு வேறு. தன் அருகேயிருந்த மண் கலயத்தில் தண்ணீரை ஊற்றிக் குடித்தான். உடம்பெல்லாம் தண்ணீர் வழியும் போது குளிர்ச்சியாக இருந்தது. அவனைக் குளிக்கக் கூட்டிப் போவதற்கு ஆட்களேயில்லை. எப்போதாவது பிசுபிசுப்புத் தாங்க முடியாமல் அவனாகவே தன் தலை வழியாக மண் கலயத்தால் ஊற்றிக்கொள்ளும் தண்ணீரைத் தவிர நீந்திக் குளிப்பதற்கு கிணற்றுக்கு கூட்டிப்போகும் ஆட்கள் எவருமில்லை. கிணறுகளே வற்றிப்போய் காற்றில் ஊளையிடும் போது தன்னைச் சீராட்ட யார் வரப்போகிறார்கள் என ஆத்திரப்பட்டுக்கொண்டான். ஊர் அடங்கியிருந்தது. ஆனாலும் உச்சி வெயில் போல எங்கும் ஒடுங்காத ப்ரகாசம் நிரம்பியிருப்பதாகப் பட்டது. அவன் தன் கைகளைக் காற்றில் படரவிட்டான். உலர்ந்துபோன வேப் பிலைச் சருகைப் போலத்தானிருந்தது இருட்டு. பகலில் குடித் திருந்த வெக்கையைக் கக்கிக்கொண்டிருந்த வீட்டுச் சுவர்கள். சிங்கிக் கிழவன் பற்களை நறநறவெனக் கடித்துக்கொண்டான்.

"பல்லில் கறி சிக்கிகிடுச்சா... அப்பச்சி" என்ற குரல் கேட்டது. பாதி விளையாட்டில் நிறுத்திவிட்டு இத்தனை நாள் வராமல் போன குருவனின் குரல்தான் அது எனத் தெரிந்ததும் தன் தலை மாட்டிலே வைத்திருந்த சூரியை ரகசியமாகக் கைகளில் எடுத்துக் கொண்டு குரல் வந்த பக்கமாக நகர்ந்தான்.

"அப்பச்சி யாரைக் குத்துறதுக்கு இந்த சூரி... நான் செத்து பத்து வருமாச்சுல்ல..."

எனப் பரிகாசமான ஒலி கேட்டது. ஆத்திரத்தை அடக்க முடியவில்லை சிங்கிக்கு.

"பிறகு என்ன மசிருக்குடா விளையாட வந்தே."

"சுண்ணாம்பு கேட்டா... யாரு கொடுக்கிறாள். வாங்கிட்டு வர்றதுக்கு நேரமாகிப்போச்சு"

என்றபடி கரியால் குழி விழுந்த அந்தத் தரையில் கோடு போடத் துவங்கினான் குருவன்.

"நீ சுண்ணாம்பை நக்கிகிட்டு அப்பிடி போயிரு. உன் சகவாசமே வேணாம்."

குருவன் சிரித்துக்கொண்டான். சிங்கியின் கைகள் தானாக மூன்று கற்களை எடுத்துக்கொண்டன.

விளையாட்டு துவங்கியது. இருவரும் பேசிக்கொள்ளவேயில்லை. தன் ஆடுகளால் புலியை அடைத்துவிட்டான் குருவன். இனி புலிகள் இடவலம் திரும்ப இடமில்லாமல் அடைபட்டுக் கிடந்தன. தன் கைகளை வீசி விளையாடும் கற்களைத் தட்டி விட்டான் சிங்கி. குருவன் சிரித்தபடியே சொன்னான்,

"நீங்க வேணும்னா ஆடுகளை வச்சு விளையாடிப் பாருங்க... நான் புலியை வச்சுகிடுறேன்."

சிங்கிக்கு ரௌத்திரம் தாங்க முடியவில்லை. தனது புலிகளைத் திரும்பவும் தானே எடுத்துக்கொண்டான். மறு ஆட்டத்திற்குக் கட்டங்களில் திரும்பவும் புலியை வைத்தபோது குருவன் சொன்னான்,

"பண்டாரம் மகளை போயி பாக்குறதுதானே."

"ஏன் அவளுக்கு பீ மோத்திரம் அள்ள ஆள் கிடைக்கலையாக்கும்."

"இருந்தாலும் உங்க உறுத்து யாருக்கு வரும். அப்பச்சி... நாளைக்கு முப்பது குடம் தண்ணி இறைச்சு குடுத்த கையாச்சே..."

"எச்சியைத் துப்பி மூஞ்சி கழுவிக்கிட சொல்றயாக்கும். ஆட்டைப் பார்த்து விளையாடுடா."

குருவன் பதில் பேசாமல் விளையாடத் துவங்கினான். இருவரும் இரவெல்லாம் ஆடிக்கொண்டேயிருந்தார்கள். உச்சாணிப் புலியை இறக்கி மீதமிருந்த ஆட்டை வெட்டிவிட்டு சிரிப்போடு சிங்கிக் கிழவன் இப்போ என்னடா சொல்றே குருவா எனக் கேட்டபோது

பதில் சொல்ல குருவன் அங்கிருக்கவில்லை. தன் கைகளால் சுற்றிலும் தடவிப் பார்த்தான். குருவன் இருந்த சுவடேயில்லை.

பண்டார மகள் இறந்து போய்விட்ட துஷ்டி சொல்வதற்காக வேம்பலைக்கு வந்து கொண்டிருந்த மணிப்பகடை, அதிகாலையில் ஊர் சாம்பல் நிற வெளிச்சத்தில் வெம்பிப் போயிருப்பதைக் கண்டபடி தெற்குத்தெருவை நோக்கி நடந்து போய்க் கொண்டிருந்தான்.

21

நாகுவின் அய்யா வேலைக்குப் போகவேயில்லை. பகலில் வேம்படியில் ஏதோ யோசனையோடு படுத்துக்கொண்டும் மாலை நேரங்களில் கள் குடிப்பதற்காக வெளியே கிளம்பிப் போய்விடுவதுமாகவேயிருந்தார். அம்மா கவனித்துக் கொண்டேதானிருந்தாள். சண்டையிடும் மூர்க்கம் தணிந்திருந்தது அவளிடம். வீட்டில் இருந்த பெட்ரோமாக்ஸ் லைட்டை ஒருவன் தலையில் தூக்கி விட்டபடியே அய்யா ஒரு மாலை நேரத்தில் கிளம்பிப் போனார். சாக்கு நிறைய இருந்த செருப்புகள் அப்படியே கிடந்தன.

இரண்டு நாட்களுக்குப் பிறகு அவர் வீடு திரும்பும்போது ஒரு நாயைக் கைகளில் பிடித்துக்கொண்டு வந்தார். வேட்டைக்குப் பழகும் சிப்பிப்பாறை வகை நாயது. வயிறே இல்லாமல் நீண்டுச் சப்பிய முகத்தோடிருந்தது. பிடிமானத்திற்கு ஏற்றதாக ஒரு கழுத்துப் பட்டையைக் கட்டியிருந்தது. அய்யா சிரிப்புடன் அந்த நாயை வாசலில் கொண்டுவந்து கட்டிவிட்டு, வீட்டிற்குள்ளிருந்து ஒரு உலைமூடியில் கம்பஞ்சோற்றை எடுத்து வந்து தின்பதற்கு வைத்துவிட்டு, அதன் முகத்தையே பார்த்துக்கொண்டிருந்தார். நாய் முகர்ந்து பார்த்துவிட்டுத் தலையைச் சிலுப்பிக்கொண்டது. அதன் மூஞ்சியைத் தடவிவிட்டபடி சொன்னார்,

"கம்பஞ்சோறு இறங்க மாட்டேங்குதா. நாளைக்கு முயல் கறி போடுறேன்."

அம்மாவால் ஆத்திரத்தைத் தாங்க முடியவில்லை. பாத்திரங் கழுவிக்கொண்டிருந்த தண்ணீரைக் கொண்டுவந்து நாய் மீது கொட்டினாள். அது சட்டென உடலைச் சிலுப்பிக்கொண்டு அவளைப் பார்த்து முறைத்தது. அய்யா தன் மீதே அவள் எச்சித் தண்ணியை ஊற்றியது போல ஆத்திரமானார்.

“கள்ளமுண்டை... யார்கிட்டே உன் வேலையை காட்டுறே...” என அருகில் கிடந்த கருங்கல்லை எடுத்து அடிக்க வந்தார். அவளும் தன் பற்களைக் கடித்தபடியே கத்தினாள். தலைமயிரைக் கொத்தாகப் பிடித்துக்கொண்டு அவளை அடிக்கத் துவங்கினார். அவள் திமிறியபடிச் சுற்றினாள். அறை முகத்தில், மார்பில், மாறி மாறி விழுந்தது. அம்மாவின் ஓங்காரம் கேட்டுத் தெருவிலிருந்து ஓடி வந்த வேணி விலக்கிவிட்ட பிறகே அய்யா கோபம் தணிந்திருந்தார். அம்மா கடைவாயில் எச்சில் ஒழுக வாசலில் கிடந்த சாம்பலை வாரித் தூற்றிக்கொண்டிருந்தாள். நாய் அமைதியாகப் படுத்துக் கிடந்தது. அய்யா அதைத் தன் கைகளில் பிடித்துக் கொண்டு வேம்படியில் போய் உட்கார்ந்துகொண்டார். வீட்டின் முன்பாகக் கூட்டம் கூடியிருந்தது. அம்மாவின் தலைமயிர் முகத்தில் வழிந்து கொண்டிருந்தது. அவள் அழுகையைக் கட்டுப்படுத்த முடியாமல் கத்திக்கொண்டிருந்தாள். ஆண்களும் பெண்களும் அம்மாவைத் தேற்றிக்கொண்டிருந்தார்கள். அய்யாவிடம் நியாயம் பேசுவதற்காக ஓச்சாவு மட்டும் அருகே போனான்.

அய்யா ஒரே வார்த்தையில் சொல்லிவிட்டார்,

“ஊர் ஊரா என்னைச் செருப்பைத் தூக்கி விக்கச் சொல்றா. பங்காளி... அது நமக்குச் சரிப்படாது. இனிமே வேட்டைதான் லாயக்குனுதான் நாயை வாங்கிட்டு வந்தேன். ஈனமுண்டை... அது மேலே எச்சித் தண்ணியை ஊத்துறா.”

கழுத்தில் மட்டும் லேசான கறுப்புத் திட்டு விழுந்திருந்த அந்த நாய் அய்யாவின் கைகளை நக்கிக்கொண்டிருந்தது. நான்கு பயத்துடன் நாயின் அருகே போய் நின்று பார்த்தான். வாலை ஆட்டிக் கொண்டே நாய் அவனைப் பார்த்தபடியிருந்தது. நீலா வாசலில் சிதறிக் கிடந்த கம்பஞ்சோற்றைத் துடைத்துக்கொண்டிருந்தாள். அம்மாவின் சப்தம் அடங்கிவிட்டது. வாசலில் நின்றிருந்தவர்களும் கலைந்து போனார்கள். அய்யா நாயைத் தன் கால் இடுக்குகளுக்குள் கொடுத்து அணைத்தபடி அதனிடம் ஏதோ சொல்லிக் கொண்டிருந்தார்.

இரவில் அய்யா சாப்பிட வர மறுத்துவிட்டார். வேணி போய்க் கூப்பிட்ட போதும் அவர் வருவதாகயில்லை. அவர் தன் நாயைக் கூட்டிக்கொண்டு நீர் வற்றிப்போன நல்ல தண்ணீர்க் கிணற்று பட்டியக்கல்லில் படுத்துக் கிடந்தார். வீடு திரும்பிய வேணியிடம் நாகு வேதனையோடு கேட்டான்,

“இனிமே அய்யா வீட்டுக்கே வர மாட்டாராக்கா?”

வேணி அதற்குப் பதில் சொல்லவில்லை. நாகு வேட்டை நாயைப் பற்றி அக்காவிடம் கேட்கலாமா என்று நினைத்தான். ஆனால் அவள் எதையோ யோசித்துக் கொண்டிருந்ததால் அவன் கேட்கவில்லை. மறுநாள் காலையில் வேணி தெருவிற்கு வந்தபோது தொலைவில் அய்யா இடது கையில் மூன்று முயல்களைக் காதைப் பிடித்துத் தூக்கிக்கொண்டு வலது கையில் நாயைப் பிடித்தபடி வீடு நோக்கி வருவதைக் கண்டாள். வேகமாக எதிர் போனபோது தெருப் பெண்கள் ஆச்சரியத்துடன் அய்யாவைப் பார்த்தபடி "முயல் ரத்தம் வேணும்" எனக் கேட்டபடி பின் தொடர, அய்யா வேட்டையின் வெற்றிச் சிரிப்போடு வேணியின் கைகளில் முயலை கொடுத்துவிட்டுத் தன் அகன்ற செருப்பை வாசலில் அவிழ்த்துப் போட்டார்.

அம்மா மூன்று முயல்களையும் தூக்கிப் பார்த்தாள். நல்ல எடையிருந்தது. நாகு முயலின் வெண் ரோமங்களைத் தன் விரலால் தடவிப் பார்த்தான். அதில் ஈரம் உலராத ரத்தத் துளிகளிருந்தன. தான் ஆடிய முதல் வேட்டை முயல்களைத் தெருவில் இருந்த பங்காளிகள் வீடுகளுக்குக் கூறுபோட்டுக் கொடுத்தார் அய்யா. அம்மா நேற்று நடந்ததை எல்லாம் மறந்து போனவள் போல வேணியிடம் சொன்னாள்,

"நாய் வாடிப்போய் நிக்குது... அதுக்குக் கொஞ்சம் கஞ்சியை ஊத்தி வையுடி."

அய்யா முயல்கறியை அறுக்கத் துவங்கியிருந்தார். வெயில் முற்றிய தெருவில் அன்று யாவர் வீட்டிலும் கறிவாடை நிரம்பிக் கொண்டிருந்தது.

வீட்டில் இருந்த செருப்பு மூடையில் இருந்த செருப்புகளை அவிழ்த்து ஆளுக்கொன்றாக வேணியும் நீலாவும் அம்மாவும்கூட போட்டுக்கொண்டிருந்தார்கள். பெரிய செருப்பைப் போட்டுக் கொண்டு நடப்பது வேடிக்கையாக இருந்தது. புதுச் செருப்பின் சப்தத்தோடு நாகுவும் அவர்களோடு சேர்ந்து நடை பழகிக் கொண்டிருந்தான்.

22

வடகுறிச்சிக்கு சிங்கியைக் கைத்தாங்கலாகப் பிடித்துக்கொண்டு நடந்து வந்து சேர்ந்திருந்தார்கள். ஒற்றையாளாகப் பகல் இரவில் அலைந்து திரிந்த அப்பாதை பார்வை மங்கிய பிறகு பதட்டமேற்படுத்துவதாகயிருந்தது. அவன் நடக்க மிகவும் சிரமப்பட்டான். கால்கள் கூச்சம் கண்டு போயிருந்தன. ஊரை விலக்கி வெகு தொலைவு நடந்த பிறகு காற்று சுழியெனச் சுற்றி சப்தமிடுவதைக் கேட்டபடி தலைகவிழ்ந்து வந்தான். மரஞ்செடிகள் யாவும் வெகு தொலைவிற்கு அப்பால் சென்றுவிட்டன போலும். பாதை நீண்டு போய்க்கொண்டேயிருந்தது. வடகுறிச்சிக்குள் நுழையும்போது அவனறியாமல் கண்கள் ஈரம் கொள்ளத் துவங்கின. ஆனால் அவன் அழவில்லை. கொட்டுக்காரர்களின் சப்தமோ பெண்கள் ஒப்பாரி வைக்கும் சப்தமோகூடயில்லை. ஒருவேளை தன்னை வீடு திரும்பச் செய்வதற்குத்தான் தேவானை செத்துப்போனதாக ஆள் அனுப்பியிருந்தாளோ. அவன் கோவிலின் சுவரை ஒட்டிய பாதையில் நடந்து போய்க்கொண்டிருந்தான்.

கிணற்று மேட்டில் பறிக்காமல் போய்விட்ட கருந்துளசிகளின் வாசம் கொப்பளிக்கிறது. பிரம்மாண்டமாக உயர்ந்து நிற்கும் கோவில் சுவரின் நிழலில் நாய் ஒண்டிக்கொண்டு நடப்பது போல அவன் மெதுவாக நடந்து வந்து கொண்டிருந்தான். தேரடிக்கு வந்தபோதும் ஒப்பாரி சத்தமில்லை. அவன் தன்னை அழைத்துக் கொண்டு வந்தவனிடமிருந்து கையை விலக்கிக்கொண்டு தனியாக நடக்கத் துவங்கினான். தெருவில் பஜனை மடத்திற்கு மூன்றாவது வீடுதான் பண்டார மக்களுடையது. அவன் அருகாமை போன போது வீட்டு வாசலில் ஒரேயொரு மரப்பெஞ்சைத் தூக்கிப் போட்டிருந்தார்கள். அதில் போய் உட்கார்ந்துகொண்டான். உள்ளே இரண்டு பெண்கள் எதையோ சளசளவெனப் பேசிக் கொண்டிருந்தார்கள். ஊதுபத்தியின் வாசனை சாவை உறுதி செய்தது. உள்ளே

போகாமல் வெளியே உட்கார்ந்து கொண்டிருந்தான் சிங்கி. சாவிற்கு அழுவதற்கு ஆட்கள் கூட அற்றுப்போன வளாகயிருந்த தேவானையை நினைக்கும்போது வேதனை மனதைத் துவளச் செய்து கொண்டிருந்தது. இப்படியே போய்விடலாமா என்பது போல யோசனையோடு உட்கார்ந்திருந்தான்.

வெற்றிலை எச்சிலைத் துப்புவதற்காக வாசலுக்கு வந்த ஒரு பெண் சிங்கியைப் பார்த்துவிட்டு அவசரமாக உள்ளே போனாள். சட்டென உள்ளிருந்து பெண்களின் மாரடித்துக்கொண்டு அழும் சப்தம் கேட்கத் துவங்கியது. சிங்கி பற்களைக் கடித்துக்கொண்டான். சாவு மேளம் கூட இல்லாமல் அவள் உலகைப் பிரிந்து செல்லுமளவிற்கு என்ன துர்பாக்கியம் கொண்டுவிட்டாள் என்று ஆத்திரமாக வந்தது. வெயிலுக்குள்ளிருந்து குடையை மடக்கிப் பிடித்தபடி வந்த போத்தி ரெட்டி சிங்கியின் அருகாமையில் உட்கார்ந்துகொண்டு தோளைப் பிடித்தபடி சொன்னார்,

“சாகுற வரைக்கும் உன்னைப் பார்க்கணும்னு சொல்லவேயில்லை... வைராக்கியமானவப்பா. இப்படி வெளியே உட்கார்ந்து இருந்தா எப்படி... சிங்கி... உள்ளே போய்ப் பாத்துட்டு வா.”

சிங்கி பேசாமல் இருந்தான். அவரே சிங்கியின் கைகளைப் பிடித்து உள்ளே கூட்டிப்போனார். வீட்டிற்குள் எப்போதுமிருக்கும் குளிர்ச்சி விலகவேயில்லை. அவன் மெதுவாக நடந்து சென்றான். நிறைநாழியில் விளக்கேற்றி வைத்துப் படுக்க வைத்திருந்த தேவானை அருகே அவனை உட்கார வைத்தபோது அவன் கைகளைப் பற்றிக்கொண்டு ஒரு பெண் ஒப்பாரி வைக்கத் துவங்கினாள். சிங்கிக்குத் தேவானையின் முகத்தைத் தொட்டுப் பார்க்க வேண்டும் போலிருந்தது. மஞ்சள் பூசி மெழுகைப் போலிருக்கும் அந்தக் கன்னங்களை எத்தனை முறை தொட்டிருக்கிறான், முத்தியிருக்கிறான். இன்றைக்கு விரல்கள் அதைத் தொடுவதற்குத் தயங்கின. அழுது கொண்டிருந்த பெண்களில் ஒருத்தி மூக்கைச் சிந்திவிட்டுச் சொன்னாள்,

“யண்ணே தேவானை இடது கை மூடிகிட்டு இருக்கு. திறக்கவே முடியலை. எதை நினைச்சுகிட்டு மூடினாளோ. அந்தக் கை பூட்டிகிட்டு இருக்கு, நீ பிரிச்சுப் பாருண்ணே.”

வேண்டாம் என்று தோணியது சிங்கிக்கு. ஆனால் இன்னொரு பெண்ணும் அதையே சொல்லியதால் சிங்கி அவளின் இடது கையைப் பிடித்தான். இப்போது அதில் வெம்மையில்லை. கோபத்தில் தன்னை விலக்கிச் சட்டென அந்தக் கை விலகிக்கொள்ளவில்லை. தேவானையின் கைவிரல்களைத் தன்

உள்ளங்கையில் வைத்துத் தடவிவிட்டுக்கொண்டேயிருந்தான். பருத்துக் காட்டுக் கிழங்கைப் போலாகிவிட்டிருந்தன விரல்கள். அவன் நகங்களைத் தடவிவிட்டான். கை இறுக்கமாக மூடியிருந்தது. அழுகையை நிறுத்திவிட்டுப் பெண்கள் அந்தக் கையையே பார்த்துக்கொண்டிருந்தார்கள்.

சிங்கி மூடியிருந்த கைப் பெருவிரலுக்குள் தன் விரல்களைக் கொடுத்து நெம்பித் திறந்தான். பூட்டு திறப்பது போல முறிச் சப்தத்துடன் கை பிரிந்துவிட்டது. உள்ளங்கையைத் தடவிப் பார்த்த போது ஏதோ சித்திரம் பச்சை குத்தப்பட்டிருப்பது போலிருந்தது. ஒரு பெண் ஆச்சரியமாக அதைப் பார்த்துவிட்டு "இவ என்ன உள்ளங்கையிலே தேளைப் பச்சை குத்தி வச்சிருக்கா" எனச் சொன்னாள். சிங்கி அந்தத் தேள் பச்சையைத் தடவி விட்டான். கொடுக்கைத் தூக்கிக்கொண்டு கட்டு கட்டாகயிருந்தது அந்தத் தேள். தன் கையை அவள் கையோடு சேர்த்து மூடினான். அவள் கையிலிருந்த தேள் பச்சை மெதுவாக ஊர்ந்து அவனது உள்ளங்கையில் ஏறிக்கொண்டது. தன்னுடலில் ஏற்பட்ட சரசரப் பைத் தாளாது விரல்களை அவன் உதறும்போது சுற்றியிருந்த ஒரு பெண் ஆச்சரியத்துடன் "இது என்னடி பண்டார மக கையில் குத்தியிருந்த பச்சை அண்ணன் தொட்டதும் அவருகைக்கு ஏறிப் போயிருச்சு" என்றாள். தன் உள்ளங்கையில் பதிந்து போயிருந்த அசைவற்ற தேளைத் தடவிவிட்டபடி சிங்கி எழுந்து கொண்டான். பெண்கள் திரும்பவும் ஒப்பாரியைத் தொடர்ந்தார்கள்.

துக்கம் கேட்டு வருவதற்குக்கூட உள்ளூர்க்காரர்கள் எவரும் வரவில்லை.

சிங்கிக்கு யாவர் மேலும் ஆத்திரமாக வந்தது. இப்படி ஒடுங்கி வாலறுந்த குரங்கைப் போல தான் மட்டும் கிடக்காமல் போயிருந்தால் இந்த சாவு எப்படிப் போயிருக்கும். மேளமும் சப்பரமுமாக ஊரே அவள் சாவைக் கொண்டு செலுத்தியிருக்காதா? எல்லாமும் கைவிட்டுப் போன பிறகு மசிருக்கா உயிர் வாழ வேண்டியிருக்கிறது என்று தோணியது. சாவு வீட்டை விட்டு வெளியேறி நடந்தான். வழக்கமாகத் தண்ணீர் இறைக்கப் போகும் பெண்கள் கடந்து போய்க்கொண்டிருந்த சப்தம் கேட்டது. சிங்கி மடத்துத் திண்ணையில் போய் உட்கார்ந்து கொண்டான். ஊர்க்காரர்களே காசு வசூல் பண்ணி அவளது மயானக் காரியங்களுக்காக ஏற்பாடு செய்துகொண்டிருந்தார்கள்.

சிங்கி வெயிலேறிக் காய்ந்த மடத் திண்ணையில் சுருண்டு படுத்துக்கொண்டான்.

"தலையை மழிச்சுகிடுறீகளா... இல்லை கொள்ளி மட்டும்தானா" எனத் தயங்கித் தயங்கி ஊர் நாவிதன் கேட்டபடி நின்றிருந்தான். சிங்கி தலையை மழித்துக்கொள்ள எழுந்து கொண்டான். தேவானையை மயானக் கரையில் கொண்டு செலுத்தித் திரும்பி வரும் போது ஈர வேஷ்டியும் மேல் துண்டுமாக சிங்கி மெதுவாக நடந்து வந்தான். தேவானை வீட்டு முன் வந்ததும் தனக்கும் அந்த ஊருக்குமிருந்த பந்தம் இத்தோடு முடிந்து போய்விட்டது என்ற நினைப்பு துக்கத்தை உண்டாக்கியது. இடிந்து கிடந்த மாட்டுத் தொழுவத்திற்குள் தட்டுத் தடுமாறி நடந்தான். யாவும் கட்டை மண்ணாகப் போய்விட்டது. ஒரு நிமிஷம் அந்த இடிந்த மண்ணில் படுத்துக் கிடக்க வேண்டும் போலிருந்தது. தானறியாமல் அவன் கைகளை ஊன்றி மண்ணில் காலை நீட்டி வானைப் பார்த்தபடி படுத்துக்கொண்டான். மண்ணின் விசித்திர மணம். கால் பெருவிரலால் மண்ணைக் கிண்டியபடி கிடந்தான். கண்களில் ஈரம் அடர்ந்து கொண்டிருந்தது. பெருமூச்சும் விக்கல் போல நெஞ்சிற்குள் தவிப்பும் அடக்க முடியாமலிருந்தது.

"அப்பச்சி மருகாதீக..."

கைகளைக் காற்றில் தடவியபடி சொன்னான்,

"குருவா... பாத்தயாடா நாதியத்தவ மாதிரி செத்துப் போனாடா. தேவானை... இதை எல்லாம் இருந்து பாக்கத்தான் இத்தனை நாள் சாகாம இருந்தனாடா..."

குரல் தழுதழுத்தது.

குருவன் பதில் சொல்லவேயில்லை.

"குருவா, ஈரக்குலை பதறுதுடா..."

யாருமற்ற இடிந்த மண் தொழுவத்திற்குள் சிங்கி வெடித்து அழத் துவங்கினான். மண்ணில் புரண்டு அவன் அழுவதைப் பார்ப்பதற்குப் பயந்து சூரியன் ஒடுங்கிக்கொண்டுவிட்டது. இருட்டும் வரைக்கும் அதற்குள்ளாகவே படுத்துக் கிடந்தான். துக்கம் சாரை எறும்புகள் போல அவன் உடலிலிருந்து வெளியேறி மண்ணில் ஊர்ந்து கொண்டிருந்தது.

எழுந்து போக வேண்டும் என்றே தோன்றவில்லை. பின்னிரவில் அவன் தனியாளாக ஊரை நோக்கி நடந்து போகத் துவங்கினான்.

எஸ்.ராமகிருஷ்ணன் 141

காற்று ஒடுங்கியிருந்தது. பனையைத் தாண்டும்போது அருகில் யாரோ நடந்து வருவது போலத் தோன்றியது. கைகளை இருளுக்குள் வீசினான் சிங்கி. அருகாமையில் குருவனின் குரல் கேட்டது. சொன்னான்,

"நல்ல சாவுக்கும் கொடுத்து வச்சிருக்கணும் அப்பச்சி…"

சிங்கி துக்கத்துடன் நடந்து போய்க்கொண்டிருந்தான். இப்போது அவனுக்குத் தான் பழகிய பாதை இருட்டிலும் கூட மனதில் தெளிவாகத் தெரிந்தது.

23

விடிவதற்கு முன்பாக நாயைக் கூட்டிக்கொண்டு அய்யா வேட்டைக்குப் புறப்படத் தயாரானபோது நாகுவும் கிளம்பியிருந்தான். நீண்ட நாட்களுக்குப் பிறகு மேல் சட்டையைப் போட்டுக் கொண்டு தூக்கம் கலையாத கண்களுடன் அவன் வாசலிலே உட்கார்ந்து நாயைத் தடவிக்கொடுத்தபடியிருந்தான். அய்யா ஒரு தூண்டில் முள்ளும் நரம்பையும் சுருட்டி எடுத்துக்கொண்டு மிதியடியைப் போட்டுக்கொண்டார். நாம் அதற்காகவே காத்திருந்தவன் போல நாயைத் தன் கையில் பிடித்துக்கொண்டு நடக்கத் துவங்கினான். ஊர் விழித்திருக்கவில்லை. பின்னிரவின் மங்கிய நட்சத் திரங்கள் தொலைவில் அயர்ந்து போயிருந்தன. பனைகளில் கள் சுரந்து சொட்டுச் சொட்டாக கலயங்களில் நிரம்பிக் கொண்டிருந்தது. இரண்டு மூன்று நாட்களாக அருகாமை ஓடைகள் முழுவதும் சுற்றியலைந்தும் அய்யாவிற்கு முயல் எதுவும் மாட்டவேயில்லை. பதிலாக அவர் தவிட்டு எலிகளின் குஞ்சுகள் பத்துப் பதினைந்தை பிடித்துக்கொண்டு வந்திருந்தார். கண் திறக்காத அக்குஞ்சுகள் நெளிந்து கொண்டு கிடந்தன. அம்மா அதை வீட்டிற்குள்ளாகக் கொண்டுவரக் கூடாதென்று அப்படியே தூக்கி ஓச்சுவீட்டிற்குக் கொடுத்துவிட்டாள். அவர்கள் கம்பியில் குத்திச் சுட்டுத் தின்றார்கள் என மறுநாள் நீலா சொல்லியபோது அவள் முகமே கோணிப் போயிருந்தது.

கிழக்காகப் பத்திருபது மைல் தொலைவுக்கு மேல் போனால் இருந்த சுண்ணாம்பு ஓடையில் நிச்சயம் முயல்கள் பதுங்கிக் கிடக்கும் என்று செல்லையா சொன்னதால் அவனையும் கூட்டிக் கொண்டு மறுநாள் சுண்ணாம்பு ஓடைக்குப் போவதென முடிவு செய்தார்கள். செல்லையா முயல்களைப் புதரில் இருந்து கலைத்து விடுவதற்காக மூங்கில் கம்பு ஒன்றைக் கையில் எடுத்துக்கொண்டபடி

அவர்கள் வருவதற்காக விடிகாலை இருளுக்குள் வடகுறிச்சி பாதையில் காத்துக்கொண்டிருந்தான். அவனுக்கு நாம் கையில் நாயைப் பிடித்துக்கொண்டு வருவதைப் பார்த்ததும் சிரிப்பாக வந்தது. கேலியாகச் சொன்னான்,

"இன்னைக்கு வகையாக முயல் மாட்டும் போலிருக்கு. யுவ ராசால்ல வேட்டைக்கு வந்திருக்காரு."

நாகு வெட்கப்பட்டுக்கொண்டான். அவர்கள் வேகமாக நடக்கத் துவங்கினார்கள். கையிலிருந்த நாயை விட்டுவிடும்படி அய்யா சொன்னார். நாயை அவிழ்த்துவிட்டான். அது பரபரப்புடன் இருட்டைக் கலைத்தபடி அங்குமிங்கும் ஓடிச் செடிகளை மோந்து பார்த்துவிட்டு ஓடத் துவங்கியது. கிழக்கு நோக்கி நடந்து கொண்டேயிருந்தார்கள். பாதை தேய்ந்து போய்க் காடுகளும் முள்செடிகளுமாக நீண்டுகொண்டிருந்தன. அவர்கள் பேசிக் கொள்ளக்கூடயில்லை. வானம் கவிழ்ந்து எதையோ குடித்துக் கொண்டிருப்பதுபோல் தொலைவில் தாழ்ந்திருந்தது. மங்கிய வெளிச்சத்தில் நாயின் மூச்சு சப்தம் சீராகக் கேட்டபடியிருந்தது. வழியில் கிடந்த முள்கவைகளைத் தனது மூங்கில் கம்பால் புரட்டிப் போட்டுக்கொண்டே செல்லையா நடந்து போய்க் கொண்டிருந்தான்.

அவர்களின் காதுகள் கூர்மையேறியிருந்தன. ஓரிடத்தில் அவர்கள் கடந்து போய்க்கொண்டிருந்தபோது நாய் மூஞ் சியைத் தூக்கிக் கொண்டு 'உர்உர்'ரென சப்தமிட்டது. அவர்கள் அசையாமல் நின்று கொண்டார்கள். வேலிப்புதருக்குள் சலசலப்புச் சப்தம் கேட்டது. பார்த்துக்கொண்டிருக்கும்போதே விருட்டெனத் தாவி ஓடி மறைந்தது ஒரு கீரி. நாய் அதை விடாமல் விரட்டிக் குரைத்தது. அய்யா நாயை அதட்டி நிறுத்தினார். செல்லையா தணிவான குரலில் சொன்னான்,

"கீரி வலம் போகுதுன்னா... பாம்பு கிடக்கும், பாத்து வாங்க."

அய்யா அதைக் கேட்டுக்கொண்டதாகவேயில்லை. அவர்கள் சுண்ணாம்பு ஓடையை நோக்கி நடந்து போய்க்கொண்டிருந்தார்கள். யாரோ தோளைத் தொடுவது போல காற்று சுற்றியலைந்து கொண்டிருந்தது. நான்கு திரும்பித் திரும்பிப் பார்த்துக் கொண்டே நடந்தான். பொழுது விடியத் துவங்கிய போது அவர்கள் மூவரும் யாருமற்ற வெட்ட வெளியைக் கடந்து கொண்டிருந்தார்கள். சிறு மரங்கள் கூட அற்றுப்போன கரடு வெளியில் தரையிலே முளைத்துக் கிடந்தது போல இருந்த செம்பாறைகள். கிழக்கே வானம் தவிர வேறு பொருட்களேயில்லை.

வானம் செம்மஞ்சளில் கலவை கொண்டிருந்தது. நாய் நீண்ட வெளியில் தனியே ஓடிக்கொண்டிருந்ததைப் பார்ப்பதற்கு மிக அழகாகயிருந்தது. நாகு திரும்பிப் பார்த்தான். நடந்து வந்த பாதையும் யாருமற்று விரிந்து கிடந்தது. பாதைகளேயில்லாத அந்த பிரம் மாண்டமான செம்மண் வெளியில் அவர்கள் நடந்து போய்க் கொண்டிருந்தார்கள். நாய் ஓடும்போது ஏற்படும் செம்புழுதி ஆள் உயரத்திற்கு எழுந்து அடங்கியது. கிழக்கே நடக்க நடக்க வானம் ப்ரகாசம் கொள்ளத் துவங்கி சூரியன் எழுந்திருந்தது.

முகத்தோடு முகம் கொடுத்துப் பேசுவது போல நேரிடையாக சூரியன் தங்களைப் பார்த்தபடியே வானில் நடந்துகொண்டிருப்பதைப் பார்க்க வியப்பாகயிருந்தது. அய்யா ஒரு பக்கமும் செல்லையா ஒரு பக்கமும் நடந்து போய்க்கொண்டிருந்தார்கள். சிறிய குடை போல ஒரேயொரு மரம் தலைகவிழ்ந்து நின்றிருந்தது. அதை நோக்கி ஓடத் துவங்கினான் நாகு. நாய் அவன் ஓடுவதைக் கண்டது போல தானும் வேகமாக ஓடத் துவங்கியது. சுண்ணாம்பு ஓடை எங்கேயிருக்கிறதென்றே தெரியவில்லை. அவன் வானைப் பார்த்து வட்டமாகச் சுற்றியபடி ஓடத் துவங்கித் தலை கிறுகிறு கொள்ளத் தரையில் வீழ்ந்து பெருமூச்சிட்டான். நாய் காற்றில் பறக்கும் எதையோ பிடிக்கப் போவது போல மூஞ்சியைத் தூக்கிக் கொண்டு பாய்ந்து கொண்டிருந்தது.

அவர்கள் சுண்ணாம்பு ஓடைக்கு வந்தபோது மயில்களின் சப்தம் கேட்கத் துவங்கியது. எங்கேயிருந்து வருகிறது எனச் சுற்றிலும் பார்த்தான். செல்லையா தெற்கே கையைக் காட்டினான். தொலைவில் ஒரு மயில் நடந்தபடி அகவிக்கொண்டிருந்தது. மயிலை நோக்கி அவன் ஓடும்போது அய்யா அதட்டினார். நாய் தன்னைத்தான் அதட்டுவதுபோல் அசையாமல் நின்று கொண்டது.

சுண்ணாம்பு ஓடை நீண்டு கிடந்தது. மஞ்சனத்திச் செடிகளும் வளைந்த கூன் பனைகளும் இலந்தைச் செடிகளுமாகத் தெற்கு வடக்காக ஓடிக் கிடந்தது. அதற்குள் போவதற்குப் பாதையே இல்லையோ என்பது போல முள் முறிந்து கிடந்தது. காட்டு வேலிச்செடிகள் ஓடையை நிரப்பி வளர்ந்திருந்தன. அய்யா எதையோ முகர்ந்தபடி செல்லையாவிடம் சொன்னார்,

“நீ தெக்கே இருந்து கலைச்சுக்கிட்டு வா. நான் கிழக்கே நிக்கேன்.”

நாய் தன் காதுகளை விடைத்துக்கொண்டது. செல்லையா சப்த மிட்டபடியே ஓடைக்குள் இறங்கிக் கலைத்துவிடத் துவங்கினான். நாய் பரபரவென நிலை கொள்ளாமல் தட்டழியத் துவங்கியது. நாகுவிற்குத் தான் என்ன செய்வதெனத் தெரியவில்லை.

தானும் ஒரு சுண்ணாம்புப் பாறை மீது நின்றுகொண்டு கத்தினான். செடிகளுக்குள் ஏதோ ஓடி வரத் துவங்கியதும் நாய் பாய்ந்தது. அய்யாவும் செல்லையாவும் ஓடைக்குள்ளாக மறைந்து போயிருந்தார்கள். நாகு கத்திக்கொண்டேயிருந்தான். பனைகள் அவனை வெறித்துப் பார்ப்பது போல் அசைந்து கொண்டிருந்தன. அவர்களின் சப்தமேயில்லை. நாம் ஒரு மஞ்சனத்திச் செடியை ஓடித்துக் கையில் அதன் கொப்புகளைக் காற்றில் வீசியபடி சப்தமிட்டான்.

நாயையும் வேட்டைக்கு வந்தவர்களையும் விழுங்கிவிட்டது போல ஓடை நிசப்தமாக இருந்தது. நாகு சுண்ணாம்பு ஓடைக்குள் இறங்கிப் போய்ப் பார்க்கலாமா என்று நினைத்தபடியிருந்தான். எங்கோ இரண்டு குரல்கள் விட்டு விட்டுக் கேட்டுக்கொண்டிருந்தன. அவன் ஓடைக் கரையில் நடந்தபடியே மயில் எங்கே போய் விட்டது என்பதைத் தேடத் துவங்கினான். இரண்டு மயில்கள் பனையைக் கடந்து போய்க்கொண்டிருந்தன. அவன் மயில்களை நோக்கி நடக்கத் துவங்கினான். பனையை நெருங்கும் போது தலையை ஒய்யாரமாகத் திருப்பிப் பார்த்த மயில் ஒன்று அவசர அவசரமாக அவனை நோக்கி வரத் துவங்கியது. அதன் வேகம் நடையில் இறகுகள் விரிந்து அடங்கின. இப்போது அதன் குரல் உக்கிரமானது போலிருந்தது. தன்னைக் கொத்துவதற்காக வருகிற தெனப் பயந்து ஓடினான் நாகு.

மயில் விடுக்கிடுக்கென அவனை நோக்கியே வந்து கொண்டிருந்தது. செம்புழுதியில் விழுந்து ஓடினான். மயிலை விட்டு அவன் தொலைவிற்குப் போன பிறகு மயில் தனியாக நின்று மறுபடியும் சப்தமிடத் துவங்கியது. ஓடையின் தொலைவில் அய்யாவின் தலை தென்பட்டது. அவர் ஆத்திரத்துடன் எதையோ கத்திக் கொண்டிருந்தார்.

வெயில் ஏற ஏற சுண்ணாம்பு ஓடை முறுக்கிக் கொண்டது போல வெக்கையை உமிழத் துவங்கியது. ஏதோ ஒரு பனையில் முறிந்த ஓலையொன்று மரத்தில் அடித்துக்கொண்டேயிருந்தது. நாகுவிற்குப் பசிக்கத் துவங்கியது. தாகம் வேறு நாவை உலரச் செய்திருந்தது. அவர்கள் ஓடையை விட்டு வெளியேறவேயில்லை. நாகு கரை வழியாக நடந்து போகத் துவங்கினான். உரிந்து கிடந்த பாம்புச் சட்டைகளைக் கையில் எடுத்து பாம்பு எவ்வளவு நீளமானது என்று பார்த்தபடியே நாகு நடந்து கொண்டிருந்தான். அய்யாவும் செல்லையாவும் கூட களைத்துப் போயிருந்தார்கள். அவர்கள் கை, கால்களில் முள் கிழித்து ரத்தக் கோடுகள் நீண்டிருந்தன. தலையில்

வேலிப்பூக்கள் உதிர்ந்து கிடக்க செல்லையா ஆத்திரத்துடன் தனது மூங்கில் கம்பைக் கரையில் ஓங்கியடித்தான்.

அய்யா கரையேறியபடியே சொன்னார்,

"உன் பேச்சு மசிரை கேட்டு வந்தேன் பாரு... முயல் எங்கடா கிடக்கு... ரெண்டு வெருகுதான் அலையுது... பூனைக் கறிக்கு தன்னாந்தா இங்கே வந்தோம்?"

செல்லையாவிடமிருந்து பதில் வரவில்லை. அவர்கள் கரையேறி நிற்பதைப் பரிகசிப்பது போல சூரியன் பார்த்துக்கொண்டிருந்தது. செல்லையா இப்போதும் மனம் தளராதவன் போல சொன்னான்

"எதுக்கும் அந்த ரெட்டைப் பனை வரைக்கும் பார்த்துட்டு வந்திருவோம்."

நாய் ஓடைக்குள்ளாகவே அலைந்து கொண்டிருந்தது. செல்லையா மஞ்சனத்திப் பழங்களைப் பறித்துத் திங்கத் துவங்கினான். அது வேறு அய்யாவிற்கு ஆத்திரமாக வந்தது.

"இறங்கி முயல் கிடக்கானு பாருடான்னா... என்ன புடுங்குறே."

அவன் மஞ்சனத்திப் பழ விதைகளைத் துப்பிக்கொண்டே ஓடைக்குள் இறங்கினான். நாய் குரைக்கத் துவங்கியது. அதன் சப்தம் எதையோ கண்டுவிட்டது போலிருந்தது. இருவரும் அவசரமாக ஓடைக்குள் இறங்கினார்கள். கரையை ஒட்டிய ஓரிடத்தில் பெரிய மண்புற்றிருந்தது. செங்கரையானின் புற்றாகயிருக்குமா என செல்லையா தன் கம்பால் தட்டிவிட்டுப் பார்த்தான். புற்று சிதறி செங்கரையான் சிதறியது. நாய் எதையோ விரட்டிக்கொண்டு ஓடியது. வளைத்துக்கொண்டவர்கள் போல அய்யாவும் செல்லையாவும் அந்த விலங்கைப் பார்த்தார்கள். இரண்டடி நீளமுள்ளதாகயிருந்த அதன் வால் நீண்டிருந்தது. ஊசி ஊசியாய் மயிர் நீண்டிருந்தது. அதன் இடுக்கிய கண்கள் நாயைப் பார்த்தபடியிருந்தன.

செல்லையா சொன்னான்,

"இது அளுங்கு. லேசிலே பிடிபடாது."

நாய் அதைக் கவ்விவிடுவது போல அருகாமை போனதும் அளுங்கின் உடம்பு முறுக்கிக்கொண்டது போல கூராகியது. நாகு பார்த்துக்கொண்டிருந்தான். அது கூர்மையான நீண்ட மூக்குடனிருந்தது. அய்யா அதை அடித்து வீழ்த்திவிடலாம் என்பவர் போல பார்த்துக்கொண்டிருந்தார். அங்கு உடலைத் தற்காத்துக் கொள்வது போல சிலுப்பிக்கொண்டது.

எஸ்.ராமகிருஷ்ணன் ❋ 147

செல்லையா கம்பை நீட்டியபடி பதுங்கினான்.

அளுங்கு ஓடுகளைச் சொருகியது போல உடம்பைக் கூராக்கிக் கொண்டது. நாய் அதை நெருங்க முடியவில்லை. அவர்கள் வகையாகப் பிடித்துவிடுவதற்காக நெருங்கினார்கள். அய்யா அதை புரட்டிப் போட்டால் பிடித்துவிடலாம் என்பதுபோல செல்லையாவிற்கு ஜாடை காட்டினார். அவன் விருட்டென அளுங்கைத் தனது கழியால் புரட்டிப் போட்டான். அது புரண்ட வேகத்தில் திரும்பிப் புதருக்குள் ஓடி மறைந்து போனது. செல்லையா அதைப் பிடிப்பதற்காகப் பாய்ந்து இலந்தைச் செடியின் மீது வீழ்ந்தான். முள் உடம்பெங்கும் ஏறியது. அவனை அய்யா கையைக் கொடுத்து தூக்கிவிட்டபோது உடம்பெங்கும் இலந்தை முள் அப்பியிருந்தது. அளுங்கு தப்பியிருந்தது. அவர்களால் தங்கள் தோல்வியைத் தாங்க முடியவில்லை. நாய் இன்னமும் புதரை முண்டிக்கொண்டிருந்தது. மூவரும் கரையேறியபோது சூரியன் உச்சிக்குப் போயிருந்தது. “நாயைக் கையில புடிடா நாகு” எனச் சப்தமிட்டார் அய்யா. நாகு ஓடைக்குள் இறங்கி நாயைப் பிடித்துக் கரைக்கு இழுத்துக் கொண்டு வந்தான். இன்றைக்கும் கைக்கு எதுவும் வேட்டையில் கிடைக்கவில்லை.

அய்யா ஆத்திரத்தை அடக்கிக்கொண்டு செல்லையாவிடம் சொன்னார்,

“போதும்டா… கிளம்புவோம். தண்ணிக் கிணறு ஏதாவது இருக்கா… பாரு… தாகமாயிருக்கு.”

மூவரும் பசியையும் எரிச்சலையும் தாங்கிக்கொண்டபடி கிணற்றைத் தேடி அலைந்தார்கள். முதுகில் பனைமட்டையால் அடிப்பது போல வெயில் ஏறியடித்தது. பனங்காடையொன்று விட்டு விட்டு சப்தமிட்டுக்கொண்டிருந்தது. செல்லையா வட கிழக்கில் பனைகளை ஒட்டியிருந்த சிறிய கல்கிடங்கைக் கண்டு பிடித்திருந்தான். அவர்கள் கல்கிடங்கில் கிடந்த பாசியேறிய தண்ணீரைப் பார்த்துக்கொண்டிருந்தார்கள். கல்கிடங்கிற்குள் இறங்கிக் குனிந்தபோது மீன்கள் தண்ணீருக்குள் மூழ்கியிருந்த பாறைகளைக் கருமிக்கொண்டிருப்பதைக் கண்டார்கள். அய்யா தன் வேட்டியை அவிழ்த்து வைத்துவிட்டுக் கோமணத்துடன் தண்ணீருக்குள் குதித்தார். அவர் தலை தண்ணீருக்கு மேல் வந்தபோது அவரறியாமல் சிரிப்பு வந்தது. நாகு கல்லில் உட்கார்ந்தபடி பார்த்துக்கொண்டிருந்தான். செல்லையாவும்

தண்ணீருக்குள் குதித்திருந்தான். இருவரும் தண்ணீரை வளையம் வருவதைப் பார்த்தபடி நாகு சிரித்துக்கொண்டிருந்தான்.

மீன்கள் ஆழத்திற்குள் பதுங்கிக்கொண்டது போல தலை காட்டவேயில்லை. ஈரத் தலையுடன் அவர்கள் கரையேறித் துவட்டிக்கொண்டதும் பசி முற்றத் துவங்கியிருந்தது. அய்யா தான் கொண்டுவந்திருந்த தூண்டி முள்ளை எடுத்துச் செல்லையாவின் மூங்கில் கம்பில் நரம்பைக் கட்டிக் கொண்டிருந்தார். நாகு உட்கார்ந்திருந்த கல்லைப் புரட்டி அடியிலிருந்த மண்புழுக்களைத் தன் உள்ளங்கையில் ஏந்திக்கொண்டு வந்தான் செல்லையா. அய்யா ஒரு கல்லில் குத்தவைத்து உட்கார்ந்து கொண்டார். தூண் டிலைப் போடப் போட மீன்கள் இழுபட்டுக்கொண்டிருந்தன. நாகு ஒரு மீனைக் கையில் எடுத்து அதன் செவுளைத் திறந்து பார்த்தான். ரத்தச் சிவப்பிலிருந்தது. மீன்களின் கண்களில் பளபளப்பு ஏறியிருந்தது. செல்லையா மீன்களைக் கொண்டுபோவதற்குத் தோதாகப் பனையோலைகளை முடைந்து சிறிய மடக்காக்கியிருந்தான். அய்யா நெற்றியில் வெயில் இறங்கும்போது திரும்பிப் பார்த்தார். இரண்டு சேர் எடைக்கும் மேலிருக்கும் மீன்கள். பனையடியில் கிடந்த உலர்ந்த ஓலைகளைப் பொறுக்கிக் கொண்டு வந்து போடச் சொன்னார். நாகுவும் செல்லையாவும் ஓலைகளைக் கொண்டுவந்து சேர்த்தார்கள். அதற்குள் அய்யா ரெண்டு கருங்கல்லை எடுத்துக்கொண்டு வந்தார். கல்லில் கல் உரசியதும் நெருப்பு உமிழத் துவங்கியது. பனையோலை எரியத் துவங்கியது. மீனைக் கல்லில் உரசிவிட்டு நெருப்பில் சுடத் துவங்கினான் செல்லையா. நெருப்பு சீற்றத்துடன் எரிந்து கொண்டிருந்தது. சுட்ட மீன்களின் வாசனை கமகமத்தது. இரண்டாக மீனைப் பிய்த்து ஊதி ஊதிச் சூட்டோடு திங்கக் கொடுத்தான் செல்லையா. மீன் துண்டைச் சுவைக்கும் போது கசப்பாகயிருந்தது. பசியில் அவர்கள் மீனை முள் எடுக்காமல் மென்று துப்பினார்கள். வெயில் மூட்டம் போடுவது போலயிருந்தது. அசதியும் கசப்பேறிய நாக்குமாக அவர்கள் ஊர் திரும்ப நடக்கத் துவங்கினார்கள். நாய்கூட தோல்வியை அறிந்தது போல மெதுவாக நடந்து கொண்டிருந்தது. ஊர் முகப்பிற்கு வந்து சேரும்போது இருட்டிப் போயிருந்தது. செல்லையா ஏதோ யோசனையோடு நடந்து கொண்டிருந்தான். அய்யா நாகுவின் கையிலிருந்த நாயைக் காட்டி செல்லையாவிடம் சொன்னார்,

“வெறுங்கையோடு எதுக்குடா வீட்டுக்குப் போறே… இந்த நாயை வச்சுக்கோ. நாளைக்கு உனக்காவது முயல் மாட்டட்டும்.”

செல்லையாவால் நம்ப முடியவேயில்லை. அவன் தயக்கத்துடன் நின்றுகொண்டிருந்தான். நாகுவிற்கு நாயை செல்லையாவிடம் தர மனசில்லாமல் வேதனையுண்டானது. அய்யா குனிந்து நாயின் நெற்றியைத் தடவிவிட்டார். பிறகு செல்லையாவிடம் சொன்னார்,

"பிடிச்சுட்டுப் போடா."

செல்லையா நாயை வாங்கிக்கொண்டு தன் வீடிருக்கும் பாதையில் நடந்து போனான். நாய் அவனை விட்டுத் திமிறிக் கொண்டிருந்தது. நாகுவும் அய்யாவும் வீடு திரும்பியபோது வெறுங்கையோடு வந்திருப்பதை அறிந்து கொண்ட நீலா மட்டும் அவனிடம் "நாயை எங்கேடா" எனக் கேட்டாள். நாகு பதில் சொல்லாமல் கேவிக் கேவி அழத் துவங்கினான். அய்யா அவன் அழுவதையே பார்த்துக்கொண்டிருந்தார். அம்மா எதையும் கேட்டுக்கொள்ளவேயில்லை.

24

சுருண்ட முடியும் அடர்ந்த தலையும் பெரிய கிருதா மீசையுமாக நான்கு பேர் வேம்பலையின் தெருக்களில் நடந்து வருவதைக் கண்டு ஊர் நாய்கள் அடங்காமல் குரைத்துக்கொண்டிருந்தன. அவர்கள் நாயை விரட்டியபடியே தெருவிற்குள் வந்து கொண்டிருந்தார்கள். கன்னத்தில் பாதி கிருதா அடர்ந்திருந்த ஒருவன் ஆணியடித்த வளைவுச் செருப்பு போட்டிருந்தான். அவர்கள் எதையோ தேடிக்கொண்டிருப்பது போல சுற்றி முற்றிலும் பார்த்தபடி நடந்துகொண்டிருந்தார்கள். தெரு நாய்களின் குரைப்பு கேட்டு வாசலுக்கு வந்த பெண்கள் கூட வளர்ந்து தொங்கும் கற்றைக் கூந்தலைத் தோளில் சரியவிட்டபடி கருத்த மீசையுடன் ஒரு ஆள் நடந்து கொண்டிருப்பதை வேடிக்கையாகப் பார்த்தார்கள். அவர்கள் தெற்குத்தெருவிற்குள் நுழைவதைத் தன் வீட்டுத் திண்ணையிலிருந்து பார்த்துக்கொண்டிருந்த காயாம்பு அருகில் வந்ததும் கேட்டான்,

"எந்தூரு?"

அவர்களில் கூந்தல் வளர்த்தவன் சொன்னான்,

"கிழக்கே... கடம்பகுடி" மற்ற மூவரும் தெருவைப் பார்த்துக்கொண்டிருந்தார்கள்.

"என்ன விசயமா வந்தீக?"

"இங்கே... ஒண்டிகருப்பு கோவில் எங்கேயிருக்கு?"

"எதுக்கு கேட்கீக... நீங்க என்ன வகையறா?"

கிருதா வளர்த்தவன் பதில் சொன்னான். அதைக் கேட்டதும் காயாம்பு திண்ணையை விட்டு இறங்கி,

"நம்ம ஆட்கதானா... உள்ளே வாங்க."

எஸ்.ராமகிருஷ்ணன்

மூவரும் வாசற்படியேறும்போது உள்ளே குழந்தையின் அழுகையொலி கேட்டது. காயாம்பு வீட்டிற்குள் சப்தமிட்டான்.

"ஜோதி... குடிக்க மோரு இருந்தா ஒரு செம்பு குடும்மா."

அவர்கள் திண்ணையில் ஏறி உட்கார்ந்து கொண்டார்கள். ஒரு சிறுமி தண்ணீர் மட்டும் ஒரு செம்பில் கொண்டுவந்து வைத்தாள். அவர்கள் அவசரமாக வாங்கிக் குடித்தார்கள். கூந்தல் வளர்த்தவன் வெட்டுப்பாக்கு ஒன்றை எடுத்துக் கடித்தபடியே சொன்னான்,

"எங்க கரையடி கருப்பசாமி கிழக்கேயிருந்து கோவிச்சுகிட்டு இந்தூரு வந்து சேர்ந்திருச்சுங்க. அதான் அதை சாந்தி பண்ணி இருப்பிடம் சேக்கலாம்னு வந்திருக்கோம்."

காயாம்புவிற்குப் புரியவில்லை. அகன்ற கிருதா வைத்திருந்தவன் கரகரத்த குரலில் சொன்னான்,

"எங்க குலச்சாமி கரையடி கருப்புங்க. கிழக்கே உப்பாறு ஓடுதுல்ல... அது கரையில் கோவில் இருந்தது. தலைமுறை தலை முறையா நாங்க ரெண்டு வகையறா கும்பிட்டு வர்றோம். துடியான சாமி. பன்னிட்டு கொடுத்துதான் அடங்கும். ஆறேழு வருசத் துக்கு முன்னாடி சாமி கும்பிட போன இடத்திலே பங்காளிகளுக்குள்ளே ஒரு தகராறு ஆகி வெட்டு குத்தாப் போச்சு. அந்த வருசத்திலே இருந்து யாரும் சாமி கும்பிடப் போகவேயில்லை. நாலு வருசம் கோடை தவறாம வீட்ல பெண்டு பிள்ளைகளுக்கு துர்சொப்பனம் வர்றதும் நிறைசூலி மாடு கால் ஒடியுறதுமா குணம் காட்டுச்சு. அப்பவும் நாங்க வழிபாடு வைக்கலே. ஆனா அது உக்கிரமாகி... இருப்பிடத்திலே யாரையும் இருக்க விடாம செய்தது. சரி சாமியைக் கும்பிட்டு வைப்போம்னு போனா... கரையிலே இருந்த கருப்பன் ஆத்துக்குள்ளே போயிருச்சு. ஆத்திலே இறங்கி பொங்க வச்சோம். சரியான மழை. அடுப்பைப் பத்த வைக்க முடியலே. அந்த வருசமும் ஆராதனை நடக்காமப் போச்சு. ரெண்டு வருசம் கழிச்சுப் போயி பாத்தா... அந்த இடத்திலே கருப்பன் இல்லை. நாங்களும் முத்து குறி கேட்டுப் பாத்தோம். நேத்துதான் நம்ம பூசாரி கெனாவிலே வந்து நான் வேம்பலையில் இருக்கேன்னு காட்டிக் கொடுத்துருக்கு."

காயாம்பு கன்னத்தில் போட்டுக்கொண்டான்,

"இடம் சொல்லுச்சா..." எனக் கேட்டான்.

"புளிய மரத்துக்குப் பக்கத்திலே ஒரு படப்படியிருக்காம்ல அங்கேதான்னு சொல்லுச்சு."

“அது பழைய தொழுவமாச்சே. போவமா” எனக் கேட்டான் காயாம்பு.

அவர்கள் நடந்து போனபோது நாய்கள் கூடவே குரைத்தபடி வந்தன. இடிந்து கிடந்த வாசலோடுள்ள பழைய மாட்டுத்தொழுவமது. இடிபாடுகளுக்குள்ளாக அவர்கள் நடந்தபோது கட்டைப் புளிய மரமொன்று உள்ளே நின்றுகொண்டிருந்தது. வைக்கோல் படப்பு வைத்திருந்த மேட்டில் குப்பை நிரம்பியிருந்தது. அந்த இடத்திற்கு அருகாமை போகும்வரை அமைதியாக இருந்த கூந்தல் வளர்த்தவன் ஓங்காரமாக உறுமத் துவங்கினான். அவன் குரல் உக்கிரமானது போல ஏய் ஏய் எனக் கத்தத் துவங்கியது. அவன் துள்ளிக்கொண்டு நாக்கைக் கடித்தபடி ஓடிப்போய் படப்படியில் நின்று கொண்டு கத்தினான்,

“டேய்... உடையனா... எங்கடா வந்திருக்கே... உன்னை யாருடா இங்கே வரச் சொன்னது?” மூவரும் நெடுஞ்சாண்கிடையாகத் தரையில் விழுந்தார்கள். “மாப்பு கொடுங்க... சாமி. நாங்க தெரிஞ்சு செஞ்ச குத்தமில்லை.”

கூந்தலை விரித்துவிட்டுப் பூசாரி ஆடிக்கொண்டிருந்தான். அவன் நாக்கு துருத்திக்கொண்டிருந்தது. மிளகாயை அரைத்து விட்டது போல கண்கள் செம்மை கொண்டன. பூசாரியின் குரலே மாறியிருந்தது. அவர்கள் தரையிலிருந்து எழுந்து கொள்ளவேயில்லை. தான் இனிமேல் இந்த ஊரிலே தங்கிவிடப்போவதாகவும் வரும் மாசி மகத்திற்கு வந்து தனக்கு ஊட்டு கொடுக்க வேண்டும் மென்றும் கேட்டுக்கொண்டு சாந்தி கொண்டது சாமி. அவர்கள் எழுந்து நின்று கைகூப்பிக்கொண்டார்கள். படப்படியில் இருந்த மண்ணையே அள்ளிப் பூசாரி கொடுத்தான். அவர்கள் நெற்றியில் பூசிக்கொண்டாரகள். வேம்பலைக்குப் புதிதாக வந்திருந்த தெய்வத்தைக் காண்பதற்காக ஒனறிரணடு பெண்கள் ஆண்களும் கூட வந்திருந்தார்கள். வேணியும் அவர்களோடு நின்றிருந்தாள். பெண்கள் பயங்கலந்த முகத்துடன் தெய்வத்தை வணங்கிக்கொண்டார்கள். பூசாரி அவர்களுக்கும் பிடிமண்ணைப் பூசிவிட்டான்.

காயாம்புவிடம் அந்த இடம் யாருக்குச் சொந்தம் என விசாரித்துக்கொண்டிருந்தார்கள் கடம்பகுடிகாரர்கள். அவன், “உரியவர் செத்துப் பத்து வருசமாச்சு. நீங்களே பராமரிச்சு வாங்க” எனத் தனது இடத்தையே விட்டுக்கொடுத்தது போல பெருந் தன்மையோடு பேசினான். தனது பெல்ட்டிலிருந்து இரண்டு

பத்து ரூவாத் தாளை உருவி காயாம்புவிடம் கொடுத்து ஒருவன் சொன்னான்,

"வெள்ளி செவ்வாய்க்குத் தூத்துப் பெருக்கித் தீபம் போடச் சொல்லுங்க. நாங்க கலந்து பேசி வந்து சுத்துச் சுவர் எழுப்பிப் பிடுறோம்."

காயாம்புவிற்கு சந்தோஷம் தாங்கமுடியவில்லை. கருப்பு துடியான சாமிதான். ஊருக்குள் நுழைந்ததுமே தனக்கு வருமானத்தை ஏற்படுத்திக் கொடுத்திருக்கிறது. வீட்டுப் பொம்பளைகளைத் தூத்து தெளித்து விளக்கு போடச் சொன்னால் போட்டு விடுவார்கள். இருபது ரூபாவை வைத்து ஒரு சைக்கிளை வாங்கி விட்டால் போதும், பிழைப்பிற்கு உதவும் என்று மனதிற்குள் திட்டமிட்டுக்கொண்டான். அவர்கள் தங்களுக்குள்ளாக ஏதோ பேசிக்கொண்டார்கள். பிறகு கையெடுத்துக் கும்பிட்டபடியே காயாம்புவிடம் சொன்னார்கள்,

"புறப்படுறோம்."

காயாம்பு உற்சாகமாகச் சொன்னான்,

"இனி இந்தூரும் உங்க ஊருதானு ஆகிப் போச்சு... வந்து போயி இருங்க. நாங்க எல்லாத்தையும் பாத்துகிடுறோம்."

அவர்கள் ஒத்தை மாட்டு வண்டியில் வந்திருக்கிறார்கள். வண்டியை வேம்படியில் இருந்து அவிழ்த்துக் கிளம்பியபோதுதான் காயாம்பு கவனித்தான். வண்டி போன பிறகு சீட்டியடித்துக் கொண்டே தன் வீட்டிற்குப் போனான். இனி அவன் தான் படப்படி கருப்பிற்குப் பொறுப்பான புள்ளி. நிலைகொள்ள முடியாத தெய்வமொன்று வேம்பலையில் வந்து சாந்தி கொண்டுள்ளதென்று யாவரும் பேசிக்கொண்ட போது இரவில் காயாம்புவின் அம்மா சொன்னாள்,

"சாமிக்கும் நாலு ஆளு பேர் வேணாமா? அதுக்கு நாதியத்து நிக்குமேனு கோபம். நம்ம ஊர்ல வந்து அடங்கியிருக்கு."

காயாம்பு இரவில் அந்த இருபது ரூபாயை வெகுநேரம் கைகளில் வைத்துப் பார்த்துக்கொண்டேயிருந்தான். பிறகு கண்ணில் ஒற்றிக்கொண்டு ரகசியமாக ஓரிடத்தில் ஒளித்து வைத்தான்.

25

இருட்டாகயிருந்தது. வேணிக்குத் தான் எங்கேயிருக்கிறோம் என்றே தெரியவில்லை. தாகத்தில் நாவறண்டு போயிருந்தது. உதட்டைச் சப்பியபடியே அவள் இருளுக்குள் கண்களைக் கூர்மையாக்கிக்கொண்டு பார்த்தாள். தண்ணீர் கசியும் ஓசை. தான் எந்த இடத்தில் நின்றுகொண்டிருக்கிறோம் எனப் புரியவேயில்லை. கைகளால் தடவிப் பார்த்தாள். கற்சுவர் தென்பட்டது. அடுத்த அடியை எடுத்து வைத்ததும் மண் சரிந்து விழும் சப்தத்துடன் தண்ணீர் சளப் பென தெறிக்கும் சப்தம் உண்டானது. தான் ஒரு கிணற்றுக்குள்ளாக நின்றுகொண்டிருக்கிறோம் என்பது புரிந்தது. எப்படி கிணற்றிற்குள் வந்தோம் என்று தெரியவில்லை. அவள் பயத்தோடு கைகளால் கிணற்றின் சுவரை இறுக்கிப் பிடித்துக் கொண்டாள். லேசான வெளிச்சம் கிணற்றுக்குள் தென்படத் துவங்கியது. தண்ணீரை அள்ளிக் குடித்துக்கொள்ளலாம் என படிக்கட்டுகளில் காலை கவனமாக வைத்து உள்ளேயிறங்க முயற்சித்தாள். ஒரு படியில் காலை வைத்ததும் ப்ரகாசமான ஒளியுடன் பகல் கிணற்றினுள் நிரம்பியது. கொப்பளிக்கும் வெளிச் சத்தில் கிணற்றைப் பார்த்தாள். தன் காலடியில் இரண்டு படிகளுக்கு அப்பால் வரை தண்ணீர் நிரம்பியிருந்தது. தண்ணீருக்குள் ஒரு சிறிய நெல்லி மரமும் அதன் கிளைகளில் ஒரு அணில் ஓடிக் கொண்டிருப்பதும் தெரிந்தது. அவள் கிணற்றையே பார்த்துக் கொண்டிருந்தாள். தண்ணீர் ஆகாச நிலத்தில் ஒளிர்ந்தது. இரண்டு படிகள் இறங்கிவிட்டால் தண்ணீரைக் குடித்துவிடலாம் என அவள் அடுத்த படியில் காலை வைத்தாள். சட்டென ஒளி மறைந்து கிணறு எங்கும் இரவு நிரம்பியது. கிணற்றுத் தண்ணீருக்குள் நட்சத்திரங்கள் மிதந்து கொண்டிருந்தன. நிலா ஒன்று மீனைப் போல தண்ணீருக்கடியில் ஊர்ந்து கொண்டிருந்தது.

இப்போது இரவொளியில் நெல்லிமரத்தில் ஓடும் அணில் பச்சை நிறத்தில் தெரிந்தது. அவளுக்குத் திகைப்பாகயிருந்தது. அப்போதும் தண்ணீர் இரண்டு படிகளுக்குக் கீழாகவேயிருந்தது. ஆத்திரத்துடன் கிணற்றின் அடுத்த படியில் காலை வைத்தாள். திரும்பவும் பகலாகியது. தாகம் அவளை உக்கிரமாக்கிட அவள் பகல் இரவெனும் படிகளின் வழியே இறங்க இறங்கத் தண்ணீரும் உள்ளே இறங்கிப் போய்க்கொண்டேயிருந்தது. அவள் களைப்படைந்து பகலின் படியில் உட்கார்ந்து கொண்டபோது தண்ணீருக்குள் விளையாடிக் கொண்டிருந்த அணில் கிளைகளில் இருந்த நெல்லியைத் தட்டி விட்டது. நெல்லிக்காய் தண்ணீருக்குள் வீழ்ந்து போவதைப் பார்த்துக்கொண்டேயிருந்தாள். கண்களை மூடிக்கொண்டு குதித்தால் மட்டுமே தண்ணீரைக் குடிக்க முடியும் என்பது போல அவள் கிணற்றை ஆத்திரத்துடன் பார்த்துக் கொண்டிருந்தாள். சலனமற்றிருந்த தண்ணீருள் அணில் துள்ளியலைந்து கொண்டிருந்தது. அவள் தன் கால்களை ஒடுக்கிக்கொண்டு கண்களை மூடிக்கொண்டு தாவினாள். தண்ணீரின் ஆழத்திற்குள் போய்விட்டது போல அவள் விழுந்து கொண்டேயிருந்தாள். கண்களைத் திறந்து கொள்ள முடியவே யில்லை. அவள் தன் கண்களைத் திறந்து கொண்டபோது தண்ணீர் மீது விழுந்து கிடந்தாள். ஒரு இலை மிதந்து கொண்டிருப்பதுபோல அவள் தண்ணீரின் மீது படுத்துக் கிடந்தாள். தன் கைகளால் தொட்டுப் பார்த்தாள். ஈரமாகயிருந்தது. ஒருவேளை தான் தண்ணீரின் அடியில் கிடக்கிறோமா எனக் கண்களைத் திருப்பிப் பார்த்தாள். தண்ணீருக்குள் அணில் அதே நெல்லி மரத்தில் ஓடிக்கொண்டிருந்தது. எழுந்து கொள்ள முடியுமா என்பது போல தண்ணீரின் மீது எழுந்து நின்றாள். கால்கள் பாசியின் மீது நிற்பது போலக் கூச்சம் கொண்டன. அவள் நீர்ப்பூச்சி நடப்பதைப் போலவே தண்ணீரின் மீது அங்குமிங்கும் நடந்து போனாள். அப்போதும் குனிந்து தாகத்திற்கு தண்ணீரைக் குடிக்க முடியவேயில்லை. அவள் பார்த்துக்கொண்டிருந்தபோது கிணறு சுழலத் துவங்கியது. யாரோ சக்கரத்தைச் சுற்றுவது போல் பெரும் வேகத்துடன் கிணறு கிறுகிறுவென சுற்றத் துவங்கியது. கண்களைத் திறக்க முடியவில்லை. ஒளியும் இருளும் மாறி மாறி வீழ்கின்றன. தண்ணீரின் மீது நிற்க முடியவில்லை. தான் எதை நோக்கியோ வீசி எறியப்படுவது போல உணர்ந்தாள். கத்த முடியவில்லை. நாக்கு அடங்கிப் போய்விட்டது. கண்களையும் திறக்கமுடிய வில்லை. கைகள் வலுவிழந்து போனது போல உதறின. கால்களை உதறினாள். மரம் முறிவது போல பெரும் சப்தம் கேட்டது.

அவள் கைகள் எதையோ பற்றிக் கொண்டது போல வெடுக்கென இழுத்துக்கொண்டது.

அவள் பதற்றத்துடன் கண்களைத் திறந்தபோது பின்னிரவின் மங்கிய வெளிச்சமிருந்தது. யாவரும் வாசலில் படுத்து உறங்கிக் கொண்டிருந்தார்கள். பேச்சு வரவில்லை. சொப்பனம் கண்டிருக் கிறோம் என்பதை நினைத்ததும் வேணிக்கு அழுகை வந்தது. அவளுக்கு எழுந்து வீட்டிற்குள் போய் தண்ணீர் குடிக்கக்கூட பயமாகயிருந்தது. அம்மாவைத் தேடினாள். அவளைக் காணவில்லை. வேணி எழுந்து உட்கார்ந்துகொண்டாள். உடம்பெல்லாம் வியர்த்திருந்தது. தாகத்தில் முகமெல்லாம் சிவந்து போயிருந்தது. அவள் தண்ணீர் குடிக்க எழுந்து நடந்ததும் வீட்டின் கதவுகள் பூட்டப்பட்டிருந்ததைக் கண்டாள். கதவைத் தள்ளியபோது உள்ளே கல்லை அண்டக் கொடுத்திருந்தது தெரிந்தது. கதவைத் தள்ளத் தயங்கியபடி சிறிய இடைவெளி வழியாக உள்ளே பார்த்தாள். அய்யாவும் உறங்கிக்கொண்டிருந்தார்.

அம்மா திறந்து கிடக்கும் பருத்த ஸ்தனங்களைக்கூட மூட மறந்து ஆழ்ந்த தூக்கத்திலிருந்தாள். வேணி பின்னிரவின் வெளிறிய தெருவைப் பார்த்தபடி நின்றுகொண்டிருந்தாள். பசியடங்காத பூனையொன்று தெருவில் மெதுவாக நடந்து போய்க்கொண்டிருந்தது. விடிவதற்கு இன்னமும் நிறைய நேரமிருந்தது. காற்றில்லாத அந்தக் கோடையின் நீண்ட இரவில் ஒளிரும் நட்சத்திரங்களைப் பார்த்தபடி அவள் படுத்துக்கொண்டாள். உறக்கம் மட்டும் கூடவேயில்லை.

26

*க*ருவில் பக்கீர் வீட்டை விசாரித்துக்கொண்டிருந்தபோது நீலா உப்பு விற்பவனிடமிருந்து கொட்டானில் உப்பை வாங்கிக்கொண்டிருந்தாள். பக்கீரைக் கூட்டி வந்து கொண்டிருந்த சவுடி நீலாவைப் பார்த்ததும் வேகமாக முன்னால் ஓடி வந்தபடி சொன்னாள்,

"உங்கய்யாவைப் பாக்கதாண்டி வந்திருக்காரு."

நீலா தன்னை நோக்கி வந்து கொண்டிருந்த ஆளைப் பார்த்துக் கொண்டிருந்தாள். கட்டைத் தாடியும் மூஞ்செலி போன்ற சின்ன முகமும் மெலிந்த உருவமுமாகயிருந்த அந்த ஆள் தலையில் வட்டமான வெள்ளைக் குல்லா போட்டிருந்தான். ஒரு கையில் ஓலைக் கொட்டான் ஒன்றைப் பிடித்தபடி வந்து நின்ற பக்கீர் சிரிப்போடு கேட்டான்,

"முருகண்ணே இருக்காரா?"

அய்யாவை ஒரு ஆள் பேர் சொல்லி அழைப்பதை இப்போது தான் அவள் பார்க்கிறாள். அவள் வீட்டிற்குள் ஓடிப்போய் அம்மாவை அழைத்துக் கொண்டு வந்தாள். அம்மாவைப் பார்த்ததும் வந்தவன் தனது கைகளைக் கட்டிக்கொண்டு மிக பவ்யமாக சொன்னான்,

"என் பேரு பக்கீருக்கா. நானும் அண்ணனும் ஒண்ணா வடக்கே யாவாரம் பாத்தோம். ஒரு சோலியா அண்ணனைப் பாத்துட்டுப் போகலாம்னு வந்தேன்" என்றபடி ஓலைக் கொட்டானை அம்மாவிடம் நீட்டினான். அம்மா தயங்கியபடிப் பார்த்துக்கொண்டிருந்தாள்.

"பிள்ளைகளுக்குக் கருப்பட்டி மிட்டாய் வாங்கிட்டு வந்தேன். வேத்தாளுனு நினைக்காதீக... நானும் தம்பி மாதிரிதான்."

அம்மா பக்கீரை உள்ளே வரச் சொன்னாள். அவர்கள் வீட்டிலிருந்தது போலவே பச்சை நிற ரப்பர் செருப்பைத்தான் பக்கீரும் போட்டிருந்தான். உள்ளே வந்து தரையில் உட்கார்ந்து கொண்டான். அம்மா தயங்கியபடி சொன்னாள்,

“அவுங்க கம்மாக்கரை வரைக்கும் போயிருக்காங்க.”

பக்கீருக்குப் புரிந்தது. சிரிப்பை அடக்கிக்கொண்டு சொன்னான்,

“பனையடியிலே போய் நான் பாத்துகிடுறேன்கா.”

நாகு வாசலில் உட்கார்ந்து காற்றாடி செய்வதற்காக ஒரு கருவமுள்ளை உரசிக்கொண்டிருந்தவன், பக்கீர் வடக்கே போய்க் கொண்டிருப்பதைப் பார்த்துக்கொண்டிருந்தான். பக்கீர் தான் நடந்து கொண்டிருந்த பாதை முழுவதும் சாம்பல் பறப்பதைப் பார்த்துக்கொண்டு நடந்தான். வேம்பலை அவன் நினைத்ததை விடவும் வெக்கை மீறிய ஊராகயிருந்தது. வடக்கே தொலைவில் தெரியும் பனைகளை நோக்கி நடக்க நடக்கப் பிடறியில் ஈரம் கசியத் துவங்கியது. காதை உரசிச் செல்வது போல சூரியன் நகர்ந்து கொண்டிருந்தது. வேம்பலையை விட்டு வெளியேறிப் புறவெளியில் பக்கீர் நடந்து போய்க்கொண்டிருந்தபோது தொலைவில் யாரோ பனையிலிருந்து கீழே இறங்கிக்கொண்டிருந்தார்கள். பக்கீர் பனையடிக்குப் போனபோது நாகுவின் அய்யா கையில் கள் கலயத் தோடு தலையில் இளவெயிலைத் தாக்குப்பிடிக்கத் துண்டைப் போட்டுக்கொண்டு உட்கார்ந்திருந்தார். அருகில் ஒருவன் நொங்கு சீவிக்கொண்டிருந்தான். பக்கீர் அருகே போனபோது அவர்கள் கலயத்தைத் தூக்கிக் குடித்தபடியே திரும்பிப் பார்த்தார். பக்கீரைப் பார்த்ததும் சிரிப்பு முகமெங்கும் விரிந்தது.

“டேய். பக்கீரு... எப்போ வந்தே... உட்காரு.”

பக்கீர் அருகே கிடந்த கல்லில் உட்கார்ந்துகொண்டான். பனையேறி தனது பானையில் இருந்த கள்ளைச் சிறிய கலயத்தில் ஊற்றி பக்கீருக்கும் கொடுத்தான்.

நாகுவின் அய்யா சிரிப்போடு சொன்னார்,

“நீ... கொற்கைக் கள்ளு குடிச்சு வளர்ந்த ஆளாச்சே. இது எம்மாத்திரம்?”

பக்கீர் வெட்கப்பட்டுக்கொண்டான். கள் கலயத்தை வாயில்லிருந்து எடுக்காமல் குடித்து முடித்தான். அய்யா தனது மீசையைத் தடவிவிட்டபடியே அவன் முதுகில் ஓங்கி அடித்தார். பனையேறி இன்னொரு மொந்தைக் கள்ளை நாகுவின் அய்யாவிடம் கொடுத்தான்.

“சொல்லுடா... எந்த பக்கம் வியாபாரத்துக்குப் போனே?”

பக்கீர் தனது உதட்டை நாக்கால் தடவிவிட்டபடியே சொன்னான்,

“நீங்க பாட்டுக்குச் செருப்பை வாங்கிட்டு வந்து இங்கே உட்கார்ந்துகிட்டீங்க... மரைக்காயர் என்ன போட்டு கொடையுறாரு.”

கள்ளைக் குடித்தபடியே சொன்னார்,

“அவன் கிடக்கான். சவம். விட்டுத் தள்ளு.”

“அதுக்கில்லைண்ணே... செருப்பை உங்களுக்கு என் கணக்கிலே வாங்கிக் கொடுத்தேன். இப்போ ரொக்கத்துக்குப் பதிலா என் சைக்கிளைப் புடுங்கி வச்சுகிட்டான்.”

“மசிரு... நான் வந்து கேட்கேன். குடுக்கறானா இல்லையானு பாப்போம்.”

அவர்கள் பேசிக்கொண்டே கள் குடித்துக்கொண்டிருந்தார்கள். வெயில் ஏறி உச்சிக்குப் போய்க்கொண்டிருந்தபோது பனையடியில் அவர்கள் இருவர் மட்டுமேயிருந்தார்கள். பனையேறிகூட போயிருந்தான். நாகு அய்யாவால் எழுந்து கொள்ள முடியவில்லை. அவர் சிவந்து போன தன் கண்கள் சொருகிக் கிடக்க மரைக் காயரைத் திட்டிக்கொண்டிருந்தார். பக்கீர் அவரைக் கைத்தாங்கலாகப் பிடித்துக்கொண்டு நடத்திக் கூட்டிவந்தான்.

வேம்படி நிழலில் அவர்கள் இருவரும் மாலை வரை உறங்கிக் கிடந்தார்கள். வெயில் தாழ்ந்திருந்தபோது பக்கீர் தான் முதலில் விழித்துக்கொண்டான். முருகண்ணாச்சி நன்றாக உறங்கிக்கொண்டிருந்தார். வீட்டிற்குப் போய் தண்ணீர் கேட்கக்கூட கூச்சமாகயிருந்தது. தான் குடித்திருக்கக் கூடாது. ஆனால் கள்ளைப் பார்த்ததும் வேறு நினைப்புகள் எங்கே வருகின்றன. அவன் நாகு வீட்டிற்குப் போனபோது வாசலில் கிடந்த உரலில் இடித்துக் கொண்டிருந்தாள் நாகுவின் அம்மா. குடிக்கத் தண்ணீர் கேட்டான் பக்கீர். அவள் பகலில் நடந்த எதையும் கேட்டுக்கொள்ளவில்லை. வேணி ஒரு செம்பில் தண்ணீர் கொண்டுவந்து கொடுத்தாள். குடித்துவிட்டு பக்கீர் வேம்படிக்கே திரும்பினான்.

இரவு முழுவதும் பக்கீரும் அய்யாவுமாகப் பேசிக்கொண்டிருந்தார்கள். அவன் தன்னிடம் நூறு ரூபாய் இருப்பதாகவும் புதிதாக இருவரும் சேர்ந்து ஏதாவது வியாபாரம் செய்யலாம் என்றும் சொல்லிக்கொண்டிருந்தான். அய்யா அவன் இனிமேல் இங்கேயே அவர்களோடு தங்கிக்கொண்டு சேர்ந்து பிழைக்கலாம்

என்று சொன்னார். பக்கீர் தன் டவுசர் பையில் கட்டி வைத்திருந்த ஒன்று இரண்டு ரூபாய்களாகயிருந்த பணத்தை எடுத்து நாகுவின் அம்மாவிடம் கொடுத்தான். அதை வாங்கி அடுக்குப் பானையில் வைத்திருக்கும்படி சொன்னார் அய்யா.

பக்கீர் இரண்டு நாட்களுக்குள் ஊரில் யாவரோடும் பழகி விட்டவன் போல முறை சொல்லி அழைக்கத் துவங்கிவிட்டான். பொம்பளைப் பிள்ளைகள் இருக்கிற வீட்டில் கதவு சரியாகயில்லையே என்று அவனாகக் கதவைக் கழட்டிப்போட்டு பகலெல்லாம் வேலை செய்து அதற்கு ஒரு தாழ்ப்பாள் கொண்டி போட்டு விட்டான். பக்கீரை அம்மாவிற்குப் பிடித்துப்போய்விட்டது. ஒரு நாழிகை சும்மா இராமல் எதையாவது செய்து கொண்டேயிருந்தான். வேணியும் நீலாவும்கூட அவனை மாமா வென்று கூப்பிடத் துவங்கினார்கள். நாகுவிற்கு அவன் பம்பரம் செய்து கொடுத்தான். அய்யா அடுக்குப் பானையில் இருந்து காசை எடுத்துக்கொண்டு கள் குடிக்கப் போகும்போதெல்லாம் நாகுவின் அம்மா தன்னை கவனிக்கிறாளா என சந்தேகத்துடன் பார்த்தபடியேதான் வெளியேறிப் போவார். அவள் யாவற்றையும் கவனித்துக் கொண்டிருந்தபோதும் எதையும் கேட்டுக்கொள்ளவேயில்லை.

பக்கீர் ஒரு நாள் காலையில் அவளிடம் தன் பணத்திலிருந்து பத்து ரூபாய் வேண்டுமென்று கேட்டான். அவள் பானைக்குள் கையை விட்டபோது அஞ்சாறு தாள்கள்தான் தட்டுப்பட்டன. அவள் இருப்பதை எடுத்து வந்து கொடுத்தாள். அவன் பத்து ரூபாய்க்கும் மேலாக இருந்த பணத்தை அவளிடம் தந்துவிட்டுப் புறப்பட்டுப்போனான். அய்யா அவன் எங்கே போகிறான் என்று கூட கேட்டுக்கொள்ளவேயில்லை. இரவில் வீடு திரும்பும்போது ஒரு ஆடும் குட்டியுமாக வாங்கி வந்திருந்தான். அம்மா துள்ளிக் கொண்டிருந்த இளங்குட்டியைத் தூக்கி வேணியிடம் கொடுத்தாள். அவள் கைகளில் இருந்து தாவியது. பக்கீர் ஆட்டுப் பாலில் கருப்பட்டி போட்டு காபி போடலாம் என்று சொல்லிக் கொண்டே பொம்பளைப் பிள்ளைகள் காபி குடித்தால் கறுத்துப் போய்விடும் என்று சொன்னான். வேணிக்குச் சிரிப்பாக வந்தது. வீட்டிற்குள்ளிருந்து வெளியே வந்த அய்யா மட்டும் முகமெல்லாம் கறுப்படைய கோபத்துடன் கேட்டார்,

"உன்னை யாருடா ஆட்டை வாங்கிட்டு வரச் சொன்னது... காசிருக்கிற திமிரா?",

அவன் பயத்துடன் முகம் வெளிறியவனாக "இல்லே அண்ணாச்சி. பிள்ளைக ஆட்டுப் பாலாவது குடிக்கட்டுமேனு தான்" எனத் தயங்கித் தயங்கிச் சொன்னான்.

“அப்போ பாலுக்கு வக்கத்துப் போயி நிக்கிறோம்னு சொல்றயா... இப்பவே ஆட்டைப் பிடிச்சுகிட்டு கிளம்புடா.”

அவன் பதில் பேசவில்லை. அய்யா வேண்டுமென்றே பக்கீரை சண்டைக்கு இழுக்கிறார் என்று வேணிக்குத் தோணியது. பக்கீர் தன் கைகளைக் கூப்பியபடி சொன்னான்,

“அதெல்லாமில்லை அண்ணாச்சி... செஞ்சது தப்புன்னா... செருப்பாலே அடிச்சிருங்க. ஆட்டை மட்டும் பிடிச்சுட்டு போகச் சொல்லாதீங்க.”

அம்மாவிற்கு எல்லாமும் புரிந்தது போலிருந்தது. அவள் பக்கீரின் இமைகள் நடுங்கிக்கொண்டிருப்பதைக் கண்டாள். அவனை என்ன செய்வதெனப் புரியாமல் அய்யா தெருவில் நடந்து போகத் துவங்கினார். அவன் போன பிறகு பக்கீர் நாகுவின் அம்மாவிடம் கேட்டான்,

“யக்கா... நான் செஞ்சது தப்பாக்கா? இத்தனை நாள் ஒரு வார்த்தை அண்ணன் என்னை பேசினதில்லே. தப்புன்னா... இப்பவே போயி ஆட்டைக் கொடுத்துட்டு வந்திருறேன்கா.”

அம்மாவிற்கு என்ன சொல்வதெனத் தெரியவில்லை. வேணி ஆட்டுக்குட்டியைத் தடவிவிட்டுக்கொண்டிருந்தாள். இரவில் யாவரும் உறங்கிய பிறகு அம்மா மெதுவான குரலில் கேட்டாள்,

“பக்கீரு ரூவாக்கு என்ன செய்றது?”

“எல்லாம் குடுத்துறலாம்” எனக் காலை ஆட்டியபடி அய்யா சொன்னார்.

“பக்கீரு ஏதோ யாவாரத்துக்குக் கூப்பிட்டாப்ல... போக வேண்டியதுதானே.”

“ஏன் அந்த மசிருகூட போகாட்டா... தனியா போறதுக்கு கண்ணா அவிஞ்சி போச்சு.”

அம்மாவிற்கு எரிச்சலாக வந்தது. அவள் ஆத்திரத்தோடு கேட்டாள்,

“அடைக்கோழி மாதிரி வீட்லயே அடைஞ்சு கிடந்தா... கஞ்சிக்குக் கையேந்தி நிக்க வேண்டியதுதான்.”

இதைக் கேட்டதும் ஆத்திரத்துடன் எழுந்து உட்கார்ந்து கொண்டு கத்தினார் நாகுவின் அய்யா.

“செவுளை பேத்துருவேன்... நாயி... இத்தனை நாள் உங்கப்பனா கொண்டுவந்து கொட்டினான்.”

வேணி எல்லாவற்றையும் கேட்டுக்கொண்டுதான் படுத்துக் கிடந்தாள். அவளுக்குக் கோபத்தைத் தாங்க முடியவில்லை. வேகமாகக் கத்தினாள்,

"எந்நேரமும் கல்லுப் பிள்ளையார் மாதிரி வீட்ல உட்கார்ந்து இருந்துகிட்டு வெட்டி ரோசமுல்ல வருது. அவ்வளவு ரோசா மிருந்தா வேலை செய்யாம... வீட்ல கஞ்சி குடிக்கக் கூடாது."

வேணி இப்படிப் பேசுவாள் என்று அய்யா எதிர்பார்க்கவேயில்லை. அவர் வாயடைத்துவிட்டது போல அமைதியானார். தன் மகளையே பார்த்துக்கொண்டிருந்த அம்மாவும் பேச்சற்றுப் போயிருந்தாள். சண்டைக்குத் தயாரான கோழியைப் போல வேணிக்கு நாக்கு பரபரத்துக்கொண்டிருந்தது. மடித்து தலைக்கு வைத்திருந்த துண்டை உதறிக்கொண்டு அய்யா எழுந்து தெரு வினுள் நடக்கத் துவங்கினார். அவர் போவதை யாரும் தடுக்கவேயில்லை. இரவில் வேணி எதை எதையோ யோசித்துக்கொண்டிருந்தாள். அம்மா சாந்தி கொண்டவள் போல வேணி பார்த்துக் கொண்டிருந்தபோதே தூங்கிப்போய்விட்டாள். வேணிக்குத் தூக்கம் கொள்ளவில்லை. மறுநாளின் மதியமானபோதும் அய்யா வீட்டிற்கு வரவேயில்லை. பக்கீர் போய்க் கூப்பிட்டுப் பார்த்தான். அவர் வருவதாகவேயில்லை. அவரை யாரும் தேடவுமில்லை.

நீலா மட்டும் அய்யாவை வீட்டிற்குக் கூப்பிடப் போனபோது அவர் ஒரு கல்லில் உட்கார்ந்து கொண்டு வேப்பங்கொழுந்தை மென்று கொண்டிருந்தார். அவர் கண்களில் ரௌத்திரம் ஒளிந்திருந்தது. நீலா அய்யாவின் கைகளைப் பிடித்துக்கொண்டு கூப்பிட்டாள். அவர் வர மறுத்தவராக வெயிலையே வெறித்துப் பார்த்துக் கொண்டிருந்தார். என்ன செய்வதெனத் தெரியாமல் நீலா வீட்டிற்குத் திரும்பி வந்தபோது அவளுக்கு அம்மாவோடோ வேணியோடோ பேசப் பிடிக்கவேயில்லை. அவர்களும் நீலாவைக் கண்டுகொள்ளாதவர்களாக வேலையைப் பார்த்துக்கொண்டிருந்தார்கள். நீலா நாகுவை மட்டும் தனியே கூப்பிட்டுக் கேட்டாள்,

"நீ யாருகூட சேத்திடா... அய்யாவா... அம்மாவா?"

நாகுவிற்குப் புரியவில்லை. அவன் நீலாவைப் பார்த்து அதையே கேட்டான்,

"நீ யாரு பக்கம்கா?"

"நான் அய்யாகூட. அய்யாவை வீட்டுக்குக் கூப்பிட்டா வர மாட்டேங்குறாருடா."

“அவரு வீட்டுக்கு வரவே வேண்டாம்கா. அங்கேயே கிடக்கட்டும்”

என நாகு சொல்லியதும் கண்களை உருட்டிக்கொண்டு நீலா சொன்னாள்,

“அப்போ நீ என்கூட சேர வேண்டாம். போடா.”

நாகுவிற்குக் கண் கலங்கியது. அவன் தழுதழுத்த குரலில் சொன்னான்,

“இல்லைக்கா. நான் உன் பக்கம் சேந்துகிடுறேன்.”

நீலா அவன் தலையைத் தடவிவிட்டபடி சொன்னாள்,

“அப்ப வா. அய்யாவை வீட்டுக்கு கூட்டிட்டு வருவோம்.”

அவர்கள் இருவரும் நடந்து வேம்படிக்குப் போனபோது அய்யா தரையில் வேப்பங்குச்சியால் கோடு கிழித்துக்கொண்டிருந்தார். அவர்கள் எதுவும் பேசவேயில்லை. அருகில் போய் உட்கார்ந்து கொண்டார்கள். அவர் நிமிர்ந்து பார்த்துவிட்டு கையிலிருந்த வேப்பங்குச்சியைத் தூக்கி எறிந்தார். பிறகு தன் பிள்ளைகளைப் பார்த்துக்கொண்டேயிருந்தார். நீலாவின் தலையைத் தொட்டுப் பார்த்தவராகச் சொன்னார்,

“வெயில்ல ஏண்டா உக்காந்திருக்கே... தலையெல்லாம் சுடுது. வீட்டுக்குப் போ.”

அவள் அய்யாவின் கைகளைப் பிடித்துக்கொண்டு சொன்னாள்,

“அப்ப நீங்களும் வாங்க.”

அவள் கையைப் பிடித்து இழுத்ததும் அவர் எழுந்து கொண்டார். அவர்கள் மூவரும் வீட்டை நோக்கி நடந்தார்கள். அய்யாவிற்கு வீட்டை நெருங்க நெருங்க நடை தயக்கம் கொண்டது. நீலா அவரைப் பிடித்து இழுத்துக்கொண்டது போல வீட்டிற்குள்ளாகக் கூட்டிப்போனாள். வேணி அவரைக் கண்டதும் முகத்தைச் சுழித்துவிட்டு ஆட்டுக்குட்டிக்குக் குலை ஒடித்துக் கொடுத்துக்கொண்டிருந்தாள். அய்யா வீட்டிற்குள் போன போதும் கண்களில் இருந்த ரௌத்திரம் குறையவேயில்லை. கும்பாவை எடுத்து வைத்து நீலாவே கஞ்சியைக் கரைத்து வைத்தாள். குடித்து முடிக்கும்வரை அய்யா நிமிர்ந்து பார்க்கவேயில்லை. கும்பாவைக் கீழே வைத்துவிட்டுத் தண்ணீர் குடிக்கும்போது அம்மாவைப் பார்த்தார். அவள் தன்னையே பார்த்துக்கொண்டிருப்பது தெரிந்தது. நீலா கும்பாவைக் கழுவுவதற்குக் கொண்டுபோய் போட்டபோது வேணி முறைத்தபடி சொன்னாள்,

“எச்சி கும்பாவைக் கழுவுறதுக்கு இங்கே ஒண்ணும் ஆள் போடலை.”

தானே கும்பாவைக் கழுவி வைத்த நீலா வீட்டிற்குள் வந்தபோது அய்யா பழையபடி வேம்படிக்குப் போயிருந்தார். நாகு நீலா பின்னாடியே அலைந்துகொண்டிருந்தான். இரண்டு நாட்கள் இதுபோலவே நடந்தேறிய பிறகு மூன்றாம் நாளில் காலையில் பக்கீர் தான் தனது ஊருக்குப் புறப்பட்டுப் போவதாகச் சொன்னான். அய்யா தலையாட்டிக்கொண்டார். அவன் மௌனமாகக் கிளம்பித் தயாரானபோது அய்யா சொன்னார்,

“நானும் கூட வந்து மரைக்காயரைப் பாத்துட்டு வர்றேன்.”

அவர்கள் இருவரும் கிளம்பி வீட்டு வாசலுக்கு வந்தபோது பக்கீர் தயக்கத்துடன் அம்மாவிடம் கேட்டான்,

“குடுத்த ரூவாயிலே பத்து ரூவா வாங்கியிருக்கேன்கா... மிச்சம் தொண்ணாறு ரூவா தந்தா... சரக்கு போட்டு வியாபாரத்துக்குக் கிளம்பிரலாம்.”

அய்யா அவனைப் பார்க்காமலே சொன்னார்,

“ரூவா என்கிட்டேதான் இருக்கு. மரைக்காயரைப் பாத்துட்டு பிறகு சரக்கு போட்டுகிடுவோம். கோவத்தில் பேசினது எதையும் மனசிலே வச்சுகிடாதே.”

அவன் தலையாட்டிக்கொண்டான். இருவரும் ஒன்றாகக் கிளம்பி வேம்பலையை விட்டுப் போனார்கள். பக்கீர் தொலைவில் போனதும் திரும்பி தெருவைப் பார்த்துக்கொண்டான். வெளிச்சத்தில் தெரு மிதந்து கொண்டிருப்பது போலிருந்தது. அவர்கள் ஊரைக் கடந்து போகும்போது காயாம்பு தான் புதுசாக வாங்கிய சைக்கிளில் பதநீர் விற்றுவிட்டு முகம் நிறைய சிரிப்போடு வந்து கொண்டிருந்தான். சைக்கிள் செம்மண்ணில் வளைந்து போய்க்கொண்டிருந்தது. பக்கீர் அவனைப் பார்த்துச் சிரித்ததைக் கடந்து போகும்போது காயாம்பு கவனிக்கவேயில்லை. அவனுக்கு வியாபாரம் ஆரம்பிச்ச நாலாம் நாளே கையில் காசு நடமாடத் துவங்கிவிட்டது சந்தோஷமாகயிருந்தது. உடனடியாக ஒரு சேவலை வாங்கிக் கருப்பிற்காக விட்டுவிட வேண்டியதுதான் என முடிவு செய்து கொண்டபடி ஊரை நோக்கிப் போய்க்கொண்டிருந்தான். அய்யா எதையோ யோசித்தபடி நடந்து போய்க்கொண்டிருந்தார்.

இரண்டு நாட்களுக்குப் பிறகுதான் நாகுவின் அய்யா வீடு திரும்பினார். வீடு வந்து சேர்ந்தபோது காக்கி அரை டிராயருடன்

கையில் மஞ்சள் பையைப் பிடித்துக்கொண்டு வந்தார். அவர் முகம் கருத்துச் சிடுசிடுப்பு நிரம்பியிருந்தது. அவரது வலது கால் கெண்டைச் சதையில் நீளமான காயமிருந்தது. அவராகக் காயத்தில் குப்பைமேனிச் செடியை நசுக்கிக் கட்டியிருந்தார். வீட்டிற்குள் வந்தவுடனே ரப்பர் செருப்புகளிருந்த சாக்கைத் தூக்கிக்கொண்டு போய் வீட்டின் பின்புறப் பாதையில் இருந்த பாழுங்கிணற்றில் போட்டுவிட்டு வந்தார். வழியெல்லாம் செருப்புகள் உதிர்ந்து கிடந்தன. அம்மா முறைத்தபடியே அவர் செய்யும் காரியங்களைக் கவனித்துக்கொண்டிருந்தாள். கொண்டுவந்த மஞ்சள் பையைக் கை எட்டும் உயரத்தில் கூரையடியில் சொருகி வைத்துவிட்டு வீட்டிலிருந்து அவசரமாக வெளியேறி வேம்படிக்குப் போய்ப் படுத்துக்கொண்டார். யாரோடும் அவர் பேசிக்கொள்ளவேயில்லை. இரவில் யாவரும் உறங்கிய பிறகு யாரிடமோ கேட்பது போல அம்மா கேட்டாள்,

“பக்கீரு கடனுக்கு என்ன செஞ்சீங்க.”

“கொடுத்தாச்சு.”

“எங்கேயிருந்து குடுத்தீங்க. நூறு ரூவாயில்லை.”

அவர் பதில் பேசவில்லை. அம்மா அதே பேச்சைத் தொடர்ந்தாள், “பக்கீரு ஊருக்குப் போயாச்சா.”

“என்ன மயித்துக்குத் துருவி துருவிக் கேட்டுகிட்டுக் கிடக்கே. வாயைப் பொத்திகிட்டுத் தூங்குவியா” என ஆத்திரத்துடன் கத்தினார்.

அம்மா எதையும் கேட்டுக்கொள்ளவில்லை. நாகுவின் அய்யா மறுநாள் காலையிலே கொக்கலாஞ்சேரி பக்கம் கிணறு வெட்டுக்குப் போகும் ஆட்களோடு புறப்பட்டுப் போய்விட்டார். பக்கீர் வாங்கிக் கொடுத்த ஆடு வேளைக்கு அரைக்கால் படி பால் தந்தது. ஆட்டுப் பாலைக் குடிக்கும்போது வேணிக்கு நாக்கெல்லாம் பூசிவிட்டது போல மதமதப்பு உண்டானது. வீட்டிலிருந்த மூவரும் கோடையின் நீண்ட பகலைப் பார்த்துக்கொண்டிருந்தார்கள். விரியன் பாம்பைப் போல உடலை அசைத்து அசைத்துச் சீறியபடி தரையில் ஊர்ந்து போய்க்கொண்டிருந்தது வெயில்.

27

ஒரு செம்புத் தண்ணியை வாங்கி ஒரே மடக்கில் குடித்துவிட்டு கழுத்தெல்லாம் ஈரம் வழிய, சிரிப்போடு நிற்பவளை நாகுவின் அம்மா பார்த்துக்கொண்டிருந்தாள். ஒன்பது வயது முடிந்த தன் இரட்டைப் பெண் குழந்தைகளான வகிதா, சுபைதாவையும், ஒரு வான்கோழியையும், நார்ப் பெட்டியையும் தூக்கிக்கொண்டு தன் வாசலில் வந்து நின்றுகொண்டிருந்த பக்கீரின் மனைவி கறுப்புத் துணியைத் தலைக்கு முக்காடு போட்டபடி ஊதா நிறச் சேலை கட்டியிருந்தாள். இடது புருவத்திற்கு மேலாகச் சிறிய மரு இருந்தது. அவளுக்கு முப்பது வயதிற்குள்ளாகத்தானிருக்கும். முகச்சாடை யாரையோ நினைவுபடுத்துவதாகயிருந்தது.

"தண்ணி சவக்கழிச்சு போயில்ல கிடக்கு. எங்க ஊரு தண்ணி கல்கண்டா இனிக்கும்" எனச் சொல்லியபடி அவள் புறங்கையால் வாயைத் துடைத்துக்கொண்டாள். இரண்டு சிறுமிகளும் வாசலில் கட்டியிருந்த ஆட்டுக்குட்டியைப் பார்த்துக்கொண்டிருந்தார்கள். வான்கோழி தலையை ஆட்டியபடி சிந்திக் கிடந்த தவிட்டைக் கொத்தத் துவங்கியது.

"ஊர்ல இருந்து கிளம்பி ஒரு மாசமாச்சுக்கா. இன்னமும் வீடு வந்து சேரலை. இங்கேதான் அண்ணனைப் பாக்க வந்திருக்குனு சொன்னாங்க. வீட்ல பொங்கித் திங்கக் குருணைகூட இல்லை. கடன்காரங்க வேறே கழுத்தைப் புடிக்கான். அதான் கிளம்பி வந்திட்டோம்."

பக்கீர் ஊருக்குப் போகவில்லை என்றால் எங்கே போயிருக்கக் கூடுமென்று தெரியவில்லை. பிள்ளைகளைக் கூட்டி வந்து விட்டவளை என்ன செய்வதெனத் தெரியாமல் அம்மா பார்த்துக் கொண்டிருந்தாள். குளித்துவிட்டு ஈரத் தலையோடு வந்து நின்று கூந்தலைத் துவட்டிக்கொண்டிருந்த வேணியைப் பார்த்த பக்கீரின்

மனைவி இதுதான் மூத்தவளாக்கா... எனக் கேட்டபடி அருகே போய் அவள் கையிலிருந்த துண்டை வாங்கி, "ஈரத் தலைய இப்படியா துவட்டுறது... புடதியில் நீர் கோர்த்துக்கிட்டா தலை நோவுல்ல வந்துரும்" என அவள் கேசத்தைத் தன் கைகளின் மீது போட்டு துவட்டிவிடத் துவங்கினாள். வேணி அந்த இரண்டு சிறுமிகளையும் பார்த்துக்கொண்டிருந்தாள். வெள்ளை வெளேரென உரிச்ச சீனிக் கிழங்கைப் போலிருந்தார்கள் அந்த இரட்டைச் சிறுமிகள். வேணியின் அடர்ந்த தலைமயிரை ஆச்சரியத்துடன் பார்த்துக்கொண்டிருந்தார்கள்.

அவர்கள் யாரும் கேட்காமலே தான் பிறந்து வளர்ந்து வாக்கப் பட்டு பெத்து வளர்த்த கதையைச் சொல்லிக்கொண்டே தலையை உலர்த்திக் கொண்டிருந்தாள் பக்கீரின் மனைவி. மனசிலே எதையும் வைத்துக்கொள்ளத் தெரியாத வெள்ளந்தியாகயிருக்கிறாளே என்று நாகுவின் அம்மாவிற்கு அவளைப் பிடித்துப்போனது. கிணறு வெட்டுக்குப் போயிருந்த நாகுவின் அய்யா வருகின்ற வரைக்கும் நாலைந்து நாட்களுக்குத் தங்கள் வீட்டிலே அவள் இருக்கலாம். எனச் சொல்லித் தங்க வைத்தாள். ஏனோ அந்தச் சிறுமிகளைப் பார்த்ததுமே நீலாவிற்குப் பிடிக்கவில்லை. அவள் நாகுவைத் தனியே கூட்டிக் கொண்டு போய்ச் சொன்னாள்,

"கோழி முட்டைக்குக் கைகால் முளைச்ச மாதிரி எப்பிடி இருக்காளுக பாரு... நீ அவ கூட சேராதே."

நாகுவிற்குச் சிரிப்பாக வந்தது. சிறுமிகளை மட்டுமல்ல, பக்கீரின் மனைவியையும் கூடத் திட்டினாள் நீலா. ஆனால் வேணிக்கு பக்கீரின் மனைவி சிநேகமாகிப்போனாள். முதல் முறையாக பக்கீர் மனைவியும் அவளும் ஒருவர் தோள் மீது மற்றவர் கையைப் போட்டுக்கொண்டு கூட்டாளிகளாக நடந்து போனார்கள். நீண்ட நாட்களுக்குப் பிறகு ஒன்று சேர்ந்துவிட்ட கூட்டுக் காரிகள் போல வெட்கப்பட்டுக்கொண்டு தோளோடு தோள் இடித்துக்கொண்டு தெருவில் சுற்றியலைந்தார்கள். பகலும் இரவும் இருவரும் ரகசியமாக எதை எதையோ பேசிச் சிரித்துக் கொண்டார்கள். வீட்டில் சிறுமிகளைப் போல தட்டாங்கல் ஆடினார்கள். மூணாம் நாள் இரவில் நாகுவின் அய்யா வீடு திரும்பியிருந்தார். அவர் பக்கீரின் மனைவியைப் பார்த்ததும் முகம் வெளிறிப்போனவராக எதையும் கேட்டுக்கொள்ளவேயில்லை. அம்மா தானாகவே பக்கீர் ஊருக்கே போகவில்லையாம், தேடி வந்திருக்கிறாள் என்று சொன்னாள். அய்யா கேட்டுக்கொள்ளாதது போல தலை கவிழ்ந்து கொண்டார்.

பக்கீரின் மனைவி தன் இரண்டு கைகளையும் கட்டிக்கொண்டு ஒடுங்கி நின்றவளாகச் சொன்னாள்,

“அண்ணாச்சியையும் அவுங்களையும் ஒண்ணா செங்கரையிலே பாத்ததா சிகாபுதீன் சொல்லிச்சு... ஆனா பத்து நாளாச்சு அவுக வீட்டுக்கே வரலை.”

அய்யா கேட்டுக்கொண்டு பேசாமலேயிருந்தார்.

“அங்க ஏதோ கள்ளுக் கடையிலே தகராறு. அவுகளை யாரோ அடிச்சுப் போட்டாங்கனு வேற பேசிகிடுறாங்க. எனக்குப் பயமாயிருக்கு. அண்ணாச்சியைப் பாத்துக் கேட்டுட்டுப் போயிடலாம்னு...”

நடந்ததையெல்லாம் தெரிந்து கொண்டுதான் வந்திருக்கிறாள். பக்கீரைப் பற்றி என்ன சொல்வது. அய்யாவின் கண்கள் தாழ்ந்து கொண்டன.

“எங்கே போனாலும் தாக்கல் சொல்லிவிட்டுருவாக. ஆளைக் காணோம்னு நானும் தெக்கே வடக்கே விசாரிச்சுப் பாத்துட்டேன். பாக்கவேயில்லைனு சொல்றாங்க. நீங்களும் இப்படி முகம் கொடுத்துப் பேசாம இருந்தா... நா யாருகிட்டே போயி கேக்குறது.”

பேசிக்கொண்டிருந்தபோதே குரல் உடைந்து அழத் துவங்கினாள். அம்மா அவளை சாந்தப்படுத்துவது போல சொன்னாள்,

“எதுக்கு நீயா போட்டு மனசை உழட்டிகிடுறே... கண்ணைத் துடை.”

அவள் கண்ணீரைத் துடைத்துக்கொள்ளவில்லை. அய்யா தொண்டையைச் செருமிக்கொண்டு சொன்னார்,

“வீட்ல சொல்ல வேண்டானு பக்கீரு சொன்னதுனாலே வாயை மூடிக்கிட்டு இருக்கேன். அவன் யாவாரத்துக்காக கொழும்புக்குப் போயிருக்கான். உங்க ஆளு ஒருத்தர் கூடதான் போனான். வர்றதுக்கு ஆறேழு மாசமாகும்.”

அவர் இதைச் சொல்லும்போது பக்கீரின் மனைவியை நேர் கொள்ளாமல் கண்களைத் தாழ்த்திக்கொண்டு சொல்வதையே நாகுவின் அம்மா பார்த்துக் கொண்டிருந்தாள். எதையோ மறைப்பதற்காக அவர் பேசிக்கொண்டிருக்கிறார், இது நிஜமில்லையென்றே தெரிந்தது. மனைவி தன்னைக் கவனித்துக் கொண்டிருப்பதை அய்யாவும் உணர்ந்தபடியே முகத்தை இறுக்கமாக்கிக் கொண்டார்.

பக்கீரின் மனைவி உடைந்த குரலில் கேட்டாள்,

"அது எந்த ஊர்ப் பக்கமிருக்கு?"

"கிழக்கே... கப்பல்ல போகணும்."

இதைக் கேட்டதும் பக்கீரின் மனைவி துக்கத்தை அடக்க முடியாமல் விம்மத் துவங்கினாள். நாகுவின் அம்மா அவளுக்குத் தேறுதல் சொன்னாள்,

"காசும் பணமுமா வந்து புள்ளை குட்டிகளைப் பாக்க பக்கீரு வர்றவரைக்கும் நீ இங்கயே இரு."

அவர்கள் பேச்சிற்குக் கட்டுப்பட்டவள் போல வேலைகளைக் கவனிக்கத் துவங்கினாள். நாகுவிற்குத் தன் வீட்டிற்கு வந்து சேர்ந்த இரண்டு சிறுமிகளும் தன்னோடு பேசுவதேயில்லை என்று வருத்தமாகயிருந்தது. அந்த இரண்டு சிறுமிகளும் ஒரு மயிலிறகு விசிறி வைத்திருந்தார்கள். எந்நேரமும் அதைக் கையில் வைத்து விசிறிக்கொண்டு தங்களுக்குள்ளாகச் சிரித்துக்கொண்டார்கள்.

வந்த சில நாட்களிலே பக்கீரின் மனைவி பிழைப்பிற்கான வழியைக் கண்டுபிடித்துவிட்டாள். பனையின் குருத்தோலைகளிலிருந்து அவள் அழகான விசிறிகள் செய்யத் துவங்கினாள். அவளது இரண்டு பிள்ளைகளும் கூட ஓலைக் கிலுக்குகள் செய்யப் பழகியிருந்தன. தாயும் மக்களுமாக விசிறிகளையும் ஓலைக்கிளிகளையும் செய்து குவித்தனர். வேணிக்கு அவர்கள் கைகள் பனையைக் கீறி முடையும் வேலையைப் பார்க்கவே அழகாகயிருந்தது. அவள் தானும் அதைக் கற்றுவிட வேண்டும் என்று பனையைச் சீவிச் சீவிப் பார்த்தாள். விசிறி வரவேயில்லை. ஒரு வாரத்திற்குப் பிறகு முடைந்த பனைவிசிறிகளையும் கிழக்குகளையும் ஒரு சாக்கில் போட்டு தூக்கிக்கொண்டு பக்கீரின் மனைவி நடந்து போவதை நாகுவின் அய்யா பார்த்துக்கொண்டேயிருந்தார். அவள் பழகிய பாதையில் நடந்து போகின்றவளைப் போல விடுவிடுவென நடந்து கொண்டிருந்தாள்.

இரட்டைச் சிறுமிகளும் ஒன்றாகத் தெருவில் இறங்கி நடந்து போனார்கள். நாம் அவர்கள் பின்னாலே நடந்தான். இரண்டு சிறுமிகளில் ஒருத்தி அவன் தங்கள் பின்னால் வருவதைப் பற்றி ஏதோ சொல்ல இருவரும் சிரித்துக்கொண்டார்கள். வகிதா வேப்பம்பழமொன்று உதிர்ந்து கிடப்பதை எடுத்துச் சுவைத்தபடி நின்றாள். நானும் இரண்டு வேப்பம் பழங்களை எடுத்து முழுங்கிவிட்டான் நாகு.

அதைக் கவனித்துக்கொண்டிருந்தவள் போல சுபைதா சிரிப்போடு சொன்னாள்,

“வயித்துக்குள்ளே வேப்ப மரம் முளைக்கப் போகுது...”

“முளைச்சா முளைக்கட்டும்” என வீறாப்புடன் சொன்னான் நாகு. அந்தச் சிறுமிகள் அதற்கும் சிரித்துக்கொண்டார்கள். அவன் தன் டவுசரின் கயிற்றைப் பிடித்தபடி ஆத்திரத்துடன் அவர்களைப் பார்த்துக்கொண்டிருந்தான். அவன் கோபத்தைக் கண்டது போல வகிதா கேட்டாள்,

“எதுக்கு எங்க பின்னாடியே வர்றே...?”

நாகுவும் முறைத்தபடி சொன்னான்,

“ஏன் வந்தா என்ன... இது ஒண்ணும் உங்க ஊருல்ல. எங்க ஊரு.”

அவர்கள் வாயைப் பொத்திக்கொண்டு சிரித்தார்கள். சுபைதா சிரிப்பை அடக்கிக்கொண்டு கேட்டாள்,

“உன் பேரு... ஓட்டைப் பல்லுதானே.”

நாகுவிற்கு ஆத்திரம் தாங்க முடியவில்லை. குனிந்து கையில் கல்லை எடுத்துக்கொண்டு சொன்னான்,

“மண்டையை உடைச்சிடுவேன்.”

அதற்கும் சிரித்துக்கொண்டபடியே சமாதானம் செய்பவர்களைப் போலக் கேட்டார்கள்,

“நீ எங்க கூட வர்றயா...?”

நாகு கல்லைக் கீழே போட்டுவிட்டு தலையாட்டினான். அவர்கள் மூவரும் கிளம்பி ஒற்றைப் பாதையில் நடந்து போனார்கள். வழியில் கிடந்த கோழி றெக்கைகளை எடுத்துக் காற்றில் பறக்க விட்டபடி இரட்டையர்களில் ஒருத்தி அதைத் துரத்திக் கொண்டு ஓடினாள். அவர்கள் இரட்டைப் பனையருகே வந்த போது நாகு கேட்டான்,

“எங்கே போறோம்?”

ரகசியம் போலச் சொன்னார்கள்,

“காட்டுப் பருத்தி வெடிச்சு கிடந்தார்... அதுல இருந்து பஞ்சு எடுக்கிறதுக்குப் போறோம்.”

நாகு தலையாட்டிக்கொண்டான். அவர்கள் மஞ்சள் வண்ணத் துப்பூச்சிகளை விரட்டிக்கொண்டோ, வானில் பறந்து செல்லும் கொக்குகளுக்குக் கைகாட்டியபடியோ ஓடிக்கொண்டிருந்தார்கள்.

ஊர் கொஞ்சம் கொஞ்சமாக அவர்களின் கையிலிருந்து நழுவி வெகு தூரத்திற்கு அப்பால் போய்க்கொண்டிருந்தது. காக்கைப் பொன் உதிரும் பாறையை அவர்கள் கல்லால் தட்டித் தட்டிக் கை நிறைய மினுக்கும் பொன்னை அள்ளிக்கொண்டார்கள். காட்டுப் பருத்தி கண்ணில் படவேயில்லை. வானை நோக்கி நடந்து போகிறவர்கள் போல கைகளை வீசிக்கொண்டு, கத்திக்கொண்டு நடந்தார்கள். நாகுவிற்கும் மிகுந்த சந்தோஷமாகயிருந்தது. தன் கைகளை வீசிக் கத்தினான்.

நீண்ட செம்மண் நிலத்தில் அவர்கள் நடந்து கொண்டிருந்தார்கள். காலில் மிதிபடும் மண் குருகுருவெனயிருந்தது. சுபைதா தன் கைகளில் மண்ணை அள்ளித் தெள்ளத் துவங்கினாள். நெய் மண்ணாகக் கையில் மிஞ்சியதை அப்படியே வாயில் போட்டுக் கொண்டு சுவைக்கத் துவங்கினாள். இதைப் பார்த்த மற்றவளும் மண்ணைத் தின்றாள். பிறகு திடீரென ஒருவர் மீது மற்றவர் மண்ணை வாரி வீசத் துவங்கினார்கள். செம்மண் புழுதி ஓங்கியது. சிரிப்போடு ஓடிக்கொண்டிருந்தார்கள். நாகுவின் தலையெல்லாம் மண் நிரம்பியது. அவர்கள் நெடு நேரத்திற்குப் பிறகு காற்றில் மிதந்து வந்து விதையூன்றியிருந்த காட்டுப்பருத்திச் செடியொன்றைக் கண்டார்கள். காய்ந்து முறுக்கேறிய அச்செடி தனித்திருந்ததை மிகுந்த அதிசயத்தோடு மூவரும் பார்த்துக்கொண்டிருந்தார்கள். தானும் அவர்களோடு சிரிப்பது போல தன் வெண்ணிறம் காட்டிக் கொண்டிருந்தது. காய் முற்றி வெடித்து, பஞ்சு காற்றில் பறந்து கொண்டிருந்தது. யார் கைக்கும் வசமாகாமல் காற்றில் பறந்தேறிய பஞ்சு உலகின் அநாதியை நோக்கிப் போவது போல தன் மென் கைகளை வீசிக்கொண்டு கிழக்கே பறந்து கொண்டிருந்தது.

கைகளால் தொடுவதற்கே கூச்சப்படுகிறவர்களைப் போல அவர்கள் வெண்பருத்தியைப் பார்த்துக்கொண்டிருந்தார்கள். யாரு மற்ற காட்டில் ஒற்றைப் பருத்தி வெடித்துச் சூரியனுடன் எதையோ பேசிக்கொண்டிருந்தது. இரட்டையர்களில் ஒருத்தி கூச்சத்துடன் வெடித்த பருத்தியை தன் விரல்களால் தொட்டாள். பிறகு அடுத்தவளின் விரலை எடுத்துப் பஞ்சில் வைத்தாள். இருவரும் சிரித்துக்கொண்டார்கள். நாகு தானும் அதைத் தொட்டுப் பார்த்தான். கூச்சமாகத்தானிருந்தது. அந்தச் சிறுமிகள் இருவரும் பூவைத் தடவுவது போல பருத்தியைத் தடவிக்கொள்ளும் பாவனையில் கிள்ளித் தலையில் சூடிக்கொள்வது போல வேடிக்கை செய்தார்கள்.

காம்போடு பருத்தியைப் பிய்க்க முடியவேயில்லை. பஞ்சை மட்டும் வகிதா கிள்ளி எடுத்தாள். அவள் கைகளில் வெண்ணிற

இழைகளுடன் பஞ்சு விரிந்து கிடந்தது. சுபைதா அதை நுகர்ந்து பார்த்தாள். பெயரில்லாத ஒரு நறுமணம் அதில் கசிந்து கொண்டிருந்தது. மூவர் முகத்திலும் சந்தோஷம் கூடியிருக்க வகிதா சிறு பஞ்சைக் கையிலிருந்து ஊதினாள். அது காற்றில் பறக்கத் துவங்கியது. அவர்கள் பார்த்துக்கொண்டிருந்தபோதே அது உயர்ந்து உயர்ந்து கிழக்கு நோக்கிச் சென்றுகொண்டிருந்தது. மிச்சமிருந்த பஞ்சைக் கையில் ஏந்திக்கொண்டு கூச்சலிட்டபடியே மூவரும் வீடு நோக்கி ஓடி வரத் துவங்கினார்கள். உலகின் பேரதிசயம் ஒன்றைக் கைப்பற்றிவிட்டது போல அவர்கள் செம்பாதையில் ஓடிக்கொண்டிருந்தார்கள். ஊரை நெருங்க நெருங்க அவர்களின் ஓட்டம் வேகமானது.

வீட்டிற்குப் போன போது பக்கீரின் மனைவி வீடு திரும்பி யிருந்தாள். பொம்பளைப் பிள்ளைகளுக்கு ரிப்பன், வளையல்கள், வீட்டிற்குத் தேவையான குருணை எல்லாமும் வாங்கி வந்திருந்தாள். தாங்கள் கொண்டுவந்த பஞ்சை ஒளித்து வைத்துவிட்டு அம்மா வாங்கிவந்த சிவப்பு ரிப்பன்களை வேடிக்கை பார்க்கத் துவங்கினார்கள் இரட்டைச் சிறுமிகள். அம்மா பக்கீரின் மனை விக்குத் தட்டில் சாப்பாடு போட்டுக்கொண்டு வந்து கொடுத்தாள். சொந்த சகோதரிகளைப் போல இருவரும் ஒன்றாக அருகருகே உட்கார்ந்து வாஞ்சையோடு சாப்பிட்டுக்கொண்டிருந்தார்கள். அன்றிரவில் நாகுவின் அம்மா பக்கீரின் மனைவியைத் தனியே அழைத்துக்கொண்டுபோய்ச் சொன்னாள்,

"உனக்குனு ஒரு வேலை உண்டாகிப் போச்சு... நம்ம தெரு விலயே ஒரு வீடு ரொம்ப நாளா காலியாத்தான் கிடக்கு. அதைத் தூத்து துடைச்சு வச்சிருக்கேன். பிள்ளைகளைக் கூட்டிகிட்டு அதுல இருந்துக்கோ. உனக்கும் நாலு காசு சேர்ந்தாத்தானே பொம்பளை பிள்ளைகளைக் கரை சேர்க்க முடியும்."

அதற்கும் பக்கீரின் மனைவி மறுப்பேதும் சொல்லவில்லை. தயங்கியபடி கேட்டாள்,

"ஆம்பளை இல்லாத வீடு... துணைக்கு ஒத்தை காடா விளக்கு மட்டும் வேணும்கா... தருவீங்களா?"

அம்மா கண்ணைத் துடைத்துக்கொண்டு பக்கீர் மனைவியின் கையைப் பிடித்துக்கொண்டு சொன்னாள்,

"அந்த ஆட்டையும் அவிழ்த்துக்கோ. பிள்ளைகளுக்குப் பாலு வேணும்ல... இதுவும் உன் புருஷன் வாங்கிக் கொடுத்ததுதான்."

இரவோடு இரவாக தங்கள் புதிய வீட்டிற்குப் போனார்கள். சிறிய மண்வீடது. கூரையெல்லாம் இற்றுப்போய் கறுத்திருந்தது. நீண்ட நாட்களுக்குப் பிறகு ஆள் அரவம் கண்ட வெறிச்சியில் கத்திக்கொண்டிருந்தது கூரையிலிருந்த மரப்பல்லி. பக்கீரின் மனைவி தன் பிள்ளைகளை அருகில் படுக்கச் சொல்லிவிட்டு கையைத் தலைக்கு வைத்துத் தானும் படுத்துக்கொண்டாள். இரண்டு சிறுமிகளும் இரவெல்லாம் எதையோ பேசிக்கொண்டிருந்தார்கள். ஆனால் பக்கீரின் மனைவி உறங்கியிருந்தாள். பின்னிரவில் நிலா வெளிச்சம் கதவற்ற அந்த வீட்டினுள் நிரம்பத் துவங்கியது. படுத்திருந்த அவர்களின் நடுவே ஊர்ந்து படர்ந்த வெண்ணொளியில் மண் சுவர்கள்கூட பேரதிசயம் கொண்டது போலிருந்தது.

நிலவொளி குபுகுபுவென நிரம்பிப் படுத்திருந்த சிறுமிகளுக்குக் கூச்சத்தைத் தந்தது. அவர்கள் இருவரும் வாசலுக்கு வந்து உட்கார்ந்து கொண்டார்கள். வானில் நிலா வெகு நேரமாக அவர்கள் வீட்டைப் பார்த்துக்கொண்டிருப்பதாகயிருந்தது. இருவரும் ஒருவர் கையை மற்றவர் பிடித்துக்கொண்டு ஆகாசத்தைப் பார்த்துக் கொண்டிருந்தார்கள். தங்கள் ஊரின் ஞாபகம் வந்தது. கடலுக்கு அருகாமையில் இருந்த அவ்வூரில் ஓயாது கேட்கும் அலைசப்தம் நினைவிற்கு வந்தது. அந்த ஊருக்கு இதே நிலா வருவதில்லை. அங்கு வரும் நிலவு கலங்கிப் போனதாக வெளிர் மஞ்சள் நிறத்திலிருக்கும். இந்த நிலவு பால் வெள்ளையில் கருமை துளியும் படியாமல் தண்ணீரில் நழுவி விழுந்த கூழாங்கல்லைப் போல வானில் ஊறிக் கிடப்பது ஆச்சரியமாகயிருந்தது. அவர்கள் வானத்தையே பார்த்துக்கொண்டிருந்தார்கள். வகிதாவின் மடியில் சுபைதா சாய்ந்து படுத்துக்கொண்டாள். வகிதாவின் கைகள் அவள் தோளைத் தட்டிக்கொண்டிருந்தன. நிலவு பனைகளை நோக்கி நடந்து போகத் துவங்கியது.

28

காயாம்பு வடகுறிச்சியில் இருபது பனைகளைக் குத்தகைக்கு எடுத்துக்கொண்டுவிட்டான். இனி தான் ஊர் ஊராகப் பதநீர் விற்கப் போக வேண்டியதில்லை. எல்லாம் கரையடி கருப்புவின் விருப்பப்படிதான் நடக்கிறது. ஊரே வெக்கையைக் குடித்து உலர்ந்து போய்க்கொண்டிருந்தபோதும் காயாம்புவிற்கு மட்டும் இந்த வெயிலும் ரௌத்திரமும் கண்ணில் படாமலே போய் விட்டது போலிருந்தது. அவன் தன் கையில் சேர்ந்த பணத்தை வீட்டினுள் யாரும் அறியாமலே புதைத்து வைக்கத் துவங்கினான். வீட்டில் சகோதரிகள் அவன் கண்களில் எப்போதும் சிரிப்பு ஒளிந்துள்ளதைப் பார்த்துக்கொண்டிருந்தார்கள். செவ்வாய் வெள்ளியானதும் அவனே படப்படிக்குப் போய் நின்று கொள்கிறான். வீட்டுப் பெண்கள் தூத்துப் பெருக்கிக் கதம்பமாலை கட்டிக் கல்விளக்கு ஏற்றும் வரை கட்டிய கையை அவிழ்க்காமல் கருப்பைப் பார்த்துக் கொண்டேயிருக்கிறான். கருப்பிற்கு இருப்பிடம் உண்டாக்கித் தர வேண்டும். ஒரு பீடமெழுப்பிச் சுற்றிலும் மண் சுவரைச் சுற்றிக் கட்டி ஒரு காவற்குதிரை செய்து வைக்க வேண்டும். தானும் அந்தக் கூந்தல் வளர்த்தவனைப் போலவே கூந்தலை வளர்த்துக் கொள்ள வேண்டும் என்று முடிவு செய்து கொண்டான். அவன் விருப்பம் போலவே பனையின் சுரப்பு கலயங்களில் நிரம்பத் துவங்கியது. காய்ச்சி கருப்பட்டியாக்க வேண்டியதுதானே என்று வடகுறிச்சி ஆசாரிதான் சொன்னார். அதற்கும் ஏற்பாடு செய்து விட்டான். காசும் பணமும் நடமாடுவது தெரிகிறதேயன்றி வீடு அப்படியே இருக்கிறது எனச் சகோதரிகள் முனங்கிக்கொண்டார்கள். அவன் பனையைக் குத்தகை எடுத்ததற்காகச் சேவற்பலி கொடுத்தான். கருப்பட்டி வட்டுகளில் நூறைப் படையல் செய்து தானம் கொடுத்தான். எங்கிருந்தோ ஊறி தண்ணீர் கிணற்றில் நிரம்புவது

போல அவனிடத்தில் காசு சேர்ந்து கொண்டேயிருந்தது. கடம்பகுடிக்காரர்கள் குலசாமி கும்பிட வந்து பார்த்தபோது கோவிலைச் சுற்றி மண் சுவர் எழும்பியிருந்தது. கையைக் கட்டிக் கொண்டு காயாம்பு ஏதோ தன்னால் ஆனதைச் செய்ததாகச் சொன்னான். அவர்கள் ஏழு கிடா வெட்டி நாட்டுச் சாராயமும் சுருட்டும் படையலிட்டுப் பூசை வைத்தார்கள். கறியை அகப்பை அகப்பையாக அள்ளித் தின்றபடி சாராயம் குடித்துக் களிப்பேறிய நிலையில் காயாம்புவைக் கொண்டாடினார்கள். கூந்தல் வளர்த்தவன் தன்னோடு இருந்த தங்கமாணிக்கத்திடம் ரகசியமாகச் சொன்னான்,

"இம்புட்டு தூரம் காயாம்புவைப் பத்திப் பேசிக்கிட்டு இருக்கிற துக்குப் பொண்ணைக் கொடுத்து மாப்பிள்ளையா ஆக்கிட வேண்டியதானுப்பு."

அதுவும் நல்ல யோசனையாகத்தான் பட்டது. காயாம்புவின் தாயாருக்குத்தான் யோசனையாகயிருந்தது. இதுவரை அவர்கள் கிழக்கே பெண் கொடுத்ததுமில்லை, எடுத்ததுமில்லை. ஆனால் தங்கமாணிக்கம் தனக்கிருக்கிற சொத்துப்பத்து, காரை வீடு, ரொக்கம் எல்லாம் ஒத்தை மகளுக்குத்தானே என்றதும் அவர்கள் ஒத்துக்கொண்டார்கள். காயாம்பு இதையும் தனக்காகப் படப்படி கருப்புதான் செய்வதாக நினைத்துக்கொண்டான். கல்யாணம் அப்போதே பேசி முடிவாகி வெற்றிலை கைமாறியது. வேம்பலையில் இருந்து மாப்பிள்ளையை அழைத்துக்கொண்டு போவதற்காக வந்திருந்த கூண்டு வண்டியை ஊரே ஆச்சரியத்துடன் பார்த் துக்கொண்டிருந்தது. ஊதா நிறக் குஞ்சலம் தொங்கிக்கொண்டிருந்த கூண்டு வண்டியில் வைக்கோலைப் பரப்பி அதற்கு மேலே ஜமுக்காளம் விரித்திருந்தார்கள். மாடுகள் கூட சுழி சுத்தமானதாகக் கழுத்தில் மணிகள் கட்டிக் கொம்புகளுக்குச் சிவப்பு வர்ணமடித்து திமிறிக்கொண்டு நின்றன. கூண்டு வண்டிக்கு படுதாவுமிருந்தது. பட்டு வேட்டி சரசரக்க காயாம்பு படப்படி கருப்பைக் கும்பிடச். சென்றான். எல்லாம் சொப்பனத்தில் நடப்பது போலவேயிருக்றது. கடம்பகுடிக்காரர்கள் சாமியைத் தேடி வந்ததிலிருந்து கல் யாணம் வரை எல்லாமும் இத்தனை அவசரமாக நடந்தேறியதே என நினைத்துக்கொண்டு நெடுஞ்சாண்கிடையாக விழுந்து கும்பிட்டு தரையடி மண்ணை நெற்றியில் பூசிக்கொண்டு தெருவில் வந்தபோது மேளமும் நாதஸ்வரமும் முழங்கிக்கொண்டிருந்தன.

மாப்பிள்ளையை அழைத்துக்கொண்டு போக வந்திருந்தவர்கள் தட்டு, தாம்பாளமேந்தித் தெரு சுற்றி வந்தார்கள். வேம்பலையின்

காலியான தெருக்களில் இத்தனைக் கொண்டாட்டத்தோடு நடக்க இருந்த திருமணம் விநோதமாகயிருந்தது. கல்யாணமாகி மூணாம் நாள் பெண்ணும் மாப்பிள்ளையும் வேம்பலைக்குத் திரும்பிய போது ரோஸ் பவுடர் போட்ட முகத்துடன் நாலு விரல்களில் மோதிரம் போட்டு மைனர் செயினும் பட்டு வேட்டியும் வெற்றிலைச் சிவப்பேறிய உதடுமாக காயாம்பு தெருவில் இறங்கி நடந்தான். புதுப் பெண் அவனை விடவும் உயரமாகவும் கருத்த திரேகியாகவுமிருந்தாள். அவள் கழுத்தில் தொங்கிய சரங்களும் மூக்கில் காதில் கையில் ஏறியிருந்த பவுனும் ஊர்ப்பெண்களைப் பெருமூச்சிடச் செய்தது. அவள் வேகவேகமாக நடந்து போனாள்.

காயாம்பு தன் வீட்டின் கூரையை மாற்றி ஓடு வேய்ந்திருந்தான். சிவப்பு கொல்லத்து ஓடு வேய்ந்த வீடு ஊரிலே அவனுடையது ஒன்றுதான். மர ஆசாரிகள் இன்னமும் வேலை செய்து கொண்டிருந்தார்கள். புதுப் பாயையும் பட்டுத் தலையணியையும் தூக்கிக் கொண்டு நடந்து வந்த சகோதரிகள் கோபத்தை அடக்கிக்கொண்டு மயினியைப் பார்த்தபடி நடந்தார்கள். காயாம்புவிற்கே சீதனமாகக் கூண்டு வண்டியைத் தந்திருந்தார்கள். காயாம்புவிற்குப் புது மனைவியை விடவும் அந்தக் கூண்டு வண்டி மயக்கம் தருவதாகயிருந்தது. அதைப் பூட்டிக்கொண்டு வடகுறிச்சிக்குப் பனையைப் பார்க்கப் போனபோது பனையேறிகள் கேலி செய்தார்கள். அதிலும் சோணனின் மனைவி அருகில் வந்தே சொன்னாள்,

“என்னண்ணே... உதடெல்லாம் கடிபட்டுக் கிடக்கு... பூனை கீனை கடிச்சிருச்சா?”

மற்றவர்கள் சிரிப்பை அடக்க முடியாமல் வாயைப் பொத்திக் கொண்டார்கள். காயாம்பு அதை வெகுவாக ரசித்தான். வேம் பலைக்கு வந்த நாலாம் நாளே புதுப் பெண் கணவனின் வீடு கையில் தம்பிடியில்லாதது என்பதைக் கண்டுவிட்டாள். தன்னால் கவிச்சியில்லாமல் சாப்பிட முடியாது என்றும் ஒரு வேளைக்காவது மீன் இல்லாவிட்டால் எப்படி சாப்பிடுவது, கறியோ மீனோ ஆக்கி சாப்பிடாமல் தன்னால் இருக்க முடியாது என்றும் முறைப்போடு சொல்லிவிட்டாள். காயாம்பு ரெண்டு நாட்களுக்கு ஒரு முறை மீன் வாங்கி வருவதற்காக ஒரு ஆளைக் கிழக்கே அனுப்பி வைத்தான். மதிய நேரங்களில் புதுப் பெண்டாட்டிக்கு விசிறி விடுவதற்குத் தனது தங்கைகள் மறுத்ததற்குச் சண்டையிட்டான். வீடே காயாம்புவிற்கு எதிராகத் திரண்டு கொண்டிருந்தது.

எப்போதாவது வெயில் அடங்கிய மாலை நேரங்களில் புது மனைவி குளித்துவிட்டு ஈரத் தலையுடன் தெருவில் இறங்கி நின்று உலர்த்திக்கொண்டிருப்பதைக் காண்பதைத் தவிர மற்ற நேரங்களில் அவளை வெளியே பார்க்கவே முடியாது. நீண்ட நாட்களுக்குப் பிறகே அவள் பெயர் தவமணி என்று பெண்களுக்குத் தெரிந்தது. ஆனாலும் அவளைப் பெயர் சொல்லிக் கூப்பிடுவதற்கு வீட்டில் ஆளேயில்லை.

29

நாகு அந்த இரட்டைச் சிறுமிகளை அழைத்துக்கொண்டு சென்னம்மாவின் வீட்டிற்குப் போனான். கதவுகள் சாய்த்து மூடியிருந்த அவ்வீட்டில் இப்போது எறும்புகள் கூட ஊர்ந்து போவதாகயில்லை. கதவைத் தள்ளியதும் உள்ளே வெயில் தயங்கித் தயங்கி நடந்து கொண்டிருப்பதைக் கண்டார்கள். வகிதா பயத்தோடு கேட்டாள்,

"கிழவி பானைக்குள்ளயா இருக்கா?"

நாகு தலையசைத்துக்கொண்டே இருட்டறையில் இருந்த தானியக் குலுக்கையை நோக்கி அவர்களைக் கூட்டிக்கொண்டு போனான். அந்த அறைக்குள் ஒரு ஈரவாடை போல குப்பென்ற வாடை நிரம்பியிருந்தது. கண்களை யாரோ பொத்திக்கொள்வது போல இருள் கண்ணைக் கட்டியது. சுபைதா நாகுவின் கையைப் பிடித்துக்கொண்டாள். தானியக் குலுக்கையில் சலனமேயில்லை. நாகு மெதுவாகத் தானியக் குலுக்கையில் காதை வைத்துப் பார்த்தான். பாம்பு சீறிக்கொண்டிருப்பது போல ஒரு சப்தம் கேட்டுக் கொண்டிருந்தது. மற்ற இருவரும் அதைப் பயத்தோடு காது கொடுத்துக் கேட்டுப் பார்த்தார்கள். வகிதா சொன்னாள். உள்ளே அலையடிக்கிறது மாதிரி சப்தம் வருது. நாகுவிற்கு நம்ப முடியவில்லை. மறுபடியும் காதை வைத்துக் கேட்டுப் பார்த்தான். கல்லில் தண்ணீர் ஓடுவது போன்றதொரு சலசலப்பான சப்தம். நாகு சுபைதாவின் கண்களைப் பார்த்தபடி கேட்டான்,

"உள்ளே எட்டிப் பார்ப்பமா?"

"முழிச்சிருந்தா பிடிச்சுகிட மாட்டாளா?"

நாகுவிற்கும் பயமாகத்தானிருந்தது. ஆனாலும் தைரியத்துடன் சொன்னான்,

எஸ்.ராமகிருஷ்ணன்   179

“தூங்கிக்கிட்டுத்தான் இருப்பா.”

அவர்கள் மூவருமாகச் சேர்ந்து சாயம் காய்ச்சும் அண்டாவை இழுத்துப் போட்டார்கள். நாம் அதில் ஏறி நின்று உள்ளே எட்டிப் பார்த்தான். இருட்டில் எதுவும் தெரியவில்லை. கண்களை இடுக்கிக்கொண்டு பார்த்தான். உள்ளே பச்சை ஒளியுடன் வேப்பிலைகள் மிதந்து கொண்டிருந்தன. அவன் பார்த்துக் கொண்டேயிருந்தான். மீன் குஞ்சுகள் நீந்திக்கொண்டிருப்பது போல வேப்பிலைகள் ஒளியுடன் சுற்றிக்கொண்டிருந்தன. அவன் ஆச்சரியத்துடன் வகிதாவை ஏறி நின்று பார்க்கச் சொன்னான். அவள் ஏறி நின்று பார்த்தபோது வேப்பிலைகள் ஒன்றையொன்று துரத்தி நீந்திக்கொண்டிருந்தன. சுபைதாவை ஏறிப் பார்க்கச் சொன்னார்கள். அவள் ஏறி நின்று தலையை உள்ளே எட்டிப் பார்த்த போது தண்ணீ... தண்ணீ... என யாரோ முனங்குவது போலயிருந்தது.

சுபைதா நன்றாக அக்குரலைக் கேட்டாள். எங்கோ ஆழத்தில் அந்த சப்தம் சுரந்து கொண்டிருந்தது. அவள் பயத்தோடு பார்த்த போது சப்தம் உயர்ந்து தண்ணீர் என உரக்க வெடித்தது. அவள் பயந்து அலறியபடி கீழே விழுந்தாள். அவள் அலறல் சப்தம் கேட்டதும் நாகு தப்பி வெளியேறி ஓடினான். வகிதாவும் ஓடி வந்துவிட்டாள். கீழே விழுந்த சுபைதா அழுகையோடு வாசலுக்கு ஓடி வந்தபோது தெருவில் வெளிச்சம் நிரம்பியிருந்தது. மூவரும் புளியமரத்தடிக்கு வந்ததும் அவர்களோடு கோபத்தில் பேச மறுத்து சுபைதா அழுது கொண்டிருந்தாள். வகிதா நாகுவால்தான் இத்தனையும் வந்தது என அவனை ஏசத் துவங்கினாள். நாகு தலைகவிழ்ந்து கொண்டிருந்தான். வகிதாவின் சமாதானத்தால் அழுகையை அடக்கிக்கொண்டு சுபைதா சொன்னாள்,

“உள்ளே கிடக்கிற கிழவி தண்ணீ வேணும்னு கேட்டுக் கையை நீட்டுனா... நகம் சுருள் சுருளா வளர்ந்திருக்கு.”

அவர்களுக்கு அதைக் கேட்கவே பயமாகயிருந்தது. சென்னம்மா உறங்கிக் கிடக்கவில்லை. அடங்காத தாகத்துடன் விழித்திருக்கிறாள் என்பதைச் சொல்வதற்காக நாகு ஆதிலட்சுமியின் வீட்டை நோக்கி ஓடினான். அவள் திருவிழாவிற்குப் போனவள் ஊர் திரும்பவேயில்லை. வீட்டில் உறங்கிக்கொண்டிருந்த கிழவியைத் தவிர யாருமேயில்லை. திண்ணையை வெறித்துப் பார்த்துக்கொண்டிருந்த நாகு திரும்பவும் வகிதாவைப் பார்ப்பதற்காகத் தேடி ஓடி வந்த

போது அவர்கள் தங்கள் வீட்டிற்குத் திரும்பியிருந்தார்கள். அந்த வீட்டின் உள்ளே வேணியக்காவும் உட்கார்ந்து கொண்டு பனையை முடைந்து கொண்டிருந்தாள். பக்கீரின் மனைவியின் முன்னால் ஓலையில் செய்த கிளிகள் வரிசையாக நின்றிருந்தன. அவள் கிளிகளின் வாலிற்கு நிறமடித்துக்கொண்டிருந்தாள். அசையாத கிளியின் கண்கள் அவர்களைப் பார்த்தபடி வெறித்துக் கொண்டிருந்தன.

30

காயாம்புவின் மனைவி எப்போதும் அரை மயக்கத்திலிருப்பவள் போல வெளிறிக்கொண்டே வந்தாள். சாப்பாடு பிடிக்கவேயில்லை. மகள் ஆசைப்படுகிறாள் என்பதற்காகவே வடக்கே ஆள் அனுப்பி ஒரு பலாப்பழமும், சிங்காரித்துக்கொள்ள ஆள் உயரத்திற்கு நிலைக் கண்ணாடி ஒன்றையும் வாங்கி தவமணியின் தம்பி திருமாவிடம் அக்கா வீட்டிற்குப் போய் கொடுத்து வரச் சொல்லியிருந்தார் தங்க மாணிக்கம். மாட்டு வண்டியில் வந்து இறங்கிய அவன் தலை முடியைப் பந்து போல் முன்னால் சுருட்டிவிட்டபடி ஜவ்வாது வாசனை கமகமக்க அக்காளைப் பார்த்துப்போக வந்திருந்தான். நிலைக்கண்ணாடியைப் பார்த்ததும் தன் உணர்வு வந்தவள் போல எழுந்து உட்கார்ந்து கொண்டாள் தவமணி. சுவரோடு சேர்ந்து மரச் சட்டம் பொருத்திக் கண்ணாடியை மாட்டினார்கள். அதன் எதிரில் நின்றுகொண்டு தவமணி தன்னையே பார்த்துக்கொண்டிருப்பாள். ரத்தம் சுண்டி வெளிறிய முகத்துடன் நழுவிச் சரியும் சேலையும் சரிந்த வயிறுமாக அவள் ஈரத் துணியால் தன் கண்களைச் சுற்றித் துடைத்துக்கொண்டேயிருப்பாள்.

காயாம்புவிற்கு அந்தக் கண்ணாடியில் தன்னைப் பார்த்துக் கொள்ள வெட்கமாகயிருக்கும். அவனுக்காகப் புலிநகம் கொண்ட தங்கச் செயின் ஒன்றை திருமா கொண்டுவந்து கொடுத்தான். அதை வெறும் மேலோடு போட்டுக்கொண்டு கண்ணாடியில் தன்னைப் பார்க்கும்போது காயாம்புவால் தன்னையே நம்ப முடியவில்லை. உடம்பில் லேசான மினுமினுப்பு ஏறியிருந்தது. தன்னை யாராவது பார்க்கிறார்களா என்று திரும்பிப் பார்த்துக்கொண்டு மீசையை முறுக்கிவிட்டுக்கொண்டான். தான் முகம் பார்க்காத நேரங்களில் யாரும் கண்ணாடி பார்த்துவிடக் கூடாதென்பதற்காக அதில் ஒரு சேலையை மறைப்பாகத் தொங்க விட்டிருந்தாள் தவமணி. கண்ணாடி வந்த நாள் முதல் காயாம்புவின் தங்கைகளுக்கு

ஆத்திரம் அடக்க முடியாமல் வந்தது. ஒரு பொழுதுகூட தாங்கள் முகம் பார்த்துக்கொள்ள அனுமதிக்கப்படவில்லையே என்று ரௌத்திரமாகயிருந்தார்கள். மதிய வேளைகளில் தாயும் மகள்களும் இதைப் பற்றிப் பேசிப்பேசியே பெருமூச்சிட்டார்கள்.

பகல் நேரங்களில் அக்காளும் தம்பியுமாகத் தாயக்கட்டம் ஆடியபடியே எதையோ ரகசியமாகப் பேசிக்கொண்டிருப்பார்கள். காயாம்புவின் தாய்க்கு இதைக் கண்டதும் ஆத்திரம் கொப்பளிக்கும். அவள் வேண்டுமென்றே தொண்டையைச் செருமிக்கொண்டு இங்குமங்கும் நடப்பாள். தங்கத்திலே ஊசி செஞ்சு தன் கண்ணுல குத்திகிட்டானாம் எவனோ ஒருத்தன் என யாரிடமோ சொல்வது போல உரக்கச் சொல்லிவிட்டுப் போவாள். தவமணி இதைக் கேட்டுக்கொண்டதாகவே காட்டிக்கொள்ள மாட்டாள். நீண்ட நாட்களுக்குப் பிறகு அவ்வூருக்குள் ஒரு வளையல் விற்பவனின் குரல் கேட்டது. மிகுந்த ஆசையோடு தவமணி தம்பியை அனுப்பி வளையல்காரரைத் தன் வீட்டிற்குக் கூட்டி வரச் சொன்னாள். சாயக்காரர்கள் தெருவில் தன் பெட்டியை இறக்கி வைத்துவிட்டு பானாகாரம் குடித்துக்கொண்டிருந்த வளையல்காரரைச் சுற்றிலும் பெண்கள் நின்றிருந்தார்கள். தனது பெட்டியைத் திறந்து சிவப்பில், பச்சையில், நீலத்தில் இருந்த வளையல்களைச் சுருளில் இருந்து எடுத்து கைவிரலில் கோர்த்துக்கொண்டிருந்தபோது பக்கீரின் மனைவியும் வேணியும் சிவப்பு வளையல்களை ஆசையோடு பார்த்துக்கொண்டிருந்தார்கள். சாயக்காரத் தெரு பெண்கள் முண்டிக்கொண்டு ஆளுக்கொரு வளையலை எடுத்துப் பார்த்தார்கள். கைக்குழந்தைக்குப் பால்வளையல் கேட்டுக் கொண்டிருந்தாள் ஒருத்தி. வேணி சிவப்பு வளையல்கள் ஆறைக் கையில் எடுத்துச் சுண்டிப் பார்த்துவிட்டு விலை விசாரித்தபோது கூட்டத்திலிருந்த பெண்களை விலக்கிக்கொண்டு திருமா வளையல்காரரைப் பார்த்துச் சொன்னான்,

“மொத்த வளையலையும் நானே வாங்கிக்கிடுறேன். தூக்கிட்டுப் பின்னாடி வாய்யா.”

இதைக் கேட்டதும் வளையல்காரர் தலையை அசைத்தபடி பெட்டியை நகட்டத் துவங்கும்போது வேணி ஆத்திரத்தோடு கேட்டாள்,

“ஏன் இவருக்கு வளைகாப்பா?”

யாரோ சிரித்தார்கள். திருமாவிற்கு ஆத்திரமாக வந்தது. தனது கையில் போட்டிருந்த காப்பை ஏற்றிவிட்டுக்கொண்டபடி ஐம்பது ரூபாய்த் தாளை எடுத்து நீட்டினான்.

"என்னய்யா பாத்துட்டு இருக்கே... பெட்டியைத் தூக்கு."

வளையல்காரன் வேணியிடமிருந்த வளையல்களை வாங்குவதற்காகக் கையை நீட்டிக்கொண்டிருந்தபோது பக்கீரின் மனைவி ஆத்திரத்துடன் சொன்னாள்,

"பெட்டியைத் தூக்கித் தலையிலே வச்சே... அவ்வளவுதான் பாத்துக்கோ. நாங்க மட்டும் காசு கொடுக்காம ஓசிக்கா வளையல் கேட்டோம்."

திருமாவிற்கு என்ன செய்வதெனத் தெரியவில்லை. வளையல் பெட்டி தானாக மறுபடியும் திறந்து கொண்டது. திருமாவிடம் சாந்தப்படுத்துவது போல வளையல்காரன் சொன்னான்,

"நீங்க நடக்குறதுக்குள்ளே வந்துருறேன்... கோவிச்சுகிடாதீங்க."

"கேட்டதுக்குக் கைக்கு இரண்டு வளையலாவது போட்டு அனுப்புங்க" என வேணி திரும்பவும் சொல்லியதும் பக்கீரின் மனைவி சிரித்துவிட்டாள்.

திருமாவிற்கு முகம் சுண்டிப்போனது. வேகமாக வீட்டைப் பார்த்துக் கோபத்தோடு நடக்கத் துவங்கினான். வீட்டிற்கு வந்தும் கோபத்தை அடக்க முடியவில்லை. தவமணி திரும்பத் திரும்பக் கேட்டபோதும் பதில் பேசவேயில்லை. நினைக்கவே அவமானமாகயிருந்தது. அவள் முகத்தை நினைவு கொண்டு பார்த்தான். குரல் தான் நினைவிற்கு வருகிறது. அடுத்த நாளில் அவன் அதே இரண்டு பெண்கள் ஏழெட்டு நார்ப்பெட்டிகளைத் தூக்கிக்கொண்டு ஊரை விலக்கிப் பாதையில் நடந்து போவதைப் பனையடியில் நின்றபடி பார்த்துக்கொண்டிருந்தான். யார் இந்தப் பெண்கள் என்பது தெரியவில்லை.

இரண்டு நாட்களுக்குள் அவர்கள் தெற்குத்தெருவின் கடைசியில் இருந்த வீட்டைச் சேர்ந்தவர்கள் என்பதைக் கண்டுபிடித்து விட்டான். வேணியும் பார்த்துக்கொண்டுதானிருந்தாள், தனது தெருவில் அவன் கள்ளப் பார்வையுடன் அங்குமிங்கும் அலைந்து கொண்டிருப்பதை. பக்கீரின் மனைவி அதை வேடிக்கையாகச் சொன்னாள்,

"மசக்கையில்லே... மண் திங்க அலையுறாரு போல."

வேணிக்குச் சிரிப்பை அடக்க முடியவில்லை. இரண்டு நாட்களுக்குப் பிறகு வேணி விளக்கு போடுவதற்காக காளியம்மன் கோவிலுக்குப் போனபோது திருமா கையில் ஒரு தும்பைச் செடியைப் பிடுங்கிப் பூவை வழியெல்லாம் பிய்த்துப்

போட்டபடியே அவர்களைக் கவனிக்காதவன் போலவே நடந்து வந்து கொண்டிருந்தான். கோவிலில் யாரோ இரண்டு பெண்கள் பேசிக்கொண்டிருந்தார்கள். திருமா தொலைவிலே பதுங்கி நின்று கொண்டான். வேணிக்குச் சிரிப்பாக வந்தது. தன்னைப் பார்ப்பதற்காகத்தான் நடந்து வருகிறான் என்று தெரிந்ததும் வெட்கமாக வந்தது. திருமா எப்போதும் அவளைப் பற்றியே நினைத்துக்கொண்டிருந்தான். அவளது முகச்சுழிப்பு, கண்களில் உள்ள பொய்க்கோபம். வெடுக் வெடுக்கென பேசும் பேச்சு. நினைக்கத் துவங்கியதும் அவனறியாமல் உடம்பு முறுக்கேறிக் கொண்டது. கண்ணிலிருந்து கால்விரல் நுனிவரை வெக்கையேறியது போல கதகதப்பு பீடித்துவிடும். அவன் இரவில் கூட உறக்கம் கூடாமல் தெருவில் அங்குமிங்குமாக அலைந்து கொண்டிருந்தான். நாலாம் நாளின் விடிகாலை மூடுவெளிச்சத்தில் வேணி தெருவினுள் நடந்தபோது தன்னை நோக்கியே மூன்று சிறிய வண்ணத்துப்பூச்சிகள் போல பறந்து வருவதைக் கண்டாள். அவை பச்சை நிறச் சிறகுகளை அசைத்து அவள் காலருகே வந்து விழுந்தன. குனிந்து எடுத்துப் பார்த்தபோது பனையோலையை யாரோ சிறியதாக நறுக்கி ஓலைத் தும்பி போலாக்கியிருக்கிறார்கள். ஓலையில் உள்ள தும்பிகளாகயிருந்தபோதும் மிக அழகாகயிருந்தன. அவள் அந்தத் தும்பிகளைக் கையில் எடுத்து வைத்துக் கொண்டாள். தெருவில் ஆள் நடமாட்டமேயில்லை.

பகலில் திருமாவின் வீட்டைத் தாண்டிப் போகும்போது அவன் நிற்கிறானா என ஜன்னலைப் பார்த்தபடி போனாள். அவனைக் காணவில்லை. ஆனால் வேம்படியில் நின்றுகொண்டு திருமா அவளைப் பார்த்தபடியே வாய் நிறைய வேப்பிலைகளை மென்று தின்று கொண்டிருந்தான். பார்த்துக்கொண்டிருந்தபோதே கசப்பு வேணியின் நாவிற்கு ஏறியது. அவள் தலைகுனிந்தபடியே அவனைக் கடந்து போனாள்.

இரண்டாம் நாளின் அதிகாலையில் ஒன்பது பனையோலைத் தும்பிகள் பறந்து வந்து அவள் வீட்டு முன்னால் விழுந்தன. அவள் இதையெல்லாம் திருமாதான் செய்கிறான் என்பது போல சிரித்துக் கொண்டாள். இது போலவே மூன்றாவது ஜாமத்தில் விழித்துக் கொண்ட ஒரு நாளில் தன் வீட்டிற்கு எதிரேயுள்ள வேம்படியில் யாரோ உட்கார்ந்து கொண்டு கல்லைக் கலலோடு உரசி நெருப்பு பற்ற வைத்துக்கொண்டிருப்பதையும் அரவம் கேட்டு அவன் சட்டெனத் தெருவில் மறைந்து போய்விட்டதையும் கண்டாள். அதுவும் திருமாதான் என்று தெரிந்தது. அவன் எதற்காக

இப்படியெல்லாம் செய்கிறான். அவள் இதைப் பற்றி பக்கீரின் மனைவியிடம் சொல்லலாமா என யோசித்தாள். ஏனோ மறைக்க வேண்டும் என்றே தோணியது.

வெயில் முற்றி வெறித்த பின்மதியமொன்றில் வேணி சந்துக்குள் நடந்து வந்த போது எதிரே வந்து நின்ற திருமா அவளையே பார்த்துக்கொண்டிருந்தான். வேணிக்கு என்ன செய்வதெனத் தெரியவில்லை. அவன் தயங்கியபடி சந்திற்குள் யாரும் வருகிறார்களா எனப் பார்த்தான். ஆட்களேயில்லை. மிகுந்த அவசரத்தோடு வேணியின் அருகே வந்து நின்றான். அவள் வேண்டுமென்றே முறைப்பது போல் முகத்தை வைத்துக்கொண்டாள். அவன் சற்றும் யோசிக்காமல் அவளது இடது கையைப் பிடித்துக்கொண்டு தன்னோடு சேர்த்துக் கட்டிக்கொள்ள இழுத்தான். அவள் திமிறி விலகத் துவங்கினாள். அவனது இடக்கை அவளது தலையைச் சுற்றிப் பிடித்து முன்னால் கொண்டுவந்தது. அவள் மண் சுவரில் சாய்ந்தாள். சுவரோடு அவளை அமுக்கிக்கொண்டு திமிறுவதற்குள் முத்தமிடுவதற்காகக் குனிந்தான். அவள் உதடுகள் பூட்டிக்கொண்டன. அவன் உக்கிரத்துடன் முத்தமிட இறுக்கினான். திமிறிக் கொண்டு தலையை விலக்கினாள். உதட்டின் ஓரத்தில் திருமாவின் பல் பட்டு ரத்தம் கசியத் துவங்கியது. அவள் நாடியில் இறங்கும் ரத்தத்தைக் கண்டதும் பயத்தோடு திருமா அவளை விலக்கிவிட்டு தலைகவிழ்ந்து நின்றான். அவள் தனது தாவணியால் உதட்டைத் துடைத்துக்கொண்டு முறைத்தபடி விடுவிடுவென சந்தைக் கடந்து ஓடினாள். திருமா சந்திற்குள்ளாகவே நெடுநேரம் நின்றுகொண்டிருந்தான். அவள் கைகளில், தலையில் மண் அப்பியிருந்தது. கண்களில் வெக்கை ததும்பிக் கொண்டிருந்தது. அவன் ஆத்திரத்துடன் மண் சுவரைத் தன் கைகளால் குத்தினான். பிறகு வெயிலைப் பார்த்தபடி நின்றுகொண்டான். வெயில் அவன் மயிர்க்கால்கள் வழியாக உடம்பெங்கும் நிரம்பத் துவங்கியது. வீட்டிற்கு வந்த பிறகும் வேணிக்கு உடல் நடுக்கம் நிற்கவேயில்லை. கால்கள் இன்னமும் நடுங்கிக்கொண்டிருந்தன. அவளுக்கு அழுகை வரவில்லை. ஆத்திரமாக வந்தது. பக்கீரின் மனைவியைப் பார்ப்பதற்காகப் போனாள். தொண்டையெல்லாம் உலர்ந்து போனது போல தாகம் உண்டாகியிருந்தது. பெரிய செம்பு நிறைய தண்ணீர் குடித்துவிட்டு அங்கேயே சுருண்டு படுத்துக்கொண்டாள். திருமாவை அடிக்க வேண்டும் போல கோபமிருந்தது. தானாகப் பற்களைக் கடித்துக்கொண்டாள். அன்றிரவு அவள் தன் வீட்டிற்குப் போகவேயில்லை பக்கீரின்

மனைவியருகே படுத்து உறங்கி விட்டாள். அதிகாலையில் விழிப்பு வந்தபோது பக்கீரின் மனைவி கேட்டாள்,

“எதுக்கு ராத்திரியெல்லாம் பல்லைப் போட்டு இப்படி கடிக்கே.”

வேணி பதில் சொல்லவேயில்லை. அமைதியாகத் தன் வீட்டிற்கு நடந்து போனாள். இது நடந்த இரண்டாம் நாளின் விடிகாலையில் வேணி தன் வீட்டு வாசலில் நூற்றுக்கும் அதிகமான ஓலைத் தும்பிகள் வந்து விழுந்து கொண்டேயிருப்பதைக் கண்டாள். அதைக் கையில் எடுத்துப் பார்க்கக்கூட மனசில்லாமல் பெருக்குமாறால் கூட்டித் தள்ளினாள். அன்றைய பகலில் திருமா தலையை மொட்டையடித்துக்கொண்டான். தவ மணி அவனிடம் எதற்காக இப்படிச் செய்கிறான் எனக் கேட்டும். பதில் சொல்லவேயில்லை. அவளுக்குப் பயமாகயிருந்தது. தம்பியை ஊருக்குப் போய்விடும்படி சொன்னாள். திருமா கேட்டுக் கொள்ளவேயில்லை. பக்கீரின் மனைவி எப்படியோ வேணியின் கண்களைப் பார்த்தே தெரிந்து கொண்டுவிட்டாள். அவள் வேணியைத் தனியாகக் கூட்டிப்போய்க் கேட்டாள். வேணியால் பதில் பேச முடியவில்லை. தானறியாமல் அழுகை முட்டிக் கொண்டு வந்தது. அவள் நடந்தவைகளைச் சொன்னதும் பக்கீரின் மனைவி சிரித்துக்கொண்டு,

“இதுக்கு எதுக்குடி அழுகுறே. உன் மேலே எவ்வளவு ஆசையிருந்தா அந்தத் தம்பி இப்படி பின்னாடியே அலையும். ஏதோ ஒரு வேகத்திலே அப்பிடி நடந்து போச்சு. நான் வேணும்னா பேசிப் பாக்கட்டுமா?”

வேணி முறைத்தபடியிருந்தாள். ஆனால் மறுநாள் பகலில் பக்கீரின் மனைவி தன் வீட்டில் திருமாவுடன் உட்கார்ந்து பேசிக் கொண்டு அவள் வருவதற்காகக் காத்திருப்பதைக் கண்டதும் வேணி அவர்கள் வீட்டிற்குப் போகாமலே திரும்பி வந்துவிட்டாள். அதன் பிறகு இருபத்தியொரு நாட்கள் வேணி பக்கீரின் மனை வியைப் பார்க்கப் போகவேயில்லை. ஒரு மதியத்தில் சாயக்காரர்களில் ஒருவன் கத்திக்கொண்டே காயாம்புவின் வீட்டை நோக்கி ஓடினான்.

“யக்கா... தவமணி தம்பி அரளி விதையை அரைச்சுக் குடிச்சிட்டு... கோவில் கிணற்றுக்குள்ளே விழுந்து கிடக்கான்.”

ஊரே கூடித் திரண்டிருந்தது. இதற்குள் யாரோ திருமாவைத் தூக்கிக்கொண்டு வந்து வண்டியைக் கவிழ்த்துப் போட்டுத் திருமாவைச் சக்கரத்தில் போட்டு சுற்றத் துவங்கினார்கள். பச்சையும் ஊதாவுமாகக் கோழையுடன் அவன் வாந்தியெடுக்கத்

துவங்கினான். வண்டிச் சக்கரத்தில் உடல் சுற்றிக்கொண்டேயிருந்தது. கண்கள் மூடிக்கொண்டுவிட்டன. தலைகிறங்கிவிட்டிருந்தது. காயாம்புவின் வீட்டுப் பெண்கள் மாரில் அடித்துக்கொண்டு அழத் துவங்கினார்கள். வேணியும் கூட்டத்திற்குள் நின்றபடியே திருமாவைப் பார்த்துக்கொண்டிருந்தாள். மொட்டையடிக்கப்பட்ட தலையும் மூடிய கண்களும் அவளுக்குள் துக்கத்தைப் பெருக்கியது. கைத்தாங்கலாகத் தவமணியைக் கூட்டி வந்தார்கள். தன் தம்பியை வண்டிச் சக்கரத்திலேற்றிச் சுற்றுவதைக் கண்டதுமே அவள் மயங்கிச் சரிந்துவிட்டாள். கூட்டத்திற்குள் நிற்க முடியாமல் வேணி வீடு திரும்பினாள். இதற்குள் காயாம்பு வண்டியில் வந்து சேர்ந்து விட்டான். வைத்தியரிடம் திருமாவைத் தூக்கிக்கொண்டு போனார்கள்.

வேணி பக்கீரின் மனைவியைத் தேடி அவள் வீட்டிற்குப் போனாள். ஆனால் பக்கீரின் மனைவியோ வேணியோடு முகம் கொடுத்துப் பேச விரும்பாதவள் போல தன் வேலையைப் பார்த்துக்கொண்டிருந்தாள். ஊர் கலைந்து போயிருந்தபோதும் பேச்சு அடங்கவேயில்லை. வீடு திரும்பிய வேணி வாசலில் கிடந்த சுடுகல்லில் உட்கார்ந்துகொண்டாள். மாலை நேரம் வண்டி ஊர் திரும்பியது. திருமா பிழைத்துக்கொண்டான் என்று சொன்னார்கள். இரண்டு நாட்களுக்குப் பிறகு வேணி காயாம்பு வீட்டிற்குள்ளாகவே போய்ப் பார்த்தாள். உருக்குலைந்து ஒட்டிய வயிறுடன் நார்க்கட்டிலில் படுத்துக் கிடந்தான் திருமா. அவன் அருகில் உட்கார்ந்து கொண்டு சிறிய கிண்ணியில் இளநீரை ஊட்டிக் கொண்டிருந்தாள் தவமணி. வேணியால் அதை நின்று பார்க்க முடியவேயில்லை. கண்கள் நடுங்கின.

எட்டாம் நாள் தவமணி தன் தம்பியைக் கூட்டிக்கொண்டு கடம்பகுடிக்குப் புறப்பட்டாள். வண்டியில் திருமா படுத்துக் கொள்ள வசதியாக வைக்கோலைப் பரப்பியிருந்தார்கள். திருமா வேணியின் வீடிருந்த தெருவையே வெறித்துப் பார்த்துக்கொண்டிருந்தான். அந்த வண்டி ஊரை விட்டுப் போகும்வரை வேணி தன் வீட்டை விட்டு வெளியே வரவேயில்லை. அவள் தன் உதட்டுக் காயத்தையே தடவிக்கொண்டிருந்தாள். பக்கீரின் மனைவி இரண்டு நாட்களுக்குப் பிறகு வேணியைத் தேடி வந்து தன் வீட்டிற்குக் கூட்டிப் போய்ச் சொன்னாள்,

“உனக்காகத்தான் செத்துப் பிழைச்சிருக்கான். நடந்தது எதையும் மறந்திராதே.”

வேணி நெடு நேரம் விசும்பி விசும்பி அழுதாள். பக்கீரின் மனைவி அவளைச் சமாதானப்படுத்தவேயில்லை. ஆனால் அன்றைய இரவில் அவள் நாகுவின் அம்மாவிடம் தனியே எதையோ பேசினாள். இது நடந்த இரண்டாம் நாளில் நாகுவின் அம்மா புறப்பட்டுத் தனது அண்ணன்களின் வீட்டைத் தேடிச் சென்றாள். நாகுவின் அய்யாவிற்கு விருப்பமில்லாவிட்டாலும் அம்மா முடிவு செய்துவிட்டாள். வேணியைத் தனது அண்ணன் மகன் முத்துவேலுக்குத் திருமணம் செய்து வைப்பதென்று. வேணி பதிலே பேசவில்லை. ஆனால் கல்யாணம் பேசப்பட்ட மறுநாளில் இருந்து நீலா தன் அக்காவின் மீது அதிக பாசம் கொண்டவள் போல கூடவே இருந்தாள். அக்காவை எந்த வேலையும் செய்ய விடவேயில்லை. கல்யாணத்தை ஐப்பசி மாசம் வைத்துக்கொள்வதாக முடிவானது. வேணிக்கு மறுநாள் காய்ச்சல் கண்டது. கல்யாணம் பேசி முடிவானால் பெண்களுக்கு வரும் காய்ச்சல் அது என நாகுவின் அம்மாவிடம் சொன்னாள் பக்கீரின் மனைவி. வேணி காய்ச்சலில் எதை எதையோ பிதற்றிக்கொண்டும் அழுது கொண்டுமிருந்தாள். நான்கு நாட்களுக்குப் பிறகு காய்ச்சல் வடிந்திருந்தது. அவள் முகம் கருத்து உதடுகள் உலர்ந்து போயிருந்தன. வேணி ஒடுங்கிப்போயிருந்தாள்.

31

கப்பலில் இருந்து கூடைகளை இறக்கி வைத்துக் கொண்டிருந்தார்கள். வெளிர் நீலத்தில் அலைகளற்று இருந்த கடலில் கப்பல் கரையோரமாக நின்றிருந்தது. வாழைப் பழமும் கொய்யாவும் சீதாப்பழமும் திராட்சைப் பழங்களும் கூடைகூடையாகச் சிதறிக் கிடந்தன. கால் வைத்து நடக்க முடியவில்லை. பிள்ளைகள் கடலில் வாழைப் பழங்களை மீன்கள் தின்பதற்காக வீசி எறிந்து கொண்டிருந்தார்கள். மண் கலயங்களில் சொர்ணக் காசுகள் அரக்கு முத்திரையிடப்பட்டிருந்தன. ஒரு கலயத்தைக் கையில் எடுத்துக் குலுக்கிப் பார்த்தாள் பக்கீரின் மனைவி. சொர்ண காசுகளின் சங்கீதம் காதிற்கு இனிமையாகயிருந்தது. ஒரு கூண்டில் அண்டங்காகத்தைப் போல இரு கரிய நிறப் பறவைகளை அடைத்து வைத்திருந்தார்கள். அது தன்னைக் கடந்து போகின்றவரைப் பார்த்து பியோ பியோ எனக் கூப்பிட்டது. கப்பலில் மயில் தோகைகள் குவிந்து கிடந்தன. பக்கீர் இதன் நடுவே சிப்பாயைப் போல அடர் சிவப்பில் உடையணிந்து கையில் கத்தியை ஏந்தியபடி ஒரு பீப்பாயின் மீது நின்று கொண்டிருந்தான். அவன் அருகாமைக்குப் போவதற்காக அவள் பூசணியைவிட பெரிதான ஒரு பழத்தின் மீதேறி நடந்து போய்க்கொண்டிருந்தாள். பக்கீர் அவளைப் பார்த்துச் சிரித்தான். முன் பல் இரண்டும் தங்கத்தில் கட்டியிருப்பது தெரிந்தது. அவள் முக்காடை இழுத்து விட்டுக்கொண்டு மரப்பெட்டிகளின் மீது ஏறி நடந்தாள். கருத்த உடலோடு ஆட்கள் கூடைகளைத் தூக்கிக்கொண்டு இறங்கினார்கள். அவள் பக்கீரை நெருங்க முடியவேயில்லை. ஒரு கூண்டில் அடைத்து வைக்கப்பட்டிருந்த நரியொன்று அவளைப் பார்த்துச் சிரித்தது. அவள் பயத்தோடு நீண்ட வெள்ளரிப் பழத்தின் மீது காலை வைத்தாள். கால்

எதற்குள்ளே போய் சிக்கிக்கொண்டது. பக்கீர் தனது தங்கக் குல்லாவைக் கையில் வைத்தபடி சுற்றிக் கொண்டிருந்தான். அவனை அடைவதற்குச் சில அடி தூரமேயிருந்தது. அவள் காலை இழுத்துக்கொண்டு பொதியொன்றின் மீதேறிக் கையைப் பக்கீரை நோக்கி நீட்டினாள். தொலைவில் அகன்ற தன் சிறகுகளை அசைத்துக்கொண்டு ஒரு பறவை வருவது தெரிந்தது. கப்பலில் இருந்தவர்கள் கூச்சலிட்டார்கள். பறவையின் சிறகுகள் நீண்டு துடுப்பைப் போல இருந்தன. அது பேரோசையோடு கப்பலைச் சுற்றி வந்து கொண்டிருந்தது. பயத்தில் பக்கீரின் மனைவி கத்தினாள். தன் காலிடுக்கில் கப்பலைக் கவ்விக் கொண்டு பறவை பறந்து செல்லத் துவங்கியது. அலறல் சப்தமும் மரப்பெட்டிகள் விழும் ஓசையும் கேட்டுக்கொண்டிருந்தது. பறவை ஆகாசத்தில் உயரும் போது கப்பலினுள் இருந்த நரிகள் தப்பி வானில் பறந்தன. கப்பல் சிதறி வீசப்பட்டது போல வானில் உதிர்ந்து கொண்டிருந்தது. பக்கீர் தூக்கி எறியப்பட்டு ஆகாசத்திலிருந்து வீழ்ந்து கொண்டிருந்தான். அவள் சிதறி விழும் பழங்களோடு தானும் எகிறி வீழ்ந்தாள். பக்கீரைக் காணவில்லை. வேதனை தாங்க முடியாமல் கத்திக் கூப்பாடு போட்டாள்.

சட்டென விழிப்பு வந்தபோது அவள் வாசலை நோக்கித் தலையை வைத்துப் படுத்திருந்தது தெரிந்தது. முகத்தைச் சேலையால் துடைத்துக்கொண்டு துர்சொப்பனத்திலிருந்து தன்னைப் படைத்தவன்தான் காப்பாற்ற வேண்டும் எனப் பிரார்த்தனை செய்து கொண்டவளாக தன் அருகே உறங்கிக்கொண்டிருந்த மகள் இருவரையும் பார்த்தாள். அவர்கள் உறங்கும்போதும் ஒன்று போலவே உறங்கினார்கள். அவளுக்கு பக்கீரின் நினைவு உண்டானது. அவள் ஏதோ யோசனைகளோடு படுத்துக் கொண்டாள். நீல நிற வெளிச்சத்தில் கப்பலில் இருந்த பொருட்கள் யாவும் ஒரு நாள் தன் வீடு வந்து சேரும் என அவளாகச் சொல்லிக் கொண்டாள்.

இனி உறக்கம் பிடிக்காது. படுத்தே கிடப்பதற்குப் பதிலாகப் பனையோலைகளைச் சீவிப் போடலாம் என எண்ணிக் கொண்டவளாக சிறிய நறுக்குக் கத்தியால் ஓலையைச் சீவியபடி இருட்டிற்குள்ளும் தன் வேலையைத் துவக்கினாள். பக்கீர் தன் பக்கத்திலே உட்கார்ந்து இருப்பது போல தெரிந்தது. விடிந்தபோது இரண்டு மகள்களும் தாங்கள் கனவில் ஒரு கப்பலைக் கண்டதாகவும் அதில் தங்கப் பல் கட்டியபடி வாப்பா நின்று கொண்டிருப்பதாகவும் சொன்னார்கள். அவளுக்கு இருவரும் ஒரே

முகச்சாடையில் இருப்பது மட்டுமல்ல, ஒரே கனவையே காண்பது ஆச்சரியமாகயிருந்தது. பக்கீரின் மனைவி தனது துர்சொப்பனத்தைப் பற்றி நாகுவின் அம்மாவிடம் சொன்னபோது அவள் வீட்டிற்கு எப்படி யாவது ஒரு கதவைச் செய்து போட்டுவிட வேண்டும், இல்லாவிட்டால் துர்சொப்பனங்களின் நடமாட்டத்தை நிறுத்த முடியாது என்றாள். பக்கீரின் மனைவி அதற்கு ஆகும் செலவை மனதிற்குள்ளாகவே கணக்கிட்டுக்கொண்டபடி தன் வீட்டிற்குப் போனாள். அவளது இரண்டு பிள்ளைகளும் வான்கோழியின் முட்டையை விற்பதற்காக சாயக்காரர்களின் தெருவிற்கு நடந்து கொண்டிருந்தார்கள்.

32

மண்ணை அள்ளித் தன் மேல் எல்லாம் பூசிக்கொண்டான் சிங்கி. அப்போதும் எதுவோ தன் உடம்பில் ஊர்ந்து அலைவது போலவேயிருந்தது. கைகளை முதுகுப் பக்கம் கொடுத்துத் தடவிப் பார்த்தான். இடுப்பிற்குள் ஊர்ந்து இறங்கிக்கொண்டிருப்பது போலிருந்தது. அவசரமாக இடுப்பைத் தடவிவிட்டான். அரைக்குள் சிறிய நெளிவுண்டானது. தரையில் கிடந்த மண்ணை அள்ளி அரைக்குள் தேய்த்தான். கைக்கு எதுவும் அகப்படவில்லை. கோபத்தில் கொச்சை வசைகளைத் திட்டியபடி படுத்துக்கொண்டான். பண்டார மகளின் உள்ளங்கையில் பச்சை குத்தப்பட்ட தேள் தன் கைக்கு இடமாறியதை நினைத்தபடி தன் உள்ளங்கையைத் தடவிப் பார்த்தான். அதிலிருந்த தேள் உருவம் தட்டுப்படவில்லை. தன் கையிலிருந்த பச்சை குத்தப்பட்ட தேள்தான் உடலில் அலைந்து கொண்டிருக்கிறதோ என்று தோணியது. பண்டார மகளை வசையிட்டுக் கத்தினான். திரும்பவும் தேள் செவியோரங்களில் நகர்ந்து போவது போலவேயிருந்தது. தன்னை ஒரு நிமிஷம் கூட அயர விடாமல் செய்வதற்குத்தான் இப்படிச் செய்திருக்கிறாள் என தேவானையின் மீது ஆத்திரம் கொப்பளித்தது. மண்ணை அள்ளித் தலையில் போட்டுக்கொண்டு கத்தினான். காகங்கள் கூட அவன் வீட்டருகே தரையிறங்கப் பயந்து பறந்தன.

எந்நேரமும் மூர்க்கம் நிரம்பியவனாகயிருந்தான். காலில் ஊர்ந்து செல்லும் வெயிலைக்கூட சட்டென உதறிவிட்டான். பகல் இரவு பேதம் காண முடியாமல் ஆனது. சிவந்து போன முகத்துடன் வீழ்ந்து கிடந்தான். ஏனோ அவனுக்கு இன்று தன் அம்மையின் நினைவு வந்தது. அவனுக்கு ஏழு வயதானபோது இறந்துபோன அவள் முகம்கூட மறந்து போயிருந்தது. ஆனால் புதரடி இருளைப் போல அவனுக்குள் ஒரேயொரு நினைவு தேங்கியிருந்தது. சித்திரை மாதத்தில் உப்பாற்றில் நடக்கும் திருவிழாவில் ஜனத்திரள்

எஸ்.ராமகிருஷ்ணன்

நிரம்பியிருந்தது. நீரற்று மணல் திட்டாக உலர்ந்திருந்த ஆற்றில் பௌர் ணமியின் இரவில் குடைராட்டினங்களும் திருவிழாக் கடைகளும் கொட்டுக்காரர்களின் இடைவிடாத வாசிப்பும் உடலில் கறுமை பூசி வேப்பிலை குத்திக்கொண்டு வரும் வேஷங்கட்டிகளும் பாம்பாட்டியின் விநோத மகுடியோசையுமாக இரவு கூடியிருந்தது. தங்கள் ஊரிலிருந்து சிங்கியைக் கூட்டிக்கொண்டு நடந்தே அம்மா உப்பாற்றிற்கு வந்து சேர்ந்திருந்தாள். தொலைவிலிருந்து பார்க்கும் போதே நாடகம் நடப்பதற்காகப் போட்டிருந்த பந்தலும் ஆட்களின் கூச்சலும் சிங்கிக்கு ஆசையை உண்டாக்கியது. அவர்கள் ஆற்றின் வடகரையின் வழியாக நடந்து வந்து கொண்டிருந்தார்கள். மணல் திட்டுகளிருந்த மேற்குப் பக்கம் தான் நாடகம் நடக்க இருந்தது. அந்த வழியில் ஆற்றிற்குள் இறங்குவதற்காகச் சவுக்கு கட்டியிருந்தார்கள். சவுக்கைப் பிடித்துக்கொண்டு சிங்கி இறங்கும்போது ஆற்றிற்குள் எறிபந்தை எறிந்து சிறுவர்கள் விளையாடிக் கொண்டிருந்தார்கள்.

இடித்து நெருக்கிக்கொண்டு ஆண்களும் பெண்களும் கரை வழியாக இறங்கிக்கொண்டிருந்தார்கள். இரண்டு போலீஸ்காரர்கள் ஒருவனின் கையைக் கட்டி காலில் அடித்தபடி கூட்டி வந்து கொண்டிருந்தார்கள். மீன்கள் துள்ளுவது போல ஆற்றில் வெளிச்சம் துள்ளிக்கொண்டிருந்தது. துண்டால் கையை முறுக்கிக் கட்டப் பட்டிருந்தவனை போலீஸ்காரன் தலைமசிரைப் பிடித்து உலுக்கிக் கொண்டு எதையோ கேட்டபடி நடத்திக் கூட்டிப்போய்க் கொண்டிருந்தான். கிழிந்து போன உதட்டுடன் எதுவும் நடக்காதது போல கூட்டத்தை வேடிக்கை பார்த்துக்கொண்டே வந்தான் பிடிபட்டவன். அவர்கள் தங்களைக் கடந்து போகும்போது அம்மா தலை கவிழ்ந்தபடி நடந்தாள். நெற்றியில் நாமமிட்டிருந்த போலீஸ்காரன் ஏதோ யோசனையில் திரும்பி அம்மாவையே பார்த்துக்கொண்டிருந்துவிட்டு கூப்பிட்டான். அம்மா கைகளைக் கட்டிக்கொண்டு அருகே போய் நின்றாள். நீ வேம்பலை பரமன் பொண்டாட்டிதானே... மடியை அவிழ்த்துக் காட்டு என அதட்டினான். அம்மா சேலையை உதறினாள். போலீஸ்காரன் அவள் மீதிருந்த சந்தேகம் கலையாமல் கேட்டான்,

“எங்கே போறே...”

அம்மா கடுத்த குரலில் சொன்னாள்,

“நாடகம் பாக்க வந்திருக்கோம்.”

“நாடகம் பாக்க வந்த மூஞ்சியைப் பாரு. எவ காதுல கழுத்திலே கிடக்கிறதைக் கழட்ட வந்தயோ... ஆற்றுக்குள்ளே காலை எடுத்து வச்சே... மொளியை பேத்துருவேன். நட்டி வெளியே.”

அம்மா நின்று கொண்டேயிருந்தாள். பிடிபட்டவனை அருகாமையில் இருந்த மரத்தடியில் கட்டி வைத்துவிட்டு வந்த மற்றொரு போலீஸ்காரன் அவளிடம் வந்து, "என்னடி முறைக்கே... போயி அந்த மரத்தடியில் நில்லு..." என்றபடி ஆற்றிற்குள் இறங்கத் துவங்கினான்.

சிங்கிக்கு என்ன செய்வதென்றே தெரியவில்லை. அம்மாவின் சேலையைப் பிடித்துக்கொண்டே நின்றான். திருவிழாவின் கூச்சல் பொங்கிக்கொண்டிருந்தது. ஆற்றிற்குள் சாமியைத் தூக்கிக்கொண்டு வந்தார்கள். பந்தம் பிடிப்பவன் காற்றில் பந்தத்தைச் சுற்றுகிறான். நெருப்புப் பொறிகள் காற்றில் தெறிக்கின்றன. சுவாமி சர்வ அலங்காரத்துடன் ஆற்றினுள் வலம் போகிறார். அம்மாவின் கண்கள் எரிந்து கொண்டிருந்தன. நாமமிட்ட போலீஸ்காரன் உப்பிட்ட மாங்காயை வாங்கித் தின்றபடி அவர்களைப் பார்த்துக் கொண்டேயிருந்தான். முழுநிலவு நாள் என்பதால் ஆற்றை நிறைத்து ஓடிக் கொண்டிருந்தது வெண்ணொளி. ஆங்காங்கே மணற்திட்டுகளில் படுத்துக்கொண்டும் கட்டுச்சோற்றைத் தின்றபடியுமிருந்தார்கள். கூட்டம் நிரம்பிக் கொண்டேயிருந்தது. அம்மா சிங்கியின் கைகளை இறுகப் பிடித்துக்கொண்டாள். குடை ராட்டினம் உயர்ந்து சுற்றிக் கொண்டிருந்தது. நாமமிட்ட போலீஸ் அருகே வந்து நின்றபடி அம்மாவிடம் கேட்டான்,

"உன் கூட யாரு யாரு வந்திருக்கிறது?"

அம்மா பதில் பேசவில்லை. நீண்ட யோசனைக்குப் பிறகு கைகளைக் கூப்பியபடி கேட்டாள்,

"சாமி சத்தியமா நாடகம்தான் பாக்க வந்தோம். ஆத்துக்குள்ளே ஒரேயொரு தடவை பிள்ளையைக் கூட்டிட்டு போயிட்டு வந்திருறேன். பிறகு நீங்க நிக்கச் சொன்ன இடத்திலே நிக்குறேன்."

போலீஸ்காரன் ஆங்காரத்துடன் அவள் தலைமயிரைப் பற்றிக் கொண்டு சொன்னான்,

"களவாணி முண்டைக்கு பேச்சைப் பாரு."

மரத்தடியில் கை கட்டப்பட்டிருந்தவன் போலீஸை முறைத்தபடி அம்மாவிடம் சொன்னான்,

"தாயி, இவன் கிடக்கான் மொள்ளை மாறிப் பய. நீ போ தாயி... ஆறு என்ன இவன் அப்பன் வீட்டு சொத்தா?"

அம்மா போலீஸ்காரரையே பார்த்துக்கொண்டிருந்தாள். அவன் கரகாட்டம் ஆடுவதற்காக ஆற்றிற்குள் இறங்கிக்கொண்டிருந்த பெண்களைப் பார்த்தபடி மணலுக்குள் இறங்கி நடக்கத்

துவங்கினான். நெடுநேரம் சிங்கியும் அவளும் ஆற்றின் மேல் மிதந்து செல்லும் நிலவைப் பார்த்துக்கொண்டேயிருந்தார்கள். நாடகம் துவங்குவதற்கான ஹார்மோனியக்காரனின் பாடல் ஆரம்பமானது. நாடகக் கொட்டகையின் முன்னால் ஆட்கள் கூடத் துவங்கினர். சிங்கி மெதுவாக அழத் துவங்கினான். அவன் அழுகையைத் தேற்றக் கூட மனசின்றி ரௌத்திரம் அடங்கிய கண்களுடன் அம்மா ஆற்றையே வெறித்துப் பார்த்துக் கொண்டிருந்தாள். மரத்தில் கட்டி வைக்கப்பட்டிருந்தவன் சிங்கியை அருகே கூப்பிட்டுத் தன் டவுசர் பைக்குள் கையை விட்டு எதையோ வெளியே எடுக்கச் சொன்னான். சிங்கியின் கைகளுக்கு ஒரு சிறிய விசில் அகப்பட்டது. மஞ்சள் நிறத்தில் இருந்த விசிலை சிங்கி கையில் எடுத்துக்கொண்ட போது அவன் சிரிப்போடு சொன்னான்,

"ஊது பாப்போம்."

சிங்கி விசிலை ஊதினான். சப்தம் சுழன்றது. கோபத்தோடு சிங்கியின் கையிலிருந்த விசிலைப் பிடுங்கி அம்மா ஆற்றிற்குள் வீசினாள். மரத்தில் கட்டி வைக்கப்பட்டவன் தணிந்த குரலில் சொன்னான்,

"என் மக விளையாடுறதுக்காக வாங்கி வச்சிருந்தேன்."

அம்மா ஆற்றைப் பார்த்துக்கொண்டேயிருந்தாள். போலீஸ்காரர்கள் இன்னும் இருவரைப் பிடித்துக் கூட்டிக்கொண்டு வருவது தொலைவில் தெரிந்தது. ஒரு வயதானவனையும் சிறுவனையும் தலைமயிர் கலைந்து கிடக்க கையை முறுக்கி அடித்தபடி கூட்டிக் கொண்டு வந்தார்கள். பபூன் நாடக மேடைக்கு வந்திருந்தான். அம்மா சிங்கியை அழைத்துக்கொண்டு ஆற்றிற்குள் இறங்கத் துவங்கினாள். யாரைப் பற்றியும் கவலைப்படாதவள் போல அவள் ஆற்றிற்குள் சிங்கியைக் கூட்டிக்கொண்டு நடந்தாள். இருவரும் சூடாகப் பருத்திப் பால் வாங்கிக் குடித்தார்கள். சிங்கி தனக் கொரு தண்ணீர்ப் பந்து வாங்கிக்கொண்டான். அவர்கள் நாடகக் கொட்டகையை நோக்கி நடந்தபோது போலீஸ்காரர்கள் கரையேறியிருந்தார்கள். நாடக மேடையருகே போய் மணலைக் கூட்டி உட்கார்ந்து கொண்டு அவர்கள் பபூனின் வேடிக்கைகளுக்கு சிரித்துக்கொண்டிருந்தபோது ஆத்திரத்துடன் போலீஸ்காரர்கள் அவளைத் தேடிக்கொண்டிருந்தார்கள். ஹார்மோனியக்காரனுடன் பபூன் ஏதோ கேலி பேசிக்கொண்டிருந்தான். போலீஸ்காரன் சிங்கியின் அம்மாவைக் கண்டதும் செத்த எலியைப் பார்ப்பது போல அருவருப்புடன் பார்த்தபடி தலைமயிரைப் பற்றி இழுத்தான்.

"எந்திருடீ."

அம்மா நகரவேயில்லை. அவள் முகத்தில் மாறி மாறி அறைந்தான். அடித்ததில் பற்களில் ரத்தம் வழியத் துவங்கியது. கூட்டத்திலிருந்த யாரும் அவளுக்காகப் பரிந்து பேசவேயில்லை. தனது தண்ணிப் பந்தை பிடுங்கிக்கொண்டு போய்விடப்போகிறார்களோ என ரகசியமாக டவுசருக்குள் ஒளித்து வைத்துக்கொண்டான் சிங்கி. அம்மாவையும் அவனையும் பிடித்து இழுத்துக்கொண்டு கரைக்கு வந்தபோது வள்ளி தினைப்புலம் காக்கத் துவங்கியிருந்தாள். அம்மா தனது ரத்தத்தைக் கூடத் துடைத்துக்கொள்ளவில்லை. சிங்கியோடு மரத்தடியில் உட்கார்ந்துகொண்டு நாடகப் பாடலைக் கேட்கத் துவங்கினாள். பின்னிரவில் மெல்லிய பனியிறங்குவது போல காற்றில் ஈரம் உண்டானது. முருகனும் வள்ளியும் தர்க்கம் செய்து கொண்டிருந்தார்கள். சிங்கிக்கு உறக்கம் கண்களைக் கட்டிக்கொண்டு வந்தது. அம்மா அவன் உறங்கக் கூடா தென்றாள். இருவரும் விடிகாலை வரை ஆற்றின் கரைமேட்டிலேயிருந்தார்கள். நாடகம் முடிந்து யாவரும் கலைந்து போகத் துவங்கிய பிறகு போலீஸ்காரர்கள் அவர்களை எழுந்து போகச் சொன்னார்கள். அம்மா ஆத்திரத்துடன் ஆற்றிற்குள் இறங்கினாள்.

ஒரேயொரு விடிகாலையின் நட்சத்திரம் வெளிச்சத்தைப் பார்த்தபடி மறையாமல் மினுங்கிக்கொண்டிருந்தது. உறங்கிக் கலைந்து கிடந்த மணல் படுகையினுள் சிங்கியை இழுத்துக் கொண்டு கடைசி வரை வேகுவேகென நடந்தாள். ஆளற்ற நாடகக் கொட்டகையின் மீது ஏறி நின்றாள், கத்தினாள். ஆங்காரத்துடன் ஆற்றிற்குள் அலைந்து கொண்டிருந்தவளைக் காண அங்கு எவருமேயில்லை. சிங்கி தனது தண்ணிப் பந்தை மணலில் வீசி தனியே விளையாடிக்கொண்டிருந்தான். ஆற்று மணலை வாரிக் காற்றில் வீசத் துவங்கினாள் அம்மா. நெடுநேரத்திற்குப் பிறகு எருமைகளை ஓட்டிக்கொண்டு ஆற்றிற்குள் வந்த இரண்டு சிறுமிகள் பயத்தோடு நின்று அவளைப் பார்த்துக்கொண்டிருந்தார்கள். இது நடந்த இரண்டு மாதங்களுக்குள் சிங்கியின் அம்மா வயிற்றுப்போக்கால் இறந்து போனாள். சிங்கிக்குள் இன்றும் கூட அவமானத்தின் நீண்ட இரவும் உப்பாற்றின் தீராத வடுவும் உலராமல் இருந்தன. குரல்வளையைக் கடித்துப் போட வேண்டும் போல ஆத்திரம் அதிகமானது. தன் பற்களை நறநறவெனக் கடித்துக் கொண்டான். ஆனாலும் ஏனோ அவன் அந்த மரத்தில் கட்டி வைக்கப்பட்டவனை நினைத்துக்கொண்டான். அவனறியாமல் மெல்லத் துக்கம் உடம்பில் ஊர்ந்து செல்லத் துவங்கியது. தேள் முதுகிலிருந்து சிரசை நோக்கி ஏறிக்கொண்டிருந்தது.

33

வேணியின் கல்யாணத்திற்குப் புதுத் துணிகள் வாங்குவதற்காக அய்யாவும் அம்மாவும் புறப்பட்டுப் போவதென பேசிக் கொண்டிருந்தார்கள். தனக்கும் அக்காவிற்கும் ஒரே மாதிரி கனகாம்பர நிறத்தில் வேண்டுமென்று நீலா ஏதோ யோசனையில் சொன்னாள்.

"செல்வ அண்ணனுக்கும் துணி எடுத்திரும்மா... நாம அதுக்குக் கொண்டு போயி வச்சு பூசை வச்சிருவோம்."

இத்தனை நாட்களுக்குப் பிறகு மூத்தவனைப் பற்றி நீலா சொல்லியதும் தானறியாமல் அம்மாவின் கண்கள் கனத்துக் கொண்டன. அய்யாவிற்கும் கூட தொண்டையடைத்துக்கொண்டது. வெயிலுக்குள்ளாகவே நடந்து அவர்கள் துணியெடுக்கப் போன பிறகு பக்கீரின் மனைவியும் நீலாவும் தண்ணீர் கொண்டு வருவதற்காகப் புறப்பட்டார்கள்.

பக்கீரின் மனைவி "மாப்பிள்ளைக்குத் தம்பியிருந்தா ஒரே வீட்டிலே வாக்கப்பட்டுப் போயிற வேண்டியதுதானே" என நீலாவைக் கேலி செய்தபடி வந்தாள்.

"எதுக்கு? நான் எங்க அக்கா புருஷனையே கட்டிக்கிட்டா போச்சு" என்றாள் நீலா.

இருவரும் மாறி மாறிக் கேலி செய்து சிரித்தார்கள். அன்றைக்கு வெயில் ஊசியால் யாரோ பூமியை இழுத்துப்போட்டுத் தைத்துக் கொண்டிருப்பது போல உக்கிரமாக நிலத்தைக் குத்தி இழுத்துக் கொண்டிருந்தது. அவர்கள் வடக்கு நோக்கி நடந்து போய்க் கொண்டிருந்தார்கள். பனையோலைகளின் மீதிருந்து வெயில் தொலைவைக் கண்காணித்துக்கொண்டிருந்தது.

செம்பாறைகள் உதிர்ந்து கிடக்கும் பாதையில் அவர்கள் இரண்டு பனைகளுக்குள் நடந்து கொண்டிருந்தார்கள். புறா விம்மு வது போல வெக்கையின் விம்மல் கேட்கத் துவங்கியது. சூடு பொறுக்க முடியாமல் தலையில் முக்காடு போட்டுக்கொண்டார்கள். ஓலைகளைத் தலைக் கட்டாகத் தூக்கிக்கொண்டு பனையேறி ஒருவன் நடந்து கிழக்கே போய்க்கொண்டிருந்தான். நடக்க நடக்கப் பாதை துவண்டிருந்தது தெரிந்தது. அவர்கள் வெகு தூரம் வந்துவிட்டிருந்தனர். நீலாவிடம் பக்கீரின் மனைவி கையைக் காட்டிச் சொன்னாள்,

“பாத்தியா... காட்டு இலந்தைக் காயாக் கிடக்கு.”

நீலா கைகாட்டிய இடத்தில் பார்த்தாள்.

அடர்ந்திருந்த இலந்தைப் புதரில் பச்சைக்காய்களாகயிருந்தது. நீலா தண்ணீர்ப் பானையை வைத்துவிட்டுப் புதருக்குள் காலை வைத்துப் பழம் ஏதாவது தென்படுகிறதா எனப் பார்த்தாள். ரத்தச் சிவப்பில் பழங்கள் கைக்கு எட்டாமல் முட்களுக்குள் ஒளிந்திருந்தன. அவள் குனிந்து பறிக்க முயற்சித்தாள். கையில் கால்களில் இலந்தை முள்ளேறியது. அவள் கை எட்டும் இரண்டு பழங்களைப் பறித்து பக்கீரின் மனைவியிடம் தூக்கிப் போட்டாள். பாவாடை இலந்தை முள்ளில் மாட்டிக்கொண்டது. காலை நகட்ட முடியவில்லை. அவள் கைகளால் முள்ளை ஒடித்துப் போட்டாள். உள்ளங்கையில் கூட இலந்தை முள் குத்தியது. பக்கீரின் மனைவி அவளை வெளியே இழுத்தாள். தரையில் உட்கார்ந்துகொண்டு குத்திய முள்ளை நீலா பிடுங்கிப் போட்டாள். அவளுக்கு ஆத்திர ஆத்திரமாக வந்தது. பக்கீரின் மனைவி இலந்தைப் பழத்தில் ஒன்றை அவளிடம் கொடுத்தாள். சுவைத்தபோது இனிப்பாகயிருந்தது. பக்கீரின் மனைவி பானைகளை எடுத்துக்கொண்டு நடக்கத் துவங்கினாள். நீலாவும் தனது பானைகளைத் தூக்கிக் கொண்டு நடந்தாள். வழியில் ஒரு பனையோலை கீழே விழுந்து கிடந்தது. ஏதோ நினைத்துக்கொண்டது போல நீலா பானைகளை பக்கீரின் மனைவியிடம் கொடுத்துவிட்டு திரும்பவும் இலந்தைப் புதரை நோக்கி நடந்தாள்.

புதருக்குள் பனையோலையைப் போட்டுக்கொண்டு வாகாக நின்றபடி அவள் குனிந்து இலந்தைப் பழங்களைப் பறித்துப் போடத் துவங்கினாள். சிவப்புப் பழங்கள் மண்ணில் உருண்டன. பக்கீரின் மனைவி சிரிப்போடு நீலாவைப் பார்த்துக்கொண்டிருந்தாள். நீலா குனிந்து கையை உள்ளே விட்டு ஒரு கொத்துப் பழத்தைப் பறிக்க

முயன்றபோது அம்மா என்ற அலறலுடன் இலந்தைப் புதரில் விழுந்தாள். பக்கீரின் மனைவி பானைகளைப் போட்டுவிட்டு ஓடினாள். நீலாவின் கேசத்தில் இலந்தை முள் அப்பியிருந்தது. அவள் வாயில் நுரை தள்ளிக்கொண்டிருந்தது. பக்கீரின் மனைவி ஆவேசத்துடன் அவளை வெளியே இழுத்துப் போட்டாள். கைகளில், இடுப்பில், முதுகில் முள் அப்பியிருந்தது, நீலாவின் கண்கள் சொருகியிருந்தன. பனையோலையை விலக்கிக் கொண்டு பார்த்தாள் பக்கீரின் மனைவி. சீற்றத்துடன் நாகமொன்று புதருக்குள்ளிருந்து வெளியேறி மண்ணில் ஊர்ந்து மறைந்தது. அவளுக்கு என்ன செய்வதென்றே தெரியவில்லை. நீலா, நீலா எனக் கத்தியபடி அவளை உலுக்கினாள். நீலாவின் பற்கள் கட்டிக் கொண்டிருந்தன. அவள் மயங்கியிருந்தாள். தூக்கித் தனது தோளில் போட்டுக்கொண்டு ஆவேசத்துடன் பக்கீரின் மனைவி ஓடத் துவங்கினாள். முதுகில் கிடந்த நீலாவின் கைகள் தானே பக்கீரின் மனைவி முதுகை அடித்துக்கொண்டே வந்தன.

அவள் ஊரை நோக்கி ஓடி வந்து கொண்டிருந்ததைப் பனையேறிகளில் ஒருவன் மரத்திலிருந்தே பார்த்திருக்க வேண்டும். அவன் கத்தியபடி அவளை நோக்கி ஓடி வந்தான். அதற்குள் ஊரின் விளிம்பிற்கு வந்திருந்த பக்கீரின் மனைவியிடமிருந்து பனையேறி நீலாவைத் தன் கைகளால் வாங்கிக்கொண்டு கடிபட்ட இடத்தை தனது அருவாளால் லேசாகச் சீவிவிட்டு உறியத் துவங்கினான். நீலாவின் கண் இமைகள் அசையத் துவங்கின. உடம்பு குளிரத் துவங்கிவிட்டது போலிருந்தது. வண்டியைக் கட்டிக்கொண்டு வடகுறிச்சி மருத்துவரிடம் தூக்கிக் கொண்டு போய் விட வேண்டியதுதான் எனக் காயாம்புவின் வீட்டை நோக்கி ஓடினார்கள். தெருவில் நீலாவைத் தூக்கிக்கொண்டு ஓடி வருவதைக் கண்ட ஆட்கள் கத்திக்கொண்டு அங்குமிங்கும் ஓடினார்கள். வேணி தாங்க முடியாதபடி பெருங்குரல் எடுத்து அழுதபடி நீலாவைத் தன் கைகளில் தூக்கிக்கொண்டு நின்றாள்.

காயாம்புவின் வண்டியைப் பூட்டிக்கொண்டு வருவதற்குள் நீலாவின் தலை தொங்கத் துவங்கியது. அவர்கள் யாவரும் பார்த்துக்கொண்டிருந்தபோதே நீலா வெயிலின் நீண்ட விரல்கள் தொட்டும் இமைகளைத் திறந்து கொள்ளாமல் உதட்டை இறுகக் கடித்தபடி அவர்களை விலக்கிச் சாவின் சுழிக்குள் போய்விட்டாள். தெருவில் அழுகையும் ஓலமும் நிரம்பியது. ஆண்களும்கூட அழுகையை அடக்க முடியாமல் கையால் வாயைப் பொத்திக் கொண்டு அழுதார்கள். பக்கீரின் மனைவி மாரில் அடித்துக்

கொண்டு ஓங்காரமிட்டு அழுதாள். வேணிக்குத் தலை சுற்றிக் கொண்டு வந்தது. அவள் மயங்கி விழுந்தாள். நாகு கூட்டத்திற்குள் அழுதுகொண்டே நின்றுகொண்டிருந்தான். அவனைக் கட்டிக் கொண்டு பக்கீரின் மனைவி ஓங்காரமிட்டாள். வெயில் தானும் துக்கத்தைத் தாள முடியாமல் மெல்லத் தாழ்ந்து கொண்டது. அவர்கள் நீலாவை நாகுவின் வீட்டிற்குத் தூக்கிக்கொண்டு வந்து உள்ளே கிடத்தினார்கள். வேணிக்கு மயக்கம் தீரவேயில்லை. சாவின் இறுக்கம் நிரம்பிய தெருவில் கைவிரல்கள் நடுங்க ஆட்கள் செயலற்றுக் கிடந்தனர். பக்கீரின் மனைவி அழுகையை நிறுத்தவேயில்லை.

மாலையடங்கும்போது நாகுவின் அம்மாவும் அய்யாவும் பனையடிப் பாதையில் வரும்போதே அழுகை சப்தத்தைக் கேட்டு விட்டார்கள். நாகுவின் அம்மா தெருவிலிருந்தே அழுது கொண்டு ஓடி வரத் துவங்கினாள். அவள் வந்த வேகத்தில் நீலாவின் அருகில் விழுந்து அவளைக் கட்டிக்கொண்டு வெடித்து அழுதாள். அந்த அழுகையைத் தாள முடியாத பெண்கள் தங்கள் முகத்திலும் மாரிலுமாக மாறி மாறி அடித்துக்கொண்டார்கள். அய்யாவைக் கைத்தாங்கலாகக் கூட்டிக்கொண்டு வாசலுக்கு வந்தபோது அவர் பெருங்குரலெடுத்து கத்திக்கொண்டு போய் சுவரில் தலையை மோதினார். அவரை இழுத்துப் பிடித்துக்கொண்டார்கள். அய்யோ அய்யோ என்ற ஒரு சொல்லைத் தவிர வேறு வார்த்தைகளேயில்லை. அவர்கள் அழுது கொண்டேயிருந்தார்கள். சாவின் கருணையற்ற காலைக் கட்டிக்கொண்டு தங்கள் பிரியத்தின் கொழுந்தைத் தந்து விடும்படி அழுதார்கள். அன்றைய இரவைப் போல ஒடுக்கம் நிறைந்த ஒரு இரவு வராமலே போயிருக்கக் கூடாதா? யாவும் நடந்து முடிந்துவிட்டதே? வீடே புதையுண்டது போலாகியிருந்தது. நீண்ட பெருமூச்சுடன் அவர்களைச் சமா தானம் செய்யக்கூடத் தெரியாமல் தெருக்காரர்கள் பார்த்துக் கொண்டிருந்தார்கள். வேணியால் அழவும் முடியவில்லை. பதினோரு நாட்கள் அந்த வீடு துக்கத்திலே அமிழ்ந்திருந்தது. பக்கீரின் மனைவி தன் வெளிறிய முகத்தோடு நாகுவின் அம்மாவைக் கைத்தாங்கலாக வாசலுக்கு அழைத்துக்கொண்டு வந்து சொன்னாள்,

“யக்கா... பிள்ளைகளுக்கு உங்களை விட்டா யாருக்கா இருக்கா... பாருங்கக்கா பிள்ளைக கரைஞ்சு போயிக் கிடக்குது.”

நாகுவின் அம்மாவிற்குப் பேச்சே மறந்து போனது போல அழுகைதான் வந்தது. பக்கீரின் மனைவி அந்த வீட்டின் அடுப்பைப் பல நாட்களுக்குப் பிறகு பற்ற வைத்தாள். அய்யா வேம்படியிலே

சுருண்டு கிடந்தார். நாகு வேணியைக் கட்டிக்கொண்டு படுத்திருந்தான். வேணியின் கண்கள் அழுதழுது வீங்கியிருந்தன. பனிரெண்டாம் நாளில் நாகுவின் அம்மா குளித்துவிட்டு காலையில் வேணியை எழுப்பிவிட்டாள். வேணியால் துக்கத்திலிருந்து வெளியேற முடியவில்லை. பக்கீரின் மனைவி எங்கிருந்தோ பசும்பால் வாங்கிக்கொண்டு வந்து ஒரு செம்பில் வைத்திருந்தாள். அதைக் காய்ச்சி வேணிக்குக் குடிக்கக் கொடுத்தாள். வேணியால் ஒரு மடக்கு கூட குடிக்க முடியவில்லை. நாக்கெல்லாம் கசந்தது. வெயில் வற்றத் துவங்கிக் கோடை அடங்கும் காலம் துவங்கி விட்டது போல வெயில் அடங்கிய நாளின் காலையில் நாகுவின் மாமா வீட்டிற்கு வந்து சொன்னார்,

“வேணி கல்யாணத்தை நாலு மாசம் கழிச்சு வச்சுகிடலாம்.”

அம்மாவிற்கு என்ன பதில் சொல்வதெனத் தெரியவில்லை. அவள் மறுக்காமல் கேட்டுக்கொண்டேயிருந்தாள். பக்கீரின் மனைவி குறுக்கிட்டுச் சொன்னாள்,

“பேசி முடிவான கல்யாணம் நிக்கக் கூடாது. ஏதோ போறாத காலம் இப்படி நடந்து போச்சு.”

“அதுக்கில்லே...” என நாகுவின் மாமா தயங்கினார்.

திருமணத்தை முடிவான நாளிலே நடத்திவிட வேண்டும் என்பதை யாவரும் ஒத்துக்கொள்ள செய்துவிட்டாள் பக்கீரின் மனைவி. நாகு தெருவில் தனியே போவதற்கே பயந்து போயிருந்தான். நீலா கைகளை அசைத்துக் கூப்பிட்டுக்கொண்டிருந்தாள்.

34

வேணி கல்யாணமாகித் தன் புருஷனோடு மறுவீட்டிற்காக வேம்பலைக்கு வந்திருந்தாள். நாகு அவள் கல்யாண நாளிலிருந்து கூடவேயிருந்தான். அவனுக்கு ஏனோ வேணிகூடவே தான் இருக்க வேண்டும் போலிருந்தது. புதுப் புடவையும் கைநிறைய வளையல்களும் நெற்றியில் சந்தனக் கீற்றுமாகத் தெருவில் வேணி புருஷனோடு நடந்து வரும்போது தெருப் பெண்கள் அவளைப் பார்த்தபடியிருந்தார்கள். பக்கீரின் இரட்டைப் பிள்ளைகள் வேணி கையைப் பிடித்துக்கொண்டு வீட்டிற்குக் கூட்டிப் போயின. வேணியின் கணவன் கையைப் பிடித்தபடி நாகு வந்து கொண்டிருந்தான். ஆதிலட்சுமியின் வீட்டுத் திண்ணையைக் கடக்கும்போது பார்த்தான். வீடு பூட்டிக் கிடந்தது. நாகுவின் அய்யா இரண்டு கைகளைக் கூப்பி மாப்பிள்ளையை வரவேற்றார். மூன்று நாட்களுக்குப் பிறகு தன் கணவன் வீட்டிற்கு வேணி புறப்படும் போது நாகு தன்னை அவர்கள் அழைத்துக்கொண்டு போகவில்லை என்பதைத் தெரிந்து கொண்டவனாக மண்ணில் விழுந்து அழுது புரண்டான். வேணி அம்மாவிடம் தான் நாகுவை அழைத்துக் கொண்டு போகவா எனக் கேட்டாள். அம்மா மறுத்துவிட்டு நாகுவைப் பிடித்துக்கொண்டாள். அவன் திமிறிக்கொண்டு கத்தினான். வேணியின் கணவன் தனது சட்டைப் பையிலிருந்து ஒரு ரூபாயை எடுத்துக்கொடுத்தான். நாகு ஆத்திரத்தில் அதைக் கிழித்துப் போட்டான். தலைமயிரைப் பிடித்துக்கொண்டு அம்மா நாகுவை அடித்தாள். அவன் அடி வாங்கிக்கொண்டும் அவளை விட்டுத் தப்பியோடி வண்டியில் ஏறிவிடுவதற்கே முயற்சித்தான். மாட்டு வண்டி வேம்பலையின் தெருவில் போகும்போது வேணி தெருவையே பார்த்துக்கொண்டிருந்தாள். பக்கீரின் மனைவிக்கு அவள் ஊரைப் பிரிந்து போவதைப் பார்த்ததும் அழுகை வந்தது. அடக்கிக்கொண்டு கைகாட்டினாள். அவளைப் புருஷன்

வீட்டில் விட்டு வருவதற்காக வண்டியில் இருந்த அய்யாவும் வேணியைப் பார்த்தபடியே பெருமூச்சிட்டுக் கொண்டார். ஊரின் புறவெளிக்கு வந்தபோது பனை வெறித்தபடி அவளையே பார்த்துக்கொண்டிருந்தது போலிருந்தது. வேணி தன் அழுகையைக் கட்டுப்படுத்திக் கொண்டு நகத்தைக் கடித்துக்கொண்டே வந்தாள். வேம்பலை உதிர்ந்த இலையொன்றைப் போல தனியே காற்றில் மிதந்து கொண்டிருந்தது.

நான்கு நாட்களாகியும் வேணியை விட்டு வருவதற்காகப் போன அய்யா வீடு திரும்பவில்லையே என நாகுவும் அம்மாவும் கிளம்பி வேணி வீட்டிற்கு வந்து சேர்ந்தார்கள். நாகுவைக் கண்ட வேணி சந்தோஷத்தில் கட்டிக்கொண்டாள். அய்யா அன்றிரவே கிளம்பிப் போய்விட்டதாகச் சொன்னாள். அம்மாவிற்கு அவர் எங்கே போயிருப்பார் என்று புரியவேயில்லை. சாயங்காலம் வரை வேணி வீட்டில் தங்கிவிட்டு ஊர் புறப்படும்போது கேட்டாள்,

"உன்கிட்டே அய்யா ஏதாச்சும் சொன்னாரா?"

"ரொம்ப நேரம் என் கையைப் பிடிச்சுகிட்டே இருந்தாரு. கஷ்டமோ... சந்தோஷமோ... உங்கம்மாவைப் போல நீயும் தைரியமா பிழைக்கணும்மானு சொன்னாரும்மா..."

அம்மா வேறு எதையும் கேட்டுக்கொள்ளவில்லை. அவள் நாகுவைக் கூட்டிக்கொண்டு வேம்பலைக்குத் திரும்பத் துவங்கினாள். அக்கா வாங்கிக் கொடுத்த பச்சைக் கலர் கண்ணாடியைப் போட்டுக்கொண்டு சந்தோஷமாக நடந்தான் நாகு. தெரு, வீடுகள், ஆட்கள் யாவும் பச்சை நிறத்திலிருந்தன. அவர்கள் ஊர் திரும்பினார்கள். பிந்திய நாட்களின் பகல் முழுவதும் நாகுவின் அம்மா ஏதேதோ யோசனைகளோடு படுத்தே கிடந்தாள். பக்கீரின் மனை வியே அவர்களுக்கும் சேர்த்து சமைத்துவிடுகிறாள். அம்மாவிற்குத் தைரியம் சொன்னாள்,

"அண்ணாச்சியும் யாவாரத்துக்குத்தான் போயிருப்பாக. நீங்க கவலைப்படாதீங்க."

அம்மா எதையும் கேட்டுக்கொள்ளவில்லை. ஊரில் கோடை யடங்கியிருந்தது. லேசாகக் காற்று வீசத் துவங்கிப் பகல் நேரங்களில் மரங்களில் இலையசையும் சப்தம் கேட்கத் துவங்கியது. இரண்டு வாரங்களுக்குப் பிறகு ஒரு மதிய வேளையில் நாகுவின் தாத்தா ஊரிலிருந்து வந்திருந்தார். அம்மா அவரைக் கண்டபோதும் படுக்கையிலிருந்து எழுந்து கொள்ளவேயில்லை. அவர் நாகுவைக் கூப்பிட்டுப் பக்கத்தில் உட்கார வைத்துத் தான் வாங்கி வந்திருந்த

சுஷ்யத்தை ஊட்டிவிடத் துவங்கினார். பக்கீரின் மனைவி அவருக்கு குடிக்கத் தண்ணீர் கொண்டுவந்து தந்தாள். அவர் அவளிடம் சொன்னார்,

"ரெண்டு பேரையும் என்கூட ஊருக்குக் கூட்டிட்டுப் போயிரலாம்னு இருக்கேன். இவளும் பாவம் எத்தனை வருசம்தான் இந்த வெங்காட்டிலே கிடந்து கஷ்டப்படுவா."

பக்கீரின் மனைவிக்கு இதைக் கேட்டதும் வருத்தமாகயிருந்தது. இந்த ஊரில் இனி தனக்கென யாரும் ஆட்கள் கிடையாது. பக்கீர் திரும்பி வரும் வரைக்கும் தன்னுடைய ஊருக்கும் போக முடியாது. துக்கத்தோடு நாகுவின் அம்மாவை எழுப்பி பக்கீரின் மனைவியே தலையைச் சீவிவிட்டாள். வேறு ஊருக்குப் போகப்போகிறோம் என்பது நாகுவிற்கு ரொம்பவும் சந்தோஷமாகயிருந்தது. இத்தனை வருடங்களுக்குப் பிறகு தனது மகளின் கண்களில் நடுக்கமும் பயமும் தெரிவதைக் கண்டவராக அவர் வீட்டுச் சாமான்களை ஒதுக்கிப் போட்டுக்கொண்டிருந்தார். பக்கீரின் மனைவி கூரையில் சொருகி வைக்கப்பட்டிருந்த பையை உருவி எடுத்துக் கீழே போட்டாள். அதில் சுருட்டியிருந்த வேஷ்டியை எடுத்து உதறினாள். ஆங்காங்கே உலர்ந்த உதிரக் கறைகள் இருந்தன. நாகுவின் அம்மா அந்த உதிரக் கறைகளைக் கவனித்துக்கொண்டிருந்தவள் போல வேஷ்டியைப் பிடுங்கிக்கொண்டு ஆத்திரத்துடன் வெளியே வீசினாள். பக்கீரின் இரட்டைப் பெண்கள் தாங்கள் வைத்திருந்த மயிலிறகு விசிறியில் ஒன்றை நாகுவிற்குக் கொடுத்தார்கள். நாகு அதை வாங்கிக்கொண்டு வீடுகளுக்கு வீசிவிட்டபடி தெருவில் நடந்தான். அவர்கள் இருட்டும் வரை காத்திருந்தார்கள். தெருவில் இருட்டு நிரம்பத் துவங்கியதும் ஊரை விட்டு விலகி நடக்கத் துவங்கினார்கள்.

நாகுவிற்கு இருளில் வேம்பலை எந்தப் பக்கம் உள்ளது என்றே தெரியவில்லை. அம்மா மெதுவாக நடந்து வந்தாள். நாகு கையில் வைத்திருந்த மயிலிறகு விசிறியை யாரோ பிடுங்குவது போலிருந்தது. அவன் இருட்டிற்குள் பார்த்தான். நீலா கைகளை நீட்டித் தனக்குக் கொடுக்க மாட்டாயா எனக் கேட்டாள். பயத்தில் தனது விசிறியை அவளை நோக்கி வீசினான். மயிலிறகு இருளுக்குள் விழுந்தது. நான்கு தாத்தாவின் விரல்களைப் பிடித்துக்கொண்டான்... தொலைவில் வேம்பலையை நோக்கிச் சில நட்சத்திரங்கள் போய்க் கொண்டிருந்தன. அவர்கள் இருளுக்குள்ளாகவே நடந்து போய்க் கொண்டிருந்தார்கள்.

காற்றடிக் காலம்

"கடவுள் விடுகின்ற மூச்சைப் போல் காற்று வீசும்
கரிசல் வெளி"

தேவதச்சன்

35

ரத்னாவதி வெற்றிலைக்குக் கூட காசில்லாமல் காத்துக் கொண்டிருந்தாள். திருவிழா துவங்கி இரண்டு நாட்களாகி யிருந்தபோதும் ஆள்கூட்டமில்லை. தெப்பக்குளமும் வில்வ மரமிருந்த நந்தவனமும் பெரிய மதில் சுவர்களுடனிருந்த சிவன் கோவிலது. ஆறு நாள் திருவிழாவில் இரண்டாம் நாளே முடிந்திருந்தது. கோவிலடியின் முன்பாக வண்டியை அவிழ்த்துப் போட்டுவிட்டு பொங்கலிட்டுக் கொண்டிருந்தார்கள். ஒன்றிரண்டு பலூன் வியாபாரிகளும் மிட்டாய்க் கடைக்காரர்களும் தவிர வேறு வியாபாரிகள் கூட தென்படக் காணோம். திருவிழாவின் கடைசி நாள் தான் கூட்டம் அதிகமிருக்கும். சாமி தன் பரிவாரங்களுடன் வேட்டைக்குப் போய் வருவார். ரத்னாவதி மாலையில் வந்து சேர்ந்த போது கோவில் வாசலில் பெண்கள் குலவையிட்டுக் கொண்டிருந்தார்கள். பந்தம் பிடித்தபடி சாமி ஊர் சுற்றிவர போய்க் கொண்டிருந்தது. மாட்டுக் கொம்பில் ஜிகினா காகிதங்கள் ஒட்டியிருந்த வண்டியைப் பார்த்துக்கொண்டேயிருந்தாள். அந்த வண்டியில் இரண்டு சிறுமிகள் காலை ஆட்டிக்கொண்டு கொய்யாக்காயைத் தின்று கொண்டிருந்தார்கள். ரத்னாவதி வெற்றிலையை நன்றாக மென்று சாற்றை உதட்டில் தடவிவிட்டுக்கொண்டவளாகத் தனது சேலையைத் திருத்திக் கொண்டாள். நாலைந்து இளவட்டங்கள் குலுக்குக் கட்டை ஆடிக்கொண்டிருந்தார்கள். அக்கினிச்சட்டிக்காக வந்திருந்த கொட்டுக்காரர்களில் அவளுக்குப் பரிச்சயமான கணபதி நின்றிருந்தான். அவன் ரத்னா வதியைப் பார்த்ததும் சிரிப்போடு கையை நீட்டி வெற்றிலை கேட்டான். அவள் இடுப்பில் சொருகியிருந்த சுருக்குப் பையை அவிழ்த்துச் சுருட்டிய வெற்றிலை நாலைந்தை எடுத்துக்கொடுத்தாள். அவன் வெற்றிலையை வாங்கி உதப்பிக்கொண்டே சொன்னான்,

"அஞ்சாறு கையி வந்திருக்காப்பிலே தெரியுது... ஈயப் பானை மாதிரி நெளிஞ்சு போயி இருப்பாளே ஒருத்தி... அவளைப் பட்டணம் பொடி கடைகிட்டே பார்த்தேன்."

ரத்னாவதி சிரித்துக்கொண்டே பெட்ரோமாக்ஸ் வெளிச்சத்தில் ஏலம் விட்டுக்கொண்டிருந்தவனைச் சுற்றிய கூட்டத்திற்குள் எட்டிப் பார்த்தாள். சாயவேஷ்டிகள், போர்வைகள், துண்டுகள் குவிந்து கிடந்தன.

அவளை ஒரு தரம் பார்த்துச் சிரித்துக்கொண்ட ஏலக்காரன் உரத்த குரலில் ஏலமிடத் துவங்கினான். நாடகம் போடுவதற்காகப் போட்டிருந்த மேடையை நோக்கி நடந்தாள். இன்றைக்கு நாடகமில்லை. உடையப்பா அரிச்சந்திரனாக வேஷம் கட்டி நடித்தாலாவது பார்க்கலாம். மண் மேடையில் சிறுவர்கள் சிலர் ஏறி நடந்து கொண்டிருந்தார்கள். மேடைக்கு முன்னால் ஒரு கிழவி மட்டும் பாயை விரித்துப் போட்டுப் படுத்துக்கொண்டிருந்தாள். ரத்னாவதிக்குத் தெரிந்த முகங்கள் அதிகமில்லை. அவள் மூடிக் கிடந்த பெட்டிக்கடையொன்றின் மரப்பலகையில் சாய்ந்தபடி நின்றுகொண்டாள்.

கோவிலை நோக்கித் தலையில் நார்ப்பெட்டிகளுடன் பெண்கள் நடந்து போய்க்கொண்டிருந்தார்கள்.

அவள் இன்னொரு வெற்றிலையை எடுக்கும்போது பார்த்தாள். கண்ணில் சரிந்து விழும் கிராப்புடன் ஒருவன் தெருவில் நடந்து போனபடியே அவளையே பார்த்துக்கொண்டு போனான். ரத்னாவதி தொண்டையைச் செருமிக்கொண்டாள். அவன் தெருவின் கடைசி வரை நடந்து போய்விட்டு அவளைக் கவனியாதவன் போல திரும்பவும் அதே தெருவில் நடந்து வந்தான். ரத்னாவதி பலகையை விட்டுத் தள்ளி யாரையோ பார்ப்பது போலத் தெருவைப் பார்த்தபடி நின்றாள். அவன் கடந்து போகும்போது நின்று எதையோ கீழே போட்டுவிட்டுத் தேடுபவன் போல பார்த்துக்கொண்டேயிருந்தான். ரத்னாவதிக்குச் சிரிப்பாக இருந்தது. புது ஆளாக இருக்கக்கூடும். அவளும் வேண்டும் மென்றே குனிந்து எதையோ தேடுபவள் போலிருந்தாள். தன்னைத்தான் அவள் பார்க்கிறாள் என்று தெரிந்ததும் அவன் அவசரமாகத் தெருவில் நடந்து போய்விட்டான். கைதட்டிக் கூப்பிடலாமா என்று ரத்னாவதி நினைத்தாள். தெருவிலிருந்து பிரியும் குறுக்குச் சந்திற்குள் போய்க் கொண்டிருப்பது தெரிந்தது. ரத்னாவதியும் வேண்டுமென்றே அந்தச் சந்தை நோக்கி நடந்தாள்.

அவள் சந்திற்குள் நுழைந்தபோது கழுதையொன்று இருளில் நின்று கொண்டிருந்தது. அவள் தெருவிற்குள்ளாக நடந்து போனாள். காரை வீடுகள் நிரம்பிய ஊராகயிருந்தது. ஒரு வீட்டைக் கடக்கும்போது வாசலில் உட்கார்ந்து சாப்பிட்டுக்கொண்டிருந்த பெண்கள் அவளை முறைத்தபடி ஏதோ சொன்னார்கள். தெருவிலிருந்து மேற்காகப் பிரியும் வழியில் திரும்பி நடந்தபோது அவன் தனது சைக்கிளை உருட்டிக் கொண்டு அதே சந்திற்குள் வந்து கொண்டிருந்தான். அவனைப் பார்த்ததும் அவள் ஒதுங்கி இருட்டிற்குள்ளாகவே நின்றுகொண்டுவிட்டாள். அவளைக் கவனிக்காமல் சைக்கிளை உருட்டிக்கொண்டு வந்தபோது அவள் அருகே வந்ததும் சைக்கிளைப் பிடித்து நிறுத்தினாள். அவன் திகைப்போடு நின்றிருந்தான்.

ரத்னாவதி பரிகாசமான குரலில் கேட்டாள்,

"சுண்ணாம்பு வச்சிருக்கீங்களா?"

அவன் பதில் சொல்லாமல் அவளையே பார்த்துக்கொண்டிருந்தான். பிறகு தொண்டையைச் செருமிக்கொண்டு சொன்னான்,

"வேணும்னா வாங்கித் தாறேன்."

அவளுக்கு அவனது தயக்கத்தோடு விளையாட வேண்டும் போலிருந்தது.

"சுண்ணாம்பு மட்டும்தான் வாங்கித் தருவீங்களா" என்று கேட்டாள்.

அவன் சட்டென்று தன் பையிலிருந்து அஞ்சு ரூபாயை எடுத்து அவள் கைகளில் கொடுத்தபடி கேட்டான்,

"சைக்கிள்ல போகலாமா?

அவள் ரூபாயை வாங்கித் தன் ஜாக்கெட்டிற்குள் வைத்துக் கொண்டாள். சைக்கிளை உருட்டிக்கொண்டு நடக்கத் துவங்கினான். வேண்டுமென்றே அவன் மீது உரசிக்கொண்டும் அவனது கிராப்பைத் தன் கைகளால் தள்ளிவிட்டபடியும் வந்தாள். தெருவைக் கடந்த பிறகு அவளை சைக்கிளில் ஏற்றிக்கொண்டான். ஊரிலிருந்து மேற்காகச் செல்லும் பாதையில் சைக்கிள் போனது. அவள் சைக்கிளில் உட்கார்ந்திருந்தபடியே அவனது இடுப்பைக் கிள்ளிவிட்டாள். கூச்சத்தில் நெளிந்தபடியே அவன் சிரித்துக்கொண்டான். சைக்கிளில் உட்கார்ந்து செல்லும் போது வானை நிமிர்ந்து பார்த்தபடியே வந்தாள் ரத்னாவதி. நட்சத்திரங்கள் கூடவே ஓடி வந்து கொண்டிருந்தன. சைக்கிளை நிறுத்திய இடத்தில்

புதிதாகக் கட்டப்பட்டிருந்த பள்ளிக்கூடமிருந்தது. அவள் தோளைப் பிடித்துக்கொண்டு தள்ளியபடி பள்ளிக்கூடத்தின் மரங்களைத் தாண்டிக் கூட்டிக்கொண்டு போனான். படிகளில் ஏறியபோது பள்ளிக் கூடத்தின் திண்ணையில் அடைந்து கிடந்த ஆடுகள் கத்தின. அவன் ஆடுகளை சப்தமிட்டு விரட்டினான். அவள் தன் கையில் ஒரு குச்சியை எடுத்துக் கொண்டு ஆடுகளோடு அவனையும் சேர்த்து விரட்டினாள். அவன் அவசர அவசரமாக அவளை வளைத்துப் பிடித்து இறுக்கி முத்தினான். அவள் வேண்டுமென்றே விலக்கிவிட்டாள். இருவரும் படுத்துக்கொள்வதற்காகத் தரையைக் கூட்டிப் பெருக்கியபோது அவன் வேண்டுமென்றே அவள் முதுகில் அடித்தான். இருவரும் மாறி மாறி முத்தமிட்டுக்கொண்டபோது அவன் கேட்டான்,

"உன் பேரென்ன?"

"பொம்பளை"

அவனுக்கு அவளது கேலி ரொம்பவும் பிடித்திருந்தது. அவளைக் கிள்ளிவைத்தான். அவள் தானும் கிள்ளியபடி கேட்டாள்,

"உன் பேரு?"

ஆம்பளை என்று சொன்னான்.

அவள் இறுக்கிக் கட்டிக்கொண்டு முகத்தை மார்போடு சேர்த்தபடி சொன்னாள்,

"என் பேரு ரத்னாவதி."

அவன் தலையைத் தூக்கிக்கொண்டு சொன்னான்,

"என் பேரு... நாகு."

அவள் விரல்கள் சிரசிலிருந்து ஊர்ந்து இடுப்பை நோக்கிச் சென்று கொண்டிருந்தன. சட்டென அவள் கைகளை உதறிவிட்டான். அவனது கூச்சத்தைக் கண்டவளாக அவள் வேண்டுமென்றே கிச்சளம் காட்ட முயன்றாள். நாகு எழுந்து ஓடத் துவங்கினான். இருளில் அவள் விரட்டிக்கொண்டே வந்தாள். கிணற்றடிக்கு வந்து நின்றுகொண்டான். அவள் மூச்சு வாங்கியபடி சொன்னாள்,

"சரி... சிரிப்புக் காட்டலை. நில்லு."

அவனுக்கு மூச்சு வாங்கியது. கிணற்றுப் படிக்கட்டில் உட்கார்ந்து கொண்டான். அவனருகே உட்கார்ந்து கொண்டு நாகுவின் தோள் மீது கையைப் போட்டுக்கொண்டாள். நாகுவிற்கு மீசை அப்போதுதான் அரும்பியிருந்தது. உடம்பு நன்றாக

உறுதிப்பட்டிருந்தது. இடது கையில் ஒரு காப்பு போட்டிருந்தான். செதுக்கப்பட்ட கல் போல இறுகிய முகம். அவள் கண் இமைக்காமல் பார்த்துக்கொண்டிருந்தாள். நாகு ரத்னாவதியின் கைவிரல்களைச் சேர்த்துக்கொண்டவனாகக் கேட்டான்,

“எதுக்கா நீ எங்க தெருவுக்கு வந்தே?”

அவள் அவனது விரல்களைச் சொடுக்கியபடி கேட்டாள்,

“நீ எதுக்கா என்னைப் பாத்துகிட்டேயிருந்தே?”

“எங்க ஊருல யாரு புதுசா இருக்கேனு பாத்தேன்.”

“ஏன் ஊருக்கு யாரு புதுசா வந்தாலும் துரை உங்களைக் கேட்டுக் கிட்டுதான் வரணுமா?”

அவள் பதிலுக்குப் பதில் பேசுவதை ரசித்தபடி சொன்னான்,

“எங்க ஊர்த் திருவிழா எப்படியிருக்கு?”

“அதான் பாக்குறமே... தெரியலை.”

அவளைப் பேச விடாமல் கட்டிக்கொண்டான். இருவரும் கிணற்றடியிலே பின்னிரவு வரை கிடந்தனர். வில்லடிப் பாடல்கள் தொலைவு வரை மிதந்து கொண்டிருந்தன. அவள் தனது கேசத்தை முகத்தில் மூடியபடி படுத்துக் கிடந்தாள்.

வெளிச்சத்தில் அவளைப் பார்க்க வேண்டும் போல ஆசையாக இருந்தது. நாகு தன்னிடமிருந்த தீப்பெட்டியிலிருந்து ஒரு குச்சியை எடுத்து உரசினான். கைக்கூட்டிற்குள் எரிந்து கொண்டிருந்த நெருப்பை அவளது அருகில் கொண்டுவந்தான். செம்மஞ்சள் வெளிச்சத்தில் அவளது கேசத்திற்குள்ளாக முகம் ஒளிந்திருந்தது. அவள் முகத்தைத் திருப்பித் தீக்குச்சியை ஊதியணைத்தாள். அவன் வேண்டுமென்றே இன்னொரு தீக்குச்சியை உரசினான். அவள் அதையும் அணைத்துவிட்டாள். திடீரென அவனுக்கு இந்த இரவோடு அவள் ஊரைவிட்டுப் போய்விடுவாள் என்று நினைத்தபோது ஏனோ வருத்தமாகயிருந்தது.

சித்திரையோடு நாகுவிற்கு இருபத்தியோரு வயது முடிந்திருந்தது. தாத்தாவோடு மாட்டுத் தரகிற்குப் போய்வரத் துவங்கிய இந்த நான்கு வருடத்திற்குள் ஒரேயொரு முறைதான் பெண்ணையே தொட்டிருக்கிறான். அதுவும் மாட்டுச் சந்தையில் முதல் முறையாக ஒரு பெண் ணோடு கூடினான். சந்தை முடிந்து திரும்பும்போது அவனும் தாத்தாவும் தானத்தில் நாட்டுச் சாராயம் குடித்தார்கள். மூங்கில் தட்டியடித்த வீட்டில் இருந்த பெண்ணை அவன்

அவசியம் பார்க்க வேண்டும் என்று செவத்த பாண்டிதான் உள்ளே அழைத்துக்கொண்டு போனான். அந்த வீட்டிற்குள் நுழைந்ததும் மெலிந்த கால்கள் கொண்ட பெண் ணொருத்தி படுத்திருப்பதைக் கண்டான். வெளிறிய ரத்தக் கறை படிந்த பாயில் அவள் தன் சேலையை விரித்துப் படுத்திருந்தாள். நாகுவை அவள் தன் எலும்பு தெரியும் கைகளால் இழுத்துக்கொண்டு கேட்டாள்,

"நீ... தரகர் அய்யாவு பேரனா?"

அவன் தலையாட்டியபடியே வற்றிப்போயிருந்த ஸ்தனங்களைப் பார்த்துக்கொண்டிருந்தான். அவள் தன்னருகே எரிந்து கொண்டிருந்த காடா விளக்கை ஊதியணைத்தாள். அந்த முத்தமும் விலா எலும்பைப் பற்றிய கைகளும் அவனுக்குள் நடுக்கத்தை நிரப்பியிருந்தன. அவளை உதறி எழுந்து வெளியே வந்தான். அதன் பிறகு இரண்டு மாதங்கள் அவன் மாட்டுத் தரகிற்குப் போகும் நாட்களில் எல்லாம் பாண்டி அவனை ஏதாவது ஒரு பெண்ணைக் காட்டி வேணுமா என்று கேட்பான். நாகுவிற்குப் பயம் கலையவேயில்லை. அதன் பிறகு நாட்டுச் சாராயம் குடிப்பதற்கு ஏற்பட்ட விருப்பம் பெண்களின் மீது கூடவில்லை.

இன்றைய மாலையில் ரத்னாவதியைப் பார்த்தபோது சட்டென அவனறியாமல் உடலில் ரத்தம் சூடானது போலிருந்தது. அவள் ஒரு கடையின் தாங்கு கம்பைப் பிடித்துக்கொண்டு நின்ற கோலம் அவனுக்குள் காமத்தைக் கிளர்ச்சியடையச் செய்தது. அவளோடு எப்படியாவது படுத்துக்கொள்ள வேண்டும் என ஆசைப்பட்டான். ரத்னாவதி ஏதேதோ யோசனைகள் செய்தபடியிருந்த நாகுவிடம் கேட்டாள்,

"என்ன கோவமா?"

"அதெல்லாமில்லை."

"பிறகென்ன?"

அவன் கேசத்தை விலக்கி அவள் முகத்தைப் பார்த்தபடி கேட்டான்,

"உன் வீடு எந்த ஊர்ல இருக்கு?"

"எதுக்கு வந்து வெள்ளையடிச்சுக் குடுக்கப் போறீங்களா?"

அவள் வேண்டுமென்றே தன்னைச் சீண்டுகிறாள். நாகு முகத்தை இறுக்கமாக வைத்துக்கொண்டு கேட்டான்,

"வீடு எங்க இருக்கு...?"

“அதுவா... தரையிலே.”

அவளுக்கு விளையாடும் குணம் அடங்கவேயில்லை. நாகு தலையைப் பிடித்து உலுக்கியபடி கேட்டான்,

“இப்போ சொல்லப் போறயா இல்லையா?”

“சாவடித் தெருவிலே... 12 ஆம் நம்பர் வீடு. போதுமாய்யா?”

அவன் ரத்னாவதியின் நெற்றியில் தனது விரலால் எதையோ எழுதுவது போல் வளையமிட்டான்.

“என்ன தலையெழுத்தைத் தடவிப் பாக்குறீங்களா... அது நல்லாயிருந்தா ஏன் இப்படி அலையுறேன்”

எனச் சொல்லியபடி ரத்னாவதி எழுந்துகொண்டாள். இப்போது தான் முதன்முதலாகப் பார்ப்பது போல அவளைப் பார்த்தான். கொஞ்சம் குள்ளமாகத்தானிருந்தாள். கூந்தல் இடுப்புவரை விரிந்து கிடந்தது. விரிந்த முகம். வெற்றிலைச் சிவப்பேறிய உதடுகள். அவள் காற்றில் கைகளை வீசியபடி கேட்டாள்,

“எங்க வீட்டுக்கெல்லாம் நீங்க வருவீங்களா?”

“ஏன் வரக் கூடாதா?”

“அதுக்கில்லே... வீட்டுப் பக்கம் யாராவது வந்தா அப்பத்தா கையைக் கால முறிச்சுப் போட்டிரும்”

என்றபடி சிரிக்கத் துவங்கினாள். கிணற்றின் படிகளில் ஏறிக் குனிந்து உள்ளே எட்டிப் பார்த்தாள். மங்கிய நிலா கிணற்றுக்குள் விழுந்து கரையேற முடியாமல் தத்திக்கொண்டிருந்தது. அவள் பெருமூச்சிட்டபடியே கேட்டாள்,

“உங்க வீட்ல யாரு யாரு இருக்கா?”

“நானும் எங்க தாத்தாவும் மட்டும்தான்.”

“பெத்தவங்க இல்லையா?”

“எல்லாம் மேலோகம் போயாச்சு.”

அவள் உதட்டைக் கடித்துக்கொண்டு கேட்டாள்,

“அப்போ எவளையாவது கட்டிக்கிட வேண்டியதுதானே.”

நாகுவிற்கு என்ன பதில் சொல்வதெனத் தெரியவில்லை. அவள் கிணற்றை விட்டு இறங்கி பள்ளிக்கூடத்தின் வெளியே தொங்கிக் கொண்டிருந்த தண்டவாளத்தில் மணியை எடுத்து அடித்தாள். அடங்கியிருந்த இருள் சப்தம் கேட்டு கலைந்து திரும்பியது.

நாகு மணியைப் பிடுங்கி வைத்தான். இருவரும் ஊரை நோக்கி நடக்கத் துவங்கியபோது காற்று ஏகமாக வீசிக்கொண்டிருந்தது. இன்னமும் நான்கு நாட்கள் திருவிழா இருக்கிறது. நான்கு நாட்களுக்கும் ரத்னாவதி இதே ஊரில் இருப்பாளா? நாகு ஊரை நெருங்கும்போது கேட்டான்,

"ஊருக்குப் போகப் போறயா."

"போகாம... உங்க வீட்டுக்கா வர முடியும்? ரெண்டு நா கழிச்சு வர்றேன்"

என்றபடி அவள் சைக்கிளை அவனிடமிருந்து வாங்கி உருட்டிக் கொண்டு வந்தாள். அவளோடு முக்கு ரோட்டிற்கு வந்தபோது பொதியேற்றிக்கொண்டு மாட்டு வண்டிகள் போய்க்கொண்டிருந்தன. அவள் ஒரு வண்டியில் ஏறிக்கொண்டாள். நாகு இருட்டிற்குள் நின்றபடி அவளைப் பார்த்துக்கொண்டிருந்தான். வீட்டிற்குத் திரும்பியபோது வாசலில் கயிற்றுக் கட்டில் காலியாகக் கிடந்தது. தாத்தா உறக்கம் கலைந்து எழுந்து போயிருந்தார். கட்டிலை வீட்டிற்குள் தூக்கிப் போட்டு நாகு படுத்துக்கொண்டான். வெயில் காலில் படுமளவு அவன் உறங்கிக் கொண்டிருப்பதைப் பார்த்தபடியே நாகுவின் தாத்தா மிளகாய் வத்தலை அடுப்பில் சுட்டுக்கொண்டிருந்தார். கமறல் தலைக்கு ஏறியது. அவனோ சிரிப்பு அடங்காத முகத்தோடு உறங்கிக்கொண்டிருந்தான்.

36

வேம்பலையின் புறவெளியில் எண்ணிக்கையற்ற தும்பிகள் பறந்து கொண்டிருந்தன. மஞ்சள் வெயில் தாழ்ந்த மாலை நேரத்தில் தும்பிகள் தங்கள் கண்ணாடிச் சிறகுகளை அசைத்தபடி சுற்றி வந்து கொண்டிருந்தன. பனைகள் தொலைதூரத்திற்கு அப்பால் போய்விட்டதுபோல எங்கோ ஒடுங்கியிருந்தன. பாதையில் நடந்து செல்பவர்கள் எவருமேயில்லை. நீலா மட்டுமே தனியே உட்கார்ந்திருந்தாள். தட்டாரப் பூச்சிகள் அவள் தலைக்கு மேலாகச் சுற்றிக்கொண்டிருந்தன. நீலாவின் முகத்தில் சலனமேயில்லை. அவள் ஊரையே வெறித்துப் பார்த்துக் கொண்டிருந்தாள். நாகு தும்பிகளை விரட்டியபடி அலைந்து கொண்டிருந்தவன் தன் நுனிவிரலால் ஒரு தட்டானைப் பிடித்துக்கொண்டு வந்து நீலாவிடம் காட்டினான். அவள் அதைக் கவனித்ததாகவே தெரியவில்லை. அவள் எதையோ வெறித்துப் பார்த்துக்கொண்டிருந்தாள். ஊருக்குள் ஒரு வண்டி போய்க்கொண்டிருந்தது. அவர்கள் பார்த்துக் கொண்டிருந்தபோதே மாலையடங்கி இருள் கூடத் துவங்கியது.

நாகு நீலாவின் கைகளைப் பிடித்து இழுத்தான். "வாக்கா வீட்டுக்குப் போவோம்."

அவள் எழுந்து கொள்ளவேயில்லை. அவன் இருட்டிற்குள்ளும் தும்பிகள் சிறகடிப்பதைப் போன்றதொரு ஓசையைக் கேட்டுக் கொண்டிருந்தான். நீலாவின் கைகளைப் பிடித்து இழுத்தான். "இருட்டிருச்சுக்கா. பயமாயிருக்கு வா." அவள் கண்கள் அசையவே யில்லை. அவர்களைச் சுற்றி இருட்டு நிரம்பிக்கொண்டது. தண்ணீருக்குள் மூழ்கியிருப்பவர்களைப் போல் இருளுக்குள் அமிழ்ந்திருந்தார்கள். வானில் நட்சத்திரங்கள் கூடயில்லை. அவள் கைகள் வர மறுத்தன. நாகு தன் பலம் கொண்ட மட்டும் இழுத்தான். அவளை அசைக்கக்கூட முடியவில்லை. நீலாவை

விட்டுவிட்டு தனியே வீட்டுக்குப் போக மனமற்றவனைப் போல அவன் கூப்பிட்டுக்கொண்டேயிருந்தான். மெல்ல வானில் பதுங்கியிருந்த நிலா வெளியே வந்து நடமாடத் துவங்கியது. நாகு நீலாவைப் பிடித்திருந்த கைகளை விலக்கி ஆகாசத்தைப் பார்த்தபடி சொன்னான்,

"பயமாயிருக்குக்கா... வாக்கா போவோம்."

நிலா வானில் நின்று சுற்றிலும் பார்த்தது. பின்பு சப்தமில்லாமல் மேற்கு நோக்கி நடக்கத் துவங்கியது. நாகு திரும்பிப் பார்த்தபோது நீலா அங்கேயில்லை. அவள் உட்கார்ந்திருந்த இடத்தில் சிறிய புதர் மட்டுமே இருந்தது. பனைகள்கூட அருகே திரும்பிவிட்டது போல நெருக்கிக்கொண்டிருந்தன. சுற்றிலும் திரும்பிப் பார்த்தான். யாருமேயில்லை. பயம் அவன் கால்களைக் கவ்வத் துவங்கியது. வீட்டை நோக்கி ஓடத் துவங்கினான். ஊருக்குள் வந்தபோது யாருமேயில்லை. தெருக்கள் கூட காலியாகயிருந்தன. தெருச் சுவர்கள் கூடத் திரும்பி நின்றுவிட்டதைப் போல உருமாறியிருந்தன. எந்த வீட்டிலும் ஆட்களில்லை. நாகு உரக்கக் கத்தினான். அவன் அம்மாவோ வேணியோ யாருமேயில்லை. அவன் தெருக்களுக்குள் ஓங்கிக் கத்தியபடி ஓடினான். சுள்ளென வெயில் அடித்துக்கொண்டிருந்தது. அவன் சாயக்காரர்கள் தெருவிற்குள் ஓடியபோது சீற்றத்துடன் தெருவில் நுரைத்துப் பொங்கி ஓடிக்கொண்டிருந்தது இருள். அவன் தெருவினுள் நடந்தபோது அவன் காலில் ஊர்ந்து ஏறத் துவங்கியது இருட்டு. அவன் கத்தினான். வீடுகள், தெருக்கள், வேம்புகள் யாவும் இருட்டைக் குடித்து மூழ்கிக்கொண்டிருந்தன. எலும்புகள் முறிவது போல ஏதோவொரு சப்தம், அவன் தன் கைகளை வீசிக் கத்தியபடி வீழ்ந்தான். வேம்பலையின் ஒரு தெருவை மட்டும் இருட்டு குடித்துக் கொண்டிருந்தது. அவன் தன்னை மீறி சப்தமிட்டான். கிணற்று நீருக்குள் குரல் எழுப்பியது உயரே எழும்பவேயில்லை. உடம்பைச் சிலுப்பித் துள்ளினான். ஏதோ முறியும் சப்தத்துடன் வெளிறிய பகல் அருகே ஒளிர்ந்து கொண்டிருந்தது. கலைந்த கனவிற்குச் சுவடுகளேயில்லை.

தெருவில் நின்று கொட்டுக்காரர்கள் அடித்துக்கொண்டிருந்தார்கள். தான் வேம்பலையை விட்டு வந்து இத்தனை வருடமாகியும் ஊர் இன்னமும் தனக்குள்ளாகவே மிதந்து கொண்டிருப்பதன் திகைப்போடு நாகு எழுந்து உட்கார்ந்துகொண்டான். மறுநாளின் பகல் முடிந்து மாலையாகியிருந்தது. அவன் நீலாவைப் பற்றி நினைத்துக்கொண்டேயிருந்தான். அவனுக்குத் தாதன்பட்டிக்கு

வந்த நெடுநாட்களுக்கு அம்மாவைப் பார்க்கவே பயமாகயிருக்கும். அவள் எப்போது அழுவாள் என்றே தெரியாது. நினைத்தாற்போல நள்ளிரவிற்குப் பிறகு அவள் படுக்கையிலிருந்து எழுந்து அழுது கொண்டிருப்பாள். அவளை யாரும் சமாதானம் செய்வதில்லை. தானாக அடங்கும் வரை விட்டுவிட்டார்கள். சில நாட்கள் அவளது அழுகை நீண்டு கொண்டேயிருக்கும். அது தானாக அடங்கிய பிறகு எழுந்து கொள்ளாமல் அவள் இரண்டு நாட்கள் உறங்குவதும் உண்டு.

தாதன் பட்டி மிகப் பெரிய ஊராகயிருந்தது. ஆனாலும் வேம் பலையைப் போல அது அழகாகயில்லை என்றே நாகுவிற்குத் தோணியது. அம்மா அழும்போது அவனுக்கும் நீலாவின் ஞாபகம் வரும். அவன் கண்களை மூடிக்கொண்டு நீலா முகத்தை நினைவு படுத்திப் பார்ப்பான். அவளது ஊதாக் கலர் பாவாடை சட்டை நினைவுக்கு வருவது போல முகம் தெளிவாக நினைவு கொள்ள முடியாது. நாட்கள் கடந்து போகத் துவங்கியதும் அவன் தாத்தாவோடே இருந்தான். அவர் போகுமிடத்திற்கெல்லாம் நாகுவைக் கூட்டிப் போனார். தாத்தாவின் தோள்களில் தூங்கிக்கொண்டே மாட்டுச் சந்தைகளுக்குள் சுற்றிக்கொண்டிருந்தான். நீலா மெல்ல மனதின் கடைசியில் சென்று ஒடுங்கியிருந்தாள்.

இத்தனை வருடங்களுக்குப் பிறகு இன்று நீலாவின் ஞாபகம் எதற்காக வந்தது என்று நினைத்தபடி படுத்துக் கிடந்தான். ரத்னாவதி தன்னைக் கேலி செய்தது நினைவிற்கு வந்தது. ரத்னாவதியின் வீட்டைத் தேடிப்போனால் என்ன செய்வாள் என யோசிக்கத் துவங்கினான். இப்போதே புறப்பட்டுப் போக வேண்டும் போலிருந்தது. முந்தைய இரவில் அவளது கேசத்தின் சுருளுக்குள் உறங்கிய மயக்கம் திரும்பவும் வேண்டும் போலிருந்தது. கதவைத் தள்ளித் திறந்து கொண்டு தாத்தா உள்ளே வந்தார். அவரது கையில் சிறிய வெண்ணிறச் சங்கு இருந்தது. திருவிழாவில் வாங்கியிருக்கிறார். அவன் எழுந்துகொண்டான். தாத்தா அவனுக்காக இனிப்புப் பணியாரங்கள் வாங்கி வைத்திருந்தார். அதை எடுத்துத் தின்றபடியே வாசலுக்கு வந்து நின்றான். ஆடுகள் தெருவில் அலைந்து கொண்டிருந்தன. தாயும் மகளுமாக இருவர் எதிர் வீட்டு வாசலில் உட்கார்ந்து தலைசீவிக்கொண்டிருந்தனர். தாத்தா எங்கோ புறப்படத் தயாரானவரைப் போல வெள்ளைச் சட்டையைப் போட்டுக் கொண்டு வாசலுக்கு வந்தார். அவன் தெருவில் துள்ளிக்கொண்டிருந்த மாலை நேரத்தைப் பார்த்தபடி

எஸ்.ராமகிருஷ்ணன்

சோம்பல் முறித்துக்கொண்டான். அவனை விலக்கிக்கொண்டு வெளியே வந்த தாத்தா கேட்டார்,

"கூட வர்றயா... இல்லே... வீட்டில் இருக்கா."

அவன் தலையைச் சிலுப்பியபடி கேட்டான்,

"எந்த ஊருக்குப் போறே"

"கீழராஜகுலம் பொம்மையா வீட்ல ஒரு பசு நிக்குது. அதைச் சந்தைக்குப் பிடிச்சுட்டுப் போகணும்."

தானும் வருவதாகச் சொன்னான். அவர் தான் பொடிக்கடையில் நிற்பதாகச் சொல்லியபடி நடந்து போனார். தெருவில் தாத்தா போவதையே பார்த்துக்கொண்டிருந்தான். வயதாகியும் அவருக்கு இன்னமும் நடை தளரவில்லை. ரத்னாவதி திரும்பி வருவதற்குள் அவளுக்குத் திருவிழாக் கடையில் ஏதாவது வாங்கித் தர வேண்டும் என நினைத்துக்கொண்டவனாகப் புறப்பட்டுக் கோவிலைக் கடந்த போது இரண்டு பொய்க்கால் குதிரைகள் நின்று ஆடிக்கொண்டிருந்தார்கள். அதைப் பார்த்தபடி அவித்த மொச்சையை வாங்கித் தின்று கொண்டிருந்தார் தாத்தா. இருவரும் ஊரை விலக்கி நடந்தபோது வேலி மறைவில் உட்கார்ந்து குடித்துக்கொண்டிருந்தார்கள் கொட்டுக்காரர்கள். தாத்தாவைக் கண்டதும் கைகளைக் கூப்பி வணக்கம். போட்டான் உறுமியடிப்பவன். தாத்தா மீசையைத் தடவிவிட்டபடியே நடக்கத் துவங்கினார்.

37

கீழராஜகுலம் காரை வீடுகள் அதிகமிருந்த ஊராகயிருந்தது. தெருக்கள் அகலமாகயிருந்தன. வீடுகளுக்குச் செம்மண் காவியில் பார்டர் அடித்திருந்தார்கள். ஊரின் நடுவே பெரிய களமிருந்தது. தாத்தாவும் நாகுவும் ஊருக்குள் போனபோது இருட்டியிருந்தது. எல்லா வீடுகளிலும் ஒன்றுபோல மாடக்குழியில் விளக்கு வைத்திருந்தார்கள். மேற்காகத் திரும்பியிருந்த தெருவிற்குள் இருவரும் நடந்தார்கள். தெருவை அடைத்துக்கொண்டது போல் ஆறேழு பெரிய வீடுகளிருந்தன. இரட்டை ஜன்னல்கள் கொண்ட அவ்வீடுகள் பழமையேறியிருந்தன. தெருவில் நடக்கும்போது தாத்தா தோளில் கிடந்த துண்டை எடுத்துக் கக்கத்தில் இடுக்கிக்கொண்டார். திறந்து கிடந்த வீடுகளுக்குள் ஆங்காங்கே சிறிய அகல் வெளிச்சம் மின்னிக்கொண்டிருந்தது. பொம்மையாவின் வீட்டு வாசலுக்கு வந்து நின்றபோது வீடு கட்டுக் கட்டாக உள்ளே நீண்டு போயிருந்தது. உள்ளே ஒரு மர ஊஞ்சல் தனியே ஆடிக் கொண்டிருப்பதை நாம் பார்த்துக்கொண்டேயிருந்தான். தெலுங்கில் எதையோ பெண்கள் பேசிக்கொள்ளும் சப்தம் கேட்டது. அவர்களை எப்படி கூப்பிடுவது என்று தெரியாதவர்கள் போல வீட்டையே பார்த்துக் கொண்டிருந்தார்கள். சிறிய கிண்ணத்தைக் கையில் ஏந்தியபடி கைக் குழந்தையுடன் ஒரு பெண் தெருவில் நடந்து வந்து பொம்மையா வீட்டு வாசலில் நிற்பவர்களை ஏறிட்டுப் பார்த்தபடி உள்ளே கூப்பிட்டாள்,

"நாச்சியாரம்மா... பிள்ளை சோறு..."

பழக்கமான சப்தம் என்பது போல் உள்ளேயிருந்து ஒரு பெண் தட்டில் பருப்புச் சோற்றை அள்ளிக்கொண்டு வந்து பெண்ணின் கிண்ணத்தில் போட்டாள். அப்போதுதான் நாகுவையும் தாத்தாவையும் கவனித்தவள் போல் அவள் தெலுங்கிலே

யாரைப் பார்க்க வேண்டும் என்று கேட்டாள். தாத்தா தான் பசு மாட்டைச் சந்தைக்கு ஓட்டிப் போக வந்திருப்பதாகச் சொன்னார். அவள் பதில் பேசாமல் உள்ளே நடந்து போனாள். நாகு வாசலையொட்டிய மாடக்குழியில் இரண்டு கிளியஞ் சட்டிகள் எரிந்து கொண்டிருந்ததைப் பார்த்தான். சுடர் காற்றில் நடுங்கிக்கொண்டிருந்தது.

வீட்டுக்குள்ளிருந்து நாச்சியாரம்மா வெளியே வந்தாள். நெடு நெடு வெனயிருந்த அவள், காலில் தண்டையணிந்திருந்தாள். தாத்தா அவளைப் பார்த்ததும் கைகளைக் கூப்பிக்கொண்டார். அவளது படர்ந்த முகத்தில் புன்னகை ஒளிந்திருந்தது.

“என்ன அய்யாவு. எப்படியிருக்கே... இது யாரு?” எனத் தெலுங்கிலே கேட்டாள்.

தாத்தாவும் தலையாட்டிக்கொண்டே “இது என் பேரன்” எனத் தெலுங்கில் சொல்லியபடி நாகுவைக் காட்டினார். வீட்டிற்குள் ஒரு குழந்தை அழுது கொண்டிருந்தது. வேறொரு பெண் அழும் குழந்தையைப் தூக்கிக்கொண்டு வாசலுக்கு வந்தாள். குழந்தை தெருவைக் கண்டதும் அழுகையை நிறுத்திக்கொண்டது. தாத்தா அந்தப் பெண்ணையும் பார்த்ததும் கைகூப்பினார். அவள் அவரைப் பார்த்ததாகக் காட்டிக் கொள்ளவேயில்லை. தனது கையிலிருந்த கிண்ணத்திலிருந்து பருப்புச் சோற்றைக் குழந்தையின் வாயில் திணித்துக்கொண்டிருந்தாள். குழந்தையைத் தன்னிடம் தருமாறு நாச்சியாரம்மா அந்தப் பெண்ணிடம் கேட்டபோது அவள் முறைப்புடன் உள்ளே நடந்து போய்விட்டாள். அவர்கள் கேட்காமலே நாச்சியாரம்மா பிள்ளையைத் தூக்கி வைத்துக்கொண்டிருந்தவள் வீட்டின் புது மருமகள் என்று சொன்னாள். நாச்சியாரம்மாவை உள் அறையிலிருந்து யாரோ அழைத்தார்கள். அவள் போன பிறகு தாத்தாவும் நாகுவும் வீட்டின் எதிரே கிடந்த மாட்டு வண்டியை ஒட்டி நின்றுகொண்டார்கள்.

பொம்மையா தெருவில் நடந்து வந்து கொண்டிருந்தார். கையில் லாந்தருடன் பெரிய மீசை கொண்ட ஒருவன் அவருக்கு முன்னால் வந்து கொண்டிருந்தான். பொம்மையாவுக்கு எழுபதைத் தாண்டிய போதும் உடம்பு தளர்ச்சியடையவில்லை. குத்திட்ட மீசையும் படர்ந்த முகமுமாகயிருந்த அவர் ஆறடிக்கும் மேலான உயரத்திலிருந்தார். தலையில் பெரிய தலைப்பாகை கட்டியிருந்தார். யாரோ வாசலை ஒட்டி ஒதுங்கி நிற்பதைத் தொலைவிலே பார்த்தவரைப் போல் தன் முன்னால் நடந்துகொண்டிருந்த சீனிச்சாமியிடம் கேட்டார்,

"வண்டிகிட்டே நிக்குற ஆளு யாருன்னு பாருடா சீனி."

அவன் அவசரமாக முன்னால் நடந்து வீட்டின் முன்னால் வந்து லாந்தரைத் தூக்கிப் பிடித்தவனாக அவர்களைப் பார்த்தான். நாகுவும் தாத்தாவும் அவனை எந்தச் சலனமும் இல்லாமல் பார்த்துக்கொண்டிருந்தார்கள். பொம்மையாவே அருகே வந்துவிட்டதும் நாகுவின் தாத்தா கையெடுத்துக் கும்பிட்டார்.

"ஏண்டா அய்யாவு இருட்டிலே நிக்குறே... இது யாரு?"

பேரன் என நாகுவைக் கையைக் காட்டினார். நாகு கைகூப்பிக் கொண்டான். பொம்மையா வாசலில் வந்து நிற்கும்போது உள்ளிருந்து ஒரு பெண் பெரிய செம்பில் தண்ணீர் வைத்துக்கொண்டு நின்றிருந்தாள். தன் கால்களில் வாங்கி ஊற்றிக்கொண்ட பொம்மையா சீனியிடம் சொன்னார்.

"அய்யாவுவைத் தொழுவத்துக்குக் கூட்டிட்டு வாடா"

பொம்மையா உள்ளே போகும்போதும் குழந்தை அழும் சப்தம் அடங்கவேயில்லை. அவர் குழந்தையைச் சமாதானப்படுத்துவது போல ஏதோ அர்த்தமற்ற சப்தம் எழுப்பியபடி உள்ளே நடந்து போனார். சீனி அவர்களை வீட்டின் பின்னாலிருந்த தொழுவத்திற்குக் கூட்டிக் கொண்டு போனான். நாலைந்து ஜோடி காளை மாடுகள் நின்றிருந்தன. ஓடு வேய்ந்த இன்னொரு சிறிய தொழுவத்திற்குள் மூன்று பசுக்கள் நின்றிருந்தன. நாகுவின் தாத்தா ஒவ்வொரு பசுவாகப் பார்த்துக் கொண்டு வந்தார். லட்சணமான பசுக்கள். இளங்கன்றுடன் மடி பருத்ததாக ஒரு பசு நின்றிருந்தது. அவர் மெலிந்து பால் வற்றியிருந்த மாட்டின் அருகே வந்து அதன் நெற்றியைத் தடவிவிட்டார். பசு அவரது கைகளைத் தனது நாவால் தடவிவிட்டது. நாகுவின் தாத்தா அதன் முதுகில் தடவியபடி நின்றுகொண்டிருந்தபோது சட்டையில்லாத மேலோடு கையில் குழந்தையைத் தூக்கிக்கொண்டு பொம்மையா — தொழுவத்திற்குள் வந்தார். அவர் வரும் வழியில் மாடு சாணமிட்டிருந்தது. வெளிச்சம் பரவாத தொழுவத்திற்குள் அவர் காலை வைத்ததும் சாணம் காலில் அப்பிக்கொண்டது. ஆத்திரத்துடன் சீனியைத் திட்டினார்,

"யாருக்குடா விளக்கு பிடிக்குறே... வழியிலே சாணி கிடக்கு. அள்ளிப் போட முடியலையா. வீட்லே இத்தனை பொம்பளை இருக்காக... எங்கடா உன் பெண்டாட்டி?"

சீனி லாந்தரை அவரது காலருகே வைத்துவிட்டு ஈய போணியில் தண்ணீரை அள்ளி அவர் காலில் ஊற்றித் தன் கைகளால் துடைத்துக் கழுவிவிட்டான். அவர் "போதும் போதும்"

எஸ்.ராமகிருஷ்ணன் 223

என்றபடி காலைக் கல்லில் தேய்த்துக்கொண்டார். சீனி லாந்தரைப் பிடித்துக்கொண்டு கூடவே நடந்தான். பொம்மையா மாட்டினருகே வந்தபோது பசு சப்தமிட்டது. அவர் நாகுவின் தாத்தா முகத்தைப் பார்த்துச் சொன்னார்,

"இப்பவே பிடிச்சுட்டு போறயா... இல்லே விடிய புறப்படுறயா..."

நாகுவின் தாத்தா இரவிலே புறப்படுவதாகச் சொன்னார். பொம்மையாவின் தோளில் இருந்த குழந்தை பசு மாட்டைத் தொட்டுப் பார்க்க தாவிக்கொண்டிருந்தது.

"சாப்பிட்டயா..."

என பொம்மையா கேட்டபோது நாகுவின் தாத்தா பேச்சற்று நின்றார்.

பொம்மையா வீட்டிற்குள் நடந்து போனார். தொழுவத்தை விட்டு வெளியே வந்த நான்கு வீட்டின் உள்ளே பார்த்துக் கொண்டேயிருந்தான். ஆறேழு பெண்கள் வீட்டிலிருந்தார்கள். வீட்டின் பின்புறத்தில் ராட்டினத்துடன் கிணறு இருந்தது. நாச்சியாரம்மா இருவரையும் சாப்பிடுவதற்காகக் கையைக் கழுவிக்கொள்ளச் சொன்னாள்.

இருவரும் பருப்புக் குழம்பும் குருணையரிசிச் சோறும் சாப்பிட்டார்கள். இத்தனை ருசியாகத் தான் ஒருபோதும் சாப்பிட்டதேயில்லை என ஒரு பருக்கைகூட விடாமல் நாம் சாப்பிட்டான். அவர்கள் சாப்பிடச் சாப்பிட சோற்றை வைத்துக்கொண்டேயிருந்தாள் நாச்சியார். இருவரும் பசுவைப் பிடித்துக்கொண்டு புறப்படத் தயாரானபோது நாச்சியாரம்மா நாழி நிறைய நிலக்கடலையையும் இரண்டு வெல்லத் துண்டையும் அள்ளி வழியில் தின்பதற்காகப் போட்டாள். உள்ளேயிருந்து தாவணி போட்டிருந்த இளம் பெண்ணொருத்தி வெளியே வந்து "செவலைப் பசுவா பாத்து வாங்கிட்டு வா... அய்யாவு' எனச் சொன்னாள். அவரும் தலையாட்டிக்கொண்டார். பின் வாசல் வழியாகப் போகச் சொல்லிக் கதவைத் திறந்துவிட்டாள் நாச்சியாரம்மா. அவர்கள் மாட்டைப் பிடித்துக்கொண்டு நடக்கத் துவங்கினார்கள். இருட்டில் பாதைகள் சுருண்டு கிடந்தன. அவர்கள் மெதுவாக நடந்து கொண்டிருந்தார்கள். அன்றைக்கும் வானில் கலங்கிய நிலவேயிருந்தது.

38

புளிய மரங்கள் அடர்ந்த பாதையாகயிருந்தது. வரிசை வரிசையாகப் பாதை நெடுகிலும் மரங்களை யார் வைத்தார்களோ தெரியவில்லை. மாட்டைப் பிடித்துக்கொண்டு நடந்த போது மரங்களுக்கடையில் ஆள் உட்கார்ந்திருப்பதுபோல் இருள் பம்மிக்கொண்டிருந்தது. லாந்தர் விளக்கு வெளிச்சம் அலையாட மாட்டு வண்டியொன்று எதிரில் வந்து கொண்டிருந்தது. இரண்டு வண்டிகள் ஒரு வெளிச்சத்தின் தடத்தில் பின்தொடர்ந்து வந்துகொண்டிருந்தன. வண்டியோட்டி ஏதோ தானாகப் பேசிக்கொண்டு வந்தான். அவர்கள் வண்டி தங்களைக் கடக்கும்போது பார்த்தார்கள். இரண்டு ஆள் சேர்த்துக் கட்டிப் பிடிக்குமளவு அகலமாகப் பெரிய வெண்கல மணியை வண்டியில் எங்கோ கொண்டுபோய்க்கொண்டிருந்தார்கள். தாத்தா மணியின் பிரம்மாண்டத்தைக் கண்டு வியப்போடு வண்டிக்காரனிடம் கேட்டார்,

"எந்தூருக்குப் போகுது?"

"காட்டூர் மாதா கோவிலுக்கு."

இத்தனை பெரிய மணி நாதம் எழுப்பினால் எவ்வளவு தொலைவு அந்த ஓசை எழுந்து அடங்கும் என நாகு வியப்போடு பார்த்துக் கொண்டிருந்தான். வண்டிக்காரன் மாடுகளிடம் பேசியபடியே வண்டியை ஓட்டிக்கொண்டு போனான். மாடுகளும் தங்களுக்குப் பேச்சு புரிந்தது போல தலையாட்டிக்கொண்டிருந்தன. பிரம்மாண்டமாக எழும்ப இருந்த காட்டூரின் வேதக் கோவிலுக்குத்தான் இரண்டாவது வண்டியிலும் வெண்கலச் சாமான்கள் ஏற்றிப் போய்க் கொண்டிருந்தன. அவர்கள் பாதையை விட்டு விலகிக் குறுக்காகச் செல்லும்

மண்பாதையில் நடக்கத் துவங்கினார்கள். நெடும் பாதை வழியாகப் போனால் நேரம் அதிகமாகிவிடும். குறுக்குப் பாதைகளில் ஆள் நடமாட்டமிருக்காது. ஆனால் விடிவதற்குள் போய்விடலாம். அவர்கள் ஒற்றையடிப் பாதையின் வழியாக நடந்தார்கள். வானில் நிலா மெல்ல வெளிறிக்கொண்டு தைலத்தில் ஊறிக் கிடப்பது போல அமிழ்ந்திருந்தது.

நாகு வழியில் கிடந்த ஒரு கல்லை எடுத்து மரத்தில் அடித்தான். பறவைகள் சடசடத்தன. அவர்கள் பேச்சரவம் அடங்கி உறக்கத்தில் ஆழ்ந்திருந்த கிராமங்களைக் கடந்து போனார்கள். பசு தலையை அசைத்தபடி நடந்து கொண்டிருந்தது. நடக்க நடக்க நிசப்தத்தின் நீண்ட ஒற்றைப் பாதை விரிந்து கொண்டிருந்தது. விரலால் முகத்தைத் தடவிவிடுவது போல் அசையும் காற்றைத் தவிர வேறு சலனமேயில்லை. நாகு தொலைவில் சிறிய மினுக்கம் அடிப்பதைப் பார்த்தபடியே ஆச்சரியத்துடன் தாத்தாவிடம் கேட்டான்,

"அது என்ன வெளிச்சம்?"

"ஒரு சாதுவோட சமாதி"

என்றபடி தாத்தா பசுவைத் தன் கைப்பிடிக்குள் இழுத்துப் பிடித்துக் கொண்டு நடந்தார். அவர்கள் அந்த வெளிச்சத்தை நோக்கித்தான் நடந்தார்கள். நெருங்க நெருங்க அந்த வெளிச்சம் ப்ரகாசமானது. அவர்கள் அருகாமைக்குப் போனபோது சிறிய பீடமும் அதனருகே கீற்றுக் கொட்டகையுமிருந்தன. அவர்கள் பீடத்தைப் பார்த்தபோது அதில் ஒரு அணையா விளக்கு எரிந்து கொண்டிருந்தது. கீற்றுக் கொட்டகைக்குள் ஒரு ஆள் படுத்துக் கிடந்தான். அவன் பசுவின் சப்தத்தைக் கேட்டு எழுந்து கொண்டவனாக வெளியே வந்தபோது நாகு அவனை ஆச்சரியத்துடன் பார்த்தான்.

சடைசடையாக முடிச்சிட்டுப்போன கேசத்துடன் மணலைப் பூசிக்கொண்டது போல மெலிந்த உடம்போடு இருந்த அந்த நபர் அவர்களை உன்னிப்பாகப் பார்த்துக்கொண்டிருந்தான். பிறகு அருகில் வந்து கேட்டான்,

"தரகர் அய்யாவுதானே?"

தாத்தா தலையாட்டிக் கொண்டார். நான்கு தொலைவு வரை ஊரேயில்லாத நடுக்காட்டில் இருந்த அந்தச் சடைமுடி கொண்டவன் எதற்காகத் தனியே படுத்துக் கிடக்கின்றான் என்பது போல பார்த்துக் கொண்டிருந்தான். தாத்தா அவனிடம்

குடிப்பதற்குத் தண்ணீர் வேண்டும் என்றார். உள்ளே போய் உலைமூடியொன்றில் தண்ணீர் கொண்டு வந்து தந்தான். தாத்தா தாகம் அடங்காதவரைப் போல ஒரே மடக்கில் குடித்து முடித்தார். நாகுவிற்கும் நாவறட்சியாகயிருந்தது. அவன் தண்ணீரை வாங்கிப் பருகியபோது அதன் குளிர்ச்சியும் ருசியும் ஆச்சரியமாகயிருந்தது. அவன் தனக்கு இன்னமும் தண்ணீர் வேண்டும் என்று கேட்டான். அவன் உள்ளேயிருந்து கொண்டுவந்தபோது அதிலும் குளிர்ச்சி குறையவேயில்லை. அவன் கண்களைப் பார்த்தபடி சடையன் சொன்னான்,

"இது சுனைத் தண்ணி உள்ளே சுனையிருக்கு."

அவன் வியப்போடு கீற்றுக் கொட்டகையை எட்டிப் பார்த்தான். உள்ளே இருட்டாகயிருந்தது. சடையன் அவன் கைகளைப் பிடித்துக் கொண்டு உள்ளே கூட்டிப்போனான். உள்ளே பெரிய வட்டப் பாறையொன்று இருந்தது. அதைச் சுற்றித்தான் கொட்டகை போட்டிருக்கிறார்கள். பாறையின் நடுவில் சிறிய தாமரை இலை அகலத்தில் குழிந்திருந்தது. அதில் தண்ணீர் கசிந்து தேங்கியிருந்தது. தன் விரல்களால் தண்ணீரைத் தொட்டுப் பார்த்தான். அதே குளிர்ச்சி. ஆடு மாடு மேய்ப்பவர்களுக்காகவே இந்த நடுக்காட்டில் சாது சுனையை உண்டாக்கினார் என சடையன் சொன்னான். வெளியே மினுங்கும் வெளிச்சத்தில் பாறை மீது ஏதோ தடம் தெரிவதைக் கண்டான். சடையன் குனிந்து பார்க்கச் சொன்னான். ஐந்து விரல் ரேகைகள் பதிந்திருந்தன. இதுதான் சாதுவின் ஒரே தடயம் என்று சொல்லிய சடையன் அருகாமையில் எரிந்து கொண்டிருக்கும் பீடத்தின் அடியில் தான் சாது ஜீவசமாதியடைந்தார் என்று சொன்னான். நாகு வெளியே வந்து பீடத்தைப் பார்த்தபோது சுடர் சீராக எரிந்து கொண்டிருந்தது. தாத்தா சாதுவின் பீடத்தை வணங்கி மண்ணை நெற்றியில் பூசிக் கொண்டார். திரிசடை வளர்த்தவன் தன் கண்கள் ஒளிரச் சொன்னான்,

"இங்கே எரியுற சுடர் காற்றுக்கு அணையாது."

அப்போதுதான் நாகு கவனித்தான். சுற்றிலும் வெட்ட வெளியிருந்த இடத்தில் இந்த தீபம் மட்டும் காற்றை மீறி எரிந்து கொண்டேயிருந்தது. தாத்தா பசுவிற்கும் உலைமூடியில் தண்ணீர் அள்ளிக் கொடுத்துக் கொண்டிருந்தார். நாகு சாதுவின் சமாதியைத் தொட்டுப் பார்த்தான். அதிலும் ஈரக் குளிர்ச்சியிருந்தது. தாத்தா நாகுவிடம் மாட்டைப் பிடித்துக்கொள்ளச் சொன்னார்.

எஸ்.ராமகிருஷ்ணன் 227

அவர்கள் வெளியேறத் துவங்கியதும் சடையன் தனது கீற்றுக் கொட்டகைக்குள்ளிருந்தபடி எதையோ பாடுவது கேட்டது. அவர்கள் இருளுக்குள் வந்தபோது நாகு கேட்டான்,

"அந்த சாதுவை நீ பாத்திருக்கயா... தாத்தா."

"சாது உயிரோட சமாதியடையுறதையே பாத்திருக்கேன். அப்போ, எனக்கு எட்டு வயசிருக்கும். சாது பேரு திருலோகம். அவர் ஜீவசமாதி யாகுறதைப் பாக்குறதுக்காக சுத்துபட்டியெல்லாம் வந்து திரண்டு இருந்தது. அவர் ஆளு பாக்க தலைமயிரு சிக்கு பிடித்து திரிதிரியா இருக்கும். ஆனா கண்ணில் மட்டும் எப்பவும் ஒரு சாந்தம். தானே சமாதியடைய பத்தடிக்குக் குழி தோண்டி வச்சிருந்தாரு. விடிகாலையிலே அவர் அந்தக் குழிக்குள்ளே இறங்கிட்டு மண்ணைப் போட்டு மூடச் சொன்னாரு. யாருக்கும் மனசில்லே. கோபத்திலே தானா மண்ணு மூடிக்கிடும். நீங்க ஊரைப் பாத்துப் போங்கப்பான்னு சொன்னாரு. எங்க கண்ணு முன்னாலே சரசரனு மண்ணு தானே சரிந்து அவரை மூடிகிடுச்சு... பாத்துகிட்டிருந்தவங்க கையெடுத்துக் கும்பிட்டாங்க... அதுக்கு அப்புறம்தான் இதே இடத்திலே சாதுக்கு பீடம் கட்டி வச்சாங்க. இந்தச் சுனை அவர் உண்டாக்குனதுதான்."

சாது திருலோகத்தைப் பற்றிப் பேசியபடியே இருவரும் நடந்தபோது விடிகாலையின் மென்னொளி பரவத் துவங்கியது. அவர்கள் காற்றின் மிருதுவை சுகித்தபடி பசுவை நடத்தினார்கள்.

வானம் பிரகாசிக்கத் துவங்கியது. நட்சத்திரங்கள் தங்கள் அழகை எல்லாம் காட்டும்படியாக ஒளிர்ந்து கொண்டிருந்தன. வானிலிருந்து

மெல்லிய திரவம்போல நிலவொளி கசிந்து கொண்டிருந்தது. அவர்கள் விடிகாலையின் அமைதியை உள்வாங்கிக்கொண்டபடி சிறிய கிராம் மொன்றினைக் கடந்து போனார்கள். ஒரு நட்சத்திரம் வேகமாக வடக்கு நோக்கி விரைந்து ஒளிர்ந்தது.

மூவரும் மாட்டுச் சந்தை நடக்கவிருந்த ஊரை அடைந்தபோது பறவைகள் சப்தமிடத் துவங்கின. பசுவை ஒரு புளிய மரத்தடியில் கட்டிவிட்டு தாத்தா அதன் அருகாமையிலே படுத்துக்கொண்டார். நாகுவிற்கு உறக்கம் வரவில்லை. அவன் சந்தை நடக்க இருந்த களத்தை விட்டு ஊருக்குள் நடந்தான். ஆறேழு மாடுகளை ஓட்டிக்கொண்டு இருவர் வந்து கொண்டிருந்தார்கள். மைதானத்தில் ஆட்களேயில்லை.

கள் குடிக்க வேண்டும் போலிருந்தது. வண்டிப்பாதை வழியாக நடந்தபோது தொலைவில் இருவர் பனையடியில் உட்கார்ந்து கள் குடித்துக்கொண்டிருந்தார்கள். நாகு கள் கலயத்தை வாங்கிக் குடிக்கத் துவங்கினான். கள்ளின் மணம்கிறக்கம் தருவதாகயிருந்தது. இந்த ஊர் கள்ளின் சுவை வேறுபட்டிருந்தது. அவன் இரண்டு மொந்தைக் கள்ளைக் குடித்து முடித்தபோது சூரியன் மேகங்களை முண்டிக் கொண்டு வானில் எழுந்திருந்தது.

நாகுவிற்கு எங்காவது படுத்து உறங்க வேண்டும் போலிருந்தது. தாத்தாவைத் தேடி நடந்தபோது சந்தை நடக்கவிருந்த இடத்தில் மாடுகளும் ஆடுகளும் வந்து நிறைந்திருந்தன. அவன் தாத்தாவைத் தேடியபோது அவர் புளிய மரத்தடியில் உறங்கிக்கொண்டிருந்தார்.

39

வெயிலேறிக்கொண்டிருந்தது. இரைச்சலும் கூச்சலுமாக இருந்த சந்தைக்குள் ஆடுகளும் மாடுகளும் நிற்க இடமில்லாமல் நிறைந்திருந்தன. சந்தைக்குள் பசுவை நாகு கையில் கொடுத்துவிட்டுப் போன தாத்தாவைக் காணவேயில்லை. ஆடுகளுக்கு வாயைத் திறந்து தண்ணீர் புகட்டிக்கொண்டிருந்தார்கள். கூளமும் சாணமுமாக அந்த இட மெங்கும் மூத்திர வாடை நிரம்பியிருந்தது. விலை திகைந்து போன மாடுகள் வெளியேறிக்கொண்டிருந்தன. தனது பசுவை மரத்தில் கட்டிப் போட்டுவிட்டு தாத்தாவைத் தேடினான். கூட்டத்தில் முகம் தெரியவில்லை. இளங்காளைகள் இரண்டை விலை பேசிக்கொண்டிருந்தார்கள். விற்க வந்தவன் பிடி கொடுக்காமல் விலையை ஏற்றிக் கொண்டிருந்தான். காளைகள் நல்ல திமிலோடு, சுழி சுத்தமாக இருந்தன. நாகு கூட்டத்தை விட்டு வெளியே வந்தான்.

வாகை மரத்தினடியில் இரண்டு பெண்கள் நின்றிருந்தார்கள். சகோதரிகள் போலிருந்த இருவரும் யாரையோ எதிர்பார்ப்பது போல கூட்டத்திற்குள்ளாகப் பார்த்துக்கொண்டிருந்தார்கள். நாகு அவர்களைப் பார்த்தபடி நின்றான். இரண்டு பெண்களில் ஒருத்தி ஓரக்கண்ணால் அவனைப் பார்த்தபடியே சூடியிருந்த பூவைப் பிய்த்துப் போட்டுக்கொண்டிருந்தாள். நாகு அவர்கள் அருகாமைக்குப் போனான். இரண்டு பெண்களும் அவனைப் பார்க்காதவர்கள் போல் விலகி நடந்தார்கள். தெருவிலிருந்து வந்த ஒரு வயதானவன் அந்தப் பெண்கள் அருகே போய் எதையோ கேட்டான். பெண்கள் மறுத்து தலை யசைத்தார்கள்.

நாகு மெதுவாக அவனைக் கடந்து பெண்கள் இருவரும் போவ தையே பார்த்துக்கொண்டிருந்தான். மஞ்சள் டெர்லின் சட்டையணிந்த ஒருவன் ஒற்றை மாட்டு வண்டியில் வந்திறங்கி

வேஷ்டியைத் தூக்கிப் பிடித்தபடி அந்த இரண்டு பெண்களையும் பார்த்துக் கையசைத்தபடி வந்தான். தொடை மயிர் தெரிய நடந்து வருபவனை இரண்டு பெண்களும் கேலி செய்து சிரித்தபடி தாங்களும் கையசைத்தார்கள். வரும் போதே அவன் எதிரில் இருந்த கடைக்குள் நடந்து போய் ஒரு இலையில் பலகாரங்கள் வாங்கிக்கொண்டு வந்தான். பெண்கள் ஆசையோடு அவன் வாங்கி வந்திருந்த இனிப்புப் பலகாரங்களைச் சாப்பிட்டு முடித்தனர்.

நாகு மஞ்சள் டெர்லின் சட்டை போட்டவனையே பார்த்துக் கொண்டிருந்தான். அவன் சட்டையைச் சுருட்டிவிட்டுக் கழுத்தில் பெரிய புலிநகச் சங்கிலி அணிந்திருந்தான். பேசிக்கொண்டிருக்கும்போது அவன் கைகள் பெண்களின் தோள் மீது போட்டு அழுத்திக் கொண்டிருந்தன. அந்தப் பெண்கள் அவன் பின்னாலே நடந்து போனார்கள். நாகு அந்த இரண்டு பெண்களையும் பார்த்துப் பெருமூச்சிட்டான். பெண்களில் ஒருத்தி கடந்து போகும்போது வேண்டுமென்றே நாகுவைப் பார்த்துச் சிரித்தாள்.

நாகுவிற்கு இப்போதே அவளது கையைப் பிடித்து இழுக்க வேண்டும் போலிருந்தது, சலனமில்லாமல் பார்த்துக்கொண்டிருந்தான். தங்களை நான்கு பார்த்துக்கொண்டே இருப்பதைக் கவனித்தவன் போல டெர்லின் சட்டைக்காரன் திரும்பி முறைத்தான். வெயில் அடங்கியிருந்த பகலில் அவன் சந்தைக்குள் திரும்பியபோது கட்டியிருந்த பசுவைக் காணவில்லை. அருகிலிருந்தவன் பசுவை விற்றுவிட்டு கிழவன் அப்போதே போய்விட்டதாகச் சொன்னான். தாத்தாவின் மீது நாகுவிற்கு ஆத்திரமாக வந்தது. அவசர அவசரமாக வெளியே வந்தான். மாடுகளை விலை முடித்த சந்தோஷத்தில் பலகாரக் கடைகளில் தரகர்கள் உரக்கப் பேசிக்கொண்டிருந்தனர். நாகுவிற்கு வயிறு பசிக்கத் துவங்கியது. தன்னிடமிருந்த காசிற்கெல்லாம் காலையிலே கள் குடித்திருந்தான். பல்லைக் கடித்தபடி தாத்தாவைத் தேடி திரும்பவும் சந்தைக்குள் வந்தான். சந்தையில் ஒன்றிரண்டு மாடுகளே மிஞ்சி நின்றன. எப்படியும் அவனைத் தேடி தாத்தா இங்கேதான் வரக்கூடுமென்று தோணியது. அவிழ்த்துப் போட்டிருந்த ஒரு வண்டியில் ஏறி உட்கார்ந்து கொண்டான்.

அந்தப் பெண்கள் இருவரும் திரும்பவும் கண்களில் பட்டனர். டெர்லின் சட்டைக்காரனின் தோள் மீது ஒருத்தி கையைப் போட்டுக் கொண்டு அவன் சட்டைப் பையில் எதையோ தேடிக்கொண்டிருந்தாள். டெர்லின் சட்டைக்காரன் நாகுவையே

எஸ்.ராமகிருஷ்ணன்

பார்த்துக்கொண்டிருந்தான். நாகு அவர்களைப் பார்க்கக் கூடாது என்றவனைப் போல திரும்பிக்கொண்டான். பெண்களின் சிரிப்பொலி உரத்துக் கேட்டது. நாகு திரும்பவேயில்லை. தாத்தா எங்கே போய்த் தொலைந்தார் என ஆத்திரமாக வந்தது. அந்தப் பெண்களின் கீச்சொலி அடங்கியது. தலை தூக்கிப் பார்த்தபோது அவர்கள் மூவரும் ஒன்றாக நடந்து போய்க் கொண்டிருந்தார்கள். அவனுக்காக ஒரு இலையில் தோசையை வாங்கிக்கொண்டு தாத்தா சந்தையினுள்ளே நடந்து வந்து கொண்டிருந்தார். அவரைக் கண்டதும் நாகு ஆத்திரத்தில் கத்தினான். சிரித்த முகத்தோடு தோசையைச் சாப்பிடுவதற்காக நீட்டினார். பசியில் வேக வேகமாக விழுங்கினான். தொண்டையில் அடைத்துக்கொண்டு விக்கியது. தாத்தா அவன் தலையில் தட்டியபடி கண்களில் கட்டிய நீரைக் கண்டு சிரித்தார். நாகுவிற்கு அவரை அப்படியே காலை வாரிவிட்டு இடுப்போடு சேர்த்து மிதிக்க வேண்டும் போலிருந்தது. கையிலிருந்த இலையை வீசியெறிந்தான். அதற்கும் அவரது சிரிப்பு அடங்கவில்லை. அவன் அவரது துண்டைப் பற்றி இழுத்தபோது அவர் வாயிலிருந்து சாராய வாடையடித்ததை அறிந்தான். அவர் கண்களைச் சிமிட்டிக்கொண்டே சொன்னார்,

"பேரிச்சம்பழம் எல்லாம் போட்டுக் காய்ச்சின சரக்கு..."

அவன் துண்டை முறுக்கி அடிப்பது போல ஓங்கினான். அவர் பாவனையில் பம்முவது போல குனிந்து கொண்டார், பிறகு அவர் நாகுவின் தோளின் மீது கையைப் போட்டபடி நடக்கத் துவங்கினார். இருவரும் சாவடியைக் கடந்தபோது அந்தப் பெண்கள் இருவரும் புதுக் குடை வாங்கி அதைப் பிடித்தபடி நின்றிருந்தனர். நாகு முறைத்தபடியே கடந்து போனான். தாத்தா அதைக் கவனித்தவர் போல அவரது மீசையைத் தடவிவிட்டுக்கொண்டு கெக்கெக் எனச் சிரித்தார். நாகு கையை மடக்கி அவரது அடிவயிற்றில் குத்தினான். அவரது சிரிப்பு வெடித்துவிட்டது.

இருவரும் சாராயம் காய்ச்சும் இடத்திற்குப் போனபோது ஆறேழு பேர் உட்கார்ந்து குடித்துக்கொண்டிருந்தார்கள். அங்கே டெர்லின் சட்டையணிந்தவனும் உட்கார்ந்து குடித்துக்கொண்டிருந்தான். தாத்தா திரும்பவும் குடிக்கத் துவங்கினார். நாகு தானும் ஒரு டம்ளர் வாங்கிக் குடித்தான். தொண்டை எரிவது போலிருந்தது. மீன் துண்டைக் கடித்தான். காரம் அடங்கவில்லை. அருகில் குடித்துக்கொண்டிருந்த டெர்லின் சட்டைக்காரன் வேண்டுமென்றே மீன் மண்டையைக் கிள்ளி நாகு மீது எறிந்தான். நாகு முறைத்தபடியே தனது டம்ளரை எடுத்துக் குடித்தான். திரும்பவும் மீன் முள்

நாகு கன்னத்தில் வந்து விழுந்தது. டெர்லின் சட்டைக்காரன் இன்னொருவனுடன் சேர்ந்து சிரித்துக் கொண்டிருந்தான்.

ஆத்திரத்துடன் நாகு எழுந்து வேலி மறைவில் போய்த் தேடினான். பிளந்து கிடந்த விறகுக் கட்டைகள் கிடந்தன. ஒரு விறகுக் கட்டையைக் கையில் எடுத்துக்கொண்டு நடந்து வந்தான். தன் கையில் இருந்த டம்ளரை வாயில் வைத்து உறிஞ்சிக்கொண்டிருந்த மஞ்சள் டெர்லின் சட்டைக்காரனின் முகத்தோடு சேர்த்து விறகுக் கட்டையால் அடித்தான். டம்ளர் சிதறிப்போய்ப் பின்னால் விழுந்த டெர்லின் சட்டைக்காரனின் முகமெல்லாம் வார் வாராகக் கீறி ரத்தம் வழியத் துவங்கியது. அவன் மண்ணில் கையைத் தேய்த்தபடி தனது மடியிலிருந்த சூரிக்கத்தியை எடுத்து நிமிஷ நேரத்தில் நாகுவின் தோள்பட்டையைச் சேர்த்துக் குத்தினான். நாகு தடுத்துத் தள்ளிவிட்டபோதும் கத்தி அவன் தோள்பட்டையில் குத்தி நின்றது. தாத்தா வெறிகொண்ட கண்களுடன் தன் இடுப்பில் சொருகியிருந்த கத்தியை உருவி டெர்லின் சட்டைக் காரனின் இடுப்போடு சேர்த்துக் குத்தினார். அவன் விலகிக் கொண்டதால் கத்தி தொடையில் ஏறியது.

ரத்தம் பெருகிக் கால் எல்லாம் வழிந்தோடக் குடித்துக் கொண்டிருந்தவர்கள் நாகுவின் தாத்தாவைப் பிடித்து இழுத்தார்கள். நாகு திகைப்புடன் அங்கு நடந்தவையெல்லாம் பார்த்துக் கொண்டிருந்தான். டெர்லின் சட்டைக்காரன் வேதனை தாங்க முடியாமல் கூப்பாடு போட்டான். நாகுவின் கையில் குத்திய சூரியைப் பிடுங்கி எறிந்து ஒருவன் தனது துண்டை வைத்து அவன் கையில் கட்டினான். நாகுவிற்கும் வேதனை கடுகடுக்கத் துவங்கியது. அவன் கண்கள் மெல்ல மங்கிக் கொண்டு வருவது போலிருந்தது. அவன் கையிலிருந்து ரத்தம் கசிந்து ரோமங்கள் எல்லாம் பிசுப்பேறின். தாத்தா அவனைக் கைத்தாங்கலாகப் பிடித்துக்கொண்டு கூட்டிப் போனார். கண்களில் பூச்சி பறக்கத் துவங்கியது.

அரை மயக்கத்துடன் நடந்து இருவரும் சிறிய சந்திற்குள்ளிருந்த ஒரு வீட்டிற்குப் போனார்கள். வீட்டினுள் ஒரு ஆடு கத்திக்கொண்டிருந்தது. கயிற்றுக் கட்டிலைப் போட்ட போது தெருவிலிருந்து வீட்டிற்குள் வந்த ஒரு பெண் தாத்தாவைக் கண்டதும் மரியாதையாக "இப்பதான் வீட்டுக்கு வர்றதுக்கு வழி தெரிஞ்சதாக்கும்" என்றாள். நாகு அவளைக் கண்டபோது தனது தாயின் ஜாடையிலே அவள் இருப்பது போலிருந்தது. நாகுவின் ரத்தத்தைக் கண்ட அவள் பயத்தோடு தாத்தாவிடம் கேட்டாள்,

எஸ்.ராமகிருஷ்ணன்

"எங்கே போயி சண்டை போட்டீங்க..." அவர் பதில் பேசவில்லை. நாகுவின் கண்கள் மங்கி மூடிக்கொண்டன.

எவ்வளவு நேரம் உறங்கினான் என்றே அவனுக்குத் தெளிவில்லை. விழித்தபோது கையை அசைக்க முடியாத வலியிருந்தது. மஞ்சளைத் தட்டிப் பத்துப் போட்டிருந்தார்கள். கடுகடுப்பு குறையவேயில்லை. நாகு கண்களை மூடிக்கொண்டு படுத்துக் கிடந்தான். சந்தையில் பார்த்த இரண்டு பெண்களும் ஞாபகம் வந்தார்கள். திரும்பிப் படுக்க முயன்றபோது கைகள் நகர மறுத்தன. தாத்தா அவன் கையைச் சரி செய்தபடி தலைக்கு வைத்திருந்த உமித் தலையணையைச் சரிசெய்தார். அவன் கண்களை விழித்துப் பார்த்தான். யாருடைய வீடு இது என்றே தெரியவில்லை. வீட்டில் யாரும் ஆள் இருப்பது போலவே தெரியவில்லை. மூத்திரம் முட்டிக்கொண்டு வந்தது. எழுந்து நடக்க முயன்ற போது தாத்தா கைத்தாங்கலாகப் பிடித்துக்கொண்டார். சந்திற்குள் மூத்திரம் பெய்தபடியே மண் சுவரைப் பார்த்துக்கொண்டிருந்தான். வீட்டு வாசலில் ஒரு பெண் வந்து நிற்பது தெரிந்தது. கட்டிலுக்குத் திரும்பி வந்தபோது அந்தப் பெண் வீட்டில் அடுப்பை மூட்டத்துவங்கியிருந்தாள். வீடெங்கும் புகை மண்டியது. நெருப்பைத் தள்ளிவிட்டபடியே அவள் கேட்டாள்,

"ரெண்டு பேரு அங்கே தனியா பொங்கித் தின்னுகிட்டு இருக்கிறதுக்கு இங்கே வந்து கூட இருக்கலாமில்லே... ஏன் நான் உங்க மக இல்லையா?"

தாத்தா தனது கத்தியை அழுக்குத் துணியை வைத்துத் துடைத்துக் கொண்டிருந்தார். அவள் கோபம் அடங்காதவள் போல பேசினாள், "பெரிய ரோசக்காரரு... கூட வந்து இருக்காட்டாலும் பரவாயில்லே... சந்தைக்கு மாடு விக்க அடிக்கொருதரம் வர்றீக... வீட்டிலே எட்டிப் பாத்து, ஒரு வாய் தண்ணி குடிச்சிட்டு, என்ன தாயி எப்பிடியிருக்கேனு கேட்டுட்டுப் போகலாம்லே... அதுக்கு எனக்குக் கொடுப்பினையில்லை."

நாகுவின் தாத்தா தனது டவுசரிலிருந்து இரண்டு பத்து ரூபாயை எடுத்து அவளிடம் நீட்டினார்.

"அதான் வந்திருக்கேன்லே... வச்சுக்கோ."

அவள் கண்ணைத் துடைத்துக்கொண்டு பணத்தை வாங்கிக்கொண்டாள். நாகுவின் அருகே வந்து அவன் முகத்தையே பார்த்துக்கொண்டிருந்தாள். பிறகு நாகுவின் முகத்தைத் தனது சேலையால் துடைத்து விட்டபடி பெருமூச்சிட்டுக்கொண்டு கேட்டாள்,

"பசிக்குதாய்யா…"

நாகுவிற்குத் தாகமாகயிருந்தது. தண்ணீர் வேண்டும் என்று சொன்னான். அவள் தண்ணீரைப் போணியில் கொண்டுவந்து கொடுத்தாள். தாகம் அடங்கவேயில்லை. தாத்தா படுத்த இடத்திலே உறங்கிப் போயிருந்தார். மாலை மெல்லக் கடந்து போய்க்கொண்டிருந்தது. நாகு விற்கும் வேதனை தாங்க முடியாமலிருந்தது. கண்களை மூடிக் கொண்டான். அவள் அவர்கள் இருவரையும் எழுப்பிய போது இரவு திரண்டிருந்தது. வீட்டிற்குள் எரிந்து கொண்டிருந்த அரிக்கேன் லைட்கூட மினுக்கிக்கொண்டுதானிருந்தது. அவர்கள் அசதியும் வேதனையுமாகக் கண்விழித்துப் பார்த்தார்கள். நாகுவிற்கு இடது கையை அசைக்க முடியவேயில்லை. கை வீங்கியிருந்தது. தாத்தா இருட்டிற்குள் நடந்து போய்க் குளிக்கும் சப்தம் கேட்டது. அவர்கள் இருவரும் சாப்பிடுவதற்கு உட்கார்ந்தார்கள். கருவாட்டுக் குழம்பு வைத்திருந்தாள். சாப்பிடும்போது அவளே நாகுவிடம் கேட்டாள்,

"நான் யாருனு தெரியுமா?"

நாகு பதில் தெரியாதவனாக அவளைப் பார்த்துக்கொண்டிருந்தான். தாத்தா அமைதியாகச் சாப்பிட்டுக்கொண்டிருந்தார். அவருக்குக் குழம் பிலிருந்த கருவாட்டை அள்ளி வைத்தபடி நாகுவிடம் சொன்னாள்,

"நானும் உனக்குச் சித்திதான்… நாங்க குசவமாரு. உங்க தாத்தா வோட எங்கம்மாவுக்கு சந்தையில் பழக்கமாயிருச்சு. நானும் அவருக்குப் பிறந்தவதான்… உன் ரத்தம் தான் எனக்கும்."

தாத்தா கவளம் கவளமாக அள்ளிச் சாப்பிடத் துவங்கினார். நாகுவிற்குச் சாப்பிட முடியவேயில்லை. வலி கையை அசைக்கும் போது உச்சிக்கு ஏறியது. அவள் விளக்கை நாகுவின் அருகில் வைத்தபடி தாத்தாவைப் பார்த்துக்கொண்டேயிருந்தாள். அவர் சாப்பிட்டு முடிக்கும்போது சொன்னார்,

"இவன் இங்கன தூங்கி எந்திரிச்சி காலையிலே வரட்டும். நான் புறப்படுறேன்."

நாகுவிற்கும் தாத்தாவோடு தானும் கூடவே புறப்பட்டுப் போக வேண்டும் போலிருந்தது. ஆனால் அவன் எதையும் சொல்லவில்லை. அவர் கிளம்பும்போது நாகு கைகளில் பத்து ரூபாயைத் திணித்தார். பிறகு அவளிடம் எதையோ சொல்ல வாயெடுத்தவர், பேசாமல் வீட்டிலிருந்து இறங்கி நடக்கத் துவங்கினார். இரவெல்லாம் நாகு பிதற்றிக்கொண்டேயிருந்தான். கண்களைத் திறக்க முடியாத

எஸ்.ராமகிருஷ்ணன் 235

தூக்கத் திலும் வேதனை பீறிட்டுக்கொண்டேயிருந்தது. பாதி கண்ணைத் திறந்து பார்க்கும்போது இருளில் அம்மா அவன் அருகில் உட்கார்ந்து கொண்டு முகத்தைத் தொட்டுப் பார்ப்பது போலிருந்தது. அவன் வேதனையில் ஏதேதோ பேசினான்.

காலையில் எழுந்தபோது வீட்டில் வெளிச்சம் நிரம்பியிருந்தது. கட்டியிருந்த ஆட்டைக் காணவில்லை. வீட்டிலும் யாருமில்லை. கதவு ஒருச்சாய்த்து மூடப்பட்டிருந்தது. கட்டிலில் இருந்து இறங்கித் தனது செருப்பைத் தேடிப் போட்டுக்கொண்டான். கதவைத் தள்ளிக்கொண்டு வெளியே வந்தபோது தெருவில் வெயில் பொங்கிக்கொண்டிருந்தது. நாகு ஊருக்குக் கிளம்பிவிடலாமா என யோசித்தான். வீட்டிலிருந்தவளைக் காணவில்லை. கதவைத் திரும்பவும் சாய்த்து மூடிவிட்டு தெருவில் இறங்கியபோது அவள் ஆட்டைப் பிடித்துக்கொண்டு தெருவில் வந்து கொண்டிருந்தாள். அம்மாவைப் போலவே அதே செதுக்கிய முகம். பெரிய புருவங்கள். அவன் குற்ற உணர்வோடு அவள் வரும்வரை அதே இடத்தில் நின்றுகொண்டிருந்தான். அருகே வந்து கேட்டாள்,

"வலிக்குதாய்யா?"

இல்லையெனத் தலையாட்டினான். அவள் பிடியிலிருந்த ஆடு துள்ளிக் கொண்டிருந்தது. அவளை ஏறிட்டுப் பார்க்காமலே சொன்னான்,

"ஊருக்குக் கிளம்புறேன்."

அவள் மறுப்பேதும் சொல்லவில்லை. அவனைப் பார்த்துக்கொண் டேயிருந்தாள். பிறகு பெருமூச்சிட்டபடி சொன்னாள்,

"நீயாவது வந்து போயி இரு... ராசா."

நாகு தலையாட்டிக் கொண்டு நடக்கத் துவங்கினான். நாகு சந்தை நடந்த இடத்தைக் கடந்தபோது அந்த மைதானமே காலியாக இருந்தது. கை வலியோடு நாகு ஊரை நோக்கி நடக்கத் துவங்கினான். காற்றுச் சுழி சுத்திப் புழுதியைப் பெருக்கியது. காற்றினுள் அகப்பட்ட ஓலையொன்று சீற்றத்துடன் தரையிலிருந்து உயர்ந்து வளையமிட்டுக்கொண்டிருந்தது. காற்றின் சுழி தெருவிற்குள் இடம் மாறி நகர்ந்து கொண்டேயிருந்தது.

40

திருவிழாவின் கடைசி நாளிலும்கூட நாகுவைக் காண முடியவே யில்லை. நாகுவைக் கூட்டத்திற்குள் தேடிக்கொண்டிருந்தாள் ரத்னாவதி. நிறைந்திருந்த ஜனத்திரளினுள் அவன் தென்படுகிறானா எனப் பார்ப்பதற்காகவே அவள் ஒரு மாட்டு வண்டியில் ஏறி நின்று கொண்டாள். சாமி புறப்பட்டு வீதிக்கு வந்தபோது தெருவில் எள் போட இடமின்றி கூட்டம் நிரம்பியிருந்தது. அவன் ஒருவேளை தண்ணீர்ப் பந்தலையொட்டிய இடத்தில் நிற்கக்கூடுமோ என்றுகூட தேடிப் பார்த்தாள். அவளைப் போலவே தலைநிறைய கனகாம்பரம் சூடி முகமெல்லாம் மஞ்சள் பூசியிருந்த பெண்கள் விசிறியால் வீசிக் கொண்டு நின்றார்கள். நாகுவைக் காணவில்லை. வேம்படியில் குலுக்குக் கட்டைகளுடன் சூதாடுபவர்களைச் சுற்றிலும் ஆட்கள் நிரம்பியிருந்தார்கள். இரண்டு ஆழி உருவங்கள் தெருவில் நடந்து போய்க்கொண்டிருந்தன.

ரத்னாவதி காரை வீடொன்றின் மாடியிலேறி நின்றிருக்கும் முக்கால் கைச் சட்டை அணிந்த ஒரு ஆளைக் கவனித்தாள். அவனுக்கு நாற்பது வயதிற்கும் மேலாகயிருக்கும் போலிருந்தது. கூட்டத்திற்குள்ளாகச் செல்லும் பெண்களையே பார்த்துக்கொண்டிருந்தான். அவன் கண்களில் காமம் ததும்பிக்கொண்டிருந்தது. பருத்த ஸ்தனங்களைப் பார்த்து பெரு மூச்சிட்டுக்கொண்டிருந்த அவன் அடிக்கடி தனது நகத்தைக் கடித்துக் கொண்டான். ரத்னாவதி அவன் கண்ணில் படும்படியான இடத்தில் போய் நின்று கொண்டாள். அவன் பார்வையில் விழுந்துவிட்டது தெரிந்ததும் வேண்டுமென்றே தனது சேலையைத் திருத்திக் கொண்டாள். அவன் வைத்த கண் மாறாமல் அவளையே பார்த்துக்கொண்டிருந்தான்.

தான் மாடிக்கு வரலாமா என்று ஜாடையிலே கேட்டாள். அவன் தலையசைத்தபடியே சுற்றிலும் பார்த்துவிட்டு அவசரமாகக்

கீழே இறங்கி வந்தான். கரடியொன்றைக் கூட்டிக்கொண்டு கூட்டத்திற்கு இடையில் காசு வாங்கிக்கொண்டு அலைந்தான் ஒருவன். முக்கால்கைச் சட்டை அணிந்தவன் ரத்னாவதியின் அருகாமை வந்தபோது அந்த ஆளுக்குத் தலைமயிர் கொட்டிப் போயிருந்தது தெரிந்தது. பற்கள் மஞ்சளேறியிருந்தன. அவன் அருகே வந்ததும் ரத்னாவதியின் கைகளைப் பிடித்துக்கொண்டு சொன்னான்,

"வீட்டுக்குப் போவமா?"

அவள் தலையாட்டினாள். இருவரும் கூட்டத்திலிருந்து நழுவி போய்க்கொண்டிருந்தார்கள். நாகு தேரடிக்கு அருகில் வந்தபோது கூட்டத்திற்குள்ளிருந்து வெளியேறி ரத்னாவதி போய்க்கொண்டிருப்பதைக் கண்டான். அவன் கூட்டத்தை இடித்துத் தள்ளிக்கொண்டு அவளை நோக்கி வருவதற்குள் அவள் சந்து வழியாக மறைவதைப் பார்த்தான். ஆட்களை விலக்கித் தள்ளிக்கொண்டு சந்திற்குள் சென்ற போது சந்து வளைவில் அவள் கையைப் பிடித்துக்கொண்டு ஒரு ஆள் போய்க்கொண்டிருப்பதைப் பார்த்தான். கோபத்தில் ஓங்கிக் கத்தினான். அவள் திரும்பிப் பார்க்கவேயில்லை. அவசரமாகச் சந்திற்குள் ஓடினான். அவர்கள் எந்த வீட்டிற்குள் நுழைந்தார்கள் என்று தெரியாதபடி மறைந்தார்கள்.

நாகு மூடிக் கிடந்த கதவுகளைப் பார்த்தபடி தெருவில் நடந்தான். தெருவில் ஆட்களேயில்லாமல் போய்விட்டது போல வெறிச்சோடியிருந்தது. தெருவின் கடைசி வீட்டின் உள்ளே பேச்சரவம் கேட்டது. வீட்டுக் கதவைத் தட்டலாமா என நாம் யோசித்துக்கொண்டு நின்ற போது உள்ளேயிருந்து ஒரு கிழவி வெளியே வந்து இலையை வீசி எறிந்துவிட்டுப் போனாள். ஆத்திரத்துடன் நான்கு சந்தை விட்டு வெளியே வந்தபோது தெருவில் இரைச்சல் அதிகமாகியிருந்தது. புலிவேஷமிட்ட ஒருவன் பாய்ந்து போய்க்கொண்டிருந்தான். உறுமி மேளக்காரர்கள் சிகை முகத்தில் கவிழ அடித்துக்கொண்டு போனார்கள்.

ரத்னாவதி அந்த வீட்டைப் பார்த்தாள். தானியங்கள் தரையெல்லாம் சிதறிக் கிடந்தன. தலையில் நிலை தட்டும்படியான தாழ்வான கதவு. மூடிய வீட்டிற்குள்ளும் கொட்டுக்காரர்களின் சப்தம் உரத்துக் கேட்டுக் கொண்டிருந்தது. அவளைக் கூட்டிக்கொண்டு வந்தவன் பரணிலிருந்து நாலைந்து தலையணைகளைக் கீழே எடுத்துப் போட்டான். அவள் வீட்டைச் சுற்றிப் பார்த்துக்கொண்டிருந்தாள்.

அவன் வீட்டின் ஜன்னல்களை எல்லாம் மூடிக்கொண்டிருந்தான். வரிசை வரிசையாக நெல் மூடைகள் அடுக்கி வைக்கப்பட்டிருந்தன. அவன் வெளிக்கதவைச் சாவியால் பூட்டிக்கொண்டு உள்ளே வந்தபோதும் வீட்டிற்குள் இருட்டு கூடவில்லை. எங்கிருந்தோ வெளிச்சம் கசிந்து வந்து கொண்டிருந்தது.

கட்டில் கிடந்த அறையினுள் குழந்தையின் தொட்டிலொன்று தொங்கிக்கொண்டிருந்தது. குழந்தையைக் காணவில்லை. ஆனால் தொட்டில் ஈரமாகயிருந்தது. அவன் ரத்னாவதியை இழுத்துக் கட்டிலில் உட்கார வைத்தான். எதற்கோ ரத்னாவதிக்கு அந்த ஈரத் தொட்டிலைப் பார்க்கப் பார்க்க மனசை உறுத்துவதாகயிருந்தது. அவனை விலக்கிக் கொண்டு வெளியே போய்விட வேண்டும் போலிருந்தது. அவள் திமிறினாள். அவன் முறைத்தபடி என்னடி என அமுக்கினான். அவள் தன் இரண்டு கைகளாலும் அவனைத் தள்ளிவிட்டபடியே அறையை விட்டு வெளியே வந்தாள். அவன் கடுகடுத்தவனாகச் சொன்னான். “ஆள் வந்துருவாங்க... வாடி...” அவள் ஒரு ஜன்னல் கதவைத் திறந்து விட்டாள். ரௌத்திரமானவன் போல பட்டென ஜன்னலை மூடிக்கொண்டு அவள் தலைமயிரைப் பிடித்து இழுத்தான். அவளும் கோபமானவள் போல திமிறிக்கொண்டு அவன் கொடுத்த பணத்தை எடுத்து வீசினாள். கோபத்தோடு அவளை அடிக்க வந்தான். ரத்னாவதி பிடித்துத் தள்ளிவிட்டதும் அவன் தானிய மூடையின் மீது விழுந்தான். உரக்க அவனை ஏசிக்கொண்டே வாசற்கதவை நோக்கி நடந்தாள். அவன் தடுப்பதற்காக எழுந்து வருவதற்குள் வாசற்கதவைத் திறந்து தெருவில் இறங்கினாள் ரத்னாவதி.

அவன் ரௌத்திரத்துடன் தன் வீட்டு வாசலில் வந்து நின்றபோது சந்திலிருந்து வெளியேறி ஜனக்கூட்டத்தை நோக்கி நடந்து கொண்டிருந்தாள் அவன் வாசலிலே நின்றுகொண்டிருந்தான். அவள் தண்ணீர்ப் பந்தல் அருகே போய் நின்றுகொண்டாள். ஆண்களும் பெண்களும் இடித்துக்கொண்டு சாமி பார்க்கப் போய்க்கொண்டிருந்தார்கள். ஏன் இப்படி நடந்து கொண்டோம் என ரத்னாவதிக்குக் கொஞ்சம் நடுக்கமாயிருந்தது. அவள் கூடவே வந்திருந்த இன்னொருத்தி அருகே வந்து சொன்னாள்,

“வயித்து வலியா இருக்குக்கா. நிக்கவே முடியலை.”

“சோடா குடிக்குறயா?”

தலையாட்டினாள். சோடா வாங்கப் போகும்போது ஒரு மாட்டு வண்டியின் மீது ஏறிக்கொண்டு நாகு எங்கோ வெறித்தபடி

நிற்பது தெரிந்தது. அவனைப் பார்க்கக் கூடாது என்றவளைப் போல சேலையை முக்காடு போட்டுக்கொண்டு சோடாவை வாங்கிக்கொண்டு வந்தாள். நாகு வண்டியை விட்டு இறங்கித் திரும்பவும் ரத்னாவதி ஒளிந்து கொண்ட சந்திற்குள் அவளைத் தேடுவதற்காக நடந்தான். அந்தத் தெருவிலிருந்து முக்கால் கைச் சட்டையணிந்தவன் கடுத்த முகத்தோடு நடந்து வருவதைப் பார்த்தான். ரத்னாவதியைக் காணவில்லை. முக்கால்கைக்காரன் நாகுவை முறைத்துப் பார்த்தபடி போனான்.

எதையோ தேடுபவன் போல விலகிப்போன நாகு சந்தின் கடைசி வரை நடந்து பார்த்துவிட்டு ரத்னாவதியைக் காணாதவனாகத் திரும் பினான். ரத்னாவதி வயிற்றுவலி கண்டவளைத் தன்னோடு கூட்டிக் கொண்டு திருவிழாவை விட்டு வெளியேறும்போது வெயில் அடங்கி வானில் சடசடவென மழை கூடியது. திருவிழாக் கூட்டம் கலைந்து ஓடும் முன்பாக யாவர் மீதும் தூறி நனைத்த மழை இடிச் சப்தத்துடன் உரத்துப் பெய்யத் துவங்கியது.

41

நாகு கத்திக் குத்துப்பட்ட வடுவையே பார்த்துக்கொண்டிருந்தான். மிளகாய் வத்தலை நினைவுபடுத்தும் தோற்றத்தில் அடையாளமாகிப் போயிருந்தது வடு. அவன் தன் விரல்களால் வடுவைத் தடவிவிட்டான். மிருதுவான சிவந்த தோலில் விரல் ஊரும்போது சந்தையில் பார்த்த இரண்டு பெண்கள் நினைவிற்கு வந்தார்கள். வடுவைத் தடவிவிட்டுக் கொண்டே கண்களை மூடிக்கொண்டு அந்த இரு பெண்களின் முகத்தை நினைவு கொள்ள முயற்சித்தான். முகம் உருக்கொள்ளவில்லை. மாறாக அந்தப் பெண்களின் கருங்கூந்தல் இழை இழையாக முகத்தில் படர்ந்து கிடந்ததே நினைவிற்கு வந்தது. தன் உதட்டைக் கடித்துக் கொண்டபடி ரத்னாவதியைப் பற்றி ஞாபகம் கொண்டான். அவளது விரல்கள் உண்டாக்கிய கூச்சம் இடுப்பிலே ஒளிந்து கொண்டிருந்தது.

வடுவில் இருந்து விரலை எடுத்துக்கொண்டு ஏதோ யோசனையோடு அட்டணையில் இருந்த கடகம் ஒன்றை எக்கி எடுத்துத் தரையில் இறக்கி வைத்தான். அந்தக் கடகத்தினுள் என்றோ இறந்துபோய்விட்ட அப்பத்தாவின் தாலியும் பாம்படமும் செம்மஞ்சள் நிறப் புடவைகளும் மடித்து ஓலைச் சொருவு ஒன்றினுள் வைக்கப்பட்டிருந்தன. கடகத்தினுள் கையை விட்டுத் துழாவியபோது மீன் உருவத்தில் இருந்த மடக்கு கத்தி கைக்குத் தட்டுப்பட்டது, அந்தக் கத்தியை வெளியே எடுத்துப் பார்த்தான். செதில்களோடு சலனமற்ற கண்களுடன் உள்ள மீன் செதுக்கப்பட்டிருந்தது. கத்தியில் எப்போதோ படிந்த ரத்தம் உறைந்து களிம்பேறியிருந்தது. விரலால் கத்தியின் முனைகளைத் தடவிப்பார்த் தான். கத்தியின் நாவு ஒடுங்கிப்போயிருந்தது. மடக்கியும் விரித்தும் பார்த்தபோது கத்தி லாவகமாகவேயிருந்தது. வாசலில் கிடந்த கல்லில் கத்தியின் முனையைக் கூர் செய்யத்

துவங்கினான். கல்லில் கத்தி உரச உரச கத்தியின் நாவு விழித்துக் கொண்டது போல முனை கூர்மை கொள்ளத் துவங்கியது.

அவன் மிகுந்த வன்மத்தோடு கத்தியை உரசிக் கொண்டிருப்பதை அருகாமை வீட்டுக் கூரையிலிருந்த காகம் பார்த்துக் கொண்டேயிருந்தது. அவன் முனை தீட்டப்பட்ட கத்தியை முகத்திற்கு நேராக நீட்டினான். வெயிலில் கத்தியின் பளபளப்பு மினுக்கியது. பசியோடு கத்தி உலகை வெறித்துப் பார்க்கத் துவங்கியது. அவன் கண்களைக் குத்தும் சூரியனை முறைத்தபடி தனது கத்தியால் சூரியனைக் குத்தி வீழ்த்த முயன்றவனைப் போல வானை நோக்கிக் குத்தினான். சட்டென மேகங்களுக்குள் மறைந்தது சூரியன். கத்தியின் பிடியை மடக்கித் தனது இடுப்பில் சொருகிக்கொண்டான். இடுப்பில் கத்தியேறியதும் உடம்பில் சுருசுருவென ரத்தவேகம் சூடு கண்டது போலானது. மாடக்குழிக்குள் தாத்தா போட்டு வைத்திருந்த சில்லறைகளை எடுத்துக்கொண்டு மெதுவாகத் தெருவிற்கு வந்தபோது கருவாட்டு வியாபாரி வந்து கொண்டிருந்தான். நாம் தெருவின் கிழக்கே நடக்கத் துவங்கினான்.

கோவிலைத் தாண்டிப் போகும் போது தெருவில் உருண்டு கிடந்த எலுமிச்சைப் பழத்தைத் தனது காலில் எத்தியபடி நடந்து போனான். எலுமிச்சைப் பழத்தை ஏதோ தின்னுவதற்கான பொருளென ஓடி வந்த நாய் முகர்ந்து பார்த்துவிட்டுத் தனது காலைத் தூக்கி மூத்திரம் பெய்யத் துவங்கியது. நாகு அதைப் பார்த்துச் சிரித்தபடி கிழக்கே நடந்து போனபோது வெயில் இடைவிடாமல் அம்பு விடுவது போல எங்கும் பொழிந்து கொண்டிருந்தது.

பேச்சரவம் கூடக் கேட்காத பெத்துராஜா கோவிலின் சுற்றுச்சுவர் அருகே நாகு வந்து நின்றபோது, அந்தக் காட்டு வெளியில் ஆட்களேயில்லை. சிறிய வேம்பும் கையில் உயர்த்திய அருவாளுடன் நிற்கும் சிங்கப் பெருமாளின் பூதாகரமான மண் உருவமும் தனித்து நின்றிருந்தன. பொங்கலிட்டு விட்டுப்போன கல் அடுப்புகளும் ஆட்டுப் புழுக்கைகளும் விரவிக் கிடந்த கோவிலின் முன்வாசல் மரக்கதவு பூட்டப்பட்டிருந்தது. கோவிலைச் சுற்றி வந்தபோது உள்ளே மெல்லிசான கீச்சுக் குரல் கேட்பது தெரிந்தது. கோவில் சுவரின் பின்பக்கமிருந்த நீர்த் தாரை வழியாகக் காலை வைத்துச் சுவரின் மீது ஏறும்போது பார்த்தான். உள்ளே சந்திரபீடத்தின் அருகே ஆறு பேர் வட்டமாக அமர்ந்தபடி சீட்டாடிக்கொண்டிருந்தார்கள்.

கோவிலுக்குள்ளிருந்த வில்வ மரத்தின் நிழல் கிளை படர்ந்து விரிந்திருந்தது. சுற்றுச்சுவரிலிருந்து கோவிலுக்குள் நாகு குதிக்கும் சப்தம் கேட்டு ஒருவன் திடுக்கிட்டுத் திரும்பிப் பார்த்தான். தரையில் கிடந்த சருகுகளை மிதித்தபடி நின்ற நாகுவைப் பார்த்ததும் மற்றவர்கள் சிரித்துக்கொண்டார்கள். சீட்டைக் கையில் ஏந்திய ஒருவன் அதை லாவகமாகக் கலைத்துக்கொண்டிருந்தான். பணத்தை எண்ணுவது போன்ற பாவனையில் சீட்டு அவன் கைகளில் விசிறிக்கொண்டிருந்தது.

நாகு அருகில் போனதும் உட்கார்ந்திருந்தவர்களில் ஒருவன் அலுப் புடன் எழுந்து நின்று சோம்பல் முறித்தவனாகத் தான் வீடு வரைக்கும் போய் வருவதாகச் சொன்னான். அவன் கொண்டுவந்திருந்த காசை இழந்திருந்தான். அவனது காசு விரித்திருந்த துண்டில் சீட்டுகளுக்கு நடுவே வீழ்ந்து கிடந்தது. அவனை யாரும் தடுக்கவில்லை. அவன் தனது நாணயங்களையே வெறித்துப் பார்த்துக்கொண்டிருந்துவிட்டு தலையைக் கவிழ்த்தியவனாகக் கோவில் கிணற்றின் ராட்டை உருட்டி வாளியில் தண்ணீர் இறைக்கத் துவங்கினான். அந்த ராட்டு ஓசை பூதாகரமாக எழும்பியது. தண்ணீரை முகத்தில் அடித்துக்கொண்டு விக்கிரகம் ஒன்றின் மீது காலை வைத்து ஏறிச் சுற்றுச்சுவர் மீது நின்ற போது நாகுவிற்குச் சீட்டு விழுந்து கொண்டிருந்தது.

வெயில் மெதுவாக ஊர்ந்து அருகே வந்து நின்று எட்டிப் பார்த்தது. தண்ணீருக்குள் மூழ்கிக் கிடந்த கற்களைப் போல நிசப்தத்தில் மூழ்கிக் கிடந்தார்கள் சீட்டாடுபவர்கள். வானில் கடந்து போகும் குருவிகளைக் கூட காண மனதின்றி அவர்கள் கண்கள் சீட்டின் கை இறக்கத்திலே குவிந்திருந்தன.

நாகு விளையாட்டில் ஜெயிக்கத் துவங்கினான். அவன் கைகள் சீட்டை மாற்றியடுக்குவதைப் பெருமூச்சுடன் பார்த்துக்கொண்டிருந்த மற்றவன் அடக்கியிருந்த தனது மூத்திரத்தைக் கட்டுப்படுத்திக் கொண்டு சீட்டைக் கைகளில் ஏந்திக்கொண்டிருந்தான். அவர்கள் கவனம் பிசகாமல் சீட்டாடிக்கொண்டிருந்தார்கள். கோவிலின் சுவரில் வந்து நின்ற வால் நீண்ட கருங்குருவியொன்று அவர்களைப் பார்த்துச் சப்தமிட்டது. எவரும் திரும்பவேயில்லை. பசியும் தாகமும் உடலில் உக்கிரமான போதும் அவர்கள் எழுந்து கொள்ளவேயில்லை. இரண்டு பேர் தங்களின் காசை முற்றாக இழந்துவிட்டபோதும் மற்றவர்களின் கைகளிலிருந்து இறங்கும் சீட்டை உற்றுப் பார்த்தபடியேயிருந்தனர்.

எஸ்.ராமகிருஷ்ணன் 243

நாகுவிற்கு இடுப்பில் வலி கண்டது. அசைந்து உட்கார்ந்து கொண்டான். துண்டில் விழுந்து கிடந்த பணத்தில் கண் சென்றபோது அவனறியாமல் சிரிப்பு எழுந்தது. வெளிக்காட்டிக்கொள்ளாமல் சிரிப்பை அடக்கிக்கொண்டான். சீட்டைக் கலைத்துப் போடுபவன் தனது உதட்டைக் கடித்துக்கொண்டு ஆத்திரத்துடன் சீட்டை உருவிக் கொண்டு கலைத்தவனாக எவரையும் நிமிர்ந்துகூடப் பார்க்காமல் விளையாடத் துவங்கினான். பகல் மெல்லக் கரைந்து ஓடிக்கொண்டிருந்தது.

மேற்கில் சூரியன் சென்று அடைவதையோ, வானில் இருந்த ஒளியடங்குவதையோ அவர்கள் கவனம் கொள்ளவேயில்லை. மடித்து உட்கார்ந்த காலின் வேதனையைத் தாங்கிக்கொண்டு சீட்டை இறக்கிக் கொண்டிருந்தார்கள். மாலை நேரத்தின் மென்னொளி கோவிலின் சுவர்களில் பட்டுத் தரையிறங்கும்போது களிம்பேறியிருந்த விக்கிரகங்கள்கூட தலை திரும்பிப் பார்ப்பது போலிருந்தது. அவர்களில் இன்னொருவனும் தனது பணத்தை இழந்திருந்தான். இலைகள் மரத்திலிருந்து உதிர்வது போல சலனமின்றி கைப்பொருள் உரியவனிடமிருந்து நழுவி சூதின் கைகளுக்குள் போய்க்கொண்டிருந்தது. பெருமூச்சிடும் மனிதன் மற்றவனைக் காண்பதேயில்லை. குடிகாரனைப் போல தள்ளாடியபடி வந்த இருள் மெதுவாகக் கோவில் சுவர்களில் ஏறிப் பிரகார வெளிகளில் நிரம்பத் துவங்கியது. கண்களை இடுக்கிக்கொண்டு அவர்கள் விளையாடிக்கொண்டிருந்தார்கள். சீட்டின் உருவங்கள் மெல்ல மங்கத் துவங்கின. அப்போதும் அவர்கள் எழுந்து கொள்ளவேயில்லை. இருட்டு அவர்களின் அருகாமைக்குத் தயங்கித் தயங்கியே வந்தது. இப்போது நாகுவும் இன்னொருவனும் மட்டுமே விளையாடிக்கொண்டிருந்தார்கள். ஆவேசத்துடன் சீட்டைக் கலைத்துக்கொண்டிருந்தவனின் கைகள் சீட்டை இறக்கிய போது நாம் கண்களுக்கு அருகாமையில் சீட்டை வைத்துப் பார்த்தான். தலைகீழ் உருவங்கள் யூகமாகவே தெரிந்தன. ஆட்டத்தை முடித்துக் கொள்ளலாம் என்று யார் சொல்வது என்று தெரியவில்லை. தன் கைகளில் வைத்திருந்த சீட்டைத் தடவியபடி எதிரிலிருந்தவன் கரகரத்த குரலில் சொன்னான்,

“நாகு ஆளுக்குப் பாதி எடுத்துகிட்டு முடிச்சிக்கிடுவமா...” அந்தக் குரல் நடுக்கம் கொண்டதாகயிருந்தது. நாகு பதில் பேசவேயில்லை. கைப்பணத்தை இழந்திருந்த மற்ற நால்வரும் நாகுவைப் பார்த்தபடியிருந்தார்கள். துண்டில் விழுந்து கிடந்த பணம் கூட தெரியாதபடி இருள் சூழ்ந்து கொண்டது. நாகு பதில் பேசாமல்

தலையாட்டிக்கொண்டான். எதிரிலிருந்தவன் துண்டில் இருந்த பணத்தைத் தரையில் கொட்டி சரிபாதியாகப் பிரிக்கத் துவங்கினான். நாகுவின் கைகளில் பணத்தை வாங்கிக்கொண்டபோது தோற்றுப்போயிருந்த ஐவரும் எழுந்து நின்றுகொண்டார்கள். சில்லறைகளைப் பிரித்து பங்கு போடும்போது ஐவரில் ஒரு குரல் கேட்டது.

"சீட்டுக்காசு குடுத்திருங்க."

சில்லறைகளை அள்ளி ஒருவனுக்குக் கொடுத்தான் நாகு. நால்வரும் தலை கவிழ்ந்தவர்களாக நின்றுகொண்டிருந்தார்கள். தனது பங்கை வாங்கிக் கொண்ட மற்றவன் எழுந்து தனது துண்டை உதறி எடுத்துக் கொண்டான். அவர்கள் ஆறு பேரும் கோவில் தூண்களிலிருந்த விக்ரகங்கள் தரையிறங்கியது போன்ற அலுப்பும் களைப்புமாகக் கைகளை வளைத்துச் சொடுக்கிக்கொண்டார்கள். நாகு எழுந்து நின்று தன் வேஷ்டியை உதறிக் கட்டினான். இடுப்பிலிருந்த மீன்கத்தி நழுவி விழுந்தது. அவர்கள் பார்வையிலே தனது கத்தியை இடுப்பில் சொருகிக் கொண்டு விக்கிரகத்தின் மீது காலை ஊன்றிச் சுற்றுச்சுவரின் மீது ஏறினான். தொலைவு வரை இருள் கூடியிருந்தது. தரை எங்கோ ஆழத்திற்குள் புதையுண்டு கிடந்தது போல தெரிந்தது. கோவிலுக்குள் இருந்தவர்கள் ரகசியமாக ஏதோ பேசிக்கொண்டார்கள். ஒருவன் கிணற்றில் தண்ணீர் இறைத்துத் தலை வழியாக ஊற்றிக்கொண்டிருந்தான். நாகு இருளுக்குள் குதித்தான். கோவிலுக்குள் பேச்சரவம் துல்லியமாகியது. நாகு சிரிப்போடு நடக்கத் துவங்கிய போது வானில் நட்சத்திரங்கள் தெரியத் துவங்கியிருந்தன. ஊரை நோக்கிய பாதையை விலக்கி முக்கு ரோட்டிற்குச் செல்லும் வழியில் நடக்கத் துவங்கினான். அவன் முக்கு ரோட்டிற்கு வந்தபோது நெடுஞ்சாலையில் வைக்கோல் ஏற்றிய மாட்டு வண்டிகள் போய்க்கொண்டிருந்தன. நாகு ஒரு வண்டிக் காரனை விசில் அடித்து நிறுத்தி ஏறிக்கொண்டான். வைக்கோல் பொதியில் படுத்துக் கொண்டு கண்களை மூடிக்கொண்டு சிரித்தான். அடக்க முடியாத சிரிப்பாக இருந்தது. பையிலிருந்த நாணயங்களைத் தன் கைகளால் தட்டிக்கொண்டான். நாணய ஓசையின் சில்லிப்பு கேட்டது. உற்சாகமாகக் கால் மீது கால் போட்டபடி வானையே பார்த்துக்கொண்டு வந்தான். நிலா மேற்கு நோக்கி நடந்து போய்க்கொண்டிருந்தது. இருளுக்குள் ஒளிந்திருந்த புளிய மரங்கள் லாந்தர் வெளிச்சத்தினைக் கண்டு தலை திருப்பிக்கொண்டன.

எஸ்.ராமகிருஷ்ணன் 245

42

வைகையாற்றில் தோண்டியிருந்த ஊற்றில் இருந்து நீர் இறைத்து ஏற்றிக்கொண்ட தண்ணீர் வண்டியொன்று மணலில் நகர முடியாமல் மாட்டிக்கொண்டு மாடுகள் திணற நின்றிருந்தது. ஆற்றில் துணி துவைப்பவர்கள் கல்லில் ஓசையெழும்பத் துவைத்துக்கொண்டிருந்தனர். திலா கிணற்றில் இறைத்து ஒரு சந்நியாசி குளித்துக்கொண்டிருந்தான். கட்டைப் புதர்ச்செடிகளுடன் வறண்டு மணல்வாரிக் கிடந்தது ஆறு. தொலைவில் கல்பாலமொன்றில் வாகனங்கள் சென்றுகொண்டிருந்தன. ஆற்றின் நடுவேயிருந்த கல்மண்டபத்தில் ஆடுகள் நின்று கத்திக் கொண்டிருந்தன. நாகு சுண்ணாம்புக் காளவாசல்கள் நிரம்பியிருந்த கரையோரத்தின் அருகாமையில் உட்கார்ந்து நாட்டுச் சாராயம் குடித்துக்கொண்டிருந்தான். இளங்காலையின் வெயில் ஆற்று மணலில் எதையோ எழுதிக்கொண்டிருந்தது. கரகரப்பும் தொண்டை எரிச்சலுமாகச் சாராய ருசி நாவில் படர்ந்து கொண்டிருக்க அருகாமையில் உட்கார்ந்து குடித்துக்கொண்டிருந்த வயசாளியைப் பார்த்துக்கொண்டிருந்தான். நரைத்த மீசை படிந்த வாளென மடங்கியிருக்க கண் ரெப்பை கள் வீங்கிப்போகுமளவிற்கு அவர் குடித்திருந்தார். நாகு எழுந்து நடக்கத் துவங்கியபோது தள்ளாட்டம் கொண்டது போலிருந்தது.

பொழுது புலரும்போது அவன் நகருக்குள் வந்திறங்கினான். கோவிலின் மணிச்சப்தம் படிந்த தெருக்களுக்குள் அவன் நடந்தபோது பெண்கள் கூந்தலில் பூச்சூடியவர்களாகக் கோவிலை நோக்கிப் போய்க் கொண்டிருந்தார்கள். நான்கு திறக்கப்படாத கடைகளைக் கவனித்தபடியே கல்தளமிட்டிருந்த தெருவிற்குள் நடந்து சாவடித் தெருவைத் தேடினான். சிறிய முட்டுச்சந்தான அத்தெருவினுள் சிவப்பு ஓடு வேய்ந்த வீடுகளிருந்தன. அவன்

தயங்கியபடி ஒவ்வொரு வீடாகப் பார்த்தபடி நடந்தான். வீட்டிற்குள் கிணற்றில் யாரோ தண்ணீர் இறைக்கும் சப்தம் கேட்டது. இரண்டு பெண்கள் ஒரு வீட்டின் வாசலில் அமர்ந்து பூக்கட்டிக் கொண்டிருந்தார்கள். ரத்னாவதியைப் பற்றிக் கேட்பதா வேண்டாமா என்ற யோசனையோடு அவன் தெருவின் முட்டுச்சுவர் வரை நடந்து திரும்பினான். பூக்கட்டிக்கொண்டிருந்த பெண்களில் ஒருத்தி அவனைக் கவனித்திருக்க வேண்டும். அதட்டும் குரலில் யார் வீட்டைத் தேடுகிறான் எனக் கேட்டாள். அவன் பதில் சொல்வதா வேண்டாமா என அவளையே பார்த்துக்கொண்டிருந்தான். விரல்கள் பூவைக் கிள்ளியெடுத்துக் கட்டிக்கொண்டிருக்க பார்வை மேலிட அவள் திரும்பவும் நாகுவிடம் கேட்டாள். நாகு மெதுவாகத்தான் ரத்னாவதியைத் தேடி வந்திருப்பதாகச் சொன்னான். பூக்கட்டுற குடும்பமா எனக் கேட்டாள். நாகு பதில் பேசவில்லை. இந்தத் தெருவில் அப்படி யாருமில்லை என்றவளாகக் கோவிலைச் சுற்றிலும் ஏழெட்டு சாவடித் தெரு இருப்பதாகச் சொன்னாள். நாகு தெருவிலிருந்து வெளியேறும்போது கோவிலில் வாசிக்கும் நாதஸ்வர சப்தம் கேட்கத் துவங்கியது. திரும்பவும் எங்கேயாவது போய்க் குடிக்க வேண்டும் போலிருந்தது.

அவன் காளவாசலுக்கு வந்தபோது இரண்டு பெண்கள் சுண்ணாம்பு அள்ளிக்கொண்டிருந்தார்கள். நாட்டுச் சாராயம் விற்பவன் தனது குவளையில் மோந்து குடிக்கத் தந்தபோது பறவைகளின் கீச்சொலியும் அரச மர இலையின் சலசலப்பும் கேட்கத் துவங்கியது.

நாட்டுச் சாராயத்தின் கனம் தலையை அழுத்தத் துவங்கியது. அவன் ஆற்றிற்குள் இறங்கி நடந்தான். வெயிலில் மாடுகளை ஓட்டிக் கொண்டிருந்த சிறுமியின் குரல் ஆற்றில் மிதந்து சென்றுகொண்டிருந்தது. சூரியன் பாலத்தின் மேலாக நின்று கொண்டிருந்தது. நான்கு மணலில் கால் புதைய நடந்தான். உச்சந் தலையில் இருந்து கத்தி போல கூராக இறங்கிக்கொண்டிருந்தது போதை. ஊற்றில் இருந்து தண்ணீர் கோரிக்கொண்டிருந்த பெண் நிமிர்ந்து நாகுவைப் பார்த்தாள். நாகு அருகாமையில் நடந்து போய் தகரக் குவளை நிறைய ஊற்றுத் தண்ணீரை வாங்கிக் குடித்தான். ஈரம் உடம்பில் பட்டதும் எரிச்சல் அதிகமானது. கல்மண்டபத்தில் ஆடுகள் அடைந்து கிடந்த மூத்திரக் கவிச்சி அடங்காமலிருந்தது. நாகு ஒரு தூணின் அருகே படுத்துக் கொண்டான். ஆற்றில் காற்று மணலை வாரிச்

சுழற்றிக்கொண்டிருந்தது. நாகு கண்களை மூடிக்கொண்டான். காற்று மெல்லிய தாரை போல ஊர்ந்து வரத் துவங்கியது. யாரோ ஆற்றிற்குள் நின்று கத்திக் கொண்டிருந்தார்கள். நாகுவிற்குக் கண்களைத் திறக்க முடியவில்லை. உறக்கம் கவ்விக்கொண்டது. வெளியே கரையோர செடிகளைத் தின்றுகொண்டிருந்த மாட்டின் மணிச்சப்தம் ஆற்றில் இடைவிடாமல் கேட்டுக்கொண்டிருந்தது.

நாகு விழித்து எழுந்து கொண்டபோது வெயில் மண்டபத்தைக் கடந்து பாதி ஆற்றிற்கும் மேலாகப் போயிருந்தது. தனது துணியை அவிழ்த்து மண்டபத்தில் வைத்துவிட்டு திலா கிணற்றில் குளித்தான். கண்களில் கரை கட்டியது போல் ஒடுங்கியிருந்தது போதை. ஈரத்தோடு சட்டையைப் போட்டுக்கொண்டு திரும்பவும் நகருக்குள் நடக்கத் துவங்கினான். கோபுரத்தின் நிழல் நகரின் மீது வீழ்ந்து கொண்டிருந்தது. அவன் குறுக்குச் சந்துகள் வழியாக நடந்தான். சிறியதும் பெரியதுமாகக் கோவில்கள் அடங்கிய வீதிகளைக் கடந்து மொட்டை கோபுரத்தருகே வந்தபோது யாரோ அவனைப் பெயர் சொல்லியழைப்பது போலிருந்தது. நாகு திரும்பிப் பார்த்தான். கோபுரத்தருகே சந்நியாசிகளின் கூட்டமொன்று வரிசையாக உட்கார்ந்திருந்தது. தண்ணீர்ப் பந்தலை ஒட்டிய மறைவிலிருந்து யாரோ தன்னை நோக்கி வருவதைக் கவனித்தான். அருகில் வந்தபோது அது வேணியக்காவின் கணவர் என்று தெரிந்தது. அவர் மூச்சு வாங்கியபடி "மாப்பிள்ளை... என்ன மாப்பிள்ளை இங்கிட்டு" என்று கேட்டார். அவன் கைகளை அழுத்திப் பிடித்தபடி "எப்பிடியிருக்கீக மாமா" என்றான்.

அவர் தலையாட்டியபடியே நாகுவையே பார்த்துக்கொண்டிருந்த வராகச் சொன்னார்,

"நான் கூட கவனிக்கலே. உங்கக்காதான் பாத்துருக்கா... அதான் கூட்டிட்டு வரச் சொன்னா."

நாகு கூட்டத்திற்குள்ளாக அக்கா எங்கேயிருக்கிறாள் என கவனித் தான். ஆள் அடையாளம் தெரியவில்லை. அவர் தோள் மீது கையைப் போட்டபடி கூட்டிக்கொண்டு நடந்தார். வேணியக்கா தண்ணீர்ப் பந்தலையொட்டிய ஒரு சாய்ப்பில் சாக்கை விரித்துத் தேங்காய்களைப் பரப்பி வைத்து விற்றுக்கொண்டிருந்தவள், நான்கு தொலைவில் வரும் போது எழுந்து நின்று கொண்டாள். நான்கு லேசாகச் சிரித்தபடியே அக்கா அருகில் போய் நின்றான். வேணியக்கா உருக்குலைந்து போயிருந்தாள். தலைமயிர் செம்பட்டையடித்துப்போயிருந்தது. கன்னங்கள் ஒடுங்கிப் போய்

கண்கள் உலர்ந்து போயிருந்தன. அவளை ஏறிட்டுப் பார்ப்பதே மனதைக் கலக்கமடையச் செய்வதாகயிருந்தது. வேணியக்கா பேச்சற்றுப் போய் நாகுவின் கைகளைப் பிடித்துக்கொண்டாள். கண்களில் கண்ணீர் முட்டிக்கொண்டு நின்றது. பேசத் துவங்கினால் அழுதுவிடுவாள். என்பது போல். அவன் வேணியக்காவைப் பார்த்துக்கொண்டேயிருந்தான். அவள் தழுதழுத்த குரலில் கேட்டாள் "எப்படிடாயிருக்கே." நாகு அவள் கைகளை இறுக்கமாகப் பிடித்துக்கொண்டான். அவள் நடுக்கத்துடன் நாகுவின் கைகளை இறுக்கிக் கொண்டவளாகக் கேட்டாள்,

"அக்கா இருக்காளா செத்துட்டாளானு பாக்கணும்னுகூட தோணலையாடா?"

நாகுவிற்குத் தொண்டையை அடைத்துக்கொண்டு வந்தது. இடிந்து போன கோபுரத்தையே வெறித்துக் கொண்டிருந்தான். அவளறியாமல் கண்களில் நீர் வழியத் துவங்கியது. அவள் கேவிக் கேவி அழுதாள். நாகு தேற்றவும் இயலாதவனாக அவள் கைகளைப் பிடித்த பிடி விலகாமல் நின்றுகொண்டிருந்தான். தேங்காய்களுக்கு நடுவில் உட்கார்ந்திருந்த வேணியக்காவின் கணவனும் அவளை சமாதானம் செய்யவில்லை. அவள் தன் மனம் சமாதானம் கொள்ளுமளவு அழுதாள். பிறகு தன் சேலையின் முந்தானையால் கண்களைத் துடைத்துக்கொண்டு அவன் தலையைக் கோதிவிட்டாள். தலைக்குள்ளிருந்து மணல் நெறுநெறுத்தது. அவள் ஆதங்கத்துடன் கேட்டாள்,

"எங்கன படுத்துக் கிடந்துட்டு வர்றே?"

நாகு அக்காவின் கண்களைப் பார்க்காமலே சொன்னான்,

"ஆத்துக்குள்ளே."

அவள் விரல்கள் நாகுவின் தலைமயிரைக் கோதிவிட்டன. மணல் தெறித்தது. தண்ணீர்ப் பந்தலில் நிழலில் படுத்திருந்த குழந்தையொன்று அழத் துவங்கியது. அக்கா குழந்தையைக் குனிந்து எடுத்துத் தோளில் போட்டுத் தட்டியபடி சொன்னாள், "மாமா வந்திருக்கான்டி... பாரு... தங்கமில்லே..." நாகு அந்தக் குழந்தையைத் தன் கைகளில் வாங்கிக் கொண்டான். அக்காவின் ஜாடையிலேயிருந்தது. அதன் கண்கள் நீலாவின் கண்கள் போலவேயிருந்தன. குழந்தையின் கைகள் நாகுவின் முகத்தில் எதையோ தேடிக்கொண்டிருந்தன. அக்கா தேங்காய் விற்குமிடத்தில் உட்கார்ந்து கொண்டாள். நாகு குழந்தையை வைத்துக் கொண்டு அக்காவிடம் கேட்டான்,

"இங்கே எப்போ வந்தீக?"

"ரெண்டு வருசமாச்சுடா... ஊர்ல ஒரே சண்டை. அதான் பிள்ளைகளைக் கூட்டிகிட்டு இங்கே வந்திட்டோம்."

"பிள்ளைகளை எங்கே காணோம்?"

"வீட்டிலே கிடக்குதுக... வீட்டுக்குப் போவமா?"

நாகு தலையாட்டிக்கொண்டான். வேணியக்கா சாக்கிற்கு அடியிலிருந்த சாவியைத் தேடி எடுத்துக்கொண்டு நாகுவைக் கூட்டிக் கொண்டு அருகாமையிலிருந்த சந்திற்குள் நுழைந்தாள். பசு மூத்திரத்தின் வாடை வீசும் தெருவிற்குள் சாணம் அம்பாரமாகக் குவிந்து கிடந்தது. தெருவிற்குள்ளாக மாடுகள் கட்டப்பட்டிருந்தன. மாடுகளை விலக்கி இருவரும் நடந்தார்கள்.

சிறிய மரக்கதவுள்ள வீடொன்றிற்குள் ஆறேழு குடித்தனங்க ளிருந்தன. அக்கா வீட்டைத் திறந்தாள். உள்ளே குழந்தைகள் தரையில் ஆளுக்கொரு பக்கம் உறங்கிக் கிடந்தார்கள். அவள் பிள்ளைகளை எழுப்பிவிட்டாள். சிறிய அறை. அதன் மூலையிலே அடுப்பு. அந்த அறையில் ஜன்னல்களேயில்லை. இருட்டும் ஈரவாடையும் கசிந்து கொண்டிருந்தன. திறந்து வைத்திருந்த கதவு வழியாக லேசான வெளிச்சம் எட்டிப் பார்த்தது. நடைபழகும் குழந்தைகளின் வண்டியொன்று ஓரமாகச் சாய்ந்து கிடந்தது. நான்கு குழந்தைகளுக்குத் தாயாகியிருந்தாள் வேணியக்கா. பெரியவள் அக்காவைப் போலவே வெடவெட வென வளர்ந்திருந்தாள். அரக்கு நிறப் பாவாடையும் சட்டையுமாகத் தூக்கத்தில் விழித்த அவள் நாகுவைப் பார்த்ததுமே கண்டுபிடித்து விட்டாள். நாகு மாமாதானம்மா என அம்மாவிடம் கேட்டவளாக விலகி நின்று அவனையே பார்த்துக்கொண்டிருந்தாள். நான்கு அருகாமையில் சென்று அவள் தோளைப் பிடித்துக்கொண்டான். அக்கா சுவரில் சாய்ந்து உட்கார்ந்துகொண்டாள். நாகு இன்னொரு பக்கமாகச் சாய்ந்து உட்கார்ந்து கொண்டான். அக்கா ஏதோ யோசனையோடு அவனையே பார்த்துக்கொண்டிருந்தாள். நாகுவிற்குக் கூட முகம் மாறிப்போய் விட்டது. இளவட்டம் என்பதால் முகத்தில், உடம்பில் இறுக்கம் கூடியிருந்தது. தனக்குத் தெரியாத ஒரு மனிதனைப் பார்ப்பது போலவே நாகுவைப் பார்த்துக்கொண்டிருந்தாள் வேணி. நாகு அருகில் உட்கார்ந்து கொண்ட குழந்தைகளில் ஒன்று கேட்டது,

"மாமா நீ பந்து வாங்கிட்டு வந்தாயா?"

“வாங்குவோம்டா” என சமாதானம் செய்தான். உடனே மற்றவள் எனக்கு ரிப்பன் வேணும் என்றாள். வேணி தன் குழந்தைகளையே பார்த்துக்கொண்டிருந்தாள். பிறகு அவனிடம் கேட்டாள்,

“சாப்பிடுறயாடா?”

நாகு பதில் பேசவில்லை. அவன் வாசலைக் கடந்து யாரோ நடந்து போவதையே பார்த்துக்கொண்டிருந்தான். அவள் தன் கூந்தலை விரித்து விட்டவளாகச் சொன்னாள்,

“நாதியில்லாதவ மாதிரி நான் ஒத்தையிலே கிடக்கேன். நீயெல்லாம் வந்து போயிருந்தா என்னடா?”

“வர்றேன் கா.”

அவளால் வேறு எதையும் பேச முடியாதது போலாகியது. நாகு அவளையே பார்த்துக்கொண்டிருந்தான். பிள்ளைகள் அவன் சட்டைப் பையில் விரலை விட்டுக் காசை வெளியே எடுத்தன. வேணியின் கண்களில் இருந்து கண்ணீர் இறங்கிக்கொண்டேயிருந்தது.

அவன் குழந்தைகளைக் கூட்டிக்கொண்டு வெளியே வந்தான். கல் மண்டபத்திற்குள் இருந்த இனிப்புக் கடையில் குழந்தைகளுக்கு லட்டும் அதிசரமும் வாங்கிக் கொடுத்தான். பொம்மையும் பாசியும் வளையலும் பந்தும் ஊதலுமாகக் குழந்தைகள் வாங்கிக்கொண்டு வீடு திரும்பிய போது வேணியக்காவின் கணவன் வீடு வந்திருந்தான். அக்கா அடுப்பில் எதையோ கொதிக்கவிட்டுக்கொண்டிருந்தாள். குழந்தைகள் அப்பா விடம் பொம்மைகளைக் காட்டிச் சிரித்துக்கொண்டிருந்தன. நான்கு சுவர் ஓரமாகப் படுத்துக்கொண்டான். சிறுமியொருத்தி அவன் காலில் ஏறி உட்கார்ந்து கொண்டு ஆட்டி விளையாடச் சொன்னாள். வேணிக்குத் தன் குழந்தைகள் நாகுவோடு விளையாடுவதைப் பார்ப்பது மனச் சமாதானம் தருவதாகயிருந்தது.

அவர்கள் சாப்பிடும்போது காடா விளக்கு புகையோடு எரிந்து கொண்டிருந்தது. அக்காவின் சாப்பாட்டு ருசி நீண்ட நாட்களுக்குப் பிறகு அம்மாவை நினைவுபடுத்தியது. அவன் அக்காவையே பார்த்துக் கொண்டிருந்தான். அவள் அவசர அவசரமாகச் சோற்றை அள்ளி சாப்பிட்டுக்கொண்டிருந்தாள். நிமிர்ந்து பார்க்க முடியாதபடி வேதனை தொண்டைக்குழிக்குள் நிரம்பியது. அவன் பருக்கைகளை விழுங்கத் துவங்கினான். வேம்பலையில் அவர்கள் அம்மாவின் முன்னால் அமர்ந்தபடி சாப்பிட்ட இரவுகள் கை

தொடும் தொலைவில் ஒளிந்திருப்பது போலிருந்தது. நிமிர்ந்து பார்த்தபோது அம்மாவும் வேணியைப் போலவே அவசரத்தோடும் பயத்தோடும் தான் சாப்பிடுவாள் என்பது நினைவிற்கு வந்தது.

காற்றில்லாமல் குழந்தை அழத் துவங்கியது. வேணி குழந்தையைத் தூக்கிக்கொண்டு தெருவில் நடந்து கொண்டிருந்தாள். தெருவில் காண்டா மணியை அடித்தபடி மிட்டாய் வண்டிக்காரன் வந்து கொண்டிருந்தான். அக்கா தெருவில் நின்றிருந்த பசுவைக் காட்டிக் குழந்தையின் அழுகையைத் தேற்றிக்கொண்டிருந்தாள். நாகு இருளுக்குள் இறங்கி நடந்தான். கோவில் கோபுரங்களும் இருளுக்குள் பதுங்கிக்கொண்டுவிட்டன.

நீண்ட கோவில் சுவர்களை ஒட்டியே நடந்தான். குதிரை வண்டிக், காரர்கள் கோவில் வாசலை ஒட்டி நிறுத்திய வண்டியிலே உறங்கிக் கொண்டிருந்தார்கள். ஏலக்காரன் ஒருவன் பந்த வெளிச்சத்தில் துப்பட்டிகளைக் கூவி விற்றுக்கொண்டிருந்தான். அவன் முன்னால் நாலைந்து வயதானவர்கள் நின்றிருந்தார்கள். பூக்கடைகளும் கல் தூண்களுமிருந்த மண்டபத்தையொட்டிய வேம்படியில் அவன் உட்கார்ந்து கொண்டான். இருள் வேம்பின் இலைகளில் ஊர்ந்து விளையாடிக் கொண்டிருந்தது.

43

உறக்கம் பிடிக்கவேயில்லை. சுனையில் நீர் சுரப்பது போன்ற சப்தத்தோடு வேம்பின் காற்று கசிந்து கொண்டிருந்தது. நாகு கல்லில் தலையை வைத்துப் படுத்தபடி வீதியைப் பார்த்துக்கொண்டிருந்தான். குதிரை வண்டியொன்று தாளம் தப்பாத நடையுடன் கடந்து போய்க் கொண்டிருந்தது. அவன் படுத்திருந்த இடத்திற்கு வந்து சேர்ந்த சந்நியாசி ஒருவன் தனது நீண்ட கழியால் நாகுவின் காலை உரசி எழுப்பினான். நாகு எழுந்துகொண்டபோது சந்நியாசி ஜாடையிலே அவன் எழுந்து வேறிடம் போய் படுத்துக்கொள்ளச் சொன்னான். சடைத்துப் பின்னிய தாடியும் பம்பைத் தலையுமாகயிருந்த அந்த சந்நியாசியைப் பார்த்துக் கொண்டேயிருந்தான் நாம் சந்நியாசி தனது கழியை உயர்த்தி இடத்தை விட்டு விலகிப் போக அதட்டிச் சொன்னதும் நாகு ஆத்திரத்துடன் முறைத்தான். சந்நியாசி குனிந்து தனது சிவந்து புண் வைத்துப் போயிருந்த காலைச் சொறிந்துவிட்டுக்கொண்டவனாக இருமினான். நாகு தான் படுத்திருந்த இடத்தை விட்டு எழுந்துகொண்டதும் சந்நியாசி தனது துணிப் பையைக் கல்லில் வைத்துவிட்டு ஓரமாகப் போய் மூத்திரம் பெய்தான். நாகு அருகாமையிடங்களைத் திரும்பிப் பார்த்த போது ஆறேழு சந்நியாசிகள் தங்கள் பைகளுடன் இருப்பிடத்திற்குத் திரும்பியவர்களைப் போல படுக்கைக்குத் தயாரானார்கள். மூத்திர மண்ணைத் தன் கைகளில் அள்ளிக்கொண்டு வந்து கால் புண்ணில் கரகரவென தேய்க்கத் துவங்கிய சந்நியாசியை முகச் சுழிப்போடு பார்த்தபடி மாட வீதியை நோக்கி நடக்கத் துவங்கினான் நாகு.

கிழட்டுக் குதிரையொன்று தனியே தெருவில் நடந்து கொண்டிருந்தது. மாடவீதி இருளுக்குள் நீண்டு கிடந்தது. நடக்கும்போது பூவாடை குப்பென முகத்தில் அடிப்பது போல

இருளுக்குள்ளிருந்து பீறிட்டது. தலையைக் கோதிவிட்டுக்கொண்டு முன் நடந்தபோது குதிரை வண்டியொன்றின் அருகே நின்றுகொண்டிருந்த இரண்டு பெண்கள் ஒருவ னோடு பேசிச் சிரித்துக்கொண்டிருந்தார்கள். நாகு அவர்களைக் கடந்து போகும்போது திரும்பிப் பார்த்தபடி நடந்தான். வண்டிக் குள்ளும் இன்னும் இரண்டு பெண்கள் தெரிந்தார்கள். குதிரை வண்டியோட்டியைக் காணவில்லை. மிக மெதுவாக அவர்களைக் கடந்து போனான். அவன் நடையின் பின்னலைக் கண்டவர்களைப் போல ஒரு பெண் செருமிக் கொண்டாள். நாகுவும் பதிலுக்குச் செருமினான். வண்டியிலிருந்து ஒருத்தி குதித்துத் தெருவில் இறங்கி நடக்கத் துவங்கினாள். நாகு அவளைக் கவனியாதவன் போலவே நடந்தான். அவள் விடுவிடுவென நடந்தவளாக அருகில் வந்து கேட்டாள், "வர்றயா." நாகு ஏறிட்டுப் பார்த்தபடியே நின்றான். அந்தப் பெண் சட்டென அவன் தோளில் கை போட்டுக் கொண்டவளாகக் கேட்டாள், "போவமா? நாகு அவள் கைகளைத் தன் தோளில் இருந்து விலக்கிவிட்டான். அவள் கூந்தலை முதுகெங்கும் விரித்து விட்டிருந்தாள். அதிலிருந்து வேப்ப எண்ணெய்யின் வாசம் மணத்தது. அவள் கண்களை இடுக்கியபடி அவனைப் பார்த்துக்கொண்டு கேட்டாள், "காசில்லையா?" நாகு தொலைவில் பெண்கள் சிரித்துக்கொண்டிருப்பதைக் கேட்டபடி சலனமில்லாமல் நின்றான். பிறகு தனது டிராயரில் இருந்த பணத்தை எடுத்து அவளிடம் நீட்டினான். அவள் பணத்தைப் பிரித்துக்கூடப் பார்க்காமல் சுருட்டி தன் வெற்றிலைப் பைக்குள் போட்டுக்கொண்டு அவன் தோளில் கை போட்டபடி நடக்கத் துவங்கினாள். குதிரை வண்டியில் இருந்து ஒரு பெண் சீட்டியடித்து அவளைக் கூப்பிட்டாள். நாகுவின் தோளைப் பற்றியிருந்தவள் வெட்கத்துடன் "போங்கடி நாய்களா" எனக் கேலியாகச் சொன்னபடி நடந்தாள்.

தன்னை விடவும் அவள் உயரமாகயிருப்பதை நாகு கவனித்தான். அவள் கைகளில் கண்ணாடி வளையல்கள் நிறைய அணிந்திருந்தாள். நாகுவைக் குறுக்குச் சந்துகளுக்குக் கூட்டிக்கொண்டு நடந்தாள். எங்கே போகிறோம் என்பது அறியாமல் கூடவே நடந்தான். வெண்கலப் பாத்திரங்களை நெளிவு எடுத்துக்கொண்டிருப்பவர்கள் இரவிலும் வேலை செய்துகொண்டிருந்தார்கள். அவள் மூடியிருந்த மரக்கதவு ஒன்றின் கொண்டியைப் பிடித்துக் குலுக்கினாள். கதவைத் திறந்துவிட்ட வயதானவன் திரும்பவும் தனது இடத்தில் போய்ப் படுத்துக்கொண்டான். உள்ளே பெரிய அசோக மரமிருந்தது. சுற்றிலும் இடிந்த நிலையில் இருந்த கட்டிடமொன்றில் வரிசை

வரிசையாக அறைகளிருந்தன. ஒவ்வொரு அறையின் வாசலின் மேல் மாடத்திலும் அதன் சாவி கிடந்தது. எந்த அறையிலும் ஆள் இருப்பது போலவே தெரியவில்லை. அவள் ஒரு அறைக் கதவைத் திறந்த போது உள்ளே சிறிய மரக் கட்டில் கிடந்தது. அறையில் விளக்கு வெளிச்சமில்லை. அவள் கதவுகளைத் திறந்து வைத்துக்கொண்டு தனது உடைகளைக் களைந்து கொள்ளத் துவங்கினாள். அசோக மரத்தின் இலைகளுக்குள்ளிருந்து நிலவு வெளிச்சம் லேசாகக் கசிந்து கொண்டிருந்தது. அவள் கட்டிலில் படுத்துக் கொண்டுவிட்டாள். நாகு கட்டிலில் உட்கார்ந்தான். அவள் கைகள் அவனைப் பற்றியிழுத்தன. நாகு அவளது வயிற்றில் சாய்ந்து கொண்டான். உடலின் ரத்தச்சூடு அவன் கைகளுக்குள் பரவத் துவங்கியது. அவள் தனது கேசத்தை முன்னால் வழியவிட்டு மார்பை மூடியிருந்தாள். நாகு கேசத்தை விலக்கினான். அவளிடம் சலனமேயில்லை. அவள் நாகுவின் தலையைப் பிடித்து தன் முகத்தோடு இழுத்தாள். நாகுவின் உடல் முறுக்கேறியது. அலை பாறையில் மோதுவது போன்ற தொரு வேகமும் சிலிர்ப்புமாக அவளுடன் கூடினான். உலர்ந்த மண லின் ருசியிலிருந்த முத்தத்தைச் சுவைத்தபடி அவன் உத்திரங்களை வெறித்துப் பார்த்துக்கொண்டு படுத்தான். அவள் இருட்டிற்குள்ளிருந்தபடி தனது வெற்றிலைப் பையைத் தேடினாள். துணிகளுக்குள் இடம் மாறிக் கிடந்த பை அகப்படவில்லை. அவனைப் புரட்டி எழுந்து கொண்டு வெற்றிலைச் சுருக்கை எடுத்து தன் நிர்வாணத்தை மறைக்க அவசியமில்லை என்பவள் போல காலைச் சம்மணமிட்டு உட்கார்ந்து கொண்டு வெற்றிலை போடத் துவங்கினாள். நாகு அவளிடமிருந்து ஒரு வெற்றிலை மடிப்பை வாங்கிக்கொண்டான். அவள் பாக்கைக் கடித்தபடி சொன்னாள்,

“இது பாண்டிய ராஜா காலத்து வெற்றிலைக்கார சத்திரம். இங்கே தான் முன்னாடி வெத்தலை யாவாரிகள் வந்தா தங்குவாங்க. இப்போ யாரும் வர்றதில்லை.”

நாகுவிற்கு வெற்றிலைச் சாறு தொண்டையைக் கவ்வியது. அவன் செருமிக்கொண்டான். அவள் சிரிப்போடு சொன்னாள்,

“புதுச் சுண்ணாம்பு கூடியிருச்சுனு நினைக்கேன். இனிமே எப்போ வெத்தலை போட்டாலும் என் நியாபகம் வருமில்லையா?”

நாகுவிற்கு ரத்னாவதியின் நினைவு வந்தது. அவன் வெற்றிலை எச்சிலை வாசலை நோக்கித் துப்பினான். அவள் தரையில் சுருண்டு படுத்துக்கொண்டாள். நாகு கண்களை மூடிக்கொண்டு சிதறிக் கிடந்த

பூவின் சுகந்தத்தை நுகர்ந்தான். பார்த்துக்கொண்டிருந்தபோதே உறங்கியிருந்தாள். ஓடு ஒன்று நழுவி விழும் ஓசை கேட்டு கவிழ்ந்து படுத்திருந்த நாகு தலையை உயர்த்திய போது பூனையொன்று அறை வாசலில் நின்று உள்ளே பார்த்துக்கொண்டிருந்தது. நாகு கையை வீசி அதை விரட்டினான், பூனை அசையவேயில்லை. அவன் கட்டிலை விட்டு இறங்கிக் கைகளை உரத்து வீசியதும் பூனை மெதுவாக அசைந்து தாழ்வாரத்தில் நடந்து போனது. நாகு வெளியே வந்து உட்கார்ந்து கொண்டான். நிலா வெளிச்சத்தில் அசோக மரமும் அதை ஒட்டிய கிணறுகளும் சிறிய பீடமும் தெரிந்தன. நாகு தாழ்வாரத்தில் நடந்தான். யாருமேயில்லை. பூனை மரப்படிகள் வழியாக மேலேறி நடந்து கொண்டிருந்தது. காற்று மூர்க்கம் கொண்டது போல வேகமாகிக் கொண்டேயிருந்தது. வாசலை ஒட்டிய கல்லில் படுத்துக்கொண்டான். விடிவதற்கான நீல வெளிச்சம் கசிந்து நிரம்பிக் கொண்டிருந்தபோது நாகு உறக்கத்தில் ஏதோ முணுமுணுத்துக்கொண்டிருந்தான். அவனோடு வந்தவள் கிணற்றில் தண்ணீர் இறைத்துக் குளித்தவளாக, நீல வெளிச்சத்தில் கிணற்றின் உள்ளே வானம் வளையமிட்டிருப்பதைக் கண்டவளாகத் தனது கூந்தலின் ஈரத்தைத் தட்டிவிட்டுக்கொண்டிருந்தாள். நாகுவைக் குனிந்து எழுப்பியபோது அவளது ஈரக்கூந்தல் அவன் முதுகில் தண்ணீரைச் சொட்டியது. நாகு எழுந்து கொள்ளவே யில்லை. அவள் தன் குளிர்ந்த விரல்களால் அவன் தோளை உலுக்கினாள். நாகு கண் விழித்தபோது அவளது ஈரமான சிரிப்பு வெளிப்பட்டது. கண்களைக் கசக்கியபடி எழுந்து உட்கார்ந்து கொண்டான். அவள் தான் புறப்படுவதாகச் சொன்னாள். நாகு தானும் அவளோடு வருவதாகச் சொல்லியபடி கிணற்றடிக்கு நடந்தான். அவள் அறைக் கதவை மூடி சாவியை இருப்பிடத்தில் வைத்தபடி அவனுக்காகக் காத்துக்கொண்டிருந்தாள். விடிகாலை வெளிச்சத்தில் அந்தச் சத்திரத்தின் ரூபம் தெரிந்தது. சிறிய முகப்பு வளைவும் மரப்படிகளும். ஒரு காலத்தில் அது மிக அழகான தொரு சத்திரமாகயிருந்திருக்கக்கூடும். அவள் சத்திரத்தை விட்டுக் கிளம்பும்போது சொன்னாள்,

"முலையைத் திருகியெறிந்து இந்த ஊரையே ஒருத்தி எரிச்ச கதை தெரியுமில்லையா... அந்த நெருப்பிலே அணையாத மிச்சம் இங்கதான் இருக்கு பாக்குறயா?"

நாகு திகைப்போடு அவள் காட்டிய இடத்தைப் பார்த்தான்.

இடிந்து கிடந்த ஒரு கருவறை போலிருந்த இடத்தருகே அவனை அழைத்துக்கொண்டு போய்க் காட்டினாள். வெளவால் எச்சம்

குவிந்து கிடந்த அந்த அறைக்குள் அவன் குனிந்து நடந்தபோது உள்ளே கை அகலத்தில் சிறிய குழிவு இருந்தது. அதில் தகதகவென மினுப்புடன் நெருப்பு எரிந்து கொண்டிருந்தது. நாம் அதை உற்றுக் கவனித்தான். நெருப்பின் சுடர் தன் நாவை அசைத்தபடி எல்லாப் பக்கமும் பார்த்துக் கொண்டிருந்தது. அவள் தன் கைகளைக் கூப்பி வணங்கியபடியே சொன்னாள்,

"எண்ணெய்யில்லாமலே எரியுற விளக்கு... ஆயிரம் பேர் சேர்ந்து அணைச்சும் அணையாம போன தீ... தானா எரிஞ்சுகிட்டேயிருக்கு."

நாகு அதைப் பார்த்துக்கொண்டேயிருந்தான். தரையிலிருந்து விதை கீறி முளைத்தது போல நெருப்பின் நாவு துடித்துக்கொண்டிருந்தது. நகரத்தில் தான் சுற்றித் திரிந்து வீடுகளையும் மாடங்களையும் மனிதர்களையும் எரித்த உக்கிரமான அந்நாளைப் பற்றித் தனக்குத் தானே சொல்லிக்கொண்டிருப்பது போலிருந்தது அதன் வேகம். நெருப்பைப் பார்த்தபடியே அவள் உதடுகள் எதையோ முணுமுணுத்துக்கொண்டன. நாகு தலை கவிழ்ந்தவனாக வெளியே வந்தான். அவர்கள் வெற்றிலைச் சத்திரத்தை விட்டு வெளியே வந்தபோது அவள் வேகமாக நடக்கத் துவங்கினாள். அவனுக்கு எங்கே போவது என்றே தெரியவில்லை. கூடவே நடந்தான். அவள் கிளை பிரியும் பாதையொன்றில் வந்தபோது வீட்டுக்குப் போறேன் எனச் சொன்னாள்.

நாகு நின்று கொண்டான். அவள் மட்டும் தனியே தெருவில் போய்க் கொண்டிருந்தாள். விடிகாலையின் பேரமைதியில் இருந்த தெருவில் அவளது நடை பதற்றம் தருவதாகயிருந்தது. அவன் விடிவதற்காகக் கீச்சிடும் பறவைகளைக் கவனித்தபடி கல்மண்டபப் பாதையில் நடந்த போது சந்நியாசிகள் உடல் முழுவதும் மூன்று விரல்களால் ஈரத் திரு நீற்றைப் பூசிக்கொண்டிருந்தார்கள். கல்மண்டபத்தில் யானையொன்று தனியே நின்று கொண்டிருந்தது.

எஸ். ராமகிருஷ்ணன்

44

ஊர் திரும்பிய இரண்டு நாட்களுக்கு நாகு வீட்டிலே படுத்துக் கிடந்தான். சாப்பிடுவதற்குக்கூட மனசில்லை. தாத்தா அவன் உறங்கும் போது நெற்றியில் கைவைத்துக் காய்ச்சல் கண்டிருக்கிறதா எனப் பார்த்த படியிருந்தார். அவன் கண்களைத் திறந்து கொள்ளவேயில்லை. படுத்தபடியே ஏதேதோ யோசனைகளில் சிக்கிக்கொண்டிருந்தான். விழிப்பா கனவா எனத் துல்லியம் தெரியாமல் ஏதோ காட்சிகள் புலப்பட்டன. வேணியக்கா கூப்பாடு போட்டு அழுதுகொண்டிருந்தாள். அவள் குழந்தைகளில் ஒன்று கோவில் கோபுரத்தில் சிற்பங்களுக்கு நடுவே தானும் ஒரு சிலை போல உட்கார்ந்து கொண்டு தரையிறங்கி வர மறுத்துக் கத்தியது. நீலா குதிரை வண்டியில் உட்கார்ந்தபடி இருளில் போகின்றவர்களைப் பார்த்துச் சிரித்துக்கொண்டிருந்தாள். தான் பார்த்த நெருப்பு பெரிதாக வளர்ந்து வளர்ந்து வீதிகளில் ஓடி வருவதும் அதற்கு நடுவே யானையொன்று பிளிறிக்கொண்டிருப்பதுமாக காட்சிகள் தோன்றிக் கொண்டிருந்தன. அவன் பிதற்றினான். உடம்பு நடுக்கம் கொள்ள தன்னை மீறி ஏதேதோ சொல்லிக்கொண்டிருந்தான். வேணியக்கா அவன் கால்களைக் கட்டிக்கொண்டு தன்னை விட்டுப் போய்விடக் கூடாது என்று மன்றாடிக்கொண்டிருந்தாள். அவன் உதடுகள் உலர்ந்து போய்விட்டன. பகலும் இரவும் கனவின் பெருந்தாழிக்குள் வீழ்ந்து கிடந்தான். தாத்தா இரண்டு முறை பச்சிலைப் பத்து போட்டுவிட்டார். தலையில் இருந்த கனம் விலகிக் கனவில் இருந்த குழப்பம் வடியத் துவங்கியது. நீல வெளிச்சத்தைத் தவிர கனவில் வேறு எதுவுமேயில்லை. நாகு ஆழ்ந்த உறக்கம் கொண்டான். மூன்றாம் நாளின் விடிகாலையில் அவன் எழுந்தபோது பசியாகயிருந்தது. தாத்தாவை எழுப்பிவிட்டான். அவர் பசிக்கு என்ன கொடுப்பதெனத்

தெரியாமல் கருப்பட்டியைத் தட்டிக் கையில் கொடுத்தார். நாக்கு வெல்ல ருசியில் விழித்துக் கொண்டது போல சுவைத்தது. அவன் ஒரு செம்பு தண்ணீர் குடித்தான். உடம்பில் ஏறியிருந்த கனம் கரைந்து போனது போலிருந்தது. வேணியக் காவை, அம்மாவை, நீலாவை, வேம்பலையை எனத் தன் விருப்பப்படி ஒவ்வொன்றாக நினைவு கொள்ளத் துவங்கினான். அவனுக்கு சுகமானதைக் கண்டு மறுநாளில் தாத்தா ஆட்டு ரத்தத்தை வாங்கி வந்து வதக்கிச் சாப்பிடத் தந்தார். தாத்தாவிடம் தான் வேணியக்காவைப் பார்த்ததைப் பற்றிச் சொன்னான். அவர் பெருமூச்சிட்டபடியே பதில் பேசாமல் பெண்ணைப் போலவே குத்துக்காலிட்டபடி அடுப்பில் வேலை செய்துகொண்டிருந்தார். நாகு தன்னை வெற்றிலைச் சாத்திரத் திற்குக் கூட்டிப் போன பெண்ணை நினைத்துப் பார்த்தான். யாவர் மீதும் வேதனையே கவிந்தது. நீண்ட நாட்களுக்குப் பிறகு வேம்பலைக்குப் போக வேண்டும் என்று ஆசையாகயிருந்தது. அவன் கண்களை மூடிக்கொண்டு அவன் வீடிருந்த தெருவை நினைவு கொள்ளத் துவங்கினான். கல் உரல்களும் வேலிப் புதரும் உதிர்ந்து கொண்டிருக்கும் மண்சுவர் நீண்ட வீடுகளுமாக வேம்பலை உருக்கொள்ளத் துவங்கியது. ஊரின் மண்ணைத் தெள்ளித் தெள்ளித் தின்ற ருசி நாவில் புரண்டது. நாகு படுத்துக்கொண்டேயிருந்தான். பகலில் வெயிலேயில்லை. மேகம் மூட்டம் கட்டியதாகயிருந்தது.

அன்றைய மதியத்தில் சடசடவென சாரல் அடிக்கத் துவங்கியது. வெக்கையில் உலர்ந்து போயிருந்த ஓடுகள் மழை ஈரத்தைத் தன் நாவுகளால் உறிஞ்சிக்கொண்டிருந்தன. வீட்டுச் சுவர்கள், தெருக்கள் மணக்கத் துவங்கின. தெருவில் மழை நீர் ஓடுவதைச் சிறுவர்கள் ஆர்ப்பரித்தபடி பார்த்துக்கொண்டிருந்தார்கள். இடியோடு கூடிய கன மழை துவங்கியது. வானம் குமுறிக்கொண்டு கத்தியது. காற்றும் சேர்ந்து கொண்டு தெருவையே பெயர்த்து எடுத்துவிடுவது போல எக்காள மிட்டது. கூரைகள் நடுங்கத் துவங்கின. பசுவைப் பிடித்தபடி தெருவில் வந்த பெண் காற்றின் கதியில் முன் நடக்க முடியாமல் கையிலிருந்த பசுவை நழுவ விட்டாள் பசு வெறித்துக் கத்தியபடி ஓடியது. காற்றின் பெருங்கரம் கூரைகளைப் புரட்டி இழுத்துக்கொண்டிருந்தது. இடியும் மின்னல் வெட்டுமாக அந்தப் பகல் தன் உருவை மாற்றிக்கொண்டு இருண்டது. வீட்டுக் கதவை அடைத்தபடி மழையின் சப்தத்தைக் கேட்டுக்கொண்டிருந்தார்கள். நான்கு கதவை மூடவில்லை. மழைத் தண்ணீர் தெறித்து உள்ளே எட்டிப் பார்த்தது. காற்று ஊரையே சூறையிடுவது போல

கத்திக்கொண்டிருந்தது. மின்னல் வெளிச்சத்தில் வீடுகள் மிளிர்ந்தன. மரங்கள் இடியும் மின்னலும் கண்டு பயந்தது போல ஆடின. வாசலில் கட்டியிருந்த அவிழ்க்கப்படாத ஆட்டுக்குட்டியின் கத்தலோசை மழைக்குள் யாருக்கும் கேட்காமலே ஒடுங்கிப் போனது. தாத்தா மழையை வெறித்துப் பார்த்தபடி நின்றுகொண்டிருந்தார். காற்று மெல்ல ஒடுங்கத் துவங்கி அடங்கியது. வீட்டிலிருந்த இருவரும் ஒருவரையொருவர் பார்த்துக்கொண்டார்கள். மழை மெதுவாக வெறிக்கத் துவங்கியது. வானம் வெளிறியதும் ஊரின் ஈரத் தெருக்களில் நாகு நடந்து சென்றான். நாய் ஈர உரலில் வாலைத் தேய்த்துக்கொண்டிருந்தது. பெண்கள் சிரிப்பும் குதூகலமுமாகத் தெருவில் நடந்தார்கள். மழைக்குப் பிந்திய ஊரின் சுபாவம் முற்றிலும் மாறியிருந்தது.

நாகு ஊரை அதிசயம் போல பார்த்துக்கொண்டிருந்தான். எதிர்ப்படும் மனிதனின் பேச்சில் கூட குளிர்மையேறியிருந்தது. இருட்டும் வரைக்கும் கோவில் திண்டிலே உட்கார்ந்திருந்தான். பெயர் தெரியாத பூச்சிகள் மழை ஈரத்தில் பிறந்து கத்தத் துவங்கின. கோவிலுக்கு எண்ணெய் விளக்கு போட வந்தவள் இரண்டு அகல் விளக்குகளை மாடத்தில் வைத்துப் போனாள். வேணியக்காவைப் பற்றியே யோசனைகள் நீண்டு கொண்டிருந்தன. தன் கண் முன்னால் அவள் உருக்குலைந்து விட்டதன் துக்கம் அடங்காமல் விம்மிக்கொண்டிருந்தது. அவளுக்காக ஒரு பசுவை வாங்கித் தந்தால்கூட போதும். குழந்தைகள் பசியாறித் தெளிந்துவிடுவார்கள் என்று யோசனை உண்டானது. அருகாமையிலிருந்த விளக்கின் சுடர் தன் நாவால் சுவரில் எதையோ வரைந்து கொண்டிருந்தது. கோவிலின் இருள் வெளிச்சத்தைத் தன் விரலால் பிடித்து அணைத்துவிடத் துடிப்பதைப் போல நெருங்கிக் கவ்விக் கொண்டிருந்தது.

45

தாத்தாவும் அவனுமாக சந்தையில் அலைந்து கொண்டிருந்தார்கள். எங்கிருந்தோ ஒரு செவலைப் பசுவை விற்பதற்காகக் கொண்டு வந்திருந்தாள் ஒரு பெண். அது தளதளத்தபடி கண்கள் படிகம் போல் மின்னத் துடைத்து வைத்த வெண்கலச் செம்பைப் போல துலங்கியதாகயிருந்தது. அவள் அந்தப் பசுவை எதற்காக விற்கக் கொண்டுவந்திருக்கிறாள் என ஆச்சரியத்தோடு யாவரும் பார்த்துக்கொண்டிருந்தார்கள். பசுவை வைத்திருந்தவள் தரகு பேச யாரையும் அனுமதிக்கவேயில்லை. வெயிலின் ரேகைகளைக்கூட மிரட்சியோடு பார்ப்பதாகயிருந்த அந்தப் பசு நெடு நாட்களாக வீட்டிற்குள்ளாகவே நின்றிருக்கக்கூடும். பசுவை அவள் மரத்து நிழலில்தான் கட்டியிருந்தாள். சந்தைக்குள் வருகின்றவர்கள் எவரும் அதை ஒரு நாழிகை பார்த்து அதிசயிக்காமல் நடக்க முடியவில்லை. அவள் எங்கிருந்து வந்திருக்கிறாள், யார் வீட்டிலிருந்த பசு அது என எந்தக் கேள்விக்கும் அவள் பதில் பேசவில்லை. அவள் பசுவின் நெற்றியைத் தடவிவிட்டபடியே நின்றுகொண்டிருந்தாள். அருகே வந்து மாட்டைத் தொட்டுப் பார்க்க வந்தவர்களை முறைத்தபடி அவள் விறைப்பாக நின்றிருந்தாள். யார் அதை வாங்கப் போகிறவர்கள் என்று ஆவலாகப் பார்த்துக்கொண்டிருந்தார்கள். பசுவின் விலையை அவன் தங்கத்தின் விலையைப் போல சொன்னாள். மறுவிலை கேட்கும் யாரையும் அவள் சிடுசிடுப்புடன் துரத்தி விட்டாள். அந்தப் பசுவின் விலைக்கு ஒரு வயலையே விலைக்கு வாங்கிவிடலாம் என ஒருவன் கோபத்தோடு சொன்னான். தாத்தா அந்தப் பசுவையே பார்த்துக்கொண்டிருந்தார். அவரது இத்தனை வருச மாட்டு வியாபாரத்தில் இதுபோல சுத்தம் சுழி கொண்ட பசுவைக் கண்டதேயில்லை. பசுவின் கண்களில் சாந்தம் படிந்திருந்தது. அவள் சொன்ன விலைக்கு நெருங்கி வரக்கூட யாரும் தயாராகயில்லை. நாகு அந்தப் பெண்ணைப்

பார்த்துக்கொண்டிருந்தான். அவள் கன்னத்தில் சிறிய மருபோல மயிர் முளைத்திருந்தது. பார்ப்பவர் கண்களை அதை விட்டு விலக்க முடியாதபடி அந்த மரு ஈர்ப்புடைய தாகயிருந்தது. அவள் மெலிந்து போனவளாகயிருந்தாள். செவலைப் பசு வாலைச் சுழட்டித் துள்ளும்போது அதன் அழகைத் தரகர்கள் ரசித்துக்கொண்டார்கள். தாத்தா அவளிடம் எதையும் கேட்டுக் கொள்ளவேயில்லை. ஆனால் அவர் கண்கள் பசுவிலேயிருந்தது. சந்தைக்கு வந்த மாடுகள் விலை திகைந்து வெளியேறிக்கொண்டிருந்தன. அவள் பசுவிற்காகத் தலைச்சுமையாகக் கொண்டு வந்திருந்த பசும்புல்லை அவிழ்த்துப் போட்டாள். இதுபோன்ற பச்சை அடர்ந்த புல் இந்தப் பகுதியிலே கிடையாது. வெகு தூரத்திலிருந்து வந்திருக்கிறாள் என்று தெரிந்தது. பசு புல்லை முகர்ந்து பார்ப்பதும் தலை திருப்புவதுமாகயிருந்தது. அவள் முகத்தில் வழியும் தனது கேசத்தைத் தள்ளியபடி மரத்தடியில் நின்றுகொண்டிருந்தாள். தாத்தா அவளிடம் போய்க் கேட்டார்,

"மாட்டைப் பிடிச்சுகிட்டு கூடவே வந்தேனா நீ கேட்ட விலையை விட பத்து இருபது ரூவா கூடவே வாங்கித் தர்றேன்."

அவள் முறைத்துப் பார்த்துவிட்டுச் சொன்னாள்,

"கேட்ட விலையைக் குடுத்தா போதும்."

"நாலு மைல் நடக்கணும். முடியுமா?"

அவள் தலையை ஆட்டிக்கொண்டு மாட்டை அவிழ்த்துக் கொண்டாள். இருவரும் சந்தையை விட்டு வெளியேறிப் போகும்போது மாட்டு வியாபாரிகள் கள்ளக் கண்களால் அவர்களைப் பார்த்தபடியிருந்தனர். நாகு புளிய மர நிழலில் இருந்து அவசரமாகத் தாத்தாவை நோக்கி நடந்தான். அவர்கள் தெருவைத் தாண்டும் வரை மௌனமாக வந்தவள் மாட்டைச் சுண்டிப் பிடித்துக்கொண்டு கேட்டாள்,

"பசிக்குது."

நாகுவிடம் அவளுக்குப் பலகாரங்கள் வாங்கிக்கொண்டு காட்டுக் கருப்பசாமி கோவில் அருகே வரச் சொன்னார் தாத்தா.

அவள் விடுவிடுவென நடக்கத் துவங்கினாள். வெள்ளைக் குதிரையைப் பிடித்துக்கொண்டு நடந்த அல்லிராணியின் கதை ஞாபகத்திற்கு வந்தது. அவர்கள் காட்டுக் கருப்பசாமியின் கோவில் அருகேயிருந்த ஆலமரத்தடியில் நின்றுகொண்டார்கள். வயதேறி அடர்ந்திருந்த ஆல மரம் விழுதுகள் விட்டு வளைந்திருந்தது. ஆலமரத்தடியில் யாரோ உறங்கிக்கொண்டிருந்தார்கள். அவள் தன் பசுவைப் பிடித்தபடியே விழுதுகளுக்குள் நின்றாள். நாகு

சாப்பாட்டை இலையில் மடித்து வாங்கிக்கொண்டு வந்தான். அவள் தரையில் உட்கார்ந்து சாப்பிடக்கூட நேரமில்லாதவள்போல கைகளிலே இலையைப் பிரித்து அவசர அவசரமாகச் சாப்பிட்டாள். பசு விழுதுகளுக்குள் இறங்கும் வெயிலை நக்கிக் கொண்டிருந்தது. அவள் முறைத்தபடி அதைச் சுண்டிப் பிடித்தாள். அவர்கள் மூவரும் ஒரு வார்த்தைகூடப் பேசிக்கொள்ளாமல் நடந்த தார்கள். ஒற்றையடிப் பாதையில் அவர்கள் நடந்தபோது பசு கழுத்து மணியை ஆட்டியபடி நடந்தது. அவர்கள் ஊருக்குள் நடந்து போன போது வழியிலிருந்த மடத்தில் படுத்திருந்த சம்சாரிகள் பேரதிசயம் கண்டவர்கள் போல ஆச்சரியத்துடன் அந்தப் பசுவைப் பார்த்துக் கொண்டிருந்தார்கள். வட தெருவிற்குள் பசுவைக் கூட்டிக்கொண்டு அவள் நடந்தபோது கம்பம்புல் இடித்துக்கொண்டிருந்த ஒரு பெண் தெலுங்கில் தாத்தாவிடம் கேட்டாள். யாரு வீட்டுக்குப் போகுது? தாத்தா நிமிர்ந்து பார்க்காமலே "நாமக்காரர் வீட்டுக்கு" எனச் சொல்லியபடி நடந்தார்.

கிருஷ்ணர் சிலை வைத்து நாமக்காரர் வீட்டின் வாசலில் தாமரைக் கோலம் போட்டிருந்தார்கள். தெருவை அடைத்தது போல அகன்ற கோலமது. வாசலில் நின்றபடி கட்டுக் கட்டாக விரியும் உள் அறைகளை நோக்கிச் சப்தமிட்டார் தாத்தா. உள்ளேயிருந்த ஊஞ்சலில் யாரோ ஒரு வயசாளி உட்கார்ந்து ஆடிக்கொண்டிருந்தார். தாத்தாவின் குரலைக் கேட்டு நாமக்காரர் வெளியே வந்தபோது தாத்தா கைகளைக் கூப்பியபடி நின்றார். நாமக்காரர் பசுவின் அருகே போய் நின்று அதை வியப் போடு பார்த்தபடி நெற்றியைத் தடவிவிட்டார். பிறகு குரல் தழுதழுக்க சொன்னார்,

"மகாலட்சுமியோட அம்சம்டா. அய்யாவு எங்கடா பிடிச்சே."

ஒரு பெண் நாமக்காரரை முறைத்தபடி நின்றுகொண்டிருந்தாள். நாமக்காரர் பசுவின் மூத்திரக் கசிவைத் தன் விரலால் தொட்டு முகர்ந்து விட்டுச் சொன்னார்,

"இப்படி பசு ஒண்ணு வீட்டில நின்னா போதும்டா... ஐஸ்வரியம் தானாப் பெருகும்"

என்றபடி தனது வேட்டியைத் திரைத்துக்கொண்டு அவசரமாக உள்ளே போனார். உள்ளிருந்து நாலைந்து பெண்கள் வெளியே வந்தார்கள். வந்தவர்கள் புதுப் பெண்ணைப் பார்ப்பதுபோல ஆச்சரியத் தோடும் மிருதுவோடும் பசுவைப் பார்த்தபடியிருந்தார்கள். வெள்ளைச் சேலையுடுத்தியிருந்த வயசான பெண் மட்டும் பசுவின் காம்பைப் பிடித்துப் பார்த்தவளாக சொன்னாள்,

“பெருமாள் சுழியுள்ளதுடா. காம்புல சக்கரம் போட்டிருக்கு... வீட்டுக்கு ஆகாது. வேண்டாம்டா ரங்கா.”

அதை லட்சியம் செய்யாதவரைப் போல நாமக்காரர் முறைத்தபடி “உனக்குக் கண் எழவு அவிஞ்சுபோச்சு” என்றார். வீட்டுப் பெண்கள் பசுவைப் பார்த்துப் பார்த்து ஆச்சரியம் கொண்டார்கள். வந்தவள் தனது கயிற்றை விடாமல் பிடித்தபடி நின்றாள். நாமக்காரர் யார் வீட்டில் நின்ற பசு என அவளிடம் கேட்டார். அவள் பதில் பேசவேயில்லை. பசுவை வீட்டினுள் பிடித்துக்கொண்டு வரும்படி சொன்னார். வீட்டிற்குள் பசுவோடு வந்தபோது தூண்களுக்கு இடையில் ஈனுவதற்காக ஒரு பசு நிற்பதைக் கண்டாள். அந்தப் பசுவைச் சுற்றிலும் சேலை மறைப்பு கட்டியிருந்தார்கள். செவலையை எங்கே கட்டுவது எனத் திகைத்து நின்றபோது வீட்டுப் பெண்களில் ஒருத்தி தூபக்கரண்டியோடு பசுக்களுக்கு சாம்பிராணி போட்டுக்கொண்டு வந்தவள், செவலையை வாங்கி வலது தூணில் கட்டினாள். ஒரு குழந்தை பசுவைத் தொட்டுப் பார்ப்பதற்காக நின்றுகொண்டிருந்தது. பசுவோடு வந்தவள் தனக்குரிய பணத்தை வாங்கிக்கொண்டு வெளியே போகும்போது ஏதோ யோச னையோடு உள்ளே வந்து பசுவின் நெற்றியைத் தடவிவிட்டபடி அதைப் பார்த்துக்கொண்டிருந்தாள். பிறகு எவரிட்மும் சொல்லிக்கொள்ளாமல் வெளியேறிப் போனாள்.

நாகுவும் தாத்தாவும் புறப்பட்டபோது வெற்றிலையில் மடித்து பணமும் பாசிப்பயறு ஒரு சுமையும் கொடுத்த நாமக்காரர் வெயில் தாழப் புறப்படச் சொன்னார். தாத்தா வேம்படியில் போய்ப் படுத்துக் கொண்டார். நாகு அந்த ஊரின் தெருக்களுக்குள் நடந்தான். நூற்றுக்கும் குறைவான வீடுகளேயிருந்தன. ஆட்கள் அதிகம் ஊரிலிருப்பதாகவே தெரியவில்லை. வீடுகள் அடைத்துச் சாத்தப்பட்டிருந்தன. தெருவில் ஆள் நடமாட்டமேயில்லை. நாகு புங்கை மரத்தடியில் வந்து நின்று கொண்டான். குனிந்து தரையைத் தொடுவது போல வளைந்திருந்த வெள்ளைச் சேலைக் கிழவியொருத்தி தனியே தெருவில் வந்து கொண்டிருந்தாள். நாகு நாமக்காரர் வீட்டிற்கு வந்தபோது தாத்தா மரத்தடியில் உறங்கியிருந்தார். தானும் ஒரு கல்லில் படுத்துக் கண்ணை மூடிக் கொண்டான். தெருவில் கிழிந்து கிடந்த ஓலைப் பெட்டியைக் காற்று உருட்டிக்கொண்டிருக்கும் சப்தம் கேட்டபடியிருந்தது. வேப்பங்காற்றின் மிருது கண்களை உள்ளே இழுத்துக்கொண்டே போனது. ஏதேதோ பேச்சுக் குரல்கள் எழுவதும் அடங்குவதுமாகயிருந்தன. அவர்கள்

இருவரும் மரத்தடியில் உறங்குவதை ஒரு காகம் கத்துவதை மறந்து பார்த்துக்கொண்டேயிருந்தது.

அவர்கள் ஊர் திரும்பிய பத்து நாட்களுக்குப் பிறகு அதிகாலையில் நாமக்காரர் வீட்டிலிருந்து ஒரு வேலையாள் தாத்தாவைத் தேடி வந்திருந்தான். வீட்டில் இருந்த நாகுவிடம் கையோடு அவர்களைக் கூப்பிட்டு வரும்படியாக நாமக்காரர் சொன்னதாகக் காத்துக்கொண்டு நின்றான். நாகு வந்தவனோடு புறப்பட்டான். நாமக்காரர் வீடே முகம் வெளிறியிருந்தது. வீட்டிற்கு வெளியே செவலைப் பசு மட்டும் தனியே கட்டப் பட்டிருந்தது. அதன் ஒரு காலில் கறுப்புக் கயிறு ஒன்று சுற்றிக் கட்டப் பட்டிருந்தது. உடம்பில் சாணமும் சேறுமாக அப்பியபடிகிறக்கத்துடன் படுத்திருந்தது பசு. நாமக்காரர் அவனைத் தனியே அழைத்துக்கொண்டு போய் கேட்டார்,

“இந்தப் பசு ஏதாவது கோவில்ல நின்னதா?”

நாகு புரியாமல் திகைத்தான். இதற்குள் ஆத்திரமும் இயலாமையும்மாக வீட்டுப் பெண்கள் அவனைச் சுற்றிலும் நின்றுகொண்டார்கள். ஒருத்தி ஆவேசமாகச் சொன்னாள்,

“வந்த நாளே பார்த்தேன்... நடு சாமத்திலே வீட்டுக்குள்ளே, சப்பரம் வர்ற அன்னைக்கு வாசிப்பாங்களே, அது மாதிரி பூம் பூம்னு எக்காள சப்தம், சங்கு வாத்தியம் வாசிக்கிற சப்தம் கேட்டது. கண்ணைத் திறந்து பார்த்தா தகதகனு வெளிச்சம். பசுவைச் சுத்தி யாரோ சலங்கை கட்டி நடக்கிற தோற்றம். முழிச்சுப் பாக்கலாமானு நினைச்சா கண்ணைத் திறக்க முடியலே. யாரோ மை போட்டுக் கட்டிக்கிட்ட மாதிரியிருக்கு.”

மற்றவள் குறுக்கிட்டு சொன்னாள்,

“விடிகாலையிலே பால் பீச்சுறதுக்காக இருட்டிலேயே பசுவைப் பாக்குறேன். காணோம். தேடிகிட்டு வெளியே வந்து பார்த்தா மாடு ஆகாசத்திலே மேய்ஞ்சுகிட்டு இருக்கு. தரையில் கால் படவேயில்லை மிதக்குது. பயந்து போயி கத்தினா... பசு நெற்றியிலே சங்கு சக்கரம் சுத்துது.”

வெள்ளைச் சேலைக் கிழவி சொன்னாள்,

“பத்து நாளா தூக்கத்திலே வானத்திலே இருந்து கயிற்றைப் போட்டு யாரோ என் காலைக் கட்டி இழுக்கிற மாதிரியிருக்கு. மூச்சுவிட முடியலை. ரங்கா ரங்கானு கைகூப்பிக் கும்பிட்டு கத்திகிட்டு இருக்கேன்.”

துர்சொப்பனங்களும் மாயமும் வீட்டிலிருந்த மற்ற மாடுகளுக்கு ரோகம் காண்பதுமாக நிகழ்வுகள் கடந்து போயிருந்ததை அவர்கள் சொன்னபோது நாகுவால் நம்ப முடியவில்லை. அவன் வாசலில் நின்ற பசுவைப் பார்த்தபடியிருந்தான். நாமக்காரர் அது ஏதோ கோவில் பசு வென்று சொல்லி அதை உரிய இடத்தில் சேர்த்துவிட்டு வரும்படி சொன்னார். மாட்டைக் கொண்டுவந்தவளை எங்கே தேடுவது என்று தெரியாமல் யோசனையோடிருந்தான். பசு வெயிலில் வாடிக்கொண்டிருந்தது. செவலைப் பசுவை ஓட்டிப்போக நாகு வந்திருப்பது தெரிந்து ஊரே திரண்டிருந்தது.

முன் எப்போதோ ஒரு பசு இது போல காமாலைக்காரர் வீட்டிற்கு வந்து சேர்ந்ததென்றும், அந்தப் பசுவின் பால் பாத்திரத்தில் துளியும் ஒட்டவில்லையென்றும், பாலைக் குடித்தவர்கள் நாள் கணக்கில் உறங்கிக் கிடந்தார்கள் என்றும், அந்தப் பசுவிற்கு இரவில் வெண்ணிறமான றெக்கைகள் முளைத்ததைக் கண்டதால் காமாலைக்காரனுக்கு ஒரு கண் பழுதாகி விட்டதாகவும் சொன்னார்கள். நாமக்காரர் மௌனமாக எல்லாவற்றையும் கேட்டுக்கொண்டிருந்தார். பசு தலையை உயர்த்திக் கொண்டு சப்தமிட்டது.

கோதை நாச்சியார் கோவிலுக்குக் கொண்டுபோய்ச் செலுத்தி விட்டு வந்துவிட வேண்டியதுதான் என முடிவு செய்தார்கள். நாகுவிற்கு அதற்கு மனம் ஒப்பவில்லை. அவன் தானே பசுவைக் கொண்டு சேர்ப்ப தாகச் சொல்லிப் பிடித்துக்கொண்டான். நாமக்காரரின் மருமகள் ஒருத்தி பயத்தோடு சொன்னாள்,

"அவ்வா... பசுவைப் பாத்த அன்னைக்கே சொல்லுச்சு. அது பேச்சை யார் கேட்டது?"

நாகு பசுவைப் பிடித்துக்கொண்டு தெருவில் வந்தபோது அதைத் திரும்பிப் பார்க்கக்கூட யாருமில்லை. பசுவைக் கோதை நாச்சியார் கோவிலில் கொண்டு போய் விட்டு வர வேண்டுமா என்ற யோசனையிலே நடந்தான். வேணியக்காவும் அவளது பிள்ளைகளும் நினைவிற்கு வந்தார்கள். ஆனாலும் நாமக்காரர் சொன்னது போல பிள்ளைகள் துர்சொப்பனம் காணத் துவங்கிவிட்டால் என்று பயமானது. அவன் மாட்டைப் பிடித்துக் கொண்டு நடந்தபோது ஊர் மெல்ல அவர்களிடமிருந்து விலகி மறைந்து கொண்டிருந்தது.

46

கோதை நாச்சியார் கோவில் கொட்டடியில் பசுவைக் கொண்டு போய் சேர்த்தபோது உள்ளே திலா கிணறுள்ள துளசி வனமிருப்பதை நாகு கண்டான். வரிசை வரிசையாகப் பசுக்கள் நின்றிருந்தன. செவலைப் பசுவை அதற்குள் கட்டிவிட்டு வெளியே வந்தபோது நந்தவனச் சுவரில் வெயில் இறங்கிக்கொண்டிருந்தது. கோவிலுக்குள் திருப்பாவையை யாரோ பாடித் தொழுது கொண்டிருந்தார்கள். அவன் கொட்டடியை விட்டு வெளியேறி நடந்தான். கல்மண்டபங்களுக்குள் ஆளுயர சிற்பங்கள் வெறித்தபடி நின்றுகொண்டிருந்தன. ரதியின் சிற்பத்தைப் பார்த்தபடி நின்றபோது கோவிலுக்குள்ளாக சிறுமிகள் ஓடிப்பிடித்து விளையாடிக்கொண்டிருந்தார்கள். மண்டபத் தூண்களுக்கு இடையிலிருந்த கடையில் வளையல்கள் வாங்கிக்கொண்டிருந்த பெண்களின் சிரிப்பொலி கேட்டது. குளிர்மை விரிந்திருந்த கல்மண்டபத்துக் கடைகளைப் பார்த்தபடி நடந்தான். யாரோ கைதட்டிக் கூப்பிடுவது போலிருந்தது. திரும்பிப் பார்த்தபோது தாழம்பூ விற்கும் கடையில் நின்றபடி ரத்னாவதி சிரித்துக்கொண்டிருந்தாள். பூசு மஞ்சளின் திட்டுப் படிந்த முகம், ஈரக் கூந்தலில் பூவைச் சூடியிருந்தாள். அடர் சிவப்பில் மஞ்சள் பூக்கள் அடர்ந்த சேலையைக் கட்டியிருந்த அவளைப் பார்த்தபோது நாகுவிற்கு ஆச்சரியமாகயிருந்தது. சிறுமியைப் போல கையசைத்து அருகே வரச் சொன்னாள். கல்மண்டபத்தில் கிளிகள் பறந்துகொண்டிருந்தன. அருகில் போனதும் அவள் நாகுவின் கைகளைப் பிடித்துக்கொண்டு சிரித்தாள்.

“நாச்சியார்கிட்டே என்ன வேண்டுதல். இங்கே வந்திருக்கீங்க?”

அவன் அவளது பரிகாசத்தினை ரசித்தபடி சொன்னான்,

“ஒரு வேண்டுதல்.”

எஸ்.ராமகிருஷ்ணன் 267

"கல்யாணமாகாதவங்க இங்கே வேண்டிக்கிடுவாங்க. அப்பிடி ஏதாச்சும் வேண்டுதலா…"

"பெண்டாட்டியைக் காணோம்னு வேண்டிகிட்டு இருந்தேன்."

அவள் உதட்டை கடித்துக்கொண்டே கேட்டாள்,

"அது எந்த மகராசி…"

"சாவடித் தெருவில் இருக்கிற வீரபத்திரனைக் கேட்டுப் பாரு… யாருனு தெரியும்."

"அய்யோ… அது எங்க வீட்டுக்குப் பக்கத்திலே இருக்கிற கோவில்ல… உங்களுக்கு எப்படித் தெரியும். வந்தீகளா…?"

"சாவடித் தெருவிலேயிருந்து பிடி மண் எடுத்திட்டு வந்திருக்கேன்… காட்டணுமா?"

"எதுக்கு வந்தீக?"

"அங்கே தோஷத்துக்கு மந்திரிக்கிற ஆளு இருக்கிறார் கேள்விப் பட்டு வந்தேன்."

அவள் சிரித்துக்கொண்டபடி அவன் கையைக் கிள்ளிவிட்டாள். நாகு அவள் கைகளை உதறிவிட்டான். அவர்கள் இருவரையும் கடைக்காரன் பார்த்துக்கொண்டேயிருந்தான். நாகுவின் கைகளுக்குள் கையைக் கோர்த்தபடி அவள் கோவில் பிரகார மண்டபத்தினுள் சுற்றி நடந்தாள்.

"யாரோட வந்திருக்கே."

"பத்து நாளா இங்கேதான் இருக்கேன். தெரிஞ்சவங்க வீடு இருக்கு."

அவர்கள் இருவரும் பிரகாரத்தின் தூண்களைப் பார்த்தபடி நடந்தார்கள். நெய்ப் பந்தம் பிடித்தபடி ஒருவன் அவர்களைக் கடந்து போனான். நாகு அவள் தோளில் கையைப் போட்டுக்கொண்டான். அவர்கள் இருவரும் ஒரு கல்படியில் உட்கார்ந்துகொண்டார்கள். அருகிலிருந்த சிலையின் வளைந்த மீசையைப் பார்த்தபடியே இருந்தாள் ரத்னாவதி. குருவிகள் தரையிறங்குவது போல வெயில் உள்ளே அலைந்தபடி தரையிறங்கிக்கொண்டிருந்தது. ரத்னாவதி தானே சிரித்துக் கொண்டபடி கேட்டாள்,

"வீட்டுக்குப் போவமா?"

நாகு தலையாட்டிக்கொண்டான். அவர்கள் தேரடியை ஒட்டிய வீதிகளுக்குள் இறங்கி நடந்தார்கள். சிறிய மரக் கதவு

கொண்ட வீடுகள் அடங்கிய தெருவில் பெண்கள் வாசலில் உட்கார்ந்திருந்தார்கள். நாகு யாரையும் நிமிர்ந்து பார்க்கவேயில்லை. ரத்னாவதி தன்னிடமிருந்த சாவியை வைத்து ஒரு வீட்டைத் திறந்தாள். உள்ளே குழந்தையின் விளையாட்டுப் பொருட்கள் சிதறிக் கிடந்தன. அவள் கதவை ஒட்டிய மாடிக்குப் போகும் படி வழியாக மேலேறினாள். நாகுவும் மரப்படிகளில் ஏறியபோது சிறிய தாழ்வான பரண் போல அறையிருந்தது. அதில் ஒரு படுக்கை சுருட்டிப் போடப்பட்டிருந்தது. ரத்னாவதி அதை விரித்து விட்டாள். இரட்டைக் கதவு கொண்ட ஜன்னல் வழியாக கோவிலின் கோபுரங்கள் தெரிந்தன. அவள் அவனது கேசத்தைக் கலைத்தபடியே நெற்றியைத் தடவிவிட்டாள். நாகு ரத்னாவதியை இழுத்துக் கட்டிக்கொண்டான். அவள் நாகுவை முத்தமிட்டாள். நாகு அவளது அடிவயிற்றைத் தொட்டபோது வெதுமையிருந்தது. அவள் எதற்கோ சிரித்தாள். இருவரும் மாறி மாறி முத்தமிட்டுக்கொண்டார்கள்.

உடலின் வெம்மையால் கல்வி உக்கிரம் கொண்டது. அவளின் திறந்த முதுகை நாகு தன் முகத்தால் நுகர்ந்தபடி படுத்துக்கொண்டான். வெயில் ஏறிக்கொண்டிருந்ததால் ஓடுகள் முறுக்கேறும் சப்தம் கேட்டது. ரத்னாவதி எதற்கோ நினைத்துக்கொண்டது போல் விசும்பத் துவங்கினாள். நாகு அவளைப் புரட்டி எதற்காக அழுகிறாள் எனக் கேட்டான். அவள் பதில் சொல்லவேயில்லை. பிறகு அவளாகத் தன் கண்களைத் துடைத்துக்கொண்டவளாக நாகுவிடம் அவளைப் பிடித்திருக்கிறதா என்று கேட்டாள். நாகு பதிலுக்கு முத்தமிட்டான். அவர்கள் இருவரும் மாலை துவங்கும் வரை படுத்துக் கிடந்தார்கள். நாகு கீழே இறங்கிவந்தபோது தெருவில் மஞ்சள் வெயில் படர்ந்திருந்தது. வாசலில் வந்து நின்று தெருவையே பார்த்துக்கொண்டிருந்தான். அருகாமை வீட்டுப் பெண் அவனை முறைத்துப் பார்த்தபடியிருந்தாள். ரத்னாவதி மாலையில் அவனைக் கூட்டிக்கொண்டு டாக்கீஸிற்குப் படம் பார்க்கப் போனாள். இரவு திரும்பி வரும்போது கேட்டாள்,

“உங்ககிட்டே பணம் எவ்வளவு வச்சிருக்கீங்க.”

“இருக்கு சொல்லு.”

“நான் தங்கி இருக்கிறதும் என்னை மாதிரி உள்ளவ வீடுதான். அவ ஒரு தங்க ஆசாரியோடு சேர்ந்து இருக்கா. அவ பிள்ளைக்கு முடி இறக்கணும்... வள்ளி கோவிலுக்குப் போகணும்னு சொல்லிகிட்டேயிருக்கா. ஆசாரி கேட்க மாட்டேங்கிறாரு. நீங்க கூட வந்தா... போயிட்டு முடி இறக்கிட்டு வந்திரலாம்.”

எஸ்.ராமகிருஷ்ணன் 269

தலையாட்டிக்கொண்டான். அவர்கள் வீட்டிற்குப் போன போது கறுத்து மெலிந்திருந்த ஒருத்தி தன் கைக்குழந்தையை வைத்துக் கொண்டு வாசலில் உட்கார்ந்திருந்தாள். நாகுவைக் கண்டதும் சிரிப்போடு எழுந்து கொண்டாள். அவர்கள் சாப்பிடும்போது நாகுவிற்குப் பொரித்த கருவாட்டுத்துண்டுகளை வைத்து நன்றாகச் சாப்பிடும்படி சொன்னாள். மூவரும் நிமிர்ந்து ஒருவரையொருவர் பார்க்கக்கூட மனதற்றவர்களைப் போலச் சாப்பிட்டார்கள். வெற்றிலைத் தட்டைக் கொண்டுவந்து வைத்தாள் ரத்னாவதி. நாகு குழந்தையைப் பார்த்தபடியிருந்தான். அது கண்ணில் விழுந்து மறைக்குமளவு கேசம் வளர்ந்திருந்தது. ரத்னாவதியும் அந்தப் பெண்ணும் உள்ளே உட்கார்ந்து பேசிக்கொண்டிருந்தார்கள். நாகுபடியேறிப்போய் படுத்துக்கொண்டான்.

அவர்கள் மூவரும் அதிகாலையில் புறப்பட்டபோது தெருவில் இருள் விலகியிருக்கவில்லை. உறங்கும் குழந்தையைத் தோளில் போட்டபடி ரத்னாவதி நடந்து வந்தாள். கறுத்தவள் துணிப் பையைத் தூக்கிக் கொண்டு முன்னால் நடந்து போய்க்கொண்டிருந்தாள். அவர்கள் நடந்து போவதைக் கவனித்தபடி கதம்பமாலைகள் கட்டிக்கொண்டிருந்தவர்கள் பூவைத் தொடுத்துக்கொண்டிருந்தார்கள். கோவிலின் கோபுரத்தில் இருந்த பறவைகள் சடசடத்தபடி சப்தமிட்டுக்கொண்டிருந்தன. ரத்னா வதி இருளுக்குள்ளாகவே நாகுவைப் பார்த்துச் சிரித்துக்கொண்டாள். அந்தச் சிரிப்பு விடிவெள்ளியின் ஒளி போல தனியே மினுங்கியது.

47

நாகுவின் மடியில் உட்கார வைத்து முடியிறக்கியபோது குழந்தை வீறிட்டுக் கத்தியது. கறுத்த பெண் கண்கலங்கியவளாக நாகுவைப் பார்த்துக்கொண்டிருந்தாள். அழும் குழந்தைக்குக் கிலுக்கை அசைத்தபடி சமாதானம் செய்து கொண்டிருந்த ரத்னாவதி அவளைக் கவனிக்கவில்லை. மூவரும் குளிப்பதற்காகக் கடலுக்குப் போன போது அலை நுரைத்துக் கரையேறிக்கொண்டிருந்தது. கறுத்தவள் அலையில் வீழ்ந்தவளாகக் கண்களை மூடிக்கொண்டாள். நாகுவின் கைகளைப் பற்றியபடி ரத்னாவதி குளித்தாள். உப்பேறிப் பிசுபிசுத்த கேசத்துடன் சிரித்தவளை அலையில் தள்ளிவிட்டான். மூவரும் கடலுக்கு மேலாக மிதந்து கொண்டிருந்த சூரியனைப் பார்த்தபடி கரையில் நின்றார்கள். நாகு மணலில் குழந்தையைத் தவழவிட்டான். அது மணலில் கிடந்த சிப்பியை அள்ளி வாயில் தின்ன முயன்று கொண்டிருந்தது. மதிய நேரம் வரை அவர்கள் கோவிலின் பிரகாரத்திலே அமர்ந்தபடி கடலைப் பார்த்துக்கொண்டிருந்தார்கள். ரத்னாவதி கோவிலில் உள்ள பரதேசிகளுக்குக் காசு போட வேண்டுமென அவனைக் கூட்டிக்கொண்டு போனாள். நீண்ட மண்டபத்தின் தூண்களையொட்டித் திருவோட்டை வைத்தபடியிருந்த சந்நியாசிகளுக்குக் காசு போட்டபடி நடந்தாள் ரத்னாவதி. நாகு கையிலும் காசைக் கொடுத்துப் போடச் சொன்னாள். நாகு ஒரு வரிசையிலிருந்தவர்களுக்குக் காசு போடும்போது கைகூப்பி நன்றி சொன்ன பரதேசியைப் பார்த்தபடியே இருந்தான். அழுக்கடைந்து போன சாய வேஷ்டியும் சிடுக்கேறிய தாடியுமாக மெலிந்து கண்கள் உலர்ந்து போயிருந்த அந்தப் பரதேசி காசு போடும் நாகுவையே பார்த்துக் கொண்டிருந்தார். நாகுவிற்கு அவரைப் பார்த்ததுமே பரிச்சயமான முகமாகத் தெரிந்தது. அவன் குனிந்து நெருக்கமாகப் பார்த்தபோது அவர் தன் கண்களைத் தாழ்த்திக்கொண்டார்.

நாகு அவரைக் கடந்து போன பிறகு ரத்னாவதி அதைக் கவனித்ததுபோல் கேட்டாள்,

"என்ன அந்த ஆளை அப்படிப் பாக்குறே?"

"தெரிஞ்ச ஆளு மாதிரியிருக்கு"

என்றபடி அருகே சென்றபோது அந்த இடத்தில் அவர் இல்லை. ஒரு தூண் மறைவில் உட்கார்ந்து கொண்டு இலையில் மீதமிருந்த சர்க்கரைப் பொங்கலைச் சாப்பிட்டுக்கொண்டிருந்தார் சந்நியாசி. நாகு அவரைப் பார்த்தபடியே நின்றுகொண்டிருந்தான். சாப்பாட்டு வேகத்தில் அவனைக் கவனித்த சந்நியாசி வெறிச்சியோடு இலையை உதறி எழுந்து கையைக் கழுவச் சென்றார். திரும்பி வரும்போது அவரது ஈரக் கையைப் பிடித்துக்கொண்டு, "அய்யா, என்னைத் தெரியலையா... நாகுய்யா..." என தழுதழுத்த குரலில் சொன்னான். அவர் கண்கள் எந்த சலனமு மில்லாமல் நிமிர்ந்தன. வீட்டை விட்டு என்றைக்கோ காணாமல் போயிருந்த அய்யாவை இத்தனை வருஷங்களுக்குப் பிறகு பரதேசிகளுக்கு நடுவே பார்த்த நடுக்கத்தில் அவரது கைகளைக் கெட்டியாகப் பிடித்துக்கொண்டான். அவர் கையை உதறியபடி மணலில் இறங்கி நடக்கத் துவங்கினார். நாகு அவர் பின்னாலே நடந்தான். அவர் பனையை ஒட்டிய ஒரு திட்டில் உட்கார்ந்துகொண்டார். நாகு அவர் அருகாமையில் போனபோது எரிச்சலோடு திட்டினார். நாம் அவரை விட்டு விலகாமல் நின்றுகொண்டிருந்தான். அவர் மணலை வாரித் தூற்றினார். அவன் புழுதியே நின்றுகொண்டிருந்தான். அய்யா கையில் அள்ளிய மணலைத் தரையில் கொட்டிவிட்டு அவனிடம் கேட்டார்,

"உனக்கு என்ன வேணும்?"

அவன் பதில் பேசாமல் நின்று கொண்டேயிருந்தான்.

"போ... போயிரு... எனக்கு வீடு வாசல் எதுவும் வேணாம். எல்லாத்தையும் தலைமுழுகியாச்சு. போயிரு."

கையிலிருந்த மணலை வீசியபோது அது நாகுவின் தலையில் நெறுநெறுவென விழுந்தது. அவன் ஆசையோடு அவரது கையைப் பிடித்துக்கொண்டு "வீட்டுக்கு வாங்கய்யா" என்றான்.

அவர் மணலை அள்ளியள்ளித் தன் தலையில் போட்டுக்கொண்டு கத்தினார்.

"அநியாயமா பெத்த பிள்ளைய பிஞ்சில பறிகொடுத்துட்டு எதுக்காகடா உசிரோட இருக்கணும் சொல்லு. கண்ணுக்குள்ளயே இருக்காடா. சாகுற வயசா அது."

அவர் தலையில் மணலை வாரி வாரிப் போடுவதைத் தடுத்தபடி அவன் அய்யாவைத் தன் பிடிக்குள் இழுத்தான். அவர் கதறி அழத் துவங்கினார். நாகு கசிந்த கண்களுக்கு அடியில் படிந்த மணலைத் துடைத்துவிட்டான். அவரின் உதடுகள் துடித்துக்கொண்டேயிருந்தன. அவன் ஆறுதல் சொல்பவனைப் போலத் தோளோடு தாங்கிப் பிடித்துக் கொண்டான். அவர் ஒரு குழந்தையைப் போல அவன் கூடவே நடக்கத் துவங்கினார்.

குழந்தையோடு நின்றிருந்த கறுத்தவளும் ரத்னாவதியும் அவரைக் கண்டதும் கையெடுத்துக் கும்பிட்டார்கள். அவரிடம் சலனமேயில்லை. ரத்னாவதி கறுத்தவளிடம் ரகசியமான குரலில் சொன்னாள்,

"அவக அய்யாவாம்... காணாம போனவரு... இத்தனை வருசமா இங்கே பரதேசியா இருந்திருக்காரு."

அய்யா அமைதியாக அந்தப் பெண்களைப் பார்த்துக் கொண்டிருந்தார். நாகு அருகாமையிலிருந்த கடையிலிருந்து ஒரு வேஷ்டி வாங்கிக் கொண்டு வந்தான். அய்யாவை நாழிக் கிணற்றில் குளிக்க வைத்து வேஷ்டியைக் கட்டிக்கொண்டு நடந்த போது தூண்களுக்கு இடையிலிருந்த பரதேசிகள் கசிந்த கண்களுடன் அவரைப் பார்த்தபடியிருந்தார்கள். நாகு அந்தப் பெண்களைக் கூட்டிக்கொண்டு மணலில் நடந்தான். ரத்னாவதி அவனை விட்டு விலகியே நடந்தாள். அவர்கள் கடைத் தெருவிற்கு வந்தபோது ரத்னாவதி ரகசியமான குரலில் சொன்னாள்,

"நாங்க ஊருக்குப் புறப்படுறோம். நீ உங்க அய்யாவைக் கூட்டிட்டு ஊருக்குத்தானே போறே?"

நாகு தலையாட்டிக்கொண்டான். அய்யா புது வேஷ்டியும் ஈரத் தாடியுமாக காகங்களைப் பார்த்தபடியிருந்தார். காகங்களின் இரைச்சல் பெருகியது. ரத்னாவதி மொட்டையடித்த குழந்தையோடு புறப்பட்டுப் போவதை நாகு பார்த்துக்கொண்டேயிருந்தான். தொலைவில் போன பிறகு கறுத்தவள் திரும்பிப் பார்த்து நாகுவை நோக்கிக் கைகூப்புவது தெரிந்தது. நாகு அய்யாவை நிழலில் கூட்டிப்போய் நிற்க வைத்தான். முதன்முறையாகப் பார்ப்பது போல அவர் நாகுவைப் பார்த்துக் கொண்டேயிருந்தார். கோவிலின் மணியோசை தெருவில் உருண்டோடிக்கொண்டிருந்தது. நான்கு உப்பின் பிசுபிசுப்பேறிய தனது கண்களால் வெயிலைப் பார்த்துக்கொண்டிருந்தான். கடலின் அலை சப்தம் வெகு தூரம் வரை கேட்டுக்கொண்டிருந்தது.

எஸ்.ராமகிருஷ்ணன்

48

ஊருக்கு வந்த நாளில் இருந்து அய்யா இரவில் கூட உறக்கமற்று ஏதோ யோசனையோடு குத்துக்காலிட்டு உட்கார்ந்திருப்பதையும், சில நேரங்களில் அருகாமையிலிருந்த வேம்பை வெறித்துப் பார்த்தபடி தனக்குத் தானே பேசிக்கொள்வதையும் நாம் கவனித்தான். அவரது குரல் நடுக்கம் தருவதாகயிருந்தது. நாகுவிற்கு அவரை எப்படி சமாதானம் செய்வது என்றே தெரியவில்லை. ஆனால் அய்யா வந்த நாளில் இருந்து தாத்தாவின் முகம் இறுக்கமடைந்து வருவதையும் அவர்கள் இருவரும் மட்டும் தனித்து வீட்டிலிருக்க வேண்டிய சந்தர்ப்பங்கள் கூடும்போது தாத்தா வீட்டிலிருந்து வெளியேறிப் போய்விடுவதையும் எல்லா நாளும் இரவில் ஊர்மடத்தில் தாத்தா படுக்கக் கிளம்பிப் போவதையும் பார்த்துக்கொண்டிருந்தான்.

தாத்தாவின் கண்களில் ரௌத்திரம் ஒளிந்திருந்தது. அய்யாவைப் பார்க்கும்போதெல்லாம் அவரது நாவு துடித்துக்கொண்டிருந்தது. அய்யா வீட்டிலிருந்து தெருவிற்குள் கூட நடப்பதற்குத் தயக்கம் கொண்டவராகயிருந்தார்.

ஒரு நாளில் தாத்தா மிதமிஞ்சிய குடிவெறியில் வீடு திரும்பியபோது வாசலை ஒட்டிப் படுத்திருந்த அய்யாவை ஓங்கி எத்தியபடி,

"செத்துத் தொலைய வேண்டியதுதானே... எதுக்குடா திரும்பி வந்தே... இருக்கிற எல்லாரையும் பாடையிலே ஏத்தி விட்டுட்டு நீ மட்டும் உசிரோட இருந்து மசிரைப் பிடுங்கப் போறயா?"

எனக் கத்தினார். நாகு குடிவெறியேறியிருந்த தாத்தாவைத் தாங்கிப் பிடித்தான். அவர் தன் கைகளைக் கதவில் வீசியடித்தார். அய்யாவின் கண்களில் சலனமேயில்லை. தரையைப் பார்த்தபடி குனிந்து கொண்டார். தாத்தாவின் இமைகள் வெடித்துவிடுவது

போல வீங்கியிருந்தன. அவர் மல்லுக்கட்டிற்குத் தயாரானவரைப் போல ஆவேசமாகக் கத்தினார். தாத்தாவைத் தோளோடு அமுக்கிப் பிடித்தபடி வெளியே கூட்டிச் சென்றான். ஆனாலும் அவருக்கு வெறியடங்கவேயில்லை. வாசலில் நின்று கத்திக்கொண்டிருந்தார். அவரைப் படுக்க வைத்து திரும்பும் வரை வீட்டில் குனிந்திருந்த அய்யாவின் தலை நிமிரவேயில்லை. அவர் தரையை உன்னிப்பாகப் பார்த்தபடி நிலை குத்தியிருந்தார். அய்யாவின் அருகில் நின்றபடி "படுத்துக்கோங்கய்யா" என்றான். அவர் நாகுவின் குரலைக் கேட்டதாகவேயில்லை. தரையில் தன் கைகளை ஊன்றிக்கொண்டு குனிந்தவர் நிமிர்ந்து பார்க்கவேயில்லை. அய்யாவின் இருப்பைக் காண்பதே வலியுண்டாவது போலிருந்தது. இரவெல்லாம் அவர் தலை குனிந்தபடியேயிருந்தார். அந்த இரவில் நாகுவும் உறங்கவில்லை.

பின்னிரவில் வீட்டு வாசலில் வந்து நின்ற தாத்தா அவனை அழைப்பது போலிருந்தது. நாகு கதவைத் தள்ளி திறந்து வெளியே வந்தான். தாத்தா இருளுக்குள் நின்றிருந்தார். அருகே போனபோது தாத்தா மிகத் தணிவான குரலில் சொன்னார். "நாகு வேண்டாம்யா... இங்கே அந்த ஆளை வச்சுகிட்டு இருந்தா நம்மளைக் கொன்னுபோட்ரு வான்ய்யா..." நாகு அவர் குரல் உடைந்து சில்லிடுவதைக் கண்டவனாக அவரைப் பார்த்தபடியிருந்தான். பிறகு முகத்திற்கு நேராகவே சொன்னான்,

"நான் அய்யாவைக் கூட்டிகிட்டு வேம்பலைக்கே போயிடுறேன்"

தாத்தா பதில் பேசாமல் இருளுக்குள் நடந்தார். காலையில் அய்யாவை வேம்பலைக்குப் புறப்படச் சொல்லி எழுப்பியபோது அவர் தரையை விட்டு எழுந்து கொள்ள மறுத்தவரைப் போல பிடிவாதமாகயிருந்தார். நாகுவிற்கு இருவர் மீதும் ஆத்திரமாக வந்தது. செட்டையோடு பிடித்துத் தூக்கினான். அவர் பின் வாசலில் கிடந்த சாம்பலில் போய் உட்கார்ந்து கொண்டார். வெயில் ஏறுவதற்குள் இருவரும் வேம்பலைக்குப் புறப்பட்டபோது தாத்தா ஊர்மடத்தில் இல்லை. அவர் விடிகாலையிலே எழுந்து கிழக்கே மாடுபிடிக்கப் போய்விட்டதாகச் சொன்னார்கள். நாம் வீட்டைப் பூட்டி சாவியை எரவாணத்தில் சொருகி வைத்துவிட்டு அய்யாவைக் கூட்டிக்கொண்டு நடந்தான். ஊரைத் தாண்டும்போது தாத்தாவின் வேதனைமிக்க கண்கள் நினைவிற்கு வந்தன. அவர் வழியில் எங்காவது தென்பட மாட்டாரா எனப் பார்த்தபடி நடந்தான். அய்யா ஒரு சிறுவனைப் போல கூடவே அமைதியாக

நடந்து வந்துகொண்டிருந்தார். நாகு கிளைபிரியும் பாதைக்கு வந்தபோது யாரோ காற்றில் அலையும் புழுதிக்குள் நடந்து போய்க்கொண்டிருப்பது தெரிந்தது. தாத்தாவாகத்தானிருக்குமோ? அவன் சப்தமாக அவரைக் கூப்பிட்டான். காற்று குரலை வேறு திசையில் திருப்பியது.

அவர்கள் அகன்ற செம்மண் பாதையில் நடக்கத் துவங்கினார்கள். அம்மாவோடு சிறுவனாக பயத்தோடு நடந்து வந்த ஊர்ப்பாதை, அதே நிறம் மாறாமல் வளைந்து கிடந்தது. நாகுவிற்குத் தாத்தாவின் ஊரை திரும்பிப் பார்க்கக்கூட மனத்துணிவற்றுப் போயிருந்தது. அவன் அய்யாவைப் பார்த்தபடி நடந்தான். அவரது கோரை மயிர்கள் காற்றில் அலைந்து கொண்டிருந்தன. கண்களில் துக்கம் பதுங்கிக் கிடந்தது. இருவரும் பல வருடங்களுக்குப் பிறகு வேம்பலையை நோக்கி நடக்கத் துவங்கினார்கள்.

49

வேம்பலை மிகச் சிறிய ஊராகத் தோன்றியது. தெருக்கள், வீடுகள் யாவும் அளவில் சுருங்கிப் போனவையாக மிகத் தாழ்வான உயரத்திலிருப்பது போலத் தெரிந்தது. ஊரை இப்போதும் அடையாளம் காட்டும் வேப்ப மரங்களும் செம்மண் புழுதியும் தவிர வேறு எதுவும் நெருக்கத்தை உண்டுபண்ணவில்லை. தங்கள் வீடிருந்த தெருவிற்கு வந்தபோது அருகாமை வீடுகளில் இருந்தவர்கள் வியப்போடு அய்யாவையும் நாகுவையும் பார்த்துக்கொண்டிருந்தார்கள். நாகு ஆதிலட்சுமியின் வீட்டைக் கடந்து போகும்போது பார்த்தான். திண்ணையில் அதே சாக்குப் படுதா இற்றுப்போய் கிழிந்து தொங்கிக் கொண்டிருந்தது. பூட்டியிருந்த வீட்டின் வாசலில் நாய் படுத்துக் கிடந்தது. தெருவில் புதிதாக ஒரு மனிதன் கூட வந்துவிடவில்லை.

அவர்கள் வீட்டு முன்னால் உடைந்துபோன மண் பானைகளும் குப்பைகளும் அடர்ந்திருந்தன. கதவைக் கழட்டி தனியே ஒரு ஓரமாகச் சாய்த்து வைத்திருந்தார்கள். சுவர்கள் வெடித்துப் பிளந்து கிடந்தன. அருகாமையிலிருந்த வேம்பு பருத்துப் பெரிதாகியிருந்தது. வீட்டினுள் நுழைந்தபோது உள்ளே கோழிப் பீ உலர்ந்து நிரம்பியிருந்தது. காற்று கிழிந்த பனையோலைகளை உள்ளே அள்ளி வந்து போட்டிருக்க வேண்டும். யாரும் நடமாடாத வீட்டின் உட்புறங்களில் பதுங்கி வாழும் சாம்பல் பல்லி மட்டும் பருத்துக் கிழட்டுக் கண்களால் வெறித்தபடி கூரைக்குள் பதுங்கி ஓடியது. நாகு அய்யாவை வெளியே கிடந்த கல்லில் உட்கார வைத்தான். அவர்கள் ஊர் திரும்பி வந்திருப்பதைப் பற்றி கேள்விப்பட்ட பக்கீரின் மனைவி வாசலில் நின்று வெறித்துப் பார்த்துக் கொண்டிருந்தாள். அடையாளம் தெரியாதபடிக்கு அவள் உருமாறியிருந்தாள். வெள்ளரிப்பழம் வெடித்தது போல் உடல்

பருத்து, கன்னத்தில் சதை தொங்கி, இடுங்கிய கண்களுடனிருந்த அவள் நாகுவின் கையைப் பிடித்துக்கொண்டு கேட்டாள்,

“எங்களையெல்லாம் நியாவகமிருக்கா…”

நாகு தலையசைத்தான். அவள் நாகுவின் அய்யாவைப் பார்த்துப் பரிதாபம் தொனிக்கும் குரலில் சொன்னாள்,

“எப்பிடியிருந்த மனுசன்… இப்படி சுக்காத் தேஞ்சு போயிட்டீங்களே”

அய்யா அவளை ஏறிட்டுப் பார்க்கத் தைரியமற்றவரைப் போல நாகுவையே பார்த்துக்கொண்டிருந்தார்.

“இப்பவாவது ஊருக்கு வந்து சேந்தீகளே… நானும் நினைக்காத நாளில்லை. அண்ணாச்சி எதுக்கும் மருகாதீங்க. நாங்க எல்லாம் இருக்கோம்.”

இதற்குள் தெற்குத்தெருவிலிருந்த சிலர் வந்து வேம்படியில் நின்றபடியே அவர்களைப் பார்த்துக்கொண்டிருந்தனர். யாருடைய முகமும் பரிச்சயமானதாகயில்லை. பக்கீரின் மனைவி தன் வீட்டிற்கு வந்து ஒரு பொழுது தங்கும்படியாகச் சொல்லி, அவள் அதற்குள் நாகுவின் வீட்டைத் தூத்துப் பெருக்கி வைப்பதாகச் சொன்னாள். அய்யாவை அழைத்தபோது அவர் வர மறுத்தவராக வேம்படியில் போய் உட்கார்ந்து கொண்டார். நாகு பக்கீரின் மனைவியோடு நடந்து போனான். வேலிப்புதராக இருந்த இடத்தில் பக்கீரின் மனைவி வீட்டை உண்டாக்கியிருந்தாள். பக்கீரின் மனைவி வீட்டிற்குள் நடந்தபோது முகப்பு அறையில் நாலைந்து பெண்கள் பனையோலையில் ஏதோ பின்னிக்கொண்டிருந்தார்கள். உள் அறைகளுக்குள் அழைத்துப்போன போது அங்கே மர நாற்காலிகள் போடப்பட்டிருந்தன. வீட்டினுள் அத்தரின் வாசனையைப் போல ஒரு சுகந்தம் கசிந்து கொண்டிருந்தது. பக்கீரின் மனைவி அடுக்களை நோக்கிக் குரல் கொடுத்தாள்.

“வகிதா… வந்து பாரு… ஆரு வந்திருக்கிறதுனு.”

உள்ளிருந்து ஒரு பெண் கையில் குழந்தையோடு வெளியே வந்து பார்த்தாள். நாகுவிற்கு அவள் முகம் அப்படியே நினைவிலிருந்தது. வகிதா தன் பெண்குழந்தையைத் தூக்கி அம்மாவிடம் கொடுத்து விட்டுச் சொன்னாள்,

“வேணியக்காவோட தம்பிதானே.”

நாகு அவளைப் பார்த்துக்கொண்டேயிருந்தான். முகம் செதுக்கி வைத்தது போல் வசீகரமாகயிருந்தது. பச்சை நிறத் துணியைத்

தலையில் முக்காடு போட்டிருந்தாள். சுருள் சுருளான கேசம் நீர்ப்பாம்புகள் போல நெளிந்து கொண்டிருந்தது. தண்ணீருக்குள் கிடந்த கற்களைப் போல் குளிர்மையான முகம். அவள் தன்னை நாகு பார்த்துக் கொண்டேயிருப்பதைக் கண்டவளாக, குழந்தையைக் கையில் வாங்கிக்கொண்டு "எப்போ வந்தீங்க" எனக் கேட்டாள். நாகுவிற்குக் காற்றில் மிதந்து போன பஞ்சை அவர்கள் துரத்திப்போன நாள் நினைவில் எழுந்தது. அவள் குழந்தையை அணைத்துக் கொஞ்சியபடி அவனையே பார்த்துக்கொண்டிருந்தாள். பக்கீரின் மனைவி மகளை அடுக்களைக்குள் அனுப்பியபடியே நாகுவிடம் சொன்னாள்,

"பொம்பளைப் பிள்ளைக ரெண்டுக்கும் கல்யாணமாகிருச்சு. பெரியவ. இங்கதான் வடகுறிச்சியிலே இருக்கா. தெரிஞ்ச இடம்தான்"

நாகு அந்த வீட்டையே பார்த்துக்கொண்டிருந்தான். பெண்கள் பனையோலையைச் சீவிக் கொண்டிருந்தார்கள். நாகு எழுந்து வாசலுக்கு வந்தபோது பக்கீரின் மனைவி சொன்னாள்,

"சாப்பாட்டுக்கு வந்திரு."

நாகு தெற்குத்தெருவிற்குள்ளாக நடந்தபோது மூன்று மாடிகள் கொண்ட ஒரு வீடு தனியே உயர்ந்து தெரிந்தது. சுற்றுச் சுவர் கொண்ட அந்த வீட்டினைக் கடந்தபோது உள்ளே ஒரு சிறிய கறுப்பு நிறக் கார் நின்றுகொண்டிருந்தது. இரண்டு புலிகள் ஒன்றையொன்று எதிர்த்துச் சண்டையிடுவது போல மண் உருவங்கள் கொண்ட வீட்டின் உயர்ந்த முகப்பும் காயாம்பு என எழுதப்பட்ட வளைவு எழுத்துகளும் தனித்துத் தெரிந்தன. நாகு சாயக்காரர்கள் தெருவிற்கு வந்தபோது வீடுகள் யாவும் இடிந்து போய்க் கிடந்தன. சாயக்காரர்களில் ஒன்றிரண்டு குடும்பங்களைத் தவிர மற்றவர்கள் வெளியேறிப் போயிருந்தார்கள். புதிதாக அந்தத் தெருவில் ஒரு மரவேலை செய்யும் ஆசாரியும் அவனது பிள்ளைகளும் குடி வந்திருந்தார்கள். சாயக்காரர்கள் தெருவில் இருந்த சென்னம்மாவின் வீட்டைக் கடந்தபோது அது இடிந்து மண்ணேறிப் போயிருந்தது. இடிபாடுகளுக்குள் ஏறி நின்று பார்த்தான், தானியக் குலுக்கை வெடித்துக் கிடந்தது. நாகுவின் காலை உரசியபடி சரசரவென்று அரணை ஓடுவதைக் கண்டான்.

ஊரில் இப்போது மிஞ்சியவர்களாக வேம்பர்கள் இருந்த தெரு மட்டுமேயிருந்தது. வேம்பர்களில் ஆண்களும் குழந்தைகளும் பெருகியிருந்தார்கள். மூன்று தெருக்களாகயிருந்தவர்கள் இப்போது

எஸ்.ராமகிருஷ்ணன்

தூர்ந்து போன மற்ற தெருக்களிலும் வாழத் துவங்கியிருந்தார்கள். வேம்புகள் வரிசையிட்டிருந்த இடத்திற்குத் திரும்பி வந்தபோது கல்லில் ஒருவன் கத்தியைத் தீட்டிக்கொண்டிருந்தான். பகலில் இருவர் வீட்டுத் திண்ணையில் வெயிலேற உறங்கிக் கிடந்தார்கள். அவன் தன் வீட்டை நெருங்கிய போது அய்யாவிற்குப் பரிச்சயமான செல்லையா வந்திருந்தார். அய்யாவிடம் செல்லையா ஏதேதோ பேசிக்கொண்டிருந்தார். அய்யா எதையும் கவனம் கொண்டதாகவே தெரியவில்லை. நாகுவைக் கண்டதும் செல்லையா சிரித்தபடி அருகில் உட்கார வைத்துக்கொண்டார். அவரது தலைமயிர்கள் நரையேறியிருந்தபோதும் உடல் கட்டு தளரவில்லை.

செல்லையா தன் வீட்டிற்குப் போகலாம் என அய்யாவைக் கூப்பிட்டதும் அவர் எழுந்து கொண்டார். வழியில் பக்கீரின் மனைவி சாப்பிடுவதற்குத் தங்களைக் கூப்பிட்டிருப்பதை நாம் சொன்னதும் செல்லையா சட்டென முகம் மாறி,

"அவள் சகவாசமே நமக்கு வேண்டாம்ப்பு. நான் இருக்கேன்... வீடு இருக்கு... முயல்கறி அடிச்சுப் போடுறேன். இங்கே கிடங்க."

அவர் பக்கீரின் மனைவியைப் பற்றி ஏதோ சொல்ல விரும்புவதை முகத்திலிருந்தே தெரிந்து கொண்டுவிட்டான். செல்லையாவின் வீட்டிற்குள் கோழிகள் நடமாடிக்கொண்டிருந்தன. அவரது மனைவி கழுத்து நிறைய நகை போட்டிருந்தாள். வீட்டிற்குள்ளாக அவர்களை உட்காரச் சொல்லிவிட்டு ஓரமாகக் கிடந்த தவிட்டு மூடைகளுக்குள் தேடி ஒரு சீமைச் சாராயப் புட்டியை வெளியே எடுத்துச் சிரித்தபடியே "சீமைச் சாராயம் ஒரு திக்கிலே கிடச்சது" என சந்தோஷமாக வெண் கல் டம்ளர் இரண்டில் ஊற்றினார். நாகுவின் அய்யா சாராயத்தைக் கையில் வாங்கிக் கீழே வைத்துவிட்டார். நாகு கண்ணை மூடிக் கொண்டு குடித்தான். நீராகாரம் போலத்தானிருந்தது. போத்தலை அப்படியே குடிக்கத் துவங்கிய செல்லையா கமறலுடன் அவர்களைப் பார்த்துச் சிரித்துக்கொண்டார். வெயில் தெரியாத மூட்டமாக போதை மெல்லக் கவியத் துவங்கியது. அய்யா தனது டம்ளரைப் பார்த்தபடியிருந்தார். செல்லையா குடிவெறிச்சியில் திரும்பத் திரும்ப சொல்லிக் கொண்டிருந்தார்.

"அண்ணாச்சி குடிங்க... செத்தவங்களை நினைச்சு என்ன ஆகப் போகுது. குடிச்சிட்டு, இருக்கிற நாளை வீச்சா கொண்டு செலுத்துங்க."

அய்யாவிற்குக் கவனம் கலையவில்லை. அவர் செல்லையா வீட்டிற்குள்ளிருந்து வெளியேறி வாசலில் இருந்த திண்ணையில்

சுருண்டு படுத்துக்கொண்டார். நாகு நாவைச் சப்பியபடியிருந்தான். போத்தலில் மீதமிருந்த சாராயத்தை இருவருமாகக் குடித்தார்கள். அய்யாவிற்குக் கேட்காதது போல செல்லையா சொன்னார்.

“அந்தப் பொம்பளை வீட்டுக்குப் போகாதீங்க. அவளுக்கும் வடகுறிச்சி ரெட்டியாருக்கும் தொடுப்பாகிப் போச்சு. அதான் வீடு வாசல்னு இருக்கா. பொம்பளைப் பிள்ளைகளுக்குக்கூட ரெட்டியார் தான் கல்யாணம் பண்ணி வச்சிருக்காரு.”

நாகு அமைதியாகக் கேட்டுக்கொண்டிருந்தான். அவர் சாராயப் புட்டியை வாத்தியக்கருவி போல உதட்டில் வைத்து ஊதத் துவங்கினார், அது பும்பூம் என சப்தமிட்டது. போதையேறிய சந்தோஷத்தில் செல்லையா அவன் தோளில் கைபோட்டபடி சொன்னார்,

“மாப்பிள்ளை... ஒடுங்கிக் கிடந்த வேம்பனெல்லாம் திருட்டை ஆரம்பிச்சாச்சு. ஒரு மசிருக்கும் இனிமே பயப்பட வேண்டியதில்லை. கிழக்கே நம்மளைத் தவிர ஒரு நாயி நடமாட்டம் கிடையாது. கிடாக் கறியும் சாராயமும் வேண்டிய மட்டும் இப்போ ஊர்ல சீரழியுது. நீயும் வா... மாப்பிள்ளை. ஒரே அடியிலே நகைநட்டை அள்ளிக் கொண்டு வந்துருவோம். பிறகு நீ உக்காந்து சாப்பிடலாம்.”

அந்தக் கண்களில் வேகமும் வன்மமும் ஒளிந்திருப்பதைக் கண்டான். செல்லையாவிற்குப் போதை தலையை அழுத்தத் துவங்கியது.

“மாப்பிள்ளை... உங்கப்பாரு... எனக்கெல்லாம் சாமி மாதிரி. கையெடுத்துக் கும்பிடணும். அவருக்காக நான் என்ன வேணும்னாலும் செய்வேன். யாரை வெட்டச் சொன்னாலும் வெட்டுவேன் மாப்பிள்ளை.”

நாகுவை அவர் கைகள் இறுக்கமாகப் பற்றிக்கொண்டன. அவன் செல்லையாவைச் சாந்தம் கொள்ளச் செய்பவன் போல தரையில் படுத்துக்கொள்ளச் செய்தான். அவர் படுக்க மனமற்றவரைப் போல மாப்பிள்ளை... மாப்பிள்ளை எனத் திரும்பத் திரும்பச் சொல்லிக் கொண்டிருந்தார். வீட்டில் இருந்த செல்லையாவின் மனைவியையும் காணவில்லை. அவரைப் படுக்க வைத்தபோது வாசலில் ஒரு நாய் நின்று அவனை முறைத்துக்கொண்டிருந்தது. தானும் படுத்துக்கொள்ளலாம் என நினைத்தான். ஆனால் தலைசுற்றுவது போலிருந்தது. எழுந்து தெருவிற்கு வந்தான். பச்சை நிறத்தில் வெயில் அடித்துக்கொண்டிருந்தது. அவன் பக்கீரின் மனைவி வீட்டிற்குப் போனான். வாசலில் பனை யோலை

முடைந்து கொண்டிருந்த பெண்கள் எவரையும் காணவில்லை. பதிலாகக் குழந்தை மட்டும் தனியே தவழ்ந்து கொண்டிருந்தது. குழந்தையைத் தூக்கித் தனது முகத்திற்கு நேராகக் கொண்டு போனதும் அது வீறிட்டு அழத் துவங்கியது. உள்ளிருந்து வகிதா அவசரமாக வந்தவள் நாகுவின் கைகளில் குழந்தையிருப்பதைக் கண்டுச் சிரித்தபடியே குழந்தையைச் சமாதானம் சொன்னாள். அவளிடம் குழந்தையைத் தந்தவன், வகிதாவைப் போலவே இருக்கிறது குழந்தை என்று சொன்னான். அவள் நாகுவின் சிவப்பேறிய கண்களைக் கண்டவள் போல தனது தலையைத் தாழ்த்திக்கொண்டு கேட்டாள்,

"வேணியக்கா இப்போ எந்த ஊர்ல இருக்கிறாங்க?"

அவனுக்குப் பதில் சொல்ல வேண்டாம் போலிருந்தது. அவளையே பார்த்துக்கொண்டிருந்தான். அவள் உள்ளே போவதா வேண்டாமா என யோசனை செய்தவள் போல் கேட்டாள்,

"சாப்பாடு வைக்கவா?"

நாகு தலையாட்டினான். உள்ளிருந்து ஊதா நிறப் பீங்கான் தட்டில் அரிசிச் சோறும் அயிரை மீன் குழம்பும் கொண்டு வந்து வைத்துவிட்டு உள்ளே போய்விட்டாள். மௌனமாக அதைச் சாப்பிட்டான். குழம்பின் காரம் நாக்கிற்கு ருசியாகயிருந்தது. அவன் சாப்பிட்டு முடிக்கும்போது உள்ளிருந்து வகிதா அம்மாவை எழுப்பும் குரல் கேட்டது. நாகு வாசலில் வந்து கைகழுவிய போது பக்கீரின் மனைவி குழந்தையோடு வெளியே வந்தாள். நாகு அவளைப் பார்த்துச் சிரித்தபடியே தனது வீட்டை நோக்கி நடந்தான்.

இடிந்து கிடந்த அவர்கள் வீட்டு வாசலில் கிடந்த குப்பைகள் அள்ளிப் போடப்பட்டிருந்தன. வீட்டினுள் ஒரு தண்ணீர்ப் பானையும் படுக்கப் பாயும் கொண்டுவந்து வைத்திருந்தார்கள். கதவற்ற தனது வீட்டினுள் நாகு படுத்துக்கொண்டான். காற்று வீட்டைச் சுற்றிக் கொண்டேயிருந்தது. அவன் ஆழ்ந்து உறங்கத் துவங்கினான். யாரோ தன்னை அமுக்கிப் பிடித்து உறங்க வைப்பது போல் தன்னை மறந்து தூங்கிக்கொண்டிருந்தான். வீட்டில் நுழைந்த இருட்டை அவன் அறியவேயில்லை. சிறிய காடா விளக்கைக் கொண்டுவந்தபடி செல்லை யாவும் அய்யாவும் வீட்டிற்கு வந்தபோது நாம் உள்ளே உறங்கிக் கொண்டிருந்தான். செல்லையா நாகுவை எழுப்பினார். நாகு கண் விழித்தபோது காடா விளக்கின் புகை நாசியில் ஏறியது. அவன் கண்களைக்

கசக்கியபடி பார்த்தான். நீண்ட நாட்களுக்குப் பிறகு வெளிச்சம் கண்ட சுவர் வெறிச்சியில் திமிறிக்கொண்டிருப்பது போலிருந்தது.

செல்லையா அவன் அருகில் உட்கார்ந்து கொண்டு சிரித்தார்.

"மாப்பிள்ளையும் அசந்து தூங்கியாச்சு போலிருக்கு."

அவன் எழுந்து கொண்டு தண்ணீர்ப் பானையிலிருந்த தண்ணீரை அப்படியே தூக்கிக் குடித்தான். அய்யா வாசலையொட்டி உட்கார்ந்து கொண்டார். நாகு தனது வீட்டின் வாசலுக்கு வந்து நின்றான். வேம்பலையில் இனி என்ன செய்வது எனத் தெரியவில்லை. ஊரிலிருந்த தாத்தாவின் நினைவு வந்தது. அவர் வீடு திரும்பியிருப்பாரா? செல்லையாவின் மனைவி சட்டிபானைகளும் கரண்டிகளும் கொண்டுவந்த வளாகத் தானே தினமும் வந்து சமையல் செய்து வைத்துவிட்டுப் போவதாகச் சொன்னாள். நாகு நீண்ட நாட்களுக்குப் பிறகு வேம்பலையின் இருட்டை நுகர்ந்து கொண்டிருந்தான். அது ஒன்றுதான் இப்போது அவனுக்கு மிகவும் நெருக்கமுடையதாகயிருந்தது. எத்தனையோ இரவுகள் தங்களைச் சுற்றி அடர்ந்திருந்த அந்த இருளின் நீள்கரத்திற்கு இன்று தன்னை ஒப்புக்கொடுத்தபடி நாகு உட்கார்ந்திருந்தான். இரவு நீண்டு ஊரில் நிரம்பியிருந்தது. தெருவில் சிறுவர்களின் விளையாட்டு சப்தம் அடங்கவேயில்லை. வேம்பலையின் பகலை விடவும் இரவு தன் இயல்பு மாறாமலேயிருந்தது. அய்யா இருட்டிற்குள் உட்கார்ந்தபடி காடா விளக்கு எரிவதைப் பார்த்துக்கொண்டிருந்தார். அவரது கண்கள் அவரறியாமலே கசியத் துவங்கியது. இருட்டு ஊரிலிருந்து விலகிப்போய் திரும்பியவர்களைத் தேற்றுதல் செய்வது போல் ஒருவரையொருவர் அறியாதபடி முற்றாக மறைந்து கொண்டு நிரம்பியிருந்தது.

செல்லையா தன் வீட்டிற்கு எழுந்து போன பிறகு அய்யாவும் நாகுவும் மட்டும் வீட்டிலிருந்தார்கள். மெல்ல நீலாவும் அம்மாவும் வேணியும் அந்த இருட்டிற்குள்ளாகவே அருகில் உட்கார்ந்திருப்பது போலிருந்தது. தன் கைகளால் இருட்டைத் தடவிப் பார்த்தான். இருட்டு தண்ணீரைப் போல சரசரவென ஊர்ந்து போய்க்கொண்டிருந்தது.

50

ஊருக்கு வந்த சில நாட்களில் அய்யா கொஞ்சம் கொஞ்சமாக வெளியே நடமாடத் துவங்கினார். அவராகவே பகலில் எங்கோ கிளம்பிப் போவதும் திரும்பி வரும்போது குளித்த ஈரத் தலையோடு திரும்புவதுமாகயிருந்தார். அவர் எங்கே போகிறார் என நாகு கேட்பதேயில்லை. வேம்பலையில் பகல் மிக மெதுவாகக் கடந்து போனது. இடுப்பெலும்பு முறிவு கொண்டு கிடக்கும் ஒரு மனிதனின் வேதனைமிக்க குரல் வந்த நாளில் இருந்து கேட்டுக்கொண்டிருக்கிறது. முறிவு கொண்டவன் திருடப்போன இடத்தில் உத்திரத்திலிருந்து வீட்டிற்குள் விழுந்துவிட்டான். இடுப்பு விலகிவிட்டிருந்தது. அவன் இரவில் எப்படியோ உறங்கிவிடுகிறான் போலும். பகலில் தைலமிட்டுத் தேய்க்கும் போது ஏற்படுத்தும் வேதனைக் குரல் நாள் முழுவதும் விட்டு விட்டுக் கேட்டுக்கொண்டிருக்கிறது. பகல் உறக்கத்திற்குப் பழகிய மனிதர்கள் அதிகமிருந்தார்கள். வெயிலேறிய கல்திண்ணைகளில் வேம்படிகளில் ஆட்கள் சலனமற்று உறங்கிக் கிடப்பதைக் காண முடிகிறது. நாகு தெருவில் நடந்தபோது முறிவு கொண்டவனின் குரல் உச்ச நிலையில் எழுந்து அடங்கியது. அந்த வீட்டு வாசலில் நின்றவனாக உள்ளே எட்டிப் பார்த்தான். உள்ளிருந்து தலையை வெளியே நீட்டிப் பார்த்த பெண் வாங்கண்ணே எனத் தணிந்த குரலில் கூப்பிட்டாள். நாகுபடியேறி உள்ளே போனபோது இருட்டு திட்டுத் திட்டாக வீட்டினுள் அப்பிக் கிடந்தது. அந்த மனிதனை ஒரு சாக்கில் கிடத்தியிருந்தார்கள். உடல் வற்றிப்போய் வீங்கிய கண்களுடனிருந்த அவன் கழுத்தில் கொண்டி போல ஒரு வளையம் மாட்டப்பட்டிருந்தது. திருடிப் பிடிபட்டவர்களின் கழுத்தில் அவிழ்க்க முடியாதபடி கொண்டியைக் காவல் அதிகாரிகள் மாட்டியிருந்தார்கள். அது சாகும் நாள் வரை கழட்ட முடியாததாகயிருந்தது. அவன் நாகுவைக் கண்களைத் திறந்து

பார்க்கக்கூடயில்லை. தைலம் தேய்த்துவிடுபவள் சேலையில் தனது கைகளைத் துடைத்துவிட்டு வறுத்து வைத்த தவிட்டால் ஒத்தடம் கொடுக்கத் தொடங்கினாள். கழுத்தைத் திருப்ப விடாமல் போட்டிருந்த கொண்டி உறுத்திக்கொண்டிருந்தது. அவன் ஒத்தடம்பட்ட வேதனையில் கத்தினான். அந்தப் பெண்ணின் விரல்கள் கொண்டி இரும்பு வளையத்தினடியில் தடவின. வெளியேறி வேம்பலையின் பனையடிப் பாதையை நோக்கி நடந்தபோது புளிய மரத்தடியில் நாலைந்து பேர் சீட்டாடிக்கொண்டிருந்தார்கள். தொலைவில் நாகுவின் அய்யா ஏதோ வேலை செய்துகொண்டிருந்தார். நாகு அவரை நோக்கி நடந்தபோது அவர் வேலிகளை வெட்டிப் போடுவதும் மண்ணை இழுத்து அள்ளுவதுமாகயிருந்தார். அவர் வெட்டியெறிந்த வேலிகளுக்கு நடுவே நீலாவின் புதைமேடு இருந்தது. அவர் புதைமேட்டைச் சுற்றிலும் மண்ணால் சிறிய பீடம் எழுப்பியிருந்தார். அருகில் கற்களை வரிசையாக அடுக்கிவைத்து அகல் விளக்கு வைப்பதற்காக ஒரு புரையை உண்டாக்கியிருந்தார். நாகு அருகில் போகாமல் தொலைவில் நின்றே பார்த்துக்கொண்டிருந்தான். அவராகத் தன் கைகளால் மண்ணைக் குவித்துக் கற்களை அடுக்கிக் கொண்டிருந்தார். அவரை நின்று பார்த்துக்கொண்டிருப்பதே நாகுவிற்கு துக்கமானதாகயிருந்தது. பனையைக் கடந்து வறண்டு கிடந்த கிணறு ஒன்றின் கல்லில் உட்கார்ந்து கொண்டான். கிணற்றில் கோழி ரோமங்கள் நிரம்பியிருந்தன. சூரியன் பனைகளுக்கு நடுவே நின்றுகொண்டிருந்தது. செல்லையா நாகுவைத் தேடிக் கிணற்றடிக்கே வந்திருந்தார். இறவாணக் கல்லில் உட்கார்ந்தபடியே “ஒரு சோலி இருக்கு போயிட்டு வருவமா” எனக் கேட்டார். அவன் மறுக்கவில்லை. இருவருமாக பனையடிப் பாதையில் நடந்தபோது அய்யா தனி ஆளாக மண்ணை அள்ளிப் போட்டுக்கொண்டிருப்பது தெரிந்தது.

மாலை முடியும்போது அவர்கள் வந்து சேர்ந்த ஊரில் தெருக்கள் மிக நெருக்கமாகவும் ஒன்றோடு ஒன்று பின்னிக்கொண்டது போலவுமிருந்தது. புகை மண்டிய ஊராகயிருந்தது. மடத்தில் நாலைந்து பேர் நின்று கொண்டு பதினெட்டாம் கட்டமாடும் இருவரைப் பார்த்துக் கொண்டிருந்தார்கள். மிகப் பெரிய தண்ணீர் கிணற்றின் நான்கு பக்கமும் பெண்கள் நின்று இறைத்துக்கொண்டிருந்தனர். செல்லையா துண்டைத் தலையில் கட்டியபடி குப்பையள்ளிக்கொண்டிருக்கும் ஒருவனைக் காட்டி அவனிடத்தில் அவர்கள் வீட்டிலிருந்து களவு போன மாடு இருக்குமிடம் தனக்குத் தெரியுமென சொல்லி வரச் சொன்னார்.

நாகு யோசனையோடு நின்றுகொண்டிருந்தான். போயி சொல்லிட்டு வாங்க மாப்பிள்ளை எனப் பிடித்துத் தள்ளினார். குப்பை யள்ளுபவர் அருகில் போய் தனக்குக் களவு போன மாடு இருக்குமிடம் தெரியுமென்றான். ஆத்திரத்தில் மண்வெட்டியை உயர்த்தியபடி எங்க களவாண்டு வச்சிருக்கே சொல்லுடா எனக் கத்தினான்.

செல்லையா இதைக் கவனித்தவரைப் போல தனது கத்தியை உருவி எடுத்தபடி அருகே வந்து,

"விடுய்யா... மாடு களவு போச்சுனு கேள்விப்பட்டு துப்பு சொல்ல வந்தா அடிக்க ஓங்குறே... வகுந்துருவேன் வகுத்து" என மிரட்டினார்.

செல்லையாவின் திருக்கை மீசையை வெறித்தபடி அந்த ஆள் மண்வெட்டியைக் கீழே போட்டபடி செயலற்று நின்றான். செல்லையா மிரட்டும் குரலில் சொன்னார். "இருப்பிடத்தைச் சொல்லணும்னா துப்புக்கூலி இருபது முப்பது ரூவா ஆகும். பரவாயில்லையா" ஆத்திரத்தில் நடுங்கும் கைகளுடன் அவன் மறுத்துத் தலையை ஆட்டினான். செல்லையாவிடம் "வா மாப்பிள்ளை நமக்கென்ன மாடு கைமாறிப் போகப் போகுது" என விருவிருவென அவனையும் கூட்டிக்கொண்டு நடக்கத் துவங்கினார். கீழே கிடந்த கரம்பைக் கட்டியை எடுத்து அவர்களை நோக்கி வீசிய அவன் தெலுங்கில் ஏதோ கத்தினான். அவர்கள் விடுவிடு வென சந்திற்குள்ளாக நடந்தார்கள். ஊர் முனைக்கு வரும்போது ஒருவன் அவர்களைக் கூப்பிட்டபடியே வருவது தெரிந்தது. வந்தவன் துப்புக்கூலி அதிகமென பேரம் பேசத் துவங்கினான். செல்லையா அப்படியானால் பத்து படி கம்மம்புல்லும் பத்து ரூவாயும் தந்துவிடும்படி சொல்லி முடித்தார். மாடு எப்போது கிடைக்கும் என வந்தவன் கேட்டதும் "இருப்பிடத்தை வெள்ளிக்கிழமை சொல்றேன். மாப்பிள்ளை வருவாரு... அவர்கிட்டே கேட்டதைக் கொடுத்தனுப்புங்க. மாடு தானா வீடு வந்து சேரும்" எனச் சொல்லியபடி இருவரும் ஊரைத் தாண்டி நடந்தார்கள். கரடு தட்டிப்போன பாதையில் அவர்கள் நடந்தபோது நாகு கேட்டான்.

"இப்படி எங்கே மாமா போறோம்?"

செல்லையா திரும்பிப் பார்க்காமலே,

"பின்னாடியே மோப்பம் பிடிச்சுகிட்டு வருவானுக. அவங்களுக்கு தாக்காட்டத்தான் இப்படி ரெண்டு மைல் நடந்து போவோம்" என்றார்.

காலில் நெருஞ்சி முள் குத்தும் பாதையில் நடந்தபோது பின்னால் யாரும் வருவதாகவேயில்லை. இருவரும் அடர்ந்த இருளுக்குள்ளாக நடந்தார்கள். வெளிச்சம் தொலைவில் சிறிய கண்கள் போல ஒளிர்ந்து கொண்டிருந்தது. இருவரும் செம்மண் பாதைக்கு வந்து சேர்ந்தார்கள். வேம்பலைக்கு கிழக்கே பிரிந்து செல்லும் அப்பாதையில் காட்டுக் கோவில்கள் இடிந்து கிடந்தன. அவர்கள் பாதையில் கடக்கும்போது செல்லையா சீட்டியடித்தார். பதிலுக்கு யாரோ இருளில் இருந்து சீட்டியடித்தார்கள். நாகுவைக் கூட்டிக்கொண்டு இடிந்து கிடந்த கோவில் லின் மதில் சுவரையொட்டி நடந்தார். பிளவு வழியாக உள்ளே போன போது இருளுக்குள் ஒரு ஜோடி காளைகள் நின்றுகொண்டிருந்தன. ஒருவன் காளைகளுக்கு அருகே குத்துக்காலிட்டு உட்கார்ந்திருந்தான்.

செல்லையா சிரித்தபடியே சொன்னார்,

"துப்புக்கூலி பேசியாச்சு, வெள்ளிகிழமை மாட்டை ஒப்படைச்சிர வேண்டியதுதான்."

உட்கார்ந்திருந்தவன் சிரட்டையில் ஊற்றி வைத்திருந்த சாராயத்தை எடுத்து உறிஞ்சிக்கொண்டான். மாடு அசைபோட்டபடி படுத்துக் கொண்டது. வைக்கோலை விரித்துப் போட்டு வேட்டியை விரித்துச் செல்லையா படுத்துக்கொண்டார். நாகுவும் வைக்கோலில் படுத்தபடி இடிபாடுகளுக்கு இடையே ஒளிந்து தெரியும் நட்சத்திரங்களையே பார்த்துக்கொண்டிருந்தான். மூவரும் பேசிக்கொள்ளவேயில்லை. காற்று வைக்கோலைப் புரட்டும் சப்தம் இரவெல்லாம் கேட்டுக் கொண்டிருந்தது. பின் நிலவு காலம் என்பதால் நீண்ட நேரத்திற்குப் பிறகு வானில் நிலா மங்கிய வெளிச்சத்தில் வெளிப்பட்டது. நேரம் கடந்து போகப் போக நிலாவின் குளிர்மை தரையிறங்கத் துவங்கியது. மாடுகள் தலையை அசைத்தபடியே இருந்தன. இருவரும் உறங்கியிருந்தார்கள். நாகு மாடுகளையே பார்த்துக்கொண்டிருந்தான். விடியும் போது ஊரை நோக்கி நடந்து போனார்கள். வெள்ளிக்கிழமை நாகு பத்துப் படி கம்மம்புல்லும் பணமும் வாங்கிக்கொண்டு வேம்பலைக்குத் திரும்பியபோது களவு கொடுத்த சம்சாரியின் வீட்டிற்குப் பின்புறமிருந்த படப்படியிலே மாடு கட்டப்பட்டிருப்பதைக் கண்டு வியப்போடு நாலைந்து பேர் மாட்டைத் தொட்டுத் தொட்டுப் பார்த்துக்கொண்டிருந்தார்கள். நாகு வேம்பலைக்குள் வந்தபோது செல்லையாவின் மனைவி நாட்டுக் கோழியை அடித்துக்கொண்டிருந்தாள். செல்லையா சிரிப்போடு "மாப்பிள்ளை மாப்பிள்ளை" எனக் கட்டிக்கொண்டு குதித்தார்.

51

நீண்ட நாட்களுக்குப் பிறகு வேம்பலையின் ஆண்கள் பெண்கள் யாவரும் இரவில் களத்தின் முன்னால் திரண்டிருந்தார்கள். இரண்டு பந்தங்களைக் கொளுத்திப் பிடித்தபடி யாவரும் வந்துவிட்டார்களா எனப் பார்ப்பதற்காக ஒருவன் கூட்டத்திற்கு நடந்து கொண்டிருந்தான். காயாம்புவின் குடும்பத்தைத் தவிர மற்றவர்கள் யாவரும் வந்திருந்தார்கள். பதட்டமும் கோபமுமாகச் சிலர் கையில் வேல்கம்பை ஏந்தியவர்களாக அங்குமிங்கும் அலைந்து கொண்டிருந்தார்கள். கூட்டத்தினுள் உட்கார்ந்திருந்த சிலரது கழுத்தில் இரும்புக் கொண்டி மாட்டப் பட்டிருந்ததை நாம் கவனித்தான். பட்டை மீசை கொண்டிருந்த ஒருவன் தனது செம்பழுப்பேறிய கண்களுடன் கூட்டத்திற்குள்ளாக வெறித்தபடி நின்றிருந்தான். பெண்களும் ஆண்களும் சலசலவெனப் பேசிக்கொண்டிருந்தார்கள். ஊருக்குப் புதியவன் போலிருந்த ஒருவன் நடுங்கும் குரலில் சொன்னான்,

“மேற்கேயுள்ள ஊர்கள்ல நம்ம வகையறா ஆட்கள் ஏழெட்டுப் பேரைக் குருவி சுடுற மாதிரி சூப்பிரண்டு கெல்லீஸ் சுட்டுப் போட்டுட்டான். நம்ம ஆட்களும் மூணு போலீஸ்காரனை வெட்டிப் போட்டுட்டாங்க. ஒருத்தனும் சாகலை. ஒரு வீடு விடாம் தேடிப் பிடிச்சு கைரேகை எடுத்துட்டுப் போயிட்டாங்க. ரேகை எடுத்துப்புடுவாங்கனு தெரிஞ்சு சண்டியர் அய்யனன் கட்டைவிரலையே வெட்டிப் போட்டுட்டான். கிழக்கே இன்னமும் ரேகை புரட்ட வரலை. ரேகை கொடுத்துப்புட்டா ஊர்ல ஆம்பளை ஒருத்தன் இருக்க முடியாது. ஆட்டைப் பட்டியில் அடைக்கிற மாதிரி ராத்திரி கச்சேரியிலே ஒண்ணா அடைச்சுப் போட்டு காலையிலேதான் திறந்துவிடுவானுக.”

“மசியல் விடுவானுக... தாயோளி... சங்கை அறுத்தா...”

என இளவட்டப் பையன்கள் திமிறினார்கள். கழுத்தில் கொண்டி போட்டிருந்தவர்களில் வயதானவன் தனது கரகரப்புக் குரலில் சொன்னான்,

“வெட்டுறதுக்கும் குத்துறதுக்கும் ரொம்ப நேரமாகாதுப்பு. பிறகு பிட்டியை நோண்டிப்பிடுவான். ரேகை கொடுக்காம இருக்கணும்னா... ஊர்ல ஒரு ஆம்பளைகூட வீடு தங்கக் கூடாது. பத்து நாளைக்கு எங்கயாவது ஒளிஞ்சு கிடப்போம்.”

“நாம் என்ன பொண்டுகப் பயலா, ஒளிஞ்சு கிடக்குறதுக்கு. வர்றது வரட்டும்னு பாத்திருவோம்.”

மற்றவர்களும் இதையே சொன்னார்கள். கொண்டிக் கழுத்துள்ளவன் மட்டும் பிடிவாதமாகச் சொன்னான்,

“இப்படி வீறாப்பு பேசித்தான் கழுத்திலே கொண்டிய மாட்டிக்கிட்டு திரியுறேன். பிடிபட்டவனுக்கு எல்லாம் கழுத்திலே கொண்டி மாட்டின் சூப்பிரண்டு துரையை என்ன பிடுங்கிட்டீங்க. பேச வந்துட்டாங்க... வீச்சரிவாளைத் தூக்கிட்டு.”

யாவரும் அமைதியாக இருந்தார்கள். கைரேகையைக் கொடுத்துவிடக் கூடாது என்பதில் யாவரும் உறுதியாக இருந்தனர். கூட்டம் நடந்து கொண்டிருந்தபோது ஊருக்குள் மோரிஸ் கார் வரும் வெளிச்சம் தெரிந்தது. காரின் முகப்பு விளக்கை நோக்கி ஒருவன் கல்லை உயர்த்தும் போது காரின் ஹார்ன் சப்தம் கேட்டது. காயாம்பு வீடு திரும்புகிறான் எனப் பார்த்துக்கொண்டிருந்தார்கள். மடத்தருகே யாவரும் கூடி நிற்பதைக் கண்ட காயாம்பு காரை விட்டுக் கீழே இறங்கி என்ன சேதி என விசாரித்தான். கைரேகை வாங்கிக்கொண்டு ஊரிலுள்ள ஆண்கள் யாவரையும் கச்சேரியில் அடைத்துவிடுகிறார்கள் என்று ஒருவன் சொன்னதும் காயாம்புவின் முகம் மாறியது.

“ஆள் தெரியாம எப்படி அடைப்பான். சின்னவங்க பெரியவங்க வித்யாசம் இல்லாமலா போயிரும்” என பயத்தை மறைத்துக்கொண்டு கேட்டான்.

“மாரனேரியில் இப்படி கேட்டதுக்குத்தான் கெல்லீஸ் துப்பாக்கிய வச்சு பத்து பேரை சுட்டான்” என மேற்கிலிருந்து வந்தவன் சொல்லியதும் காயாம்பு திகைப்போடு நின்றுகொண்டிருந்தான். பிறகு ஊர்க்காரர்களிடம் கேட்டான்,

“என்ன முடிவு பண்ணியிருக்கீங்க...?”

எஸ்.ராமகிருஷ்ணன் 289

"வரட்டும் பாக்கலாம்னு அருவாளைத் தீட்டி வச்சிற வேண்டியது தான்."

நாகு காயாம்புவை அப்போதுதான் பார்த்தான். மார்பில் நான்கு சரத்தில் புலிநகம் பதித்த சங்கிலி, சுருட்டிவிட்ட மல்சட்டை, நெளிவு செருப்பு போட்டிருந்தான். தலைமயிர் பொசுபொசுவென உயர்ந்து வளர்ந்திருந்தது. காயாம்பு தனது வீட்டை நோக்கி யோசனையோடு நடக்கத் துவங்கினான். சூப்பிரண்டு கெல்லீஸ் ஆட்களுடன் வந்து விட்டால் தாக்குவதற்காக ஆயுதங்களை ஒளித்து வைக்க வேண்டிய இடங்களைக் குறிப்பாகப் பேசிக்கொண்டார்கள். பனையில் ஒரு பரண் அடித்து இரவில் இரண்டு பேர் காவலுக்குப் படுக்க வேண்டும் என்றார்கள். கழுத்தில் கொண்டி மாட்டியவன் தன் வீட்டின் திண்ணையில் உட்கார்ந்து கொண்டு பழைய சம்பவங்களைப் பற்றியே பேசிக்கொண்டிருந்தான். இரவில் யாரும் உறக்கம் கொள்ளவேயில்லை. நாகுவும் அய்யாவும் செல்லையா வீட்டின் முன்பாக உட்கார்ந்துகொண்டார்கள். ஊர் உக்கிரமேறியது போலானது. விடிகாலையில் காயாம்புவின் கார் ஊரிலிருந்து கிளம்பிப் போவதைக் கவனித்தார்கள். காரில் காயாம்பு தன் மனைவி, குழந்தைகளை அழைத்துக்கொண்டு மாமனாரின் ஊருக்குப் புறப்பட்டுப் போகிறான் எனப் பெண்கள் ரகசியமாகப் பேசிக்கொண்டார்கள். விடிந்தபோது பலரும் வீடுகளில் உறங்கிக் கொண்டிருந்தார்கள். மர ஆசாரி மட்டும் தனியே தெருவில் விளையாடும் தனது மகளைப் பார்த்தபடி மரத்தைச் சீவிச் சீவிப் போட்டுக்கொண்டிருந்தான்.

52

தரகிற்காக மாட்டை ஓட்டிச் செல்வதை விடவும் மாட்டைக் களவாடிவிட்டுத் துப்புக்கூலி கேட்பது எளிதானதாகயிருந்தது. நான்கு செல்லையாவோடு சேர்ந்து கொண்டுவிட்டான். வடக்கேயுள்ள கிராமங்களில் அவர்கள் களவு போகாத ஊர்களேயில்லை. அதிலும் கோடை மழைக்குப் பிறகு விவசாய வேலைகள் துவங்கும் நாட்களில் மாடுகளைத் திருடிப்போய்விட்டால் சம்சாரி எதைக் கொடுத்தாவது மாட்டை மீட்டுக்கொள்வான் என்பதைத் தெரிந்து வைத்திருந்தார்கள். செல்லையாவும் நாகுவும் தவிர களவில் சின்னு இன்னொரு கூட்டாளியாகயிருந்தான். அவனுக்குக் களவிற்குப் போனயிடத்தில் மாட்டிக்கொண்டு முன்பற்கள் நான்கு உடைந்திருந்தன. அதனால் முகம் விகாரமாகிப் போயிருந்தது. மூவருமாக வடக்கேயுள்ள வலுக்கலப் பட்டிக்குப் போனபோது வழியெல்லாம் இரவில் மழை தூறிக்கொண்டிருந்தது. கோடைக் காலத்து மழை, இரவில் பெய்யத் துவங்கினால் அடங்காது என்பார்கள். நாகு வழியெல்லாம் மழையின் நீண்ட துள்ளலைக் கண்டபடி நடந்தான். மழைக்குள்ளாக நனைந்தபடியே அவர்கள் வலுக்கலப்பட்டிக்குள் போனபோது ஊரை வளைத்துப் பெய்து கொண்டிருந்தது மழை. அவர்கள் வெள்ளாவி வைக்கும் இட மொன்றை ஒட்டி நின்றுகொண்டார்கள். சில நாட்களுக்கு முன்ன தாகவே ஒரு தொழுவத்திற்குள் ஏழெட்டு மாடுகள் நின்றிருப்பதைக் கவனித்திருந்தார்கள். அதில் காங்கேயம் காளைகள் இரண்டு நின்றிருந்தன. அவை ஆள் அரவம் கண்டாலே தலையைத் திருப்பிச் சப்தம் எழுப்பிவிடக்கூடியவை. மழையில் தொழுவத்தின் கூரையில் இறங்கிய நீர் கல்லில் சொட்டடித்துக்கொண்டிருந்தது. நாகு தொழுவத்தின் சுவரை ஒட்டி நடந்து உள்ளே ஏறிக் குதித்தான். ஈரத்தில் சாணம் கரைந்தோடிக்கொண்டிருந்தது. மழை தெறிப்பதால் தொழுவத்தில் நின்றிருந்த மாடுகள் ஒன்றையொன்று

உரசிக்கொண்டு நின்றிருந்தன. நாகு முழங்காலிட்டு ஊர்ந்து போனான். காங்கேயம் காளைகள் இரண்டும் மழையைப் பார்த்தபடி நின்றிருந்தன. அவன் தன் மடியிலிருந்த காட்டுக் கொடியை உருவி நீட்டினான். மாடு அவன் கைகளை நக்கி மேய்ந்தது. அந்தக் கொடியைக் கடித்ததும் மாட்டின் நாக்கு மழமழப்பு கொண்டது போலாகி நுரை தள்ளத் துவங்கியது. இனி மாடு கத்த முடியாது என உறுதியானதும் நான்கு காளைகளைக் கட்டியிருந்த கயிற்றை அவிழ்த்து தொழுவத்தை விட்டு வெளியே கூட்டி வந்தான். நல்ல இருளுக்குள் மழை வலுத்துப் பெய்து கொண்டிருந்தது. யாரோ நடந்து வரும் சப்தம் கேட்டது. அவன் மாடுகளைச் சுவரையொட்டிப் பிடித்தபடி நின்று கொண்டான். வந்தவன் மழைக்குள்ளாகவே மூத்திரம் பெய்தபடி கடந்து போனான். நாகு மாடுகளோடு வந்ததும் சின்னு மாடுகளை வாங்கிக்கொண்டு மழைத் தெறிப்பிற்குள்ளாகவே நடந்து போகத் துவங்கினான். செல்லையாவும் நாகுவும் இன்னொரு பாதையில் ஊர் திரும்பத் துவங்கியிருந்தார்கள். இரண்டு நாட்களுக்குப் பிறகு செல்லையா துப்பு சொல்வதற்காக ஊரைத் தேடிப் போனபோது கல்வீட்டுத் தொழுவத்தில் அதே காங்கேயம் மாடுகள் நின்றிருந்தன. செல்லையா திகைப்போடு அதைப் பார்த்துக்கொண்டேயிருந்தார். மாடுகளைப் பார்வையிடும் அவர் யாரென வீட்டாள் கேட்டதற்குத் தான் ஒரு மாட்டுத் தரகன் என்று சொல்லியபடி காங்கேயம் காளைகளை விலைக்குக் கேட்டார். அவர்கள் "சட்டவோடு இந்தக் காளைகளை அடைமழை பெய்த இரவில் யாரோ களவாடிப் போய்விட்டார்கள். நேற்றுதான் துப்புக்கூலி கொடுத்து முடித்தோம்" என ஆதங்கப்பட்டுக்கொண்டார்கள். செல்லையாவிற்கு ஆத்திரம் பொங்கிக்கொண்டு வந்தது. அவர் சலனமில்லாமல் ஊர் வந்து சேர்ந்தார். நாகுவிற்கும் கோபம் தலைக்கேறியது. இருவருமாக சின்னுவைத் தேடுவதென முடிவு செய்தார்கள்.

*

வேம்பர்கள் பயந்தபடி கெல்லீஸ் அந்தப் பிராந்தியத்திற்கே வரவில்லை. ஆனால் இரண்டு மாதங்களுக்குப் பிறகான ஒரு இரவில் கறுப்பு அங்கியும் முதுகில் படரும் தலைமயிருமாக நீல நிறக் கண்கள் கொண்ட பாதிரியொருவன் வேம்பலைக்கு வந்திருந்தான். அவன் கையில் நீண்ட கழி வைத்திருந்தான். அதன் முனையில் மணிகள் கோர்த்துத் தொங்கவிடப்பட்டிருந்தன. அவன் கழியை ஊன்றி நடக்கும்போது மணியோசை கூடவே நடந்து சென்றது. ஊரினுள் பிரவேசித்தபோது யாரோ தங்களை உளவு பார்க்க

வந்திருப்பதாக நினைத்த சின்னப் பாண்டி பாதிரி மடத்தைக் கடக்கும்போது ஒளிந்திருந்து சாக்கைப் போட்டு அவர் முகத்தை மூடியபடி அமுக்கிப் பிடித்தான். பாதிரி திமிறுவதற்குள் நாலைந்து பேர் வளைத்துப் பிடித்துவிட்டார்கள். கைகளைப் பின்புறமாகக் கட்டித் தலையை அமுக்கிப்பிடித்தபடி அவரைத் தள்ளிக்கொண்டு போய் ஊரடியிலிருந்த வேம்பில் கட்டி வைத்தார்கள். பாதிரி தான் ஒரு தேவஊழியர் எனக் கொச்சையான தமிழில் சொன்னதை எவரும் காது கொடுத்துக் கேட்கவேயில்லை. தங்கள் குரல் வளையை அறுத்த வெள்ளைக்காரனுக்குப் பிறகு ஊருக்குள் வந்திருந்த இரண்டாவது மனிதனான இந்த வெள்ளைக்காரனைக் காண கூட்டம் திரண்டுவிட்டது. பந்த வெளிச்சத்தைப் பாதிரியின் இமைகள் அருகே கொண்டு போனபோது அவரது முகம் வெளிறியிருந்தது. பெண்கள் வெள்ளைக்காரனை ஆச்சரியத்தோடும் ஆத்திரத்தோடும் பார்த்துக் கொண்டிருந்தார்கள். கெல்லீஸ் அனுப்பித்தான் அவன் வந்திருக்கிறானா என ஒருவன் கேட்ட போது பாதிரிக்கு கெல்லீஸ் யார் என்பதே தெரியவில்லை. தான் தேவகுமாரனைப் பற்றி அறிவிப்பதற்காக வந்திருப்பதாக அவன் மெதுவான குரலில் சொன்னான். பாதிரியின் தாடையோடு ஒரு அடி விழுந்தது.

ரேகை புரட்டுவதற்காகத்தானே வந்திருக்கிறாய் என ஒரு கிழவன் வன்மத்தோடு கேட்டான். பாதிரி பார்வையைத் தாழ்த்தியபடி சொன்னான்,

"நான் மதுரை மிஷினரியில் ஊழியம் செய்கிறேன்."

அவர்கள் பாதிரி கொண்டுவந்திருந்த சுமையை அவிழ்த்துப் பார்த்தார்கள். அதற்குள்ளாக மரச் சிலுவைகளும் சிறிய பிரசங்கங்களும், ஒன்றிரண்டு ரொட்டித் துண்டுகளும் ரொட்டி வெட்டும் கத்தியும் ஒரு டார்ச் லைட்டுமிருந்தன. கூட்டத்திற் குள்ளாகயிருந்த நாகு விலகி வந்து பாதிரியின் தலையைத் தூக்கிப் பார்த்தான். ரத்தம் பற்களில் வழிந்து கொண்டிருந்தது. இதுபோன்ற பாதிரியொருவன் மாட்டுச் சந்தையில் ஒரு நாள் போகின்ற வருகின்றவர்களை அழைத்துப் பேசிக் கொண்டிருந்தது நினைவிற்கு வந்தது. அவன் பாதிரியின் கறுப்பு அங்கியைத் தொட்டு இழுத்தபடி கேட்டான்,

"சூப்பிரண்டு கெல்லீஸ்ஸை நீ பார்த்திருக்கிறாயா?"

பாதிரி தனக்குத் தெரியாதென தலையாட்டினான். ஒரு பெண் தனது குழந்தையை வெள்ளைக்காரனின் கண்கள் பார்ப்பதைக்

கண்டவள் போல அதை விருட்டென மறைத்துக்கொண்டாள். நாகு கட்டுகளை அவிழ்த்துவிடச் சொன்னான். தயக்கத்துடன் பாதிரியின் கட்டுகளை அவிழ்த்துவிட்டார்கள். பாதிரி தனது மரச் சிலுவையைக் கையில் எடுத்து வைத்துக்கொண்டு முழங்காலிட்டு யாவருக்காகவும் பிரார்த்தனை செய்தான். கூட்டம் பாதிரியை முறைத்தபடி நின்று கொண்டிருந்தது. பாதிரி தனக்குக் குடிப்பதற்காகக் கொஞ்சம் தண்ணீர் வேண்டுமென்று கேட்டான். எவரும் அவனுக்காகத் தண்ணீர் தருவதற்கு முன்வரவில்லை.

நாகு செல்லையாவின் மனைவியிடம் தண்ணீர் கொண்டுவந்து தரச் சொன்னான். பாதிரி தண்ணீரைக் குடித்து முடித்தபிறகு அவர்களை உன்னிப்பாகக் கவனித்துப் பார்த்தான். கொடுவாய் மீசைகளும், தொங்கு கிருதாக்களும், அடர்ந்த தலைமசிரும், வெட்டுக்காயம் கொண்ட உடலும், சிவந்த கண்களுமாகயிருந்த அந்த மக்களைப் பார்க்கும் போதே வெறிச்சி கொண்டது போலிருந்தது. தனது சுமையில்லிருந்த டார்ச் லைட்டை எடுத்து பாதிரி அடித்தான். ஒளி தெருவின் கடைசி வரை ஓடியது. ஆச்சரியத்தோடு பெண்கள் யாவரும் பார்த்துக் கொண்டிருந்தார்கள். டார்ச்சைக் கூட்டத்தில் நின்றுகொண்டிருந்த ஒரு பெண்ணின் முகத்தை நோக்கித் திருப்பினான். தனது முகத்தில் ஏறும் வெளிச்சத்தை விலக்கியபடி அவள் தலை கவிழ்ந்து கொண்டாள். யாவருக்கும் ஆச்சரியமாகயிருந்தது. எப்படி இவன் வெளிச்சத்தை வாளை வீசுவது போல தன் இஷ்டப்படி வீசுகிறான் எனப் பார்த்துக் கொண்டிருந்தார்கள். கூட்டத்திற்குள்ளிருந்த ஒருவன் தயக்கத்துடன் அந்த டார்ச் லைட்டைத் தன் கையில் தருமாறு கேட்டான். டார்ச்சை வாங்கி எதிரே நீட்டிய போது அருகேயிருந்த முகங்களில் ஒளி சிதறியதைக் கண்டு சிறுவர்கள் கூச்சலிட்டார்கள். டார்ச்சை அவன் வானை நோக்கி உயர்த்திக் காட்டினான். ஒளி மேலேறி நட்சத்திரங்களை நோக்கிப் போவது போலிருந்தது. அவர்கள் ஒளியை வீசி வீசிப் பார்த்துக் கொண்டார்கள். யாரோ ஒருவன் ரகசியமான குரலில் சொன்னான்,

“இதை வச்சுத்தான் நம்மளைக் காட்டிக்கொடுக்க வந்திருக்கான். வெளிச்சத்தை அணைச்சிருங்க.”

பாதிரி பார்த்துக்கொண்டிருந்தபோதே ஒருவன் கல்லால் டார்ச் லைட்டின் கண்ணாடிச் சில்லை உடைத்து, அதன் குழலைத் தட்டி நெளித்தான். பாதிரி அவர்களின் பயந்த கண்களையே பார்த்துக் கொண்டிருந்தான். என்ன பேசுவது என்றே தெரியவில்லை. அவர்களும் பாதிரியைப் பயத்தோடு பார்த்துக்கொண்டிருந்தார்கள்.

பாதிரி தனது மென் குரலில் ஏதோ பாடத் துவங்கினான். நாகு தன் வீட்டில் படுத்துக் கிடந்தபடி பாதிரியின் பாடலைக் கேட்டுக்கொண்டிருந்தான். அந்தப் பாடல் மைனா கத்துவது போலிருந்தது. இரவில் அங்கேயே தங்கிக் கொள்வதாக பாதிரி சொன்னான். யாரும் மறுக்கவில்லை.

விடிந்தபோது பாதிரி வெயிலில் அந்தச் சிறிய கிராமத்தின் தெருவைப் பார்த்துக்கொண்டிருந்தான். வீடுகள் மிகச் சிறியதாகயிருந்தன. சிறுவர்கள் பாதிரியைச் சுற்றி நின்றபடி அவரது அங்கியைப் பற்றிப் பரிகாசம் செய்து கொண்டிருந்தார்கள். பாதிரி தான் வழிதவறி வந்துவிட்டதாகச் சொல்லி தான் கடற்கரைப் பகுதிக்குப் போவதற்காகப் பயணம் செய்து கொண்டிருந்ததாகச் சொன்னான். தேள் கிருதா கொண்ட ஒருவன் பாதிரியைக் கொண்டுபோய் கிழக்குப் பாதையில் விட்டு வருவதற்காக அனுப்பி வைக்கப்பட்டான். பாதிரி தன் மனதிற்குள்ளாகவே அந்தச் சிற்றூரில் ஒரு தேவாலயம் அமைக்க வேண்டும் எனப் பிரார்த்தனை செய்து கொண்டான். பாதிரியைக் கூட்டிக்கொண்டு போவதைப் பார்ப்பதற்காகப் பெண்கள் வீட்டு வாசலில் வந்து நின்றுகொண்டார்கள். பாதிரி யாரையும் நிமிர்ந்து பார்க்கவேயில்லை. நாகுவின் வீட்டைக் கடந்தபோது பாதிரியின் கண்கள் அவனைப் பார்த்துத் தாழ்ந்து கொண்டன. நாகு அந்த நீலக் கண்களின் வசீகரத்தை நெடுநாட்களுக்கு நினைவில் கொண்டிருந்தான். வேம்பலையில் அதன் பின் வெளியாட்கள் யாரும் வரவேயில்லை.

*

சின்னு குடித்துவிட்டு மாட்டு வண்டியொன்றில் களத்தருகே படுத் திருப்பதாகப் பின்னொரு நாளின் மதியத்தில் சிறுவர்கள் சொல்லியதைக் கண்டு நாகு ஆத்திரத்தோடு தேடிப் போனான். சின்னு போதையேறியவனாக அவிழ்த்துப் போட்டிருந்த மாட்டுவண்டியில் உறங்கிக்கொண்டிருந்தான். நாகு அவனை இடுப்போடு ஓங்கி மிதித்தான். உருண்டு விழுந்தவன் கண்களை கசக்கிக்கொண்டு "அடிக்காதே... நாகு இருப்பா" எனத் தடுத்தவனாக எழுந்துகொண்டான். நாகு அவன் கைகளை முறுக்கியபடி கேட்டான்,

"துப்புக்கூலி எங்கடா?"

சின்னு சிரித்தபடியே சொன்னான்,

“காசை அண்ணா கயித்திலே கட்டிக்கிட்டா திரிய முடியும்... சாராயக் கடையிலே எல்லாம் போச்சுப்பா.”

நாகுவிற்கு அவனது சிரிப்பு ஆத்திரமாக வந்தது. செவுளோடு சேர்த்து ஒரு அறை கொடுத்தான். சின்னு திரும்பவும் புழுதியில் விழுந்தான். அப்போதும் அவனது சிரிப்பு அடங்கவில்லை.

“நாகு... வேணும்னு செய்யலைப்பா. காசைப் பிரிச்சுக் குடுத்திர லாம்னு நினைச்சேன். வழியிலே சுடச்சுடச் சரக்கு காய்ச்சிகிட்டு இருந்தாங்க. குடிச்சா காசு காலியாப் போச்சுப்பா.”

நாகு கீழே கிடந்தவன் மார்பில் தனது காலை மடக்கியபடி உட்கார்ந்து தலைமயிரைப் பிடித்து உலுக்கினான். சின்னுவிற்கு சட்டென சிரிப்பு அடங்கியது. பற்களை நரநரவெனக் கடிக்கத் துவங்கித் திமிறிக்கொண்டு நாகுவைத் தள்ளிவிட முயன்றான். நாகு அவன் கைகளை முறுக்கி வளைத்துப் பிடித்துக்கொண்டு “வாடா செல்லையாகிட்டே” என இழுத்தான். சின்னு திமிறியபடி விலகித் தன் டவுசர் பாக்கெட்டிற்குள்ளிருந்த மடக்குக் கத்தியை எடுத்து நாகுவின் கழுத்தோடு சேர்த்துக் குத்தினான். கீறலோடு கழுத்தைச் சுற்றிலும் ரத்தம் வரத் துவங்கியது, நாகு சட்டென வண்டியின் சக்கரத்தில் இருந்த நாதங்கியை மசியோடு உருவி சின்னுவின் இடுப்போடு சேர்த்துக் குத்தினான். ரத்தம் கொட்டத் துவங்கி பெருங்குரலில் கத்தினான். கையெல்லாம் வண்டி மசியும் குருதியுமாக நின்றுகொண்டிருந்தான். வண்டிச் சாவியை சின்னுவின் இடுப்பிலிருந்து உருவ முடியவில்லை. சின்னுவிற்குக் குடல் சரிந்து தொங்கிக்கொண்டிருந்தது. நாகுவிற்கு என்ன செய்வதெனத் தெரியவில்லை. கூக்குரல் கேட்டுத் தெருவில் ஆட்கள் வரும் சப்தம் கேட்டது. நாகு தன் வீட்டை நோக்கி நடக்கத் துவங்கினான். கத்தி பட்டதால் ஏற்பட்ட கழுத்தைச் சுற்றிய காயம் திகுதிகுவென எரியத் துவங்கியது. திரும்பிப் பார்த்த போது தெருவில் புழுதியைக் கிளப்பியபடி சின்னு வீழ்ந்து கிடந்தான். நாகு வீட்டினருகேயிருந்த மஞ்சனத்தி இலைகளைப் பறித்துக் கையில் தெறித்த ரத்தத்தைத் துடைத்துப் போட்டான். ஊர் திடீரென மங்கி மூடியது போலானது. தெருவில் கூக்குரல்கள் அதிகமாயின. குடல் சரிந்து கிடப்பவனைத் தூக்கி ஒரு வண்டியில் போட்டுக்கொண்டு வைத்தியரிடம் போய்க்கொண்டிருந்தார்கள். தெருவில் நிசப்தம் கவ்வத் துவங்கியது. உறைந்து கிடந்த ரத்தத்தைப் பார்த்தபடி சின்னுவின் அக்கா தனியே அழுது கொண்டிருந்தாள். வெயில் சட்டெனத் தலை கவிழ்ந்தது போல மூடிக்கொள்ளத் துவங்கியது. நாகு வீட்டிற்குள் போகாமல் வேம்படியில் உட்கார்ந்து கொண்டான்.

காற்று படும்போதெல்லாம் காயத்தின் எரிச்சல் அதிகமானது. வேப்பங்கொழுந்தைக் கிள்ளிக் காயத்தில் தடவிவிட்டான். காற்று மெதுவாகத் தரையிறங்கிக் கொண்டிருந்தது. வேம்படியில் நிழல் கூடாரமிட்டிருந்தது. நான்கு கண்களை மூடிக்கொண்டான். வண்டி மசி கைகளை விட்டுப் போக வேயில்லை. மண்ணில் கைகளைத் தேய்த்து துடைத்துக்கொண்டேயிருந்தான். பிறகு எழுந்து செல்லையாவைப் பார்த்து வரலாம் எனக் கிளம்பினான். வேப்பிலைகளைப் பிடுங்கித் தின்றபடி நடந்ததால் வாய் கசப்பாகியது. ஆனாலும் வேப்பிலையின் சாற்றைக் குடிப்பது விருப்பாக வேயிருந்தது. கடைவாயில் இலைகளை அரைத்து உமிழ் நீரில் கசப்பைக் கலந்தபடியிருந்தான். கைப்பு அவன் உடலினுள் இறங்கிக் கலந்து கொண்டிருந்தது.

53

ரத்னாவதி ஆறேழு நாட்களாக வீட்டில் படுக்கையிலே கிடந்தாள். பகலில் அவளைத் தேடி வந்த மனோரஞ்சிதம் அவளுக்காகவே ஆஸ்டின் காருடன் பர்மாக்காரனொருவன் மெஜஸ்டிக் லாட்ஜில் காத்திருப்பதாகச் சொன்னாள். எழுந்து போவதற்கே மனம் கூடவில்லை. சுருண்டு படுத்துக் கிடப்பதே போதுமானது போலிருந்தது. மனோரஞ்சிதம் தான் இரண்டு நாட்களாக ராமேஸ்வரத்திற்குப் போய் வந்ததாகச் சிரிப்போடு சொல்லிக்கொண்டிருந்தாள். ரத்னாவதி படுக்கையிலிருந்து எழுந்து கூந்தலை அள்ளி முடிந்து கொண்டபோது மனோரஞ்சிதம் அவள் உடல் மெலிவைக் கண்டவள் போல அருகே வந்து கேட்டாள்,

"ஏண்டி ஒரு மாதிரியா இருக்கே... மாசமாயிருக்கயா."

ரத்னாவதி ஒத்துக்கொண்டவளைப் போல தலையாட்டினாள். அவள் கவலையோடு ரத்னாவதியின் தோளைப் பிடித்தபடி கேட்டாள்.

"எத்தனை நாளாச்சு."

"தொண்ணூத்தைந்து நாளாச்சு."

"ஏண்டி இப்படி இருக்கே... எந்த மைனரு கூட படுத்தே?"

அவள் பதில் பேசவில்லை. வயிற்றில் கையை வைத்துத் தடவியபடி சொன்னாள்,

"பெத்து வளக்கப்போறேண்டி"

மனோரஞ்சிதம் புரியாதவளாகச் சொன்னாள்,

"அதுவும் நல்லதுதான். வசமான இடமா இருந்தா சேந்து வாழ வேண்டியதுதானே."

ரத்னாவதி அதைக் கேட்டுக்கொள்ளாதவள் போல உள்ளே நடந்து போனாள். ஒரு கூடையில் அரும்பு மல்லிகள் இருந்தன. நாரையும் அரும்பு மல்லியையும் மனோரஞ்சிதத்திடம் தந்துவிட்டு கட்டிக்கொண்டிருக்கச் சொல்லியவளாகக் குளிக்கக் கிளம்பினாள். இருவரும் புறப் பட்டபோது வெயில் தாழ்ந்திருந்தது. ரத்னாவதியின் அப்பத்தா ரோட்டில் மாம்பழம் விற்றுக்கொண்டிருந்தாள். அவர்கள் தின்பதற்காக ஒரு துண்டு மாம்பழம் வெட்டித் தந்தாள். இருவரும் மாம்பழத் துண்டைச் சுவைத்தபடி மெஜஸ்டிக் லாட்ஜின் அருகே போனபோது வாசலையொட்டி ஆஸ்டின் கார் நின்றுகொண்டிருந்தது. ரத்னாவதி அதைத் தடவிக் கொடுத்தபடி உள்ளே நாற்காலியில் உட்கார்ந்தபடி வெற்றிலை போட்டுக்கொண்டிருந்தவரை செருமிய குரலில் "வணக்கண்ணே" எனச் சொன்னாள். நெற்றி நிறையத் திருநீறும் வெள்ளைச் சட்டையும் அணிந்திருந்தவர் "ஆளே காணவே முடியலை…" எனப் பரிகாசமாகச் சொன்னார். மனோரஞ்சிதம் அவர் அருகில் நின்றுகொண்டாள். ரத்னாவதி மாடிப்படியேறிப் போவதை இரண்டு ஆண்கள் பார்த்தபடி நின்றுகொண்டிருந்தார்கள். மரப் படிகளை ஒட்டியது போலிருந்த அறையில் உறங்கிக்கொண்டிருந்தான் பர்மாக்காரன். தட்டியும் கதவு திறக்கவேயில்லை. அவள் கீழே வந்ததும் மனோரஞ்சிதம் ஆத்திரத்துடன் மாடியேறிச் சென்றாள். பர்மாக்காரன் கீழே வந்தபோது ரத்னாவதி டபராவில் காபியை ஆற்றிக் குடித்துக்கொண்டிருந்தாள். பர்மாக்காரன் அவள் தோளில் அடித்தபடியே சிரித்தான்.

"போவமா…"

அவள் காபி டபராவைக் கீழே வைத்துவிட்டு சொன்னாள்,

"எந்த ஊருக்குப் போறோம்."

"பூம்பாறை."

அவள் காரில் ஏறி உட்கார்ந்துகொண்டாள். காரினுள் சந்தன வாடை போல ஒரு சுகந்தம் கமழ்ந்துகொண்டிருந்தது. அவள் வண்டி யோட்டும் ஸ்டியரிங்கைத் தொட்டுப் பார்த்துக்கொண்டேயிருந்தாள். பர்மாக்காரன் மர வியாபாரம் செய்கிறவனாகயிருந்தான். நாற்பதுக்கும் மேலே வயதாகியிருந்தபோதும் அவன் திருமணம் செய்து கொள்ளவேயில்லை. ரத்னாவதி காரின் ஜன்னலைத் திறந்துவிட்டுக்கொண்டாள். அவர்கள் புறப்பட்டபோது மனோரஞ் சிதம் ரகசியமான குரலில் சொன்னாள்,

"ரொம்பக் குடிக்க விடாதே… பிறகு சமாளிக்க முடியாது."

எஸ்.ராமகிருஷ்ணன்

கார் புறப்பட்டு ஊரைத் தாண்டிப் போய்க்கொண்டிருந்தபோது அவன் சீட்டியடித்துக்கொண்டு வந்தான். மேகம் மூடியேயிருந்தது. முதல் நாள் மழை பெய்திருக்க வேண்டும் போலிருந்தது. வழியெங்கும் ஈரம் கசிந்து கிடந்தது. அவர்கள் ஒருவருக்கொருவர் பேசிக்கொள்ளவேயில்லை. மலை ஏறுவதற்கு முந்திய வளைவில் இறங்கி அவன் நாட்டுச் சரக்கு குடித்துவிட்டு வந்தான். மலையின் விளிம்புகளில் கார் போகும் போது காதை அடைக்கத் துவங்கியது. அவள் சரிந்து கிடந்த மரங்களையும் பாதையின் வளைவுகளையும் கண்டாள். தலை சுற்றுவது போலிருந்தது. அவன் காரை மிக வேகமாக ஓட்டிக்கொண்டு போனான். மரங்கள் தலைகீழாக வளர்ந்திருப்பது போலவும் பாறைகள் எந்நேரமும் கீழே விழுந்துவிடுவதற்காகத் தொங்கிக்கொண்டிருப்பது போலவுமிருந்தன. அவள் தன் கண்களை மூடிக்கொண்டாள். வயிற்றில் ஏதோ அசைவது போலிருந்தது. அவளுக்கு நாகுவின் நினைவு வந்தது. அவனோடு கூடியிருந்த நாளில் தான் அழுததைப் பற்றி நினைத்துக் கொண்டவளாக அவர்கள் வள்ளி கோவிலுக்குப் போய்வந்ததைப் பற்றியே நினைத்துக் கொண்டிருந்தாள். பாதை வளைந்து போகப் போக ரத்னாவதிக்குக் குமட்டிக்கொண்டு வந்தது. அவள் தன் கைகளை வைத்து வாயைப் பொத்திக்கொண்டு வந்தாள். ஆனால் கார் வட்டமாகச் சுழன்று திரும்பியபோது ஓங்காரத்துடன் வாந்தியெடுத்தாள். அவன் காரை ஓரமாக நிறுத்திவிட்டு அவளைக் கீழே இறங்கி நிற்கச் சொன்னான். பித்தமாக வாந்தியெடுத்தாள். கார் புறப்பட்டதும் ஈரக் காற்று கேசத்தைத் தடவிவிடுவது போலிருந்தது. ஆனாலும் மலையேறிப் போகப் போக வாந்தி அதிகமாகிக்கொண்டேயிருந்தது. அவர்கள் பூம்பாறையை அடைந்தபோது அங்கே சவுக்கு மரங்களும் தூர் அகன்று விரிந்த பெரிய காட்டு மரங்களும் நிரம்பியிருந்தன. எங்கோ ஓடும் காட்டோடையின் சப்தம் கேட்டுக்கொண்டிருந்தது. பழைய மரவீடது. வீட்டில் லாந்தர் விளக்குகள் தொங்கிக்கொண்டிருந்தன. காரை வாசலில் நிறுத்திவிட்டு அவர்கள் உள்ளே போனபோது ரத்னாவதிக்கு மயக்கம் வந்தது. அவள் தரையில் உட்கார்ந்து கொண்டாள். அவளைக் கைத் தாங்கலாகக் கூட்டிக்கொண்டு படுக்க வைத்தான். அவள் கண்களைத் திறக்கவேயில்லை. யாரோ பேசிக்கொள்ளும் சப்தம் கேட்டது. ரத்னாவதி இருட்டுப் பூச்சியின் குரலைக் கேட்டபடி படுத்துக்கிடந்தாள். இருவர் குடிப்பதும் எதையோ பேசி விவாதம் செய்து கொள்வதுமாகக் கேட்டது. அவள் பூச்சிகளின் உரையாடலைக் கேட்டபடியே உறங்கிப் போயிருந்தாள். பின்னிரவில் பர்மாக்காரன் குடிவெறியேறிய

உடலுடன் புணர்ச்சிக்காக அவளை அணுகி வீழ்ந்தபோது அவள் விலக்க முயன்று இயலாமல் படுத்துக்கொண்டாள். விடிகாலையில் அவள் எழுந்து வாசலுக்கு வந்தபோது கார் ஈரமேறியிருந்தது. அவள் மரங்களுக்கு ஊடாக சிலந்தி வலை போல பனி கோடு கோடாக நீண்டு வருவதைப் பார்த்துக்கொண்டிருந்தாள். இலைகள் அசையவேயில்லை. நாகுவின் குழந்தையைப் பெற்று வளர்க்க வேண்டும் என்று ஆசைப்படுவது சரியானதுதானா என யோசித்தபடியே அவள் வாசற்படியில் உட்கார்ந்து கொண்டாள். அவளுக்கு நாகுவைப் பார்க்க வேண்டும் போலிருந்தது. இதே இடத்திற்கு அவனோடு வந்திருந்தால், கட்டிக் கொண்டு உறங்கிக் கிடக்கலாம். அவள் கண்களை மூடிக்கொண்டு ஆழ்ந்து மூச்சிட்டாள். காற்று உடலில் குளிர்ச்சியை நிரப்பியபடியிருந்தது.

*

காலையில் எழுந்ததுமே அவன் திரும்பவும் குடிக்கத் துவங்கிவிட்டான். ரத்னாவதியை உள்ளே வரும்படி கூப்பிட்டான். அவள் ஈரத் தலையோடு அறைக்குள் வந்தபோது சிவப்பேறிய கண்களுடன் அவளைப் படுக்கைக்கு இழுத்தான். அவள் விலக்கியபடி வெளியே எங்கேயாவது போய் வரலாம் என்று சொன்னாள். அவன் இன்னொரு டம்ளர் குடித்துவிட்டு தனது ஆடைகளைக் களைந்தபடி நிர்வாணியாக அறைக்குள் நடமாடத் துவங்கினான். அவள் தலை கவிழ்ந்தபடியே உட்கார்ந்திருந்தாள். அவன் குளியல் அறையை நோக்கி நடந்தான். ரத்னாவதி வாசல் கதவைத் திறந்து வெளியே போகலாம் எனக் கதவின் கொண்டியை விலக்கும்போது உள்ளிருந்து விடுவிடுவென உக்கிரத்துடன் வந்தவன் தலைமயிரைப் பிடித்துப் படுக்கையில் இழுத்துப் போய் போட்டான். அவனது வன்புணர்ச்சிக்குப் பிறகு ரத்னாவதி தனது முகத்தில் நீண்ட கோடு போல அவனது மோதிரம் கிழித்து ரத்தம் துளிர்த்திருப்பதைக் கவனித்தாள். அழுகையாக வந்தது. அவள் எழுந்து வாசல் கதவைத் திறந்துவிட்டபடி வெளியே வந்தபோது காலைப் பலகாரங்கள் கதவிற்கு வெளியே வைக்கப்பட்டிருந்தன. அவள் சவுக்கு மரங்களைப் பார்த்தபடி நின்றுகொண்டிருந்தாள். அவனது காரைப் பார்க்கப் பார்க்க அசூயை தருவதாகயிருந்தது. அவள் உதட்டைக் கடித்தபடியே அழுகையைக் கட்டுப்படுத்திக்கொண்டிருந்தாள். அவன் குளித்துவிட்டு வந்தபோது வாசலுக்கு வெளியே அவளைக் காணவில்லை. சவுக்கிற்குள் நடந்து அவள் பெயரைச் சொல்லி உரத்துக் கூப்பிட்டான். அவள் மௌனமாக ஒரு புதரடியில்

உட்கார்ந்து கொண்டிருந்தாள். தேடி அருகில் வந்தபோதும் அவள் பதில் தரவேயில்லை. இறுகிய முகத்தோடு புறப்படலாம் என அவள் கைகளைப் பிடித்து இழுத்தான். காரிலும்கூட அவள் எதுவும் பேசிக்கொள்ளவேயில்லை. அவன் வழியெல்லாம் திட்டிக்கொண்டே வந்தான். அவளுக்குத் திரும்பி அவனைப் பார்க்கக் கூட விருப்பமற்றிருந்தது. அவன் வண்டியோட்டுவதில் தன் கோபத்தைக் காட்டிக் கொண்டிருந்தான். அவளுக்குப் பசியாக இருந்தது. காரை விட்டு இறங்கிப் போய்விடலாமா என யோசித்துக் கொண்டேயிருந்தாள். ஏனோ அவளது தைரியம் யாவும் வடிந்துவிட்டது போலவும், தான் ஒரு பூஞ்சையைப் போல் ஒடுங்கிவிட்டதாகவும் உணர்ந்தாள். காரில் அவளை முறைத்தபடி ஏசிக்கொண்டே வண்டியை ஓட்டினான். ஒரு சிறுமியைப் போல நடுங்கியபடி உட்கார்ந்திருந்தாள். நகருக்குள் வந்தபோது அவன் பழைய பாலத்தருகே அவளை இறக்கி விட்டுவிட்டு விருட்டெனத் திரும்பிக்கூடப் பார்க்காமல் கடந்து போனான். ரோட்டில் நடக்கத் துவங்கிய போது கால்கள் பின்னுவது போலிருந்தது. பாதி தூக்கத்திலிருந்து எழுந்து கொண்டது போல கண்கள் பஞ் சடைய அவள் நடந்தாள். கோனார் கடைக்குப் போய்ச் சேர்ந்த போது ஒன்றிரண்டு பேர் மட்டும் சாப்பிட்டுக்கொண்டிருந்தார்கள். இட்லியும் தொட்டுக்கொள்ள நாட்டுச் சர்க்கரையும் வாங்கிச் சாப்பிடத் துவங்கினாள். ஒரு வாய் இட்லியை வைத்ததும் அவளறியாமல் அழுகை பொங்கிக்கொண்டு வந்தது. சாப்பிட முடியவில்லை. தொண்டையில் எதுவோ அடைத்துக்கொண்டது போலிருந்தது. தன் புறங்கைகளால் கசிந்த கண்களைத் துடைத்துக் கொண்டு ஒரு வாய் சாப்பிட்டாள். சுவையற்றுப் போயிருந்தது. கோனார் கடையை விட்டு வெளியே வந்த போது நல்ல வெயில் முற்றியிருந்தது. அவள் பழைய பாலத்தின் கீழாகவே நடந்து போனாள். பாலத்தடி நிழலில் யாருமேயில்லை. தனியாக நிழலில் உட்கார்ந்து கொண்டாள். காற்று கேசத்தைத் தடவியபடி கடந்து போனது. அவள் தலை குனிந்தபடி அழத் துவங்கினாள். நினைத்து நினைத்து அழுபவள் போல் அவள் தனியே அழுது கொண்டேயிருந்தாள். அவள் அழுகையை சமாதானம் செய்ய அங்கே எவருமேயில்லை. ஆற்றின் நீண்ட மணல் படுகை வெயிலில் மின்னிக்கொண்டிருந்தது. தொலைவில் சிறிய புள்ளிகள் போலக் கடந்து போய்க் கொண்டிருந்த வாகனங்கள் நிசப்தமாகக் கடந்து கொண்டிருந்தன. அவள் ஏங்கி ஏங்கி அழுதபடியிருந்தாள்.

54

தன்னிலை மறந்து விழும் வரை குடித்துவிட வேண்டும் என முடிவு கொண்டவர்களைப் போல இருவரும் குடித்துக்கொண்டிருந்தனர். செல்லையா மிதமிஞ்சிய போதையில் நாகுவின் கழுத்தைக் கட்டிக் கொண்டு சொன்னார்,

"மாப்பிள்ளை நான் இருக்கேன்... தைரியமா இருங்க... குத்திக் குடலைச் சரிச்சுப்புட்டு வந்திருக்கீங்க... மீசையை முறுக்கிவிடுறதை விட்டுட்டு தலையைத் தொங்கப் போட்டுக்கிட்டு இருந்தாயெப்படி?"

நாகுவிற்குக் குடித்த பிறகும் நிதானம் கவியவில்லை. செல்லையாவின் கைகள் அவன் தோளை அழுத்திக்கொண்டிருந்தன. சின்னு செத்திருப் பானா இல்லை பிழைத்துக்கொண்டானா எனப் போய்ப் பார்த்து விட்டு வரலாமா என்று தோணியது. செல்லையா தரையில் சுருண்டு படுத்துக்கொண்டு உறங்கத் துவங்கியிருந்தார். நாகு அவர் அருகிலே தானும் படுத்துக்கொண்டான். தலையில் பாரம் போலிருந்த சாராயத்தின் உக்கிரம் அவனை அமுக்கத் துவங்கியது. கண்களைத் திறக்க முடியவில்லை. சப்தங்கள் அடங்கிக் கொள்ளத் துவங்கின. காதருகே சின்னு சிரிப்பது போலிருந்தது. அவன் கைகளை உதறிச் சின்னுவை விலக்கிவிட எத்தனித்தான். ஆனால் அந்தச் சிரிப்பு நாகுவின் கபாலத்திற்குள்ளாகச் சுற்றியலைவது போலிருந்தது. நாகு கண்களைத் திறந்து பார்க்க விரும்பினான். யாரோ கைகளால் கண்களைப் பொத்திக் கொண்டிருப்பது போலிருந்தது. நான்கு உறக்கத்திலே எதையோ பிதற்றிக் கொண்டிருந்தான். நள்ளிரவில் எழுந்து கொண்டபோது செல்லையா ஆழ்ந்த உறக்கத்திலிருந்தார். நாகுவிற்கு உடலில் அப்பிய புழுதியும் பிசுபிசுப்பும் எங்காவது போய்க் குளிக்க வேண்டும் போலிருந்தது இருளில் எங்கே போவது என்று திட்டமாகத் தெரியாமலே நடந்தான். கல்வெட்டான் குழிக்குப் போனபோது இரவில் நீர் சலனமில்லாமல் உறைந்திருந்தது. சிறிய

பாறையை ஒட்டிய சரிவில் இறங்கி உள்ளே நின்று குளிக்கலாம் என நினைத்தான். ஆனாலும் பாறையின் செதுக்கு காலை வைப்பதற்கு ஏதுவானதாகயில்லை. கல்லின் உயரத்திலிருந்து தண்ணீர் எந்த ஆழத்திலிருக்கிறது என்று பார்ப்பதற்காகச் சிறிய கல்லை எறிந்தான். அது தண்ணீருக்குள் ஓசையெழுப்பியபடி அடங்கியது. குதித்து நீந்தலாம் என்றவனைப் போல் அவன் கல்லின் மீதேறி நின்றவனாகத் தன்னைச் சுற்றிய இருளைப் பார்த்தபடியிருந்தான். காற்று லேசாக அசைந்து கொண்டிருந்தது. கண்களை மூடிக்கொண்டு தண்ணீரை நோக்கிக் குதித்தான். கால் தண்ணீரைத் தொடும்போது இமைகள் ஒரு நொடி மூடித் திறந்தன. அவன் உடல் திரும்பி எதிலோ மோதி தண்ணீருக்குள் இறங்கியது. அவன் கைகள் தண்ணீரை விலக்கி உயரே எழும்ப எத்தனித்தன. இருளின் சலப்பேறிய தண்ணீருக்குள் கண்களைத் திறக்க முடியவில்லை. அவன் கைகள் தண்ணீரை விட்டு உயரே எழுந்து கொண்டிருந்தன. அவன் கண்களைத் திறந்து பார்த்தான். மீன் குஞ்சுகள் போல் சிறிய குருவிகள் தண்ணீருக்குள் பறந்து கொண்டிருந்தன. அவன் திகைப்போடு கைகளை அடித்துப் பார்த்தான். நூற்றுக் கணக்கில் அவை தண்ணீருக்குள்ளிருந்து பறந்து வந்து கொண்டிருந்தன. ஒன்றுபோலவே சிறிய கொண்டையமைந்திருந்த அந்தக் குருவிகள் விருட்விருட்டென தண்ணீருக்குள் அலைந்தன. நாகு தன் கைகளை அசைத்துக் கரையேறிவிடப் போவதற்காகக் கடந்து கொண்டிருந்தான். அவன் சிரசை, உடலை உரசிக் கடந்தன பறவைகள். அவன் அவசரமாகக் கரையேறி ஒரு கல்லில் உட்கார்ந்து கொண்டான். பறவைகள் எதுவும் தென்படவில்லை. ஈரத் தலையோடு வெறிச்சி கொண்ட கண்களுடன் சுற்றிலும் பார்த்துக்கொண்டிருந்தான். காதோரம் ஏதோ பிசுபிசுப்புத் தெரிந்தது. கைகளால் துடைத்துப் பார்த்தான். ரத்தம் கசிந்து கொண்டிருந்தது. சின்னுவின் கத்தி பட்ட இடம்தான் இன்னமும் கசிந்து கொண்டிருக்கிறதா. தன் கையை நன்றாகத் தடவிப் பார்த்தான். ரத்தம் கசிந்து கொண்டேயிருந்தது. கல்லின் கீழே குனிந்து தண்ணீரை அள்ளிக் கழுத்தைச் சுற்றிலும் ஊற்றினான். எரிச்சலாகயிருந்தது. பறவைகள் எப்படி தண்ணீருக்குள்ளாக நீந்திக் கொண்டிருக்கின்றன என்று புரியாதவனாகக் குனிந்து தண்ணீரையே பார்த்துக்கொண்டிருந்தான். ஈரம் உடலிலிருந்து வடிந்து கொண்டிருந்தது. ஏனோ பயமாகயிருந்தது. தனது கைகளை இறுக்கமாகக் கோர்த்துக்கொண்டான். கழுத்தில் ரத்தம் கசிந்து கொண்டிருப்பது போலவேயிருந்தது. அவன் தன் கைகளால் கழுத்தைத் தடவிவிட்டுக்கொண்டேயிருந்தான். ரத்தம் கைகளில் படியவில்லை, ஆனாலும் குருதியின் பிசுபிசுப்பு

முதுகெல்லாம் இறங்குவது போலிருந்தது. ஏனோ இப்போதே போய்த் தாத்தாவைப் பார்க்க வேண்டும் போலிருந்தது. விடிவதற்குள் நடந்து தாத்தாவின் ஊருக்குப் போய்விடலாம் என அவசர அவசரமாக நடக்கத் துவங்கினான். நள்ளிரவில் பாதைகள் திரும்பிப் படுத்துக்கொண்டுவிட்டது போல ஒதுங்கிக் கிடந்தன. கலங்கிய நிலா வெளிச்சத்தை ஏறிட்டுப் பார்த்தபோது ரத்னாவதியின் ஞாபகம் வந்தது. அவள் வீட்டில் போய் படுக்கையில் அவளைக் கட்டிக்கொண்டால் உடலின் பதற்றம் தணிவு கொண்டுவிடும். எங்கேயிருப்பாள் இந்த நேரம். நாகு நடந்த பாதையில் நாய்கள் கூட ஒடுங்கிக் கிடந்தன. இருளுக்குள்ளாகவே நடந்து தாத்தாவின் ஊர் வந்து சேர்ந்தபோது விடிகாலையின் சிற்றிரைச்சல் கேட்கத் துவங்கியிருந்தது. கதவு மூடிக் கிடந்தது. வாசலை ஒட்டிக் கிடந்த கயிற்றுக் கட்டிலை இழுத்துப் போட்டுப் படுத்துக்கொண்டான். வெயில் கால்களில் ஏறித் தலை வரை தடவிப் பார்த்துக் கொண்டிருந்த பகலில் அவன் தெருவில் தனியே உறங்கிக்கொண்டிருந்தான். தாத்தா கருவாட்டைச் சுட்டுக்கொண்டிருந்தபடியே வாசலில் கிடந்த அவனைப் பார்த்துக்கொண்டிருந்தார். மதியத்தில் அவன் எழுந்து கொண்டபோது தெருவில் ஆட்களேயில்லை. பளீரென வெயில் உருகிக் கிடந்தது. அவன் தன் கண்களைக் கசக்கிக்கொண்டு பார்த்தான். தாத்தாவின் வீடு திறந்து கிடந்தது. உள்ளே கதவில் சாய்ந்தபடி தாத்தா ஊசியால் எதையோ தைத்துக்கொண்டிருந்தார். நாகு அவரையே பார்த்துக்கொண்டிருந்தான். தாத்தா திரும்பிப் பார்த்தபடி கேட்டார்,

“உள்ளே வந்து படுக்கயா?”

நாகு மறுத்து தலையாட்டிவிட்டு கழுத்தைத் தடவிப் பார்த்துக் கொண்டான். ரத்தப் பிசுபிசுப்பு முதுகில் இறங்கிப் போவது போலிருந்தது. கைகளால் நன்றாகத் தடவிப் பார்த்தான். எதுவுமில்லை. கட்டிலை விட்டு எழுந்து கொண்டான். தாத்தா தனது ஊசியைக் கை மறதியாக அருகில் எங்கோ வைத்துவிட்டுத் தேடிக்கொண்டிருந்தார். நாகு எழுந்து அருகில் போய் ஊசியைத் தேடி எடுத்துத் தந்தான். நாகுவிற்கு ஏனோ அம்மாவின் நினைவு வந்தது. அம்மா வேம்பலைக்குத் திரும்பிப் போகாமலே இறந்துபோய்விட்டாள். அவளது சுவாசக் கோளங்களில் வேம் பலையின் காற்று படிந்திருந்தது. அவன் நாவில் சுவை போல வேம்பலை படர்ந்திருந்தது. நாகு தாத்தா அருகிலே உட்கார்ந்து கொண்டான். தான் இனி வேம்பலைக்குப் போகக் கூடாது என முடிவு செய்து கொண்டவனாக வாசலை

பார்த்துக்கொண்டிருந்தான். தாத்தா கவனம் பிசகாமல் கண்களை இடுக்கியபடி வேலையில் ஆழ்ந்திருந்தார்.

*

அவனறியாமலே கைகள் கழுத்தைத் தடவிக்கொண்டேயிருந்தன. கழுத்து வளைவுகளிலிருந்து கசியும் குருதி உடலெங்கும் இறங்கிக் கொண்டிருப்பது போன்றேயிருந்தது. அவன் தண்ணீரால் கழுத்தைக் கழுவிக்கொண்டேயிருந்தான். தாத்தா அவனிடம் எதுவும் கேட்டுக் கொள்ளவேயில்லை. ஆனால் அவன் கண்கள் பழுப்பு நிறமாகிக் கொண்டு வருவதைக் கவனித்தவராகயிருந்தார். நாகு வீட்டை விட்டு வெளியே போகாமல் வீட்டிற்குள்ளாகவே அடங்கியிருந்தான். எப்போ தாவது மாலை நேரங்களில் அவன் தெருவில் இறங்கிப் போனபோதும் எதையோ மறந்துவிட்டவனைப் போல அவசரமாக வீடு திரும்பிவிடுவான். பகலில் அவனது கண்கள் எதையோ தேடிக்கொண்டிருந்தவை போல சிறு சப்தத்திற்குத் திடுக்கிட்டுத் திரும்புகின்றன. வீட்டின் ஜன்னலைக்கூட மூடி வைத்துவிடும்படி கத்தினான். பகலைவிடவும் இரவில் அவன் பதற்றம் கொள்வது அதிகமாகிக்கொண்டிருந்தது. படுக் கையில் படுத்தபடியே அவன் கால்களை ஒன்றின் மேல் ஒன்று போட்டுக் கொண்டு ஆட்டிக்கொண்டேயிருப்பான். உறக்கம் தன்னைப் பீடித்து விடக் கூடாது என்றவனைப் போல விழித்துக் கிடந்தான். யாரோடோ பேசுவது போல அவனாகவே பேசிக்கொள்ளத் துவங்கினான். அது பல நேரம் வெறுப்போடும் அடக்க முடியாத கோபத்தோடுமிருந்தது. தன் கழுத்தைச் சுற்றிலும் மண்ணை அள்ளி அள்ளித் துடைத்துக்கொள்வதும் எதையோ கண்டுவிட்டவனைப் போல ஏசுவதுமாகயிருந்தான். பின்னிரவில் அவன் கைகள் ஆகாசத்தைப் பார்த்தபடி எதையோ எண்ணிக்கொண்டிருந்தன. அவன் வெற்று ஆகாசத்தில் எதையோ கவனித்துக்கொண்டிருந்தான். சாப்பிடும்போதுகூட அவனது கண்கள் நிலைகொள்ளாமல் தடுமாறிக்கொண்டிருந்தன. தாத்தா ஓரிரவில் அவனிடம் கேட்டார்,

“நாகு... யாருகூட பேசிக்கிட்டிருக்கே?”

அவன் பதில் பேசாமல் அடங்கிக்கொண்டான். சில நாட்களிலே அவனது இயல்பு உருமாறிப்போனது. பயம் சொட்டுச் சொட்டாக அவனுள் வீழ்ந்து நிரம்பத் துவங்கித் தனது உதிரத்தைத் தடவி முகர்வது போல செய்துகொண்டேயிருந்தான். கண்களில் பழுப்பு நிறம் முற்றி மஞ்சளாகியது. செம்பட்டையடித்த தலையுடன் அவன் பற்களைக் கடித்தபடி தலைகவிழ்ந்திருந்தான். ஏதோ நீண்ட யோசனை மட்டுமே மிஞ்சியிருப்பது போலிருந்தது. நாகு நாட்கள்

கடந்து போகப் போக. படுக்கையிலிருந்து எழுந்து கொள்வதைக்கூட வெறுக்கத் துவங்கினான். நாகுவின் மூர்க்கமேறிய முகத்தைக் காணும் போதெல்லாம் தாத்தாவிற்கு வேதனை பீறிடும். அவர் நாகுவின் தோளைப் பிடித்து உலுக்கியபடி "நாகு... நாகு..." எனக் கூப்பிட்டுக்கொண்டேயிருந்தார். நாகு தனது உதிரம் யாவும் உடலில் இருந்து வெளியேறிப் போய்க்கொண்டிருக்கிறது என்பதைத் தெரிந்து கொண்டுவிட்டவனைப் போல பதட்டம் தொற்றிய முகத்தோடு ஆளே வெளிறிக்கொண்டேயிருந்தான்.

*

யாவிற்கும் பின்னே ஒரு மாலை நேரத்தில் நாகுவின் அய்யா தாத்தாவின் வீடு தேடி வந்திருந்தார். வயோதிகம் முற்றிவிட்டது போல அவரது தோற்றம் ஒடுங்கியிருந்தது. நாகுவின் கட்டிலருகே உட்கார்ந்து கொண்டு கூப்பிட்டார். "நாகு... நாகுய்யா... என்னய்யா செய்யுது...'' அவன் அய்யாவை ஏறிட்டுப் பார்த்துவிட்டு அமைதியாகத் தலை கவிழ்ந்து படுத்துக்கொண்டான். தாத்தா ரௌத்திரமேறியவராக நாகுவின் அய்யாவைப் பார்த்துக் கத்தினார்,

"என்ன மசிருக்குடா அந்த ஊருக்கு இவனைக் கூட்டிக்கிட்டு போனே... ஒருத்தன் கழுத்தை இன்னொருத்தன் அறுத்துக்கிட்டு சாகுற ஊர்லே எம் மக்களை கட்டிக் கொடுத்து சாகக் குடுத்தது பத்தாதா? நீ செத்தாதாண்டா பிள்ளைக உருப்படும். பூமிக்குப் பாரமா ஏண்டா இருந்து உசிரை வாங்குறே... செத்து தொலைச்சாயென்னடா?"

அய்யா தாத்தாவின் கோபத்தை வாங்கிக்கொண்டவரைப் போல அமைதியாகயிருந்தார். தாத்தாவின் ரௌத்திரம் அடங்கவேயில்லை. வேப்பங்குச்சியால் அய்யாவை அடிப்பதற்காக ஓங்கினார். அய்யா தனது மாமனாரின் கால்களைப் பற்றிக்கொண்டு நடுங்கும் குரலில் சொன்னார்,

"என்னைக் கொன்னுருங்க. சாகுறதுக்குத் தைரியமில்லாமதான் இத்தனை நாளா வதைபட்டுக்கிட்டிருக்கேன். என்னை அடிச்சுக் கொன்னுருங்க மாமா..."

அடிக்க ஓங்கிய கம்பைத் தரையில் வீசிவிட்டுத் தனது நெற்றியில் கைகளால் ஓங்கி ஓங்கியடித்தபடி வெளியேறிப் போனார். நாகு தனது முதுகில் ரத்தம் கசிந்து இறங்கிக்கொண்டிருப்பது போல அவசரமாகக் கைகளை முதுகினை நோக்கி வளைத்தான். அய்யாவிற்கு நாகுவின் பயந்த முகத்தைப் பார்க்கப் பார்க்க துக்கம் அதிகமாகிக்கொண்டேயிருந்தது.

55

நாகுவைக் கூட்டிக்கொண்டு அய்யா வந்திறங்கிய கோவில் ஆற்றிற்குள்ளாகயிருந்தது. மணலேறிக் கிடந்த பாதையில் வரிசையாக ரோகிகள் பிச்சைப் பாத்திரங்களுடனிருந்தார்கள். நாகு மெதுவாக நடந்தான். தன் உடலிற்கு ஒரு நோயுமில்லை என்று தெரிந்த போதும் தானறியாமல் கைகள் கழுத்தைத் தடவிக்கொண்டதும் பயம் விழித்துக்கொள்ளத் துவங்கியது. அவன் மிரட்சியுற்ற கண்களுடன் சுற்றிலும் பார்த்துக்கொண்டிருந்தான். பொங்கலிடுவதற்காக வந்திருந்தவர்கள் ஆற்றிற்குள்ளாக மாட்டு வண்டியை அவிழ்த்து விட்டு பொங்கலிட்டுக்கொண்டிருந்தனர். ஆற்றின் மணல் திட்டுகளுக்கு நடுவே சிறிய கீற்றுப் பந்தல் அமைக்கப்பட்டிருந்தது. ஆற்றுப்பாதையில் இலந்தை முள்ளின் மீது படுத்தபடி ஒரு சந்நியாசி போகின்ற, வருகின்றவர்களுக்கு ஆசி தந்தபடியிருந்தான். நாகுவை அழைத்துக்கொண்டு அய்யா தலையை மழிப்பதற்காகக் கூட்டிப்போனார். பனையடியில் இருந்த நாவிதன் வெற்றிலையையும் பணத்தையும் பிரித்து வைப்பதற்காக இரண்டு சுருக்குப் பைகள் வைத்திருந்தான். நாகுவின் தலையில் உள்ளங்கை நிறையத் தண்ணீரை அள்ளி அடித்தபோது அவன் கண்கள் சவரக் கத்தியை வெறித்துக்கொண்டிருந்தன. நாவிதன் தலையை மழிப்பதையே அய்யா பார்த்துக்கொண்டிருந்தார். இருவருமாக மணற்கிணற்றில் குளித்து வருவதற்காக நடந்தார்கள். சிறிய ஒற்றையாள் இறங்கிப் போகுமளவு வட்டமான கிணற்றில் ஒருவர் பின் ஒருவ ராக உள்ளே இறங்கிக்கொண்டிருந்தார்கள். உள்ளே சிறிய சுனை யளவு தண்ணீர் தேங்கிக் கிடந்தது. முற்றிய கோடையிலும் வற்றிப் போகாத அந்த மணற்கிணற்றுத் தண்ணீரைக் கோருவதற்காக அருகிலே ஒரு பித்தளைக் குவளையொன்று கிடந்தது. நாகுவின் தலையில் குளிர்ந்த தண்ணீரை அள்ளி ஊற்றினார். அவன் கண் கள்கிறங்கிக்கொண்டன. மணலேறிய தண்ணீர்

முகத்தில் வழியும் போது நாகு தானாகச் சிரித்துக்கொண்டான். அய்யா குவளையால் அள்ளியள்ளி ஊற்றினார். அவர்கள் மணற்கிணற்றிலிருந்து வெளியேறி வரும்போது மருந்தரைத்துக் கொடுக்குமிடத்தில் வரிசையிருந்தது. அடங்காத ரோகம் கொண்டவர்கள் வரிசையிலிருந்தார்கள். நாகுவும் வரிசையில் நின்றுகொண்டான். அவன் கைகள் தானாகக் கழுத்தைத் தடவிக் கொண்டிருந்தன. அவன் மருந்து கொடுக்குமிடத்திற்கு வந்தபோது ஒரு கை நீண்டு அவன் வாயைத் திறக்கச் சொல்லிக் கருப்பான மருந்துக் கலவையை வாயோடு போட்டுப் பொத்தியது. அவன் கசப்பேறித் துப்ப முயன்று முடியாமல் விழுங்கினான். மருந்து தந்த கை நாகுவைத் தள்ளிவிட்டது. நாகுவின் அய்யா உதட்டில் ஒட்டியிருந்த மருந்தைத் துடைத்தபடி, கோவிலில் போய் திருநீறு வாங்கிவிட்டு வந்துவிடலாம் என அவனைக் கூட்டிக்கொண்டு மணலில் நடந்தபோது யாரோ கூப்பிடுவது போலிருந்தது. நாகுவின் அய்யா திரும்பிப் பார்த்தார். மணலில் யாரோ ஒரு பெண் மாமா மாமா என அவரைக் கூப்பிட்டபடி ஒரு மாட்டு வண்டியிலிருந்து இறங்கி வருவது தெரிந்தது. அருகில் வருவதற்குள்ளாக நாம் கவனித்து விட்டான். அந்தப் பெண் தனது சவலைக் கால்களை இழுத்து இழுத்து நடந்து வந்தாள். அவளது இடுப்பிலிருந்த குழந்தை கீழே விழுந்துவிடுமளவு தொங்கிக்கொண்டிருந்தது. அய்யாவும் நாகுவும் அதே இடத்தில் நின்றுகொண்டிருந்தார்கள். அவள் பெருமூச்சிட இருவரையும் பார்த்துக் கேட்டாள்,

"மாமா என்ன அப்பிடி பாக்குறீங்க... நான் தான் ஆதிலட்சுமி."

நாகு ஆதிலட்சுமியைப் பார்த்துக்கொண்டேயிருந்தான். அவளது முகம் இப்போதும் பால்யம் மாறாமலேயிருந்தது. ஆனால் உருவத்தில் வளர்ந்திருந்தாள். அவளது கைகள் நாகுவின் கைகளைப் பிடித்துக்கொண்டான். அவன் ஆதிலட்சுமியின் விரல்கள் குளிர்ச்சியேறியிருப்பதை உணர்ந்தான். அவள் தனது குழந்தையை இடுப்பில் சரிசெய்தபடியே கேட்டாள்,

"என்ன நாகு வேண்டுதலா... மொட்டையடிச்சிருக்கே. ஆளே அடையாளம் தெரியலை."

நாகு பேசமால் அவளையே பார்த்துக்கொண்டிருந்தான். அவள் குழந்தை நாகுவைப் பார்த்ததும் பயத்தில் திரும்பிக்கொண்டது. நாகுவின் அய்யா ரகசியம் சொல்வது போல ஆதிலட்சுமியிடம் குனிந்து நாகுவைப் பற்றிச் சொல்லிக்கொண்டிருந்தார். கேட்டு முடிக்கும்போதே அவள் கண்கள் கலங்கியிருந்தன.

எஸ்.ராமகிருஷ்ணன்

"அதெல்லாம் சுகமாயிரும் மாமா... நாகுவுக்குப் பொம்பளை பிள்ளை பெறந்து நீங்களே இங்கே வந்து முடி இறக்குவீங்க பாருங்க. சுகமாயிரும் மாமா" எனச் சொல்லியபடி அவள் நாகுவைப் பார்த்துக்கொண்டிருந்தாள்.

நாகு ஆதிலட்சுமியிடம் ஏதோ பேச வேண்டும் என விரும்பினான். அவள் தன் கண்களைத் துடைத்துக்கொண்டபடியே குழந்தையை அவனிடம் நீட்டியபடி சொன்னாள்,

"நாகு... இவன் கூட உன்னை மாதிரிதான் கோவக்காரனா இருக்கான். பாரு."

நாகு குழந்தையைக் கையில் வாங்கிக்கொள்ளவில்லை. அவள் தனது கைகளால் நாகுவைப் பிடித்துக்கொண்டு சொன்னாள்,

"பொங்கல் சாப்பிடுறயா..."

அய்யா வேண்டாம் என மறுத்தார். ஆனால் கைப்பிடியாக இருவரையும் கூட்டிக்கொண்டு ஆதிலட்சுமி வண்டியின் அருகாமைக்கு வந்தாள். இலையில் பொங்கலை வைத்துத் தந்தாள். இருவரும் மணலில் உட்கார்ந்து கொண்டார்கள். நான்கு சாப்பிடாமல் கைகளில் வைத்துக்கொண்டேயிருந்தான். ஆதிலட்சுமியின் கணவன் அவர்களையே பார்த்துக்கொண்டிருந்தான். நாகுவின் அருகில் உட்கார்ந்து கொண்ட ஆதிலட்சுமி ஆற்று மணலில் விரலை நுழைத்துக் கிண்டியபடி ஒரு கல்லை எடுத்தாள்.

"இந்தக் கல்லுல என்ன வாசம் வருது சொல்லு?"

அவன் முகர்ந்து பார்த்தான். மாம்பழ வாசனை வந்தது.

எப்படி எனத் திகைப்போடு கேட்டான். அவள் சிரிப்பை அடக்கிக் கொண்டவள் போல சொன்னாள்.

"அப்பிடித்தான்."

ஆற்றின் கரையில் புகைந்து கொண்டிருந்த அடுப்பில் கொதித்துக்கொண்டிருந்த கறிவாடை ஆறெங்கும் நிரம்பிக்கொண்டிருந்தது. நாகு தனது கழுத்தைத் தடவிக்கொண்டிருந்தான். அவள் மிகுந்த உரிமையோடு அவனிடம் சொன்னாள்,

"நாகு... கல்யாணம் கட்டிகிட வேண்டியதுதானே."

அய்யா மௌனமாக அதைக் கேட்டுக்கொண்டிருந்தார். நாகு பதில் சொல்லவேயில்லை. அவன் நாவில் மருந்தின் கசப்பு சுரந்து கொண்டேயிருந்தது. அவர்களுக்கருகே பலூன் விற்பவன் நடந்து

வந்து கொண்டிருந்தான். நாகுவின் அய்யா ஒரு பலூனை வாங்கிக் குழந்தை கையில் கொடுத்தார். ஆதிலட்சுமி மணல் திட்டிற்கு ஊடாகவே இருவரும் கோவிலை நோக்கிப் போவதைப் பார்த்துக் கொண்டேயிருந்தாள். நாகுவின் மழித்த தலை அவளுக்குக் கலக்கம் தருவதாகயிருந்தது. அவள் தன் குழந்தையை எடுத்து மார்பில் அணைத்துக்கொண்டு தலைகவிழ்ந்து கொண்டாள். வேதனை எச்சில் விழுங்க முடியாதபடிக்கு இருந்தது.

நாகுவும் அய்யாவும் ஆயிரம் கண் உடைய தெய்வத்தைக் காண்பதற்காக நின்றார்கள். ஆற்றின் மணலில் சயனம் கொண்டிருந்த தெய்வம் உடலெங்கும் முத்திட்டது போல கண்கள் கொண்டிருந்தது. ஒருபோதும் திறவாத அந்தக் கண்களை வேப்பிலை சாத்திக் குளிர்ச்சி செய்திருந்தார்கள். கல் மரவையிலிருந்து ஒரு பிடி திருநீறு அள்ளித் தந்த பூசாரி அவன் நெற்றி நிறையப் பூசிவிட்டான். மாலையடங்கும் வரை அவர்கள் கோவிலடியிலே உட்கார்ந்திருந்தார்கள். திரும்பவும் போய் ஆதிலட்சுமியைப் பார்த்து வர வேண்டும் போலிருந்தது. அவன் ஆற்றை வெறித்துப் பார்த்தபடியே அமர்ந்திருந்தான். காற்று மணலை வாரியிறைத்து விளையாடிக்கொண்டிருந்தது. கறி வாடைக்கு நாய்களின் கூட்டமொன்று ஆற்றிற்குள் வளையமிட்டுக்கொண்டிருந்தது. நாகுவிற்காக அய்யா இளம் நொங்குகளாக வாங்கி வந்தார். நாகு அதன் மெல்லிய சதையை நாவிலிட்டபடியே தோலை முகத்தில் ஒட்ட வைத்துக்கொண்டான். நுங்கின் தோல் சருமத்தை உறிஞ்சத் துவங்கியது. அவர்கள் பார்த்துக்கொண்டிருந்தபோது ஆற்றிலிருந்த வண்டிகள் மணலில் திமிறிக்கொண்டு மேடேறிக்கொண்டிருந்தன.

56

ஓலைக்கொட்டான்கள் நிறைய கருப்பட்டி மிட்டாயும் காரச் சேவுகளும் வாங்கிக்கொண்டு ரத்னாவதி போய் இறங்கிய விலக்குப்பாதையில் ஆட்களேயில்லை. ஊர் உள்ளே வளைந்து கிடந்தது. அவள் தலையில் சேலையை மூடாக்காகப் போட்டபடி நடந்து போனாள். சுண்ணாம்புப் பாறைபோல பாதையில் வெள்ளைக் கற்கள் சிதறிக் கிடந்தன. பெரிய ஆலமரமும் அதையொட்டிய வாசகசாலையுமிருந்தன. புங்கை மரத்தையொட்டிய சிறிய ஓட்டுக் கட்டிடத்தில் பள்ளிக்கூடம் நடந்து கொண்டிருந்தது. ரத்னாவதி பள்ளிக்கூடத்தைக் கடந்துபோகும்போது மரத்தடியில் ஒரு நிமிஷம் நின்று சிறுவர்கள் பாடம் சொல்லும் சப்தத்தைக் கேட்டுக்கொண்டேயிருந்தாள். அவர்களோடு சேர்ந்து கொண்டு அவளுக்கும் பாடம் சொல்ல வேண்டும் போலிருந்தது. தனது பிள்ளையையும் கூட படிக்க அனுப்பி வைத்துவிட வேண்டும். அதுவும் சாவடிப் பள்ளிக்கூடங்களாகயில்லாமல் இது போல மரங்கள் அடர்ந்த பள்ளியில் சேர்த்துவிட வேண்டும் என நினைத்துக்கொண்டவளாக மெதுவாக நடந்தாள். ஊரில் ஆடுகள் அதிகமிருந்தன போலும். வழியெல்லாம் ஆட்டுப் புழுக்கைகள் காய்ந்து கிடந்தன. அவள் கல் பாவின தெருவினுள் நடந்து வந்தபோது உரித்த ஆட்டுத் தோலைக் கையில் பிடித்தபடி ஒருவன் கடந்து போனான். அவள் தனது அத்தையின் வீட்டுக் கதவைத் தட்டிய போது உள்ளேயிருந்து ஒரு பூனை கதவிடுக்கு வழியாக வெளியே ஓடியது. பார்வதி அத்தை உள்ளே சுருண்டு கிடந்தாள். ரத்னாவதி கதவைத் திறந்து கொண்டு உள்ளே போன போதும் அத்தை எழுந்து கொள்ளவில்லை. அவள் மிட்டாய்க் கொட்டான்களை வைத்து விட்டு சருவத்திலிருந்த தண்ணீரை மோந்து குடித்தாள். டம்ளரை வைக்கும் சப்தம்

கேட்டு விழித்துக்கொண்ட அத்தை யாரது எனக் கேட்டபடியே எழுந்து கொண்டாள். ரத்னாவதியைப் பார்த்ததும் அவளுக்கு முகமெல்லாம் விரிந்தது. "வாடி... உக்காரு" எனக் கைகளைப் பிடித்து இழுத்துக்கொண்டாள். சிறுமியாக அப்பாவோடு வந்த பிறகு ரத்னாவதி இப்போதுதான் அந்த வீட்டிற்குத் திரும்ப வருகிறாள். தலை இடித்துவிடுமளவு தாழ்வாகயிருந்த அந்த வீட்டில் ஒற்றை ஜன்னல் மட்டுமேயிருந்தது. விஷக்கடியில் கணவன் இறந்துபோன பிறகு பத்து வருடத்திற்கும் மேலாகத் தனியாளாக அத்தை அந்த ஊரில் வாழ்ந்து கொண்டிருந்தாள். ரத்னாவதி தரையில் உட்கார்ந்து கொள்ள சிரமப்படுவதை அறிந்த அத்தை எழுந்து அவளைக் கைத் தாங்கலாகப் பிடித்து உட்கார வைத்தாள்.

ரத்னாவதி கால்களை நீட்டிக்கொண்டு உட்கார்ந்து கொண்டாள். எத்தனை மாசமாகுது எனக் கேட்டபடி அத்தை அவளது வளையல்களையே பார்த்துக்கொண்டிருந்தாள். ரத்னாவதி சேலையால் முகத்திற்கு வீசியபடியே "ஏழு நடக்குது" என்றாள். அத்தை வீட்டிற்குள்ளிருந்த புழுக்கத்தைக் கண்டவள் போல எழுந்து முகட்டில் சொருகியிருந்த பனை விசிறியை எடுத்துத் தந்தாள். விசிறியால் வீசிக்கொண்டே ரத்னாவதி சொன்னாள்,

"இங்கே நாலைந்து மாசத்துக்கு இருந்து தாயும் பிள்ளையுமாகப் போகலாம்னு வந்திருக்கேன் அத்தை."

"நாதியில்லாம கிடந்தவளை நீயாவது தேடி வந்திருக்கயே... இரு தாயி"

என அத்தை ஆதங்கத்துடன் சொன்னபடி எழுந்து செம்பை எடுத்துக்கொண்டு வெளியே நடந்தாள். கதவை ஒட்டி எறும்புகள் கடந்து போவது போல மெதுவாகக் காற்று கடந்து கொண்டிருந்தது. காற்றின் வழியை நோக்கித் தலையை வைத்துப் படுத்துக்கொண்டாள். பகலில் ஊர் சப்தங்களற்று அடங்கியிருந்தது. அத்தை வாசல் கதவைத் தள்ளிக்கொண்டு உள்ளே வந்தாள். கூடவே ஒரு சிறுமியும் நடந்து வந்தாள். ரத்னாவதியை எழுப்பி அவளுக்கு மோர் குடிப்பதற்காகத் தந்தாள். சிறுமி வீட்டிற்குள்ளிருந்த ஓலைக் கொட்டானைக் கிள்ளி முகர்ந்து பார்த்துக்கொண்டிருந்தாள். ரத்னாவதிக்கு அதைப் பார்க்கச் சிரிப்பாக வந்தது. அவளாகச் சொன்னாள். "கருப்பட்டி மிட்டாய் திங்கயா." அவள் வேண்டா மெனத் தலையாட்டிவிட்டு ஓடினாள். அத்தை வாசல் கதவைச் சாத்திவிட்டுத் தானும் படுத்துக்கொண்டாள். அத்தை அவளிடம் எதுவும் கேட்டுக்கொள்ளவேயில்லை. வெளியே தெருவில் சிறுமிகள்

எஸ்.ராமகிருஷ்ணன்

பாண்டியாடும் சப்தம் கேட்டபடியிருந்தது. அவள் அத்தையின் உலர்ந்துபோன முகத்தைப் பார்த்தபடி கேட்டாள்,

"காட்டு வேலைக்குப் போகலையாத்தே."

"இன்னைக்கு வேலையில்லை. ரெண்டு நா கழிச்சு வரச் சொல்லியிருக்காங்க."

ரத்னாவதி அத்தையை ஒட்டிப் படுத்துக்கொண்டாள். பிறகு மெதுவாக அத்தையின் கைகளைப் பிடித்துக்கொண்டு விரல்களை எண்ணத் துவங்கினாள். அத்தைக்கு ரத்னாவதியைப் பார்க்கும் போது அவளது அண்ணனின் முகச்சாடை அப்படியே இருந்தது. ரத்னாவதியின் முகத்தில் விழும் தலைமயிரை விலக்கிவிட்டபடி அவளையே பார்த்துக்கொண்டிருந்தாள். ரத்னாவதியின் விரல்கள் அத்தையின் உள்ளங்கை ரேகைகளைத் தடவிக்கொண்டிருந்தன. உப்பு வியாபாரி ஒருவன் தெருவில் சப்தமிட்டபடியே போய்க் கொண்டிருந்தான். யாவும் நிதானமடைந்துவிட்டது போலிருந்தது. இனி வெளியே எங்கும் போக வேண்டியதிராது. யாரையும் பார்க்க வேண்டிய அவசியமில்லை. ரத்னாவதியின் வயிற்றிலிருந்த குழந்தை கால்களை அசைத்துத் துள்ளியது. ரத்னாவதி பொய் வலியோடு திரும்பித் தன் கைகளால் வயிற்றைத் தடவிவிட்டபடியிருந்தாள். கர்ப்ப சிசு தான் கண்டறியாத ஊரின் வெக்கையைக் குடித்துக் கொண்டபடி அசைந்து கொண்டிருந்தது.

57

மூன்று மாதங்களுக்குப் பிறகு பயம் மெல்ல வடிந்து வெளியேறிட நாகு தனியே நடமாடத் துவங்கியிருந்தான். வீட்டிலிருந்து தெருவிற்குப் போவதோ அல்லது தனியே நடந்து போய் கிணற்றில் குளித்து வருவதோ நடந்தது. எப்போதாவது சில சமயம் அவன் வீடு திரும்பும்போது கண்களில் பதட்டமிருப்பது தெரியும், ஆனாலும் அவனைத் தாத்தா சந்தைக்கு அழைத்துக்கொண்டு போகவில்லை. அவன் தன் கழுத்தைத் தடவிக்கொண்டிருப்பதை அவனறியாமலே நிறுத்திக்கொண்டுவிட்டான். முகபாவமே மாறியிருந்தது. வீட்டுச் சாப்பாடு உடலில் சதை போட்டிருந்தது. கழுத்தைச் சுற்றிலும் சதை படர்ந்து முகம் விரிந்தது போலிருந்தது. அவனாகவே ஒரு நாளில் சந்தைக்குப் புறப்பட்டுப் போனான். முன்பு போல அவனிடம் வேகமில்லை என்றாலும் ஒரு நாளில் அவன் இரண்டு மாடுகளை விற்றுக்கொடுத்தான். வீடு திரும்பும்போது வழியில் குடிக்க வேண்டும் போலிருந்தது. ஆனாலும் மனதின் அடிவாரத்தில் ஒளிந்திருந்த பயம் நெளிந்து வரவே நாவை அடக்கியபடி வீடு திரும்பினான். பின்னொரு நாளின் சந்தையில் வேம்பலைக்காரர்கள் இருவரைப் பார்த்தான். அவர்கள் அடையாளம் கண்டு கொண்டவர்கள் போல சிரித்தபடி அருகே வந்தபோதும் நாகு அவர்களிடம் பேசவேயில்லை. அவசரமாகக் கூட்டத்தினுள் விலகி நடந்து போனான். அது நடந்து இரண்டு நாட்களுக்கு அவன் வீட்டிலிருந்து வெளியே போகவேயில்லை. மனம் ஏதோ யோசனைகளைப் பின்னிக்கொண்டிருந்தது.

சில நாட்களுக்குப் பிறகு தென்வடல் சுப்பையாவின் மகளை நாகுவிற்காகத் திருமணம் பேசி முடித்திருந்தார் தாத்தா. கல்யாணத்திற்கு இரண்டு நாட்களுக்கு முன்னதாகப் பட்டு வேட்டி வாங்குவதற்காக தாத்தாவும் அவனுமாக நகருக்குப்

போனபோது வழியில் எங்காவது ரத்னாவதி தென்படுகிறாளா எனப் பார்த்தபடியே நடந்தான். கோவிலைச் சுற்றிய வீதிகளில் கூட்டம் நிரம்பி வழிந்தது. சித்திர மண்டபத்தினுள் புது செருப்பும் இடைவாரும், வேஷ்டியும் வாங்கிக்கொண்டு அவர்கள் நடந்தலையும் போது நாகுவின் கண்கள் அலைந்து கொண்டேயிருந்தன. கோவில் கோபுரத்தை அண்ணாந்து பார்த்தான். அதிலிருந்த யட்சர்கள் கண்களை உருட்டி முழித்து மிரட்டுவது போலிருந்தது. முற்றிய வெயிலில் அவர்கள் ரதவீதிகளைக் கடந்தபோது நகரில் சடசடவென மழை பெய்யத் துவங்கியது. பார்த்துக்கொண்டிருந்த போதே நகர வீதிகளில் மழை நீர் ஓடத் துவங்கியது. காற்றில்லாத மழை. நாகு தன் மீது விசிறிப்போகும் ஈரக் காற்றைத் தடவியபடி மழையைப் பார்த்துக்கொண்டிருந்தான். கட்டிடங்களின் ஜன்னல் வழியே மழை உள்ளே எட்டிப் பார்த்துக்கொண்டிருந்தது. சீற்றம் மிக்க புது மழையால் புராதனமான கட்டிடங்கள் உடலை நெளித்துக்கொண்டன. அவர்கள் மழையைப் பார்த்தபடி நின்று கொண்டிருந்தார்கள். வீதிகளில் ஓடிக்கொண்டிருந்த இலைதழைகளுக்குள் சிறுவர்கள் குனிந்து எதையோ பொறுக்கிக்கொண்டிருந்தார்கள். மழை நீண்ட உரையாடலைப் போல நகரோடு பேசி ஓய்ந்தது. மழை வெறித்த பிறகு தெருவில் இறங்கிப் போகின்றவர்களின் பேச்சுகூட நனைந்திருந்தது. நாகுவும் தாத்தாவும் புதுத் துணிகளோடு மழைத் தண்ணீருக்குள்ளாக நடந்து போனார்கள். மழையில் நனைந்த யானையொன்று விரிந்த காதுகளை ஆட்டிக் கொண்டு சாலையில் தனியே நின்றுகொண்டிருந்தது. நாகு நான்மாட வீதிக்குள் நடந்தபோது கோபுரத்தைப் பார்த்தான். சிலைகள் உக்கிரம் தணிந்து இமைகள் தாழ்ந்திருந்தன. இள மஞ்சள் வெயில் சிற்பங்களின் கேசத்தை ஈரம் உலர்த்தியபடி கோபுரத்திலிருந்து இறங்கிக்கொண்டிருந்தது.

*

காட்டழகர் கோவிலில் திருமணத்திற்காக வண்டியில் வந்து இறங்கியபோதுதான் மணப்பெண்ணை முதன் முதலாக நாகு பார்த்தான். அவள் சிறுமியைப் போலவேயிருந்தாள். உடலுக்குப் பொருந்தாத பட்டுச் சேலையைக் கட்டிக்கொண்டு நடந்து வந்து கொண்டிருந்தாள். மெலிந்த உடலும் தலைமயிர் அடர்ந்துமிருந்தன. அவளது முகத்தில் பால்யம் கடந்து போகாமலிருந்தது. நாகுவை அவள் நிமிர்ந்து கூட பார்க்கவில்லை. கண்ணாடி வளைல்கள்

நிறைய போட்டிருப்பது அவள் கைகளை வீசி நடக்கும் போது சப்தம் உண்டாக்கியது. நாகு கோவிலின் பிரகாரத்தில் நின்றபடி அம்மாவை நினைத்துக்கொண்டிருந்தான். அம்மா எத்தனையோ நாட்கள் அவன் கல்யாணத்தைப் பற்றிக் கேலி செய்து சிரித்திருக்கிறாள். அவளோடு சேர்ந்து கொண்டு வேணி யக்காவும் அவனைப் பரிகசித்திருக்கிறாள். அவன் யோசனை கலையாமல் கோவில் தூண்களுக்கு ஊடாக வேணியக்கா தன் கைக்குழந்தைக்கு வாழைப்பழம் ஊட்டிவிட்டுக்கொண்டிருப்பதைப் பார்த்துக்கொண்டிருந்தான். அவனைக் கவனித்தவள் போல குழந்தையைத் தூக்கிக்கொண்டு அருகே வந்த வேணியக்கா அவன் பட்டு வேஷ்டியில் பிரிந்திருந்த நூலைச் சரிசெய்தபடியே கேட்டாள்,

"பொண்ணைப் பாத்தியா... யார் மாதிரியிருக்கா சொல்லு."

அவனுக்கு யாரும் நினைவிற்கு வரவில்லை. வேணியக்கா அவன் முகத்தைக் கவனித்தவள் போல சொன்னாள்,

"ஒரு சாடையிலே நம்ம ஆதிலட்சுமி மாதிரியிருக்கா."

நாகுவிற்கு ஆச்சரியமாகயிருந்தது. கடந்து போன மணப்பெண்ணின் முகத்தை நினைவுபடுத்திப்பார்த்தான். ஆதிலட்சுமி போலத் தானிருக்கிறாளா? வேணியக்காவை இப்படிப் புதுப் புடவையும் பூவும் சிரிப்புமாகப் பார்ப்பது சந்தோஷமாகயிருந்தது. அவள் நாகுவின் கைகளைப் பிடித்துக்கொண்டு இழுத்தபடி நடந்து கல் மண்டபத்தின் படிகளில் ஏறி நின்று பார்க்கச் சொன்னாள். தனியே உட்கார்ந்திருந்த மணப்பெண் தலைகவிழ்ந்திருந்தாள். "ஏய்... மல்லிகா..." என வேணி உரத்து அழைத்ததும் திரும்பிப் பார்த்தவள் அங்கே நாகு நிற்பதைக் கண்டவுடன் தலையைக் குனிந்து கொண்டாள்.

"பாத்தியா... ஆதிலட்சுமிக்கு இருந்தது மாதிரி கண்ணு லேசா... ஓரஞ்சாஞ்சது மாதிரியிருக்கா."

அக்காவிற்கு இத்தனை வருடங்களுக்குப் பிறகு ஆதிலட்சுமியின் கண்கள் நினைவிலிருந்ததை அறிந்து வியப்போடு தலையாட்டினான். புதுப் பெண்ணைச் சுற்றிலும் பெண்கள் நிரம்பிக்கொண்டார்கள். நாம் அவளைப் பார்த்துக்கொண்டிருப்பதைக் கண்ட பெண்கள் பரிகாசம் செய்யத் துவங்கினார்கள்.

தாலி கட்டி முடித்துக் கோவிலை விட்டு வெளியேயிருந்த பிள்ளையாருக்குத் தேங்காய் உடைப்பதற்காக மல்லிகாவின்

கைகளைப் பற்றிக்கொண்டு நடந்த போது அவள் கைகள் நடுங்கிக் கொண்டிருப்பது தெரிந்தது. நெற்றி நிறைய திருநீறும் சிரிப்புமாக கூடவே நடந்து வந்தாள். நாகுவிற்கு ரத்னாவதியின் ஞாபகம் வந்தது. அவளது விரல்கள் இதை விடவும் நீளமானவை. அவள் மல்லிகாவை விடவும் மிகுந்த அழகாகயிருந்தாள். அவர்கள் வீடு திரும்பியபோது அய்யா நீண்ட நாட்களுக்குப் பிறகு சவரம் செய்த முகத்தோடு வேணியக்காவின் குழந்தைகளைத் தூக்கி வைத்து விளையாடிக்கொண்டிருந்தார். அன்றிரவில் மல்லிகா அவனோடு படுத்துக்கொண்டபோது அவளது முகத்தை மெதுவாகத் தொட்டுப் பார்த்தான். பூசணிப் பூவைத் தொடுவது போலிருந்தது. அவள் நாகுவின் கழுத்திலிருந்த வடுவைத் தொட்டுப் பார்ப்பதற்காக விரலை நீட்டிய போது விலக்கிய நாகு, மல்லிகாவை வெறித்துப் பார்த்தபடியேயிருந்தான். ஆதிலட்சுமியை வேணியக்கா ஏன் ஞாப கப்படுத்திவிட்டாள் என நினைத்துக்கொண்டிருந்தான். மிகுந்த தயக்கத்தோடு மல்லிகா நாகுவை முத்தமிட்டாள். கைக்குள் அடங்கிப் போய்விடுவது போலிருந்த அவளை அணைத்தபடி மெதுவாக முத்தினான். கண்களை மூடியபோது ஏனோ வேம்பலையின் தெருக்களும் வீடும் கண்களைக் கூசச் செய்யும் வெயிலும் மனதில் தோன்றிக்கொண்டேயிருந்தன. அவள் புரண்டு படுத்துக்கொண்ட போது கேசம் விலகிய முதுகு ரத்னாவதியைப் போலவேயிருந்தது. சட்டென மூர்க்கமாகி அவளைக் கட்டிக்கொண்டு கூடத் துவங்கினான் நாகு.

58

மறுவீட்டு விருந்து முடிந்து வீடு திரும்பிய நான்கு நாட்களுக்குப் பிறகு ஓர் இரவில் வடகுறிச்சியிலிருந்து இரண்டு போலீஸ்காரர்கள் நாகுவின் வீட்டைத் தேடி வந்திருந்தார்கள். அவர்கள் தெருவில் வீடு விசாரித்துக்கொண்டிருந்தபோதே அய்யா நாகுவைத்தான் தேடுகிறார்கள் என்பதைக் கண்டவராக அவசரமாக வீட்டிற்குத் திரும்பி அவனிடம் வெளியே எங்காவது போய் ஒளிந்து கொள்ளச் சொன்னார். நாகு பதட்டமில்லாமல் எதற்காக வந்திருக்கிறார்கள் பார்ப்போம் என வாசலில் கிடந்த கட்டிலில் வந்து உட்கார்ந்து கொண்டான். இரண்டு போலீஸ்காரர்களுக்கும் வயதேறியிருந்தது. அவர்கள் செம்புத் தண்ணீரை ஒரே மடக்கில் குடித்துவிட்டு வீட்டு விருந்தாளிகளைப் போல விசிறியால் வீசிவிட்டுக்கொண்டே நாகுவின் புது மனைவியைப் பார்த்துக்கொண்டிருந்தனர். நாகுவின் அய்யா தயக்கத்துடன் அவர்களைப் பார்த்தபடியே நின்று கொண்டிருந்தார். போலீஸ்காரர்களில் ஒருவன் தனது சட்டைப் பையிலிருந்து பொடி டப்பாவை எடுத்து உறிஞ்சிக்கொண்டான். மற்றவர் தொண்டையைச் செருமியபடியே வேம்பலையில் இருந்தவர்கள் யாவரையும் ரேகை பதித்தாகிவிட்டது. ஊரை விட்டுத் தலைமறை வாகிப் போனவர்களைத் தேடி ரேகை பதிப்பதற்காக இன்ஸ் பெக்டர் கையோடு கூட்டிவரச் சொல்லியிருப்பதாகச் சொன்னார்.

அய்யா முறைத்தபடியே நாங்க வேம்பலையை விட்டு வந்து பத்து வருசமாச்சு என்று சொன்னார்.

போலீஸ்காரர் செருமியபடியே சொன்னார்,

"உங்க பேர் எல்லாம் கணக்கெடுப்பிலே இருக்கு. நீங்களா கச்சேரிக்கு வந்து ரேகை பிரட்டிட்டா நல்லது. இல்லாட்டி காப்பு மாட்டிக் கொண்டு போக வேண்டிதாயிருக்கும்."

நாகு அவர்களை வெறித்துப் பார்த்தபடியிருந்தான்.

"வேம்பலையில் மட்டும் நூற்று இருபத்தி நாலு பேரு ரேகை கொடுத்துருக்காங்க. உங்க நல்லதுக்குதான்பா இந்த ஏற்பாடு"

என இன்னொரு போலீஸ்காரர் தரையைப் பார்த்துச் சொல்லிக் கொண்டிருந்தார். இரவோடு வடகுறிச்சிக் கச்சேரிக்கு நடந்து போய் விடலாம் என போலீஸ்காரர்கள் நாகுவை அழைத்தபோது மல்லிகா எதற்காகக் கூப்பிடுகிறார்கள் என்பது புரியாமலே பதட்டத்துடன் அவன் போகக் கூடாது என்பவள் போல கையைப் பிடித்துக்கொண்டாள். நாகு தான் கைரேகை கொடுத்துவிட்டுக் காலையில் வீடு திரும்பி வந்துவிடுவதாக அவளிடம் சொன்னான்.

அவர்கள் கிளம்பும்போது போலீஸ்காரர்கள் நாகுவின் அய்யா விடம் "உங்க பேரும் கணக்கிலே இருக்கு. புறப்படுங்க" என உடன் அழைத்துக்கொண்டார்கள். வண்டிப்பாதை வழியாகவே நடந்தார்கள். போலீஸ்காரர்களில் ஒருவன் வழியெல்லாம் இருமிக் கொண்டே வந்தான். காவல் நிலையத்துக்கு வந்து சேர்ந்த போது பின்னிரவாகியிருந்தது. கச்சேரியில் யாருமேயில்லை. விளக்கு வெளிச்சம்கூடயில்லை. மர பெஞ்சை வாசலில் போட்டு இன்னொரு போலீஸ்காரர் தூங்கிக்கொண்டிருந்தார். பெஞ்சை ஒட்டியே அவர்களைப் படுத்துக்கொள்ளச் சொல்லிவிட்டு இரு போலீஸ்காரர்களும் அருகிலே படுத்துக்கொண்டார்கள். நாகுவிற்கு உறக்கம் பிடிக்கவேயில்லை. காலையில் இன்ஸ்பெக்டர் கச்சேரிக்கு வந்தபோது அவர்கள் இருவரோடு இன்னும் நாலைந்து பேர்கள் ரேகை புரட்டுவதற்காகப் பிடிக்கப்பட்டு நிறுத்தப்பட்டிருந்தனர். மசியில் விரலைப் புரட்டி ஒன்பது இடங்களில் ரேகை வாங்கிக்கொண்டார்கள். நாகுவின் வயதும் தகப்பன் பெயரும் கேட்ட ஏட்டு "வேம்பலைக்காரனா" என நிமிர்ந்து பார்த்துவிட்டு ரேகை பதித்த காகிதங்களை இன்ஸ்பெக்டரிடம் நீட்டினார். அவர் தன் கையிலிருந்த பழுப்புக் காகிதங்களைப் பார்த்தபடியே நாகுவினைக் கடுத்த முகத்தோடு ஏறிட்டபடி கேட்டார்.

"என்னடா... நீ பெரிய சண்டியரா... கத்தியிலே குத்தி குடலைச் சரிச்சவனாடா?"

நாகு பதில் பேசவில்லை

"ஊருக்குள்ளே ஒருத்தனையொருத்தன் வெட்டினா குத்துனா கூட வேம்பலைக்காரங்க கச்சேரிக்கு வந்து பிராது கொடுக்க மாட்டாங்களாம்ல... களவாணிப் பயலுகளுக்குச் சூத்துக் கொளுப்பு கூடிப்போச்சு."

இன்ஸ்பெக்டர் கொச்சையான வசையால் திட்டியபடியிருந்தார். அய்யா ரேகை பதித்துவிட்டு கையில் ஒட்டிய மசியைப் பார்த்தபடி நின்றுகொண்டிருந்தார்.

போலீஸ்காரர்கள் நாகுவைத் தனியே அழைத்துக்கொண்டு போய் சொன்னார்கள்,

“வேம்பலையிலே புதுசா கச்சேரி திறக்கப் போறாங்க. தினம் இருட்டினதும் ஊர்ல ரேகை கொடுத்தவங்க எல்லாரும் கச்சேரி முன்னாடியிருக்க களத்துக்கு வந்து சேந்திரணும். விடியுற வரைக்கும் அங்கதான் இருக்கணும். தெரியாதா... போயி பெண்டாட்டியைக் கூட்டிகிட்டு வேம்பலை வந்து சேரு” என்றபடி அருகில் நின்றுகொண்டிருந்த நாகுவின் அய்யா பக்கம் திரும்பி,

“அய்யாவு... உனக்கும்தான்... வேம்பலைக்காரன் ஒருத்தன் காணாமப் போனாக்கூட நாயைச் சுடுறது மாதிரி சுட்டுறச் சொல்லியிருக்காரு. பாத்துச் சூதானமா நடந்துக்கோங்க.”

வேம்பலையைவிட்டு அவர்கள் வெளியேற நினைத்தாலும் ஊர் ஒரு சுழியைப் போல் அவர்களைத் தன் வசம் இழுத்துக்கொண்டேயிருந்தது. நாகுவின் அய்யாவிற்கு முகமெல்லாம் வெளிறிப்போயிருந்தது. வீடு வந்து சேர்ந்த பிறகு மல்லிகா அவர்கள் இருவரின் கலக்கத்தைக் கண்டு பயந்தவளாக நாகுவிடம் கேட்டுக் கொண்டிருந்தாள். நாகுவின் அய்யா அவர்கள் வேம்பலைக்குத் திரும்பிப் போக வேண்டும் என வீட்டுச் சாமான்களைக் கட்டிக்கொண்டு புறப்படச் சொன்னார். காலில் கட்டிய கயிற்றைப் போல வேம்பலை தன்கூடவே இணைக்கப்பட்டிருப்பதாக நாம் நினைத்தபடி திரும்பவும் வேம்பலையை நோக்கிப் புறப்படத் துவங்கினான். அய்யா தன் கை மசியைப் பார்த்துப் பார்த்து மருகிக் கொண்டிருந்தார்.

மல்லிகா தன் கணவன் பிறந்து வளர்ந்த வேம்பலையைப் பார்க்கப் போகின்ற ஆசையோடும் போலீஸ்காரர்கள் திரும்பவும் வந்துவிடுவார்களோ என்ற பயத்தோடும் நாகுவின் கைகளை இறுக்கப் பிடித்தபடி மாட்டு வண்டியில் உட்கார்ந்துகொண்டாள். பண்ட பாத்திரங்கள், கோழிக்குஞ்சுகள், ஆட்டுக்குட்டிகளை ஏற்றிக்கொண்டு மாட்டு வண்டி வேம்பலையை நோக்கிப் போய்க்கொண்டிருந்தது.

59

வேம்பர்களின் தெரு நான்கும் பிரியுமிடத்தில் புதிதாகக் கச்சேரி துவங்கியிருந்தார்கள். அந்த இடத்தில் இருந்த சாயக்காரர்களின் மண்வீடு ஒன்றை இடித்துப் புதிதாகக் காவல் நிலையம் உருவாக்கியிருந்தார்கள். வீட்டின் முன்னால் நெல்லடிக்கும் களமளவிற்கு வட்டமான களம் செதுக்கப்பட்டிருந்தது. களத்தைச் சுற்றிலும் ஆட்டுப்பட்டிகளைப் போல பனஞ்சக்கைகளை வைத்து வேலி கட்டியிருந்தார்கள். நான்கு நாட்கள் இரண்டு ஆசாரிகள் அந்தக் கச்சேரிக்கான மர வேலைகளைப் பார்த்துக் கொண்டிருந்தபோது ஊர்க்காரர்கள் திரண்டு வந்து எதிரே நின்று கச்சேரி உருவா வதைப் பார்த்துக்கொண்டிருந்தார்கள். விரல் ரேகைகள் புரட்டுப் பட்டுவிட்ட கோபத்தில் வேலை செய்யும் தச்சாசாரிகளை முறைத் துக்கொண்டிருந்தனர். நாகுவின் மாட்டு வண்டி ஊருக்குள் நுழையும்போது சிவப்பு வர்ணமடித்த கச்சேரியைக் கடந்து போனது. புது மனைவியோடு வந்திருப்பதைப் பார்ப்பதற்காக யாரும் வரவேயில்லை. தன் வீட்டின் முன்னால் குப்பை நிரம்பிக் கிடப்பதைக் கண்டவனாக மல்லிகாவை வண்டியிலிருந்து இறக்கிவிட்டான். அவள் மண் உதிர்ந்துபோய் நின்ற வீட்டைப் பார்த்தபடி தெருவை நோக்கித் திரும்பினாள். இடிந்தும் மண் சரிந்தும் போன வீடுகளும் தெருவில் கோழி ரோமங்கள் பறந்தலைவதையும் கண்டபடி வீட்டுச் சாமான்களை இறக்கி வைத்தாள். நாகு அன்றைய பகலில் வீட்டை விட்டுத் தெருவிற்குப் போகவேயில்லை. செல்லையாவின் மனைவி மட்டும் குடிப்பதற்குத் தண்ணீர் கொண்டுவந்து வைத்த வள், அவனை முறைத்துவிட்டு விடுவிடுவெனக் கடந்து போனாள். ஊர்க்காரர்கள் அவன் மீது கோபமாகயிருக்கிறார்கள் என்பது தெரிந்தது. மல்லிகா கொண்டுவந்த கோழிக்குஞ்சுகள் கூட பரிச்சய மில்லாத வேம்பலையின் தெருவிற்குப் போகாமல் வெறித்தபடி அவர்கள் கால்களைச் சுற்றியே வந்து கொண்டிருந்தன.

வடகுறிச்சியில் இன்ஸ்பெக்டராகயிருந்த சஞ்சீவிதான் வேம் பலையின் ரேகைக் குற்றவாளிகளுக்கான தனிக் கச்சேரிக்கும் பொறுப்பாகயிருந்தார். அந்தி சாயும்போது போலீஸ்காரர்களில் ஒருவன் ஒரு சிரட்டையில் வண்டி மசியை அள்ளிக்கொண்டு தெருக்களுக்குள் வந்து கொண்டிருந்தான். அவன் கைகளில் பழுப்பு நிறக் காகிதங்கள் இருந்தன. ரேகை பதித்தவர்களின் பெயரைச் சரிபார்த்துவிட்டு வீட்டின் கதவில் நம்பர் போடத் துவங்கினான். வீட்டுக் கதவுகளில் கறுப்பு நிற எண்கள் பதிந்தன. வீட்டுப் பெண்கள் தன்னை முறைத்துக்கொண்டிருப்பதைப் பற்றியோ வேம்பர்கள் தன் கழுத்தை அறுத்துவிடுமளவு ரௌத்திரம் கொண்டிருப்பதையோ கவனம் கொள்ளாதவனைப் போல அவன் கதவில் எண்களைப் பதித்துவிட்டு இனிமேல் அது அவர்களின் அடையாளக் குறி என்றும் அதை அழிக்கக் கூடாது என்றும் சொல்லி விட்டுக் கச்சேரியை நோக்கிப் போனான். அவன் தெருவைக் கடந்த பிறகு வேம்பர்கள் ஒவ்வொருவனும் தனது நெற்றியிலே கறுப்பு எண்கள் எழுதப்பட்டுவிட்டதைப் போல் ஆத்திரமடைந்தார்கள். ஒவ்வொருவராகக் களத்தின் முன் வந்து சேரும் போது இருட்டியிருந்தது. கச்சேரியின் வெளியே மர ஸ்டூலைப் போட்டு உட்கார்ந்திருந்த இன்ஸ்பெக்டர் தன் கையிலிருந்த பெயர்களை வரிசையாக வாசித்தார். அவர்கள் ஒவ்வொருவராகக் களத்திற்குள் போய்க் குத்தவைத்து உட்கார்ந்து கொண்டனர். நூற்று இருபத்தி யெட்டு பேர் உட்காருவதற்குக் களத்தில் இடம் போதவில்லை. ஒருவரையொருவர் இடித்துக்கொண்டும் உரசிக்கொண்டும் உட்கார்ந்து கொண்டார்கள். களத்தின் இரண்டு பக்கமும் இரண்டு தீவட்டிகள் எரிந்து கொண்டிருந்தன. இன்ஸ்பெக்டர் ரேகை கொடுத்தவர்கள் யாவரும் வந்து சேர்ந்த திருப்தியில் விடியும் வரைக்கும் இதே இடத்தில் அடைபட்டிருக்க வேண்டும் என உரத்த குரலில் சொல்லியபடி கச்சேரியினுள் கிடந்த பெஞ் சில் உறங்குவதற்காகப் போனார். களத்தை ஒட்டிய இருளுக்குள் நின்றபடி பெண்கள் வேம்பர்களைப் பார்த்துக்கொண்டே நின்றனர். யாவருக்கும் தங்களைக் கட்டி வைத்து குதிங்காலில் ரத்தம் வர அடிப்பதை விடவும் இப்படி வெட்ட வெளியில் மந்தை போல அடைத்திருப்பது வேதனை தருவதாகயிருந்தது. சிறுவர்களில் சிலர் களத்தை ஒட்டிய தெருவில் நின்றபடி கச்சேரியை முறைத்துப் பார்த்தபடியிருந்தார்கள். களத்திற்குள் உட்கார்ந்திருந்த எவரும் அசையவேயில்லை. அவர்கள் நிமிர்ந்து ஆகாசத்தைப் பார்ப்பதற்கோ ஒருவரையொருவர் திரும்பிப் பார்த்துக்கொள்வ தற்கோகூட மனமற்றவர்களைப் போல கற்சிலைகளைப் போல ஒடுங்கியிருந்தனர்.

கூட்டத்திற்குள்ளாக யாரோ பற்களை நரநரவெனக் கடிக்கும் சப்தம் கேட்டுக்கொண்டிருந்தது. யாவர் வீடுகளும் சாத்தப்படாமல் திறந்து கிடந்தன. குழந்தைகளின் அழுகை சப்தம் கூட அன்றிரவு எழவில்லை. நிசப்தம் வானமெங்குமிருந்து தாரை தாரையாகப் பொழிந்து கொண்டிருந்தது. பந்த வெளிச்சத்தில் செவ்வொளி படர அவர்கள் கச்சேரியை வெறித்துக் கொண்டிருந்தனர். இரவு மெதுவாகக் கடந்து போய்க்கொண்டிருந்தது. நாகு கூட்டத்தில் திரும்பிப் பார்த்தபோது சின்னு தலை கவிழ்ந்து உட்கார்ந்திருந்தான். ஆச்சரியமாகயிருந்தது. அவன் சாவிலிருந்து தப்பிப் பிழைத்திருந்தான். அடி வயிற்றில் நீண்ட வடு இருந்தது. அவன் நாகுவை ஏறிட்டுப் பார்த்துவிட்டு குனிந்து கொண்டான். சின்னுவைத் திரும்பப் பார்க்கப் பார்க்க ஏனோ அவனோடு ஸ்நேகமாகவே இருக்க வேண்டும் போலிருந்தது. அய்யா தன் விரல் ரேகைகளை மண்ணில் உரசி உரசி அழித்துவிட முயன்றவரைப் போல உக்கிரமாகத் தேய்த்துக்கொண்டிருந்தார். தெருவில் நிமிர்ந்து பார்த்தபோது மல்லிகா நின்று அவர்களையே பார்த்துக்கொண்டிருந்தாள். எழுந்து அவளை வீட்டிற்குப் போகச் சொல்லிவிடலாமா என நினைத்தபடி திரும்பிப் பார்த்தான். மல்லிகா சலனமில்லாமல் நின்றிருந்தாள். அவர்கள் எரியும் பந்த வெளிச்சத்தைப் பார்த்தபடியேயிருந்தனர். யாரோ ஒருவன் மெதுவாக முனங்கும் குரல் கேட்டது. பிரார்த்தனைக்காகக் கூடியிருப்பவர்களைப் போல நிசப்தத்தை ஏந்தியபடி யாவரும் இரவெல்லாம் உறக்கமற்றிருந்தனர். விடிகாலையின் காற்று ஊரைக் கடந்தபோது அவர்கள் தலை திரும்பவேயில்லை. மூடியிருந்த வானத்திலிருந்து பீறிட்ட சூரியன் கூட அவர்கள் தலை குனிந்திருப்பதைக் கண்டதும் மேகங்களுக்குள் ஒளிந்து கொண்டது. மல்லிகா அதே இடத்தில் நின்றுகொண்டேயிருந்தாள். காலை வெளிச்சத்தில் அவளது இறுகிய முகம் பளீரெனத் தெரிந்து கொண்டிருந்தது. இன்ஸ்பெக்டர் தூங்கியெழுந்து வெளியே வந்தவராக அவர்கள் கலைந்து போவதற்காக உத்தரவிட்டபடி வாய் கொப்பளித்துக்கொண்டிருந்தார். தெருவில் அவர்கள் மெதுவாக நடந்து போனார்கள். பகல் முழுவதும் வீடுகளில் படுத்திருந்த போதும் யாருக்கும் தூக்கம் கூடவில்லை. மாறாக அடக்க முடியாத ஆத்திரம் நரம்புகளை முறுக்கேற்றிக் கொண்டிருந்தது.

*

நாகு மல்லிகாவை அணைத்தபடி படுத்துக் கிடந்தான். வீட்டின் வெளியே இருந்த வேம்புகூட அசைவற்றுப் போய்விட்டது

போலிருந்தது. மல்லிகா கண்களைத் திறக்கவேயில்லை. அவள் கைகள் நாகுவின் முதுகோடு சேர்ந்து கிடந்தன. நான்கு வேம்பலையைக் கடந்து போன முதல் நாளின் இரவை நினைத்துக்கொண்டிருந்தான். கசப்பு வேம்பை மட்டுமல்ல, இந்த ஊரையே பற்றிக் கொண்டு ஏறுகிறது. பகலின் அடங்கிய வெயிலில் வேம்பர்கள் சாப்பிடுவதற்கும் விருப்பமில்லாதவர்கள் போல படுத்துக் கிடந்தனர். அடுத்த இரவை நோக்கிப் பகல் நகர்ந்து சென்றுகொண்டிப்பதைக் காணுவதே வேதனையை அதிகப்படுத்துவதாகயிருந்தது. மாலை நேரத்தில் அவர்கள் தெருவில் கூடினார்கள். யாருக்கும் எதைப் பேசிக் கொள்வதெனத் தெரியாத இறுக்கம் நிரம்பியது. கச்சேரிக்கு இன்னமும் போலீஸ்காரர்கள் வந்து சேரவில்லை. வழக்கமாக தெருவில் விளையாடும் சிறுவர்கள் கூட அன்று மௌனமாகக் கல்லில் உட்கார்ந்திருந்தார்கள். மங்கிய மாலை நேரத்தில் ஏட்டும் இன்ஸ்பெக்டரும் இரண்டு போலீஸ்காரர்களும் வந்து சேர்ந்தார்கள். ஊரிலிலுள்ள ஆண் பெண் அத்தனை பேரும் இப்போதே களத்திற்கு வந்து சேர வேண்டும் என்று போலீஸ்காரர்கள் தெருத் தெருவாகச் சொல்லிவிட்டுப் போனார்கள். யாவரும் களத்தில் கூடிய போது இன்ஸ்பெக்டர் கடுத்த குரலில் அவர்கள் உழைத்து வாழ வேண்டும் என்பதற்காக அரசாங்கம் புதிதாக ஒரு சாயப் பட்டறையை வேம்பலையில் அமைத்துத் தர இருப்பதாகவும் இனிமேல் வேம்பலையிலிருந்து எவனும் களவிற்குப் போகக் கூடாது, அவர்கள் சாயம் காய்ச்சி வாழவேண்டும் எனவும் சொல்லியபடி அவர்களுக்கு ஊரில் இருந்த சாயக்காரர்களில் சிலர் சாயங்காய்ச்சுவதற்குப் பழக்கிவிடுவார்கள் எனப் பெயர்களை வாசித்தார். யாரும் பதில் பேசவில்லை பெண்கள் யாவரும் கலைந்து வீட்டிற்கு போகும்படி சொல்லிவிட்டு ஆண்களின் பெயர்ப் பட்டியலை எடுத்து வாசிக்கத் துவங்கினான் ஏட்டு. அன்றைய கணக்கில் ஊரிலிருந்தவர்களில் நான்கு பேர் வந்து சேரவில்லை. அவர்களைத் தேடிக்கொண்டு தெருவிற்குள் போய்த் திரும்பிய போலீஸ்காரன் பகலிலே அவர்கள் வேம்பலையை விட்டுப் போய்விட்டதாகச் சொன்னான். இன்ஸ்பெக்டர் கோபத்துடன் கூட்டத்திலிருந்தவர்களிடம் அவர்கள் எந்த ஊருக்குப் போயிருக்கிறார்கள் எனக் கேட்டார். யாரும் இன்ஸ் பெக்டரை நிமிர்ந்துகூட பார்க்கவில்லை. எங்கே போயிருந்தாலும் நாளை இரவிற்குள் அவர்கள் இங்கே பிடித்துக் கொண்டுவந்து நிறுத்தப்படுவார்கள் என்று கத்தியபடி கச்சேரிக்குள் சென்றார். அன்றிரவு தெருவில் பெண்கள் எவரும் வந்து நிற்கவில்லை. பின்னிரவான போது யாரோ பதுங்கிப் பதுங்கிக் கச்சேரியை நோக்கி

நடந்து வருவதை அவர்கள் பார்த்துக்கொண்டிருந்தார்கள். இரண்டு பெண்கள் இருட்டிற்குள்ளாகப் பதுங்கி வந்து எரிந்து கொண்டிருந்த பந்தத்தைப் பிடுங்கிக் கச்சேரியின் கூரைமீது வீசினார்கள். நிமிஷத்தில் கூரையில் தீப்பற்றிக்கொண்டது. கொழுந்துவிட்டு எரியும் நெருப்பைக் கண்டதும் பதற்றத்துடன் போலீஸ்காரர்கள் மண்ணை வாரி வாரி நெருப்பில் எறியும்போது இன்ஸ்பெக்டர் ஆத்திரத்துடன் வாசலில் வந்து கத்திக்கொண்டிருந்தார். களத்திலிருந்தவர்கள் கூட்டமாக எழுந்து கொண்டார்கள். கத்திக்கொண்டிருந்த இன்ஸ்பெக்டரின் வாயைப் பொத்தி இருவர் தூக்கிக்கொண்டு போனார்கள். போலீஸ்காரர்களில் ஒருவன் நடக்கப்போகும் விபரீதம் அறிந்து கொண்டவனைப் போல ஊரை விட்டு ஓடத் துவங்கினான். நெருப்பு காற்றடித்ததால் புகையைக் கக்கிக்கொண்டு எரிந்தது. ஊர்க்காரர்கள் தெருவில் நின்றபடி கச்சேரி எரிவதைப் பார்த்துக்கொண்டிருந்தார்கள். விடிந்தபோது நெருப்பு எரிந்தடங்கி எங்கும் கருந்தூசிகள் பறந்து கொண்டிருந்தன. காகிதங்களின் எரியாத துண்டுகளைக் காற்று புரட்டிப் பார்த்துக் கொண்டிருந்தது.

பகலில் ஊரே தூங்கிக்கொண்டிருந்தபோது கச்சேரி எரிந்ததைப் பார்வையிடுவதற்காக அதிகாரிகள் யார் யாரோ ஊருக்குள் வந்து கொண்டிருந்தார்கள். வேம்பர்களின் குற்றங்கள் உடனடியாகத் தண்டிக்கப்படவும் வேம்பலைக் கச்சேரி தீப்பற்றி எரிந்ததை ஊரில் வந்து விசாரிப்பதற்காகவும் புதிதாக நீதிபதி வெங்கோபராவ் நியமிக்கப்பட்டார். சாயக்காரர்களின் வீடுகளில் ஒன்று விசாரணைக்காக ஒதுக்கப்பட்டது. அவர் குதிரை வண்டியில் வந்து வேம்பலையில் இறங்கியபோது கறுப்பு டர்பனைக் கையில் கழட்டி வைத்தபடி வரிசையாக நிற்கும் வேப்ப மரங்களைப் பார்த்துக் கொண்டிருந்தார். கச்சேரி தீப்பிடித்து எரிந்தபோது அங்கிருந்த இன்ஸ்பெக்டரும் ஏட்டும் இரண்டு போலீஸ்காரர்களும் எங்கே போனார்கள் என்பதற்கான தடயங்களேயில்லை. வெங்கோபராவ் தனது இருப்பிடத்திற்கு விசாரணக்காக அழைக்கப்பட்ட எவரும் வந்து சேரவில்லை. தானே வீடு வீடாகச் சென்று விசாரிக்கப் போவதாகக் காகிதக் கட்டுகளுடன் வேம்பர்களின் தெருவிற்குள் இறங்கி நடந்தார். ரேகை பதித்த வீடுகளுக்கு இடப்பட்ட கறுப்பு எண்கள் ஒரு வீட்டின் கதவில் கூடயில்லை. ரேகை தந்திருந்த வேம்பர்கள் வீடுகளில் ஆழ்ந்து உறங்கிக்கொண்டிருந்தனர். போலீஸ்காரர்கள் குறிப்பிலிருந்தது போல மூர்க்கமோ வன்மமான மனிதர்களோ அங்கில்லை என்பது வெளிப்படையாகத் தெரிந்தது. ஒரு வீட்டில் வெங்கோபராவ் குடிப்பதற்குத் தண்ணீர் கேட்டதும்,

உப்பிட்ட நீராகாரம் கொண்டு வந்த பெண்ணிடம் தீப்பிடித்த போது அவள் பார்த்தாளா எனக் கேட்டார். தான் உறங்கிக் கொண்டிருந்ததாகச் சொல்லியபடி அவள் நீதிபதியை விலக்கி வீட்டினுள் போனாள். அவருக்கு ஊரே விசித்திரமானதாகயிருந்தது. தனது குதிரை வண்டியில் அவர் ஊர் திரும்பப் புறப்பட்ட போது எங்கிருந்தோ ஒரு கல் அவரது வண்டியில் வந்து விழுந்தது. வண்டியை விட்டுத் தலையை எட்டிப் பார்த்தபோது இரண்டு சிறுவர்கள் கையில் கல்லோடு தெருவில் நின்றுகொண்டிருந்தார்கள். அவர் இறங்கிப் போய் மிரட்டி வரலாம் என நினைத்தார். யாரோ ஒரு பெண் சிறுவர்களைத் திட்டியபடி தெருவில் வந்து கொண்டிருந்ததைக் கண்டவராக அமைதியாகப் புறப்பட்டார்.

வேம்பலையில் இருந்த இன்ஸ்பெக்டரும் ஏட்டும் போலீஸ்காரர்களும் காணாமல் போய்விட்டதாக ஊர்க்காரர்கள் சொல்லும் தகவலைத் தவிர வேறு தடயம் எதுவும் தனக்குக் கிடைக்கவில்லை எனவும் ஒருவேளை அவர்கள் கொல்லப்பட்டு இருந்தால்கூட அது தடயமேயில்லாமல் மறைக்கப்பட்டுவிட்டதாகவும் அந்த கொலைக்கான குற்றவாளியாக எந்த ஒருவரையும் தான் தண்டிக்க முடியாது என நீதிபதி வெங்கோபராவ் தனது முதல் விவரணக் குறிப்புகளை எழுதியனுப்பிவிட்டு இரண்டு நாட்களுக்கு ஒரு முறை வேம்பலை வந்து திரும்பிக்கொண்டிருந்தார். மூன்று மாதங்களுக்குப் பிறகு வேம்பலையிலிருந்து ஓடிப்போன போலீஸ் காரன் வடசேரி பக்கமாகப் பிடிபட்டு விசாரிக்கப்பட்டபோது வேம்பர்கள் தான் கச்சேரியைத் தீ வைத்து எரித்ததாகவும் அவர்களே தங்கள் எஜமான் இன்ஸ்பெக்டரைத் தூக்கிச் சென்றதைத் தான் பார்த்ததாகவும் சொல்லியிருந்தான். மறுநாளில் துப்பாக்கிகளுடன் நாற்பது போலீஸ்காரர்கள் வேம்பலைக்கு வந்து கொண்டிருப்பது தெரிந்து வீடுகளிலிருந்த ஆண்கள் திசைக்கொருவராகப் பதுங்கிக்கொள்வதற்காக ஊரை விலக்கிப் போனபோது நாகுவும் அய்யாவும் பனைகளில் ஏறிப் பதுங்கிக் கொண்டார்கள். பகலில் ஊருக்குள் பிரவேசித்த துப்பாக்கிக் காவலர்கள் சந்து சந்தாகத் தேடினார்கள். ஓர் ஆணைக்கூட அவர்களால் அடையாளம் காண முடியவில்லை. இடிந்து கிடந்த சென்னம்மாவின் வீட்டுக் கதவைக்கூட போலீஸ்காரர்கள் எட்டி உதைத்து மண் புதைவுகளுக்குள் யாராவது இருக்கிறார்களா எனத் தேடினார்கள். எலும்புகள் மட்டுமே வெடித்துக் கிடந்தன.

இரண்டு நாட்கள் தேடியும் ஒரு வேம்பனும் கையில் அகப் படவில்லை. இனிமேலும் அவர்களைத் தேடுவது விரயம் என

வடகுறிச்சியில் காத்திருப்பதாகத் துப்பாக்கி வீரர்கள் திரும்பிப் போய்விட்ட இரவில் வேம்பர்கள் மழைக்குப் பின்பான ஈரம் கண்டு வெளிவரும் ஈசல்களைப் போல மெதுவாகத் தங்கள் ஒளிவிடம் விட்டு ஊருக்குள் திரும்பியிருந்தார்கள்.

நாகுவும் அய்யாவும் பனம்பழத்தைச் சுவைத்தபடியே இரண்டு நாட்களை ஓட்டியிருந்த களைப்பில் சாப்பிடுவதற்காகப் பசியோடு காத்திருந்தார்கள். மல்லிகா உப்புக் கறியை வதக்கிக்கொண்டிருந்தாள். பசியேறியேறி வயிறு சுருண்டுவிட்டது போல சாப்பாட்டை இரண்டு கவளம் மென்றதும் வயிறு நிரம்பியது போலானது. அவர்கள் வீட்டின் முன்பாகப் படுத்துக்கிடந்தனர். அன்றைக்கு வேப்பங்காற்று ஏகாந்தமாக வீசிக்கொண்டிருந்தது. ஊரில் புணர்ச்சியும் போகமும் குடி வெறியும் பொங்கிக்கொண்டிருந்தது. உடல் அயர்ந்து உறங்கிக்கொண்டிருந்த இரவில் நாகு மட்டும் கிணற்றிற்குள் பதுங்கியிருந்த பதட்டம் அடங்காதவனாக வாசலில் பாயைப் போட்டுப் படுத்துக் கிடந்தான். அம்மாவும் வேணியும் நீலாவுமாக தான் இதே இடத்தில் படுத்திருந்ததை நினைத்துக்கொண்டிருந்தான். மல்லிகா உறங்க மனமற்றவளைப் போல புரண்டு புரண்டு படுத்துக் கொண்டிருந்தாள். அவள் கைகள் புரண்டு நாகுவைக் கட்டிக்கொண்டன.

பின்னிரவில் பனிரெண்டு துப்பாக்கி ஏந்திய போலீஸ்காரர் *கள் வேம்பலைக்குள் வந்தபோது நாய்கள் கூட அடங்கியிருந்தன. அவர்கள் மூன்று மூன்று பேராகப் பிரிந்து தெருவிற்குள் நடந்தார்கள். துப்பாக்கி வெடிக்கும் ஓசை கேட்டு நாகுவின் அய்யா திடுக்கிட்டு எழுந்தபோது ஒருவன் இருட்டிற்குள்ளாக ஓடிக்கொண்டிருந்தான். பெண்கள் கூச்சலிட்டார்கள். யாரோ வைக்கோல் படப்பிற்குத் தீ வைத்துவிட்டு ஓடினார்கள். நெருப்பு கொழுந்து விட்டு எரியத் துவங்கியது. தூக்கம் கலைந்த நாகு எழுந்து வைக்கோல் படப்புகளுக்கு மறைவாக ஓடினான். நாய்கள் குரைத்தபடி இங்குமங்கும் ஓடின. துப்பாக்கிச் சப்தம் கேட்டு விழித்த குழந்தைகள் வீறிட்டு அழுதன. தெருவில் இரும்பின் ஒலியோடு போலீஸ்காரர்கள் துரத்திக்கொண்டு ஓடினார்கள். நாகு சாயக்காரர்களின் தெருவைக் கடந்து ஓட முயன்றபோது சந்திற்குள்ளிருந்து யாரோ வருவது தெரிந்தது. தான் சந்திற்குள் கண்டது ஒரு போலீஸ்காரனை என்பது தெரிந்தது. திரும்பிப் பார்ப்பதற்குக் கூட அவகாசமில்லாமல் அவன் இருளுள் ஓடினான். துப்பாக்கி வெடிக்கும் சப்தம் கேட்டது. நான்கு தனது அடிவயிற்றைப் பிடித்துக் கொண்டு விழுந்தான். ரத்தம் பீச்சிக்கொண்டு வந்தது.

முகத்தில் சாணம் அப்பி நாசியெங்கும் படர்ந்தது. கண்களை இறுக்கிக் கொண்டு வலியோடு திரும்பிப் பார்த்தபோது துப்பாக்கி ஏந்தியவன் வேறு தெருவை நோக்கி ஓடிக்கொண்டிருந்தான். சாண வாசனை நாசியெங்கும் ஏறியது. கண்கள் கட்டிக்கொண்டு வருவது போலிருந்தது. ரத்தம் வழியும் கைகளோடு எழுந்து கொள்ள முயற்சித்தான். வலி இடுப்பை அசைக்க முடியவில்லை. ரத்தம் மண்ணில் ஊறி விரிந்திருந்தது. அவனுக்கு ஏனோ சின்னுவின் நினைவு வந்தது. நாகு தளரும் கண்களால் வேம்பலையின் தெருவை நிமிர்ந்து பார்த்தான். நீண்டு கிடந்த ஊரில் ஆட்களின் பதட்டமாகக் குரல்கள் கேட்டுக்கொண்டிருந்தன. ரத்னாவதியின் ஞாபகம் வந்தது. அவன் தன் கைகளை இழுத்து நகர்ந்தான். சாணம் பிசுபிசுப்போடு உடலெங்கும் படர்ந்திருந்தது. ஊரில் பிடிபட்டிருந்தவர்களை வரிசையாகக் கைகளைக் கட்டிக் களத்தில் உட்கார வைத்திருந்தார்கள். குண்டடிபட்ட காயத்தோடு ஓடி ஒளிந்தவர்களை இருவர் தேடிக்கொண்டிருந்தார்கள். சாண வாசனை மெதுவாக முகத்திலிருந்து விலகி மறைந்து போவது போலிருந்தது. கண்கள் சொருகிக்கொண்டிருந்தன. ஒரு குரல் அருகாமையில் கேட்கத் துவங்கி மெதுவாகத் துண்டிக்கப்பட்டது. நாகு சாணத்தில் முகம் பதிந்து இறந்து கிடந்தான். இருளுக்குள் மல்லிகா அவனைத் தேடியபடியே களத்திற்கு வந்து பார்த்தபோது யாருமேயில்லை. பிடிபட்டவர்கள் அடி தாங்க முடியாமல் கத்திக் கொண்டிருந்தார்கள். அவர்களை நின்று பார்க்கக்கூட முடியாமல் அவள் தன் வீட்டு வாசலுக்கு வந்தபோது ஊரே கலைந்து கிடந்தது. வைக்கோல் படப்பு முழுவதும் எரிந்து அடங்கி காற்றில் கருந்தூசிகள் நிறைந்திருந்தன. விடிகாலையில் மூத்திரம் பெய்வதற்குச் சென்ற பெண் சாணத்தில் ஊறிக் கிடந்த நாகுவை அடையாளம் கண்டு கூப்பாடு போட்டாள். முதல் அழுகை சப்தம் துவங்கிய போது நாகு இறந்து பல மணி நேரமாகியிருந்தது. மல்லிகா மார்பில் அடித்தபடி ஓடி வந்து கொண்டிருந்தாள். தெருப் பெண்கள் கத்தியழுதபடி உடலருகே உட்கார்ந்திருந்தார்கள். கேசம் முழுவதும் சாணம் படர்ந்து உலர்ந்திருந்தது. நாகுவின் கண்கள் மூடியிருந்தன. வேம்பலையில் முதன்முதலாகத் துப்பாக்கிக் குண்டடிபட்டு இறந்து போன நாகுவைச் சுற்றி ஆண்களும் பெண்களுமாக ஓங்காரமாக அழுது கொண்டிருந்தார்கள். மல்லிகா துக்கம் தாள முடியாமல் உலர்ந்த நாவுடன் மயங்கிச் சரிந்தபோது தெருவில் சூரியன் ப்ரகாசத்துடன் நிரம்பிக்கொண்டிருந்தது.

60

காற்றடிக் காலம் முடிந்திருந்தது. பகலில் மேகங்கள் மூடிக் கொள்வதும் வெயில் மங்கிய தெருக்களில் மூடாக்கு போட்டது போல மழைக்கான இறுக்கம் கூடியிருப்பதையும் ரத்னாவதி கட்டிலில் படுத்தபடியே பார்த்துக்கொண்டிருந்தாள். அவள் பிரசவித்து இரண்டு நாட்களே ஆகியிருந்தன. அன்றிரவுகூட இரவில் மழை பெய்தது. அவள் நன்றாக உறங்கிக்கொண்டிருந்தாள். கனவில் கேட்பது போல மழைச் சப்தம் எங்கோ கேட்டுக்கொண்டிருந்தது. அத்தை மழைக்குள்ளாக எழுந்து நடமாடிக் கொண்டிருந்தாள். அவள் தானாகவே பேசிக்கொள்கிறாளோ என்று தோணியது. ரத்னாவதி கண்களைத் திறந்து பார்க்கவேயில்லை. ஈரக் காற்று கதவிடுக்கு வழியாக வீட்டிற்குள் நிரம்பிக்கொண்டிருந்தது. அத்தை மழை பெய்த இரவில் உறங்கவேயில்லை. விடிகாலையில் ரத்னா வதி எழுந்து வாசலுக்கு வந்து பார்த்தபோது தெருவே கழுவித் துடைத்தது போல பொலிவோடிருந்தது. ஆட்டுக்குட்டிகள் கூட ரோமம் மினுங்க துள்ளிக்கொண்டிருந்தன. அத்தை ஈரக் கூந்தல் தரையில் விரிந்து கிடக்க வீட்டிற்குள் தூங்கிக்கொண்டிருந்தாள். மழையிலே அவள் குளித்திருக்க வேண்டும். ரத்னாவதி தெருவில் மெதுவாக நடந்தாள். வீட்டுச் சுவர்கள் குளிர்மையேறியிருந்தன. கடந்து போகின்றவர்கள் பரஸ்பரம் ஒருவரையொருவர் பார்த்துச் சிரித்தபடி தெருவில் போய்க்கொண்டிருந்தார்கள். மாட்டுக்கு விதையாட்டும் கல் உரலில் தண்ணீர் நிரம்பியிருந்தது. ஈரக் காற்றில் மிக மெதுவாக நடந்தாள். இதுநாள் வரை காணாத அழகோடு விரிந்திருந்தது தெரு. வீடு திரும்பி வந்தபோது அத்தை விழித்துக் கொண்டவளாக அடுப்பைப் பற்ற வைத்திருந்தாள். ஈர விறகு புகையை வீடு முழுவதும் நிரப்பிக்கொண்டிருந்தது. அத்தை வீட்டிலிருந்த பண்ட பாத்திரங்கள் யாவிலும் மழைத் தண்ணீரைப்

பிடித்து வைத்திருந்தாள். தண்ணீரின் மீது இத்தனை ஆசை கொண்ட பெண்ணாகயிருக்கிறாளே என ரத்னாவதி அத்தையைப் பார்த்துச் சிரித்தாள். அத்தையின் முகம் மழை ஈரத்தில் வெளிறியிருந்தது. எண்ணெயைச் சுட வைத்து ரத்னாவதியின் கால் வீக்கத்திற்குத் தேய்ப்பதற்காகக் கொடுத்தாள். ரத்னா இன்னும் சில நாட்களில் பிரசவிக்கப் போகிறாள் என்பது அவளது முகம் படர்ந்து கொண்டு வருவதிலே அத்தைக்குத் தெரிந்தது. ரத்னாவதியின் சுபாவமே மாறியிருந்தது. மிகவும் ஒடுங்கிப்போனவளைப் போல கைகளை ஊன்றி உட்கார்ந்து கொண்டு காலில் எண்ணெய் தேய்த்துக் கொண்டிருந்தாள். அடிவயிற்றிலிருந்து வலியுண்டாகியது. அவள் உதட்டைக் கடித்துக்கொண்டு கத்தினாள். அத்தை அவள் முதுகைத் தாங்கிப் பிடித்துத் தடவிவிட்டுக்கொண்டிருந்தாள். வேதனையில் கூக்குரல் அதிகமான பிறகு மருத்துவச்சியின் மூப் பேறிய விரல்கள் அவள் அடிவயிற்றைத் தடவின. ரத்னாவதி கண்ணீர் மல்கக் கத்திக்கொண்டிருந்தாள். கர்ப்பத்திலிருந்த சிசுவிற்குத் தலையிறங்கவில்லை என மருத்துவச்சி தனது சுருக்குப் பையிலிருந்த மருந்தை அத்தையிடம் கொடுத்து எண்ணெயில் காய்ச்சி எடுத்து வரச் சொன்னாள். ரத்னாவதிக்குக் கண்கள் கட்டிக் கொண்டு வந்தது. தொடையிடுக்கில் ஈரக்கசிவோடியபடியிருந்தது. அவள் இடைவிடாமல் கத்திக்கொண்டிருந்தாள். குழந்தையின் தலையிறங்கி அது மருத்துவச்சியின் கைவசமானபோது தரையெங்கும் குருதியோடியிருந்தது. மருத்துவச்சி குருதி படிந்த கையோடு குழந்தையின் தொப்பூழை அறுத்து முடிச்சிட்டு அத்தையின் கைகளில் தந்தபோது ரத்னாவதி கேசம் கலைந்து கிடக்க மயங்கிக் கிடந்தாள். அத்தை கறுத்து நீண்டிருந்த அந்த ஆண் குழந்தையை உற்றுப் பார்த்தாள். அது ரத்னாவதியின் சாடையில் இல்லை. குழந்தையின் அடர்ந்த கருமயிரைத் துடைத்தபடியே ரத்னாவதியைப் பார்த்தாள். அவள் முறிந்த விருட்சத்தைப் போலக் கிடந்தாள். கேசத்தில் குருதி படிந்திருந்தது. உதடுகள் உலர்ந்திருந்தன. மருத்துவச்சி குழந்தையை வாங்கித் தூக்கிப் பார்த்தபோது அதன் குதிங்காலில் மரு போல அடையாளமிருந்தது. தனது விரலால் தொட்ட போது வெட்டுப்பட்ட காயத்தைப் போல சிறிய வடுவாகயிருந்தது. குழந்தை அழத் துவங்கியது. வீறிட்டுப் பிசுபிசுத்த கண்களைப் பிரிக்க முடியாத கூச்சத்துடன் அது வீறிட்டுக்கொண்டிருந்தது. ரத்னாவதிக்கு மயக்கம் தெளியவில்லை. குழந்தை அதன் தகப்பனைக் கொண்டிருக்கிறதோ எனப் பார்த்துக் கொண்டேயிருந்தாள் அத்தை. ரத்னாவதி கண்விழித்துப் பார்த்த போது குழந்தை அழுகையடங்கி உறங்கியிருந்தது. அவள் தன்

கைகளால் குழந்தையை இறுக்கிக்கொண்டு அதன் முகத்தையே பார்த்துக்கொண்டிருந்தாள். நாகுவின் கண்கள். நாகுவின் சிறிய காதுகள். நாகுவின் நெற்றி. அவள் குழந்தையை முகர்ந்தபடி அதன் விரல்களைத் திறந்து பார்த்தாள். குழந்தை திரும்பவும் அழத் துவங்கியது. அவள் நாகுவைப் பற்றி நினைத்தபடியே குழந்தைக்குப் பால் ஊட்டத் துவங்கினாள்.

*

மல்லிகா துக்கத்திலிருந்து வெளியேறியிருந்தாள். நாகுவின் அய்யா பழுத்துப்போய் வீங்கிய கண்களுடன் வேம்படியிலே விழுந்து கிடந்தார். வேம்பலையே ஒடுங்கிப்போயிருந்தது. ஊரில் பகலில் கூட சப்தம் எழவில்லை. கோபமும் வேதனையும் யாவர் மனதிலும் ஒளிந்திருந்தன. குழந்தைகள் கூட தெருவில் சப்தமில்லாமல் நடந்து போனார்கள்.

நாகு இறந்த மறுநாள் போலீஸ் சூப்பிரண்டு கெல்லீஸ் தனது பரிவாரங்களுடன் வேம்பலைக்கு வந்திருந்தான். இரும்புத் தொப்பியணிந்திருந்த அவன் முகத்தில் கடுமையேறியிருந்தது. அவன் வேம்பலையில் வீடுகள் யாவிற்கும் அழிக்க முடியாத மசியால் அடையாள எண்கள் எழுதச் செய்தபடி தெருவிற்குள் நடந்து கொண்டிருந்தான். நாய்கள் கூட குரைப்பை மறந்து ஒடுங்கி நின்றிருந்தன. இறந்துபோன நாகுவின் வீட்டிற்கு கெல்லீஸ் வந்தபோது நாகுவின் அய்யா தலைகவிழ்ந்தபடி அழுது கொண்டிருந்தார். கெல்லீஸ் வேம்பர்களின் கண்களில் ரகசியமான வன்மம் துளிர்த்திருப்பதைப் பார்த்தபடியே ஊரைச் சுற்றி நடந்தான். எரிந்து போன கச்சேரி இருந்த இடத்திற்கு வந்து பார்த்தபோது கல்லில் கூட கருமை படிந்திருந்தது. கெல்லீஸ் எவரிடமும் எதுவும் கேட்டுக் கொள்ளவில்லை. அதே இடத்தில் புதிதாகக் கச்சேரிக்கு கல் கட்டிடம் கட்ட வேண்டுமென்றும் கச்சேரிக்குக் கூடுதலாக ஆறு காவலர்கள் நியமிக்கப்படுவதாகவும் ஆணையிட்டபடி தனது கேம்பிற்குப் புறப்பட்டுப் போனான். வேம்பர்கள் புதிய கட்டிடம் எழும்புவதைப் பார்த்துக்கொண்டேயிருந்தார்கள்.

நாகுவின் வீட்டைக் கடந்து போகின்றவர்கள் யாவரும் வேதனையை அடக்க முடியாதவர்களைப் போல விடுவிடுவென கடந்து போனார்கள். மல்லிகா அழுது முடித்திருந்தாள். கண்கள் உலர்ந்து போய்விட்டன. அய்யா நத்தையைப் போலச் சுருண்டு கிடந்தார். பகலில் அவள் வீட்டு வாசலில் உட்கார்ந்தபடியே வேம்படியில் கிடக்கும் அவரைப் பார்த்துக்கொண்டிருப்பாள்.

அவர் நினைத்துக்கொண்டாற்போல பெருங்குரலிட்டு அழுவார். அவரை சமாதானம் செய்வதற்கு எவருக்கும் இயலவில்லை. அவர் அழுகை சப்தம் கேட்கும் பகலில் வேம்பலையின் தெருவில் யாரும் நடமாடுவதேயில்லை. துக்கம் நீருற்றைப் போல பொங்கிக் கொண்டேயிருந்தது.

இரண்டு மாதங்களுக்குப் பிறகு வேம்பலைக்கு மல்லிகாவைக் காண்பதற்காக அவளது அய்யாவும் அம்மாவும் வந்திருந்தார்கள். அவள் திருகையில் கேப்பையைத் திரித்துக்கொண்டிருந்தாள். துக்கம் வடிந்து வெளிறிய முகத்தோடு நாகுவின் அய்யா மல்லிகாவிற்கு உதவி செய்வதற்காகக் கிணற்றிலிருந்து தண்ணீர் தூக்கிக்கொண்டு வந்து கொண்டிருந்தார். மல்லிகாவின் தாயார் மகளின் கலைந்த கேசத்தையும் ஒடுங்கிப்போயிருந்த முகத்தையும் கண்டவளாக வேதனையோடு அவளைத் தன்னோடு ஊருக்கு வந்துவிடும்படியாக அழைத்தாள். மல்லிகா பதிலே பேசவில்லை. இரவில் நாகுவின் அய்யாவிடமே மல்லிகாவின் தகப்பன் அவளைத் தான் அழைத்துக்கொண்டு போக வந்திருப்பதாகச் சொன்னபோது மல்லிகா தணிவான குரலில் சொன்னாள்,

“அங்கே வந்து என்ன செய்யப் போறேன். மாமாவும் நானுமாக இங்கயே இருக்கிறோம்.”

மல்லிகாவின் அம்மா ஆதங்கத்துடன் கேட்டாள்,

“வெறும் ஆளாயிருந்தா பரவாயில்லைடி... வகுத்துப் பிள்ளை யோட எப்பிடி இருப்பே.?”

நாகுவின் அய்யா நிமிர்ந்து தன் மருமகளைப் பார்த்தார். அவள் யாரையும் ஏறிட்டுப் பார்க்கவேயில்லை. மகளின் கையைப் பிடித்துக்கொண்டு அம்மா வேதனை பீறிடச் சொன்னாள்,

“ஒத்தாசைக்கு ஆள் இல்லாம பிள்ளைத்தாச்சி ஒரு தண்ணி வெந்நி வைக்கக்கூட நாதியில்லாம எதுக்குடி கிடந்து சாகணும்.”

நாகுவின் அய்யாவிற்குக் கலக்கமாகயிருந்தது. மருமகளை ஏறிட்டுப் பார்த்தபடி தழுதழுத்த குரலில் சொன்னார்,

“தாயி... நீ வேணும்னா உங்க அம்மா வீட்டுக்குப் போயி பிள்ளையை நல்லபடியா பெத்து எடுத்துகிட்டு வா. நான் வெறுஞ் சவம்... இங்கே எங்கேயாவது கிடந்துட்டுப் போறேன்.”

மல்லிகா நாகுவின் அய்யாவை வேம்பலையில் தனியே விட்டுப் போவதற்கு மனதற்றவளாகயிருந்தாள். அவள் முடிவான குரலில் தகப்பனிடம் சொன்னாள்,

"நான் எங்கேயும் வரலைய்யா... பெத்தவரு மாதிரி மாமா பாத்துக்கிடுறாரு. நான் இங்கதான் இருக்கப்போறேன். நீங்க புறப்படுங்க."

மல்லிகாவின் அம்மாவிற்கு அழுகை பொங்கிக்கொண்டு வந்தது. அவள் மகளை ஏசியபடி நின்றுகொண்டிருந்தாள். மல்லிகாவின் அய்யா பதிலேதும் பேசாமல் இரவோடு இரவாக ஊருக்குப் புறப்பட்டார். நாகுவின் அய்யா அவர்களை வீட்டிலிருந்துவிட்டு விடிந்ததும் போகலாமே என சமாதானம் செய்தபோதும் அவர்கள் முகம் கொடுத்துப் பேசவேயில்லை. சேலையால் வாயைப் பொத்தியபடி அழுதடங்கிய முகத்துடன் அம்மா போவதைப் பார்த்துக்கொண்டேயிருந்தாள் மல்லிகா. நாகுவின் ஞாபகம் வந்தது. நாகுவைப் போலவே அவன் பிள்ளையும் வேம்பலையில் தான் பிறக்க வேண்டும் என்று முடிவு செய்து கொண்டவளாக நாகுவின் அய்யாவைச் சாப்பிடுவதற்காக அழைத்தாள்.

எதற்காக இது போல வேதனைகளை எல்லாம் பார்த்துக் கொண்டு தான் சாகாமலிருக்கிறோம் என்று கலங்கியபடி தெருவையே பார்த்துக்கொண்டிருந்தார் நாகுவின் அய்யா. வேம்பலையின் தெருக்கள் நேரத்திற்குள்ளாகவே அடங்கிக் கொண்டுவிட்டன. மல்லிகா வாசலில் வந்து படுத்துக்கொண்டாள். தொலைவிலிருந்து சில நட்சத்திரங்கள் வேம்பலையை நோக்கி வந்து கொண்டிருந்தன. மல்லிகாவின் கர்ப்பத்திலிருந்த சிசு அலை சப்தம் போல இடைவிடாமல் கேட்டுக்கொண்டிருக்கும் வேம்பின் இலையசைவைக் கேட்டபடி உறக்கத்திலிருந்தது.

*

மூன்று மாதங்களுக்குப் பிறகு கைப்பிள்ளையைத் தூக்கிக்கொண்டு ரத்னாவதி ஊருக்குப் புறப்படும்போது பார்வதி அத்தையையும் தன்னோடு கூட்டிக்கொண்டாள். இதுநாள் வரை ஊரை விட்டு வேறிடம் போயிராத அத்தையும் ரத்னாவதியின் குழந்தையைப் பிரிய மனசில்லாமல் அவளோடு வருவதற்கு ஒத்துக் கொண்டுவிட்டாள்.

பிறந்த பதினாறாம் நாளில் குழந்தைக்குப் பெயர் வைக்க வேண்டும் என அத்தை சொன்னபோது ரத்னாவதி தன் அய்யாவின் பெயரான திருமால் என்பதைக் குழந்தைக்கு வைத்தாள். பல வருடங்களுக்குப் பிறகு தன் அண்ணனின் பெயரைத் திரும்பத் திரும்பச் சொல்லிக் கேட்பதில் சந்தோஷமும் வெளிச் சொல்ல முடியாத வேதனையுமாக அத்தை குழந்தையைத் தன் மடியில்

கிடத்தியபடி குளிக்க வைக்கும் போது வாய் நிறைய திருமால் திருமால் எனக் கூப்பிடுவாள். ரத்னாவதி கதவைப் பிடித்துக் கொண்டு நின்றவளாக இதைப் பார்த்துக்கொண்டிருந்தபோது அவளறியாமல் மனது அய்யாவைப் பற்றி நினைத்துக்கொண்டிருக்கும்.

ஊருக்குப் புறப்பட்ட நாளில் குழந்தையைக் கையில் தூக்கியபடி மெதுவாக இருவரும் வேலிப் பாதையில் நடந்து கொண்டிருந்தார்கள். நீண்ட நாட்களுக்குப் பிறகு சாலையில் நடப்பது ரத்னா வதிக்குக் கண்கள் கூசுவதாகயிருந்தது. வெளிச்சம் மிக பிரம்மாண்டமாக விரிந்திருப்பது போலிருந்தது. நாகுவைப் பார்க்க வேண்டும் போலிருந்தது. அவனது வீடு எங்கிருக்கிறது என்றுகூட அவள் கேட்டுக்கொள்ளவில்லை. அந்த ஊருக்குப் போய்ச் சேர்ந்துவிட்டால் அவனைப் பார்த்துவிடலாம் என நினைத்துக்கொண்டவளாக நடந்தாள். சாலையோரத்திலிருந்த புளிய மரத்தில் ஊஞ்சல் கட்டி இரண்டு சிறுமிகள் ஆடிக்கொண்டிருந்தார்கள்.

மாட்டு வண்டியொன்று தடதடத்த சப்தத்துடன் வேகமாக அவர்களைக் கடந்து போனது. குழந்தை பயத்தில் வீறிட்டுக் கத்தியது. ரத்னாவதி அதை சமாதானப்படுத்த பால் புகட்டுவதற்காக ஒரு புளிய மரத்தின் நிழலில் உட்கார்ந்துகொண்டாள். குழந்தையின் காலில் இருந்த மரு தெரிந்தது. நாகுவிற்கும் இது போலவே வெட்டுத்தடமிருந்தது நினைவிற்கு வந்தது. அவள் ஒரு இரவில் அந்த வடுவைத் தடவியபடி கேட்டிருக்கிறாள். அவன் பதில் சொல்லாமல் சிரித்துக்கொண்டிருந்தான். குழந்தையின் சிறிய கண்கள் வெளிச்சத்திற்குக் கூச்சம் கொண்டு மூடியிருந்தன. ரத்னாவதி அத்தையிடம் குழந்தையைக் கொடுத்தபடி கையை ஊன்றி எழுந்து கொண்டாள். தொலைவில் அத்தையின் ஊர் கண் கூசும் வெளிச்சத்தில் உடைந்த கண்ணாடிச் சில்லைப் போல தனியே ஒளிர்ந்து கொண்டிருந்தது.

61

நீண்ட நாட்களுக்குப் பிறகு வேம்பலையின் தெருவில் யாரோ எதையோ பேசிக்கொண்டு நடப்பதைப் போன்றதொரு சப்தத்தை இரவில் பலரும் கேட்டுக்கொண்டிருந்தார்கள். அந்த சப்தம் காற்றில் மிதந்து சென்றுகொண்டிருப்பது போல தெருக்களிலும் வீட்டுத் திண்ணைக்கு அருகாமையிலும் கடந்து சென்றது. யார் பேசுகிறார்கள் என வெளியே வந்து பார்த்தபோது தெருவில் யாருமிருப்பதில்லை, ஆனால் பேச்சுக் குரல் கடந்து போய்க்கொண்டிருந்தது. தெளிவற்ற குரலாக இருந்த அந்தப் பேச்சு யாரையோ கூப்பிடுவது போல பலரும் திரும்பித் திரும்பிப் பார்த்துக்கொண்டார்கள். இரவு நீண்ட போது அக்குரல் மெதுவாக ஒரு பெண்ணின் குரலாக இருந்ததை அவர்கள் உணர்ந்தார்கள். ஆள் தெரியாமல் ஒரு குரல் மட்டும் தெருக்களில் சுற்றியலைவதைத் திகைப்பும் பயமுமாக யாவரும் கேட்டுக்கொண்டிருந்தனர். அக்குரல் தண்ணீர் தாகமிக்க ஒரு பெண்ணின் குரல் போல உலர்ந்து போய் கேட்கிறதென்றும், இரவு நீள நீள கனம் கூடி அது பேசத் துவங்கு வதையும் கண்டார்கள். யார் பேசுகிறார்கள், யாரோடு பேசுகிறார்கள்? சாயக்காரத் தெருவிலிருந்தவர்கள் அக்குரல் வீட்டு ஜன்னலைத் தட்டித் தட்டி எதையோ திரும்பத் திரும்பச் சொல்லிக் கொண்டிருந்ததைப் புரிந்து கொண்டுவிட்டார்கள். தெருவில் பலவருடமாக இடிந்து கிடந்த சென்னம்மாவின் வீட்டிலிருந்துதான் அக்குரல் துவங்குகிறது என மேலத்தெரு கருப்பையா ஒரு இரவில் கண்டுபிடித்தான். தானியக் குலுக்கையில் இறக்கி வைத்த சென்னம்மாதான் இறந்துபோய் இத்தனை வருடங்களுக்குப் பிறகு ஊரைச் சுற்றி வந்து கொண்டிருக்கிறாள். கந்தாழி செய்து இறக்கி வைக்க வேண்டும் என அவர்கள் ஆசைப்பட்டு நிறைவேற்ற முடியாமல் போனதால்தான் அவள் தெருவில் சுற்றி எதையோ

கேட்கிறாள் எனப் பேசிக்கொண்டார்கள். அது சென்னம்மாவின் குரல்தான் எனத் தெரிந்த பிறகு அக்குரல் ஜன்னலில் கேட்கும் போது வீட்டிலிருந்தவர்கள் கைகூப்பியவர்களாக “வேண்டியதைச் சொல்லு தாயி. நிறைவேத்தி வைக்குறோம்” என பெண்கள் மருகி நிற்பார்கள். அக்குரல் எதையும் யாசிக்கவேயில்லை. ஆனால் மெதுவாக ஆள் பேசுவது போல தெளிவாகக் கேட்கத் துவங்கியது. இரவில் சென்னம்மா காற்றில் மிதந்தபடி வீடு வீடாகப் பேசிக் கொண்டு அலைந்தாள். சாயக்காரர்கள் தெருவிலிருந்த சின்ன ராணி ஒரு மதியத்தில் வீட்டில் திருகையில் கேப்பையைத் திரித்துக் கொண்டிருந்தபோது யாரோ அருகில் உட்கார்ந்து கொண்டு ஒரு கைப்பிடித்துத் தன்னோடு திருகைச் சுற்றுவது போலிருந்தது. அவள் யாரு என மெதுவாகக் கேட்டாள். “நான் தான் சென்னம்மா” என்றபடி திருகைச் சுற்றிக்கொண்டிருந்தது. “எதுக்கு வந்திருக்கே” என்று கேட்டதும் சென்னம்மா வயதேறித் தன்னைத் தானியக் குலுக்கையில் வைத்த போது சாகவில்லையென்றும் வயதேறி வயதேறித் தன் உடல் மெதுவாகக் கரைந்து போய்விட்டதாகவும், உலர்ந்த வேப்பிலை பொடியாகிவிடுவது போல தன் உடம்பு நொறுங்கிப்போய்க் காற்றில் கலந்துவிட்டதால் இப்போதும் தான் உயிரோடு அலைந்து கொண்டிருப்பதாகவும் சொன்னாள். சின்ன ராணி திருகையை நிறுத்தியபடியே சென்னம்மாவிடம் செத்துப் போனாதானே காத்துல அலைவாங்க என்று பயத்தோடு கேட்டாள். வயது முற்றிப்போய்விட்டால் சாவு கிடையாது. அதற்குப் பிறகு உடல் இல்லாமல் வாழ்ந்து கொண்டேயிருக்க வேண்டியதுதான் எனப் புலம்பியபடி கேப்பை மாவில் ஒரு பிடி அள்ளிக்கொண்டு சென்றாள். சின்னராணியால் நம்ப முடியவேயில்லை. அவள் ஊரெங்கும் சொல்லிவிட்டாள். சென்னம்மா வயது முற்றி சாகாமல் காற்றில் உயிரோடு அலைந்து கொண்டிருக்கிறாள் என வேம்பலைக்காரர்கள் சென்னம்மாவின் இடிந்த வீட்டின் நிலையை விலக்கிச் சரிந்து கிடந்த தானியக் குலுக்கையை திறந்து பார்த்தார்கள். அது காலியாகயிருந்தது. உள்ளே வேப்பிலைகள் போட்டு வைத்த மணம் மட்டும் தூக்கலாக வெளிப் பட்டது. சென்னம்மா சாவைக் கடந்து சென்றுவிட்டதை யாவரும் நம்பத் துவங்கினார்கள். ஒரு இரவில் சின்னராணி வீட்டுக் கதவைத் தட்டி அவளிடம் சென்னம்மா குடிக்கத் தண்ணீர் கேட்டதாகவும் அவள் ஈய வாளியில் தண்ணீர் கொண்டு வைத்தபோது அந்த வாளியில் ஒரு வேப்பிலை உதிர்ந்து கிடந்தது போல வெளிச்சம் பரவிப் பாத்திரத்திலிருந்த நீர் காலியான தெனச் சொன்னாள். சென்னம்மா குடிக்கத் தண்ணீர் வேண்டும் என்பதற்காகவே

வீட்டுப் பெண்கள் தூங்குவதற்கு முன்பாகத் திண்ணையில் இரண்டு சிரட்டைகளில் தண்ணீர் நிரப்பி வைத்துவிடுவார்கள். விடிகாலையில் யாவர் வீட்டுச் சிரட்டைகளிலும் தண்ணீர் காலியாக இருந்தது. வேம்பலையின் இரவில் கடந்து செல்லும் காற்றில் பிறகு யாரோ பேசிக்கொண்டிருப்பது பழக்கமான குரலாகிவிட்டது,

*

முதல் மழை துவங்கிய நாளில் மஞ்சனத்தி விறகு வெட்டுவதற்குப் போயிருந்த நாகுவின் அய்யா மழையைச் சட்டை செய்யாமல் குனிந்து மஞ்சனத்திச் செடிகளை வெட்டிக்கொண்டிருந்தார். கல்மழை போல சடசடவெனப் பெரிய துளிகளாக வலுக் கத் துவங்கிப் பார்த்துக்கொண்டிருக்கும்போதே முதுகில் தலையில் இறங்கி ஓடத் துவங்கியது, மழைத் துளிகளின் அடி தாங்க முடியாமல் வெட்டரிவாளைப் போட்டுவிட்டு ஓடி வரத் துவங்கியவர் பனையைத் தாண்டிய போது அங்கே மழை பெய்யவில்லை என்பதைக் கண்டார். ஆச்சரியமாகயிருந்தது. பெரிய வளையத்தைப் போல ஊருக்கு வெளியே மட்டும் மழை வலுத்துப் பெய்து கொண்டிருந்தது. உலர்ந்து செம்மண் புழுதியேறியிருந்த பாதையில் மழையேயில்லை. அவர் ஈரத் தலையைச் சிலுப்பியபடி மழையைக் கவனித்துக்கொண்டிருந்தார். யாரோ வலையை வீசி மீன் பிடிப்பதைப் போல மழை விசிறி விசிறி எதையோ பிடித்துக் கொண்டிருந்தது. அவர் நினைத்ததற்கு மாறாக மழைவட்டம் விருட்டென இடம் மாறி ஊரையே பற்றிக்கொண்டது. பனையடியில் நிற்க இடமில்லாமல் பெய்தது மழை. அவர் வெட்ட வெளியில் எங்கே போய் நின்று கொள்வதெனத் தெரியாமல் அங்குமிங்கும் ஓடினார். மழை மண்ணைப் புரட்டிப் போடுவது போல வலுவாகப் பெய்தது. காற்றில்லாத மழையாக இருந்ததால் எங்கும் மழைச் சப்தம்கூட பெரிதாகயில்லை. அவர் ஒரு பனையோலையைக் கையில் எடுத் துக்கொண்டு தலைக்கு மேலாகப் பிடித்தபடி மண்ணில் குத்துக் காலிட்டு உட்கார்ந்து கொண்டார். மழை சீற்றத்துடன் ஊரை வளைத்துக்கொண்டு பெய்தது. நீண்ட நாளாக மழை காணாத வீட்டுக்கூரைகள் முறுக்கிக்கொண்டு திமிறின. குத்துச் செடியைப் போல அவர் அமைதியாக மழையினுள் உட்கார்ந்திருந்தார். குமுறிப் பெய்த மழை மெதுவாக வடியத் துவங்கியது. அவர் எழுந்து கொண்டு உடம்பைச் சிலுப்பியபோது தூரத்துப் பனை வரை மழையின் சாறு நிரம்பியோடிக்கொண்டிருந்தது. அவர்

மெதுவாக ஈர மண்ணில் நடந்து வெட்டிப் போட்ட மஞ்சனத்தி விறகுகளைக் கட்டுவதற்காக நடந்தார். வேலிப்புதர் முளைத்துப் போய் விட்டிருந்த நீலாவின் சமாதியில் மழை மண்ணைக் கரைத்துப் போயிருந்தது. ஏனோ அருகே போய்ப் பார்க்க வேண்டும் போலிருந்தது. அவர் ஈரமேறிய மண்ணில் கால் புதைய நடந்து புதைமேட்டின் அருகே போய் நின்று பார்த்துக் கொண்டிருந்தார். மணல் கரைந்து வெளிறி வெண்ணிறமான மூட்டு எலும்பு ஒன்று துருத்திக்கொண்டு தெரிந்தது. அவர் மண்ணை அள்ளிப் போட்டு சமாதியைப் பூசிவிட்டார். மண்ணை அள்ளும் போது கை நடுங்கிக்கொண்டிருந்தது. புதைமேட்டிலிருந்து சிறிய மண்புழுவொன்று மெதுவாக ஊர்ந்து வெளியே வந்து கொண்டிருந்தது. அவர் அதை எடுத்துத் தன் கைகளில் வைத்தபடி பார்த்துக்கொண்டிருந்தார். மண் உமிழும் நாவால் அவரது கையைத் தடவியபடி நெளிந்தது புழு. அவருக்குத் துக்கம் முட்டிக் கொண்டு வந்தது. அவர் மண்புழுவைத் தன் கையிலே தூக்கிக் கொண்டு வீட்டை நோக்கி நடந்தார். வழியெங்கும் ஈரத்தில் ஊறியிருந்தன வீடுகள். தன் வீட்டின் தண்ணீர்த் தொட்டியருகே அவர் மண் புழுவைத் தரையில் விட்டபோது மல்லிகா பார்த்துக் கொண்டேயிருந்தாள். அவர் தன் மகளிடம் பேசுவது போலச் சொன்னார், "வீட்டடியிலே இருந்துக்கோ தாயி..." மண்புழு மெதுவாக ஈரமண்ணில் ஊர்ந்து போய்க்கொண்டிருந்தது. துக்கத்தின் இறுக்கம் தாள முடியாமல் மல்லிகா வீட்டிற்குள் போய்க் கைகளால் வாயை மூடிக்கொண்டு அழுதாள். மழை பெய்த ஈரத்தில் வேம்பலை முழுவதும் தனியானதொரு மணம் எங்கிருந்தோ கசிந்து நிரம்பிக்கொண்டிருந்தது.

மழைக்காலம்

அதோ மேகங்கள் மழையைக் கொண்டு போகிறது, விடாதே. மேகங்களை மடக்கு, பணிய வை.

சுயம்புலிங்கம்

62

இரவில் துவங்கும் மழை எளிதில் நிற்காதென்பார்கள். ரத்னாவதி மழையைப் பார்த்தபடி படுத்துக் கிடந்தாள். முன்போல மழை பெய்யும் இரவில் அத்தை விழித்திருப்பதில்லை. இவ்வளவு வேகம் கொண்டு பெய்யும் மழைச் சப்தம் கூட எழுப்ப முடியாமல் உறங்கிக்கொண்டிருந்தாள். பகல் முழுவதும் திருமாலைக் கவனித்துக்கொள்ளவே நேரம் சரியாகிவிடுவதால் அத்தையும் திருமால் உறங்கத் துவங்கும்போது அருகிலே படுத்து உறங்கிவிடுகிறாள். அவளுக்குத் திருமால் ரத்னாவதியின் குழந்தை என்பதே மறந்துவிட்டது. ஆறு வருடமாக இடுப்பில் தூக்கி வைத்துக் கொண்டே அலைகிறாள். தரையில் இறங்கி விளையாடும்போது கூட அருகிலே உட்கார்ந்து கொண்டு அதன் வேகத்திற்கு ஏற்ப அவளும் விளையாடத் துவங்குகிறாள். இருவருமாக எத்தனையோ விளையாட்டுகளைக் கண்டுபிடித்திருக்கிறார்கள்.

அத்தையின் மடியிலே மதிய நேரங்களில் அவன் உறங்கிப் போய்விடும் போது காலை மாற்றினால்கூட தூக்கம் கலைந்துவிடும் என்று மடித்த காலை அகற்றாமல் பல நாட்கள் அத்தை உட்கார்ந்திருந்ததைக் கண்டிருக்கிறாள். திருமால் பேசக் கற்றுக் கொண்டுவிட்டான். எப்போதும் எவருடனாவது பேசிக்கொண்டேயிருக்க ஆசைப்படுகிறவனாகயிருந்தான். அத்தை சமையலைக் கவனிக்கும் நேரங்களில் திருமால் யாரோடோ பேசிக்கொண்டிருப்பது போல தனக்குத் தானே பேசிக்கொண்டிருப்பதைக் கண்டிருக்கிறாள். இன்று உறக்கத்திலும் கூட அவன் உதடுகள் அசைந்து கொண்டிருக்கின்றன. கனவில் பேசிக்கொண்டிருக்கிறான் போலும்.

மழை வலுத்துப் பெய்து கொண்டிருந்ததால் ஜன்னல்களைக் கூட மூடிவைத்துவிட்டாள். வீடு ஒரு குகையைப் போல அடங்கிப்

போயிருந்தது. ரத்னாவதி விழித்துக்கொண்டேயிருந்தாள். சில நாட்களாகவே மழை இரவெல்லாம் பெய்து கொண்டிருக்கிறது. இரண்டு வருடத்திற்கு முன்பாக ரத்னாவதி கோவிலின் வடக்கு வாசலையொட்டிய ஒரு இடத்தில் பால் கடை துவங்கினாள். முகம் தெரியாதவர்களுடன் படுக்கையைப் பகிர்ந்து கொண்டது போதும் போலிருந்தது. குதிரை வண்டிக்காரர்கள் நிற்கும் இடத்தை ஒட்டிய சிறிய பெட்டிக்கடை போன்ற கூண்டு அது. ராயல் லாட்ஜின் மேனேஜர் ரத்தினம் அந்த இடத்தை அவளுக்காகப் புகையிலை விற்கும் பாயிடமிருந்து பேசி முடித்துத் தந்தார். மாலை நேரத்தில் பசும்பாலும் மல்லிக் காபியும் விற்கத் துவங்கிய ரத்னா வதிக்குக் குதிரை வண்டிக்காரர்களும் கல்மண்டபத்து சாமியார்களும் வியாபாரம் செய்தாலே போதுமானதாகயிருந்தது. பாலுக்காக அவள் பூக்கட்டும் சுந்தரவதனம் வீட்டில் பேசியிருந்தாள். கற்கண்டோ, மஞ்சளோயிட்ட பசும்பாலிற்காக இரவில் அவளது கடைக்கு வருபவர்கள் கொஞ்சம் கொஞ்சமாக அதிகமாகிக் கொண்டிருந்தார்கள். எப்போதாவது அவளோடு ஒன்றாகச் சுற்றியலைந்த பெண்களில் சிலர் பால் குடிப்பதற்காக வந்து நிற்கும் போது ரத்னாவதியைப் பார்த்து அதிசயப்பட்டுக்கொள்வார்கள்.

ரத்னாவதி கடையிலிருந்த வேளைகளில் அத்தை திருமாலைத் தூக்கிக்கொண்டு கோவில் பிரகாரத்தில் அலைந்தபடியோ, யானைக் கொட்டடியில் வேடிக்கை காட்டிக்கொண்டோ நின்றிருப்பாள். குதிரை வண்டிக்காரர்கள் ரத்னாவோடு பேசிக் கொண்டிருப்பதற்காகவே கடைக்கு வருபவர்களாகயிருந்தார்கள்.

கோவில் கோபுரத்தின் நிழல் விழும் தூரத்திலிருந்த போதும் ரத்னா கோவிலுக்குள் போக விரும்பியதேயில்லை. விடிகாலை நேரத்தில் பாலை வாங்கிக்கொண்டு கடைக்கு வரும் அவள் பஞ் சாலை விட்டு ஆட்கள் வீடு திரும்பும் பின்னிரவு வரை கடையைத் திறந்திருப்பாள். அவளுக்கே தன்னை நம்ப முடியாமலிருந்தது. ஒவ்வொரு இரவும் அவள் வீடு திரும்பும்போது திருமால் தூங்கிப்போயிருப்பான். அத்தை அருகில் படுத்துக்கொண்டு அவனது தலையைத் தடவியபடியிருப்பாள். சமைத்து வைத்திருப்பதை அவள் தனியே போட்டுச் சாப்பிடும்போது நேரம் பின்னிரவைக் கடந்து போயிருக்கும்.

சில நாட்களுக்கு முன்பாக ரத்னா காலையில் குளித்துவிட்டு வந்தபோது கண்ணாடியில் பார்த்தாள். முகத்திலிருந்த மென்மை மறைந்து போயிருந்தது. கண்கள் கூட இறுக்கம் கொண்டுவிட்டன போல உள்ளோடியிருந்தது. அவள் புருவத்தைச் சுளித்தபடியே

தனது தலைமயிரை அள்ளிக் கட்டும்போது நாகுவின் நினைவு வர கண்ணாடியைத் திரும்பப் பார்த்துக்கொண்டாள்.

நாகு இறந்து போய் ஆறு வருடங்களுக்கு மேலாகிவிட்டது. திருமால் பிறந்த ஆறு மாதங்களுக்குப் பிறகு நாகுவிற்குத் திருமணமாகிப் பெண்டாட்டியோடு வேம்பலைக்குப் போய்விட்டான் என்பதைத் தெரிந்து கொண்டவளாக வேம்பலைக்குச் சென்றாள். காட்டிலந்தைப் பழமொன்று ஒற்றையாக உதிர்ந்து கிடப்பது போல செம்மண் பாதைகளுக்குள் தனியேயிருந்தது வேம்பலை. அவள் செம்புழுதியெழும்பிய தெருவில் நாகுவின் வீட்டை அடையாளம் கேட்டாள்.

"நாகு அண்ணே செத்து நாலு மாசமாகிப்போச்சு... வீட்டில் அவரு பெண்டாட்டி இருப்பா... வேம்பர் தெருவில் வீடு" எனச் சொல்லியபடி முள்ளை வெட்டி இழுத்துப் போனாள் ஒருத்தி. ரத்னாவதியால் நம்ப முடியவில்லை. காற்று தலைமயிரை விலக்கிப் போவது போல எவ்வளவு சுலபமாகச் சொல்லிப்போய் விட்டாள். நிஜமாகயிருக்குமா? திகைப்பும் நடுக்கமுமாக வேம்பலையைப் பார்த்துக்கொண்டிருந்தாள். நிஜமாகயிருந்தால் என்ன செய்வது என்ற யோசனையே பயத்தைத் தருவதாகயிருந்தது.

நாகுவின் வீட்டிற்குப் போய் யாரைப் பார்ப்பது எனத் தெரியாத துக்கத்துடன் அவள் தெருவில் மருகி நின்றுகொண்டிருந்தபோது நாகுவின் அய்யா மண் பானையில் தண்ணீர் தூக்கிக்கொண்டு வந்தவர் அவளை அடையாளம் கண்டுகொண்டவர் போல "வா... தாயி" என அழைத்தார். அவளால் பதில் பேச முடியவில்லை. கண்களில் நீர் கட்டிக்கொண்டிருந்தது. அவளது வேதனையை அறிந்து கொண்டவரைப் போல "எதுக்கு இங்க மருகிட்டு நிக்கே? வீட்டுக்குப் போகலாம்" என்றபடியே தெற்கில் நீளும் தெருவிற்குள் நடந்தபோது அவளும் கூடவே நடந்தாள்.

வாசலில் பாத்திரங்களைப் போட்டுத் துலக்கிக்கொண்டிருந்த மல்லிகா ரத்னாவதியை ஏறிட்டுப் பார்த்தாள். நாகுவின் அய்யா தண்ணீர்ப் பானையை இறக்கி வைத்துவிட்டு மல்லிகாவிடம் வந்திருப்பவள் நாகுவிற்கு வேண்டியவள், நாகு இறந்துபோன துக்கம் கேட்க வந்திருப்பதாகச் சொல்லியபடி கடுங்காப்பி போடச் சொன்னார். மல்லிகா ரத்னாவதியின் கசிந்த கண்களைப் பார்த்தபடி வீட்டிற்குள் போய் அடுப்பைப் பற்ற வைத்தபோது நாகுவின் அய்யா அவளைக் கட்டிலில் உட்கார வைத்தபடி சொன்னார்,

“பிச்சைக்காரப் பயலா கோவில்ல கிடந்த என்னை வீடு கொண்டாந்து சேர்த்துட்டு, இப்படி அநியாயமா அவன் உசிரை விட்டுட்டுப் போயிட்டானேம்மா...”

அவர் கைகள் நடுங்கிக்கொண்டிருந்தன. நான்கு இறந்து போய் விட்டான். வழியில் கேட்டது நிஜம். அவளுக்கு எச்சிலை விழுங்க முடியாமலிருந்தது. மல்லிகா கொண்டுவந்து தந்த கருப்பட்டிக் காபியை கையில் வாங்க முடியவில்லை. இருவரும் ஒன்றும் பேசிக் கொள்ளாமலே ஒருவரையொருவர் பார்த்துக்கொண்டிருந்தார்கள். மல்லிகா கர்ப்பிணியாக இருப்பதைக் கவனித்தவளாக ரத்னா வதி காபியைக் கட்டிலின் கீழே வைத்துவிட்டு தனக்கு இப்போது தான் ஆள் வந்து சொன்னதாக உடைந்த குரலில் சொன்னாள். மல்லிகா அவளையே பார்த்துக்கொண்டிருப்பதைத் தாள முடியவில்லை, ரத்னாவதி அவளை நிமிர்ந்து பார்க்காமலே தான் ஊருக்குப் புறப்படுவதாகச் சொன்னாள். நாகுவின் அய்யா எதையோ அறிந்து கொண்டவரைப் போல தலையசைத்துக்கொண்டார். ரத்னா தெருவைத் தாண்டி நடக்க நடக்க தன்னறியாமல் கசியும் கண்களை சேலையால் துடைத்துக்கொண்டு நடந்தாள்.

யாரிடமாவது நாகுவின் குழந்தையைப் பற்றிச் சொல்லிவிட வேண்டும் போலிருந்தது. நாகுவின் அய்யா அவள் போவதைப் பார்த்தபடி தெருவில் நின்றுகொண்டிருந்தார். ரத்னாவதி மடத்தைத் தாண்டி வரும்வரை துக்கத்தை அடக்கிக்கொண்டவள் ஊர் எல்லையில் வெயில் மட்டுமே தங்கியிருந்ததைக் கண்டவளாக வாய்விட்டுக் கதறினாள். தலையிலடித்துக்கொண்டு பித்தேறியது போல ஏதேதோ பேசிக்கொண்டபடி நின்றாள். வெயில் யாவையும் கண்டபடி புளிய இலைகளிலிருந்து உதிர்ந்து கொண்டிருந்தது.

வீட்டிற்கு வந்தும் துக்கத்தை அடக்க முடியவில்லை. அத்தையிடமாவது சொல்லிவிட வேண்டும் என்று நடந்தவை யெல்லாம் சொல்லித் தீர்த்தபோது இத்தனை நாட்களுக்குப் பிறகு திருமால் யாருடைய குழந்தை என்பதைத் தெரிந்து கொண்ட அத்தை ஒரு வார்த்தைகூட ஆறுதல் சொல்லாமல் அவள் அழுது தீர்க்கட்டும் எனத் தனியே விட்டுப் போனாள். ரத்னாவதி துக்கம் கலைந்து எழுந்த நாளில் திருமாலைப் பார்க்கப் பார்க்க நாகுவே அருகிலிருப்பது போலிருந்தது. அத்தைக்குத் தகப்பன் அறியாத குழந்தையாக இருக்கிறதே என்று பாசமும் அதிகமாகிவிட்டது.

திருமால் அவளை விடவும் அத்தையிடமே நெருங்கியிருந்தான். அவளை ரத்னாம்மா என்றும் அத்தையை அம்மா என்றும்

கூப்பிட்டுப் பழகிவிட்டான். அத்தை அவனைத் தூக்கிக்கொண்டு கோவிலின் உள்ளே சுற்றிப் பழக்கியதால் பகல் முழுவதும் விளையாடுவதற்குக்கூட கோவிலுக்குப் போக வேண்டும் என்று அடம் பிடிப்பவனாகிப் போனான். விளையாடாத நேரங்களில் திருமால் காபி டம்ளரோடோ, தலையணையோடோ, வீட்டு சன்னலில் வந்து சப்தமிடும் குருவிகளோடு பேசிக்கொண்டிருப்பதைக் காணும் போது அத்தை சந்தோஷப்படுவாள்.

இரவில் ஒருவர் முகத்தையொருவர் உரசியபடி ஏதோ பேசிக் கொண்டிருப்பார்கள். அவன் தலையணை உறையிலிருந்த மான்களைப் பற்றி எதையாவது சொல்லிக்கொண்டிருப்பான். அத்தை ரசித்தபடியே என்ன சொல்லுது ராஜா எனச் செல்லமாக கேட்கும் போது அவன் மான்கள் தூங்கிவிட்டதாகக் கண்களை மூடிக்கொள்வான். இருவரையும் ரத்னா பார்த்துக்கொண்டபடி படுத்துக் கொண்டிருப்பாள். அவளுக்கு ஒரேயொரு ஆசை மட்டுமேயிருந்தது. அவள் சிறுமியாக இருந்த நாளிலிருந்து நிறைவேறாத ஆசையது. வெள்ளைச் சட்டை, ஊதா டவுசரும் கறுப்பு பூட்ஸ்களும் அணிந்து அழகான நீலத்தொப்பியணிந்தபடி மிஷின் பள்ளிக்கூடத்திற்குச் செல்லும் பிள்ளைகளைப் பார்த்திருக்கிறாள். மிகப் பெரிய வேதக் கோவிலும், பிரிண்டிங்மிஷின்களும், அடர்ந்த ஆலமரமும் சுற்றிலும் கோட்டைச் சுவர்களுமிருந்த அந்தப் பள்ளிக் கூடத்திற்குச் செல்லும் பிள்ளைகளைப் பார்க்கப் பார்க்க ஆசையாகயிருக்கும்.

மிஷின் பள்ளிக்கூடத்திற்கு வாத்தியார்கள் கூட வெளி நாட்டிலிருந்து வந்தவர்கள் தான். குட்டை கவுன் அணிந்து சிவப்புக் குடை பிடித்தபடி போகும் சட்டைக்கார டீச்சரைக்கூடப் பார்த்திருக்கிறாள். இன்னொரு ஆசிரியர் நீண்ட கறுப்பு அங்கியுடன் செம்பட்டை நிறத் தலைமயிர் கொண்டவராகக் கையில் புத்தகம் பிடித்தபடியே தினமும் ரோட்டைக் கடந்து போவதையும் அறிவாள்.

மிஷின் பள்ளியில் திருமாலும் வெள்ளை நிற உடுப்புடன் நீலத் தொப்பியணிந்து கொண்டு போய்ப் படித்தால் போதும், தானாகவே ரயில்வேயிலோ, பஞ்சாலையிலோ பெரிய உத்தியோகத்திற்குப் போய்விடுவான். பிறகு அவள் திருமாலோடு பெரிய வீட்டில் குடியேறுவாள், மோரீஸ் காரில் ஏறி சுற்றுவாள். அவன் மனைவியை மிரட்டி வேலை வாங்குவாள். பேரன் பேத்திகளைத் தூக்கிக்கொண்டு ராட்டினம் சுற்றப் போவாள்.

திருமாலைப் பற்றி இப்படி நினைக்க நினைக்க மனது எதை எதையோ பின்னிக்கொண்டேயிருக்கும். இன்றைக்கும் பெய்யும் மழையோசையைக் கேட்டபடியே எதிர்காலக் கனவை நினைத்துக் கொண்டுதானிருந்தாள். மழை வெறித்துவிட்டது போல சப்தம் அடங்கியிருந்தது. அவள் ஜன்னல்களைத் திறந்து மழை வெறித்து விட்டதா என்று பார்ப்பதற்காக எழுந்தாள். ஜன்னலைத் திறந்த போது ஈரக் காற்று சில்லென முகத்திலடித்தது. மழை விடவில்லை, தணிந்திருந்தது. வாசலுக்குப் போய்த் தெருவைப் பார்க்க வேண்டும் போலிருந்தது. கதவின் நாதங்கியைத் தள்ளித் திறந்தபடி வாசலுக்கு வந்தபோது, தெருவில் மழை பெய்து விளக்கின் மஞ்சள் வெளிச்சம் கரைந்து போய்க்கொண்டிருந்தது.

கைகளை மார்பிற்குக் குறுக்காகக் கட்டிக்கொண்டு அவள் மழையைக் கவனித்துக்கொண்டிருந்தாள். எதிரேயிருக்கும் கோவில் தெரியாமல் திரும்பவும் மழை அடர்ந்து பெய்யத் துவங்கியது. ஈரக் காற்றில் நிற்கும்போது நீண்ட நாட்களுக்குப் பிறகு குளிர்வது போலிருந்தது. அடிவயிற்றில் ஈரம் படர்ந்து கூசியது. மழையில் நனைந்தபடி யாரோ வீடு திரும்புவதைப் பார்த்துக்கொண்டிருந்தாள். யாரோடும் படுக்கையைப் பகிர்ந்து கொண்டு மாதங்கள் பல கடந்து விட்டன. என்றாலும் இது போன்ற இரவில் பெய்யும் மழை நாட்களில் மெல்ல கால்விரல் வழியாகக் காமம் ஊர்ந்து தலைக்கு ஏறுவதாகயிருந்தது. நீண்ட நாட்களுக்குப் பிறகு, தனக்குள் மெதுவாக இச்சைகள் அவிழ்ந்து கொண்டிருப்பதை உணர்ந்து கொண்டவளாகத் தெருவின் வெளிச்சத்தைப் பார்த்துக்கொண்டேயிருந்தாள்.

நாகுவோடு கூடிய கல்வியின் நினைவுகள் மனதில் முண்டிக் கொண்டிருந்தன. அவள் தன் முகத்தைக் கைகளால் தானே தடவி விட்டுக்கொண்டவளாக வாசலை மூடிவிட்டுப் படுக்கைக்குத் திரும்பினாள். உடலில் காமம் மெல்லப் பரவி அடர்ந்து கொண்டிருந்தது. அவள் கண்களை மூடிக்கொண்டு படுத்துக் கொண்டாள். யார் யாரோ நினைவிற்கு வந்தார்கள். வேண்டு மென்றே திருமாலை ஒட்டியபடி படுத்துக்கொண்டாள். அவன் உறக்கத்திலே சிரித்துக்கொண்டிருந்தான். அவன் கைகளை எடுத்துத் தன் விரலோடு சேர்த்துக்கொண்டு படுத்துக்கொண்டாள். மழை சீறிப் பெய்யும் சப்தம் கேட்கத் துவங்கியது. அத்தை ஒரு சிறுமியைப் போல தன்னை மறந்து தூங்கிக்கொண்டிருந்தாள்.

63

திருமால், பூனை தன்னைக் கவனிக்காமல் போய்விடக் கூடுமென ஒதுங்கித் தனியே நின்றிருந்தான். கோவிலின் நந்தவனத்திலிருந்த படிக்கிணற்றினுள் இறங்குவதற்காக நின்றபோது கோட்டைச் சுவரிலிருந்து தாவிக் குதித்த பூனை கோவில் பண்டகசாலையை நோக்கிப் போவதைக் கண்டான். பூனை எதையோ தின்றுவிட்டு நாக்கால் உடம்பை நக்கியபடி அங்குமிங்கும் பார்த்தபடி அவனிருக்கும் பக்கமே நடந்து வரத் துவங்கியது. அவன் பூனை வருவதற்குள் கிணற்றிற்குள் இறங்கிவிடலாமா என்ற யோசனையுடன் அவசரமாகப் படியில் கால் வைத்து இறங்க முயன்றபோது பூனை மிகுந்த அலட்சியத்துடனும் வயோதிகம் பீடித்த சலிப்புடன்னும் அவனை ஏறிட்டுப் பார்த்தபடி அருகே நின்றது. அவன் தலைகவிழ்ந்து கொண்டான்.

பூனை அருகேயிருந்த கல்லின் மீது குதித்தேறியதாக அவனிடம் கொஞ்சம் கோபமான குரலில் கேட்டது.

"கிணத்துக்குள்ளே ஏண்டா இறங்குறே... உங்கம்மாகிட்டேப் போயி சொல்லணுமா...?"

அவன் பேசாமல் நின்றான். பூனை குனிந்து தண்ணீரைக் கண்டது. தண்ணீரில் சலனமேயில்லை. படியில் தாவி நின்ற தவளைகூடச் சப்தமில்லாமல் ஒடுங்கியிருந்தது. அவன் கையில் சிராய்ப்புடன் கிணற்றின் தூர்ந்த படியில் குதித்து நின்றான். பூனை உயரத்தில் நின்றபடியே கேட்டது,

"என்னடா முழிக்கே... கிணத்துல எத்தனை மீன் இருக்கு தெரியுமா... அதிலே ரெண்டைப் பிடிச்சுக் குடுக்கயா... இல்லே... வீட்டிலே போய் சொல்லவா?" என்றது.

அவன் பதில் பேசாமல் நின்றுகொண்டிருந்தான். கிணற்றுத் தவளை கண்களை மினுக்கியபடி அவன் பதிலுக்காகக் காத்துக் கொண்டு ஆவலாக நின்றது. அவன் பூனையைச் சமாதானம் செய்யும்படியாகச் சொன்னான்,

"வீட்டிலே பொரிச்ச கருவாடு வச்சிருக்கேன். அதை வேணும்னா எடுத்துக்கோ."

பூனை வெறுப்புடன் அவனை முறைத்தபடி "நீச்சல் தெரியும் மாடா?" எனக் கேட்டது. அவன் தெரியுமெனத் தலையாட்டினான். பூனை தனது கண்களை இறுக்கியபடி கிணற்றினுள் மீனின் அசைவு ஏதாவது தெரிகிறதா எனப் பார்த்தது. அசைவுகளேயில்லை. பூனை அவனிடம் திரும்பவும் கேட்டது,

"ஒரு மீன் குஞ்சாவது பிடிச்சுத் தா... இல்லாட்டி நான் வீட்லே கட்டாயம் போய்ச் சொல்லிருவேன்."

அவன் பேசாமல் நின்று கொண்டேயிருந்தான். கல்லின் விளிம் பில் நின்றபடி பூனை கிணற்றை எட்டிப் பார்த்து மெதுவாக உடம்பை வளைத்தபடி சொன்னது,

"கோழி றெக்கையை முழுங்கிட்டேன். வயித்துக்குள்ளே போயி என்ன செய்யும் தெரியுமா...?"

அவன் உதட்டைக் கடித்தபடியே சொன்னான்,

"உனக்கும் றெக்கை முளைச்சிடும். அப்புறமா நீ வானத்தில் பறந்து போகலாம்."

பூனை நாக்கைச் சப்புக்கொட்டியபடியே கேட்டது.

"கொக்கு உயரத்துக்குப் பறக்க முடியுமா...?"

தலையாட்டினான். ஆகாசத்தில் பறந்தால் தினம் பத்து கொக்காவது பிடித்துத் திங்கலாம் எனப் பூனை கனவு காணத் துவங்கியது.

அவன் விருட்டென கிணற்றுப் படியில் இறங்கி, பூனைக்குத் தெரியாதபடி ஒளிந்து உட்கார்ந்து கொண்டான். அவனைக் காணாமல் பூனை திடுக்கிட்டு கிணற்று மேட்டைச் சுற்றி வந்தது. கிணற்றுத் தண்ணீரில் வெயில் ஊர்ந்து ஊர்ந்து ஏதோ எழுதுவதும் அழிப்பதுமாக இருந்தது. ஆயாசத்துடன் பூனை கோவில் பண்டகசாலைப் பக்கமாக நடந்து போகத் துவங்கியது.

பூனை போனபிறகு அவன் கடைசிப் படியில் போய் உட்கார்ந்து கொண்டு தண்ணீருக்குள் காலை விட்டு ஆட்டியபடி மீன்

குஞ்சுகளைக் கூப்பிடத் துவங்கினான். நீண்ட கொட்டாவிக்குப் பிறகு மஞ்சள் தவளை கேட்டது,

"பூனைக்கு றெக்கை முளைக்குமா?"

அவன் ஆமாம் எனத் தலையாட்டினான்.

"பெரிய றெக்கையா... சின்ன றெக்கையா...?"

"பெரிசு."

"அப்போ பறக்கும் போது றெக்கையைத் தூக்க முடியாம கீழே விழுந்திராதா?"

என்று சொல்லியபடி தானே "கிவிக் கிவிக் கிவிக்" என சிரித்தபடி படிக்குப் படி தாவியது. அவனுக்கும் சிரிப்பாக வந்தது. மீன் குஞ்சுகள் அவன் கால் விரலினுள் நுழைந்து விளையாடிக் கொண்டிருந்தன. செதுக்குக் கல் போன்ற வடிவில் இருந்த மீன் மட்டும் தயங்கித் தயங்கி அவன் முன் வந்து கேட்டது,

"அந்தக் கடுவான் பூனைக்காகக் குஞ்சுமீனைப் பிடிச்சுத் தரப் போறயா?"

"மாட்டவே மாட்டேன்."

வேறொரு மீன் செவுளை அசைத்தபடி கேட்டது,

"இந்தக் கடுவான் பூனை வளருமா... இல்லை இப்படியேதான் இருக்குமா?"

"வளராது."

தவளை இளக்காரமாகச் சொன்னது,

"இந்தப் பூனை ரொம்ப நாளா இங்கேயே சுத்திக்கிட்டு இருக்கு. ஆசையாயிருந்தா தண்ணியிலே குதிச்சுப் பாக்கச் சொல்லு. துப்புக் கெட்ட களவாணியை... பேரைப் பாரு கடுவானாம். கடுவான்."

திருமால் அதை ஒத்துக் கொண்டவனைப் போல தலை யசைத்தான். பிறகு மீன்கள் தங்கள் இஷ்டம் போல வெயிலைக் கவ்வி விளையாடத் துவங்கின. ஆமையொன்று தண்ணீரின் அடியிலிருந்து தனது கால்களை மலரென அவிழ்த்து விரித்தபடியே மேல் நோக்கி வந்துகொண்டிருந்தது.

மீன் குஞ்சுகள் அவன் பெயரைச் சொல்லிக் கத்தின.

"திருமால்... திருமால்..."

அவன் வெட்கப்பட்டான். கொக்குகளின் கூட்டமொன்று — வானில் பறந்து சென்றது. அதன் நிழலைக் கண்ட மீன் குஞ்சுகள் விருட்டென நீரினுள் மூழ்கின. திருமால் கிணற்றில் இருந்த மீன்கள் எல்லாவற்றிற்கும் பெயர் வைத்திருந்தான். நீண்ட யோசனைக்குப் பிறகு ஆமைக்கு விளாத்தி எனப் பெயர் வைத்தான்.

கோவிலின் பின்புறமிருந்த இந்த இடிந்த கிணற்றிற்கு அவனைத் தவிர வேறு யாரும் வருவதேயில்லை. அவன் கோவிலைச் சுற்றியே விளையாடிக்கொண்டு அலைந்த நாளில் முதன் முதலாக இந்தக் கிணற்றினுள் இறங்கியபோது மிகுந்த அலட்சியத்துடன் தவளைகள் கத்தி வெளியே போகச் சொல்லின். அவன் பேசாமல் நின்று கொண்டிருந்தான்.

அப்போது கிணற்றில் நிறைய தண்ணீர் இருந்தது. படிகள் தண்ணீரினுள் மூழ்கியிருந்தன. கல் தாங்கியில் நின்றபடி அவன் தண்ணீருக்குள் பார்த்தபோது மங்கலான வெளிச்சத்தில் உள்ளே யாரோ இருவர் உட்கார்ந்திருப்பது தெரிந்தது. அவன் கண்களை இடுக்கிக்கொண்டு பார்த்தான். படிக்கட்டினுள் அமர்ந்தபடி ஒரு பெண்ணும் சிறுமியும் குளித்துக்கொண்டிருந்தார்கள். பெண் கைகளால் தனது கண்ணைத் துடைத்தபடியே கேட்டாள்,

"உங்க வீடு எங்கயிருக்கு?"

அவன் கையைத் தெற்குப் பக்கமாகக் காட்டினான். கேசத்தை அலசிக்கொண்டிருந்த சிறுமி கேட்டாள்,

"வீட்ல யாரு இருக்கா?"

திருமால் பதில் பேசாமலிருந்தான். அவள் தனது கேசத்தில் வடியும் தண்ணீரைக் கைகளால் தட்டிவிட்டபடி கேட்டாள்,

"உங்க வீட்டுக்கு வந்தா சாப்பாடு போடுவயா?"

"மாட்டேன்" என உதடுகளைக் கடித்தபடி சொன்னான். அவள் கிணற்றின் மேலேறி வந்தவளாக ஈரத் துணியைத் தோளில் போட்டுக்கொண்டு கேட்டாள்,

"தெற்கு வாசல்ல கிளியிருக்குமே பாத்திருக்கயா?"

அவன் முறைத்தபடியே சொன்னான்,

"எனக்குக் கிளி பிடிக்காது."

இதைக் கேட்டதும் சிறுமிக்கு ஆச்சரியமாகயிருந்தது. அவள் வேண்டுமென்றே கேட்டாள்,

"அப்போ குரங்கு பிடிக்குமா?"

அவன் பயத்துடன் சொன்னான்,

"குரங்கு வாழைப்பழத்தைத் தூக்கிட்டுப் போயிரும்."

அவள் அம்மாவின் ஈரத் துணியை வாங்கித் தன் தோளில் போட்டுக்கொண்டு சொன்னாள்

"அப்போ தவளை பிடிக்குமா?"

பிடிக்குமெனத் தலையாட்டினாள். அந்தச் சிறுமி கைகளால் வாயைப் பொத்தியபடி சிரித்தாள். அவர்கள் கோவிலின் வடக்கு வாசலை நோக்கி நடந்து போகத் துவங்கிய போது யாரோ சப்தம் போடுவது போலிருந்தது. தாயும் மகளும் அவசர அவசரமாகச் சிறிய கதவு வழியாக வெளியேறிப் போனார்கள். திருமால் அவர்கள் போன பிறகும் அங்கேயே நின்று கொண்டிருந்தான். திடீரென குரங்குகள் வந்துவிடுமோ என்று பயமாகயிருந்தது. கைகளை நேராக நீட்டியபடி கார் ஓட்டுவது போல சப்தமிட்டபடி வேகமாக ஓடத் துவங்கினான். யானைக் கொட்டடி வரை ஓடியவன் அங்கே பாகன் நின்றுகொண்டிருப்பதைக் கண்டவனாக அருகே நின்று கொண்டு யானையைப் பார்த்துக்கொண்டிருந்தான். பாகன் யானைக்கு முகப்படம் அணிவித்துக்கொண்டிருந்தான். யானை தன் துள்ளிக் கண்களால் திருமாலைப் பார்த்தது. அவன் மெதுவாக அதன் காலருகே வந்து ஒரு தட்டு தட்டிவிட்டு ஓடினான். யானை அவன் ஓடுவதைப் பார்த்துக்கொண்டேயிருந்தது. அன்று அவன் கல்மண்டபத்தினருகே வந்தபோது அத்தை அவனைத் தேடிக் கோவிலுக்குள் வந்து கொண்டிருந்தாள்.

எஸ்.ராமகிருஷ்ணன்

64

வேம்பலையை அருகாமையிலிருந்த கிராமங்களோடு இணைத்துப் புதிய சாலை போட்டிருந்தார்கள். அந்தப் பாதையில் காலையில் இரு முறையும் இரவு ஒரு முறையும் டவுன் பஸ் வந்து போகத் துவங்கியிருந்தது. பக்கீரின் மனைவி ஒவ்வொரு நாளும் ரங்கூன் குடையைப் பிடித்துக்கொண்டு புளிய மரத்தடியில் பஸ் ஏறுவதற்காக வந்து நிற்கும்போது, அவள் கழுத்தில் இருந்த நகைகள் தெரியும்படியாக முக்காடை விலக்கிவிட்டபடி நிற்பாள். அவள் கூடவே நார்க்கூடைகளை விற்பனைக்காகத் தூக்கிக்கொண்டு ஒரு சிறுமியும் வருவாள்.

பக்கீரின் மனைவி இரண்டு மூன்று மாதமாக வெற்றிலை போடுவதற்குப் பழகியிருந்தாள். இதற்காக நாலு வர்ணச் சுருக்குப் பையை வாங்கியிருந்தாள். அதில் நாட்டு வெற்றிலையும் வெள்ளரி விதை அறுத்துப் போட்டு இடித்த பாக்குத் தூளும் சிவப்புச் சுண்ணாம்புமிருந்தன. பஸ் ஏறுமிடத்திற்கு வந்து நின்றபடி குடையை மடக்காமல் உயர்த்திப் பிடித்துக்கொண்டு வெற்றிலையை அவிழ்த்தெடுத்துச் சவைத்தபடி சாறு படிந்த அவளது நாக்கைத் துருத்திக் காட்டி சிவப்பு பிடித்திருக்கிறதா எனச் சிறுமியிடம் கேட்பது அன்றாடமாகயிருந்தது. அதிலும் டவுன் பஸ் வந்து திரும்பும்போது பக்கீரின் மனைவியைப் பார்த்து டிரைவர் கேலியாக ஹாரன் அடிப்பதும் அவள் வெட்கப்பட்டுக்கொண்டே பஸ் ஏறுவதையும் ஊரிலிருந்தவர்கள் கவனித்துக்கொண்டு தானிருந்தார்கள்.

பக்கீரின் மனைவிக்கு நீண்ட நாட்களாகவே வேம்பலையில் தன் சொந்தச் செலவில் ஒரு மணிக்கூண்டு கட்டித் தர வேண்டும் என்ற ஆசையிருந்தது. அதுவும் பஸ் வந்து போகத் துவங்கிய பிறகு ஊரில் பலருக்கும் நேரம் தெரிந்து கொள்ள வேண்டும்

என்பது அவசியமாகிவிட்டதால் கிழக்கே தேவிபட்டணத்திலிருந்த சாந்து மரைக்காயரிடம் நூதனமான மணியொன்றைச் செய்யச் சொல்லியிருந்தாள்.

இரண்டு நாட்களுக்கு முன்பாக காலை நேரத்தில் பஸ்ஸிற்காக அவள் காத்துக்கொண்டிருந்தபோது பிள்ளையைத் தூக்கிக் கொண்டு மல்லிகாவும் நாகுவின் அய்யாவும் மடத்தைக் கடந்து நடந்து வருவதைப் பார்த்துக்கொண்டிருந்தாள். சில வருடமாகவே பக்கீரின் மனைவியோடு யாரும் நெருங்கிப் பேசுவது கிடையாது. எப்போதாவது தெருவிற்கு வந்தாலும் அவளைக் கண்டதும் பெண்கள் முகத்தைத் திருப்பிக்கொள்வது அவளுக்கு ஆத்திரமாகயிருக்கும். இதற்காகவே அவள் வெளியே நடமாடுவதைக் குறைத்துக்கொண்டு விட்டாள். ஆனால் பஸ் வந்த பிறகு பக்கீர் மனைவியின் வாழ்க் கையே மாறிவிட்டது. தினமும் குளித்து ஊதா நிற முக்காடிட்டபடி அத்தர் மணக்க பஸ்ஸில் போய்வருவது மிகுந்த சந்தோஷம் தருவதாகயிருந்தது.

மல்லிகா பக்கீரின் மனைவி நிற்பதைக் கவனிக்காதவளைப் போல இன்னொரு மரத்தடியில் விலகி நின்றுகொண்டாள். பக்கீரின் மனைவிக்கு அது எரிச்சல் ஊட்டுவதாகயிருந்தது. நாகுவின் அய்யா பிள்ளையைத் தூக்கிக்கொண்டு புளிய மரத்தின் நிழலில் நின்றார். பக்கீரின் மனைவி குடையை மடித்தபடி அவரைப் பார்த்துக் கைகூப்பி வணங்கியவளாக "எப்படியிருக்கீங்க அண்ணாச்சி" என்று கேட்டாள். நாகுவின் அய்யா விருப்பமற்றவரைப் போல தலையாட்டிக்கொண்டார். பக்கீரின் மனைவி நாகுவின் பிள்ளையை இப்போதுதான் பார்க்கின்றவளைப் போலக் கேட்டாள்,

"பொம்பளை பிள்ளைதானே... என்ன பேரு வச்சிருக்கீங்க. எத்தனை வயசாகுது?"

புளிய இலைகளைப் பறிக்க எத்தனித்துக்கொண்டிருந்த குழந்தையை இறுக்கிப் பிடித்துக்கொண்டபடி நாகுவின் அய்யா மெது வான குரலில் சொன்னார்,

"பேரு... வசந்தா... நாலு வயசு... முடிஞ்சு போச்சு."

பக்கீரின் மனைவி தன் காவியேறிய பற்களைக் காட்டியபடி தன்னிடம் வருமாறு குழந்தையை அழைத்தாள். குழந்தை பயத்தில் மல்லிகாவின் பக்கம் முகத்தைத் திருப்பிக்கொண்டது.

"என்ன அண்ணாச்சி நாலு வயசுனு சொல்றீங்க... பிள்ளை தேறவேயில்லை. தேரை விழுந்தது மாதிரியில்லே இருக்கு. வைத்தியர்கிட்டே காட்டுறீங்களாயில்லையா."

நாகுவின் அய்யா அவளை ஏறிட்டுப் பார்க்காமலே சொன்னார்,

"எல்லாம் பாத்துகிட்டுதான் இருக்கோம்."

"என் மக புள்ளைக்கு இரண்டு வயசுதான் முடிச்சிருக்கு... கையில் பிடிக்க முடியலை ஓட்டம்."

அவள் சொல்வதைக் கவனிக்காதவரைப் போல தொலைவில் வரும் புழுதியைப் பார்த்தபடியிருந்தார்.

பக்கீரின் மனைவி தொலைவில் பஸ் வருவதைக் கவனித்த வளாகக் கேட்டாள், "பிள்ளைக்கு சுகமில்லையா."

அவர் பதில் சொல்லவில்லை. டவுன் பஸ் தடதடத்த சப்தத்துடன் திரும்பி நின்றபோது அதிலிருந்து இரண்டு ஆடுகளையும் தவிட்டு மூட்டைகளையும் இறக்கிக்கொண்டிருந்தான் ஒருவன். மல்லிகா குழந்தையை வாங்கிக்கொண்டாள். நாகுவின் அய்யா டிரைவருக்குப் பின்னாலிருந்த சீட்டில் உட்கார்ந்து கொண்டார். பஸ் கிளம்பும்வரை டிரைவர் பக்கீரின் மனைவியோடு பேசிச் சிரித்துக்கொண்டிருந்தான். மல்லிகாவிற்கு பக்கீரின் மனைவியைப் பார்க்கப் பார்க்க ஏனோ ஆத்திரமாகயிருந்தது. அவள் வசந்தாவை மடியில் படுத்துக்கொள்ளச் சொல்லி அமுக்கி வைத்தாள்.

பஸ் புறப்பட்டபோது ஓடி வந்து ஏறிக்கொண்ட செல்லையா நாகுவின் அய்யாவைப் பார்த்ததும் அருகில் போய் உட்கார்ந்து கொண்டார். இருவரும் எதையோ பேசிக்கொண்டு வருவது தெரிந்தது. செல்லையா அப்போதுதான் மல்லிகாவைக் கவனித்தவர் போல திரும்பிப் பரிச்சயமான சிரிப்பைக் காட்டினார். குழந்தை கடந்து போகும் பனைகளைப் பார்த்தபடி வந்தது. செல்லையா குழந்தையை நோக்கிக் கைகளைக் காட்டினார். தாவிக்கொண்டு வந்தது. அவர் மடியில் உட்கார வைத்துக்கொண்டார். நாகுவின் முகச்சாயல் குழந்தையிடம் அப்படியேயிருந்தது. நாகுவின் அய்யா வசந்தாவின் சிறிய கொண்டையைத் தடவிவிட்டபடியே சொல்லையாவிடம் சொன்னார்,

"நாலு வயசாகுது. இன்னும் பிள்ளைக்குப் பேச்சு சரியா வரலை. எது கேட்டாலும்... ங்கா...ங்கானு ஏதோ சொல்லுது. அதான் மந்திரிச்சிட்டு வரலாம்னு போய்க்கிட்டிருக்கேன்."

செல்லையாவின் விரல்களைத் தன் வாயில் இட்டுக்கொண்டு கடித்தது குழந்தை. அவர் விருட்டென விரலை இழுத்துக்கொண்டு சொன்னார்,

"பல்லு பலமாத்தான் இருக்கு... வீட்டுக்கு வாடி... தங்கம். கடிக்க நல்லி எலும்பு தர்றேன்."

மல்லிகாவிற்குக் குழந்தையைப் பார்க்கப் பார்க்க வேதனையாக யிருந்தது. பிறந்ததிலிருந்து குழந்தை தேறவேயில்லை. உட்கார வைத்த இடத்தை விட்டு நகர்வதுகூட கிடையாது. எப்போதாவது சப்தம் போட்டு அழுவதைத் தவிர வேறு எதையும் அறியாத குழந்தையாகயிருந்தது. அதிலும் தெருவிலிருந்த மண்ணை அள்ளி யள்ளித் தின்பதால் வேறு உடம்பு தேறாமல் வாட்டிக்கொண்டிருந்தது.

பக்கீரின் மனைவிக்கு மல்லிகாவைப் பார்க்க அவள் ஒரு சாடையில் நாகுவின் அம்மாவைப் போலிருந்தாள். மல்லிகா ஜன்னலுக்கு வெளியே நீண்டு கிடக்கும் வெம் பரப்பைப் பார்த்தபடி வந்தாள். வெயிலேறிய பாதைகளில் பஸ் மெதுவாகக் கடந்து போய்க் கொண்டிருந்தது.

65

கிழக்குக் கோபுரத்தையொட்டிய வாய்க்கால் மண்டபத்திற்கு வந்து சேர்ந்திருந்த வடதேசக் குடும்பமொன்று இரண்டு நாட்களாக ஏதோவொரு கதையைப் பாடிக்கொண்டு தெருவில் அலைகிறார்கள். ஒரு பெண் மத்தளத்தை அணிந்து கொண்டபடியும், வயசாளி கையில் துந்தனாவும், இரண்டு சிறுமிகள் ஜால்ராவுமாக நடந்து வர அவர்களுக்கு முன்னால் இரண்டு பெண்கள் சப்ளாக் கட்டை அடித்தபடி அதிகாலையில் கோயிலைச் சுற்றிக்கொண்டு பாடுகிறார்கள். காசிக்கு அருகாமையிலிருந்து நடந்தே வருகிறார்கள் என்று சொல்லிக்கொண்ட அவர்கள் சேர்ந்து பாடும்போது குரலில் சில்வண்டுகள் ஒளிந்திருந்து சப்தமிடுவது போல விநோதமான குரல் வெளிப்படுகிறது.

அதிலும் விடியாத காலையில் அவர்கள் மனதை உருக்கக் கூடிய துயரபாவத்துடன் ஒரு பாடலைப் பாடியபடி கடந்து போகிறார்கள். யாரிடமும் யாசகம் கேட்க நிற்பதுகூட இல்லை. பாடுவ தற்காகவே இந்த நகரத்திற்கு வந்து சேர்ந்தவர்கள் போல அக் குடும்பம் அலைந்து கொண்டிருப்பதை ரத்னாவதி பார்த்துக் கொண்டிருந்தாள். இரண்டு இளம் பெண்களும் அடர்ந்த கூந்தலுடன் செங்காவி நிறப் புடவையணிந்திருக்கிறார்கள். அவர்களில் ஒருத்தி முழங்கை வரை விதவிதமான வளையல்கள் அணிந்திருந்தாள். மூக்கில் புல்லாக்குப் போட்டிருந்த மற்றவள் தலையில் முக்காடிட்டபடி உரத்த குரலில் பாடிக்கொண்டு போகிறாள். விடிகாலையிலும் இரவு ஊர் அடங்கும்போதும் அவர்கள் இசைத்தபடியே நடந்து போகிறார்கள்.

அத்தை நேற்று திருமாலைத் தூக்கிக்கொண்டு அவர்கள் தங்கியிருந்த இடத்திற்குக் கூட்டிப்போய்க் காட்டினாள். முக்காடிட்டிருந்த இரண்டு பெண்களில் ஒருத்தி கல் அடுப்பில்

ரொட்டி சுட்டுக்கொண்டிருந்தாள். யானைப்பாகன் அவர்களோடு மிகுந்த இணக்கமாகியிருந்தான். அந்தக் குடும்பம் கல்தூண்களுக்கு இடையில் தங்களது துணிப்பொதிகளை வைத்திருந்தார்கள். திருமால் அத்தையிடம் விரலை நீட்டி எதையோ காட்டினான். கூண்டில் கௌதாரியொன்று இருந்தது.

ஒரு சிறுமி மஞ்சள் சாக்பீஸால் கோவில் மண்டபத்துத் தரை முழுவதும் இலை இலையாக வரைந்து கொண்டிருந்தாள். சித்திரத்திலிருந்த கொடி நீண்டு வளர்ந்து கொண்டு படிகளை விட்டு இறங்கி கோவிலின் பிரகாரத்தை நோக்கி இறங்கியோடிக்கொண்டிருந்தது. “க்யுலோ... ஓ... க்யுலோ...” என்று பாடியபடியே அந்தச் சிறுமி தான் வரைந்த சித்திர இலைகளை எண்ணிக்கொண்டே தவழ்ந்தபடி தரையெங்கும் வரைந்து கொண்டு போனாள்.

ஒரு இலை பச்சையில், இன்னொரு இலை சிவப்பில், மறு இலை ஊதாவில் என அவள் சாக்பீஸை மாற்றிக்கொண்டேயிருந்தாள். திருமால் அவளையே பார்த்துக்கொண்டிருப்பதைக் கண்டு சிரித்தாள். திருமால் தனக்கு ஒரு கலர் சாக்பீஸ் வேண்டுமென்று கையை நீட்டினான். அவள் முறைத்துப் பார்த்துவிட்டு தர மறுத்தவளாக தன் சாக்பீஸ் எல்லாவற்றையும் மடியில் அள்ளி வைத்துக் கொண்டாள். திருமாலுக்கு ஆத்திரமாக வந்தது. அவன் அருகிலே நின்று உதட்டைக் கடித்தபடி அவளையே பார்த்துக்கொண்டிருந்தான். கோபுர வாசல் அருகே நின்றிருந்த யானை தும்பிக்கையை ஆட்டியபடி வெயிலை உறிஞ் சிக்கொண்டிருந்தது. கோவில் கிணற்றில் சமைப்பதற்குத் தண்ணீர் எடுத்துக்கொண்டிருந்தவள் அழைத் ததும் சிறுமி சிணுங்கலோடு எழுந்து நின்றாள். கலர் சாக்பீஸ்கள் கீழே விழுந்து தெறித்தன. திருமால் அவசரமாக இரண்டு மூன்று சாக்பீஸ்களை எடுத்துக் கொண்டு ஓடினான். அவன் ஓடுவதைக் கண்ட சிறுமி தரையில் விழுந்து புரண்டு அழத் துவங்கினாள். அவளின் உரத்த சப்தம் கேட்டு யானை நிமிர்ந்து அவளையே பார்த்துக்கொண்டிருந்தது.

திருமால் கோவில் கடைகளைத் தாண்டி சிறிய சந்து வழியாக ஓடினான். தெருவில் நிறுத்தி வைக்கப்பட்டிருந்த குதிரை வண்டிகளின் அடியில் குனிந்து தப்பியவனாக வீட்டுக் கதவைத் தள்ளிய போது அத்தை கருவாட்டைத் தலை கிள்ளிக் கொண்டிருந்தாள். அவள் அருகில் போய் குடிக்கத் தண்ணீர் கேட்டான். அவள் சொம்பில் மோந்து தந்ததை உடம்பெல்லாம்

வழியவிட்டு குடித்தவனாக வீட்டுத் தரையில் உட்கார்ந்து கொண்டு இலைகள் வரையத் துவங்கினான்.

அந்தச் சிறுமி வரைந்ததைப் போலவே இலை வரைய முடியவில்லை. சாக்பீஸ் கோணல் கோணலாகக் கோடுகளை இழுத்தது. ஆத்திரத்துடன் காலை மாற்றி உட்கார்ந்துகொண்டு அவளைப் போலவே "க்யுலோ... ஓ... க்யுலோ..." என்று பாடியபடி பெரிய இலையொன்றை வரைந்தான். அது இலை போலவே யிருப்பதாக அத்தை சொல்லியதும், சிரிப்போடு அந்தக் கோட்டுக்கு மேலாகவே மஞ்சள் சாக்பீஸ், ஊதா சாக்பீஸ் எனக் கோடுகளைப் போட்டுக்கொண்டேயிருந்தான். ஒரு இலைக்குள் பல இலைகள் ஒளிந்து கொண்டிருப்பது போலிருந்தது. அந்த இலைகள் அப்போது தான் தூக்கம் கலைந்து எழுந்து கொண்டது போல உடலை முறுக்கிக்கொண்டிருந்தன. அவனுக்குப் பார்க்கவே வேடிக்கையாகயிருந்தது.

அவன் ஒரு இலை மீது விரல் வைத்துத் தடவியபடி அதோடு பேசினான்,

"இலை... ஏய்... நரம்பி எதுக்குச் சிரிக்கே?"

இலை சலனமில்லாமல் இருந்தது. அவன் இலைகளுக்குள் ஒரு சிறிய பறவையொன்றை வரைந்தான். அந்தப் பறவைக்குக் கண் வரைய வேண்டுமா இல்லையா என்று யோசித்துக்கொண்டிருந்து விட்டு வட்டக் கண்கள் இரண்டு வரைந்தான். புறாவைப் போல கொண்டை நிமிர்ந்திருந்த அந்தப் பறவையின் கண்கள் மெதுவாகச் சுழல்வது போலிருந்தது. விதவிதமான நிறங்களில் அதற்கு றெக்கைகள் வரைந்தான். றெக்கை வரைந்து முடித்ததும் பறவை பறப்பதற்கு எத்தனித்து சடசடத்துக்கொள்வது போலிருந்தது.

அவன் அவசர அவரமாகப் பெரிய இலையொன்றைப் பறவையின் மீது வரைந்தான். பறவை அகலமான இலைக்குள் மறைந்துவிட்டது. சிரித்தபடி அத்தையிடம் "பறவை எங்கே போச்சு தெரியுமா" என்று கேட்டான். அவள் திரும்பிப் பார்த்தபடி "தெரியலையே..." என்றாள். கையை வாயில் வைத்துப் பொத்திக் கொண்டு சிரித்தவனாக "உள்ளே ஒளிஞ்சிருக்கு பாக்குறயா" என ஒரு இலையை அழித்துக் காட்டினான். அதனுள் பறவையைக் காணவில்லை. இலை முழுவதையும் எச்சிலைத் தொட்டு அழித் தான். ஒளிந்திருந்த பறவையைக் காணவேயில்லை. அவனுக்குத் திகைப்பாகயிருந்தது. புரியாமையோடு அவன் தன் கைகள் இரண்டையும் விரித்துப் பறவை பறந்து போயிருச்சு என்றான்.

அத்தை திருமால் செய்யும் வேடிக்கையைப் பார்த்தபடி "என் செல்லம்... புத்தி..." எனக் கொஞ்சியவளாக இழுத்துக் கட்டிக் கொண்டாள். திரும்பவும் வீட்டின் தரை முழுவதும் படம் வரையத் துவங்கினான். சாக்பீஸ் கரைந்து கையில் பிடிக்க முடியாதபடி ஆகியிருந்தது. திருமாலுக்குத் தான் வரைந்த சித்திரங்களைக் கடையிலிருந்த அம்மாவைக் கூட்டிக்கொண்டு வந்து காட்ட வேண்டும் போலிருந்தது. கதவைத் தள்ளித் திறந்து கொண்டு பால் கடைக்கு ஓடினான். ரத்னாவதி பனைவிசிறியால் விசிறியபடி உட்கார்ந்திருந்தாள். திருமால் ஓடி வந்து அவள் காலைக் கட்டிக் கொண்டு நின்றபோது சிரிப்போடு என்ன வேணும் என்று கேட்டாள்.

தெருவில் யானையை ஆற்றில் குளிக்கக் கூட்டிப் போவதற்காகப் பாகன் அழைத்துக்கொண்டு போய்க்கொண்டிருந்தான். வந்த வேலையை மறந்தவனாக அவன் யானை பார்த்தபடியே அம்மாவிடம் சொன்னான்,

"அம்மா... ஆனை குளிக்கப் போகுது. எங்கே குளிக்கும்

தெரியுமாம்மா..."

அவள் தெரியாதது போல உதட்டைப் பிதுக்கினாள்.

"ஆத்துக்குள்ளே போயி குளிக்கும்" என்றபடி தானாகச் சிரித்துக் கொண்டான். அவள் சிரிக்கும் கண்களைக் கண்டபடி அவன் தாடையைத் தடவிவிட்டவளாகக் கேட்டாள்,

"நீ பாத்திருக்கியா..."

"பாத்திருக்கனே... தண்ணியைப் பீச்சிப் பீச்சிக் குளிக்கும். ஆனா ஆனைக்கு நீச்சல் தெரியாது"

என்று சொல்லியபடி திரும்பவும் சிரித்தான். அவள் திருமாலின் பற்கள் கீறிய வெள்ளரிப்பிஞ்சைப் போலிருப்பதைப் பார்த்து ரசித்தபடியே சொன்னாள்,

"உனக்குக் கூடதான் நீச்சல் தெரியாது."

"இல்லை... தெரியும். ஆனைக்குத்தான் தெரியாது"

என்றபடி அவன் யானை குளிப்பதைச் செய்து காட்டுவதாகத் தலையை ஆட்டியாட்டிக் காட்டினான். ரத்னாவதிக்கு அவன் முகத்தைப் பார்த்துக்கொண்டேயிருக்க வேண்டும் போலிருந்தது. திருமாலை இறுகக் கட்டியணைத்துக்கொண்டாள். வீட்டைப்

பூட்டிச் சர்வியை எடுத்துக்கொண்டு வந்த அத்தை திருமால் அம்மாவோடு இருப்பதைக் கண்டவளாக ரத்னாவதியிடம் சொன்னாள்.

"உன் மகன் என்ன செஞ்சிருக்கான் தெரியுமா... வீடு பூரா... இலை வரைஞ்சிருக்கான்."

நெற்றியை நிமிர்த்திக்கொண்டு சொன்னான் திருமால்,

"கலர் சாக்பீஸ்ல வரைஞ்சேன்."

ரத்னாவதி திருமாலின் கைகளைப் பிடித்தபடி கேட்டாள்,

"கலர் சாக்பீஸ் ஏதுடா?"

அவன் பதில் சொல்லவில்லை. அத்தை திரும்பவும் கேட்டாள். அவன் எதுவும் அறியாதவன் போல சொன்னான்,

"ஆனைக்கு நீச்ச தெரியாதுல்ல."

அத்தை அவன் பேச்சை மாற்றுவதாகச் சொல்லி சிரித்ததும் திருமாலிற்குக் கோபம் வந்தது. ரத்னாவதியை விட்டு விலகித் தெருவில் ஓடினான். அத்தை அவனைப் பிடிப்பதற்காகக் கூடவே ஓடினாள். இருவரும் கோவிலை நோக்கி ஓடிக்கொண்டிருப்பதைப் பார்த்துக்கொண்டிருந்த ரத்னாவதிக்கு மிகுந்த சந்தோஷமாகயிருந்தது. அத்தை திருமாலைப் பிடித்துத் தூக்கிக்கொண்டு வந்தாள். அவள் தலைமயிரைப் பிடித்து இழுத்துக் கத்தியபடி வந்து கொண்டிருந்தான் திருமால்.

*

அன்றைக்குப் பின் மதியத்தில் வெயில் உக்கிரமாகயிருந்தது. ரத்னாவதி கடையில் தனியாளாக உட்கார்ந்திருந்தாள். மதிய நேரங்களில் கோவிலின் நடை சாத்தப்பட்டுவிடுவதால் ஆட்களின் நடமாட்டம் ஓய்ந்துவிடுகிறது. அவள் கடையிலிருந்தபடியே தெருவைப் பார்த்துக்கொண்டிருந்தாள். வண்டிக் குதிரைகள் கூட வெயிலில் தலையைக் கவிழ்ந்து கொண்டிருந்தன. பண்டாரங்களில் ஒன்று வெயில் தாங்க முடியாமல் வேம்படியில் தலைகுப்புறப் படுத்துக் கிடந்தது.

அவள் கோபுரத்திலிருந்து தன்னையே பார்த்துக்கொண்டிருந்த சிற்பங்களைக் கவனித்துக்கொண்டிருந்தாள். அதை உற்றுப் பார்க்கும்போது கோபுர உயரத்திலிருந்து நூற்றுக்கும் மேற் பட்டவர்கள் தன்னைத் தினமும் கவனித்துக்கொண்டிருப்பது

போலிருக்கும். இதுபோன்ற மதிய நேரங்களில்தான் அவளுக்கு இந்தச் சிற்பங்களின் மீது கவனம் குவிகிறது. அவள் மேலும் கீழுமாகப் பார்த்துக் கொண்டே போவாள். எதற்காகவோ காத்திருக்கும் தேவகணங்கள் தெருவையே வெறித்துப் பார்த்தபடியிருந்தன.

நடனமாடுபவர்களும் வாத்தியம் வாசிப்பவர்களும் இசைக்க மறந்து கல்லில் உறைந்திருந்தார்கள். இன்னொரு வரிசையில் ஆணும் பெண்ணும் வாளிப்பான தங்கள் கால்களை இடவலம் மாற்றிப் பிணைந்தபடி முத்த ருசிக்காகக் காத்து நிற்கிறார்கள். சலனமற்ற ஒரு விருட்சத்தினடியில் ஒரு பெண்ணும் ஆணும் ஆலிங்கனம் செய்தபடியிருந்த சிற்பத்தின் அடியில் இரண்டு மீன்கள் உறைந்திருந்தன. வலது பக்க மூலையில் இருந்த குழலைப் போல சுருள் கேசம் கொண்ட கந்தர்வச் சிலையின் செதுக்கப்பட்ட முகமும் கூர்மையான நாசியும் யாரையோ நினைவுபடுத்துகிறது. அதுவும் பகல் நேரங்களில் தனித்திருக்கும் போது அதைப் பார்க்கப் பார்க்க கந்தர்வனின் கண்கள் மெதுவாகத் தன்னை நோக்கித் திரும்புவதைப் போலிருக்கும்.

அந்த கந்தர்வன் இளைஞனாகயிருந்தான். அவனது இடது கால் குதி சற்றே வளைந்து பாதம் அகன்றிருக்கிறது. ஒரு கையில் கூராயுதம் ஏந்தியிருக்கிறான். கை விரல்கள் இறுக்கமாக ஆயுதத்தைப் பற்றியிருக்கின்றன. அடிவயிறு உள்ளோடியிருக்கிறது. பெரிய உதடுகளுடன் அவன் எதையோ யோசித்துக்கொண்டிருப்பவனைப் போலிருந்தான். ரத்னாவதி அவனைப் பார்த்துக்கொண்டிருந்த கண்களைத் தாழ்த்திக் கொண்டாள். கந்தர்வன் தன்னைப் பார்ப்பது கூசுவதாகயிருக்கிறது. அவன் ஒருவன் மட்டுமே தன்னோடு எதையோ பேசக் காத்திருப்பவனைப் போலிருந்தது. அவள் தலைகவிழ்ந்து கொண்டாள்.

நீண்ட நாட்களாக அவள் எந்த ஆணோடும் உறவு கொள்ளவே யில்லை. ஏனோ இந்தச் சிற்பத்திலிருப்பவன் தன்னை மோகிக்கின்றவனைப் போலிருந்தான். பிரகார மதிலில் நின்ற காக்கையைப் பார்த்துக்கொண்டிருந்தாள். அதுவும் சிற்பத்தைப் போலவே உறைந்து போயிருந்தது. அவள் தலை திருப்பித் தெருவில் நீண்டு ஓடும் வெயிலைப் பார்த்துக்கொண்டேயிருந்தாள்.

பளபளக்கும் வெள்ளி வேலைக் கையில் ஏந்தியபடி ஒரு பண்டாரம் மணிகள் குலுங்கத் தெருவில் வந்து கொண்டிருந்தான். ரத்னாவின் கடையைக் கடந்து போனவன் ஏதோ யோசனையோடு திரும்பிவந்து குடிப்பதற்குப் பனங்கற்கண்டு போட்ட பால்

வேண்டும் என்று கேட்டான். சூடு தணிந்திருந்த பாலைக் கொதிக்கவிடும் போது அவள் பண்டாரத்தின் கழுத்தில் தொங்கிக்கொண்டிருந்த ருத்ராட்ச மாலைகளின் சாரத்தைப் பார்த்துக்கொண்டிருந்தாள். நூறு சரமிருக்கும் போலிருந்தது. வயிறு வரை தொங்கிக்கொண்டிருந்தன. பண்டாரம் உறிஞ்சி உறிஞ் சிப் பாலைக் குடித்துக் கொண்டிருந்தபோது வெயில் மெதுவாக அடங்கத் துவங்கி வானம் இருண்டு வரத் துவங்கியது. வெயில் தணிந்த சந்தோஷத்தில் பண்டாரம் தனது வேலாயுதத்தைத் தலைக்கு மேலாகத் தூக்கிக்கொண்டு குதித்து ஆடியபடி தெருவில் போனான்.

இருண்ட வானத்தில் கிழக்கே இடியின் பேரோசை கேட்கத் துவங்கியது. எங்கிருந்தோ வலுவும் வேகமுமாக சூறைக்காற்று வரத் துவங்கியது. மரங்கள் நிலை கொள்ளாமல் துள்ளின. வாசலில் வைத்திருந்த தகரக்குடங்கள் தெருவில் பறந்தோடின. சூறைக்காற்று கோவில் மரங்களைச் சுற்றி சப்தமிட்டுக்கொண்டிருந்தபோது கிழக்கிலிருந்து மழை பெய்து வரத் துவங்கியது.

ரத்னாவதி சடசடவென இறங்கும் மழையைப் பார்த்தபடி கடைக்குள் நின்றாள். தெருவில் ஆள் நடமாட்டமேயில்லை. மழை வலுத்துப் பெய்யத் துவங்கியது. ஊசி நுழையும் இடைவெளிகூடயின்றி மழையின் கனம் கூடியிருந்தது. மின்னல் வெட்டி அருகாமையில் எங்கோ விழுந்தது. வெள்ளிக் கரைசலைக் கொட்டியது போல ஓடிய மின்னல் வெளிச்சத்தில் குதிரை வண்டிகளை ஒட்டி நின்றிருந்த வேம்பு முறிந்து ரோட்டில் விழுந்தது. ரோடெங்கும் மரத்தின் சாறு தெறித்தோடிக்கொண்டிருந்தது. மின்னலில் வேர் பிடித்த பிரகாரச் சுவர்கள் வெடித்திருந்தன. மழை தெருவை நிரப்பிக்கொண்டிருந்தது. ரத்னாவதி அமைதியாகப் பார்த்துக்கொண்டேயிருந்தாள்.

மழை ஏனோ அவள் தனிமையைப் பெருக்குவதாகயிருந்தது. அவள் தன் மீது தெறிக்கும் சாரலைத் துடைக்காமல் மழையை வேடிக்கை பார்த்துக்கொண்டிருந்தாள். மெல்ல மழையின் சீற்றம் தணிந்து மஞ்சள் வெயில் திரும்ப வரத் துவங்கியபோது அது அதிகாலையைப் போலவேயிருந்தது. ஆச்சரியத்துடன் அவள் கடையை விட்டு தெருவில் வந்து நின்றாள்.

வெளிர் நீலத்தில் ஆகாசமும் துடைத்து வைத்தது போல ஒளி கசியும் சூரியனும் காலையைத் திரும்பக் கொண்டுவந்தது போலிருந்தது. முறிந்து கிடந்த வேம்பைச் சுற்றி ஆட்கள் நிரம்பி யிருந்தார்கள். ரத்னாவதி அருகாமையில் சென்று பார்த்தாள்.

வேம்பின் சாறு வெடித்துச் சிதறிய இடங்களில் அடர்ந்த மணமிருந்தது. முறிந்த மரத்தை மேய்ந்து கொண்டிருந்தன கோவில் மாடுகள். ரத்னாவதி தெருவில் மெதுவாக நடந்தாள். கோவில் கோபுரச் சிலைகளில் மழைக்குப் பின்பாக சாந்தம் நிரம்பியிருந்தது. அதிலும் அந்தக் கந்தர்வனின் சிற்பம் இப்போது குளிர்மையேறி முகபாவமே மாறியிருந்தது. மழையில் நனைந்தபடி பண்டாரங்களின் கூட்டம் ஒன்று தெருவில் தன் கடையை நோக்கி நடந்து வந்து கொண்டிருந்தது. ரத்னாவதி அவசரமாகக் கடைக்குள் போனாள்.

மழை ஊரெங்கும் சிரிப்பைத் தூவிவிட்டிருந்தது. அன்று இரவு வரை சிரித்தபடி கடந்து போகும் முகங்களைப் பார்த்துக்கொண்டேயிருந்தாள். மின்சாரமில்லாது போன இரவில் அவள் வீடு திரும்பும்போது அத்தை வீட்டின் எல்லாப் பாத்திரங்களிலும் தண்ணீர் பிடித்து நிரப்பியிருந்தாள். ரத்னாவதி சிறிய சிம்னி விளக்கின் வெளிச்சத்தில் உட்கார்ந்து சாப்பிடும்போது அவளுக்கு யாரையாவது தான் திருமணம் செய்து கொள்ளலாமா என்று தோணியது. அவள் அந்த யோசனையைக் கலைத்தபடி மெதுவாக சாப்பிடத் துவங்கினாள். அடுப்பில் குழம்பைச் சூடு செய்தபடியே அத்தை அவளிடம் கேட்டாள்,

“ரத்னம். சொன்னா தப்பா எடுத்துக்க மாட்டேன்னா... சொல்றேன். எத்தனை நாள் தான் இப்படியிருப்பே... பேசாம... ஒருத்தனைக் கட்டிக்கிட வேண்டியதுதானே.”

ரத்னாவதி தான் யோசித்ததையே அத்தை கேட்டது ஆச்சரியமாகயிருந்தது. அவள் பதில் பேசாமல் சாப்பிட்டாள்.

“காலண்டர் கடை முருகன் தம்பிக்கு உன்னைப் பிடிச்சிருக்காம். கட்டிக்கிடலாம்னு கேட்குறாங்க... நான்தான் உன்கிட்டே கேட்டு சொல்றேனு... சொல்லி வச்சிருக்கேன்.”

பூனையைப் போல வீட்டைச் சுற்றிக்கொண்டிருந்த அத்தை எப்படி இவ்வளவு விஷயங்களில் சம்பந்தப்பட்டிருக்கிறாள் என்பது ஆச்சரியமாகயிருந்தது. ரத்னாவதி சோற்றைச் சாப்பிட்டபடியே கேட்டாள்,

“உன்கிட்டே யாரு கேட்டது... முருகனா?”

“இல்லை... நம்ம ஜெயராணி.”

“அவ எப்போ வந்தா?”

"அவளுக்கு முருகன் பழக்கமாமில லே... அதான் வீட்டுக்கு வந்தா."

"அவ வந்ததையே நீ சொல்லவேயில்லை."

"உன் யோசனை என்னன்னு தெரியலையே... அதான்."

இருவரும் அமைதியாகயிருந்தார்கள். சாமி போட்டோ, காலண்டர் விற்கும் கடையில் அவள் முருகனின் தம்பியிருப்பதைப் பார்த்திருக்கிறாள். கோடு போட்ட சட்டையணிந்தவன். அவளோடு ஒன்றிரண்டு தடவை கூட பேசியிருக்கிறான். சாப்பிட்டு முடித்த பிறகு அத்தை பாத்திரங்களை எடுத்தபடியே கேட்டாள்,

"நாளைக்கு ஜெயராணி வர்றேனு சொல்லியிருக்கா. என்ன சொல்றது?

"அவ வந்தா கடையிலே வந்து என்னையப் பாக்கச் சொல்லு" என்றபடி பாயைப் போட்டுப் படுத்துக்கொண்டாள். தரை மிகுந்த குளிர்ச்சி நிரம்பியிருந்தது, அவள் முருகனின் தம்பியைப் பற்றி நினைத்துக்கொண்டிருந்துவிட்டு அப்படியே அசதியில் உறங்கிப் போயிருந்தாள். அத்தை மெதுவாக சிம்னி விளக்கைக் குறைத்து வைத்துவிட்டு கதவை ஒட்டிப் படுத்துக்கொண்டாள். ரத்னாவதியின் கனவில் கோவில் கோபுரத்திலிருந்த சுருள் கேசம் கொண்ட கந்தர்வன் கீழ் இறங்கித் தன் கைகளால் அவளை இறுக்கமாகக் கட்டியணைக்கத் துவங்கியிருந்தான். கூர்மையேறிய அவனது செதுக்கப்பட்ட முகத்தை அவளறியாமல் விரல்கள் தடவிக் கொண்டிருந்தன. வீடெங்கும் மெல்லிய வெளிச்சம் கசிந்து வெம்மை நிரம்பிக் கொண்டிருந்தது. ரத்னாவதி தூக்கத்தில் சிரித்துக் கொண்டிருந்தாள்.

66

ஜெயராணி ரெமி பவுடர் போட்டிருந்தாள். அது முகத்தில் திட்டுத்திட்டாகப் படிந்திருந்தது. கருத்த முகத்தில் நிறைய மஞ் சள் வேறு பூசியிருந்ததால் பவுடர் முகத்தில் அப்பியிருப்பது போலிருந்தது. கையை இறுக்கமாகப் பிடிக்கும் கறுப்பு பிளவுஸ் அணிந்தவளாக, அடர்ந்த பச்சை நிறத்தில் சேலை கட்டியிருந்தாள். தலை நிறைய மல்லிகைப்பூ நிரம்பியிருந்தது. வெற்றிலைக் காவியேறிய பற்கள் சிரிக்கும்போது கவர்ச்சி தருவதாகயிருந்தன. சூடான பாலை டபராவில் ஆற்றி ஆற்றிக் குடித்துக்கொண்டபடியே அவள் ஓரக்கண்ணால் ரத்னாவதியைப் பார்த்துக்கொண்டிருந்தாள்.

ஜெயராணி மெஜஸ்டிக் லாட்ஜின் செல்லமாகயிருந்தவள். மெஜஸ்டிக்கின் முதலாளி நூர்முகமது இன்றைக்கும் குற்றாலம் அருவிக்குக் குளிக்கச் செல்லும் நாட்களில் அவளைத் தானே துணைக்கு அழைத்துப் போகிறார். ஜெயராணிக்கு வயதேறியிருந்த போதும் உடல் தளர்ச்சியடையவில்லை. அவள் குடிப்பதற்குப் பழகியிருந்தாள். மற்றவர்களைப் போல கிடைத்ததையெல்லாம் குடிப்பதில்லை. பிஸ்கட் பிராந்தி மட்டுமே குடிப்பாள். அதிலும் திராட்சைப் பழங்களும், பொரித்த முந்திரிப்பருப்பும் இருந்தால் மட்டுமே குடிக்கத் துவங்குவாள். ஏனோ அவளுக்குக் குடிக்கத் துவங்கிய சில நிமிஷங்களில் எல்லாம் தாங்க முடியாத சிரிப்பு வந்துவிடுகிறது. அவள் தோள்மீது யாராவது கையை வைத்தால் கூட வெடித்துவிடுமளவு சிரிப்பாள். அவளோடு படுக்கையை பகிர்ந்து கொள்ள வந்தவர்கள் அவள் சிரிப்பின் உக்கிரம் கண்டு பயந்துபோயிருக்கிறார்கள். தன்னை அடக்க முடியாமல் சிரிப்பாள். சில சமயங்களில் சிரிப்பு தலைக்கேறி விக்கல் வந்து கண்ணில் நீர் தளும்புவதும் உண்டு.

ஜெயராணிக்கு வீடு செக்காலைப் பக்கமிருந்தது. ஆறு வருடங்களுக்கு முன்பாகவே திருமணம் செய்து கொண்டு விட்டாள். அவள் புருஷன் செங்கல் காளவாசலில் வேலை செய்து கொண்டிருந்தான். அவனுக்கு ஜெயராணியின் பழக்க வழக்கமெல்லாம் தெரியும். அவனே சில நேரங்களில் குடிப்பதற்குக் காசு வாங்குவதற்காக மெஜஸ்டிக் லாட்ஜிற்கு வரும்போது வாசலில் நிற்கும் பிளைமோத் காரில் ஜெயராணி உட்கார்ந்திருப்பதைக் கண்டிருக்கிறான். மெஜஸ்டிக்கிற்கு எப்போது போனாலும் அவனுக்கு எதிரிலிருந்த போத்தி கடையிலிருந்து வடையும் காபியும் வாங்கித் தருவதோடு பணத்தையும் தர ஜெயராணி மறப்பதேயில்லை. அவர்களுக்குக் குழந்தைகள் இல்லை என்ற குறை நெடுநாட்களாகயிருந்தது. எப்போதாவது ஜெயராணி இதற்காகக் கண்ணீர் வடிப்பதுண்டு. அதுவும் வயதேறிப் போன பிறகு யோசனையிலிருந்து விடுபட்டுப் போய்விட்டது.

குறுக்குச்சாலை முத்துவோடு நெருக்கம் ஏற்பட்ட பிறகு அவள் கவனம் முழுவதும் கொடுக்கல் வாங்கலில் திரும்பிவிட்டது. நாள் ஒன்றுக்குப் பத்தாயிரத்திற்கும் குறையாமல் வட்டி வசூல் செய்வதும் கடன் கொடுத்து வாங்குவதுமாக அலைந்து கொண்டிருக்கத் துவங்கிவிட்டாள். அவளது சுருக்குப் பையில் வெற்றிலையோடு ரூபாய் நோட்டுகளும் சுருண்டு கிடக்கின்றன. வெயில் கிழக்குக் கோபுரத்தைக் கடக்கும்போது வீட்டிலிருந்து வெளியேறி வரும் ஜெயராணி பின்னிரவில்தான் வீடு திரும்புகிறாள். அதிலும் அவளைக் கொண்டுபோய் விடுவதற்காக டாக்சி ஸ்டாண்டில் காசி காத்துக்கொண்டேயிருப்பதால்தான் வீடு திரும்புகிறாள். சில நாட்களில் அவன் கதர் கடை மாடியில் தங்கிவிடுவதைக்கூட கேட்க யாரிருக்கிறார்கள். ஜெயராணி பால் டபராவைக் கீழே வைத்துவிட்டுக் கரகரப்பான குரலில் சொன்னாள்,

“என்னத்துக்குப் போட்டு இப்படி யோசிக்கே. நல்ல பையன் தான்டி. வம்பு தும்புக்குப் போகமாட்டான். உனக்கும் துணையா ஆச்சுல்ல.”

ரத்னம் எதற்கோ தயங்குபவள் போல அமைதியாகயிருந்தாள். ஜெயராணி சுருக்குப் பையிலிருந்த வெற்றிலையைக் கிள்ளி வாயில் திணித்தபடி சொன்னாள்,

“சொந்தக் கடை இருக்கு. உன்னைப் பத்தி எல்லாம் தெரிஞ்சு தான் கட்டிக்கிட சம்மதிச்சிருக்கான்.”

ரத்னாவதி பதில் பேசவில்லை. சைக்கிளில் ஒருவன் ஜெயராணியைத் தேடி வந்திருந்தான். கொண்டுவந்திருந்த வட்டிச்

சிட்டைகளைப் பார்த்துவிட்டு சைக்கிள் கேரியரில் ஏறி உட்கார்ந்து கொண்டபடியே ஜெயராணி வெற்றிலைச் சாறை உதட்டைக் குவித்துத் துப்பிவிட்டுச் சொன்னாள்,

“வர்ற வெள்ளிக்கிழமை நல்ல நாள். சொக்கநாதர் கோவில்ல வச்சு கல்யாணத்தை முடிச்சிருவோம். நான் மத்ததையெல்லாம் அவன்கிட்டே பேசிகிடுறேன்.”

ரத்னாவதி தலையாட்டிக் கொண்டாள். சைக்கிள் மெதுவாகத் தேரைக் கடந்து போய்க்கொண்டிருந்தது. தனக்குக் கல்யாணம் நடக்கப் போவதைப் பற்றிய மெல்லிய கூச்சம் அவள் உடம்பில் படரத் துவங்கியது. கரி அடுப்பில் கனன்று கொண்டிருந்த நெருப்பைப் போல இடைவிடாமல் மனதில் சாம்பல் மூடிய சூடு தகித்துக் கொண்டிருந்தது. இரவில் அவள் கடையை எடுத்து வைக்கும்போது காலண்டர் கடையிலிருந்து முருகனும் அவனது தம்பியும் வந்து கொண்டிருந்தார்கள். முருகன் தன் சைக்கிளில் ஏறித் தெருவில் போன பிறகு தனியே நடந்து வந்த முருகனின் தம்பி அவளது பால் கடையின் அருகில் வந்து நின்று சிரித்தான். அவள் அப்போதுதான் முதன்முதலாகப் பார்ப்பது போல அவனையே பார்த்துக்கொண்டிருந்தாள். அவன் தன் சட்டைப் பையிலிருந்து நூறு ரூபாய் தாள் ஐந்தை உருவி அவளிடம் நீட்டியபடி சொன்னான்,

“கல்யாணச் சேலை வாங்குறதுக்கு ஜெயராணியக்கா குடுக்கச் சொன்னாங்க.”

அவள் மறுத்தபடியே சொன்னாள்,

“நீங்களே பாத்து வாங்கிர வேண்டியதுதானே.”

அவன் வெட்கப்படுகின்றவன் போல சொன்னான்,

“பழக்கமில்லை.”

அவள் பணத்தைத் தன் கைகளால் வாங்கிக்கொண்டபடி கேட்டாள்,

“உங்க வீடு... வாலீஸ்வரர் கோவில் பக்கம்தானே இருக்கு.”

அவன் ஆச்சரியத்துடன் கேட்டான்,

“உங்களுக்கு எப்படி தெரியும்?”

அவள் கண்களைத் தாழ்த்தியபடி சொன்னாள்,

“பாத்திருக்கேன்.”

அவன் பள்ளி மாணவனைப் போல கைகளைக் குறுக்காகக் கட்டியபடி நின்றுகொண்டிருப்பது அவளுக்குப் பார்க்கச் சிரிப்பாக வந்தது. அவன் தணிவான குரலில் சொன்னான்,

"ரொம்ப சின்ன வீடு. கையைத் தூக்கினா ஓடு தட்டும்."

அவள் சிரிப்பை அடக்கிக்கொண்டபடியே சொன்னாள்,

"அதான் எப்பவும் கையைக் குறுக்கே கட்டியிருக்கீங்களாக்கும்."

அவன் சட்டெனக் கையை விலக்கிக் கீழே தொங்கவிட்டான். ரத்னாவதி தலைகுனிந்தபடியே சிரித்துக்கொண்டாள். அவள் கடையைச் சாத்துவதற்கான பலகையை ஒவ்வொன்றாக எடுத்துக் கொடுத்தான். ரத்னாவதி பலகைகளைப் பொருத்திக் கடையைப் பூட்டும் போது கோவிலின் கோபுரத்திலிருந்த புறாக்களில் ஒன்று விம்மிக்கொண்டிருந்தது. அவள் சாவியை இடுப்பில் சொருகிக் கொண்டு நின்றிருந்தாள். அவன் தயக்கத்தோடு சொன்னான்,

"எங்கம்மாவோட ரெட்டைவடம் சங்கிலி ஒண்ணு மட்டும்தான் என்கிட்டேயிருக்கு. வேற நகை கிடையாது. ஜெயராணியக்கா ஒரு மோதிரம் வாங்கிட சொன்னாங்க. நாளைக்கு மதியமா கடைக்குப் போனா செய்ய கொடுத்திரலாம்."

"யாருக்கு எனக்கா... ஜெயராணியக்காவுக்கா?"

அவன் மெலிதாகச் சிரித்தபடியே சொன்னான்,

"உங்களுக்குத்தான்."

அவளும் சிரித்துக்கொண்டே கேட்டாள்,

"உங்க பேரு என்னது?"

"பூபாலன்."

இருவரும் தெருவில் நடந்து வந்து கொண்டிருந்தார்கள். தன் வீட்டுச் சந்தின் அருகாமையில் வந்தபோது அவன் விலகி நின்று கொண்டு திரும்பவும் கையைக் குறுக்காகக் கட்டிக்கொண்டான். சிரித்துக்கொண்டபடியே ரத்னாவதி தன் வீட்டுக் கதவைத் தட்டினாள். அத்தை கதவைத் திறந்த போது ரத்னாவதி சிரித்துக் கொண்டிருப்பதை ஆச்சரியத்துடன் பார்த்தபடி யாரும் வெளியில் நிற்கிறார்களா எனப் பார்த்தாள். தெருவில் இருளோடியிருந்தது. ரத்னாவதி தன் கையிலிருந்த பணத்தை அத்தையிடம் கொடுத்து விட்டுச் சொன்னாள்,

"பரிசப்பணம் ஐநூறு ரூபாய்... புடிங்க. வெள்ளிக்கிழமை கல்யாணம்."

அத்தையால் நம்ப முடியவில்லை. ரத்னாவதி கல்யாணத்திற்கு ஒத்துக்கொண்டுவிட்டாள். அவள் பணத்தை வாங்கி சாமி படத்தினடியில் வைத்துவிட்டுச் சாப்பிடுவதற்காகத் தட்டைப் போட்டாள். ரத்னாவதிக்கு அவன் கைகளைக் குறுக்காகக் கட்டிக்கொண்டிருந்தது ரொம்பவும் பிடித்திருந்தது. சாப்பிட்டபடியே, தூங்கிக் கொண்டிருக்கும் திருமாலைப் பார்த்துக்கொண்டிருந்தாள். அவன் கனவில் எதையோ கண்டு பயந்தவனாக விரல்களை விசிறிக் கொண்டிருந்தான்.

67

தேவிபட்டணத்திலிருந்து மரைக்காயர் நூதனமான கடிகார மொன்றை வேம்பலையில் பொருத்துவதற்காக வந்திருந்தார். பக்கீரின் மனைவி அவரைத் தன் வீட்டின் மாடியிலே தங்க வைத்தாள். அவருக்காக இறைச்சியும் மீனும் தயாராகிக்கொண்டிருந்தன. குள்ளமான மனிதரான அவர், சிவப்பு நிற லுங்கியும் முக்கால் கையளவு நீளும் வெண்ணிற ஜிப்பாவும் அணிந்திருந்தார். இடது கன்னத்தில் சிறியதாக ஒரு பால் உண்ணியிருந்தது. கடிகாரத்தைப் பொருத்துவற்கான மணிமேடையைக் கட்டுவதற்காக நாலைந்து நபர்கள் அதிகாலையிலேயே வேலையைத் துவக்கியிருந்தார்கள்.

மரைக்காயர் கரைந்த இருட்டைப் போலிருந்த வேம்பலையின் வீடுகளைப் பார்த்தபடி தெருவில் நடந்து சென்றார். பக்கீரின் மனைவிக்கு இருந்த குதூகலம் ஊர்க்காரர்களிடமில்லை. கடிகாரம் கூண்டு வண்டியொன்றில் ஏற்றிக் கொண்டுவரப்பட்டிருந்தது. சாந்து மரைக்காயர் கடிகாரத்தைப் பொருத்துவதற்கு ஒரு பகலிரவு கடந்து போனது. சிறுவர்களைத் தவிர வேடிக்கை பார்ப்பதற்கு ஆர்வம் யாருக்குமில்லை. விடிகாலையில் கடிகாரத்தைப் பொருத்தி முடித்து கீழே இறங்கியபோது தெருவில் பக்கீரின் மனைவியும் அவளது பணிக்கூடத்திலிருந்த ஒன்றிரண்டு பெண்களும் மட்டுமே அண்ணாந்து பார்த்துக்கொண்டிருந்தார்கள்.

கடிகாரம் முதல் முறையாகச் சுற்றிவரத் துவங்கியது. தூண்டில் அசைவது போல முள் தத்திக்கொண்டிருந்தது. மரைக்காயர் முகத்தைத் துணியால் துடைத்தபடியே நின்றுகொண்டிருந்தார். ஆறு மணியை முள் தொட்ட போது கடிகாரத்தினுள்ளிருந்து ஆறு குரங்கு பொம்மைகள் மெதுவாக வெளியே வந்தன. அவை யாவும் ஒரே நேரத்தில் கைகளை உயர்த்தி வணக்கமிட்டதும் மணிச் சப்தம் ஆறு முறை ஒலித்தது. சிறுவர்கள் ஆரவாரமிட்டார்கள். பக்கீரின் மனைவியால் நம்ப முடியவேயில்லை.

அந்த பொம்மைக் குரங்குகள் மெதுவாகக் கடிகாரத்தினுள் திரும்பிப் போவதைப் பெருமூச்சுடன் பார்த்துக்கொண்டிருந்தாள். மரைக்காயர் புகையிலையைத் துப்பியபடியே காற்றில் அந்த மணியின் நாதம் கரைந்து கொண்டிருப்பதைக் கேட்டுக்கொண்டிருந்தார். தெருவிலிருந்த சிலர் மணிச்சப்தம் கேட்டுத் திரும்பிப் பார்த்துக் கொண்டார்கள். பக்கீரின் மனைவிக்கு அடுத்தமுறை கடிகாரம் அடிக்கும்வரை அங்கேயே நின்று பார்த்துக்கொண்டிருக்க வேண்டும் போலிருந்தது. கூச்சத்தின் காரணமாக அவள் துணைக்கு வந்திருந்த சிறுமியை மணிமேடையடியில் நிறுத்திவிட்டு மரைக்காயரோடு வீட்டிற்கு நடந்து போனாள். இரவில் அவள் படுக்கையிலிருந்தபடியே மணிச் சப்தத்தைக் கேட்டுக்கொண்டிருந்தாள். வேம்பலையே தன் கைக்குள் அடங்கிவிட்டது போலிருந்தது. பெருங்கருணைக்கு நன்றி சொல்லியபடி சிரித்துக்கொண்டாள்.

தெருவில் உறங்கிக்கொண்டிருந்தவர்கள் ஒவ்வொரு நாளும் பின்னிரவில் குரங்குகள் குதித்துத் தங்கள் தெருவில் நடமாடு வது போன்றதொரு பிரமை உண்டாக்குவதாக உணர்ந்தார்கள். அதிலும் வேம்பர்கள் தெருவிலிருந்த வயதான பெண்ணொருத்தி ஆறு குரங்குகள் தன்னை உற்றுப் பார்த்ததாக வீறிட்டுக் கத்தினாள். மணிமேடையைச் சுற்றிலும் அதிகாலையிலும் மாலை நேரங்களிலும் பக்கீரின் மனைவி நடந்து திரிவதையும் பொம்மைக் குரங்குகள் கடிகாரத்திலிருந்து வெளியே வரும்போது குழந்தையைப் போல கைதட்டிச் சிரிப்பதையும் ஆத்திரத்துடன் சாயக்காரத் தெருப் பெண்கள் பார்த்துக்கொண்டிருந்தார்கள்.

கருவாட்டு வியாபாரிகளும் உப்பு வணிகர்களும் வேம்பலையின் கடிகாரத்தைப் பற்றிய விநோதச் செய்திகளைக் கிழக்கேயுள்ள கிராமங்களில் பரப்பிக்கொண்டிருந்தார்கள். அதிலொருவன் கடிகாரத்தில் உள்ள குரங்குகள் அனைத்தும் தங்கத்திலே தொப்பியணிந்திருப் பதாகவும் அந்தக் கடிகாரம் இங்கிலாந்து ராணியின் வீட்டிலிருந்து திருடிக் கொண்டுவரப்பட்டதென்றும் சொல்லியதற்குப் பிறகு வேம்பலைக்குக் கடிகாரம் பிரசித்தியாகிப் போனது.

மரைக்காயர் ஒருமாத காலம் பக்கீரின் வீட்டிலே தங்கியிருந்தார். அவர் ஊருக்குப் புறப்படும் நாளில் மயில் தோகைகள் ஒரு கட்டும் வெள்ளியில் செய்த சுண்ணாம்பு டப்பியொன்றும் தட்சணைப் பணமும் தந்து வழியனுப்பும்போது அவள் ரகசியமான குரலில் கேட்டாள்,

"ஒவ்வொரு நாளும் இரவில் துர்சொப்பனங்கள் அதிகமாகின்றது. கனவுகளே வராத கட்டிலை உருவாக்கித் தர முடியுமா?"

மரைக்காயருக்கு ஆச்சரியமாகயிருந்தது. இதுவரை அப்படியொரு விசித்திரமான படுக்கையைப் பற்றி அவர் மனதில் கற்பனைகூட செய்து பார்த்ததில்லை. அவர் மயில் தோகையைத் தடவியபடியே சொன்னார்,

"கட்டில்கள் தனியே கனவு காண்பதில்லை. நாம்தானே கனவு காண்கிறோம்."

அவள் பற்களைக் கடித்தபடியே சொன்னாள்,

"படுக்கையிலிருந்துதான் கனவுகள் ஊறுகின்றன. நம்மிடமிருந்தல்ல."

மரைக்காயர் தனக்கு இரண்டு மாதங்கள் அவகாசம் தந்தால் தான் கனவுகள் வராத படுக்கையொன்றை உருவாக்கித் தருவதாகச் சொல்லியபடி தேவிபட்டணத்திற்குக் கிளம்பினார். சைக்கிள் வியாபாரிகள் மணிக்கூண்டிலிருந்து குரங்குகள் வருவதைக் காண்பதற்காக அண்ணாந்து பார்த்துக்கொண்டிருந்தார்கள்.

68

ரத்னாவதிக்கு மெல்லிய படபடப்பாகயிருந்தது. அதிகாலையில் எழுந்து குளிக்கும்போது ஏனோ சிரிப்பாக வந்தது. அத்தை புதுப் புடவையை சாமி படத்திற்கடியில் வைத்து பூஜை செய்திருந்தாள். எலுமிச்சை நிறப் பட்டு. கண்ணாடியில் முகத்தைப் பார்த்தபோது மஞ்சள் ஏறியிருந்தது. கோவில் நடந்து போகும் தொலைவில்தானிருந்தது என்றாலும் ரிக்ஷாவில் போய்விடலாம் என்றாள் அத்தை. மூவரும் ரிக்ஷாவில் ஏறிக்கொண்டு தெருவைக் கடந்தபோது விடி காலையின் சிற்றிரைச்சல்கள் எழுந்துகொண்டிருந்தன.

அவர்கள் கோவிலுக்கு வருவதற்கு முன்பாகவே பூபாலன் வந்து நின்றுகொண்டிருந்தான். பட்டு வேஷ்டி சட்டையில் அவன் மிகவும் மெலிந்தவனைப் போலத் தோன்றினான். நேற்றுதான் முடி வெட்டியிருக்கக்கூடும். அவள் அருகே வந்து நின்றபடி மாலைகள் வாங்கி வருவதற்காக அண்ணன் போயிருப்பதாகச் சொன்னான். அவளுக் குத் தெரிந்த சாவடித் தெருப் பெண்கள் ஒன்றிரண்டு பேர் கோவிலுக்குள் நடந்து போய்க்கொண்டிருந்தார்கள். காலண்டர் கடையில் வேலை செய்யும் சிறுவர்கள் புது உடையுடன் யாழியின் தலையைத் தடவிவிட்டபடி காலை வெயிலைப் பார்த்துக்கொண்டிருந்தபோது முருகனும் அவன் மனைவியும் மாலைகளோடு வந்தி றங்கினார்கள். அத்தை நீண்ட நாட்களுக்குப் பிறகு புதுப் புடவை கட்டியிருந்தாள். அது அவளுக்கு மிகுந்த கூச்சமாகயிருந்தது. கோவி லின் உள்ளே மணியோசை எழுவதும் அடங்குவதுமாகயிருந்தது.

ஜெயராணியை, தாலியை எடுத்துத் தருவதற்காக அழைத்திருந்தார்கள். அவள் சிவப்பு நிறப் பட்டுப் புடவையைக் கட்டிக் கொண்டு ரிக்ஷாவில் வந்து இறங்கும்போது வெயிலேறத்

துவங்கியிருந்தது. ரத்னாவதிக்குத் தாலி கட்டும்போது அத்தை தனியொருத்தியாகக் குலவையிட்டாள். குலவையிடத் தெரியாத முருகனின் மனைவி வெட்கத்துடன் தலை கவிழ்ந்து நின்றுகொண்டாள். ரத்னாவதியின் கையைப் பற்றிக்கொண்டு பூபாலன் நடந்தபோது அவன் கைகள் நடுங்கிக்கொண்டிருப்பதை ரத்னாவதி உணர்ந்தாள். திருமணமாகி ஒரு மணி நேரத்திற்குள் வீட்டிற்குத் திரும்பி வந்து விட்டதால் கடையைத் திறந்து வைத்து உட்கார்ந்து கொள்ளலாம் போலிருந்தது.

அத்தை இருவரையும் புதுச் சமுக்காளத்தில் உட்கார வைத்தாள். திருமால் பூபாலனின் தோளைக் கட்டிக்கொண்டு ஏதோ கேட்டுக்கொண்டிருந்தான். வீடெங்கும் புகை நிரம்பிக் கொண்டிருந்தது. பூபாலன் கையில் கட்டிய மஞ்சள் காப்பைக் கழட்டித் தன் கையில் கட்டிவிடும்படி திருமால் கேட்டுக்கொண்டிருந்தான். அத்தை அவனைத் திட்டியபடி வெளியே விளையாடிவிட்டு வரும்படி சொன்னாள். அவன் தன்னோடு வந்தால் யானையின் வீட்டைக் காட்டுவதாக பூபாலனையும் அழைத்தான். இருவரும் எழுந்து வெளியே போனார்கள். அதிகாலையிலே எழுந்துவிட்ட தால் புதுத் தலையணையில் தலை வைத்து உறங்கத் துவங்கியிருந்தாள் ரத்னாவதி.

யானைக் கொட்டடியில் யானையைக் காணவில்லையென்று இருவரும் ஆற்றிற்குத் தேடிப்போனார்கள். ஆற்றிற்குள் படுத்திருந்த யானை துதிக்கையால் மண்ணை வாரி வாரி மேலே போட்டுக் கொண்டிருந்தது. அதைப் பார்த்த திருமாலுக்குச் சிரிப்பு தாள முடியாமல் வந்தது. குதித்துக் குதித்துச் சிரித்தான். இருவரும் ஆற்றிலிருந்து யானை வெளியேறி நடக்கும்போது கூடவே நடந்து போனார்கள். கூலிங்கிளாசும், ரயிலும் வாங்கிக்கொண்டு பன்னீர் சோடா குடித்துவிட்டு இருவரும் வீடு திரும்பும்போது மணி மூன்றைத் தாண்டியிருந்தது. தயக்கத்துடன் பூபாலன் வீட்டுக் கதவைத் தள்ளித் திறந்தபோது அத்தை ரத்னாவதியின் தலையைப் பின்னிவிட்டுக்கொண்டிருந்தாள். திருமால் தனது ரயிலை வீட்டிற்குள் சுற்றிக்காட்டுவதற்காக சாவியை முறுக்கிக் கொண்டிருந்தான். பூபாலனும் ரத்னாவதியும் ஒன்றாகச் சாப்பிட்டார்கள். ரயில் தரையில் சுற்றிக்கொண்டிருந்தது. திருமாலுக்குச் சாப்பிடக்கூடத் தோன்றவில்லை.

மாலை ரத்னாவதியைத் தனியே அழைத்துக்கொண்டு சிந்தா மணி தியேட்டருக்கு சினிமா பார்க்கச் சென்றான் பூபாலன்.

அவர்கள் இரவில் வீடு திரும்பும்போது கதவு பூட்டப்பட்டிருந்தது. திருமால் எங்கே என்று பூபாலன் கேட்டதற்குப் பதில் சொல்லாமல் அவள் தன்னிடமிருந்த சாவியால் கதவைத் திறந்தாள். பூபாலன் தயக்கத்துடன் உள்ளே வந்து உட்கார்ந்து கொண்டான். அவள் தன் புடவையைக் களைந்தபடியே அத்தையும் திருமாலும் கோவில் பிரகாரத்தில் உறங்குவதற்காகப் போயிருக்கிறார்கள் என்றாள். பூபாலனுக்குச் சாப்பிடுவதற்கு விருப்பமில்லாமலிருந்தது. கதவைச் சாத்திவிட்டு ரத்னாவதி படுத்துக்கொண்டாள். பூபாலன் ஏதோ யோசனையுடன் படுத்துக்கொண்டிருந்தான்.

நீண்ட நேரத்திற்குப் பிறகு அவனாக ரத்னாவை முத்தமிடத் துவங்கினான். அவள் இதுவரை எவரோடும் தன் வீட்டில் படுத் துறங்கியதில்லை. ஏனோ மெல்லிய படபடப்பிருந்தது. அவள் தெரு விளக்கிலிருந்து கசிந்து வீட்டிற்குள் வரும் வெளிச்சம் தன் கால்களில் ஊர்ந்து செல்வதைத் தாங்க முடியாமல் உதறினாள். பூபாலன் எதையோ சொல்லிக் கொஞ்சிக் கொண்டிருந்தான். அவள் கண்களை இறுக்கமாக மூடிக்கொண்டாள். திருமால் உறங்கியிருப் பானா என யோசனையாகயிருந்தது. எழுந்து கோவில் மண்டபம் வரை போய்ப் பார்த்துவிட்டு வரலாம் என்று தோணியது. பூபாலன் உறங்கும் வரைக்கும் காத்திருப்பதற்காகக் கண்களை மூடிக்கொண்டு படுத்திருந்தாள் ரத்னாவதி.

69

அத்தைக்கு உறக்கம் வரவில்லை. மண்டபத்துத் தூண்களுக்கிடையில் திருமால் தூங்கியிருந்தான். பின்னிரவாகியும் வெளிச்சம் அடங்கவில்லை. அத்தைக்கு எங்கோ வெட்ட வெளியில் படுத்திருப்பது போலிருந்தது. மண்டபத்தினுள் உறங்கிக்கொண்டிருந்த சந்நியாசிகளின் ஈர வேஷ்டிகள் காற்றில் உலர்ந்து சப்தமிட்டுக் கொண்டிருந்தன. அத்தை சுருண்டு படுத்துக்கொண்டாள். பிரசன்ன மண்டபத்திற்கும் யானைக் கொட்டடிக்குமிடையில் வெளவால் ஒன்று பறந்தலைந்து கொண்டிருந்தது. அத்தைக்குத் திடீரென தான் நிராதரவாகிவிட்டது போலிருந்தது. ரத்னாவதி கர்ப்பிணியாக வந்து சேர்ந்த நாளிலிருந்து தன்னைப் பற்றிய கவனம் மறந்திருந்த அவளுக்கு இந்த இரவு தனிமையை உறுத்தும்படி செய்தது.

அன்றிரவு சாப்பாடு முடிந்ததும் திருமாலைக் கூட்டிக்கொண்டு மண்டபத்திற்கு வந்தபோது வெளிச்சம் துள்ளிக்கொண்டிருந்தது. பூக்கட்டுபவர்கள் வரிசையாக உட்கார்ந்தபடியே கூடையிலிருந்த பூவையும் துளசி இலைகளையும் கிள்ளிக் கிள்ளி மாலை கட்டிக் கொண்டிருந்தார்கள். சந்தனமரைப்பவன் தனியாளாக அரைத்துக் கொண்டிருந்தான். சந்தன மணம் மண்டபமெங்கும் நிரம்பிக் கொண்டிருந்தது.

ஆருடம் பார்ப்பவன் தனது கிளியைக் கூண்டிலிருந்து வெளியே நடக்கவிட்டிருந்தான். அது நடக்க விருப்பமின்றி கத்திவிட்டுக் கூண்டைத் திறந்து கொண்டு உள்ளே போவதற்கு எத்தனித்துக் கொண்டிருந்தது. அத்தைக்கு ஆருடம் பார்க்க வேண்டும் போலிருந்தது. திருமாலுக்கு ஆருடம் பார்க்கலாம் என்று அவனை அருகே இழுத்து உட்கார வைத்தாள். ஆருடக்காரன் கிளியோடு எதையோ பேசிக்கொண்டிருந்தை திருமால் ஆச்சரியத்துடன் பார்த்துக் கொண்டிருந்தான். திருமால் பெயருக்குக் கிளி ஒரு

சீட்டை எடுத்துத் தந்தது. அட்டையைப் பிரித்த போது விநாயகரின் உருவமிருந்தது. திருமாலின் எதிர்காலத்தைப் பற்றிச் சொல்லத் துவங்கினான்.

ஆருடக்காரனின் சொல் மீது அத்தை கவனம் கொண்டிருந்த போது திருமால் கிளி கடிப்பதற்காகத் தன் விரலை நீட்டிக் கொண்டிருந்தான். அத்தை பெருமூச்சிட்டவளாகத் தன் பெயருக்கும் ஒரு சீட்டு எடுக்கச் சொன்னாள். கிளி அவளுக்கு சம்ஹார துர்க் கையின் படத்தை எடுத்துத் தந்தது. அவன் அத்தைக்குச் சொன்ன பலன்கள் எதுவும் அவளுக்குப் பொருத்தமானதாக யில்லை. இரவு அடங்கும் வரை இருவரும் மண்டபத்தினுள் சுற்றிக்கொண்டிருந்தார்கள்.

திருமால் படுத்ததும் உறங்கிவிட்டான். அத்தைக்கு ஏதேதோ யோசனைகள் பெருகிக்கொண்டிருந்தன. அவளுக்குத் தன் ஊர் நினைவிற்கு வந்தது. ஊரில் பூட்டிவிட்டு வந்த தன் வீட்டுச் சாவியை எங்கே வைத்தோம் எனச் சந்தேகம் வந்ததும் மனதில் குழப்பமாகியது. இருட்டிற்குள்ளிருந்து ஆந்தையொன்று மெதுவாக வெளிப்பட்டு கண்களை உருட்டியபடி அவளைப் பார்த்துக்கொண்டிருந்தது. அத்தைக்கு இந்த இரவிலே ஊருக்குப் போய்விட வேண்டும் போலிருந்தது. எதற்காகத் தான் ரத்னாவதியின் பின்னாடியே அலைந்து கொண்டிருக்கிறோம் என்று தன் மீதே அவளுக்குக் கோபமாக வந்தது. உதட்டைக் கடித்துக்கொண்டபடியே யோசித்துக் கொண்டிருந்தாள்.

அவளைப் போலவே உறக்கம் கொள்ளாத சந்நியாசியொருவன் தனது உடையை ஊசி நூலால் தைத்துக்கொண்டிருந்தான். அவனைப் பார்க்கும்போது மனக் கஷ்டம் அதிகமாவதாகயிருந்தது. நெடுநேரம் மனம் துயரத்தையே கிளறிக்கொண்டிருந்துவிட்டு மெல்ல அடங்கத் துவங்கியதும காற்றில் பரவிய குளிர்ச்சியை உணர்ந்தவளாக சேலையைக் கால் வரை நன்றாக இழுத்து விட்டுக் கொண்டாள். குளிர்க் காற்று தூண்களிலிருந்த சிற்பங்களைக்கூட நடுக்கம் கொள்ளச் செய்தது. அவள் தன் அடிவயிற்றில் கையை வைத்துக்கொண்டாள், வெதுவெதுப்பான சூடு அடங்கியிருந்தது.

யாரோ மண்டபத்தை நோக்கி நடந்து வருவது போலிருந்தது. தலையில் முக்காடிட்டபடி வரும் உருவம் முகமண்டபத்தைத் தாண்டி வரும்போதே அத்தை கவனித்து விட்டாள். பெயர் சொல்லி அழைத்ததும் ரத்னாவதி முக்காடை விலக்கிவிட்டு அத்தையின் அருகில் போய் உட்கார்ந்து கொண்டாள். அத்தை

அவளிடம் எதையும் கேட்டுக்கொள்ளவில்லை. ரத்னாவதி தானாகவே திருமால் உறங்கிவிட்டானா என்று பார்ப்பதற்காக வந்ததாகச் சொல்லியபடி குளிர்க் காற்று ஊர்ந்து செல்வதை உணர்ந்தவளைப் போல கைகளை உரசிக்கொண்டாள். அவளது கேசம் கலைந்து கிடப்பதையும் தூக்கம் கண்களின் அடியில் பதுங்கியிருப்பதையும் கண்டவளாக அத்தை அவளை வீட்டிற்குப் போகச் சொன்னாள்.

ரத்னாவதி தனக்குத் தூக்கம் பிடிக்கவில்லை என்று மறுத்தபடி இருளை வெறித்துப் பார்த்துக்கொண்டிருந்தாள். இருவரும் எழுந்து மண்டபத்தை விட்டு வெளியே நடந்தார்கள். நிலவொளி படர்ந்து தரை ஈரமேறியது போலிருந்தது. ஒருவருக்கொருவர் பேசிக்கொள்ளாமல் உட்கார்ந்திருந்தார்கள். ரத்னாவதி அத்தையின் மடியில் தலை வைத்துப் படுத்துக்கொண்டாள். அத்தை அவள் தலையை வருடிவிட்டபடியேயிருந்தாள். ஆழ்ந்த சுவாசத்துடன் ரத்னாவதி தூங்குவதைப் பார்த்துக்கொண்டிருந்தபோது ஒரு சிறுமி உறங்குவது போலிருந்தது. உறக்கம் கலைந்த சந்நியாசியொருவன் கோவில் கிணற்றில் இறைத்துக் குளிக்கத் துவங்கியிருந்தான். பொழுது விடிவதற்குச் சற்றே நேரமிருந்தது.

*

சில நாட்களாகவே ரத்னாவதி கவனித்துக்கொண்டிருந்தாள். அத்தையை எதுவோ நிலை கொள்ளாமல் செய்து கொண்டிருந்தது. மதியச் சாப்பாட்டில் உப்பை அள்ளிப் போட்டிருந்தாள். பால் வைக்கும் கிண்ணத்தில் புளியைக் கரைத்திருந்தாள். ஈரத் துணிகளைக் காயப்போடுவதற்குக்கூட மறந்தவளைப் போல தானே ஏதோ பேசிக்கொண்டிருந்தாள். எதற்கெனத் தெரியாமலே பூபாலன்னை வெறுக்கத் துவங்கியிருந்தாள் அத்தை என்பதைக் கவனித்தாள். எதையும் கேட்பதற்கு முன்பாக அத்தை எரிந்து விழத் துவங்கியது வேறு ஆச்சரியமாகயிருந்தது.

பகலில் கூட அத்தை வீட்டில் இருப்பதில்லை. திருமாலைத் தூக்கிக்கொண்டு வெளியே போய்விடுகின்றவள் எப்போது வருவாள் என்பது தெரியாமல் போனது. தூக்கமில்லாமல்தான் அத்தை அலைக்கழிந்து கொண்டிருக்கிறாள் என நினைத்த ரத்னா பூபாலனுடன் திருமாலையும் கூட்டிக்கொண்டு அணைக்கட்டைப் பார்த்துவிட்டு வருவதாகப் புறப்பட்ட அன்று அத்தை காலையிலிருந்தே சிடுசிடுத்துக்கொண்டிருந்தாள். இரவு அவர்கள் வீடு திரும்பும்போது வீட்டில் ஒரு கூடை பூ கொட்டிக் கிடந்தது.

அத்தை பூக்கட்டிக்கொண்டிருந்தாள். ரத்னாவிற்கு ஆத்திரமாக வந்தது. அவள் எதற்காகப் பூ கட்டுகிறாள் என்று திட்டினாள்.

அத்தையும் கோபமாக "தனக்கென்று காசு இருந்தால்தான் மரியாதை. தாயா பிள்ளையா இருந்தாலும் அவங்க அவங்க பசிக்கு அவங்கதான் சாப்பிடணும்" என்றாள். பூக்கூடையைத் தூக்கிக்கொண்டு போய் இப்போதே கொடுத்துவிட்டு வா என ரத்னாவதி கத்தினாள். அத்தையிடம் சலனமேயில்லை. அவள் பூக்கட்டிக்கொண்டேயிருந்தாள். ரத்னாவதி கோபத்துடன் கூடையில்லிருந்த பூவை அள்ளிக்கொண்டு வாசலில் போய்க் கொட்டிவிட்டு வந்தாள். அத்தையிடமிருந்து ஓங்காரமான அழுகை சப்தம் வந்தது. அவள் தலையில் அடித்துக்கொண்டு கத்தி அழத் துவங்கினாள். பூபாலனுக்கு என்ன செய்வதென்றே தெரியவில்லை.

ரத்னாவதி ஆத்திரத்தை அடக்க முடியாமல் அத்தையைக் கண்டபடி திட்டத் துவங்கினாள். அத்தையிடமிருந்து அழுகையைத் தவிர வேறு சப்தம் வரவில்லை. ஏங்கி ஏங்கி அழுத அவள் தலைமயிரைச் சுருட்டிக்கொண்டு பூக்கூடையை அள்ளியெடுத்துக் கொண்டு வீட்டிலிருந்து வெளியேறிப் போனாள். பூபாலன் சுவரில் சாய்ந்து உட்கார்ந்து கொண்டான்.

அத்தை போன பிறகு ரத்னாவதிக்கு அழ வேண்டும் போலிருந்தது. தரையில் முகம் பதித்துக்கொண்டு சப்தமில்லாமல் அழத் துவங்கினாள். பூபாலனுக்கு அவளைச் சமாதானம் செய்ய வேண்டும் போலிருந்தது. ஆனால் அவன் எதையாவது சொன்னால் வெடித்து அழுதுவிடுவாள் என்பதால் அவன் திருமாலை அழைத்துக்கொண்டு காலண்டர் கடைக்குப் புறப்பட்டான்.

இரவு அடங்கிய பிறகும் அத்தை வீடு திரும்பி வரவேயில்லை. அவளைத் தேடி மண்டபத்தினுள்ளும், சாவடித் தெருவிலும் ரத்னாவதியும் பூபாலனும் அலைந்தார்கள். அவள் பூக்கட்டும் இடத்திற்குக்கூட வரவில்லையென்றார்கள். ஊருக்குப் போயிருப்பாளோ என்று தோணியது. இரவில் உறக்கமின்றி புரண்டு கொண்டிருந்த ரத்னாவிடம் தான் வேண்டுமானால் அத்தையின் ஊருக்குப் போய் பார்த்து வரவா என்று பூபாலன் தயக்கத்துடன் கேட்டான். அவள் ஆத்திரத்தோடு மறுத்துவிட்டாள். மூன்றாம் நாளின் பகலில் சத்திரத்துத் தெரு பால்காரன் அவளது அத்தை தெப்பக்குளத் தருகே இருப்பதாகச் சொல்லிப் போனான்.

ரத்னாவதி ரிக்ஷாவில் தெப்பக்குளமருகே போனபோது பிச்சைக்காரர்கள் படுத்திருக்கும் வரிசையில் அத்தையும்

படுத்திருந்தாள். அத்தையின் தோளை ரத்னா தொட்டதும் வீட்டிற்கு வர மறுத்தவளைப் போல நான் இங்கேயே கிடந்து செத்துப் போறேன் என ரௌத்திரமான குரலில் சொன்னாள். கோபத்தை யடக்கிக்கொண்டு அத்தையின் கையைப் பிடித்து இழுத்துக் கொண்டு வீடு வந்து சேர்ந்தாள் ரத்னா.

மறுநாளின் காலையில் பூபாலனுடன் அவளை ஊருக்கு அனுப்பி வைக்க கிளம்பச் சொன்னதும் தன்னால் திருமாலை விட்டுப் பிரிந்து ஊரில் போயிருக்க முடியாது எனத் தயக்கத்துடன் சொன்னாள் அத்தை. அவளை என்ன செய்வதென்றே ரத்னாவிற்குத் தெரியவில்லை. கடுகடுத்த குரலில் கொஞ்ச நாட்கள் ஊரில் இருந்துவிட்டு வா எனப் பையைத் தூக்கிக் கொடுத்துப் புறப்படச் சொன்னாள். கண்கள் கலங்கிய நிலையில் அத்தை நிலையைப் பிடித்தபடி நின்றிருந்தாள்.

இருவரும் புறப்படும் வரை ரத்னா பேசவேயில்லை. அன்றைய பகலில் கடையில் உட்கார்ந்தபடியே அத்தையைப் பற்றியே நினைத்துக்கொண்டிருந்தாள். அவளுக்கும் காரணமற்ற வலி படரத் துவங்கியது.

70

நீண்ட நாட்களுக்குப் பிறகு வேம்பலைக்குத் தம்பியின் மனைவியையும் குழந்தையும் பார்ப்பதற்காக வேணி வந்திருந்தாள். ஏதோ புதிய ஊருக்கு வந்திருப்பது போலிருந்தது. பஸ்ஸில் வரும்போது குழந்தைகள் அவளிடம் எந்த ஊர்லம்மா பிறந்தே எனக் கேட்டுக் கொண்டே வந்தார்கள். பஸ் பனைகளுக்கிடையே வளைந்து திரும்பும்போது கீற்றைப் போல தெரியும் வேம்பலையின் கூரைகளைக் காட்டினாள்.

தெருவும் வீடுகளும் பெரிதாக மாற்றமில்லாத போதும் தனக்கும் அந்த ஊருக்கும் தொடர்பில்லாதது போலவேயிருந்தது. வேணியின் கணவன் மெலிந்த தனது மகளைத் தூக்கிக்கொண்டு தெருவில் நடந்தான். வேம்பர்கள் தெருவில் வீடுகள் இடிந்தும் சரிந்தும் கிடந்தன. தான் பால்யத்தில் பார்த்த தெருவிலிருந்த வசீகரம் முழுவதாகக் கலைந்துபோயிருந்தது. தெருவில் இரண்டு சிறுமிகள் உட்கார்ந்து புளியமுத்தை கல்லில் உரசிக்கொண்டிருந்தார்கள். வேணி தன் வீட்டின் அருகாமையில் போனபோது அய்யா நாகுவின் மகளுக்கு ஆட்டுக்குட்டியைக் காட்டிக்கொண்டிருந்தார். கழுத்தில் மணியோசை எழுப்பியபடி துள்ளிக் கொண்டிருந்த ஆட்டுக்குட்டியைப் பார்த்துப் பார்த்து வசந்தா சிரித்துக் கொண்டிருந்தாள்.

வேணியின் மகள் அப்பாவின் பிடியிலிருந்து இறங்கித் தாத்தாவை நோக்கி ஓடி அவரது காலைக் கட்டிக்கொண்டாள். நாகுவின் அய்யா இரண்டு கைகளாலும் பேத்தியை வாரி யணைத்துத் தூக்கிக்கொண்டு சிரிப்போடு மாப்பிள்ளையை வரவேற்றுக் கையிலிருந்த பையை வாங்கிக்கொண்டவராக மல்லி காவைக் கூப்பிட்டார். கருத்து மெலிந்து போன முகத்துடன் மல்லிகா வாசலுக்கு வந்தவள் வேணியைக் கண்ட ஆச்சரியத்தில்

எஸ்.ராமகிருஷ்ணன்   383

அவளது கைகளைப் பிடித்துக்கொண்டபடி "மதினி வாங்க... அண்ணன் வாங்கண்ணே... வாங்க..." என உள்ளே கூப்பிட்டாள். வேணியின் கணவன் வசந்தாவைத் தூக்கிக்கொண்டான். வீட்டிற்குள் இப்போதும் இருட்டு கலையாமலிருந்தது.

அடுப்பின் மீதிருந்த பாத்திரங்களும் கரிப்பானைகளும் வேணிக்கு அம்மாவை நினைவுபடுத்துவதாகயிருந்தன. அவள் சுவரில் சாய்ந்து உட்கார்ந்துகொண்டாள். அம்மா இருந்தபோது வீடு எப்படியிருந்ததோ அது கலையாமல் அப்படியே இருப்பது போலிருந்தது. அவள் மல்லிகாவின் கைகளைப் பிடித்து இழுத்து பக்கத்தில் உட்கார வைத்துக்கொண்டவளாக "எதுக்குடி இப்படி வாடிப்போய் கிடக்கே" என ஆதங்கத்துடன் கேட்டாள். மல்லிகா விற்குப் பதில் பேசமுடியாமல் மனத்துயர் முட்டிக்கொண்டு வந்தது. பதில் சொல்லாமல் வேணியின் கைகளை இறுக்கமாகப் பிடித்துக் கொண்டாள். வசந்தாவை உள்ளே தூக்கிக்கொண்டு வந்த அய்யா விடமிருந்து அவளை வாங்கிக் கொண்டவளாக வேணி மஞ்சள் பையிலிருந்த கொலுசை எடுத்து அவள் காலில் மாட்டிவிட்டாள். "எதுக்கு மயினி..." எனக் கூச்சத்துடன் மல்லிகா மறுத்தபோதும் காலை ஆட்டி ஆட்டி சப்தத்தை ரசிக்கத் துவங்கினாள் வசந்தா.

வேணியின் கணவனும் அய்யாவும் வேம்படியில் உட்கார்ந்து கொண்டபடி எதையோ பேசிக்கொண்டிருந்தார்கள். தன் குழந்தையைப் பார்க்கக்கூட தம்பி இல்லாமல் போய்விட்டானே என்ற ஆதங்கம் உண்டானது. வேணி அதை மறைத்துக்கொண்டவளாக மல்லிகாவிற்காக வாங்கி வந்திருந்த புடவையை எடுத்துத் தந்தாள். மதிய உணவிற்காக வெடைக்கோழியைப் பிடித்து அய்யா அடித்துக்கொண்டிருந்தபோது கோழி ரோமங்கள் வாசலெங்கும் பறந்து கொண்டிருப்பதைக் குழந்தைகள் விரட்டிக்கொண்டு அலைந்தார்கள். வேணியின் கணவன் கோழிக்கு மஞ்சள் தடவிக் கொண்டிருந்தான். நீண்ட நேரத்திற்கு வசந்தாவின் கண்களையே பார்த்துக்கொண்டிருந்தாள். அக்கண்கள் அம்மாவை நினைவு படுத்திக்கொண்டிருந்தன.

சாப்பாட்டு நேரத்தில் யாவரும் ஏதோவொரு துக்கத்தை மறைத்துக்கொண்டவர்கள் போல் மௌனமாகச் சாப்பிட்டார்கள்.

வெயில் தாழ்ந்த நேரத்தில் வேணி தெருவைப் பார்த்து வருவ தற்காக நடந்து போனாள். ஒன்றிரண்டு வீடுகளில் பெண்கள் பனையோலையை முடைந்து கொண்டிருந்தார்கள். அவள் வயதுப் பெண்கள் திருமணமாகி ஏதேதோ ஊர்களில் குடியேறிப் போய்

விட்ட பிறகு தெருவில் தெரிந்த முகம் யாரையும் காண முடியவில்லை. அவள் காயாம்புவின் வீட்டைத் தாண்டும்போது திருமாவின் நினைவு வந்தது. தான் திருமாவைக் கல்யாணம் கட்டியிருந்தால், இதுபோல ரெட்டைக் கதவு போட்ட வீட்டில் வாழ்ந்து கொண்டிருக்கக்கூடும். வீட்டில் தானியமும் செல்வமும் பெருகிப் போயிருக்கும். கூண்டு வண்டியில் போய்வந்துகொண்டிருக்கலாம். சட்டென யோசனையைத் துண்டித்தவளாக வீட்டை நிமிர்ந்து பார்த்தாள். புதிதாக பெரிய இரும்பு கேட் போட்டிருந்தார்கள். உள்ளே நாயின் குரைப்பொலி கேட்டுக்கொண்டிருந்தது. திருமா கல்யாணம் செய்து கொண்டிருப்பானா, உள்ளே போய்க் கேட்டு விட்டு வரலாமா என்று தோணியது. காகமொன்று வீட்டின் உயரத்திலிருந்த சுதைப் புலியின் மீது உட்கார்ந்தபடி கரைந்து: கொண்டிருந்தது. அவள் சாயக்காரர்கள் தெருவைக் கடந்தபோது ஒன்றிரண்டு பெண்கள் அவளை அடையாளம் கண்டுகொண்டு விசாரித்தார்கள்.

அவள் பக்கீரின் மனைவியைப் பார்ப்பதற்காக வேலிப் பாதையின் வழியாக நடந்தாள். பக்கீர் மனைவியின் மண் வீடு இடிந்து கிடந்தது. ஊரின் மேற்கே அவள் புதிதாகப் பெரிய வீடு கட்டிக் கொண்டு போய்விட்டாள் என்றார்கள். புதிய வீட்டிற்குப் போன போது வாசலில் பெரிய களம் செதுக்கப்பட்டிருந்தது. இடப் புறத்தில் வேயப்பட்டிருந்த கூரையடியில் பெண்கள் வேலை செய்து கொண்டிருந்தார்கள். இரண்டு மாடிகள் கொண்ட பெரிய வீடு. அடர்ந்த பச்சை வர்ணத்திலிருந்தது. பக்கீரின் மனைவி சேலையைத் தூக்கிச் சொருகிக்கொண்டு யாரையோ ஏசிக் கொண்டிருந்தாள். வேணியைப் பார்த்ததும் பருத்த தன் கைகளை விரித்தபடி “வேணீ.. வாடி...” என அழைத்தாள். வேணியால் நம்ப முடியவில்லை. கன்னங்கள் வீங்கிப்போய் கைகள் பருத்துப் போயிருந்த பக்கீரின் மனைவி ஆளே மாறியிருந்தாள். இருவரும் ஒருவர் கையை மற்றவர் பிடித்துக்கொண்டபடி பார்த்துப் பார்த்துச் சிரித்துக்கொண்டிருந்தார்கள்.

பக்கீரின் மனைவி அவளை வீட்டிற்குள் கூட்டிப்போய் ஊஞ்சலில் உட்கார வைத்தாள். விசாலமான வீடாகயிருந்தது. நாலைந்து சிறுமிகள் வீட்டு வேலைகள் செய்து கொண்டிருந்தார்கள். பக்கீரின் மனைவி சில நாட்களாகவே மூத்திரக்கடுப்பு வலியால் அவதிப் பட்டுக்கொண்டிருந்ததால் அவளுக்காக வாழைத்தண்டை அரைத்து மோர் விட்டுக்கொண்டுவந்தாள் ஒரு சிறுமி. பக்கீரின் மனைவி அதையே இன்னொரு டம்ளரில் ஊற்றி வேணியையும்

குடிக்கச் சொன்னாள். வேணி அவளது வீட்டையே பார்த்துக் கொண்டிருந்தாள். உயரமான அலமாரிகள். மரப்படிகள் கொண்ட மாடிகள். கறுப்பு வெள்ளை புகைப்படத்தில் பக்கீரின் மனைவி நிலாவின் அருகில் சாய்ந்து நின்றுகொண்டிருந்தாள். புகைப்படத்தில் அவளது கண்கள் கூட சிரித்துக்கொண்டிருந்தன. வீட்டின் சுவர்களில் அவளும் இரண்டு மகளும் சேர்ந்து எடுத்துக் கொண்ட புகைப்படங்கள் வரிசையாகத் தொங்கிக்கொண்டிருந்தன. வேணிக்கும் அதுபோல புகைப்படம் எடுத்துக்கொள்ள வேண்டும் போல ஆசையாகயிருந்தது.

வீட்டைச் சுற்றிக்காட்டுவதற்காக அழைத்துப் போனாள் பக்கீரின் மனைவி. அவளது படுக்கையறை மிக உயரமாகயிருந்தது. இலவம்பஞ்சு மெத்தையிட்ட படுக்கையைச் சுற்றி இரண்டு அன்ன பட்சிகள் போல எண்ணெய் விளக்குகள் இருந்தன. சுவரில் ஆள் உயரக் கண்ணாடியைப் பதித்திருந்தாள். அறையில் தைல வாசனை கசிந்து கொண்டிருந்தது. வேணி பெருமூச்சிட்டபடியே படுக்கையில் உட்கார்ந்து கொண்டாள். இரவு கவிழும் வரை அவர்கள் பேசிக்கொண்டேயிருந்தார்கள். வேணியால் மனதைக் கட்டுப்படுத்திக்கொள்ள முடியாமல் தன் கஷ்டங்கள் யாவையும் சொல்லிக்கொண்டிருந்தாள்.

வேணியைத் தேடி பக்கீரின் வீட்டு வாசலில் முதன் முதலாக வந்து நின்ற நாகுவின் அய்யாவை உள்ளே வரச் சொல்லிக் கூப்பிட்டாள் பக்கீரின் மனைவி. அவர் பிடிவாதமாக வெளியே நின்று கொண்டிருந்தார். தான் மறுநாள் ஊருக்குப் போவதாகச் சொல்லி விட்டு வேணி கிளம்பும்போது பக்கீரின் மனைவி அவளுக்காகத் தன் அலமாரியைத் திறந்து உள்ளிருந்த அத்தர் பாட்டில் ஒன்றை அவளிடம் தந்தாள். அய்யாவும் அவளும் தெருவில் வரும்போது அய்யா கடுத்த முகத்துடன் வேணியிடம் சொன்னார்,

"இவளை எதுக்கு தாயி பாக்க வந்தே... நாதாரி... மினுக்கிட்டு திரியுறா"

என்றபடி அவளது கையிலிருந்த அத்தர் பாட்டிலைப் பிடுங்கி இருட்டிற்குள் வீசினார். அது கல்லில் பட்டுச் சிதறியதும் அத்தர் வாசனை அலை போல விரிந்து பரவத் துவங்கியது.

அன்றிரவு யாவரும் வீட்டு வாசலில் படுத்துக்கொண்டார்கள். மல்லிகா வானத்தைப் பார்த்தபடி ஏதோ யோசனை செய்து கொண்டிருந்தாள். வசந்தாவை யாராவது வைத்தியர்கிட்டே

காட்டுறதுதானே என வேணி கேட்டபோது யோசனை கலைந்த மல்லிகா "மந்திரிச்சு கயிறு கட்டியிருக்கோம் மயினி... ஆனா அவளுக்குத்தான் பேச்சு தவங்கிப்போய் வர மாட்டேங்குது" என்று சொன்னாள். வேணியின் கணவன் மிஷின் ஆஸ்பத்திரிக்குக் கொண்டு போய் காட்டினால் வசந்தாவைக் குணப்படுத்திவிடுவார்கள் என்று சொன்னான். மல்லிகாவிற்குப் பயமாகயிருந்தது. நாகுவின் அய்யா கவலையோடு, "அதையும் பாத்துட்டு வந்துர வேண்டியதுதான் மாப்பிள்ளை" எனச் சொன்னார். வசந்தா வாயெல்லாம் எச்சில் ஒழுக உறங்கிக் கிடந்தாள். அவளைப் பார்க்கும்போது நீலா உறங்குவது போலவேயிருந்தது.

அதன் பிறகு யாவரும் உறக்கம் கொள்ளாமலும் ஒருவருக்கொருவர் பேசிக்கொள்ளாமலும் ஆகாசத்தைப் பார்த்தபடியே படுத்துக் கிடந்தனர். வழி தெரியாத கொக்கு ஒன்று மேகங்களுக் கிடையே இங்குமங்கும் பறந்தலைந்து கொண்டிருந்தது. கொக்கு மறையும் வரை அவர்கள் அதையே பார்த்துக் கொண்டிருந்தார்கள். நாகுவின் அய்யா படுத்துக் கிடக்க விருப்பமற்றவரைப் போல எழுந்து இருட்டிற்குள் கிடந்த கல்லில் உட்கார்ந்து கொண்டார். இருளுக்குள் பதுங்கியிருப்பது ஆறுதல் தருவதாகயிருந்தது. இருளைக் கைவிரல்களால் துழாவியபடியே உட்கார்ந்திருந்தார். இருள் எதையோ தனக்குத் தானே பேசிக்கொண்டிருப்பது கேட்டுக் கொண்டிருந்தது. அவரும் யாரோடோ பேசுவது போல தனக்குத் தானே பேசிக்கொண்டிருக்கத் துவங்கினார்.

71

வேம்பலைக்கு சரஸ்வதி பூஜை நாளில் சைக்கிளில் நாலைந்து பறவைக் கூண்டுகளைத் தொங்கவிட்டுக்கொண்டு ஒருவன் வந்து சேர்ந்தான். ஓராசிரியர் பள்ளியொன்று அங்கே ஆரம்பிப்பதற்கு அரசாங்க உத்தரவு வந்திருப்பதாகவும், தான் அதற்காக ஒரு இடத்தைத் தேர்ந்தெடுக்க வந்திருப்பதாகவும் சொன்னான். வேம்பர்கள் பள்ளிக்கூடம் உண்டாகப் போவதைப் பற்றி விருப்பம் கொள்ளாமல் வேண்டுமானால் ஊர் மடத்தில் பிள்ளைகளைப் படிக்க வைக்கும் படியாகச் சொன்னார்கள். ஆனால் சாயக்காரத் தெருவிலிருந்தவர்கள் தங்கள் வீடுகளில் ஒன்றை அவனுக்குத் தருவதாகவும் அவன் தன் குடும்பத்தோடு வந்து சேர்ந்து பிள்ளைகளுக்கு ஆரம்பப் பாடத்தைக் கற்றுத் தர வேண்டும் என்றும் சொன்னார்கள். வந்தவன் தனது பறவைக் கூண்டுகளை சாயக்காரர்களின் வீடு ஒன்றில் வைத்துவிட்டு பள்ளிக்காக இரண்டு திண்ணைகள் வைத்த அங்குசாமியின் வீட்டைத் தான் எடுத்துக்கொள்வதாகச் சொன்னான். வீட்டிலிருந்த அங்குசாமியின் வயதான தகப்பனை வேறு இடத்திற்கு மாற்றிவிட்டு அவனுக்கு வீட்டைச் சுத்தம் செய்து கொடுத்தார்கள். அவன் சில நாட்களில் தனது மனைவியோடு ஊர் வந்து சேர்ந்தான். பள்ளிக்கூடம் துவங்கிய பிறகு அவன் கொண்டுவந்திருந்த விதவிதமான பறவைக் கூண்டுகளைப் பார்ப்பதற்காக ஊரிலிருந்த சிறுவர்கள் யாவரும் அவனது வீட்டிற்கு வந்து சேர்ந்தார்கள். சிறுவர்களை மட்டுமில்லாமல் பறவைகளையும் தன்னால் பேச வைக்கப் பழக்க முடியும் என்றான். பகல் இரவு என எப்போதும் அவன் வீட்டில் பறவையொலி கேட்டுக்கொண்டேயிருந்தது. அவனது மனைவி குடை பிடித்துக் கொண்டு தெருவில் நடப்பவளாகயிருந்தாள். சிறுவர்கள் பள்ளி ஆசிரியனின் வீட்டில் இருந்த பறவைகளைப் பார்ப்பதற்காகவே அவனிடம்

படிக்க வந்தார்கள். பூக்குருவிகளும் வால் நீண்ட பறவைகளும் வைத்திருந்த அவன் காலையில் மட்டும்தான் பிள்ளைகளுக்குப் பாடம் கற்றுத் தருவான். மற்ற நேரங்களில் பறவைகளுக்குப் பேசக் கற்றுத் தருவதும் அதன் கூண்டைக் கழுவித் துடைப்பதுமாக செய்து கொண்டிருந்தான். அந்தப் பறவைகள் இடைவிடாமல் சப்தமிட்டுக்கொண்டிருந்தன. சில இரவுகளில் அவன் வீட்டின் கதவை மூடிவிட்டு இருட்டிற்குள்ளாகப் பறவைகளை சப்தம் எழுப்பச் செய்வான். அது கானகத்தின் உள்ளே இருப்பது போலவே சிறுவர்களுக்கு அச்சமூட்டுவதாகயிருக்கும். தனது ஊர் கானகம் துவங்கும் சரிவில் இருப்பதாகவும் தான் சிறுத்தைகளைக்கூட நேரில் பார்த்திருப்பதாகவும் சொன்னான். பள்ளியாசிரியன் வந்த பிறகு பகலில் தெருவில் சிறுவர்கள் கத்திக் கொண்டு ஓடும் ஓசை கேட்பது குறைந்து போனது.

*

குடிவெறி ஏறிய வேம்பன் ஒருவன் தெருவில் நின்று ஊரில் யார் யாரோ புதிதாய் வந்து குடியேறத் துவங்கிவிட்டார்கள் என்று கத்திக்கொண்டிருந்த நாளின் மாலை வேளையில் ஒருவன் அங்கு மிங்கும் சுற்றிக்கொண்டிருப்பதை சாயத் தெருக்காரர்கள் பார்த் தார்கள். அவன் மீசையை நறுக்கிவிட்டு பம்பை தலை கொண்டவனாகயிருந்தான். ஓரிடத்தில் நிற்காமல் தெருவிற்குள் வருவதும், போவதுமாகயிருந்தான். அவனைப் பார்த்ததுமே வெளியாள் என்று தெரிந்தது. வேம்பர்களின் தெருவில் அவன் நடந்து வந்த போது எதிர்ப்பட்ட ஒருவன் முறைத்தபடியே எதற்காக அவன் தெருவில் அலைந்து கொண்டிருக்கிறான், ஏதையாவது வேவு பார்க்கிறானா, எந்த ஊர் என்று கேட்டான். அவன் "எல்லாம் இந்த ஊருதான். தெருவில் நோக்கமில்லாம ஒண்ணும் சுத்தலை. சோலியைப் பாத்துகிட்டு போ" என்று சொல்லியபடி போனான். அவன் மடத்திற்கு வருவதற்குள் இரண்டு பேர் அவனை வளைத்துக் கொண்டு யாரை வேவு பாக்க வந்திருக்கே எனக் கோபமாகக் கேட்டுக்கொண்டிருந்தார்கள். அவன் எகத்தாளமாகப் பேசிக் கொண்டிருந்தான். ஆத்திரத்துடன் அவனைப் பிடித்து மரத்தில் கட்ட முயன்றபோது அவன் தயங்கித் தயங்கித் தான் ஊர் ஊராகச் சுற்றியலைபவன் என்றும், ஒவ்வொரு ஊருக்கும் ஒரு தூக்க மிருக்கிறதா என்று சோதித்துப் பார்ப்பதற்காகத் தினமும் ஒரு ஊராகத் தூங்கி வருவதாகவும், சில ஊர்களில் தூக்கம் வேர் பிடிப்பதேயில்லை என்றும் சொன்னான். வேம்பர்களுக்கு ஆச்சரியமாகயிருந்தது.

தங்கள் ஊரில் எப்படியான தூக்கமிருக்கிறது என்று தெரிந்து கொள்வதற்காகவே அவனை வேம்பலையில் படுத்து உறங்கிப் போவதற்கு அனுமதித்தார்கள். அவன் படுப்பதற்குத் தோதான இடம் தேடிக்கொண்டிருந்தான். எல்லா இடத்திலும் யாராவது நடமாடிக்கொண்டேயிருந்தார்கள். அவன் பின்னிரவு வரை கல்லில் உட்கார்ந்தபடியே விழித்திருந்தான். பிறகு ஒரு வேம்படியில் துண்டை விரித்துப் படுத்துக்கொண்டான். விடிகாலையில் பாதி உறக்கத்திலே எழுந்து புறப்படத் துவங்கியவனை வேம்பர்கள் சுற்றிக்கொண்டு தங்கள் ஊரில் தூக்கம் எப்படியிருக்கிறது என்று கேட்டார்கள். அவன் இந்த ஊர் இரவில்தான் உற்சாகமாகயிருப்பதாகவும் விடியும் வரை ஆண்கள் பெண்களின் பேச்சரவமும் ஆள் நடமாட்டமும் இருந்து கொண்டேயிருப்பதாகவும் இதுபோன்ற ஊரில் நிம்மதியான தூக்கம் ஒருவருக்கும் இருக்காது, இந்த ஊரில் மனிதர்கள் தொடர்ந்து வாழ்ந்து வந்தால் மெல்ல இரவும் பகலும் பேதமில்லாமல் போய்விடும், கள்ளப் பயல்கள்தான் இதுபோன்ற ஊரில் குடியிருக்க முடியும் என்றான். வேம்பர்கள் சிரித்தபடியே அவன் சொன்னது அத்தனையும் நிஜமென்றார்கள். தூங்குவதற்காக அலைந்து கொண்டிருப்பவன் குழப்பத்துடன் விடிகாலையில் ஊரை விட்டு வெளியேறிப்போகும் போது தனக்குத் தானே எதையோ சொல்லிக்கொண்டு போனான். அன்றெல்லாம் அவன் ஊரின் தூக்கத்தைப் பற்றிச் சொன்னதைத் திரும்பத் திரும்பச் சொல்லிச் சிரித்துக்கொண்டேயிருந்தார்கள்.

72

திருமாலைத் தேடுவதே அத்தைக்கு வேலையாகிப் போயிருந்தது. அவள் பெயரைச் சொல்லி அழைத்தபடி தேடிக்கொண்டிருந்தபோது மழைக்குப் பிந்திய கோவிலின் பிரகார வெளியில் மரங்கள் நீர் கோர்த்துக்கொண்டிருந்தன. பூக்கள் உதிர்வதைப் போல மழைத் துளிகள் உதிர்ந்து கொண்டேயிருந்தன. திருமால் ஈரக் கல்லைப் புரட்டி அதனடியில் மண்புழு ஒளிந்து கொண்டிருக்கிறதா என்று தேடிப் பார்த்தான். மண்ணைத் துளைத்துக்கொண்டு ஒரு புழு எட்டிப் பார்த்தது. அவன் அதோடு பேச விரும்பியவனைப் போல கேட்டான்,

"மண்ணு ருசியாவா இருக்கு, அதைப் போயி திங்குறே?"

மண்புழு சப்தமில்லாமல் ஊர்ந்து திரும்பியது.

அவன் தன் விரல்களால் மண்புழுவைத் தொட்டுப் பார்த்தான். அது உடலை நெளித்தது. அவன் புரியாதவனைப் போல கேட்டான்,

"உன் வீடு எங்கேயிருக்கிறது. அங்கே மழை பெஞ்சதா?"

மண்புழு மண்ணை உமிழ்ந்தபடியே சுருண்டது. அவன் ஆத்திரத்துடன் சொன்னான்,

"பதில் சொல்றயா... இல்லை மண்டையைத் திருகிப் போடணுமா?"

மண்புழு எதையும் பொருட்படுத்தாதது போல ஊர்ந்து போகத் துவங்கியது. ஆத்திரத்துடன் மண்புழுவைக் கையில் எடுத்துக் கொண்டு போய் கோவில் கிணற்றில் போட்டுவிட்டு வந்தான். அதே இடத்தில் இன்னொரு மண்புழு ஊர்ந்து கொண்டிருந்தது. பயத்துடன் அதனிடம் கேட்டான்,

“உனக்கு நீஞ்சத் தெரியுமா? எப்படி மேலே ஏறி வந்தே?”

மண்புழு அசைந்து கொண்டிருந்தது. தொடுவதற்குப் பயத்தோடு நின்று கொண்டிருந்தான். இன்னும் இரண்டு மண் புழுக்கள் எதையோ மண்ணில் எழுதுவது போல நகர்ந்து போய்க் கொண்டிருந்தன.

திருமால் யாரோ அழைக்கும் சப்தம் கேட்டுப் பிரகாரத்தை விட்டு ஓடினான்.

*

அத்தையில்லாத பகல் பொழுதுகளில் ரத்னா கடையிலிருந்து வீட்டிற்குப் போவதே கிடையாது. பூபாலனும் காலண்டர் கடையிலிருந்து இரவு வீடு திரும்பும்போது கோவில் சாத்தப்படும் நேரமாகிவிடுகிறது. பகலில் திருமால் சாப்பிடுவதற்குக்கூட கடைக்கு வருவதேயில்லை. அவன் சுற்றிக்கொண்டேயிருந்தான். தெருவில் தனியே கத்திக்கொண்டு ஓடுவதையும், கழுதைகள் ஒடுங்கி நிற்கும் சந்தினுள் உட்கார்ந்து கொண்டு கழுதைகளோடு சப்தமாகப் பேசிக்கொண்டிருப்பதையும் பூபாலன் ஒன்றிரண்டு முறை பார்த்திருக்கிறான்.

மதிய வேளைகளில் எப்போதாவது திருமால் காலண்டர் கடையின் முன் வந்து நின்றபடி உள்ளே வேலை செய்துகொண்டிருக்கும் பூபாலனை முறைத்துப் பார்த்துக்கொண்டிருப்பான். பூபாலன் கடையை விட்டு இறங்கித் திருமால் அருகே நின்றபோது, ஏதோ ஒரு அதிசயத்தைக் கண்டுவிட்டவன் போல தெருவில் பார்த்த சம்பவங்களைச் சொல்வான். தேரடிகிட்டே பெரிய மலைப்பாம்பு கிடக்குது. அது ஒரு ஆளை முழுங்குறதை பாத்தேன் என திருமால் பயத்தோடு சொல்வதைச் சிரித்தபடி கேட்டுக்கொண்டிருந்துவிட்டு அவனை அழைத்துக்கொண்டு போய் சுருள் பூரி வாங்கித் தருவான். திருமால் அதை ஒரு கடி கடித்துவிட்டு டவுசர் பையில் சொருகிக் கொண்டு பெரியவனைப் போல பூபாலனைக் கடைக்குப் போகச் சொல்லிவிட்டு வேம்பில் அமர்ந்த காகங்களைப் பார்த்தபடியே நடந்து போகத் துவங்குவான்.

சுவாமியின் திருக்கல்யாண நாட்களாக இருந்ததால் கோவில் பகுதிகளில் பிரயாணிகள் வந்து நிரம்பிக்கொண்டிருந்தனர். நீண்ட நாட்களுக்குப் பிறகு ரத்னாவிற்குக் கோவிலுக்குள் போய் கூட்டத் தோடு கூட்டமாக சுவாமியின் திருக்கல்யாணத்தைப் பார்க்க வேண்டும் போலிருந்தது. பூபாலன் தானும் இத்தனை வருடத்தில்

ஒரு முறைகூட கோவிலில் கல்யாணக் கொண்டாட்டத்தைப் பார்த்ததேயில்லை என்று சொன்னான்.

கோவிலில் கூட்டம் நிரம்பியிருந்தது. பூபாலனின் ஒரு கையைப் பிடித்துக்கொண்டு ரத்னா உள்ளே நடந்து போனாள். இன்னொரு கையைப் பிடித்தபடி திருமால் கூட்டத்தைப் போலவே கத்திக் கொண்டு வந்தான். திருக்கல்யாண மண்டபத்தில் தாயாருக்குப் பச்சைப் பட்டு உடுத்தி மணக்கோலத்தில் சர்வ அலங்காரத்துடன் அழைத்து வந்திருந்தார்கள். பன்னீரும் சந்தன வாடையும் பூக்களின் தெளிப்புமாக அலைமோதும் கூட்டத்தினுள் ரத்னா கைகளைக் கூப்பியபடி சுவாமியைப் பார்த்துக்கொண்டிருந்தாள். மண்டபத்தருகேயிருந்த போலீஸ்காரர்களில் இருவர் கூட்டத்தைத் தள்ளிக் கொண்டிருந்தார்கள். பூபாலன் கைகளை விட்டு விலகி அலங்கார சொரூபத்தைப் பார்ப்பதற்காக எத்தனித்த போது போலீஸ்காரர்களில் ஒருவன் அவளைப் பெயர் சொல்லியழைத்தான். ரத்னா திரும்பிப் பார்த்தபோது போலீஸ்காரன் அவள் கையைப் பிடித்து இழுத்து முன்னாடி வந்து நிற்கச் சொன்னான். அவள் மணக் கோலத்தை அருகிலிருந்து பார்க்கும் சந்தோஷத்தில் பூபாலனையும் அருகில் அழைத்தாள்.

கூட்டத்தை விலக்கிக்கொண்டு பூபாலனும் போலீஸ்காரன் அருகில் வந்து நின்றான். போலீஸ்காரன் அவளிடம் சிரிப்போடு கேட்டான்,

"என்ன ரத்னா... ஆளே மாறிட்டாப்ல இருக்கு. யாரு இது?"

ரத்னா பூபாலனின் கையை இறுக்கமாகப் பிடித்தபடி சொன்னாள்,

"என் வீட்டுக்காரரு."

போலீஸ்காரன் கேலியான தொனியில் கேட்டான்,

"கல்யாணத்துக்குதான் கூப்பிடலே. கறிச்சோறு சாப்பிடவாவது ஒரு நாள் கூப்பிடலாம்லே."

"அதுக்கென்ன... வீட்டுக்கு வாங்கக் கிடாக்கறியா போடுறேன்" என்றாள்.

தரிசனத்திற்குப் பிறகு அவர்கள் தெப்பக்குளத்தின் தூண்களில் உட்கார்ந்து கொண்டபோது திருமால் விசிலை ஊதிக்கொண்டு படிகளில் நடந்து கொண்டிருந்தான். பூபாலன் நெற்றி நிறைய திருநீறும் சந்தனமுமாக இருப்பதைக் கண்ட ரத்னாவிற்குச் சிரிப்பாக

வந்தது. தனது சேலையின் முந்தானையால் நெற்றியைத் துடைத்து விட்டாள். பூபாலன் வெட்கத்துடன் சிரித்துக்கொண்டான். கோவிலில் கூட்டம் நிரம்பிக்கொண்டேயிருந்தது. திருமால் கல் யானையின் மீதேறி யானையை ஓட்டிக்கொண்டிருந்தான். ரத்னாவிற்கு மனம் சந்தோஷத்தில் நிரம்பியிருந்தது. அவர்கள் கோவிலை விட்டு வெளியே வந்தபோது லேசாகத் தூறல் விழத் துவங்கியது. மூவரும் தூறலோடு நடந்து போனார்கள். அன்றிரவில் அவள் பூபாலனைக் கட்டிக்கொண்டு முத்தம் தந்தபடியே இருந்தாள். அவளுக்குப் பைத்தியம் பிடித்துவிட்டதோ எனும் படியாக நினைத்து நினைத்து அவனுக்கு முத்தமிட்டுக்கொண்டிருந்தாள். வீட்டின் சுவர்கள் பகல் முழுவதும் பெய்த மழை ஈரத்தால் குளிர்மை கொண்டிருந்தது.

மறுநாளின் காலையில் ரத்னா எழுந்து கொண்டபோது வெயில் வாசல் வரை வந்திருந்தது. பூபாலன் கடைச் சாவியை எடுத்துக் கொண்டு போய்த் திறந்திருந்தான். அவள் வெட்கத்துடன் தன்னைத் தானே திட்டிக்கொண்டு பால் கடைக்குப் போன போது பூபாலன் சிரிப்போடு நின்றுகொண்டிருந்தான். இருவரும் ஒருவரையொருவர் பார்த்துச் சிரித்துக்கொண்டார்கள். கடைக்குள் ரத்னா வருவதற்காக மடித்துக் கிடந்த மரப்பலகையைத் திறந்துவிட்டான். அவள் கடைக்குள் ஏறியபோது தெருவில் வெயில் நிரம்பியிருந்தது. அவள் பூபாலனின் கண்களில் தெரியும் கேலியை அறிந்தவள் போல அவனது தொடையில் கிள்ளினாள். அவன் வலியில் கத்தியபோது கடைவாசலில் நின்றிருந்த இருவர் திரும்பிப் பார்த்துக்கொண்டார்கள். பூபாலன் தனது கடைக்கு சைக்கிளை எடுத்துக்கொண்டு போகும்போது கல் மண்டபத்தில் திருமால் ஒரு சந்நியாசியின் முன் உட்கார்ந்து ஏதோ பேசிக்கொண்டிருப்பதைக் கண்டான். ரத்னா கிள்ளிய வலி உடம்பிலிருந்து மறையாமல் துடித்துக் கொண்டிருப்பது போலிருந்தது. சீட்டியடித்துக்கொண்டே அவன் சைக்கிளில் கடைக்குப் போகத் துவங்கினான்.

*

திருமால் வில்வ மரத்தின் அடியில் விழுந்து கிடந்த காயைக் குனிந்து எடுத்து கோவிலின் சுற்றுச்சுவர் மீது வீசியெறிந்தான். அது சுவரைத் தாண்டிப் போகாமல் உள்ளேயே விழுந்தது. தேடி அந்தக் காயைத் திரும்ப எடுக்கும்போது யாரோ தன்னைக் கடந்து போவது போலிருந்தது. திரும்பிப் பார்த்தபோது யாருமேயில்லை. அவன் உதட்டைக் கடித்துக்கொண்டு வில்வக்காயை ஓங்கி வீசினான். அது சுவரைத் தாண்டிப் போய் விழுந்தது. அவனாகச்

சிரித்துக்கொண்டு நடந்தபோது திரும்பவும் ஏதோ ஓசை கேட்டது. அவன் திரும்பிப் பார்த்தபோது அவனது நிழல் மட்டும் சரிந்து கிடந்தது. அவன் திரும்பியதும் நிழலும் திரும்பியது. தன் நிழலோடு விளையாடத் துவங்கினான். அவன் வேகமாக ஓடி நின்றபோது நிழலும் ஓடிக் காலடியில் நின்றது. அவன் நிழலைத் தன் முன்னால் கொண்டுவந்து நிற்கச் செய்வதற்காகச் சுற்றிச் சுற்றித் திரும்பிக் கொண்டிருந்தான். நிழல் அவன் காலடியில் இருந்ததேயன்றி முன்னால் வரவேயில்லை. ஆத்திரத்துடன் அதை ஓங்கி மிதிக்கப் பார்த்தான். நிழல் திரும்பிக்கொண்டது போல காணாமல் போயிருந்தது. ஒரு முறையாவது தன் நிழலை மிதித்துவிட வேண்டும் எனத் தாவித் தாவிக் குதித்தான். நிழல் அவன் காலில் மிதிபடாமல் தப்பிக்கொண்டேயிருந்தது.

ஆத்திரமும் கோபமுமாகக் குனிந்து நிழலைத் தேடினான். காலில் ஏறி ஊர்ந்து முதுகுப் பக்கம் போயிருக்குமோ என்று தோணியது. அவன் குனிவதும் நிமிர்வதுமாகப் பிரகாரத்திலிருந்த போது சுவரிலிருந்த காகமொன்று அவ்னைப் பார்த்துக் கேலி செய்வது போல கரைந்து கொண்டிருந்தது. ஆத்திரத்துடன் தேடி ஒரு கல்லையெடுத்து அதை நோக்கி வீசினான். காகம் விருட்டென பறந்து அவன் பார்த்துக்கொண்டிருந்தபோதே இன்னொரு இடத்தில் வந்தமர்ந்து கத்தியது. இன்னொரு கல்லை வீசினான். காகம் அசையவேயில்லை. காகம் போலவே பரிகாசத்துடன் கா... கா... கா... எனக் கத்தினான். காகத்திடம் சலனமேயில்லை. அவனுக்கு என்ன செய்வதெனத் தெரியாமல் நாலைந்து சிறு கற்களைப் பொறுக்கி ஒரே நேரத்தில் வீசியெறிந்தான். அந்தக் காகம் சுவரிலிருந்து பறந்தது. சிரிப்போடு அவன் திரும்பவும் தன் நிழலைத் தேடக் குனிந்தபோது சுற்றுச்சுவரில் இருபதிற்கும் மேற்பட்ட காகங்கள் வந்து நிரம்பி இடைவிடாமல் கரைந்து கொண்டிருந்தன. அவன் தன்னைக் காகம் பார்த்துவிடக் கூடா தென்ற பயத்தில் மெதுவாகப் பதுங்கி நடந்தான். காகங்களில் சில றெக்கையடிக்கத் துவங்கியதும் அவன் கண்களை மூடிக் கொண்டு ஓடினான். காகங்கள் தன்னைத் துரத்துவது போலவேயிருந்தது. அவன் மூச்சிரைக்க பால் கடையின் முன் வந்து நின்றபோது ரத்னா அவனைக் கவனிக்கவேயில்லை. பானையிலிருந்த குடிதண்ணீரை மோந்து குடித்தபோது அருகில் வரச் சொல்லி ரத்னா கூப்பிட்டாள். அவன் தண்ணீரை உறிஞ்சியபடியே அம்மாவைப் பார்த்துச் சிரித்துக்கொண்டான்.

*

ஊரெங்கும் இரண்டு மூன்று நாட்களாகவே சூறைக்காற்றும் மழையுமாகயிருந்தது. தெருவில் ஆள் நடமாட்டம் ஒடுங்கி எங்கும் ஈரம் கோர்த்திருந்தது. கோவிலின் வடக்குக் கோபுரத்தில் மின்னல் வெட்டி இரண்டு சிற்பங்கள் பிளந்து போயிருந்தன. மண்டபத்தையொட்டிய வேம்பு முறிந்து சாலையெங்கும் வேப்பிலையுதிர்ந்து சிதறியிருந்தது. வெயில் வராத நாளாகயிருந்ததால் எப்போதும். மூடாக்கிட்டிருந்தது வானம். வீடுகள், கடைகள் யாவும் இடை விடாத மழையால் பொதுமிப் போயிருந்தன. ஆட்களின் பேச்சுக் குரலைக் கேட்பதே அபூர்வமாகயிருந்தது. மண்டபத்திலிருந்த சந்நியாசிகள் ஒருவரைக் கூட காணவில்லை, யாவரும் எங்கோ சென்று பதுங்கிக்கொண்டுவிட்டார்கள். குடையுடன் தெருவில் நடந்து வருபவர்கள் ஈரத்திற்குக் கூச்சம் கொண்டவர்களாக மெதுவாக நடந்து வந்தார்கள். மழை எங்கோ ஒளிந்திருப்பதும் சட்டென ஊரைப் பற்றிக்கொள்வதுமாகயிருந்தது.

முனிச் சாலையிலிருந்த பள்ளிக்கூடம் ஒன்று இடிந்து விழுந்து விட்டதாகப் பேசிக்கொண்டார்கள். இன்னும் ஒரு நாள் மழை பெய்தால்கூட வீட்டிற்குள் தண்ணீர் வந்துவிடுமென்று காளவாசல் தெருப் பெண்கள் பேசிக்கொண்டு போனார்கள். சிம்னி விளக்கு பகலும் இரவும் வீட்டிற்குள் எரிந்து புகையோடிக்கொண்டிருந்தது. பெயர் தெரியாத பூச்சிகளின் சப்தமும் ஈர மணமும் வீடெங்கும் நிரம்பியிருந்தன. மேகம் தெரியாத இருட்டு பகலை மூடியிருந்தது. அவள் கடையைச் சாத்தி வைத்துவிட்டு வீட்டிலேயிருந்தாள். இரண்டு நாட்களாக பூபாலன் மழையோடு தன் கடைக்குப் போவதும் வருவதுமாகயிருந்தான். கோவில் கதவைக்கூட சாத்திவிட்டார்கள் என்று அவன் சொல்லிய இரவில் இருவரும் சோழியை உருட்டியபடி நெடுநேரம் தாய்மாடிக்கொண்டிருந்தார்கள். மழை வேகமாகி ஜன்னலை மீறி அவள் மீது தெறிக்கும் போது பூபாலன் சிரித்துக்கொள்வான்.

திருமால் கதவிடுக்கின் வழியாக மழையின் துளிகளை எண்ணிக் கொண்டிருந்தான். அவனால் எண்ண முடியவில்லை. ஒரு துளியை எண்ணுவதற்குள் இன்னொன்று வேறு பக்கம் விழுந்துவிடுகிறது. ஆனாலும் அவன் நாவு அடங்காமல் எண்களைச் சொல்லிக் கொண்டிருந்தது. இரவில் மூடிய வீட்டிற்குள் படுத்தபடியே வெளியே பெய்யும் மழையின் துளிகளை மனதிற்குள்ளாகவே எண்ணிக்கொண்டிருந்தான். இரவெல்லாம் மழை நீண்டுகொண்டிருந்தது. யாரோ கதவைத் தட்டுவதுபோல மழையின் விரல்கள் கதவைத் தட்டி ஓய்ந்தன. ரத்னா கதவையே

திறக்கவில்லை, மூன்றாம் நாளின் காலையில் மழை வெறித்திருந்தது. தெருக்களில் வெயில் மெதுவாகக் கசிந்தோடிக்கொண்டிருந்தது. பெருமூச்சிட்டபடியே ஆட்கள் நடந்து கொண்டிருந்தார்கள்.

தெப்பத்தில் தண்ணீர் நிரம்பி தெருக்களில் ஓடிக்கொண்டிருந்தது. வீதியில் வழியும் தண்ணீரை மிதித்துக்கொண்டு நடப்பதில் யாவரும் ஒரு ரகசிய சந்தோஷம் கொண்டார்கள். கொட்டாரத்து சுவர் இடிந்து விழுந்து தூம்புவாயில் வழியும் தண்ணீர் தெறிக்கத் தனியே நின்றிருந்தது யானை. திருமால் கிணற்றின் சுவரில் நின்று எட்டிப் பார்த்தான். படிக்கட்டுகள் தண்ணீருக்குள் மூழ்கியிருந்தன. தவளைகளையே காணவில்லை. மழையடித்துக்கொண்டு போய் விட்டதா? செம்மண் நிறத்திலிருந்த கிணற்றுத் தண்ணீரில் வெயில் ஒரு பூச்சியைப் போல ஊர்ந்து சென்றுகொண்டிருந்தது. திருமால் ரகசியமான குரலில் தவளைகளைக் கூப்பிட்டான். பதிலேயில்லை. அலுப்போடு கிணற்றைத் தாண்டி தெற்கு வாசலை நோக்கி நடந்தான். மழைக்குப் பிந்திய வெயில் இளமஞ்சள் நிறத்தில் ஒளிர்ந்து கொண்டிருந்தது. ஜனங்களின் நடமாட்ட இரைச்சல் மெதுவாக ஈரத்தை உலரச் செய்து கொண்டிருந்தது. குதிரைகள் மூன்று நாட்களுக்குப் பின்னதாகச் சாலையில் நடமாடத் துவங்கியிருந்தன.

ரத்னா கடையைத் திறந்து வைத்து உட்கார்ந்திருந்தாள். மதியம் வரை மெதுவான இயக்கமேயிருந்தது. பின் மதியத்தில் பூபாலன் கைகளை மார்பிற்குக் குறுக்காகக் கட்டியபடி கடை வாசலுக்கு வந்து அவளிடம் வீட்டுச் சாவி வேண்டும் எனக் கேட்டபோது கவனித்தாள், பூபாலனின் முகம் வாடிப்போயிருந்தது. அருகே வரச் சொல்லி நெற்றியைத் தொட்டுப் பார்த்தாள். குளிர்ந்திருந்தது. அவன் எதையும் பேசிக்கொள்ளவேயில்லை. சாவியை வாங்கிக் கொண்டு நிழல் கடந்து போவதைப் போல மெதுவாகத் தெருவிற்குள் போய்க்கொண்டிருந்தான்.

மழைக்குப் பிந்திய மாலை நேரத்தில் கடையில் சமாளிக்க முடியாத கூட்டமாகியது. அவள் வீடு திரும்பிய இரவில் பூபாலன் கறுப்புப் போர்வையைப் போர்த்தியபடி சுருண்டு கிடந்தான். அருகில் உட்கார்ந்து தொட்டுப் பார்த்தபோது நெருப்பாகயிருந்தது காய்ச்சல். அவள் கைகளை பூபாலன் இறுக்கமாகப் பிடித்துக் கொண்டான். விரல்கள் நடுங்கிக்கொண்டிருந்தன. அவள் பதற்றத்துடன் மருந்து வாங்கி வரட்டுமா என்று கேட்டாள். முனங்கும் குரலில் அவன் தான் காய்ச்சலுக்கு மருந்து சாப்பிட்டுவிட்டதாகச் சொன்னான். அவளுக்கு என்ன செய்வதென்றே தெரியவில்லை. பூபாலனின்

கைகள் நடுங்கிக்கொண்டிருந்தன. குளிருது, போர்த்தி விடு என்று சொல்லியபடியே சுருண்டு கொண்டான். அவள் பெரிய சமுக்காளத்தை எடுத்துப் போர்த்திவிட்டாள். பூபாலன் முனங்கும் குரலில் தொடர்ந்து அணத்திக்கொண்டிருந்தான். அவள் அருகிலே உட்கார்ந்துகொண்டிருந்தாள். அவன் சாப்பிடுவதற்காக ஏதாவது வாங்கிவரலாம் என்று தோணியது.

இரவாகியும் திருமாலையும் காணவில்லை. அவன் கல் மண்டபத்தில் விளையாடிக்கொண்டிருக்கக் கூடும் எனக் கதவைச் சாத்தி விட்டு வெளியே வந்தாள். எங்கும் இருள் நிரம்பியிருந்தது. திருமால் ஏலம் விடுபவனின் அருகே நின்றுகொண்டிருந்தான். அவனையும் அழைத்துக்கொண்டு கிழக்குக் கோபுரத்தருகேயிருந்த இரவுக் கடைக்குச் சென்றாள். சூடாக இட்லியும் சீனியும் வாங்கிக் கொண்டு வீடு திரும்பும்போது பூபாலனின் முனங்கல் குரல் நடுக்கமேறியிருந்தது. அவனைத் தூக்கி உட்காரவைத்து இட்லியைப் பிரித்துச் சாப்பிடக் கொடுத்தாள். அவனால் ஒரு வாய்கூட சாப்பிட முடியவில்லை. கண்களிலிருந்து ஈரம் சுரந்து கொண்டிருந்தது. சாப்பிட முடியாமல் குமட்டிக்கொண்டிருந்தான். அவள் நெஞ்சைத் தடவிவிட்டபடியே ஒரு வாய் இட்லியாவது சாப்பிடுங்க என்று புகட்டிவிட்டாள். ரத்னாவின் கைகளில் அவன் வாந்தியெடுத்தான். அவள் கைத்தாங்கலாக பூபாலனை வெளியே கூட்டி வந்தாள். அவன் நெஞ்செல்லாம் கட்டிக்கொள்ள வாந்தியெடுத்தான். வீட்டிற்குள் அழைத்து வரும்போது மூச்சு முட்டிக் கொண்டிருந்தது. படுக்கையில் அவனைக் கிடத்திவிட்டு வேறு புடவையை மாற்றிக்கொண்டாள். அவளுக்குச் சாப்பிட வேண்டும் என்றே தோணவில்லை. திருமால் பயந்து போனவனாக பூபாலனையே பார்த்துக்கொண்டிருந்தான். இரவு முழுவதும் குளிர் தாங்க முடியாமல் நடுங்கிக்கொண்டிருந்தான். அவன் உடல் தூக்கிப்போடுமளவு நடுக்கமேறியது. அவள் கதவைத் திறந்து கொண்டு அருகாமை வீட்டிலிருந்த சந்தனக் கடைக்காரனை எழுப்பினாள். அவர்கள் பூபாலனின் போர்வையைத் தூக்கிப் பார்த்த போது முகம் இறுகிப்போயிருந்தது. கைகள் பின்னிக் கிடந்தன.

பின்னிரவில் பூபாலனை ரிக்ஷாவில் ஏற்றிக்கொண்டு அவர்கள் மிஷின் ஹாஸ்பிடலுக்குப் போனபோது தெருவில் அவன் முனங்கல் சப்தம் தனியே கேட்டுக்கொண்டு வந்தது. ரத்னாவின் மடியில் தலை வைத்தபடியே ரிக்ஷாவில் அரற்றிக்கொண்டு வந்தான் பூபாலன். திருமால் பாதி உறக்கத்தோடு ஆள் அரவமற்ற தெருக்களைப் பார்த்துக்கொண்டு வந்தான். பூபாலனை பெட்டில்

அனுமதித்தபோது விடிகாலை பிறந்து கொண்டிருந்தது. செவிலி ஒருத்தி அவனுக்கு ஊசி போட்டுவிட்டுப் போனபோது ரத்னாவிற்குக் கைகள் நடுங்கிக்கொண்டிருந்தன. அவள் மருத்துவ மனையின் கட்டிலைப் பிடித்துக்கொண்டு பூபாலனையே பார்த்துக் கொண்டிருந்தாள். அவன் ஆழ்ந்து உறங்கிக்கொண்டிருந்தான். திருமாலும் கட்டிலின் அருகாமையில் படுத்துக் கொண்டு விட்டான். விடிவதற்கான மெல்லிய நீல வெளிச்சம் படர்ந்து கொண்டிருந்தது. அவள் செய்வதறியாமல் சுவரோடு சாய்ந்து உட்கார்ந்து கொண்டாள். மருத்துவமனையின் வெளியே பால்காரனின் மணிச் சப்தம் கடந்து போய்க்கொண்டிருந்தது.

73

மருத்துவமனையில் பகல் இரவு பேதமிருப்பதில்லை. எப்போதும் பாதியிருட்டடைந்த அறையில் வரிசையாக இரும்புக் கட்டில்களிருந்தன. மருந்து வாசனையும் வேதனைமிக்க குரலும் படிந்திருந்த நீண்ட அறையில் ரத்னாவதி குறுக்குக் கம்பிகளுக்கு வெளியே தெரியும் ஜன நடமாட்டத்தைப் பார்த்துக்கொண்டிருந்தாள். பூபாலனின் காய்ச்சல் குறைவதும் அதிகரிப்பதுமாகயிருந்தது. அவன் நாவு உலர்ந்துபோனவனாகத் தண்ணீருக்கு ஏங்கிக் கொண்டிருந்தான். ரத்னாவதிக்கு அவனைப் பார்க்கப் பார்க்க வேதனை அதிகமாகிக்கொண்டிருந்தது. பகலை விடவும் இரவில் அவன் குளிர் தாங்க முடியாமல் நடுங்கும்போது அவனறியாமல் கண்கள் பொங்குகின்றன. அவள் கைகளைப் பிடித்துக்கொண்டு “தாங்க முடியலைப்பா... தாங்க முடியலைப்பா” என்று அரற்றுகிறான். அவள் பூபாலனை இறுக்கமாகப் பிடித்துக்கொண்டு அவன் நெற்றியைத் தடவிவிட்டுக்கொண்டிருப்பாள். நான்காம் நாளின் பின்னிரவில் அவன் படுக்கையிலே மூத்திரம் போயிருந்தான். பூபாலனைத் தூக்கிச் சுத்தப்படுத்தும்போது அவன் உடலில் கை வைக்க முடியாத காய்ச்சல் கொதித்துக்கொண்டிருந்தது. செவிலி வந்து பார்த்துவிட்டு அவனுக்கு ஏதோ ஊசி போட்டுப் போனாள். பற்களைக் கடித்தபடி சுருண்டு கிடந்த பூபாலன் ஊசி போட்டுச் சென்ற சில நிமிஷங்களில் உடம்பெல்லாம் தூக்கித் தூக்கிப் போட்ட கைகளை வெட்டியிழுத்துக்கொண்டிருந்தான். ரத்னாவதி அவன் அவஸ்தையைத் தாங்க முடியாமல் கத்தினாள். செவிலிகளும் மருத்துவரும் கூடி நின்றபோது பூபாலனின் உடலில் தேமல் போல திட்டுத்திட்டாக வீக்கமாகிக்கொண்டிருந்தது. அவர்கள் மெதுவான குரலில் எதையோ பேசிக்கொண்டிருந்தார்கள். மருத்துவர் பூபாலனின் வாயைத் திறந்து நாக்கைப் பார்த்தபோது

கொப்புளங்கள் அரும்பியிருந்தன. அவனை அவசர அறையின் உள்ளே தூக்கிக்கொண்டு வரும்படி சொல்லியபடி கடந்து போனார்கள். பின்னிரவில் மூடியிருந்த மரக் கதவிற்கு வெளியே ரத்னாவதி பயத்தோடு காத்துக்கொண்டிருந்தாள். யாராவது தெரிந்த மனிதர்கள் ஒருவராவது கூடயிருந்தால் ஆறுதலாகயிருக்கும் போலிருந்தது. விடிகாலையில் செவிலியில் ஒருத்தி தூக்கம் கலைந்த கண்களுடன் கதவைத் திறந்துகொண்டு வெளியே வந்து "அந்த ஆளு செத்துப் போயிட்டாம்மா. பதினோரு மணிக்குப் பிரேத பரிசோதனை பண்ணிட்டு தருவாங்க. வேண்டிய வங்க யாராவது இருந்தா... வரச் சொல்லு. பொம்பளைகிட்டே எல்லாம் பிரேதத்தைத் தர மாட்டாங்க' என்று சொல்லியபடி அவள் கதவைத் திறந்து வைத்துவிட்டு வெளியே சென்றாள். ரத்னாவதியால் துக்கத்தைத் தாங்க முடியவில்லை. அவள் வாசல் கதவிற்கருகிலிருந்த சுவரில் தலையை இடித்து சப்தமிட்டு அழுதாள். வெளியே மருந்து பாட்டில்களைத் தேடிக்கொண்டிருந்த திருமால் அம்மா அழுவதைக் கண்டு பயந்து போனவனாக அருகே வந்து ஒடுங்கி நின்றுகொண்டான். ரத்னாவால் பிரேத அறைக்குள்ளாக நடந்து போக முடியவேயில்லை. அருகாமை படுக்கையிலிருந்த நோயாளியின் தாயார் அருகே வந்து தானறியாமல் வழியும் கண்ணீரைத் துடைத்துக்கொண்டு ரத்னாவைத் தாங்கிப் பிடித்துக்கொண்டு நின்றாள். மருத்துவமனைக்குள் வருபவர்கள் போகின்றவர்கள் அமைதியாக நடந்து போய்க்கொண்டிருந்தார்கள். திறந்து கிடந்த கதவு வழியாக வெளிறிய கட்டிலில் பூபாலன் படுத்துக் கிடப்பது தெரிந்தது. அவன் கால் விரல்கள் கட்டிலின் கம்பியை எத்திக்கொண்டு விறைத்திருந்தன. அவள் ஓங்காரமிட்டு அழுதாள். மதிய நேரத்திற்குள் சாவடித் தெரு விலிருந்த பெண்களும் ஜெயராணியும் காலண்டர் கடை முருகனும் வந்திருந்தார்கள். முருகன் தனது தம்பியின் உடம்பைப் பார்த்துப் பார்த்து வெடித்துப்போய் அழுதான். ஜெயராணியால் கூட அழுகையைக் கட்டுப்படுத்த முடியவில்லை. திருமால் பயந்து போய் விம்மிக்கொண்டிருந்தான். ஜெயராணி மருந்துக் கிடங்கில் வேலை செய்யும் ஒருவனை அழைத்துவந்து ஏதோ பேசினாள். அன்றைக்கு வெயில் மிகுந்த ப்ரகாசமாகயிருந்தது. ரத்னாவதி கண்கள் வீங்கிப்போய் குரல் அற்றுப்போனவளைப் போல சுருண்டு கிடந்தாள். மருத்துவமனையிலிருந்து அவர்கள் பூபாலனை அப்படியே இடுகாட்டிற்குக் கொண்டுபோனார்கள். ரத்னா வீடு வந்து சேர்ந்தபோது கதவைத் திறந்ததுமே வீடெங்கும் சாவின் மணம் நிரம்பியிருப்பதாகயிருந்தது. இரவெல்லாம் நினைத்து

நினைத்து வேதனைப்பட்டாள். ரத்னாகூடவே ஜெயராணி உட்கார்ந்திருந்தாள். திருமால் அம்மாவின் அருகிலே உறங்கிப் போயிருந்தான். பூபாலன் இறந்துபோய் ஆறு நாட்கள் கடந்த பிறகு ரத்னர் ஒரு காலையில் எழுந்து கொண்டாள். உடம்பிலிருந்த சக்தி முழுவதும் வடிந்து வெளியேறிப்போய்விட்டது போலிருந்தது. கடையைத் திறக்கவில்லை. அவள் தலைவழியாகக் குளித்துவிட்டு ஜெயராணியைப் பார்ப்பதற்காகப் போனாள். கதர் கடையருகே இருந்த ஜெயராணி அவளை உட்காரச் சொல்லி ஆறுதல் பேசிக் கொண்டிருந்தாள். ரத்னாவதி மெலிதான குரலில் தன்னால் அந்த வீட்டில் இனி தங்கியிருக்க முடியாது, வேறு வீடு பார்த்துத் தரும் படியாகக் கேட்டாள். ஜெயராணி தன் வீட்டருகேயே பார்த்துத் தருவதாகச் சொல்லியபடி அதுவரை அவள் தன்னோடு கூடவே தங்கியிருக்கலாம் என்றாள். களிமண்ணின் பிசுபிசுப்பைப் போல துக்கத்தால் நெகிழ்ந்து போயிருந்தாள் ரத்னா.

இரண்டு வாரங்களுக்குப் பிறகு ரத்னா தன் இருப்பிடத்தை மாற்றிக்கொண்டாள். கடையைத் திறந்து வைத்து உட்கார்ந்திருந்த போது மனம் பூபாலனைப் பற்றியே யோசித்துக்கொண்டிருக்கும். அவன் எதற்காக தன் வாழ்க்கைக்குள் பிரவேசித்தான். ஏன் அவளை விரும்பித் திருமணம் செய்து மிகுந்த சந்தோஷத்தில் அற்ப நாட்கள் திளைக்கச் செய்து நிரந்தரமான வடுவை ஏற்படுத்திப் பிரிந்து போய்விட்டான். மனதின் அடியாழத்தில் நீர்க் கசிவைப் போல் துக்கம் சதா கசிந்து கொண்டேயிருந்தது. யோசிக்க யோசிக்க பூபாலன் கடையின் எதிரில் கையைக் கட்டிக்கொண்டு நிற்பது போலவேயிருக்கும். ரத்னா யாரோடும் பேசுவதுமில்லை. திருமாலைக் கூட்டிக்கொண்டு கடைக்கு வருபவள் இரவு வரை கடையிலேயிருந்தாள். திருமாலும் பயம் கலையாதவனாக அம்மாவின் அருகிலேயிருப்பான். புதிய வீடு பழக்கமற்ற இடமாகயிருந்தது. இரவில் அவளறியாமல் உறங்கும் வரை விழித்துக்கொண்டேயிருப்பாள்.

ஓர் இரவில் அவள் கடையை எடுத்து வைத்துவிட்டு தெருவில் வரும்போது காரில் மெஜஸ்டிக் லாட்ஜின் வாசலில் நின்று கொண்டிருந்தாள் ஜெயராணி. திருமால் அவளைப் பார்த்ததும் தான் காரில் ஏற வேண்டும் என்று அடம் பிடிக்கத் துவங்கினான். ஜெயராணி தான் அவனை வீட்டிற்குக் கூட்டி வருவதாகச் சொல் லியபடி காரில் ஏற்றிக்கொண்டு போனாள். தனியே இருட்டில் ரத்னாவதி நடந்து கொண்டிருந்தபோது பெட்டிக் கடையடியில் அவளுக்குப் பழக்கமான பெண்களில்

இருவர் நின்றுகொண்டிருந்தார்கள். அவர்கள் ரத்னாவைக் கண்டதும் அருகே வந்து அவள் கையைப் பிடித்துக்கொண்டு துக்கம் விசாரித்துக்கொண்டார்கள். ரத்னா அவர்களோடு பேசிக்கொண்டிருந்தபோது டாக்கீஸில் இரண்டாம் காட்சி ஆரம்பிக்கும் சப்தம் கேட்கத் துவங்கியது. இருளிலிருந்து இருவர் எதையோ பேசியபடி வந்து கொண்டிருந்தார்கள். ரத்னாவின் தோழிகள் அவர்களுடன் பேசியபடி நடந்து போனார்கள்.

ரத்னா தெருவில் தனியே நின்றுகொண்டிருந்தாள். வீட்டிற்குப் போக மனதற்றிருந்தது. அவள் பெட்டிக் கடையருகிலே நின்று கொண்டிருந்தாள். தியேட்டர் வாசலை நோக்கிப் போய்க்கொண்டிருந்த ஒருவன் மெதுவாகப் பெட்டிக் கடையை நோக்கித் திரும் பியபடி அருகே வந்து ரத்னாவிடம் படம் பார்க்க வருகிறாயா என்று கேட்டான். ரத்னா பதில் பேசாமல் நின்றுகொண்டிருந்தாள். அவன் தன் பர்சிலிருந்து சில்லறைகளைக் கொடுத்துக் கடையில் சுகந்த பாக்கு வாங்கும்வரை அமைதியாக நின்றுகொண்டிருந்தாள். பிறகு படம் பார்க்க வருவதாகத் தலையசைத்தாள்.

இருவரும் அரங்கத்தினுள் போன போது திரையில் ஏதோ பாடல் காட்சியோடிக்கொண்டிருந்தது. பாதிப் படத்திலே அவர்கள் கிளம்பி வெளியே வந்துவிட்டார்கள். விடிகாலை வரை அவனுடைய அறையிலே தங்கியிருந்த ரத்னா காலை வெளிச்சத்தில் வீடு திரும்பியபோது ஜெயராணியின் கணவன் வாசலில் உட்கார்ந்து கொண்டு அவளை முறைத்துப் பார்த்துக்கொண்டிருந்தான். அவள் பகல் முழுவதும் உறங்கிக்கொண்டேயிருந்தாள். கடையைத் திறக்கவேயில்லை.

மாலை நேரம் அவள் கண்விழித்தபோது ஜெயராணி வீட்டில் திருமால் விளையாடிக்கொண்டிருந்தான். ஜெயராணி எதுவும் கேட்டுக்கொள்ளவில்லை. மாலையானதும் ரத்னா கிளம்பி நகருக்குப் போன போது தெருவில் கூச்சல் அதிகமாகிக்கொண்டிருந்தது. ரத்னா தனக்கு விருப்பமான பழைய தோழிகளைச் சந்திப்பதற்காகக் கிழக்குக் கோபுரத்தருகேயிருந்த திண்ணை வீட்டிற்கு நடந்து கொண்டிருந்தாள். அவளது பால் கடை மூடப் பட்டிருந்ததைக் கவனித்தவளாகக் கோவிலைக் கடந்து போன போது கோபுரத்திலிருந்த கந்தவர்னின் சிலையை நிமிர்ந்து பார்த்தாள். சிற்பத்தின் பார்வை வேறு எங்கோ நிலை குத்தியிருந்தது.

74

ஜெயராணிக்கு ரத்னாவைப் பற்றி நினைக்கவே பயமாகயிருந்தது. அவளிடம் முகம் கொடுத்துப் பேச முடியவில்லை. அவள் பெரும்பான்மை இரவுகளில் வீடு தங்குவதேயில்லை. பகலிலும் கூட கிரசண்ட் ஹோட்டல் அருகே வெற்றிலையிட்டு சிவந்த வாயும் மை அடர்ந்த கண்ணுமாக யாரோடோ தோளில் கை போட்டபடி பேசிச் சிரித்துக்கொண்டிருப்பதை ஜெயராணி கண்டிருக்கிறாள். ரத்னாவின் முகத்தில் எப்போதும் சிரிப்பை மீறிய கடுமை நிரம்பியிருந்தது. ரத்னா வேட்டையில் தப்பிய மிருகங்களுக்கு ஏற்படும் மூர்க்கம் போல இடையறாது அலைந்து கொண்டிருக்கத் துவங்கினாள். பால்கடையைத் திறப்பதைப் பற்றியோ, திருமாலைப் பற்றியோகூட அவளுக்கு யோசிக்க நேரமிருப்பதேயில்லை.

திருமால் ஜெயராணியின் வீட்டிலே உறங்குவதும் அவள் காலையில் வசூலுக்குப் புறப்படும்போது கூடவே போவதுமாக யிருந்தான். ரத்னாவின் அலங்காரங்கள் மாறியிருந்தன, அவள் நெற்றியின் வகிடை மாற்றியிருந்தாள். தலையில் பகலில்கூட பூ அடர்ந்திருந்தது. வெற்றிலை எச்சில் படிந்த உதட்டோடு அவள் தோழிகளுடன் பகல் முழுவதும் தெருவில் சுற்றிக்கொண்டிருந்தாள். திருமாலைப் பார்ப்பவர்கள் எல்லாம் அவனை ஜெயராணியின் பிள்ளையென்றே நினைத்தார்கள். அவளும் திருமாலுக்கு கலர் பனியன்களும் கால்சராய்களும் வாங்கித் தந்தவளாக நாள் முழுவதும் கொஞ்சிக் கொண்டேயிருந்தாள்.

ஒரு மதியத்தில் கதர் கடையின் மாடியில் ஜெயராணியோடு திருமால் சாப்பிட்டுக்கொண்டிருந்தபோது மரப் படிகள் அதிர ரத்னா மாடியேறி வந்தவள், கோபத்தோடு திருமாலைச் சாப்பாட்டிலிருந்து எழுந்து இழுத்துக்கொண்டு நடந்தாள். அவன்

வர மறுத்தவனாகக் கத்தியபோது முதுகில் ஓங்கியறைந்து வாடா என இழுத்துக்கொண்டு நின்றாள். ஜெயராணிக்கு ஆத்திரமாக வந்தது. அவள் திருமாலை வெடுக்கென பிடுங்கியபடி அவன் என்கிட்டே தான்டி இருப்பான்... போடி” எனக் கத்தினாள். ரத்னாவிற்கும் கோபம் அதிகமாகியது. அவள் மாறி மாறித் திருமாலை அடிக்கத் துவங்கினாள். திருமால் வலி தாங்க முடியாமல் கத்தி அழுதான்.

ஜெயராணி ரத்னாவின் கையைப் பிடித்து இழுத்த போது அவள் குடித்திருப்பது தெரிந்தது. முகத்தைச் சுழித்தபடி அவள் ரத்னாவை இழுத்து நாற்காலியில் உட்கார வைத்தாள். ரத்னாவின் கைகள் நடுங்கிக்கொண்டிருந்தன. ஜெயராணி அவளைச் சாப்பிடச் சொன்னாள். ரௌத்திரமடங்காமல் தலை கவிழ்ந்திருந்த ரத்னா வேக வேகமாகத் திருமால் சாப்பிட்டு வைத்திருந்த மிச்சமுள்ள பிரியாணியை அள்ளித் திங்கத் துவங்கினாள். ஓரக்கண்ணால் பார்த்தபடியே ஜெயராணி திருமாலைத் தேற்றிக்கொண்டிருந்தாள். பசி யடங்கியதும் ரத்னாவதி மெதுவாகத் தன் சேலையிலே கையைத் துடைத்துக்கொண்டு “என் பிள்ளையை நான் கூட்டிகிட்டு போறேன்” என்று சொன்னாள்.

ஜெயராணி முறைத்தபடியே “அவனைக் கொண்டுபோய் எவ வீட்டு வாசல்ல விளக்கு பிடிக்க வைக்கப் போறே” என்றதும், பற்களைக் கடித்தபடியே ரத்னாவதி “உங்ககிட்டேயிருந்தாதான் விளக்கு பிடிக்கப் போவான். மிஷின் பள்ளிக்கூடத்திலே கொண்டு போய்விடப்போறேன். இன்னாசி வாத்தியார்கிட்டே பேசிட்டேன்” என்றாள்.

ஜெயராணி செய்வதறியாமல் திருமாலைப் பார்த்தபடியே யிருந்தாள். அவனுக்குப் பயமாகயிருந்தது. அவன் போக மறுத்தப் போல ஜெயராணியை ஒட்டி நின்று கொண்டான்.

ரத்னா அவன் கைகளைப் பிடித்து இழுத்துக் கொண்டு கதர் கடையை விட்டு வெளியே இறங்கினாள். பகலில் இருவரும் அலைந்து தகரப் பெட்டியும் டம்ளரும் தட்டும் வாங்கினார்கள். ரத்னா அவனுக்காக நாலைந்து ஊதா டவுசர்கள் வாங்கினாள். நடக்க நடக்க திருமாலுக்கு காய்ச்சல் வருவது போலிருந்தது.

அம்மாவின் கைகளைப் பிடித்துக்கொண்டு “இனிமே நான் எங்கேயும் போக மாட்டேன்மா. உன்கூடவே இருக்கேன்மா” எனக் கெஞ்சிக் கொண்டே வந்தான். அவள் தலைக்குத் தேய்க்க தேங்காய் எண்ணெய், சீப்பு, சீயக்காய்த்தூள் என எல்லாவற்றையும்

வாங்கிக்கொண்டு வீடு வந்து சேர்ந்தபோது இருட்டியிருந்தது. இரவெல்லாம் திருமாலை அணைத்துக்கொண்டு படுத்திருந்தாள். ஒரு வார்த்தைகூட பேசவேயில்லை.

காலையில் அவர்கள் மிஷின் பள்ளிக்கூடத்திற்குப் போனபோது வழியெங்கும் பழுத்துப்போன இலைகள் உதிர்ந்து கிடந்தன. சிவப்பு நிறக் கட்டிடத்தின் உள்ளே வரிசையாக நெட்டிலிங்க மரங்கள். இடையில் சில பன்னீர்ப்பூ மரங்கள். பச்சையடர்ந்த பாதையில் நிசப்தம் நிரம்பியிருந்தது. கையில் தகரப் பெட்டியை வைத்துக் கொண்டு திருமாலைக் கூட்டிக்கொண்டு நடந்தாள். மரத்திலிருந்த காகம் கூட கரையாமல் அமைதியாக அவர்களைப் பார்த்துக் கொண்டிருந்தது.

படிகள் உயர்ந்த கட்டிடத்தின் வெளியே நின்றபோது ஒரு பாதிரி கையில் ஏதோ நாளிதழ் ஒன்றுடன் நடந்து போய்க் கொண்டிருந்தார். ரத்னாபடியேறி ஜே. எப். மில்லர் என்று பெயர்ப் பலகை பொறிக்கப்பட்டிருந்த அறையின் முன்னால் தயக்கத்துடன் நின்றுகொண்டிருந்தாள். உள்ளே டைப்ரைட்டர் அடிக்கும் ஓசை கேட்டுக்கொண்டிருந்தது. அவள் மெதுவாகக் கதவைத் தட்டினாள். ஆறடி உயரமும் கறுப்பு கோட் அணிந்திருந்த மில்லர் வெளியே வந்து அவளைப் பார்த்தபடியே சிரித்தார். அவள் கைகளை மார்பின் குறுக்காகக் கட்டிக்கொண்டு இன்னாசி சார் அவளை அனுப்பியதாகச் சொன்னாள். திருமாலைப் பார்த்தபடியே மில்லர் நேற்றிரவில் இன்னாசி தன்னிடம் பேசியதாகச் சொல்லியபடி அவனுடைய பெயரைக் கேட்டார்.

திருமாலால் அவன் பெயரைச் சொல்ல முடியவில்லை. கண்கள் கட்டிக்கொண்டு கண்ணீர் வந்து கொண்டிருந்தது. அவன் உதடு நடுங்க நின்றுகொண்டிருந்தான். அவர் இருவரையும் கூட்டிக் கொண்டு வராந்தாவை விட்டு இறங்கி நடந்தார். மைதானத்தைக் கடந்தபோது பந்து விளையாடிக்கொண்டிருந்த சிறுவர்கள் மில்லருக்கு வணக்கம் சொன்னார்கள். அவர் சிரிப்புடன் யாவரையும் பார்த்து சல்யூட் அடித்துக்கொண்டு நடந்தார்.

அவர்கள் வேதக்கோவிலின் வாசலை நினைவுபடுத்தும் பெரிய ஆர்ச் உள்ள கட்டிடத்தின் உள்ளே நடந்தபோது சிறுவர்கள் சிலர் ஈரத் துணிகளைக் காயப் போட்டுக்கொண்டிருந்தார்கள். திருமால் தங்குவதற்காக இடத்தைக் காட்டியபோது ஒரு ஹாலில் இருபது மாணவர்கள் படுக்கையிருந்தது. யாவும் சிறிய மரக் கட்டில்கள். அருகிலே ஒரு அலமாரியிருந்தது. அவர் ஒரு கட்டிலில் திருமாலின் பையை வைக்கச் சொல்லிவிட்டு அவன்

குளித்துத் தயாராகும்படி சொன்னார். திருமால் தயக்கத்துடன் தான் குளித்துவிட்டதாகச் சொன்னான். எட்டு மணிக்கு பெல் அடித்தவுடன் சாப்பாடு கிடைக்கும். அதுவரை இங்கே உட்காந்திரு என்று சொல்லியவராக ரத்னாவை மட்டும் தன் அறைக்கு அழைத்துக்கொண்டு திரும்பினார்.

திருமால் கட்டிலில் உட்கார்ந்தபடியே அங்கிருந்த மாணவர்களைப் பார்த்துக்கொண்டிருந்தான். அப்படியே எழுந்து ஓடிவிட வேண்டும் போலிருந்தது. கட்டிலை இறுக்கமாகப் பிடித்துக்கொண்டு உட்கார்ந்து கொண்டான். சாப்பாட்டிற்கான மணியடித்ததும் மாணவர்கள் தட்டோடு வரிசையாக அடுத்த கட்டிடத்தை நோக்கி நடக்க ஆரம்பித்தார்கள். ஒருவன் திருமாலை அழைத்துக் கொண்டு நடந்தான். உப்புமாவும் சக்கரையும் தந்தார்கள். அவனால் ஒரு வாய்கூட சாப்பிட முடியவில்லை. வேதனையில் நாவெல்லாம் மரத்துப்போயிருப்பது போலிருந்தது. சாப்பாட்டை அள்ளிக் கையில் வைத்தபடியே இருந்தான். மாணவர்கள் அமைதியாகச் சாப்பிட்டுக்கொண்டிருந்தார்கள்.

தட்டை அப்படியே வைத்துவிட்டு மெதுவாக வெளியே வந்து நின்ற திருமால் அம்மா எங்காவது தென்படுகிறாளா என்று பார்த்துக்கொண்டேயிருந்தான். மைதானத்தில் யாருமேயில்லை. கண்களை மூடிக்கொண்டு மில்லர் அறையிருந்த கட்டிடத்தை நோக்கி ஓடத் துவங்கினான். படிக்கட்டிலிருந்து கீழே இறங்கி வந்து கொண்டிருந்த அம்மா அவனைப் பார்த்து முறைத்தபடியே என்னடா என்று கேட்டாள். அவள் சேலையைப் பற்றிக்கொண்டு சப்தமாக அழுதான். அவள் கோபத்துடன் "போ... போயி படி" என்றபடி அவனை இழுத்துக்கொண்டு தங்குமிடத்திற்குப் போனாள். ஒரு மாணவன் திருமாலின் தட்டைக் கழுவிக்கொண்டு வந்து படுக்கையருகே வைத்திருந்தான்.

ரத்னா ஐந்து ரூபாயைத் திருமால் கையில் கொடுத்துவிட்டு இறுக்கமான குரலில் தான் வாரம் ஒரு முறை வந்து பார்ப்பதாகச் சொல்லியபடி தலையைத் தடவிக் கொடுத்தபடியே நன்றாகப் படிக்க வேண்டும் எனச் சொன்னாள். உதட்டைக் கடித்துக் கொண்டு அவள் சேலையை விடாமல் பிடித்துக்கொண்டிருந்தான் திருமால். அவள் வகுப்பு துவங்கும் மணியடிப்பது கண்டு அவனைக் கூட்டிக்கொண்டு வகுப்பறையை நோக்கி நடந்தாள்.

வகுப்பில் சிறிய சப்தம் கூட இல்லை. மாணவர்கள் அமைதியாக உட்கார்ந்திருந்தார்கள். பிரார்த்தனைக்கான இன்னொரு

மணியடிக்கத் துவங்கியதும் யாவரும் பிரார்த்தனை மைதானத்தை நோக்கி நடக்கத் துவங்கினார்கள். அவர்களோடு தயங்கித் தயங்கி அழுது வீங்கிய கண்களுடன் திருமால் போய்க்கொண்டிருந்தான். ரத்னா பள்ளியை விட்டு வெளியே வந்தபோது பிரார்த்தனைப் பாடல் தெளிவற்றுக் கேட்டுக்கொண்டிருந்தது. அவளுக்கு மிகுந்த பசியாகயிருந்தது. ஒரு ரிக்ஷாவை நிறுத்தி ஏறிக்கொண்டு சாப்பிடுவதற்காகப் போனாள். சாலையில் வெயில் வீழ்ந்து கிடந்தது. '

75

வேம்பலை பள்ளியாசிரியனின் மனைவி சாரம்மா தனது சகோதரிகள் மூவரை ஊருக்கு அழைத்து வந்திருந்தாள். அவர்கள் மூவருக்கும் சைக்கிள் ஓட்டுவதற்குத் தெரிந்திருந்தது. அவர்கள் எப்போதும் சிரித்துக்கொண்டேயிருந்தார்கள். ஒன்றுபோலவே உடையணிந்து கொண்டிருந்த அவர்கள் ஊரின் வெக்கை தாள முடியாமல் பனை நொங்கின் தண்ணீரை முகத்தில் பூசிக்கொண்டிருந்தனர். பள்ளியாசிரியன் தனது மனைவியின் சகோதரிகளுக்காகக் காலில் மிதித்து, இயக்கும் ஒரு விசிறியொன்றை மரத்தால் உருவாக்கியிருந்தான். வீட்டின் படியில் அமைக்கப்பட்டிருந்த விசையை ஒருவர் ஏறி மிதிக்கத் துவங்கியதும் கயிற்றில் கட்டப் பட்ட இரண்டு விசிறிகள் தானே அசையத் துவங்கும்படியாக அமைத்திருந்தான். பள்ளிச் சிறுவர்களில் சிலர் எப்போதும் அந்த விசைப்பலகை மீது ஏறி நின்று அமுக்கிக்கொண்டேயிருந்தனர். மனைவியின் சகோதரிகள் காற்றில் கேசத்தை விரியவிட்டபடியே படுத்துக் கிடப்பார்கள். சிறுவர்கள் இல்லாத நேரங்களில் பள்ளியா சிரியனே விசையை அழுத்திக்கொண்டிருப்பான். அதை வேடிக்கை பார்ப்பதற்காகச் சில பெண்கள் தெருவில் வந்து நின்று பார்ப்பதும் உண்டு.

மழைக்காலம் முடியப்போகும் நாளில் வெயில் உக்கிரமேறி வேம்பலையைப் புரட்டிக்கொண்டிருந்தது. வீட்டின் சுவர்கள் கூட வெயில் தாங்க முடியாமல் உதறல் எடுத்து மண் உதிர்ந்து கொள்ளத் துவங்கின. கல் தொட்டிகள் சூடாகி வெடிப்பது போல ஊமக் குரலில் விம்மிக்கொண்டிருந்தன. ஊரில் மீதமாகிப்போயிருந்த ஒன்றிரண்டு மாடுகள் இடைவிடாமல் கத்தின. யாவர் பேச்சிலும் கூட வெயில் படிந்து போயிருந்தது. தெற்கே பத்து நாட்களாகவே மழை பெய்து கொண்டிருப்பதாகக் கிணற்று வெட்டுக்குப் போய் திரும்பியவர்கள் சொல்லிக்கொண்டிருந்தார்கள்.

பள்ளியாசிரியன் மழையை உண்டாக்குவதற்கான இயந்திரம் ஒன்றைத் தான் செய்துவிட முடியும் என்றவனாக இரவும் பகலும் மரச்சட்டங்களை அறுத்து வேலை செய்து கொண்டிருந்தான். மேகங்களை ஒன்றுதிரட்டும் புகையை உருவாக்கிவிட்டால் போதும், மழை தானே பெய்துவிடும் என்று அவன் சொல்லிக் கொண்டிருந்தான். மாணவர்கள் பாடத்தை விடவும் மழை இயந்திரத்தை உருவாக்குவதற்காகப் பள்ளியாசிரியன் செய்யும் வேலைகளுக்கு ஒத்தாசை செய்வதிலே மிக ஆர்வம் காட்டினார்கள். ஒரு மரக் குழாயும் வீட்டின் புகைபோக்கிகள் இரண்டு மூன்றையும் ஒன்று சேர்த்து அவன் பெரிய தூம்பு போல் உருவாக்கியிருந்தான். சாயக்காரர்கள் தெருவையும் மடத்தையும் இணைக்கு மிடத்தில் அவன் ஒரு காலையில் அதைப் பொருத்தி வைத்தான். அந்த இயந்திரம் கூட விசையால் இயங்குவதாகவேயிருந்தது. கைகளால் சுற்றி இயக்கும் அதில் அவன் உலர்ந்த பஞ்சும் வேம்பின் உலர்ந்த சருகுகளையும் நிரப்பி வைத்திருந்தான். கடைசல் கற்களால் நெருப்புண்டாக்கியதும் எரிந்து புகையை உண்டாக்கிவிடும், புகை வானை நிரப்பினால் மேகங்கள் ஒன்றுகூடிவிடும் என்றான்.

அவன் சொன்னது போலவே சப்தத்துடன் விசை சுழலத் துவங்கியது. நெருப்பு பற்றியெரியும் புகையால் ஆகாசமே மூடிக் கொண்டது போலானது. மெல்ல மழை மேகத்தைப் போல வானில் கருமை படியத் துவங்கியது. அவர்கள் பார்த்துக்கொண்டிருந்தபோதே மேகங்கள் ஒன்றையொன்று மோதுவது போல நெருங்கின. அவன் புகையை அதிகமாக்குவதற்காக விசையை வேகப் படுத்தினான். சூடு தாள முடியாத புகைக் குழாய்களில் ஒன்று சப்தத்துடன் வெடித்து தெருவெங்கும் புகை நிரம்பியது. ஆள் முகம் தெரியாதபடி அடர்ந்த புகைக்குள் சரிந்து விழுந்து கிடந்தான். ஆனால் மழை பெய்யவில்லை. அவன் மேகங்கள் இடம் விட்டு இடம் போய்விட்டன. அவற்றைத் தங்கள் எல்லைக்குள்ளாகவே நிறுத்துவதற்கு சற்று அதிகம் திட்டமிட வேண்டும் என்றான். பள்ளியாசிரியனின் மனைவி எரிச்சலுடன் தான் ஊருக்குப் போய்விடப்போவதாக எச்சரிக்கை செய்தாள். ஆனாலும் அவனால் தனது இயல்பிலிருந்து விலக முடியவில்லை. சில நாட்களுக்குப் பிறகு சிறிய மர இயந்திரத்தால் நாய் ஒன்றை உருவாக்கியிருந்தான். அதன் கால்களில் நான்கு சக்கர உருளைகள் பொருத்தப்பட்டிருந்தன. அந்த நாய் குரைக்கும்போது வாயைத் திறந்து பறவையைப் போலவே கத்தியது. மாலை நேரங்களில் அந்த மர நாயைப் பிடித்துக்கொண்டு அவனது மனைவியும் சகோ தரிகளும் கோவிலில் விளக்குப் போடுவதற்கு நடந்து போகும்

போது நாய் கையிலிருந்த கயிறு சுண்டப்படும்போதெல்லாம் காதை விடைத்துக்கொண்டு பறவையைப் போல ஒலியெழுப்புவதைக் கண்டு சிறுவர்கள் சிரித்தார்கள். பள்ளியாசிரியனின் வேடிக்கையான குணாம்சங்கள் அவனும் வேம்பர்களைப் போலவே இருப்பதாகக் காட்டியது. முதிய வேம்பன் ஒருவன் கேலியாகச் சொன்னான்,

"இது ஊர் வாகு... இங்க வந்து இருந்தா... எவனா இருந்தாலும் கோட்டித்தனம் பண்ணத்தான் செய்வான்."

தனது உடைந்து கிடந்த மழை இயந்திரத்தைப் பார்க்கும் போதெல்லாம் அவனுக்கு ஏமாற்றமாகவேயிருக்கும். அவன் ஒரு நாளில் தான் இதே ஊருக்கு ஆகாசத்தில் வெள்ளிப் பொடியைத் தூவி வானிலிருந்த மழையைத் தான் விரும்புமிடத்தில் பெய்ய வைத்துக் காட்டுவதாகச் சொன்னான். வானில் ஏறித் தூவுவதற்கு என்ன செய்வது என்பதை நினைத்தபோதே மனவருத்தம் கவிழத் துவங்கிவிட்டதால் அதைத் தன் மனைவியைத் தவிர யாரிடமும் சொல்லவேயில்லை.

சில நாட்களின் பின்பாக வேம்பலையின் உக்கிரமேறிய மதிய நேரம் மெதுவாக ஒரு பகலில் மூடிக்கொள்ளத் துவங்கியது. சட்டென மாலை நேரத்தைப் போல பகல் அடங்கியது. மேகங்களை அழைத்துக்கொண்டு யாரோ நடந்து வருவது போன்ற பேரோசை கேட்கத் துவங்கியது. பாறைகள் உருள்வது போல ஆகாசத்தில் சப்தம் வெடிப்பதும் அடங்குவதுமாகயிருந்தது. எங்கிருந்தோ மழையின் மணம் கசிந்து வரத் துவங்கியது. மழைக் காற்றின் சுவாசம் உடலெங்கும் நிரம்பிக்கொண்டிருந்தது.

வேம்பில் ஒளிந்திருந்த காற்று ஆவேசம் கொண்டது போல சுழன்றாடத் துவங்கியது. காற்றின் பெருங்கரம் ஊரைச் சுற்றியது. மழையின் முதல் துளிகள் விசிறின. ஆனாலும் காற்றின் சீற்றம் பெருகிய வெளியில் மழை தரையிறங்கவில்லை. ஆத்திரத்துடன் கடந்து செல்லும் மேகங்களைப் பார்த்தபடி வேம்பர்கள் கத்திக் கொண்டிருந்தார்கள். இடியும் மின்னலும் ஊரைக் கடந்து போயின. எங்கோ தொலைவில் மழை பெய்யும் மணம் காற்றில் கசிந்து வரத் துவங்கியது. ஊரை வட்டமிட்டிருந்த மழைவட்டம் கலையத் துவங்கியது. ஆனாலும் காற்றின் விசை நின்றபாடில்லை. தெருவில் கொண்டுவந்து போடப்பட்டிருந்த கயிற்றுக் கட்டில்கள், பஞ் சாரங்கள் காற்றில் புறப்பட்டுக்கொண்டிருந்தன. வேம்ப லையைச் சுற்றிய நிலவெளியில் மழை பெய்து கொண்டிருந்தது.

தொலைவிலிருந்து ஊருக்குள் வரும் மாட்டு வண்டிக்காரன் இதுபோன்ற சீற்றம் மிக்க மழையைத் தான் ஒருபோதும் கண்டதில்லை

என்றவனாக ஈரமேறி வந்திருந்தான். மாடுகள் கூட திட்டுத் திட்டாக நனைந்திருந்தன. வயதானவர்களில் சிலர் ஆத்திரத்துடன் கையில் மண்ணை அள்ளிக் காற்றில் வீசித் திட்டிக்கொண்டிருந்தார்கள். அன்றிரவு வரை காற்று விசையேறியிருந்தது. இரவில் காற்று ஒடுங்கிய போது யாரும் யாரோடும் பேச விருப்பமற்றவர்கள் போல அமைதியாகயிருந்தனர். நனைந்து போயிருந்த பஸ் ஊருக்குள் வந்து திரும்பிப் போனது. மறுநாள் காலையில் சாயக்காரர்கள் தெருவிலிருந்த பெண்ணொருத்தி தன் குடத்தில் வைத்திருந்த தண்ணீர் முழுவதும் காணாமல் போயிருப்பதாகத் தெருவில் நின்று கத்திக்கொண்டிருந்தாள். அவளைப் போலவே வேறு சில பெண்களும் வீட்டுப் பானையிலிருந்த தண்ணீர் காணாமல் போய் விட்டதாகக் குற்றம் சொல்லிக்கொண்டிருந்தார்கள். மாலைக்குள் ஊரில் எவர் வீட்டிலும் ஒரு துளி தண்ணீர் கூட இல்லாமல் போயிருந்தது.

பானைகளில் கல்தொட்டியிலிருந்த தண்ணீர் எங்கே போகிற தென்றே எவருக்கும் தெரியவில்லை. திகைப்போடு அவர்கள் காலிப்பானையைப் பார்த்துக்கொண்டிருந்தார்கள். மிகுவிடாய் கொண்ட எவனோ அருந்திப் போனது போல ஊரில் ஈரத் தடம் கூட அற்றுப்போயிருந்தது. கவலையும் பயமுமாக பெண்கள் வீடுகளை விடுத்து தெருவிற்குள் வந்து நின்றனர். வேம்பர்களில் மூத்தவனாகயிருந்தவன் சாவைக் கடந்து சென்ற சென்னம்மாவிற்குத்தான் அடங்காத தாகம், அதை சாந்தி செய்யாவிட்டால் ஊரில் ஒரு சொட்டுத் தண்ணீர் தங்காது என்றான். ஊர்ப் பெண்கள் அவளுக்கு தாகசாந்தி செய்வதற்கு சம்மதித்தார்கள்.

மண் குடங்களைத் தூக்கிக்கொண்டு பெண்கள் தண்ணீர் தேடிப் போனார்கள். இறைத்து வந்த தண்ணீர் ஊரின் எல்லை வரை குடத்திலிருந்தது. தெருவில் நடக்க நடக்க குறைந்து கொண்டே வந்தது. சென்னம்மாவின் இடிந்து கிடந்த கட்டைச் சுவரின் மீது கொண்டுவந்திருந்த தண்ணீரை ஊற்றினார்கள். தண்ணீரை உறிஞ்சிக் குடித்தது கட்டைச் சுவர். நிமிஷத்தில் நீர்த் தடமில்லாமல் உலர்ந்து போனது. பகலும் இரவும் ஊர்ப் பெண்கள் இறைத்து ஊற்றிய தண்ணீர் சுவரில் இறங்கியது. விடிகாலையில் சோர்ந்து அசதியுடன் ஒரு பெண் கட்டைச் சுவரில் தண்ணீர் ஊற்றியபோது தண்ணீர் சுவரிலிருந்து வழிந்து தெருவில் ஓடியது. தெருவில் தண்ணீர் கொண்டுவந்த பெண்களின் பானைகளில் நீர் குறைவது நின்றிருந்தது. கட்டைச் சுவரிலிருந்த மணலைக் கரைத்துக்கொண்டு தண்ணீர் தெருவில் ஓடும்வரை ஊற்றினார்கள். சென்னம்மாவின்

விடாய் தீர்ந்துவிட்டதென்றும் அவள் நாவு ஈரமேறியதால் பேச்சும் அடங்கிப்போய்விட்டதாகச் சொன்னார்கள்.

மறுநாளின் மதியத்தில் சட்டென மாலை நேரத்தைப் போல பகல் அடங்கியது. மேகங்களை அழைத்துக்கொண்டு யாரோ நடந்து வருவது போன்ற பேரோசை கேட்கத் துவங்கியது. எங்கிருந்தோ மழையின் மணம் கசிந்து வரத் துவங்கியது. வீடுகளிலிருந்தவர்கள் தெருவில் வந்து நின்று கொண்டார்கள். மழைக் காற்றின் சுவாசம் உடலெங்கும் நிரம்பிக்கொண்டிருந்தது. வேம்பில் ஒளிந்திருந்த காற்று ஆவேசம் கொண்டது போல சுழன்றாடத் துவங்கியது.

சில நிமிடங்களில் பலத்த சப்தத்துடன் மழை பெய்யத் துவங்கியது. வேம்பலையில் அத்தனைச் சீற்றத்துடன் மழை பெய்து பார்த்தவர்களேயில்லை. மழையின் வேகத்தைத் தாங்க முடியாமல் பூமி புரண்டு படுத்துக்கொண்டது போல செம்மண் கரைந்து ஓடியது. மரங்கள், வீடுகள், மாட்டுக் கொட்டகைகள் யாவும் காற்றால் பிடுங்கி வீசப்பட்டுக்கொண்டிருந்தன. மழைக்குள் சாக்கைத் தலைக்குப் போட்டுக்கொண்டு ஓடும் ஆட்கள் தெரு நீண்டு போய்க்கொண்டிருப்பதைக் கண்டார்கள். மழையின் நூறு நாவுகள் மண்ணைப் புரட்டிக்கொண்டிருந்தன.

முள் வெட்டுவற்காக வந்திருந்த மல்லிகாவும் நாகுவின் அய்யாவும் ஊரை வளைத்துப் பெய்யும் மழையைக் கண்டவர்களாக அவசரமாக ஊருக்குள் திரும்பினார்கள். பனையைத் தாண்டும் போது மழையின் சீற்றம் புறவெளியிலும் விரியத் துவங்கியது. அவர்கள் தலையிலிருந்த விறகுக் கட்டைக் கீழே போட்டுவிட்டு ஊரை நோக்கி ஓடி வரத் துவங்கினார்கள். மழை முகத்திலடிப்பது போல பெய்யத் துவங்கியது. பனையடியில் ஒடுங்கி நின்றுகொண்டார்கள். மின்னலின் நீண்ட கிளையொன்று வானிலிருந்து தரையிறங்கியது. மழை அடர்ந்து பெய்த்து கொண்டிருந்ததால் எங்கும் இருட்டிக்கொண்டுவிட்டது போலிருந்தது. மழைக்குள்ளாக நனைந்தபடி எவரோ மிக நிதானமாக நடந்து வந்து கொண்டிருப்பது தெரிந்தது.

மழை வெறித்தபோது ஊரில் அகலமான கால்தடமொன்றைக் கண்டார்கள். அது சென்னம்மாவின் கால்தடம் என்றும் மழையை அவளே கொண்டுவந்திருக்கிறாள் என்றும் யாவரும் பேசிக்கொண்டார்கள். இடிந்து போன சென்னம்மாவின் வீட்டுச் சுவர்களில் அதன் பிறகு ஈரம் உலரவேயில்லை. நெடு நாட்களுக்கு நீர்மையிருந்து கொண்டேயிருந்தது.

76

மிஷன் பள்ளி வளாகத்தின் சிவப்புக் கட்டிடங்களும் இடை விடாது உதிர்ந்து சப்தமிட்டுக்கொண்டிருக்கும் மரங்களும் திருமாலுக்குப் பயத்தை அதிகப்படுத்திக் கொண்டிருந்தன. உதட்டில் பல் வெட்டிக்கொள்ளுமளவு ஒவ்வொரு நாளும் அவன் அழுதான். வகுப்பறையில் கேட்கும் எந்தக் கேள்வியும் அவன் காதில் விழவேயில்லை. பிரார்த்தனையின்போது நிஜமாகவே அவனுக்குக் கண்ணீர் வந்தது. தன்னை எதற்காக அம்மா இங்கே கொண்டுவந்து விட்டுப்போனாள்? திரும்பிப் போய் யானையைப் பார்த்தபடி கோவிலடியில் விளையாடிக்கொண்டிருக்க முடியாதா என்ற ஏக்கம் உண்டாகத் துவங்கியவுடனே அவனுக்குக் குரல் கம்மத் துவங்கிவிடும். வகுப்பாசிரியரோடு பேசுவதற்குக்கூட அவனால் முடியவில்லை அழுகை முட்டிக்கொண்டிருந்தது. ஞான திரவியம் சார் அவன் தோள்களில் கையைப் போட்டுக்கொண்டு வராந்தாவில் நடந்தபடியே தானும் சிறு வயதில் பள்ளிக்கூடத்தில் அழுது ஆர்ப்பாட்டம் செய்ததாகச் சொன்னார். அவன் நம்ப முடியாமல் அமைதியாகக் கேட்டுக்கொண்டு வந்தான். வளைந்த படிகளின் வழியாக விஞ்ஞானப் பரிசோதனைக் கூடத்தருகே நடந்தபோது அவர் வெளியில் தெரியும் பறவைகளைக் காட்டி பறவை தன் குஞ்சைத் தானாகப் பறக்கும்படி விட்டுப் போய்விடும் என்றார். அவனுக்குப் பறவைகளின் மீதும் ஆத்திரமாக வந்தது.

ஞாயிற்றுக்கிழமை காலையில் பள்ளியின் விடுதி மாணவர்கள் கடைத்தெருவிற்குப் போய் வருவதற்கு அனுமதிக்கப்பட்டார்கள். திருமாலை அழைத்துப் போவதற்கு அம்மா வந்து நிற்பாள். வெற்றிலைக் காவியேறிய பற்களும் சிடுசிடுப்பான குரலுமாக அவளது முகமே மாறிப்போயிருந்தது. அவள் கைகளைப் பிடித்துக் கொண்டு அமைதியாக நடப்பான். தேங்காய் எண்ணெய் பாட்டிலும் கடலை மிட்டாயும் பொரியும் பென்சில்களும்

வாங்கியபடி அலையும்போது அவள் யார் யாரோடோ நின்று பேசிக்கொண்டிருப்பாள். தலையைக் கவிழ்ந்தபடியே திருமால் நின்றுகொண்டிருப் பான். பள்ளிக்குத் திரும்பும்போது வழியில் கந்தவிலாசில் சாப்பிட அழைத்துப் போவாள். அவன் வலியை அடக்கிக்கொண்டு தோசையை மெதுவாக மென்று தின்பான். எப்போதாவது அவனையும் மீறி கண்கள் கசியும்போது தொடையோடு கிள்ளியபடி "படிக்கிற பயலுக்கு என்னடா அழுகை" எனத் திட்டுவாள். சாப்பிட முடியாமல் வலி கடுகடுக்கும். அவன் விம்முதலை அடக் கிக்கொண்டு மெதுவாகச் சாப்பிடுவான். மாலை நேரம் வடிந்து கொண்டிருக்கும் பள்ளியின் இரும்பு கேட் அருகே நின்றபடியே தனது ரவிக்கையிலிருந்து ஐந்து ரூபாயை எடுத்து அவனிடம் தந்தபடியே உள்ளே போகச் சொல்லிவிட்டு அவசரமாக ரோட்டைக் கடந்து போவாள்.

அன்று மட்டும் இரவில் அவன் உறங்கவே மாட்டான். இப்படியே செத்துப்போய்விட்டால் என்ன என்று தோணும். காரணமில்லாமல் பூபாலனின் சாவு நினைவுக்கு வரும். அவர் இறந்து போகாமல் இருந்தால் தான் இந்தப் பள்ளிக்கே வந்திருக்க மாட்டோம். பூபாலனை நினைத்துக்கொண்டேயிருப்பான். விடுதியின் மொட்டைமாடியில் பாயோடு படுத்துக் கிடந்தபோது மிகக் குறைவான நட்சத்திரங்களே வானில் தெரிகின்றன. பள்ளிக் கூட வளாகத்திற்குள் நட்சத்திரங்கள் கூட வரத் தயங்குகின்றன. இரவு நீண்டு போகும்போது தொலைவில் பஞ்சாலையின் சங்கு ஒலிக்கும் சப்தமும் அத்தையைக் கட்டிக்கொண்டு உறங்கியதும் நினைவிற்கு வரும். அவனைப் போலவே வேதனையடங்காத சிறுவர்கள் இருளில் தரையில் முகம் பதித்துக்கொண்டு சப்தம் வராமல் அழுவார்கள்.

மூன்று நான்கு மாதங்களுக்குப் பிறகு அவன் வகுப்பறைக்குப் பழகியிருந்தான். தண்ணீர் வாளியைத் தானே தூக்கிக்கொண்டு போகவும், பிரார்த்தனைப் பாடல்கள் பாடவும் பயிற்சியாகியிருந்தான். பள்ளி வளாகத்திலிருந்த சர்ச்சின் சிவப்பு நிறக் கண்ணாடியில் வெயில் படும்போது ரத்தம் கசிந்து வருவது போலயிருப்பதைப் பார்த்துக்கொண்டேயிருப்பான். சங்கீதம் பாடுபவர்களுக்காக இத்தாலியிலிருந்து கொண்டுவரப்பட்ட பியானோ ஒன்று சபையிலிருந்தது. பிரசங்கம் இல்லாத நாட்களின் மாலையில் பியானோவின் அருகாமையில் நின்று தொட்டுப் பார்ப்பான். ஏதோ மொழியில் எழுதப்பட்டிருந்த வரிகள். பியானோ வாசிப்பவரின் முக்காலி.

எஸ்.ராமகிருஷ்ணன்

கண் இமைக்காமல் பார்த்துக்கொண்டிருப்பது போன்ற வெண்ணிறப் பதுமையுருவில் நிற்கும் வெள்ளைகார போதகரின் பளிங்குச் சிற்பம். அவன் தேவாலயத்தின் சிவப்பு ஓடுகளுக்குள் சுற்றித் திரியும் அணில்களைக்கூட சரியாக அடையாளம் கண்டுகொண்டிருந்தான். ஓட்டில் சுற்றிக்கொண்டிருக்கும் நான்கைந்து அணில்கள் இருந்தன. அவை தென்னை மரங்களிலும் வகுப்பறையின் ஓடுகளிலும் எப்போதாவது பிரசங்கியின் ஓட்டு அறையிலும் அலைந்து திரிகின்றன.

பன்னீர்ப் பூக்களைப் பூத்துச் சொரியும் மரங்களும், தண்ணீர் கசிந்து கொண்டேயிருக்கும் குழாய்களும், பழுத்துப்போன இலைகள் அடர்ந்த வகுப்பறையின் பின்பகுதியும் அவனுக்குப் பிடிக்கத் துவங்கின. அம்மா அவன் மனதிலிருந்து மெதுவாக விலகிப் போகத் துவங்கினாள். பிரார்த்தனை நாட்களில் அவன் சங்கீதம் பாடுவோருடன் சேர்ந்து கொண்டு பாடத் துவங்கினான். மில்லர் அதற்காகவே அவனுக்குப் புதிய வெள்ளைத் தொப்பி ஒன்றைத் தந்தார்.

வகுப்பறையை விடவும் பள்ளிக்கூடத்தின் நெல்லி மரத்தடியும் கிழிந்த காகிதங்களின் மக்கிய வாசனையும் அவனை வளர்க்கத் துவங்கின.

பின் இரவுகளில் குளிர் தாங்க முடியாமல் பாதி கண்களால் விழித்துப் பார்க்கும்போது பள்ளிக்கூடம் எங்கோ வானில் மிதந்து கொண்டிருப்பது போலிருக்கும். மங்கிய மஞ்சள் பல்பின் வெளிச்சத்தில் அவன் பாடம் படிக்கும்போது அவனறியாமல் தேவ சங்கீதத்தின் சில பாடல்களை நாவு உச்சரித்துக்கொண்டேயிருக்கத் துவங்கியது. மிஷன் பள்ளிக்கூடத்திற்கு வருகை தந்த வெள்ளைக் காரப் பாதிரிகள் இருவருக்கும் ஒரு நீலக் கண் கொண்ட பெண்ணுக்கும் அவனை அறிமுகம் செய்து வைத்து மில்லர் ஏதோ சொன்னபோது அவர்கள் திருமாலைப் புகைப்படம் எடுத்துக் கொண்டார்கள். நீலக் கண்கள் கொண்டவள் அவனைக் கை குலுக்கிக் கொண்டாள். கூச்சமாகவும் விநோதமாகவுமிருந்தது. பின்னாட்களில் ஓட்டு அணில்களைப் போலத் தன்னிச்சையாகப் பள்ளியினுள் திரியப் பழகியிருந்தான்.

77

வேம்பலையில் பெய்த மழை ஊரின் சுபாவத்தையே தணியச் செய்திருந்தது. நீண்ட நாட்களுக்குப் பிறகு பெண்கள் சாவகாசமாகத் திண்ணையில் உட்கார்ந்து கொண்டு திருகையரைக்கவும் ஆண்கள் மண்வெட்டிகளோடு வேலைக்குப் போய் வரவும் துவங்கினார்கள். ஆனால் சாவு மலிந்து போகத் துவங்கியது. மழை பெய்த மறு நாளின் காலையில் சாயக்காரர்கள் தெருவில் இருந்த வயசாளியொருவன் இறந்து போனான். அவன் இரவெல்லாம் மழை பெய்கிறது மழை பெய்கிறது என்று நடுங்கும் குரலில் சொல்லிக்கொண் டேயிருந்தான். அது கனவா நிஜம்தானா என்று அறுதியிட்டுச் சொல்ல முடியாதபடியாக அவன் மழையின் சப்தத்தைக் கேட்டுக் கொண்டிருந்தான். வீட்டிலிருந்தவர்கள் மழை வெறித்து விட்டது என்றபோதும் அவன் தொடர்ந்து மழை, மழை என்று சொல்லிக் கொண்டேயிருந்தான். விடிகாலையில் அவன் மழை ஒளிந்து ஒளிந்து தன் வீட்டிற்குள்ளாக வந்து கட்டிலுக்கு அடியில் ஊர்ந்து கொண்டிருப்பதாகப் புலம்பினான். பிறகு மழையைக் கவனிப்பவனைப் போல மெதுவாக நிசப்தமாகத் துவங்கினான். ஒரு முறை அவன் கண்கள் எதையோ கண்டுவிட்டதைப் போல் விரிந்த பிறகு அவை நிரந்தரமாக மூடிக்கொண்டுவிட்டன. அதிகாலையில் அவ்வீட்டிலிருந்து சாவுச் சங்கும் துக்க அழுகையும் தெருவில் கேட்டுக்கொண்டிருந்தன. நாகுவின் அய்யா துக்க வீட்டிற்குப் போயிருந்தார். தெருவில் பகல் முழுவதும் கொட்டுக்காரர்களின் சப்தம் கேட்டுக்கொண்டிருந்தது. ஆனால் தெருவில் வீசியெறியப் பட்ட பாடைப் பூக்கள் உலர்ந்து போவதற்குள் பெண்கள் குழந்தைகள் என மூன்று நான்கு சாவு ஊரில் நடந்தேறியது. வயதானவர்களின் கண்கள் கலக்கத்துடன் மண்ணை வெறித்துப் பார்த்துக் கொண்டிருந்தன.

புதுத் தண்ணீரில் நீர்மட்டம் கொண்டிருந்த கிணற்றில் குளிப்ப தற்காக ஒரு மதியத்தில் நாகுவின் அய்யா கண்மாய்க் கரையில் நடந்து சென்றபோது பனையடியில் நீலாவும் அவளது அம்மாவும் புடவையைக் காய வைத்துக்கொண்டு நிற்பது போலத் தெரிந்தது. நம்ப முடியாதவராக நெருங்கிச் சென்றார். அருகில் போனதும் யாருமேயில்லை. காடை ஒன்று மட்டும் பனையிலிருந்து கத்திக் கொண்டிருந்தது. அவர் நடக்க நடக்க கூடவே தொலைவில் இருவர் பேசிக்கொண்டு வருவது போல உணர்ந்தார். மெதுவாக அந்தப் பேச்சு சப்தம் அவருக்குக் கேட்டது.

"பாவம்மா அய்யா. எப்படியிருக்காரு பாரு... அய்யாவை நம்மகிட்டே கூப்பிட்டு வச்சிக்கிடுவம்மா" என்று நீலா சொல்வது போலவேயிருந்தது.

அவர் மெதுவாக நடந்தார். கிணற்று மேட்டில் நின்றபோது தண்ணீரில் சிறிய கற்களை யாரோ தூக்கிப் போட்டு விளையாடு வது போலிருந்தது. அவர் குளிக்காமல் கிணற்றடியிலே நின்று கொண்டிருந்தார். இருட்டும் வரைக்கும் அங்கேயே இருந்த அவரை செல்லையாதான் பார்த்து வீட்டிற்குக் கூட்டி வந்த போது மல்லிகா அவரிடம் உடம்பு நோவா இருக்கா என்று கேட்டாள். அவர் சாக்கை விரித்துப் படுத்துக்கொண்டார். இரவில் அவர் யாரோடோ இடைவிடாமல் பேசிக்கொண்டிருப்பதை அவள் கேட்டுக்கொண்டிருந்தாள். எழுந்து அருகே வந்தபோது மௌன மாகிவிட்டார்.

பின்னிரவில் மல்லிகா அவர் பேசிக்கொண்டிருப்பதைக் கேட்டாள்.

"சுப்புதாயி, பொம்பளைப் பிள்ளையை வச்சுகிட்டு உன் மருமகள் தனியா கிடந்து கஷ்டப்படுறா... என்னைய விட்டா ஆரு இருக்கா... நான் உங்க கூட வரலே. போயிரும்மா"

என்று மருகிக்கொண்டிருப்பதைக் கேட்டாள். அவளுக்கு முதல் முறையாக பயமாகயிருந்தது. நாகுவின் அய்யா தன்னோடு இருக்கிற தைரியத்தால்தான் அவள் வேம்பலையில் வாழ்ந்து கொண்டிருக்கிறாள். அதுவும் கைநழுவிப் போய்விடுமோ என்ற பயம் உடம்பெங்கும் ஊர்ந்து செல்லத் துவங்கியது. விடிகாலையில் அவர் தன்னையறியாமல் உறங்கிக் கிடந்தபோது வசந்தாவைத் தூக்கி அவருக்கு அருகில் படுக்க வைத்துவிட்டு அவள் படுக்கையை விட்டு எழுந்து கொண்டாள். வசந்தாவின் கைகள் தாத்தாவைக் கட்டிக்கொண்டிருப்பதைக் காண்பது மல்லிகாவிற்கு

ஆறுதலாகயிருந்தது. அதன் பிறகான நாட்களில் அவள் தன் பயத்தைக் காட்டிக்கொள்ளவேயில்லை. நாகுவின் அய்யாவோ ஒவ்வொரு நாளும் சாப்பிட உட்கார்ந்தவுடன் பருக்கையை விரலால் அலசியபடியே ஏதோ யோசனையாகயிருப்பதும், சாப்பிடாமலே எழுந்து கொள்வதுமாகயிருக்கத் துவங்கினார். சாப்பாட்டை விலக்க விலக்க அவரது நெஞ்செலும்புகள் துருத்திக்கொண்டு தெரியத் துவங்கின.

அவர் வீட்டைத் தவிர வெளியே எங்கும் போவதையும் யாரோடும் பேசுவதையும் நிறுத்திக்கொண்டுவிட்டார். வசந்தா மழலை பேசத் துவங்கியிருந்தாள். தத்திப் பேசும் அவளது குரல் மட்டுமே அந்த வீட்டில் புதிதாகயிருந்தது. ஒரு இரவில் அவர் கையில் தண்ணீர் செம்பை வைத்துக்கொண்டு நெடுநேரம் பார்த்துக் கொண்டேயிருந்தார். அவள் அருகில் வந்து "சாப்பிடுறீங்களா மாமா" என்று கேட்டாள். அவர் பதில் சொல்லாமல் தண்ணீரையே வெறித்துப் பார்த்துக்கொண்டிருந்தார். மறுநாளின் விடிகாலையில் பாயில் வசந்தா மட்டுமே படுத்துக் கிடந்தாள். அவரைத் தேடிப் பார்த்தபோது ஆளைக் காணவில்லை. வெயில் ஏறும் மட்டும் தேடிக்கொண்டிருந்தாள். எங்கே போயிருப்பார் என்று தெரியவேயில்லை.

ஆடு மேய்க்கும் சிறார்களில் ஒருவன் கண்மாய்க் கிணற்றில் நாகுவின் அய்யா செத்து மிதப்பதாகச் சொன்னான். மல்லிகா கூக்குரலிட்டபடியே கண்மாயை நோக்கி ஓடும்போது தவளைகளின் சப்தம்கூட ஒடுங்கியிருந்த கிணற்றில் அவர் மிதந்து கொண்டிருந்தார். வெயில் நீர்ப்பூச்சி போல எதையோ தண்ணீரில் எழுதியபடி நகர்ந்து கொண்டிருந்தது. கிணற்றிலிருந்து வெளியே எடுப்பதற்காக நான்கைந்து பேர் குதித்தார்கள். மல்லிகா கிணற்றின் கரையிலே மயங்கி விழுந்தாள். தொலைவில் ஆடுகள் பால் குலைகளைத் தின்றபடி மௌனமாக அலைந்து கொண்டிருந்தன.

78

மூடியிருந்த கடையின் வாசலில் நின்றுகொண்டிருந்தாள் ரத்னா. நகரமே அடங்கியிருந்தது. மாலையில் பெய்த மழை வேறு நடமாட்டத்தைக் குறைத்துவிட்டிருந்தது. லேசான குளிர்காற்றில் வெற்றிலையைச் சவைத்தபடி இருளைப் பார்த்துக்கொண்டிருந்தாள். ஜனசந்தடி மிக்க அந்த வீதி இரவில் ஆழ்ந்த நிசப்தத்திலிருந்தது. மெதுவாக மார்பின் குறுக்காகக் கையைக் கட்டிக் கொண்டு நடக்கத் துவங்கினாள். சைக்கிளில் போகின்ற எவனாவது அவளைப் பார்த்துச் செல்ல மாட்டானா என்பது போல ஒவ்வொரு சைக்கிள் வரும்போதும் வெளிச்சம் வரும் இடமாகப் பார்த்து நின்று கொள்வாள். கடந்து செல்லும் போலீஸ்காரர்கள் கூட அவளைக் கவனித்தும் பொருட்படுத்தாமல் போய்க்கொண்டிருந்தார்கள். இனி இந்த இரவில் எவரும் தன்னைத் தேடி வர மாட்டார்கள். வீட்டிற்குத் திரும்பிப் போவதென்றால் நடந்துதான் போகவேண்டும். லாட்ஜில் கதவுகளையும் மூடியிருப்பார்கள். உறங்கிக்கொண்டிருப்பவர்களைத் தட்டியெழுப்புவதற்கு மனமில்லாமல் போய்விட்டது.

அவள் வளையல்காரத் தெருவிற்கு நடந்தாள். பெரிது பெரிதாக வீடுகள். இந்நேரத்தில் ஒவ்வொருத்தியும் ஒருவனைக் கட்டிக் கொண்டு அவரவர் வீடுகளில் படுக்கையில் உறங்கிக் கொண்டிருப்பார்கள். இந்த நகரத்தில் எத்தனை பெண்கள் இருக்கிறார்கள். எண்ண முடியுமா என்ன? இத்தனை வீடுகளுக்குள் பெண்கள் ஒளிந்திருக்கிறார்கள் இல்லையா? பெண்கள் இல்லாத வீடுகள் அடைத்துச் சாத்தப்படுகின்றனவா என்ன? அவள் மூடிய கதவுகளை ஜன்னலைப் பார்த்தபடியே நடந்தாள். யாவரும் பயப்படத் துவங்கிவிட்டார்கள். மற்றவர்களைப் பற்றிய பயத்தை விடவும் தன்னைப் பற்றிய பயம் அதிகமாகிவிட்டது. அவள் வேண்டுமென்றே ஒரு வீட்டின் மூடிய கதவைத் தட்டிப்பார்த்தாள்,

யாரோ உள்ளிருந்து சப்தம் கொடுத்தபடி வாசலுக்கு நடந்து வரும்போது அவள் தெருவில் சிரித்தபடியே நடந்து போனாள்.

அரச மரத்துக் கடையருகே வந்தபோது வண்டிக் கடை திறந்திருந்தது. சூடான இட்லி சாப்பிடுவதற்காக இந்நேரத்திலும் சிலர் காத்துக்கொண்டிருந்தார்கள். ரத்னா தானும் சாப்பிடுவதற்காக உட்கார்ந்து கொண்டாள். கடைக்காரன் தட்டில் இட்லியைக் கொடுத்தபோது அவன் கைகள் தன்னை உரசுவதை உணர்ந்து கொண்டவளாக அவனை முறைத்தாள். கடையில் அவனது மனைவி எண்ணெய் உலர்ந்து போன கூந்தலுடன் உறக்கமற்று இட்லி அடுப்பின் முன் வெந்து கொண்டிருக்கும் போது இவன் தன் கையைத் தடவுவது எரிச்சலாகயிருந்தது. அவள் இட்லியைச் சாப்பிட்டபடியே அங்கிருந்தவர்களைப் பார்த்துக்கொண்டிருந்தாள். யாவரும் தன்னைத்தான் பார்த்துக்கொண்டிருந்தார்கள் என்பது சாப்பிடும்போதே தெரிந்தது. ஒரு இளைஞன் மற்றவனிடம் அவளைக் காட்டி ஏதோ சொல்லிச் சிரித்துக்கொண்டிருந்தது கேட்டது.

அவளால் சாப்பிட முடியவில்லை. அங்கிருப்பவர்களை முறைத்தபடியே பெட்டிக்கடையில் வெற்றிலையும் புகையிலையும் வாங்கிக்கொண்டாள். இனி எங்கே போவது என்றே தெரியவில்லை.

நகரம் தன் உள்ளங்கை ரேகைபோல சுருங்கிவிட்டதா என்ன?

அவள் மெதுவாக நடந்து போனாள். சாலையில் சில பசுக்கள் காகிதங்களைத் தின்றபடி அலைந்து கொண்டிருந்தன. அவள் டாக்சி ஸ்டாண்டைக் கடந்து போகும்போது கணேசனின் டாக்சி நிற்பதைக் கண்டாள். அவள் டாக்சியை விரலால் தட்டியதும் கண்ணாடியை ஏற்றிவிட்டு சீட்டில் உறக்கம் கொண்டிருந்தவன் திடுக்கிட்டுக் கதவைத் திறந்து வெளியே வந்தான். ரத்னாவைப் பார்த்ததும் கண்ணைக் கசக்கியபடி எனனக்கா என்றான். அவள் பதில் பேசாமல் நின்றுகொண்டிருந்தாள். “வீட்டுக்குப் போகணும் மாக்கா” என்று கேட்டான். அவள் வேண்டாம் என்றபடி காரின் பின் சீட்டைத் திறந்து அதில் படுத்துக்கொண்டாள். கணேசன் கதவை மூடிவிட்டு துண்டை எடுத்து உதறியபடி அருகிலிருந்த ஸ்டாண்ட் கூரைக்குள் படுப்பதற்காகப் போனான்.

வெற்றிலையை மென்றபடி ரத்னா காருக்குள் படுத்துக் கிடந்தாள். தன்னைக் கேலி செய்து என்ன சொல்லியிருப்பார்கள்? கிழடு என்றுதானா? நிஜம்தானில்லையா? அவள் தன் அடி வயிற்றைத் தொட்டுப் பார்த்துக்கொண்டாள். அதிலிருந்த

சூடு அடங்கியிருந்தது. இனி தான் என்ன செய்வது என்றே தெரிய.வில்லை. அவள் வெற்றிலைச் சாறைக் குடித்தபடியே ஒவ்வொன்றாக நினைவு கொள்ளத் துவங்கினாள். யோசனை கலைய காரில் தொங்கிக்கொண்டிருந்த பிளாஸ்டிக் திராட்சைக் கொத்தைப் பார்த்தாள். அதைப் பார்க்கப் பார்க்க ஆத்திரமாக வந்தது. பின் சீட்டிலிருந்து எக்கி அந்தத் திராட்சைகளைப் பிடுங்கி வெளியே எறிந்தாள். வண்டிக் கடையை எடுத்து வைத்துவிட்டு கணவனும் மனைவியும் வீடு திரும்ப தெருவில் நடந்து போய்க்கொண்டிருந்தார்கள். அவர்களைப் பார்த்துப் பொறாமைப்பட்டபடி அவள் காரில் படுத்துக்கொண்டாள்.

79

மனிதர்களைப் போலவே வேம்பலைக்கும் ஒரு நாக்கு இருக்கின்றது போலும். அது தனக்கு விருப்பமானவர்கள் ஊரை விட்டு எவ்வளவு தூரம் விலகிப் போனாலும் தேவைப்படும் நாளில் தன் நாவால் ஊரை நோக்கி இழுத்துக்கொள்வதும், ஊரிலிருப்ப வர்களைத் தனது விருப்பம் கலைந்து போகும்போது வெளியேற்றி யனுப்பவும் தயங்கவேயில்லை. மல்லிகாவின் அய்யாவும் அண்ணன்களும் இரண்டு நாட்களாக வீட்டிலிருந்த சாமான்களை அள்ளிக் கட்டிக்கொண்டிருந்தார்கள்.

அவளுக்கு அந்த ஊரின் மீது ஆத்திரமாக வந்தது. எதற்காக இப்படி குருதி குடித்துக்கொண்டிருக்கிறது. இந்த மண்ணிற்கு குருதி ருசியின் மீது ஏன் இத்தனை ஆசை? எத்தனை உயிர்களைக் காவு வாங்கிக் கொண்டுவிட்டது. எதற்காக இந்தத் துன்ப நாடகம். இந்த ஊருக்கு அவர்கள் எதற்காகத் திரும்பி வந்தார்கள். துடியடங்கிய சாமியைப் போல ரௌத்திரத்தை ஒளித்துக் கொண்டு சாந்தத்திலிருந்தது ஊர். நாகுவின் வீட்டுச் சுவர்கள் கூட நெகிழ்ந்து போகுமளவு துக்கமேறிவிட்டிருந்தது.

நாகுவின் அய்யா இறந்துபோன துக்கத்தை மல்லிகாவால் தாங்கிக்கொள்ள முடியவேயில்லை. அதிலும் பக்கீரின் மனைவி தெருவில் நின்றபடி வாய்விட்டுக் கத்தியழுததை நினைத்தபோது ஊர்க்காரர்கள் கூட துக்கத்தைத் தாள முடியாமல் வெடித்துப் போனார்கள்.

மல்லிகாவின் அண்ணன் வீட்டுப் பாத்திரங்களை எடுத்துக் கட்டிய பிறகு வீடு வெறிச்சோடிக் கிடந்தது. அவர்கள் வாழ்ந்ததற்கான அடையாளமாகச் சுவரில் படிந்த கரிப்புகையும் தரையில் சிந்திய சாப்பாட்டுக் கறைகளும் கிழிந்த பாய்களும் மட்டுமேயிருந்தன.

அவள் வீட்டின் கூரையைப் பார்த்துக்கொண்டேயிருந்தாள். புகை படிந்து படிந்து கருந்தூசியடைந்திருந்தது.

வீட்டின் அடுப்பு அணைக்கப்பட்டுவிட்டது. இனி அது ஒரு போதும் புகையாது. அறுத்து எடுக்கப்பட்ட பிறகும் மிஞ்சிப்போன கொடிக்கயிற்றில் இனி புடவைகள் தொங்காது. மாடக்குழியில் இருந்த விளக்குகூட அணைத்து எடுக்கப்பட்டுவிட்டது. ஆனால் மாடக்குழியில் படிந்த புகையை என்ன செய்வது. அதைப் பார்க்கப் பார்க்க மனதை உறுத்துகிறது. இனி இந்த வீடு குரல்வளை அறுபட்டதைப் போல மோனம் கொண்டுவிடும்.

பண்ட, பாத்திரங்களை எடுத்துக்கொண்ட பிறகு வீட்டில் அதிக வெளிச்சமும் காற்றும் வருவது தெரிந்தது. இனி வெயில் தன்னிஷ்டம் போல வீட்டின் தரையில் படுத்து உருளட்டும். காற்று சமையல் வாசனையைத் தேடியலையட்டும்.

வாசலில் கட்டியிருந்த ஆட்டுக் குட்டியைக்கூட பிடித்து வண்டியில் கட்டிவிட்டார்கள். ஒரேயொருமுறை அவள் வேம்பலையின் தெருக்களில் நடந்து போய்வர ஆசைப்பட்டாள்.

அவிழ்ந்த கூந்தலை அள்ளிச் சொருகிக்கொண்டு தெருவில் நடந்தபோது பாதி வீடுகள் மூடிக்கிடந்தன. உக்கிரமேறிய வெயிலில் தெருவில் கிடந்த சீனிக்கல்கள் மினுங்கிக்கொண்டிருந்தன. அவள் சாயக்காரர்கள் தெரு வழியாக நடந்தாள். ஒன்றிரண்டு பேர் அவளைப் பார்த்தபோதும் எதுவும் கேட்டுக்கொள்ளவில்லை. அவள் மணிமேடையின் முன் வந்து நின்றபோது காகங்கள் கூட்டமாகக் கரைந்து கொண்டிருந்தன. அவள் வீடு திரும்பும்போது பழகிய நாய் ஒன்று கூடவே வீடு வரை வந்தது. காலியான வீட்டைப் பூட்டிக்கொண்டு மல்லிகாவின் தகப்பன் வாசலில் நின்றிருந்தான். வசந்தாவைத் தூக்கிக்கொண்டு வண்டியில் இருந்த மாடுகளை வேடிக்கை காட்டிக்கொண்டிருந்தான் மல்லிகாவின் சகோதரன். ஊரை விட்டுப் புறப்படும்போது மனதை அழுத்துவதாகயிருந்தது. இறந்து போனவர்களைத் தனியே விட்டுவிட்டு ஊரைப் பிரிந்து போகிறோம். இனி இந்த ஊரில் இறந்துபோன தனது கணவனையும் அவனது குடும்பத்து மனிதர்களையும் நினைப் பதற்கு யார் இருக்கப் போகிறார்கள்? இறந்தவர்களைத் தனியே விட்டுப் போவது துயரமானதில்லையா?

அவள் வண்டியில் ஏறிக்கொண்டாள். மாடுகள் மெதுவாகத் தெருவில் நடக்கத் துவங்கின. சிவப்பு ஓடு வேய்ந்த வீடுகளும் வேம்பும் கடந்து போகத் துவங்கியது. அவர்கள் வண்டி பனையைத்

தாண்டும்போது திரும்பிப் பார்த்தாள். வேம்பலை உதிர்ந்த ஒரு பனையோலையைப் போல தனியே வீழ்ந்து கிடந்தது.

வெயில் நீண்டு வண்டிப்பாதையில் கூடவே வந்துகொண்டிருந்தது. பருந்து ஒன்று வானின் வெகு தொலைவில் வட்டமிட்டுக் கொண்டிருந்தது. நாகுவின் மகள் மாட்டின் கழுத்திலிருந்த மணி யோசையைக் கேட்டபடி சிரித்துக்கொண்டு வந்துகொண்டிருந்தாள். மல்லிகாவிற்கு ஏனோ துக்கம் மிக அதிகமாகிக்கொண்டே வந்தது. அவளது தகப்பன் வெயில் தலையில் படாமல் துண்டால் தலையை மூடியபடி தலை கவிழ்ந்து உட்கார்ந்திருந்தான். வண்டி வெம் பரப்பு ஒன்றினுள் போய்க் கொண்டேயிருந்தது.

இது நடந்து பனிரெண்டு வருடங்களுக்குப் பிறகு படிப்பதற்காகக் கல்லூரணியின் அரசினர் பெண்கள் நடுநிலைப் பள்ளியின் இலவச விடுதியில் சேர்க்கப்பட்டிருந்த வசந்தா எப்போதாவது பருந்து வட்டமிடுவதைப் பார்க்க நேர்ந்தால் கண் இமைக்காமல் அதையே பார்த்துக்கொண்டேயிருப்பாள். அந்தப் பருந்து வேம்பலையிலிருந்துதான் பறந்து வந்திருப்பதாகத் தோன்றும். ஒரு புள்ளி போல தெரியத் துவங்கிய பருந்து மெதுவாகத் தரையிறங்க வட்டமிட்டுக் கொண்டே வரும். அதன் அடிவயிற்று சாம்பல் நிறம் வசீகரமாகயிருக்கும். வசந்தாவிற்கு அம்மாவின் ஊர் பிடிக்கவில்லை. அவளுக்குள் செம்மண் புழுதியேறிய வேம்பலையே நிரம்பியிருந்தது. இதற்காகவே அவள் பள்ளிக்கூடத்தில் வடகுறிச்சியைச் சேர்ந்த ஜெயக்கொடியை ஸ்நேகம் செய்து கொண்டாள். அவளிடம் ரகசியக் குரலில் வேம்பலையைப் பற்றி எதையாவது கேட்டுக் கொண்டேயிருப்பாள்.

பள்ளிக்கூடத்தை விட்டு விலகி மாணவிகளுக்கான இலவச விடுதி கிழக்குத் தெருவிலிருந்தது. அத்தெருவில் மொத்தமே ஆறு வீடுகள் தானிருந்தன. தெருவை அடைத்தது போன்று பிரம்மாண்டமாகயிருந்த அந்த வீடுகளில் ஒன்றிரண்டு பேர்களே குடியிருந்தார்கள். அதிலும் களத்தை ஒட்டிய பழைய வீட்டைத்தான் மாணவிகளுக்கான இலவச விடுதியாக தானம் தந்திருந்தார்கள்.

பகலிலும் இருட்டு ஒழுகிக்கொண்டிருக்கும் அவ்வீட்டில் சிறியது சிறியதாக பதினோரு அறைகள் இருந்தன. அவ்வளவு பெரிய வீட்டிற்கு நான்கே ஜன்னல்கள் இருந்தன. அதுவும் மிக உயரத்திலிருந்தன. எப்போதாவது வெளிச்சம் அறைகளை எட்டிப் பார்ப்பதோடு சரி. மற்றபடி எப்போதும் சிம்னி விளக்கு அறைகளில்

எரிந்து கொண்டேயிருக்கும். திருட்டுப் பயத்தால்தான் ஜன்னல்கள் அற்ற வீட்டைக் கட்டியிருக்கிறார்கள் என வாட்ச்மேன் ரங்கையா சொல்வதுண்டு.

மழைக் காலத்தில் வீட்டுச் சுவர்களில் நீர் கோர்த்துக்கொண்டு சொட்டத் துவங்கும். மழை உக்கிரமானால் வீடு தள்ளாடி விழுவது போலிருக்கும். அதுபோன்ற இரவில் தங்கள் விடுதி பூமிக்குள்ளாக மூழ்கிப் போய்விடப் போகிறது என்று மாணவிகள் பயந்து பிரார்த்தனை செய்வார்கள். சுண்ணாம்பு கண்டு பல வருடமாகிப்போன சுவர்களில் ஈரமிறங்கிப் பாசி நிறமடைந்துவிட்டது.

வீட்டுக் கதவுகள் எதையும் பூட்டிவிட முடியாது. மரக் கதவுகள் குளிர்ச்சியேறி செத்த மிருகத்தைப் போல ஊதி விறைத்திருந்தன. வீடெங்கும் பெண்களேயிருந்ததால் குறுக்கும் நெடுக்குமாகக் கொடி கட்டி, துணிகளைக் காயவிட்டிருந்தார்கள். வெயில் முற்றிய நாளில் வீடு மெதுவாக உடம்பை முறுக்கிக்கொள்வது போல நிற்கும், அப்போது மாணவிகள் சுவர்களில் கன்னம் வைத்து இன்னமும் ஈரமிருக்கிறதா என்று சோதித்துப் பார்ப்பார்கள்.

ஆனால் வீட்டை விடவும் பின்புறத்திலிருந்த கிணறுதான் பள்ளிப் பிள்ளைகளுக்கு பிடித்தமான இடம். கல்பாவிய கிணற்றில் நாலு பக்கமும் நின்றுகொண்டு இறைத்துக் குளிப்பதற்கு வசதியாக ராட்டினம் போட்டிருந்தார்கள். துவைப்பதற்கான துவைகல் பெரிதாகயிருந்தது. கல்லிலே தண்ணீர்த் தொட்டிகள் நாலைந்திருந்தன. கிணற்றடியிலே நாலைந்து வேப்பமரங்களும் ஒரு நெல்லி மரமும் நின்றிருந்தன. பள்ளிப் பிள்ளைகள் வேம்பில் கயிற்றைக் கட்டி ஊஞ்சலாக்கி ஆடியபடியோ மரத்தடியில் கருங்கல் பலகையைப் போட்டு உட்கார்ந்து கொண்டோ மாலை நேரத்தில் படித்துக்கொண்டிருப்பார்கள். தொலைவில் பள்ளிக்கூடத்தின் சிவப்பு ஓடுகள் தெரிந்து கொண்டிருக்கும்.

வசந்தாவிற்குப் பதினைந்து வயது நடந்து கொண்டிருந்தது. அவள் ஒன்பதாம் வகுப்பில் படித்துக்கொண்டிருந்தாள். ஊது பத்தியைப் போல மெலிந்து கருத்தவளாகவேயிருந்தாள். அவளுக்குப் படிப்பதற்குப் பிடிக்கவேயில்லை, வகுப்பு நேரங்களில் கூட வெயிலில் அலையும் தட்டான் பூச்சிகளைப் பார்த்துக் கொண்டுதானிருப்பாள். வெயிலில் அவை பைத்தியமாகிவிட்டது போல ஒன்றின் மீது ஒன்று மோதிக்கொண்டு தலை கிறுகிறுக்க சுற்றிக்கொண்டிருக்கும்.

அவளை அந்த விடுதியில் சேர்த்துவிடுவதற்காகத் தாத்தாவும் மாமாவும்தான் வந்தார்கள். அவர்கள் ஊரிலிருந்து ஒன்றிரண்டு மாணவிகள் கல்லூரரணி விடுதியில் தங்கிப் படிக்க வந்திருந்தார்கள். வசந்தா தான் படிக்கவே போக மாட்டேன் என்று பிடிவாதமாக முரண்டு பிடித்தாள். ஆனாலும் அம்மாவின் சினத்திற்கு பயந்து பள்ளியில் சேர்ந்து கொண்டாள்.

அம்மா நாளுக்கு நாள் சிடுசிடுப்பு மிக்கவளாகிப் போனாள். வீட்டில் அம்மா ஏதாவது வேலை செய்துகொண்டேயிருந்தாள். எதற்காக இத்தனை வேலைகளை இழுத்துப் போட்டுக்கொண்டு செய்கிறாள் என யாராவது கேட்டுவிட்டால் அம்மா ஆத்திரத் தோடு அழத் துவங்கிவிடுகிறாள். அவள் செய்யும் வேலைகளை யாரும் தடுப்பதேயில்லை.

வசந்தா வகுப்பில் ஒரு நாள் கூட தலையில் கொட்டு வாங்கத் தவறியதேயில்லை. அதிலும் புதிதாக வந்திருந்த கண்மணி டீச்சர் அவளையும் நாகஜோதியையும் குறிவைத்தே கேள்வி கேட்கின்றவர்ளாகயிருந்தாள். நாகஜோதிக்குக் கேள்வி கேட்பதற்குள் அழுகை வந்துவிடுவதால் அடியிலிருந்து தப்பிவிடுகிறாள். ஆனால் வசந்தா அழுவதேயில்லை. அவளுக்கு யாராவது அழுதால் கூட பிடிப்பதேயில்லை.

புது டீச்சர் சைக்கிளில் வரும்போது மற்ற மாணவிகள் வணக்கம் சொன்ன போதும் வசந்தா அவளுக்கு வணக்கம் சொல்ல மாட்டாள். இதற்காகவே வசந்தாவை முழங்காலிட்டு நிற்கச் சொல்லியிருக்கிறாள் டீச்சர். இதனால் வசந்தா ஒருபோதும் வேதனைப்படவேயில்லை. அவள் எப்படியாவது புது டீச்சரை அவமானப்படுத்த வேண்டும் என்றுதான் யோசித்துக்கொண்டிருந்தாள்.

மாணவிகள் விடுதியில் இரவு சாப்பாடு சமைப்பதற்குதான் அதிக நேரமாகும். அவர்கள் பாடம் படிக்கத் துவங்கும் போதுதான் கத்திரிக்காய்களை வெட்டத் துவங்குவாள் பேச்சியம்மாள். மனப் பாடப் பாடல்களை முணுமுணுத்தபடியே மாணவிகள் வெட்டிக் குவிக்கப்பட்ட காய்கறிகளைப் பார்த்துக்கொண்டிருப்பார்கள். எல்லா இரவிலும் கத்திரிக்காயோ வெண்டைக்காயோதான் சமைக்கப்பட்டன. கத்திரிக்காய் வேகும் வாசம் வீடெங்கும் நிரம்பிக் கொண்டிருக்கும். மாணவிகளுக்கு அந்த வாசனையே பசியைத் தூண்டிவிடக்கூடியதாகயிருந்தது.

தட்டைக் கழுவி எடுத்து வைத்துக்கொண்டபடியே அவர்கள் விளக்கு வெளிச்சத்தில் படித்துக்கொண்டிருப்பார்கள். இரவு

மெதுவாக நழுவித் தெருவெங்கும் நிரம்பிக் கொண்டிருக்கும். தெருவில் ஆள் அரவம் ஒடுங்கிய பிறகு அவர்கள் ஒவ்வொருவராகப் புகைக்குள்ளாக வடித்து நீர் இறங்கிக்கொண்டிருக்கும் சாதக் கூடையைப் பார்த்து வருவார்கள். புகைக்குள்ளாக பேச்சியம்மாள் குழம்பைக் கொதிக்கவிட்டுக்கொண்டிருப்பாள். சுடுசாதமும் கத்தரிக்காயிட்ட புளிக்குழம்பும் மாணவிகள் சூடு பொறுக்க முடியாதபடி சாப்பிடுவார்கள்.

வசந்தா சாப்பாட்டை வாங்கிக்கொண்டு இருட்டிற்குப் போய் விடுவாள். வெளிச்சத்தை விடவும் இருட்டில் உட்கார்ந்து சாப்பிடு வது அவளுக்கு மிகவும் பிடித்திருந்தது. அவள் சாப்பிட்டு முடிக்கும் போது மற்ற மாணவிகள் பாயில் உறங்கத் துவங்கியிருப்பார்கள். அவள் கிணற்றில் தட்டைக் கழுவக் கொண்டுவரும் போது பேச்சியம்மாள் வாளியில் தண்ணீர் இறைத்துக் குளித்துக்கொண்டிருப் பாள். கண்ணைத் திறந்து கொள்ள முடியாதபடிக்குத் தூக்கம் வரும் வீடாகயிருந்தது அந்த விடுதி மாணவிகள் படுக்கையில் ஒரு களித்துப் படுத்த மறு நிமிஷம் கண் அயர்ந்துவிடுகிறார்கள். விடு முறை நாளைத் தவிர மற்ற தினங்களில் விடிகாலை நாலு மணிக்கே பேச்சியம்மாள் மாணவிகளை எழுப்பிவிடுவாள்.

கலையாத இருட்டோடு விடுதி மாணவிகள் செங்கல் பொடியைக் கையில் தட்டிக்கொண்டு கிணற்றடிக்குப் போய் நிற்பார்கள். கிணற்றில் நிலா விழுந்து தத்தளித்துக்கொண்டிருக்கும். தூக்கம் கலையாத கண்களுடன் புத்தகங்களைத் திறந்து வைத்துப் படிக்கத் துவங்குவார்கள்.

பல வருடங்களுக்கு முன்பாக அந்த விடுதியில் தங்கிப் படித்து, பெயிலாகிப் போன அவமானம் தாங்க முடியாமல் சுருக்கிட்டு இறந்துபோன மாடத்தி இப்போதும் விடிகாலையில் எழுந்து, படிக்கும் மாணவிகளுடன் சேர்ந்து தானும் படிக்கின்றாள் என்றும், அவள் படிக்கும் சப்தத்தை சில மாணவிகள் கேட்டிருக்கிறார்கள் என்றும் விடுதி மாணவிகள் ரகசியமான பயம் கொண்டிருந்தார்கள்.

ஒவ்வொரு நாளின் விடிகாலையிலும் படித்துக்கொண்டிருந்த மாணவிகள் சட்டென ஒரு நிமிஷ நேரம் வாய் மூடி மௌன மாவார்கள். யாவரும் நிசப்தமான பிறகு யாரோ மெதுவாகத் தட்டுத் தடுமாறிப் படிக்கும் குரல் ஒன்று தனியே கேட்கும். அது மாடத்தியின் குரல்தான் என்பதை அறிந்ததும் மனதிற்குள்ளாகவே தாங்கள் நன்றாகப் படிப்பதற்கு அவள் உதவ வேண்டும் என்று மாடத்தியிடம் வேண்டிக்கொள்வார்கள்.

படிப்பறையில் மட்டுமல்ல, மாணவிகள் எப்போதாவது தனியே தாயக்கல் விளையாடிக்கொண்டிருந்தால் மாடத்தியும் சேர்ந்து விளையாட வந்துவிடுவாள் என்றுகூடப் பயப்பட்டார்கள். பேச்சியம்மாள் எப்போதாவது இரவில் மாடத்தியைப் பற்றிய கதைகளைச் சொல்லும்போது கேட்கக் கேட்க அவர்களுக்கு அழுகையாக வரும். எத்தனையோ ஆண்டுகள் கடந்து போன பிறகும் மாடத்தி அந்த விடுதியை விட்டுப் போகவே முடியாமலிருக்கிறாள் என்பது மாணவிகளுக்கு வருத்தமாகவேயிருந்தது.

விடிகாலையில் படிப்பது வசந்தாவிற்குப் பிடிக்காது. புத்தகத்திலிருந்த வார்த்தைகள் மங்கிக் கொஞ்சம் கொஞ்சமாக உதிர்ந்து கொண்டிருப்பது போலவேயிருக்கும். அவள் மனப்பாடம் செய்யக் கண்களை மூடிக்கொண்டவளைப் போல உறங்கத் துவங்குவாள். மெல்ல அயர்ந்துறங்கும்போது தலை தரையில் முட்டும். பயத் தோடு திடுக்கிட்டு விழிக்கையில் யாராவது சிரிப்பார்கள்.

விடுமுறை நாளின் காலையில் அவர்கள் துணி துவைக்கத் துவங்குவார்கள். கிணற்றடியெங்கும் பெண்களின் இரைச்சலும் கூச்சலும் கேட்டுக்கொண்டிருக்கும். ஈரத் துணிகளை அருகாமை மரங்களின் மீது காயவிட்டபடி அவர்கள் பேச்சிற்கு ஒரு சிரிப் பாகத் தூவிக்கொண்டிருப்பார்கள். மதிய நேரங்களில் ஒருத்தி தோள் மீது மற்றவள் எனக் கை போட்டபடியே கடைத்தெருவிற்குள் நடந்து போவார்கள். ரிப்பன் கடையையும், வறுகடலைக் கடையையும் சுற்றி நின்று சப்தமிடுவார்கள்.

விடுமுறை நாளின் மாலையில் அவர்கள் விளையாடுவதற்காக சிவப்பு நிறப் பந்திருந்தது. தெருவில் பந்தை உதைத்தபடி கத்தி ஓடுவதை வேடிக்கை பார்க்கக்கூட யாரும் இருப்பதேயில்லை. வெளிச்சம் பதுங்கிக்கொள்ளும் மட்டும் விளையாடுவார்கள். அன்றிரவில் மட்டும் அவர்கள் பாட்டு பாடுவதற்கு அனுமதிக்கப் பட்டிருந்தார்கள். பாயில் படுத்தபடியே கீச்சுக் குரலில் மாறி மாறி அவர்கள் பாடுவதை பேச்சியம்மாள் கேட்டுக் கொண்டிருப்பாள்.

வசந்தாவைப் பார்ப்பதற்கு யாரும் வருவதேயில்லை. அவள் விடுமுறைக்கு வீட்டிற்குப் போனபோதுகூட அம்மாவிடம் பேசப் பிடிக்கவேயில்லை. இதற்காகவே வசந்தா விடுதிக்குப் பள்ளி திறக்கும் இரண்டு நாட்களுக்கு முன்னதாகவே வந்துவிடுவாள். ஒவ்வொரு வருடமும் புது மாணவிகள் வந்து சேரும்போது யாராவது ஒருத்தி வசந்தாவிற்கு நெருக்கமாகிவிடுவதும்

முன்பு உரசிக்கொண்டும் ஒட்டிக்கொண்டுமிருந்த ஸ்நேகிதி சண்டையிட்டுப் போய்விடுவதும் நடந்து கொண்டிருந்தது. இந்த வருடம் ஜெயக்கொடி வந்து சேர்ந்திருந்தாள். விடுதியில் சேர்க்கப்பட்ட ஒன்றிரண்டு நாட்களுக்கு அவள் இடைவிடாமல் அழுது கொண்டேயிருந்தாள்.

இரவில் அவள் அழுவதைக் கேட்டுப் பரிகசிக்கும் மாணவிகளைப் பொருட்படுத்தாமல் மனது கலங்கிவிடும்படி அழுதாள். அப்போது வசந்தாதான் அவளைத் தேற்றி அழுகையை நிறுத்த வைத்தாள். அன்றிலிருந்து ஜெயக்கொடியையும் வசந்தாவையும் எப்போதும் ஒன்றாகத்தான் பார்க்க முடிந்தது. ஜெயக்கொடி எப்போதாவது அவர்கள் தாத்தா வீடு இருந்த வேம்பலையைப் பற்றிச் சொல்லும்போது வசந்தாவிற்கு ஆச்சரியமாகயிருக்கும். ஊரில் அவர்களது வீடு எங்கேயிருக்கிறது என்று வசந்தாவைக் கேட்டபோது அவளுக்குத் தெரியவில்லை. ஜெயக்கொடி அரைப் பரிட்சை லீவில் அவளை வேம்பலைக்கு அழைத்துக்கொண்டு போவதாக வாக்கு தந்திருந்தாள். இதற்காகவே நாட்களை எண்ணிக்கொண்டிருந்தாள் வசந்தா. ஆனால் பரிட்சை முடியும் நாளோ அடிவானத்தைப் போல வெகு தொலைவிலிருந்தது.

80

மிஷன் சர்ச்சின் மாலைப் பிரசங்கத்திற்காகத் தேர்வு செய்யப் பட்ட திருமால் பிரார்த்தனைக்காக வந்திருந்தவர்களைப் பார்த்துக் கொண்டிருந்தான். சென்ற ஆண்டு அவன் சபையில் ஞானஸ் தானம் வாங்கிக்கொண்டு தனது பெயரை மாற்றிக்கொண்டான். அவனுக்கு பிரான்சிஸ் என்று பெயரிட்டிருந்தார்கள். ஆனாலும் அவனால் தனது புதிய பெயரோடு இன்னமும் பொருந்திப் போக முடியவில்லை, சபையில் தனது வகுப்பு மாணவர்கள், ஆசிரியர் கள், ஒன்றிரண்டு சபை உறுப்பினர்கள், மிஷன் அச்சகத்தில் வேலை செய்யும் பெண்கள், அலுவலக ஊழியர்கள் அமைதியாக மரப் பெஞ்சில் உட்கார்ந்திருந்தார்கள்.

தனக்கு வலது புறமிருந்த இயேசுவின் உருவத்தைப் பார்த்துக் கொண்டிருந்தான். சிலுவையில் தொங்கும் போதும் கண்களில் சாந்தம் கரைந்து கொண்டிருந்தது. அருகில் இருந்த ஸ்டாண்டில் எரிந்து முடிந்த மெழுகுவர்த்தியின் திரவங்கள் சொட்டிய நிலையில் உறைந்திருந்தன. அவன் கண்களை மூடிக்கொண்டான். தயக்கத்தோடு மிஷன் பள்ளிக்கூடத்திற்குள் நடந்து வந்த முதல் நாளின் நினைவு வந்தது. அவன் உதடுகள் எதையோ முணு முணுக்கத் துவங்கின. அவன் சபையைப் பார்த்துப் புன்னகைத்தபடி பிரசங்கத்தைத் துவங்கினான்.

“கிறிஸ்துவின் சீடர்களில் எனக்கு மிகவும் பிடித்தவர்கள் இரண்டு மீனவர்களே. தனது பயணத்தின் வழியில் இரண்டு மீனவர்களைப் பார்த்த இயேசு, என்னோடு வாருங்கள், உங்களை மனிதர்களைப் பிடிப்பவராக்குகிறேன் என்றார். உடனே இரண்டு மீனவர்களும் தங்கள் தூண்டில்களை விட்டுவிட்டு அவர் பின்னால் சென்றார்கள். எவரும் எந்தக் கேள்வியும் கேட்கவில்லை. இயேசுவை சந்தேகப்படவில்லை. முழுமையாக நம்பினார்கள். தன் வாழ்நாள்

முழுவதும் மீன்களைப் பிடிப்பதற்காக ஆற்றோரம் பொறுமையாகக் காத்திருந்ததைப் போல நம்பிக்கை கொண்டார்கள். ஆற்றில் மீன் இருப்பதை நம்புவதைப் போல, முழுமையாக நம்பினார்கள். தாங்கள் காத்திருந்தால் மீன்கள் நிச்சயம் கிடைக்கும் என்றுணர்ந்து கிறிஸ்துவின் கூடவே சென்றார்கள். நீங்களும் அந்த மீனவர்களைப் போல நம்பிக்கை வையுங்கள். மீனவர்களைப் போல ஆரவாரம் செய்யாமல் காத்துக்கொண்டிருங்கள்."

பிரசங்கம் முடிந்து பிரார்த்தனை துவங்கியது. கண்களை மூடிக் கொண்டிருந்தபோதும் திருமாலால் அவனது படபடப்பை அடக்கிக்கொள்ள முடியவேயில்லை. சபை முடிந்து வெளியே வந்தபோது அவனை பிரிட்டோ பாதிரி அழைப்பதாகப் பணியாள் வந்து சொல்லிச் சென்றான். அவரது அறைக்குள் நுழைந்தபோது அவர் தன் இரு கைகளையும் கட்டியணைத்துக்கொண்டு அவனது பிரசங்கம் மிகச் சிறப்பாக இருந்தது என்றும் அவன் மீனவனைப் போலவே இத்தனை காலம் காத்திருந்தது வீணாகவில்லை என்றும் பாராட்டினார். மீசை அரும்பத் துவங்கியிருந்த திருமாலுக்கு அவர் தன்னைக் கட்டிக்கொண்டது கூச்சமாகயிருந்தது.

பிரிட்டோ பாதிரி அவனை மர நாற்காலியில் உட்கார வைத்தபடி உப்பு பிஸ்கட்டுகளும் தேநீரும் சாப்பிடத் தந்தார். அவன் டீ குடிப்பதைப் பார்த்தபடியே, உன் நம்பிக்கையும் விசுவாசமும் யாவருக்கும் பகிர்ந்து தரப்பட வேண்டியது. எனவே உன்னை இறையியல் கல்லூரியில் படிப்பதற்கு நான் சிபாரிசு செய்யப் போகிறேன் என்றபடி அவன் கைகளைப் பிடித்துக்கொண்டார். அவரது அறையை விட்டு தங்கும் விடுதிக்கு நடந்த போது இம்மானுவேல் ஆசிரியர் அருகில் வந்து முதுகைத் தட்டியபடி அவனது பிரசங்கத்தைக் கேட்பதற்கு மில்லர் இங்கே இல்லாமல் லண்டன் போய்விட்டார், அவர் இன்றிருந்தால் மிகுந்த சந்தோஷ மடைந்திருப்பார் என்றார். மில்லரைப் பற்றி நினைக்கும் போது தான் அம்மாவின் நினைவு வருகிறது. அவன் யோசனையோடு நடந்தான்.

அம்மா அவனைப் பார்க்க வருவதை நிறுத்திப் பல வருடமாகி விட்டது. எங்கே போயிருப்பாள் என்றே தெரியவில்லை. ஒரு இரவில் அவள் குட்ஸ்ஷெட் ரோட்டில் வீழ்ந்து கிடப்பதாக அச்சக ஊழியன் ஒருவன் சொன்னபோது திருமால் தேடிப் போனான். அங்கே அம்மாவைக் காணவில்லை. அவள் எழுந்து போய்விட்டாள் என்றார்கள். எங்கே போயிருப்பாள்? இந்த நகரின் ஏதோ ஒரு முடுக்கில் ஒளிந்துகொண்டுதானிருப்பாள் இல்லையா?

சிறுவர்களுக்கான விடுதியைக் கடந்து போனபோது கம்பியிட்ட ஜன்னலும் சிறுவர்களின் படுக்கைகளும் தெரிந்தன. இந்தக் கம்பிகளைப் பிடித்தபடி எத்தனை நாள் அழுது கொண்டிருந்திருக்கிறேன் என்று பார்த்துக்கொண்டேயிருந்தான். மிஷன் பள்ளி பெரியதாக வளர்ந்திருந்தது. அதிக மாணவர்களும் புதிய கட்டிடங்களும் உருவாகியிருந்தன. புதிய தொழிற்கல்விக் கூடமும், உயர் வகுப்புகளும் அறிமுகமாகியிருந்தன. அவன் மூடிக்கிடந்த மரக் கதவுகளைப் பார்த்தபடி தனது விடுதியின் மாடிக்குச் சென்றான்.

அவனது அறையில் இருந்த இருவர் எதையோ படித்துக் கொண்டிருந்தார்கள். திருமால் ஜன்னலை ஒட்டியபடி கட்டிலைப் போட்டிருந்தான். கட்டிலில் ஏறி உட்கார்ந்து கொண்டபோது தொலைவில் நகரத் தெருக்கள் தெரிந்தன. புகைவண்டியொன்று பேரோசையுடன் நகரை நோக்கி வந்து கொண்டிருந்தது. அதன் புகைவளையம் காற்றில் சுற்றி உயர்ந்து கொண்டிருப்பதைப் பார்த்துக்கொண்டேயிருந்தான்.

இந்த வருடத்தோடு பள்ளிக்கூடத்தை விட்டு வெளியேறிப் போய்விடப்போகிறோம் என்பது மனதை உறுத்துவதாகயிருந்தது. ஆழ்ந்த பெருமூச்சிட்டபடியே அவன் சர்ச்சைப் பார்த்துக் கொண்டிருந்தான். பிரம்மாண்டமான வெண்கல மணி அமைதியில் உறைந்திருந்தது. அம்மாவைப் பற்றியே நினைத்துக் கொண்டிருந்தான். பறவைகள் மரத்தில் அடைவதற்காக வந்து நின்று கத்தத் துவங்கியிருந்தன.

81

வசந்தா லீவு போட்டுவிட்டு மாணவிகள் விடுதியிலேயிருந்தாள். விடுதியிலிருந்த மாணவிகள் பலருக்கும் காலில் புண் வெடித்திருந்தது. மாணவிகள் செங்கல்லை உடைத்துப் பூசிக்கொண்டு வகுப்பிற்குப் போய்க்கொண்டிருந்தார்கள். நேற்று ஜெயக்கொடியின் காலில் புழுதிக் கொப்பளங்கள் வெடித்திருந்தன. நடக்கும்போது உராய்ந்து புண்ணாகித் தொடை வரை கொப்பளங்கள் பரவி விட்டன. அவள் அரற்றியபடி படுத்தே கிடந்தாள். அவளுக்காகவே வசந்தா வகுப்பிற்குப் போகவில்லை. மாணவிகள் யாவரும் போன பிறகு அவர்கள் இருவர் மட்டுமே அறையிலிருந்தார்கள். வெளிச்சம் குறைந்த தரையில் புளியமுத்தை உரசித் தாய்மாடினார்கள். லேசாக அசைந்தால்கூட வலி தாங்க முடியாமலிருந்தது.

கண்டங்கத்திரிக்காயைச் சுட்டுக் கட்டினால் கொப்பளம் உடைந்துவிடும் என்றாள் பேச்சியம்மாள். இதைக் கேட்கும்போதே ஜெயக்கொடிக்குப் பயமாகயிருந்தது. வேண்டாக்கா வேண்டாக்கா என்று புலம்பிக்கொண்டேயிருந்தாள். கொப்பளம் முகம் வைத்து விட்டது. இரவில் பேச்சியம்மாள் கண்டங்கத்திரியை அடுப்பில் சுட்டுக்கொண்டிருந்தபோது மற்ற மாணவிகள் கண்களை இறுக்கிக் கொண்டு உச்சுக்கொட்டினார்கள். வசந்தாதான் ஜெயக்கொடியைப் பிடித்துக்கொண்டாள். சுட்ட காயை வைத்ததும் நிணம் கசிந்தது. ஜெயக்கொடி வலி தாங்க முடியாமல் அலறினாள். மாணவிகள் ஒவ்வொருவரும் தங்களுக்கு ஒரு காலத்திலும் புழுதிக் கொப்பளம் வந்துவிடக் கூடாதென்று சாமியை வேண்டிக்கொண்டார்கள். அந்த இரவில் ஜெயக்கொடிக்குக் காய்ச்சல் கண்டதும் வசந்தா அருகில் உட்கார்ந்தபடியே தொட்டுத் தொட்டுப் பார்த்துக் கொண்டிருந்தாள்.

இரண்டு நாட்கள் அவள் படுக்கையிலிருந்து எழுந்து கொள்ள வேயில்லை. மூன்றாம் நாளின் காலையில் கொப்பளங்கள் அதிக

மாகியிருந்தன. அவளால் கால்களை அசைக்க முடியவேயில்லை, ஒரு மாணவியிடமிருந்து மற்றவளுக்கெனப் பார்த்துக்கொண்டிருந்த போதே விடுதி மாணவிகளில் நாலைந்து பேருக்குக் கொப்பளங்கள் வந்துவிட்டன. குப்பைமேனிச் செடியை அரைத்துப் போட்டுக் கொண்ட போதும் புண் உலரவேயில்லை.

களிமண்ணைக் குழப்பி புண்ணில் அப்பினால் ஆறிவிடும் என்று ரங்கையா சொன்ன பிறகு மாணவிகள் கால்கள் முழுவதும் களிமண் பூசிக்கொண்டு தூங்காமல் விழித்துக் கிடந்தார்கள், மறு நாளின் காலை நேரத்தில் நடுக்காட்டு முனிக்கு உப்பும் பூவும் வாங்கி வைத்து பூசை வைக்க சில மாணவிகள் நடந்து போனார்கள். வசந்தாவும் தும்பைச் செடியடர்ந்த பாதையில் நடந்தாள். வழியெங்கும் வண்ணத்துப் பூச்சிகள் மிதந்து கொண்டிருந்தன.

காட்டு முனியின் கோவில் பாறையில் இருந்தது. அதில் ஒரு பலி பீடத்தைத் தவிர வேறு எதுவுமேயில்லை. அருகாமை மரத்தில் சரம்சரமாக வெண்கல மணிகள் தொங்கிக்கொண்டிருந்தன. மாணவிகளில் ஒருத்தி தனது பாவாடையால் பாறையைத் துடைத்து விட்டாள். உப்பையும் பூக்களையும் படையலிட்டு வணங்கினார்கள். சில நாட்களில் களிமண் உலரும் போது புழுதிக் கொப்பளங்களும் உதிரத் துவங்கின. ஒரு வாரத்திற்குப் பிறகு ஜெயக்கொடியின் முகத்தில் லேசான சிரிப்பு வந்தது.

அதன் பிந்திய நாட்களில் வசந்தாவும் அவளும் அதற்குப் பிறகு ஒருவர் மடியில் மற்றவர் படுத்துக்கொண்டு கிசுகிசுக்குமளவு நெருக்கமாகிப் போனார்கள். ஒரே நிறத்தில் வளையல், ஒரே ரிப்பன், ஒன்றுபோல ஜடை போட்டுக்கொள்வது என அவர்கள் ஒன்றாக அலைவதை மாணவிகள் கேலி செய்தபோதும் அவர்கள் பொருட்படுத்தவேயில்லை. விடுமுறையின் போது வசந்தாவைத் தன்னோடு வீட்டிற்குக் கூட்டிக்கொண்டு போனாள் ஜெயக்கொடி.

வடகுறிச்சியில் அவள் வீடு மிகச் சிறியதாகயிருந்தது. அவளது அப்பா தவிட்டுக் கடை வைத்திருந்தார். வீடெங்கும் கோழிகள் அலைந்து கொண்டிருந்தன. படுப்பதற்குக்கூட இடமில்லாமல் உமி மூடைகள் அடுக்கி வைக்கப்பட்டிருந்தன. அவர்கள் வீட்டில் நாலைந்து பூனைகள் சர்வ அலட்சியமாக அலைந்து கொண்டிருந்தன. வேம்பலையை மறுநாள் காலையில் பார்க்கப் போகிறோம். என்பதே வசந்தாவிற்குப் படபடப்பாகயிருந்தது.

எஸ்.ராமகிருஷ்ணன்

இரவு ஜெயக்கொடியின் அம்மா அவர்கள் வீடு வேம்பலையின் எந்தத் தெருவிலிருந்தது என்று கேட்டாள். வேம்பர்களின் தெருவில் என்றதும் முகமலர்ச்சியோடு யார் வீடு என்று கேட்டாள். தாத்தாவின் பெயரைச் சொன்னதும் அவள் ஆச்சரியத்துடன் நம்ம ஆட்களா. உங்க தாத்தா கிணற்று வெட்டுக்குப் போறவரு. தெரியும். பாத்திருக்கேன். ஜெயக்கொடியோட அய்யாவும் உங்க வழிதான். எல்லாம் சொந்தபந்தமாயிருக்கும் என்று சொல்லியபடி அவர்கள் படுப்பதற்குச் சாக்கை விரித்து அதன்மேல் சேலையைப் போட்டுக் கொடுத்தாள். ஜெயக்கொடியும் வசந்தாவும் அடுப் படியிலே படுத்துக்கொண்டார்கள்.

இரவு ஜெயக்கொடி அவள் கைகளை இறுக்கமாகப் பிடித்தபடி நாம ரெண்டு பேரும் ஒரே ஆளைக் கல்யாணம் பண்ணிக்கிடு வோமா என்று கேட்டாள். வசந்தாவிற்கு வெட்கமாகயிருந்தது. இருவரும் கிசுகிசுவென அதைப் பற்றியே பேசிக்கொண்டிருந்தார்கள். பின்னிரவில் சாக்கைத் தாண்டிக்கொண்டு குளிர் கால்களில் ஏறத் துவங்கியது. சேலையை நன்றாக இழுத்துப் போர்த்திக் கொண்டார்கள்.

மறுநாளின் காலையில் இருவரும் ஒரே பச்சை நிறத்தில் பாவாடை கட்டியிருந்தார்கள். ரிப்பன்கூட ஒன்று போல சிவப்பு நிறத்திலேயிருந்தது. நடந்தே வேம்பலைக்குப் புறப்பட்டார்கள். பாதைகள் ஒடுங்கிப்போயிருந்தன. வறண்டுபோன கிணற்றைத் தாண்டி அவர்கள் நடந்தபோது பாதைகள் தூர்ந்து போயிருந்தன. தப்பி முளைத்திருந்த நித்யகல்யாணியைப் பிடுங்கி அதன் ஊதாப் பூக்களை வழியெங்கும் சிதறவிட்டபடியே பேசிக்கொண்டு அவர்கள் நடந்தபோது வானில் சூரியன் ப்ரகாசமாகியிருந்தது. வேம்பலை ஊரே தெரியவில்லை.

நெடுநேரத்திற்குப் பிறகு அவர்கள் தனித்திருந்த ஒரு பனையைப் பார்த்தார்கள். அதனடியில் பாம்புச் சட்டையொன்று உரிந்து கிடந்தது. ஜெயக்கொடி கையில் எடுத்து விரித்து நீளத்தை அளந்து பார்த்தாள். மிக நீண்ட சர்ப்பமாகயிருந்திருக்க வேண்டும். பாம்புச் சட்டையைப் பிடுங்கி வசந்தா வீசியதும் அது செதில்களாகப் பிய்ந்து காற்றில் பறந்தது. அவள் பருந்து எங்காவது தென்படுகிறதா என்று பார்த்தாள். வானம் துல்லியமாகயிருந்தது.

கண்மாய் கரையின் பாதையில் நடந்தபோது வேம்பலையின் கூரைகள் தென்படத் துவங்கின. அவள் ஆச்சரியத்துடன் பார்த்துக் கொண்டிருந்தாள். வேகமாக நடந்து ஊருக்குள் வந்தபோது புழுதி

பறந்து கொண்டிருந்தது. டவுன் பஸ் காலையில் வந்து போகவில்லை என்று ஒருவன் கோபத்துடன் ஏசிக்கொண்டிருந்தான். உடைந்து சிதறிய மணிக்கூண்டு ஒன்று மூளியாகி நின்றிருந்தது. தெருக்களும் வீடுகளும் மிகப் பழமையேறியிருந்தன. அவர்கள் வேம்பர்களின் தெருவில் நடந்தபோது உடைந்த மண் கலயங்களும் கோழி ரோமங்களும் நிறைந்து கிடந்தன. அவர்கள் வீடு எங்கேயிருந்தது என்று வசந்தாவிற்குத் தெரியவில்லை.

தாத்தாவின் பெயரைச் சொல்லிக் கேட்ட போது இடிந்து வேலிச் செடி வளர்ந்து போயிருந்த வீடு ஒன்றைக் காட்டினார்கள். பழைய செருப்புகளும், சாம்பல் தூசியும் அடர்ந்த வேலிக்குள் பாதியிடிந்த வீட்டின் நிலை தெரிந்தது. கதவைப் பிடுங்கித் தனியே சாத்தியிருந்தார்கள். உடைந்த கண்ணாடிச் சில்லுகள் சிதறி வேலிக்குள் மினுங்கிக்கொண்டிருந்தன. வேலிக்குள் நுழைந்து போக முடியாமல் பார்த்துக்கொண்டேயிருந்தார்கள். பூனையொன்று மெதுவாக வேலிக்குள் நடந்தபடி அவர்களைப் பார்த்துப் போனது. அவள் இடிந்த வீட்டைப் பார்த்துக்கொண்டேயிருந்தாள்.

இந்த வீட்டில்தான் அவள் பிறந்திருக்கிறாள். இங்கேதான் அவளது அப்பா இறந்து போயிருக்கிறார். அவர்கள் வேம்பர்களின் தெருவிற்குத் திரும்பி வந்தபோது ஒரு நாய் அவர்களைப் பார்த்துக் குரைத்தபடியிருந்தது. மாலை வரை வேம்பலையிலே இருந்தார்கள். மாலையடங்கும்போது பெரிய சப்தத்துடன் டவுன் பஸ் வந்து நின்றது. இருவரும் ஏறிக்கொண்டு ஒருவர் மீது ஒருவர் சாய்ந்தபடி உட்கார்ந்து கொண்டார்கள்.

ஊரில் யாரிடமும் அவர்கள் பேசவேயில்லை. பஸ் பனையைத் தாண்டும்போது வசந்தா பார்த்தாள், அது மிகப் பரிச்சயமான பனையாகவேயிருந்தது. இருவரும் வடகுறிச்சிக்கு வந்து இறங்கிய போதுகூட அவள் ஜெயக்கொடியோடு பேசவேயில்லை. வீட்டில் வசந்தா முகம் இறுகியிருந்ததைக் கண்ட ஜெயக்கொடி "என்னடி செய்யுது... என்னடி" என்று இரவெல்லாம் கேட்டுக்கொண்டேயிருந்தாள். வசந்தா எதையும் பேசவேயில்லை. விடுமுறை முடியும் வரை வடகுறிச்சியிலே இருவரும் இருந்தார்கள்.

பள்ளி திறக்கும் நாளில் பஸ்ஸில் வரும்போது வசந்தா சொன்னாள்,

"இனிமே வேம்பலைக்குப் போகவே கூடாதுடி. அங்கே போனா மனசை என்னமோ செய்யுது."

ஜெயக்கொடி புரிந்தது போல தலையாட்டிவிட்டு வசந்தாவின் விரல்களை இறுக்கமாகப் பிடித்துக்கொண்டபடி டாக்கீஸில் அவர்கள் பார்த்த சினிமாவைப் பற்றிப் பேசத் துவங்கினாள்.

வசந்தாவிற்கு பேசப் பிடிக்கவேயில்லை. அம்மாவை உடனே போய்ப் பார்க்க வேண்டும் போலிருந்தது. அவள் சாலையை விட்டு ஓடிக்கொண்டிருக்கும் மரங்களைப் பார்த்தபடியே பஸ்ஸில் போய்க்கொண்டிருந்தாள். அம்மாவின் மீது ஏனோ வருத்தமாகயிருந்தது. ஜெயக்கொடி ஏதோவொரு பாடலை முணுமுணுத்தபடியிருந்தாள். அது வசந்தாவிற்குக் கேட்பதும் மறைவதுமாகயிருந்தது.

82

விடுமுறை நாட்களின் காலையில் திருமால் கிதார் வாசிப்பதற்குக் கற்றுக்கொள்வதற்காக லயோனல் சார் வீட்டிற்குப் போய்விடுவான். அவர் மிஷன் சபையின் இசைக் குழுவிலிருந்தார். கோட்ஸ் பஞ் சாலையில் வேலை செய்து கொண்டிருந்த அவரது வீட்டில் நூற்றுக்கும் அதிகமான இசைத் தட்டுகள் இருந்தன. லயோனலின் மூன்று மகன்களும் கிதார் வாசிப்பவர்களாகயிருந்தார்கள். லயோனல் பார்ப்பதற்கு இயேசுவின் கடைசி விருந்து ஓவியத்திலிருந்த மெலிந்த தாமஸைப் போலவேயிருந்தார். இதை ஒரு முறை திருமால் அவரிடம் சொன்னபோது அவர் வெட்கத்துடன் தனது தகப்பனாரும் ஒரு முறை அதையே சொன்னதாகச் சொல்லியபடி “தான் சந்தேக தாமஸ் அல்ல, விசுவாசி தாமஸ்” என்று மெதுவாகச் சிரித்தார்.

லயோனலின் மனைவி ஜெசிந்தா பள்ளி ஆசிரியையாகயிருந்தாள். வீட்டில் வேறு பெண்களேயில்லாமல் போனதால் வீடெங்கும் கிதாரும் பூனைக்குட்டிகளும் தென்பட்டன. திருமால் ஞாயிறு காலையில் அவர்கள் வீட்டிற்குப் போனதும் டீச்சர் அவனுக்குத் தேன் கலந்த டீ கொண்டுவந்து தருவாள். லயோனல் கிதார கற்றுத் தருவதை விடவும் திருமாலுக்கு நெருக்கமான ஒரு தகப்பனைப் போல ப்ரியத்தோடு பழகுபவராகயிருந்தார். சில நேரங்களில் மூன்று மகன்களும் அவரோடு சேர்ந்து கொண்டு கிதார் வாசிப்பார்கள். அருகாமை வீடுகளில் இருப்பவர்களுக்கு இந்த சங்கீதம் பரிச்சயமாகவேயில்லை.

திருமால் அவர் சொல்லிக்கொடுத்த நோட்ஸைப் பாடம் செய்வ தும், மீதமிருந்த நேரங்களில் டீச்சருக்கு மீனை அலசித் தருவதுமாகயிருப்பான். அவர்கள் வீட்டின் ஜன்னல், கதவுகள் எங்கும் சித்திரத்தையல் உள்ள வெண்ணிறமான திரைச்சீலைகள்

போடப்பட்டிருந்தன. வீடெங்கும் எப்போதும் சுகந்த புகை வந்து கொண்டேயிருக்கும். டீச்சர் யாரோடும் பேசுவதேயில்லை. பேசக்கூடிய சந்தர்ப்பங்கள் கூடும்போதுகூட அவள் சிரிப்பதையே விரும்புகிறவாளாயிருந்தாள். மதிய உணவு தயாராகும் வரை அவர்கள் ஹாலில் அமர்ந்தபடியே இசைத்தட்டுகளைக் கேட்டுக்கொண்டிருப்பார்கள். இரட்டை வயலின் இசையை அப்போதுதான் திருமால் முதன் முறையாகக் கேட்டான்.

டீச்சருக்கு மூச்சிரைப்பு வியாதியிருந்தது. பார்த்துக்கொண்டிருக்கும் போதே அவள் கண்கள் சொருகிக்கொள்ள வாயைச் சிறிய துணியால் பொத்தியபடி ஓடிப் படுக்கையில் சுருண்டு படுத்து விடுவாள். சமையல் பாதியிலே நின்று போய்விடும். வெந்நீர் ஒத்தடமும் சுவாசத்தைச் சீராக்க ஓமப் புகையும் போடுவார்கள். தலையெல்லாம் வியர்த்து வடிந்து போகும். கடுங்காப்பியைச் சூடாகப் பருகுவாள். லயோனல் விரல்களைக் கோர்த்துக்கொண்டு வேதனைமிக்க முகத்துடன் மண்டியிட்டு பிரார்த்தனை செய்து கொண்டிருப்பார்.

வீடு திரும்பும் பிள்ளைகள்கூட அம்மாவின் படுக்கையருகே மண்டியிட்டு பிரார்த்தனை செய்வார்கள். அவள் தன் ஓரக் கண்ணில் நீர் வழிய பிள்ளைகளின் தலையைத் தடவிவிட்டபடி எழுந்து கொண்டுவிடுவாள். அவர்கள் நால்வரும் மௌனமாக உட்கார்ந்திருப்பார்கள். எதுவும் நடக்காதது போலவே டீச்சர் சமையல் அறையிலிருந்து பொறித்த மீன் துண்டுகளை ருசி பார்ப்பதற்காகத் தட்டில் கொண்டுவந்து ஒவ்வொருவரிடமும் ருசியறிந்து போவாள். லயோனல் சார் தனது பர்சிலிருந்து ஒரு நாணயத்தை வெளியே எடுத்துக் காணிக்கை உண்டியலில் போட்டுவிட்டு கர்த்தருக்கு நன்றி சொல்லி வருவார். இத்தனை சாந்தமும் சங்கீதமுமாகயிருக்கும் வீட்டைக் கர்த்தர் ஏன் சோதனை செய்கிறார் என்று திருமாலும் யோசித்துக்கொண்டிருப்பான்.

மாலையில் யாவரும் அருகாமையிலிருந்த தேவனின் ஆலயத் திற்குச் செல்வார்கள். டீச்சர் பைபிளை மார்போடு சேர்த்து அணைத்துக்கொண்டு முக்காடிட்ட சேலை முகத்தில் சரிய, மெதுவாக நடந்து வருவாள். திருமால் அவர்களுக்காக வேண்டியிருக்கிறான். இரவு அவர்கள் வீட்டின் மொட்டை மாடியில் உட்கார்ந்து கொண்டபடி தகப்பனும் பிள்ளைகளும் பிரசங்கியைப் போல அன்றி மனதைத் தொடும் சொற்களால் மெதுவாகப் பேசிக் கொண்டிருப்பார்கள்.

“உலகில் அன்பை விடவும் மேலானது ஒன்றிருக்கிறது. அது பெயரிடப்படாதது, கருணையை விடவும் நெகிழ்ச்சியானது. அன்பால் வேதனையைப் பகிர்ந்து கொள்ள மட்டுமே முடியும். எது வேதனையை இல்லாமல் செய்கிறதோ அது அன்பை விட மேலானது. அது காட்டுச் செடியைப் போல தானே வளரக்கூடியது. நாம் அன்பைவிடவும் மேலான ஒன்றிற்காகக் காத்துக்கொண்டிருக்கிறோம்” என்று பலமுறை லயோனல் சொல்வதைக் கேட்டிருக்கிறான்.

லயோனலின் இந்த வார்த்தைகளைத் திருமால் ஒவ்வொரு முறை கேட்கும்போதும் அது தனக்காகவே சொல்லப்படுவதாக நினைத்துக்கொள்வான். லயோனல் சாரின் பிள்ளைகள் தலையசைத்து தகப்பனின் சொற்களைக் கௌரவப்படுத்துவார்கள். பின் யாவரும் மௌனமாகிவிடுவார்கள். நட்சத்திரங்கள் மெதுவாக ஊர்ந்து கொண்டிருக்கும். இரவு நெடுநேரத்திற்குப் பிறகு அவர்களிடமிருந்து விடைபெற்று திருமால் மிஷன் பள்ளிக்குக் கிளம்புவான். அப்போதும் யாராவது ஒருவர் நட்சத்திரத்தைப் பார்த்தபடியே மாடியில் உட்கார்ந்திருப்பார்கள்.

அறைக்குத் திரும்பிய பிறகு படுப்பதற்கு முன்பாக பைபிளில் உள்ள சிவப்பு நூலை வெளியே எடுத்துக் கண்ணை மூடிக்கொண்டு பைபிளின் ஏதோவொரு பகுதியில் நூலைக் கொடுத்துப் பிரித்து ஒவ்வொரு வசனமாகப் படிக்கத் துவங்குவான். டீச்சரின் கசிந்த கண்கள் நினைவில் வந்து கொண்டேயிருக்கும். படுக்கையில் கண்களை மூடிக்கொண்டு லயோனல் சார் சொன்ன வார்த்தைகளைத் தானும் திரும்பிச் சொல்லிக்கொள்வான்.

அன்பை விடவும் மேலான ஒன்று உலகில் இருக்கிறது. அதை அடைவதற்காகவே நாம் காத்திருக்க வேண்டியவர்களாகயிருக்கிறோம்.

பின்பு மனதிற்குள்ளாகவே அன்றைய நாளில் தான் சந்தித்த ஒவ்வொருவருக்காகவும் நன்றி சொல்லியபடி உறக்கத்தில் ஆழ்ந்து செல்லத் துவங்குவான்.

83

சில நாட்களுக்கு முன்னதாகத்தான் அரசினர் பெண்கள் இலவச விடுதியிருந்த தெருவின் நான்காவது வீட்டிற்கு குருநாதன் வந்து சேர்ந்திருந்தான். காலையில் கிணற்றில் வாளி விழுந்துவிட்டதென கொரண்டி வாங்குவதற்காக நான்கு பள்ளி மாணவிகள் வந்து நிற்பதை, மாடியிலிருந்து பார்த்துக்கொண்டிருந்தான். வீட்டில் அவனது அம்மா பின் கட்டில் ஏதோ வேலை செய்துகொண்டிருந்தாள். பள்ளி மாணவிகளில் ஒருத்தி சப்தமாக பத்மாக்கா என்று அழைத்துக்கொண்டிருந்தாள்.

அவன் மாடியிலிருந்து இறங்கி கீழே வந்தபோது மாணவிகள் நால்வரும் கைகளைக் கட்டிக்கொண்டு கயிறு அறுந்து போய் கிணற்றில் வாளி விழுந்துவிட்டதாகச் சொன்னார்கள். அவன் சிரித்துக்கொண்டே யார் வாளியைக் கிணற்றில் போட்டது என்று கேட்டான். நால்வரில் ஒருத்தி வசந்தா என்று சொன்னாள். அவன் அதற்கும் சிரித்தபடியே நீயா என்று ஜெயக்கொடியைக் காட்டிக் கேட்டான். அவள் தயக்கத்துடன் ஆமாம் என்று தலையை அசைத்தாள். மற்றவள் அவசரமாக இல்லையெனத் தலையாட்டும் போது அவளது கையில் ஜெயக்கொடி நறுக்கென்று கிள்ளினாள்.

அவன் வீட்டிற்குள்ளிருந்த கொரண்டியை எடுத்து வருவதற்காகப் போன பிறகு நால்வரில் ஒருத்தி பல்லைக் காட்டியபடி “எதுக்குடி நீ போயி வசந்தானு சொன்னே” என்று ரகசியமாகக் கேட்டாள். அதற்கு ஜெயக்கொடி பதில் பேசாமல் முறைத்தாள்.

அவன் கொரண்டியை எடுத்து வந்தபடி கிணறு எங்கேயிருக்கிறது என்று கேட்டான். அவர்கள் விடுதியின் கிணற்றை நோக்கி நடந்தார்கள். மாணவிகளின் தாவணிகள், ஈரப் பாவாடைகளைப் பார்த்தபடியே அவன் கிணற்றடிக்கு வந்து நின்றபோது இரண்டு மாணவிகள் ஈரக் கூந்தலை உலர்த்திக்கொண்டிருந்தார்கள்.

அவன் ஒரு கயிற்றில் கொரண்டியைக் கட்டிக் கிணற்றில் விழுந்த வாளியைத் தேடினான்.

ஏதோவொன்று கொரண்டியில் மாட்டிக்கொண்டது. வெளியே இழுத்துப் போட்டான். துருவேறிய தகரப் பெட்டியது. வாய் பிளந்து போய்க் கிடந்தது. சில மாதங்களுக்கு முன்பாக பரமேஸ்வரியின் இந்தப் பெட்டியை ராணிதான் திருடிவிட்டாள் என்று வார்டன் விசாரித்துத் தண்டனையாக ராணியை விடுதியிலிருந்து வெளியேற்றியிருந்தார். அந்தப் பெட்டி எப்படி கிணற்றுக்குள் விழுந்து கிடந்தது என்று ஆச்சரியமாகயிருந்தது. தண்ணீருக்குள் கிடந்த போதும் வெள்ளை பெயிண்டால் எழுதப்பட்டிருந்த பரமேஸ்வரி என்ற பெயர் அழியவேயில்லை. ஈரத்தில் கிடந்த பெட்டியை மாணவிகள் புரட்டிப் பார்த்துக்கொண்டிருந்தார்கள்.

அவன் கொரண்டியால் கிணற்றில் கிடந்த வாளியை வெளியே எடுத்தான். வாளிக்குள்ளாக மண்ணும் சில பொருட்களும் சேர்ந்து வந்திருந்தன. ஈர மண்ணைக் கீழே கொட்டிய போது அதில் களிம்பேறிப்போன கொலுசு ஒன்று கிடந்தது. யார் இதையெல்லாம் செய்திருப்பார்கள் என்று மாணவிகள் பார்த்துக்கொண்டிருந்தார்கள். அவன் தன் கொரண்டியை எடுத்துக்கொண்டு வீட்டிற்குப் போகும்போது உங்களுக்கு எப்போது அனுவல் எக்ஸாம் என்று கேட்டான். மாணவிகளில் ஒருத்தி வாயைப் பொத்திக்கொண்டு சிரித்தாள். மற்றவர்கள் விடுதியின் உள்ளே ஓடிவிட்டார்கள்.

அவன் தெருவில் நடந்து போன பிறகு மெதுவாக வசந்தாவும் ஜெயக்கொடியும் வாசலுக்கு வந்து அவனைப் பார்த்துக் கொண்டிருந்தார்கள். ஜெயக்கொடி மெதுவாகச் சொன்னாள், "இனிமே உன் பேரு ஜெயக்கொடி. என் பேரு வசந்தா. சரியா..." இருவரும் ஒருவரையொருவர் செல்லமாக அடித்துக்கொண்டு சிரித்தார்கள்.

குருநாதன் தபோவனப் பள்ளியில் பெரிய பத்து படித்துக் கொண்டிருந்தான். விடுமுறைக்காக ஊருக்கு வந்திருந்தான். அவனது பள்ளியில் எண்ணிக்கையற்ற மகிழ மரங்கள் இருந்தன. அருகாமையில் ஊரேயில்லாத ஒரு மலையடிவாரத்தில் பள்ளியிருந்தது. வகுப்புகள் யாவும் மூங்கில் கூரையிடப்பட்ட கட்டிடங்கள். மாணவர்கள் மட்டுமே படிக்கும் அந்த தபோவனப் பள்ளியில் ஆயிரத்திற்கும் மேற்பட்டவர்கள் படித்தார்கள்.

விடிகாலையில் அவன் தன் அறையிலிருந்து தெரியும் மலையைப் பார்த்துக்கொண்டிருப்பான். பாறைகள் காலை

எஸ்.ராமகிருஷ்ணன்

வெயிலில் உருகி வழிவது போன்று மினுமினுப்பாகத் தெரியும். ஒவ்வொரு நாளும் பார்த்துப் பரிச்சயமாகிப் பாறைகள் அவனோடு வெகுவாகப் பழகியிருந்தன. அவன் பள்ளி முடிந்து திரும்பி வரும்போது சில நேரங்களில் மகிழ மரத்தடியில் நின்றபடி முட்டிக்கொண்டிருக்கும் வெள்ளாட்டைப் போன்ற இரட்டை பாறைகளைப் பார்ப்பான். அவன் கவனிப்பதை அறிந்தவை போல் பாறைகள் ஒன்றையொன்று முட்டிக்கொள்ளும். பாறைகள் ஒவ்வொரு நாளும் உருமாறிக்கொண்டிருக்கின்றன என தானே சொல்லிக்கொள்வான்.

இரவில் சில நேரம் மலையின் மீது நெருப்பு பற்றி எரியும். அப்போது பாறைகள் தாவிக்கொண்டு மலையை விட்டுக் குதிப்பது போலிருக்கும். அதுபோன்ற நாட்களில் குருநாதன் உறங்காமல் நெருப்பைப் பார்த்துக்கொண்டேயிருப்பான். மலையில் ஏற்படும் நெருப்பு சப்தமில்லாமல் நகர்ந்து போய்க் கொண்டேயிருக்கும். மறுநாளின் பகலில் மலையில் புகை குமைந்து நிரம்பியிருக்க, மலையின் மீது சிலர் கோல் ஊன்றியபடி நடந்து போய்க்கொண்டிருப்பார்கள்.

வருடத்திற்கு ஒரு முறை மட்டுமே அவன் வீட்டிற்குச் செல்வதற்கு தபோவனப் பள்ளியில் அனுமதிக்கப்படுவான். அவன் அது போன்ற நாட்களில் கூட வீட்டை விட்டு வெளியே போகவே மாட்டான். பள்ளியின் நூலகத்திலிருந்து டாம் சாயரோ, ஹக்கில் பெரி பின்னோ எடுத்து வந்துவிட்டால் அதைப் படித்து முடிப்பதற்குள் விடுமுறை முடிந்துவிடும்.

அவன் ஊருக்கு வரும் ஒவ்வொரு முறையும் நாகலா புரத்திலிருந்த அக்கா வீட்டிற்கு ஒரு நாளும், நாச்சியார்கோவிலுக்கு ஒரு நாளும் போவதைத் தவிர மற்ற நேரங்களில் மாடியிலிருந்த தனது கட்டிலில் படுத்தபடியே எதையாவது வாசித்துக்கொண்டிருப்பான். வீட்டில் அம்மாவும் வீட்டில் வேலைக்கிருந்தவர்களும் பகல் முழுவதும் எதையாவது பேசிக்கொண்டிருப்பது அவனுக்குக் கேட்கும். அவனுக்கு நண்பர்களே கிடையாது. தபோவனப் பள்ளியில் கூட அவன் எவரோடும் ஸ்நேகம் கொள்ளவேயில்லை.

*

இரண்டு நாட்களுக்குப் பிறகான ஒரு மாலை நேரத்தில் அவன் தனது மொட்டைமாடி மீது நடந்தபடி எதையோ படித்துக் கொண்டிருந்தான். அரசினர் பெண்கள் விடுதியிலிருந்த ஜெயக் கொடி தான் அவனுக்குக் கேட்கட்டும் என்று கைதட்டினாள்.

அவன் சப்தம் கேட்டுத் திரும்பியபோது கிணற்றடியில் நாலைந்து பெண்கள் படித்துக்கொண்டிருந்தார்கள். ஜெயக்கொடி ரகசியமாக வசந்தாவிடம் நம்மளையே பாக்கான். தலையைத் திரும்பாம் பாருடி என்று கிசுகிசுத்தாள். வசந்தா ஓரக்கண்ணால் பார்த்த போது மாடியில் நின்றுகொண்டிருக்கும் குருநாதன் தெரிந்தான். அவள் வேண்டுமென்றே "இன்னொரு முறை கைதட்டுடி பாக்கலாம்" என்று சொன்னாள்.

ஜெயக்கொடி அவன் தலைகவிழ்ந்தபடி நடக்கத் துவங்கிய போது உரக்கக் கைதட்டினாள். அவன் தனது புத்தகத்தை வைத்து விட்டு எட்டிப் பார்த்தான். படித்துக்கொண்டிருந்த மாணவிகள் தலைநிமிராமல் சிரித்தார்கள். வசந்தாவிற்குச் சிரிப்பை அடக்க முடியவில்லை. ஜெயக்கொடியின் தொடையில் கிள்ளி வைத்தபடியே புத்தகம் படிக்கிறவள் போல நடித்தாள். வலி தாங்க முடியாமல் ஜெயக்கொடி கத்தியபோது, அவன் ஜெயக்கொடியைப் பார்த்துச் சிரித்தபடி கையசைத்தான். அவளுக்கும் சிரிப்பு பொங்கிக்கொண்டு வந்தது. இருவரும் தலைகவிழ்ந்தபடி சிரித்துக் கொண்டிருந்தார்கள்.

மாடியில் இருந்த குருநாதன் புத்தகத்தோடு நடக்கத் துவங்கினான். வசந்தா ஜெயக்கொடியிடம் "சும்மாயிருந்தா என்னடி, எதுக்கு வம்பிழுக்கிறே" என்று கேட்டாள். ஜெயக்கொடி கேலியாக மாப்பிள்ளை பயந்து வீட்டுக்குள்ளே போயிட்டாரு பாத்தியா என்று சொன்னாள். இருவரும் செய்யுளை மனப்பாடம் செய்யத் துவங்கிய போது குருநாதன் பெண்கள் விடுதியின் சந்திற்குள்ளாக நடந்து கிணற்றடிக்கு வந்து நின்றான்.

படித்துக்கொண்டிருந்த மாணவிகளில் ஒருத்தி மிரட்சியோடு ஜெயக்கொடியின் பாவாடையைப் பிடித்து இழுத்தாள். குருநாதன் கோபமாக முகத்தை வைத்துக்கொண்டவனாக "எதுக்காகக் கைதட்டிக் கூப்பிட்டே" என்று கேட்டான். ஜெயக்கொடியும் வசந்தாவும் எழுந்து நின்று கொண்டு கையைக் கட்டிக்கொண்டார்கள். அவன் கடுத்த முகத்துடன் திரும்பவும் அதே கேள்வியைக் கேட்டான்.

ஜெயக்கொடி தயங்கித் தயங்கிச் சொன்னாள்,

"நாங்களெல்லாம் ஒண்ணும் கைதட்டிக் கூப்பிடலே."

அவன் ஆத்திரத்துடன் கேட்டான்,

"அப்போ கைதட்டுனது யாருனு இப்போ எனக்குத் தெரிஞ் சாகணும்."

பயந்துபோன மாணவிகள் அவசரமாக விடுதியினுள்ளே எழுந்து போகத் துவங்கினார்கள். சமையல் செய்து கொண்டிருந்த பேச்சியம்மாளைக் கூட்டிக்கொண்டு வெளியே வந்தாள் ஒரு மாணவி. அவளைக் கண்டதும் குருநாதன் முகத்தை மாற்றிக் கொண்டு கன்றுக்குட்டி அவிழ்த்துக்கொண்டு வந்துவிட்டதாகச் சொன்னான். பேச்சியம்மாள் களத்துப் பக்கம் தேடினால் நிற்கக் கூடுமென்று சொல்லியபோது தலையசைத்துக்கொண்டே நடந்தான். அவன் போன பிறகு ஜெயக்கொடி திட்டினாள்.

“திமிர் பிடிச்சவன். பெரிய இதாட்டம் முறைக்கான்... கடுவான் பூனை மாதிரி இவன் மொட்டை மாடியில் சுத்திக்கிட்டு இருந்துட்டு நம்மளை அரட்டுறான்.”

வசந்தாவிற்கு ஜெயக்கொடியின் கோபம் பிடித்திருந்தது. அவள் தானும் சேர்ந்து கொண்டு குருநாதனைத் திட்டினாள்.

இரவு தூங்கும்போது வசந்தா ஜெயக்கொடியிடம் கேட்டாள்.

“கடுவான் பூனை இந்நேரம் தூங்கியிருக்குமாடி.”

ஜெயக்கொடி தனது போர்வையை இழுத்து விட்டபடியே பூனை இப்போதான் பால் குடிச்சிட்டிருக்கும் என்றாள். இருட்டுக்குள்ளாகவே இருவரும் சப்தமாகச் சிரித்தார்கள்.

84

நெடுநாட்களுக்குப் பின்னால் இரவில் இரண்டு பரதேசிகள் துந்தனா இசைத்தபடி நடந்து கொண்டிருந்தார்கள். இருவரில் ஒருவன் காட்டுச் சோளம் ஒன்றைப் பறித்துத் தலைப்பாகையில் சொருகியிருந்தவனாகத் தன் தோளில் பெரிய கற்தாழியொன்றைத் தூக்கிக்கொண்டு நடந்து வந்து கொண்டிருந்தான். இருவரும் அதிகம் குடித்திருந்தார்கள். கற்தாழியை வைத்திருந்தவன் தன்னை விரட்டிக்கொண்டு வரும் நாயைத் திட்டுவதாகக் கொச்சையான வசையில் கத்திக்கொண்டிருந்தான். துந்தனா வாசித்துக்கொண்டிருந்தவன் நாய் எதுவும் அவர்கள் பின்னால் வரவேயில்லை; அவன் மிகவும் பயந்துபோய்விட்டான் எனச் சிரித்தான்.

தாழியைத் தூக்கிக்கொண்டிருந்தவன் ஆத்திரத்துடன் நாய் என் காலின் கெண்டைச் சதையைக் கவ்விய பல்தடம் பார்க்க விரும்புகிறாயா, அந்த நாய் இன்னமும் என்னைக் கடிப்பதற்காகத் துரத்திக் கொண்டே வருகிறது என்றான்.

மற்றவன் அதற்கும் சிரித்தபடியே வந்தான். அவர்கள் நடந்த பாதையில் மரங்களேயில்லை. துந்தனா வாசித்தவன் இங்கிருந்த மரங்கள் எல்லாம் எங்கே போய்விட்டன, வழியில் இருந்த பனைகளைக்கூட யார் வெட்டியிருப்பார்கள் என்று கேட்டான். மற்றவனோ நாய் பின்னால் வந்து கொண்டேயிருக்கிறது, அதை எப்படி விரட்டுவது எனப் பற்களைக் கடித்துக்கொண்டே சொன்னான். இருவரும் களைத்துப் போனவர்களாக லொங்கி நடந்தபடியிருந்தார்கள்.

ஒரு பனையடியில் யாரோ அமர்ந்திருப்பது போலிருந்தது. அவரைக் கவனித்தபடியே பரதேசிகள் கடந்து போனார்கள். ஆடு மேய்ப்பவர்கள் கூட்டமாகக் கிடை போட்டிருப்பதைப்

போல இருட்டினுள் சிலர் சலனமின்றி உட்கார்ந்திருந்தார்கள். பரதேசிகளை அவர்கள் திரும்பிப் பார்க்கவேயில்லை. கூந்தப்பனையைத் தாண்டும்போது இருளில் மூழ்கிக் கிடந்த ஒரு ஊர் தென்பட்டது. இது போன்றதொரு ஊரை அவர்கள் ஒருபோதும் கண்டதில்லையே என்ற தயக்கத்துடன் நடந்தார்கள். பரிச்சயமான தெருக்கள் போலவேயிருந்தன. ஆனால் எந்த வீட்டிற்கும் கதவுகள் இல்லை. யாவும் இடிந்து உருமாறிப் போயிருந்தன. வீடுகளில் சலனமேயில்லை.

அவர்கள் கந்தாழியை யாரிடம் கொடுப்பது என்று தெரியாமல் நின்றபடி கத்திக்கொண்டிருந்தார்கள். அரவமேயில்லை. பயத் தோடு அவர்கள் தெருவிற்குள்ளாக நடந்தார்கள். ஒரு இடத்தில் வேம்பு பூத்துச் சொரிந்திருந்தது. அவர்கள் வேப்பம் பூக்களைக் கையில் எடுத்து நுகர்ந்தபடியே நின்றுகொண்டிருந்தார்கள். மழை பெய்வது போல வேப்பம்பூக்கள் தெருவெங்கும் நிறைந்திருந்தன.

இது வேம்பலைதானா? இங்கிருந்த வீடுகள் எங்கே போய் விட்டன? குழப்பமாகயிருந்தது. தாங்கள் மிகத் தாமதமாக வந்து விட்டோமோ என்று ஒருவரையொருவர் குற்ற உணர்ச்சியோடு தெருவில் காத்துக்கொண்டிருந்தார்கள். ஒரு நாய் நிழலில் பதுங்கிக் கொண்டு நிற்பதைக் கண்டவன் போல பரதேசிகளில் ஒருவன் மிரட்சியுற்றவனாக "நாய் பதுங்கியிருக்குதுடா" என்றான். மற்றவன் தனது தோளில் வைத்திருந்த தாழியை எங்கே இறக்கி வைப்பது எனத் தெரியாமல் யாராவது வருவார்களா என்று பார்த்துக் கொண்டிருந்தான். அவர்கள் குடிவெறி ஏறிய கண்களுடன் முதிய வளுக்காகக் கந்தாழியொன்றை வாங்கி வந்திருக்கிறோம். அவள் வீடு எங்கேயிருக்கிறது என்று கத்தினார்கள். யாரும் பதில் தரவேயில்லை.

தவறானதொரு ஊருக்கு வந்துவிட்டோமோ என்பது போல அவர்கள் பயத்தோடு திரும்பிப் பார்த்துக்கொண்டார்கள்.

இருவரில் ஒருவன் பயம் கலையாத கண்களுடன் சொன்னான்,

"அந்த நாய் என்னையே பார்த்துக்கொண்டேயிருக்கிறது. அதன் நாக்கு இரண்டாகப் பிளந்து கிடக்கிறது."

கந்தாழியைக் குட்டிச்சுவர் ஒன்றின் அருகில் வைத்துவிட்டு அவர்கள் இடிந்த வீடொன்றினுள் போனார்கள். தரையெங்கும் தண்ணீர் சிந்திய சுவடிருந்தது. இப்போதுதான் யாரோ தண்ணீர் குடித்துப் போயிருக்கக் கூடும். யார் இருக்கிறார்கள் இந்த அழிந்த ஊரில்? அவன் சப்தமிட்டு அழைத்தான். பதில் வரவேயில்லை.

கிணற்றடிக்கு வந்தபோது எதிர்பாராதபடி ஊர்ச்சாவடியில் பத்து இருபது பேர் படுத்திருப்பதைக் கண்டார்கள். அருகாமையில் போய் அவர்களிடம் இது என்ன ஊர், ஏன் ஊர் வெறிச்சோடியிருக்கிறது என்று கேட்டார்கள். சாவடியில் படுத்திருந்தவர்கள் எவரும் பதில் பேசவேயில்லை. ஏதோ யோசனையோடு பார்வை நிலைகுத்திப்போயிருந்தார்கள்.

பரதேசிகளுக்குக் குழப்பமாகயிருந்தது.

பயத்தோடு அவர்கள் ஊரை விட்டு வெளியே வந்தபோது ஊரை நோக்கி ஆண்களும் பெண்களுமாக ஒரு கூட்டம் நடந்து போய்க்கொண்டிருப்பதைக் கண்டார்கள்.

பரதேசியில் ஒருவன் சொன்னான்,

"அந்த நாய் தொலைவில் நின்று நம்மைப் பார்த்துக் கொண்டேயிருக்கிறது. அதன் கண்களில் நெருப்பு போல மினுமினுப்பு தெரிகிறது."

நடக்க நடக்க இடிந்து கிடந்த ஊர் பின்னாலிருந்து ஒரு பூனையைப் போல பதுங்கிக் கூடவே வருவது போலிருந்தது. அவர்கள் தாங்கள் கொண்டுவந்த தாழியை வழியில் போட்டு விட்டு ஓடினார்கள். தொலைவு வரை மரங்களேயில்லை. மூச்சு வாங்கிட அவர்கள் வந்து நின்றபோது அருகில் சிறிய வெளிச்சத்துடன் சமையல் புகை வந்து கொண்டிருந்த கிராமம் தெரிந்தது. பதட்டத்துடன் ஓடி அக்கிராமத்தின் வாசலுக்கு வந்தபோது வீடுகளில் மெல்லிய மஞ்சள் வெளிச்சம் வந்து கொண்டிருந்தது. அவர்கள் கண்களைக் கசக்கிக்கொண்டவர்களாகப் பார்த்தார்கள்.

தாங்கள் பார்த்த இடிந்த ஊரே இப்போது இயக்கத்திலிருப்பது போலிருந்தது. இது வேம்பலையேதான். ஒரே நேரத்தில் இரண்டு இடங்களில் ஒரு ஊர் இருக்க முடியுமா என்ன? மெதுவாக தெருவில் நடந்தபோது பரிச்சயமான முகங்கள், வீடுகள். வெறித்துக் குலைக்காத நாய்கள். ஆறுதலுடன் அவர்கள் மடத்தருகே வந்த போது ஓரிருவர் அவர்களிடம் நீண்ட நாட்களாக வரவேயில்லையே என்று ஆதங்கத்துடன் கேட்டார்கள். பரதேசிகளில் ஒருவன் சொன்னான்,

"தெற்கே இருளுக்குள் இன்னொரு வேம்பலை இருக்கிறது. அங்கே வீடுகள் யாவும் இடிந்து கிடக்கின்றன. யாரோ அங்கேயிருக்கிறார்கள்."

அதைப் பற்றி முன்பே தெரிந்தவர்களைப் போல மடத்திலிருந்த வேம்பர்களில் ஒருவன் சொன்னான்,

எஸ்.ராமகிருஷ்ணன் 449

"அதுவும் வேம்பலைதான். இந்த ஊரில் வாழ்ந்து இறந்து போனவர்கள் அங்கே வசிக்கிறார்கள். செத்தவர்கள் தாங்களாகவே அந்த வேம்பலையை உண்டாக்கிக்கொண்டார்கள். அது இறந்தவர்களின் கிராமம்."

பரதேசிகளால் நம்ப முடியவில்லை. ஒரு பரதேசி தயக்கத்துடன் கேட்டான்,

"செத்த பிறகு எதற்காக அவர்களுக்கு ஊர் தேவைப்படுகிறது."

வயதானவன் கண்களை மூடிக்கொண்டபடியே சொன்னான்.

"வாழ்ந்து இறந்த பிறகுதான் வீட்டின் மீதும், ஊரின் மீதும் நேசம் அதிகமாகிவிடுகிறது. இறப்பிற்குப் பிறகும் மனிதனுக்கு ஏதோவொரு பிடிமானம் தேவைப்படுகிறது. சாவிற்குப் பிறகும்கூட ஊரை விலக்கி எளிதாகப் போய்விட முடியாது."

பரதேசிகள் பயம் கலையாமல் பார்த்துக்கொண்டிருந்தார்கள். எனில் தாங்கள் பார்த்த யாவும் நிஜக் காட்சிகள்தானா? அவர்கள் வேம்பலையிலிருந்து இறந்து போனவர்களா? அந்த வேம்பின் பூக்கள் — நிஜமானவைதானா? வேம்பர்களைப் போலவே வேம்பலையும் ஒளிந்தும் உருமாற்றியும் வாழ்ந்துகொண்டிருக்கிறதா என்ன? பசியும் வேதனையுமாக அவர்கள் ஒருவரையொருவர் பார்த்துக் கொண்டார்கள். பரதேசி உடைந்துபோன குரலில் சொன்னான்,

"வெளியில் நடந்து செல்லவே பயமாகயிருக்கிறது. இங்கேயே தங்கிவிடலாமா?"

மற்றவன் தன் நடுக்கத்தை மறைத்துக்கொண்டு சொன்னான்,

"மனிதர்களை விடவும் கிராமங்கள் மூர்க்கமாகிவிட்டன. இனி நாம் அலைந்து திரிய முடியாது. அவரவர் இருப்பிடங்களுக்குத் திரும்பிவிடலாம்."

இருவருமே பேசிக்கொள்ளவில்லை. அடிவயிற்றில் நடுக்கம் பரவி துடித்துக்கொண்டேயிருந்தது. பாதி இருண்ட தெருக்களில் உறக்கமற்று இரவெல்லாம் வேம்பர்கள் நடந்து கொண்டே யிருந்தார்கள்,

நீண்ட நேரத்திற்குப் பிறகு ஒரு பரதேசி சொன்னான்,

"மனிதர்கள் நிம்மதியற்றுப் போய்விட்டார்கள். வேதனையாக யிருக்கிறது."

பரதேசிகள் இருவரும் நத்தை ஊர்ந்து செல்வது போல மிக மெதுவாக வேம்பலையை விட்டு வெளியேறிப் போய்க் கொண்டிருந்தார்கள்.

*

மழைக் காலத்தில் ஊமை வேம்பு பூக்கத் துவங்கியிருந்தது. வேம்பர்கள் மிகுந்த ஆச்சரியத்துடன் அதைப் பார்த்துக் கொண்டிருந்தார்கள். காலமற்ற காலத்தில் வேம்பு பூக்கிறதே என்று வியப்பாகயிருந்தது. மற்ற வேம்பைப் போல இல்லாமல் ஊமை வேம்பு கிளைகொள்ளாத அளவு பூத்திருந்தது. வேப்பம் பூவின் வாசனை தெருவெங்கும் நிரம்பியிருந்தது. வேம்பர்கள் தங்கள் உறக்கத்திலும் வேப்பம்பூக்களின் வாசனையை நுகர்ந்தபடியே கிறங்கிக் கிடந்தனர். இத்தனை வருடங்களுக்குப் பிறகு ஊமை வேம்பு பூத்திருப்பதைப் பார்ப்பதற்காக எப்போதும் தெருவில் ஆட்கள் நின்று கொண்டேயிருந்தார்கள். வேப்பம் பூக்கள் தரையெங்கும் உதிர்ந்து கிடந்தன. அதில் ஒரு பூவைக்கூட எவரும் தன் விரல்களால் தொட்டுப் பார்க்கவோ, நுகரவோ மனதற்றவர் களாகயிருந்தார்கள். வேம்பில் இருந்த ஆணிகள் கூட பசுமையேறிப் போகுமளவு மரம் துளிர்த்திருந்தது. நீண்ட நாட்களாக ஒதுங்கிக் கிடந்த மரமென்பதால்தான் அது காலமற்ற காலத்தில் பூக்கத் துவங்கியிருக்கிறது என்றார்கள். அந்த வேம்பு ஒரு இரவில் தலையை விரித்து ஆடுவது போல உக்கிரமாகச் சுழலத் துவங்கியது. மற்ற மரங்கள் காற்றில்லாமல் ஒடுங்கியிருந்தபோது இந்த ஒற்றை மரம் மட்டும் வேகம் மீறிச் சுழன்று கொண்டிருந்தது. பூமியிலிருந்து தன்னைப் பிடுங்கிக்கொண்டுவிடுமோ என்பது போல வேம்பின் சீற்றமிருந்தது. காற்றில் அதன் கிளைகள் வளைந்தன. பூக்கள் திசைக்கொன்றாக உதிர்ந்து சிதறின. இரவெல்லாம் அந்தச் சீற்றம் நீடித்துக்கொண்டேயிருந்தது. பிறகு மெதுவாகப் பேய் பிடித்த பெண்கள் அடங்கிப்போவதைப் போல அந்த வேம்பும் தானே நிசப்தமாகி ஒடுங்கிக்கொள்ளத் துவங்கியது. வேம்பு தன்னிலைக்குத் திரும்பிய பிறகு வேம்பர்கள் தெரு முழுவதும் வேப்பம்பூக்கள் சிதறிக் கிடப்பதைக் கண்டார்கள். அவர்கள் பயத்தோடு அவை தங்கள் காலில் மிதிபட்டுவிடாமல் நடந்து போனார்கள். நீண்ட நாட்களுக்குப் பிறகு அம்மரத்தில் ஒரு காகம் பறந்து வந்து நின்று கரைந்து கொண்டிருந்தது. வேம்பர்கள் சிரிப்போடு காகம் நின்று விட்டால் அம்மரத்தால் தங்களுக்கு ஒரு கேடும் வராது என்றார்கள். அக்காகம் மரக்கிளையில் மாறி மாறி அமர்ந்ததோடு அது விட்டு விட்டு சப்தமிட்டது. ஊமை

மரத்தின் வேப்பங்காய்கள் கைப்பு அடர்ந்து போயிருந்தன. பிள்ளை இல்லாத பெண்கள் அந்த வேப்பங்காயை அரைத்துத் தின்றால் குழந்தை பிறந்துவிடும் என்றார்கள். அதற்காகவோ என்னவோ எங்கிருந்தோ ஊமை வேம்பைத் தேடி வருபவர்கள் தினமும் ஒன்றிரண்டு பேராவது இருந்தார்கள். ஊரில் அந்த ஒரு வேம்பு மட்டும் தன் இஷ்டமான நேரத்தில்தான் பூப்பதும் காய்ப்பதுமாகயிருந்தது. வேம்பர்கள் அதுதான் தங்களின் இயல்பைக் கொண்டிருக்கிறது என்று சந்தோஷத்துடன் சொல்லிக்கொண்டார்கள். ஆனாலும் அம்மரத்திலிருந்து தானே உதிரும் காய்களை, பழங்களைப் பொறுக்கிக் கொள்வதோடு மரத்தில் ஏறிக் கொழுந்து பறிக்கக்கூட எவருக்கும் தைரியம் வரவேயில்லை. நாளாக ஆக ஊமை வேம்பு இரவு நேரங்களில் உம் உம் என்று சொல்லிக்கொண்டிருப்பதுபோலவே கேட்டது. வேம்பில் ஆணியடிப்பதற்காக மரத்தடியிலே கிடந்த வீரம்மாவின் ஆணித் துளை மட்டும் அடைக்கப்படாமலே போயிருந்தது. அதிலிருந்து கருஞ்சிவப்பு நிறத்தில் பிசின் ஒழுகத் துவங்கியது. அப்பிசின் மெதுவாகத் தரைக்குச் சொட்டி மரமெங்கும் நீண்டிருந்தது. ஆசாரிகளில் ஒருவன் தனது குலதெய்வத்திற்குப் படையல் செய்வது போல ஊமை வேம்பின் முன்னால் பாக்கும் வெற்றிலையும் வைத்து தான் அந்தப் பிசினை அறுத்து எடுத்துக்கொள்ள சம்மதம் கேட்டு பிசினை அறுத்துக் கொண்டு போனான். அவன் மரவேலைகளில் அந்தப் பிசினை வைத்து ஒட்டும்போது அந்த மரச்சாமான்களில் அடர்ந்த மணம் கசிந்து கொண்டேயிருந்தது. ஆனாலும் ஊமை வேம்பில் கடைசி வரை ஒரு பறவைகூட கூடு கட்டவேயில்லை.

85

குருநாதனுக்கு அந்த இரண்டு மாணவிகளின் மீதும் கோபம் கோபமாக வந்தது. தான் தெருவில் நடந்து போகும்போதோ, மாடியில் நிற்கையிலோ அவர்கள் தனக்குத் தெரியாமல் கேலி செய்கிறார்கள் என்பது தெரிய வந்திருந்தது. அந்த இருவரில் தன் வீட்டிற்குக் கொரண்டி வாங்க வந்தவள் தலையைக் கவிழ்ந்து கொண்டு கையை வாயில் மூடியபடி சிரிப்பை அடக்க முடியாமல் துள்ளுவதைப் பார்க்கும்போது ஓங்கியறைய வேண்டும் போலிருந்தது. ஆனாலும் அவர்கள் இருவரையும் பார்க்காமல் இருக்க முடியவேயில்லை. தினமும் வேண்டுமென்றே மாணவியர் விடுதிப் பக்கமாக இரவில் சிறிய டார்ச் ஒன்றைக் கையில் எடுத்துக் கொண்டு சுற்றிக்கொண்டிருப்பான். பள்ளிக்கு அந்த இரண்டு மாணவிகள் போகும்போது அவர்கள் கடந்து போகும் பாலத்தில் உட்கார்ந்திருப்பான். அவனைக் கண்டதும் தலைநிமிர்ந்து பார்க் காமல் ஒருவர் கையை மற்றவர் பிடித்துக்கொண்டே வசந்தாவும் ஜெயக்கொடியும் வேகவேகமாகக் கடந்து போவார்கள். குருநாதனுக்கு அது வேடிக்கையாகயிருந்தது.

இரண்டு நாட்களுக்கு முன்னதாக அவன் பின்னிரவில் எழுந்து பூட்டிக் கிடந்த மாணவியர் விடுதியின் கதவருகே வந்து உள்ளே எட்டிப் பார்த்தான். வெளிச்சமேயில்லை. இருட்டு ததும்பிக் கொண்டிருந்தது. உறங்குபவர்களின் சீரற்ற சுவாசம் கேட்டுக் கொண்டிருந்தது. அந்த மாணவிகள் உறங்கிக்கொண்டிருப்பதைப் பார்க்க வேண்டும் போலிருந்தது. ஆள் தெரியவேயில்லை. உடம் பில் ஏனோ சூடேறியிருந்தது. ரகசியமாக அவன் சுவரில் தன் நாவை வைத்துத் தடவிப் பார்த்தான். சுண்ணாம்பு உதிர்ந்து நாவில் ஒட்டிக்கொண்டது. ஆவேசத்துடன் வீட்டுச் சுவரை முத்தமிட்டபடியே தன்னை யாரும் கவனிக்கிறார்களா என்று பார்த்துக்கொண்டான்.

அந்தப் பெண்களை எழுப்பினால் என்ன நடக்கும் என்று தோணியது. குனிந்து நாலைந்து கற்களை எடுத்தான். சமையல் அறையிருந்த ஓட்டுப் பகுதியை நோக்கி எறிந்தான். ஓட்டில் கல் விழுந்து உடையும் சப்தம் கேட்டது. யாரும் எழுந்து கொள்ளவேயில்லை. ஆத்திரமாகி நான்கைந்து பெரிய கற்களை எடுத்து வீசினான். பாத்திரங்களில் கல் விழுந்து உருள, ஒரு பெண் பயத்தில் திருடன் திருடன் என்று அலறினாள்.

அவசர அவசரமாக குருநாதன் தன் வீட்டிற்குள் ஏறிச் சென்று விட்டான். யாரோ திருடன் நுழைந்துவிட்டான் என்று மாணவிகள் எழுந்து விளக்கைப் போட்டு தேடிக்கொண்டிருப்பதை மாடி யறையிலிருந்து ரகசியமாக குருநாதன் பார்த்துக்கொண்டிருந்தான். சிரிப்பாக வந்தது. ஒரு மாணவி கையில் லாந்தருடன் இரண்டு மாணவிகளைத் துணைக்கு அழைத்துக்கொண்டு கிணற்றடியைப் பார்ப்பதற்காக வந்தாள். கிணற்றடியில் உலர்ந்து கொண்டிருந்த உடைகள் யாரோ ஆள் ஒளிந்திருப்பது போலவே தோற்றம் கொள்ளச் செய்தன. பயத்தோடு கிணற்றை எட்டிப் பார்த்தார்கள். யாருமில்லை என மாணவிகள் விடுதியின் உள்ளே நடந்தபோது குருநாதன் தன் வீட்டில் கிடந்த தேங்காய் நெற்றைக் கையில் எடுத்து ஓங்கி வீசினான். அது பலத்த சப்தத்துடன் கிணற்றில் போய் விழுந்தது.

யாரோ கிணற்றில் குதித்துவிட்டார்கள். திருடன் கிணற்றில் விழுந்து கிடக்கிறான் என மாணவிகள் கத்தினார்கள். தெருவே விழித்துக் கொண்டுவிட்டது. சப்தமும் விளக்கு வெளிச்சமுமாக ஆட்கள் கிணற்றைச் சுற்றி நின்றுகொண்டிருந்தார்கள். உறக்கம் கலைந்து எழுந்து வந்தவனைப் போல குருநாதன் தானும் கூட்டத் தோடு வந்து நின்று பார்த்தான். வசந்தாவும் ஜெயக்கொடியும் ஒருவர் கையை மற்றவர் பிடித்தபடியே நின்று கொண்டிருந்தார்கள். உறக்கம் கலைந்த அவர்களின் முகம் வாடிப்போயிருந்தது. கிணற்றில் ஆள் இல்லை என்று தெரிந்த பிறகும் தெருவிலிருந்தவர்கள் கலைந்து போகவேயில்லை.

வசந்தா கூட்டத்தில் நின்றபடி தங்களை குருநாதன் கவனித்துக் கொண்டிருப்பதைக் காட்டினாள். ஜெயக்கொடி கடுமையான குரலில் சொன்னாள். “கண்ணை நோண்டி எடுத்துருவமாடி.” இருவரும் விடுதியின் உள்ளே நடந்து போனார்கள். குருநாதனுக்கு அன்றைய இரவில் மிக சந்தோஷமாகயிருந்தது. தனியே கட்டிலில் படுத்துச் சிரித்துக்கொண்டேயிருந்தான்.

மறு நாள் விடுமுறை என்பதால் மாணவிகள் வெகு நேரம் உறங்கிக்கொண்டிருந்தார்கள். விடுதியில் சிறிய சலனம் கூடயில்லை. வெயில் படிகளில் ஏறி உள்ளே எட்டிப்பார்த்துக்கொண்டிருந்தது. மதிய நேரத்தில் ஒவ்வொரு மாணவியாக தூக்கம் கலைந்து வாசலுக்கு வந்தபோது தெருவில் வெயில் முற்றியிருந்தது. அவர்கள் ஒருவரையொருவர் பார்த்துச் சிரித்துக்கொண்டார்கள். குருநாதன் ஏக்கத்துடன் வசந்தாவும் ஜெயக்கொடியும் வெளியே வருவார்களா என்று பார்த்துக்கொண்டேயிருந்தான். அவர்கள் அன்று முழுவதும் வரவேயில்லை.

இரண்டு நாட்களின் பிறகான ஒரு மாலை நேரத்தில் அவர்கள் இருவரும் பள்ளியிலிருந்து விடுதிக்குத் திரும்பி வரும் வழியில் குருநாதன் அந்தப் பெண்களை நிறுத்தினான். அவர்கள் விடுதிக்கு வந்த திருடன் யார் என்று தெரிந்துவிட்டதா என்று கேட்டான். அவர்கள் பதில் பேசாமல் அவனைப் பார்க்க விருப்பமற்றவர்கள் போல கள்ளிச் செடியைப் பார்த்துக்கொண்டிருந்தார்கள். அவன் சிரிப்போடு உங்கள் விடுதியின் சமையலறை மீது கல்லெறிந்த திருடன் நான்தான் என்று சொன்னான். வியப்போடு வசந்தா அவனை ஏறிட்டுப் பார்த்தாள்.

அவன் தன் சிரிப்பை அடக்காமல் சொன்னான்,

“நீங்க ரெண்டு பேரும் தூங்குறீங்களா முழிச்சிருக்கீங்களானு பாக்கதான் அப்படி செஞ்சேன்.”

இதைக் கேட்டதும் அவர்கள் இருவரும் முறைத்தபடி அவனை விட்டு விலகி வேகமாக நடக்கத் துவங்கினார்கள். அவர்கள் தொலைவில் போன பிறகு குருநாதன் கத்தினான்,

“இன்னைக்கும் திருடனை வரச் சொல்லட்டுமா?”

அவர்கள் இருவரும் விடுதிக்கு வரும் வரை பேசிக்கொள்ளவேயில்லை. அன்றைய இரவில் வசந்தா ஜெயக்கொடியிடம் சொன்னாள்,

“நான் நினைச்சேன் இவன்தான் செஞ்சிருப்பானு... இப்போ என்னடி செய்றது?”

ஜெயக்கொடி உதட்டைக் கடித்துக்கொண்டே சொன்னாள்,

“உனக்கு அவனை பிடிச்சிருக்காடி?”

வசந்தா முறைத்தபடி கேட்டாள்,

“எதுக்குடி கேட்குறே?”

ஜெயக்கொடி ஏதோ யோசனை செய்தவள் போல சொன்னாள்,

"நம்மளைப் பாக்கதானடி இப்படி செய்திருக்கான். அவனை எனக்கு ரொம்பப் பிடிச்சிருக்கு. நாம ரெண்டு பேரும் அவனைக் கல்யாணம் பண்ணிகிடுவமா?"

வசந்தாவிற்குச் சிரிப்பாக வந்தது,

"ரெண்டு பேரு எப்படி ஒருத்தனைக் கட்டிக்கிட முடியும்?"

ஜெயக்கொடி பிடிவாதமாகச் சொன்னாள்,

"அதெல்லாம் முடியும். உனக்குப் பிடிச்சிருக்கா இல்லையா அதைச் சொல்லுடி."

வசந்தா பிடித்திருப்பதாகத் தலையாட்டினாள், ஆனாலும் சந்தேகத்துடன் கேட்டாள்,

"அவன் ஒத்துகிடுவானாடி."

ஜெயக்கொடி சந்தோஷத்துடன் சொன்னாள்,

"நாளைக்குக் கேட்டிருவோம்."

அன்றிரவில் அவர்கள் இருவரும் வேண்டுமென்றே கிணற்றடியில் வந்து உட்காந்திருந்தார்கள். குருநாதனை மாடியில் காணவேயில்லை. நள்ளிரவில் உறங்கப் போகும்போது திரும்பவும் வசந்தா கேட்டாள்,

"நிஜமாவா அவனைக் கட்டிக்கிடலாம்னா சொல்றே."

ஜெயக்கொடி ஆமாம் என்று தலையாட்டினாள்.

விடிகாலையில் இருவரும் மாட்டுச் சாணம் எடுப்பது போல குருநாதனின் வீட்டின் பின் வாசலுக்குப் போய்ப் பார்த்தார்கள். அவன் செங்கல்லைத் தட்டிப் பல் விளக்கிக்கொண்டிருந்தான். அவர்களைப் பார்த்ததும் மெலிதாகச் சிரித்தான். ஜெயக்கொடி அருகில் போய் நின்று கைகளைக் கட்டிக்கொண்டு கேட்டாள்,

"நிஜமா எங்களுக்காகத்தானா அன்னைக்கு ஓட்டிலே கல் எறிஞ்சீங்க?"

பதில் பேசாமல் சிரித்தான் குருநாதன்.

ஜெயக்கொடி வைக்கோல் பிரியொன்றைக் கையில் எடுத்து கிழித்தபடியே சொன்னாள்,

"எங்க ரெண்டு பேருக்கும் உங்களைப் பிடிச்சிருக்கு. எங்களைக் கல்யாணம் பண்ணிக்கிடுவீங்களா?"

குருநாதன் திகைப்போடு எச்சிலைத் துப்பிவிட்டுக் கேட்டான்,
"ரெண்டு பேரையா?"

ஜெயக்கொடி உறுதியான குரலில் சொன்னாள்,

"நாங்க ரெண்டு பேரும் ஒரே ஆளைத்தான் கல்யாணம் பண்ணிக்கிடுவோம். அப்பதான் வாழ்நாள் பூரா ஒண்ணா இருக்க முடியும்."

அவனுக்குச் சிரிப்பாக வந்தது. அவன் தயக்கத்துடன் சொன்னான்,

"எனக்கு அவளைத்தான் பிடிச்சிருக்கு. அவளை வேணும்னா கட்டிக்கிடுறேன்"

என்று வசந்தாவைக் காட்டினான். ஜெயக்கொடிக்கு ஆத்திரமாக வந்தது.

"எதுக்காக என்னைப் பிடிக்கலை?"

அவன் சப்தமாகச் சிரித்தபடி சொன்னான்,

"கருப்பட்டி வட்டு மாதிரியிருந்துட்டு என்ன கோபம் வருது."

ஜெயக்கொடி கோபத்தில் வசந்தாவை இழுத்துக்கொண்டு ஓடினாள். குருநாதன் சிரித்துக்கொண்டேயிருந்தான். ஜெயக்கொடி அன்றைக்கு வகுப்பிற்குப் போகவேயில்லை. வசந்தாவும் இதற்காகப் பள்ளிக்குப் போகாமல் விடுதியிலே இருந்தாள். ஜெயக்கொடிக்கு ஆத்திரம் அடங்கவேயில்லை. குருநாதனின் மண்டையை உடைக்கப் போவதாகச் சொன்னாள். பின் மதியத்தில் அவள் கண்ணீருடன் வசந்தாவின் மடியில் படுத்துக் கொண்டவளாக "எதுக்காகடி என்னை அவனுக்குப் பிடிக்கலை... நான் அழகாயில்லையா... நாம ரெண்டு பேரும் ஒரு ஆளைக் கல்யாணம் பண்ணிக்கிட முடியாதா?" என்று கேட்டுக்கொண்டிருந்தாள். அவளை எப்படி தேற்றுவது என்று தெரியாமல் வசந்தா தலையைத் தடவிவிட்டுக் கொண்டேயிருந்தாள். மெதுவாக அவளுக்கும் அழுகை வந்தது. ஜெயக்கொடி திடீரென ஏதோ முடிவு செய்தவளைப் போல சொன்னாள்,

"நாம ரெண்டு பேரும் ஒண்ணா செத்துப்போயிருவம்டி. நமக்கு வேற யாருமே வேணாம்."

வசந்தாவிற்கு என்ன சொல்வது என்றே தெரியவில்லை. ஜெயக் கொடி அவசர அவசரமாக விடுதியை விட்டு வெளியேறி நடந்தாள். அவள் எங்கே போகிறாள் என்பதைக்கூட கேட்டுக் கொள்ளாமல்

கூந்தலில் விரலைச் சொடுக்கியபடி உட்கார்ந்திருந்தாள் வசந்தா. ஜெயக்கொடி அம்மியில் எதையோ வைத்துத் தட்டும் சப்தம் கேட்டது. கொமட்டிக் காயை அம்மியில் வைத்துத் தட்டிக்கொண்டிருந்தாள் ஜெயக்கொடி. வசந்தா அருகில் போன போது ஆவேசத்துடன் அம்மிக் கல்லில் வளையல் துண்டுகளை உடைத்துப் போட்டு கொமட்டிக் காயோடு நசுக்கிக்கொண்டிருந்தாள். கொமட்டிச் சாறைப் பார்க்கவே நாக்கில் கைப்பு ஊறியது. ஜெயக்கொடி இரண்டு கையிலும் இரண்டு உருண்டைகள் வைத்திருந்தாள். ஒன்றை வசந்தாவிடம் கொடுத்துவிட்டுச் சொன்னாள்,

"அவனை எனக்கு ரொம்பப் பிடிக்குதுடி. அவனுக்கு மட்டும் எதுக்காகடி என்னைப் பிடிக்கலை."

வசந்தா ஓர் உருண்டையைக் கையில் வாங்கிக்கொண்டாள். ஜெயக்கொடி சட்டென வாய்க்குள் கொமட்டி உருண்டையைப் போட்டு வாந்தியெடுத்துவிடாமல் கையால் வாயைப் பொத்திக் கொண்டாள். வசந்தா கையிலே வைத்துக்கொண்டிருப்பதைக் கண்டதும் ஜெயக்கொடியின் கண்கள் எதையோ அவளிடம் யாசித்தன. வசந்தாவும் கொமட்டி உருண்டையை விழுங்கினாள். சட்டென ஓங்காரத்துடன் சப்தமாக வாந்தியெடுத்தாள் வசந்தா. இதற்குள் கிணற்றடிக்கு வந்த மாணவிகளில் ஒருத்தி நுரை கக்கி விழுந்த ஜெயக்கொடியைக் கண்டு கூப்பாடு போட்டாள்.

தெருவே கூடியிருந்தது. மாணவிகள் கைகளைக் கட்டிக் கொண்டு பயத்தோடு பார்த்துக்கொண்டிருந்தார்கள். வசந்தாவையும் ஜெயக்கொடியையும் கழுதைச் சாணியைக் கரைத்து வாயில் ஊற்றி வாந்தியெடுக்க வைத்துக்கொண்டிருந்தார்கள். குருநாதன் வீட்டிலிருந்து வெளியே வரவேயில்லை. அவன் கைகள் தானே நடுங்கிக்கொண்டிருந்தன. ஜன்னலின் இரும்புக் கம்பியைப் பிடித்தபடியே நின்றுகொண்டிருந்தான். இரண்டு மாணவிகளையும் அருகாமை மருத்துவமனைக்குத் தூக்கிக்கொண்டு போன பிறகு அவன் தனது அக்காவின் ஊருக்குக் கிளம்புவதாகப் புறப்பட்டான்.

பயமும் வேதனையுமாக அவன் சைக்கிளில் முக்கு ரோட்டிற்கு வந்தபோது பள்ளி ஆசிரியர் ஒருவர் தலையாரியுடன் பேசிக் கொண்டிருந்தார். பேருந்து வரும்வரை அவன் காத்திருப்பதற்காக மரத்தடியில் நின்றுகொண்டிருந்தான். அந்த மாணவிகள் இருவரும் தன்னைக் காட்டிக்கொடுத்துவிடுவார்களோ என்று குழப்பமாகயிருந்தது. ஒருவேளை இருவரும் இறந்துபோய்விட்டால்? அவன் தலைகவிழ்ந்தபடியே நின்றுகொண்டிருந்தான். ஜெயக்கொடி

கையைக் கட்டிக்கொண்டு அவனிடம் கேட்டது நினைவிற்கு வந்தது.

"எங்க ரெண்டு பேரையும் கட்டிக்கிடுவீங்களா?"

குருநாதன் இனி வீட்டிற்கே திரும்பிவரக் கூடாது என்று முடிவு செய்து கொண்டான். மாணவியர் விடுதியில் கத்திரிக்காயை நறுக்கியபடியே பேச்சியம்மாள் இறந்துபோன மாடத்தியின் கதையைச் சொல்லிக்கொண்டிருந்தாள். பசியோடும் துக்கத்துடனும் மாணவிகள் கூட்டமாக அருகில் அமர்ந்து அதைக் கேட்டுக் கொண்டிருந்தார்கள். குருநாதன் பஸ்ஸில் ஏறிய பிறகு ஊரைத் திரும்பிப் பார்க்கவேயில்லை.

86

திருமால் பார்த்துக்கொண்டே நின்றிருந்தான். அம்மா பால் கடை வைத்திருந்த இடம் இப்போது ஒரு சலூனாகயிருந்தது. சுழலும் நாற்காலியில் சுழன்றபடியே ஒருவன் கண்ணாடி வழியாகத் தெருவில் போகின்றவர்களைப் பார்த்தபடி இருந்தான். வெண்ணிலா ஹேர்கட்டிங்என்ற பெயர்ப்பலகை பெரிதாகக் கடையை மறைத்துக்கொண்டிருந்தது. தனது வீடு இருந்த தெரு, கல்மண்டபத்துக் கடைகள், யானை நிற்கும் கொட்டடி யாவும் உருமாறிப்போயிருந்தன. கல்மண்டபத்தில் இருந்த சந்நியாசிகள் ஒருவரைக்கூட காணவில்லை. எங்கே போயிருப்பார்கள். பரிச்சய மற்றதாகயிருந்தன மண்டபக் கடைகள்.

அவன் காலையிலிருந்தே கோவில் பக்கம் சுற்றிக்கொண்டிருந்தான். இரண்டு நாட்களில் அவன் போதகர் பயிற்சிக்காக இறையியல் கல்லூரிக்குப் போவதாகயிருந்தது.

சிறுமலையின் அடிவாரத்தில் இருந்த அக்கல்லூரிக்குச் சில நாட்களுக்கு முன்னதாகப் பகலில் போயிருந்தான். மலையின் சரிவு ஒன்றில் சவுக்கு மரங்களுக்கு நடுவே தனியே இருந்தது கல்லூரிக் கட்டிடம். சிவப்பு நிறக் கற்களாலான சர்ச் ஒன்றும் சிறிய குடில்களும் மரங்களுக்கிடையில் இருந்த மூன்று மாடி விடுதியுமாக ஒதுங்கியிருந்தது கல்லூரி. மலையின் உயரத்திலிருந்ததால் பகலில் கூட பேச்சரவம் கேட்கவேயில்லை. அவன் இறையியல் கல்லூரியின் வராந்தாவில் நடந்து போய்க்கொண்டிருந்தபோது வகுப்பறைகளில் யாருமேயில்லை என்பதைக் கவனித்தான். வகுப்புகள் துவங்குவதற்கு நாட்களிருந்தன. ஒன்றிரண்டு போதகர்கள் நூலகத்தில் அமர்ந்து வாசித்துக்கொண்டிருந்தார்கள்.

நூலகத்தின் சுவரில் சிலுவையைத் தூக்கிக்கொண்டு நடந்து செல்லும் இயேசுவின் திருவுருவம் சிவப்பும் மஞ்சளுமான

நிறத்தில் தீட்டப்பட்டிருந்தது. மற்ற சித்திரங்களில் இல்லாதபடி அந்த ஓவியத்தில் நாலைந்து ஆட்டுக்குட்டிகள் இயேசு செல்லும் பாதையில் நின்றபடி அவரைப் பார்த்துக்கொண்டிருந்தன. வழியில் சந்தித்த மனிதரைப் போல ஸ்நேகமிக்க தோற்றத்துடனிருந்தார் இயேசு.

அவன் கல்லூரியில் தனது அனுமதிக்கான விபரங்களைப் பெற்றுக்கொண்டு திரும்பி வருவதற்குள் மழை பிடித்துக்கொண்டது. மரங்களுக்குள் நனைந்துவிடாமல் ஓடினான். கொஞ்சமும் சலனமில்லாமல் ஒருவர் மழையின் ஊடாக நடந்து வருவதைக் கவனித்தான். அவர் மழையோடு எதையோ ரகசியமாகப் பேசிக் கொண்டு வருவதைப் போல மெதுவாக நடந்து வந்தார். அவனைக் கடந்து போகையில் ஸ்தோத்திரம் சொன்னான். அவர் சிரித்தபடியே மழை இங்கே அணிலைப் போல் அடிக்கடி வருவதும் போவதுமாக இருக்கும், நடந்து பாருங்கள் தெரியும் என்றபடி போனார். சில அடி தூரம் திருமால் நடந்தபோது மழையின் சுவடேயில்லை. இளவெயில் மினுங்கிக்கொண்டிருந்தது. மிஷன் பள்ளியின் விடுதியறைக்கு வரும்வரை அவரது புன்னகை மனதிலே தங்கியிருந்தது.

மறுநாளின் காலையில்தான் நகருக்குள் தான் பால்யத்திலிருந்த இடங்களைப் பார்த்து வருவதற்காகப் புறப்பட்டான். தெருவில் நடக்க நடக்க அம்மாவின் நினைவுகள் விரிந்து கொண்டிருந்தன. முருகன் காலண்டர் கடையில் இப்போது வேறு யாரோ இருந்தார்கள். இந்த நகரில் இருந்தவர்களைப் பற்றியோ, அவர்கள் எங்கே போனார்கள் என்பதைப் பற்றியோ யாராவது கவலைப்படப் போகிறார்களா என்ன?

அவன் கோவில் வாசலில் யானை நின்ற இடத்தைப் பார்த்துக் கொண்டிருந்தான். இப்போது அந்த யானையைக்கூட காணோம். யானைக்குட்டி புதிதாகயிருந்தது. கோவிலின் கோபுரத்திலிருந்த சிற்பங்கள் மட்டுமே ஆறுதல் தருவதாகயிருந்தன. மேற்கு கோபுரத் தினருகே நின்று கொண்டு அவன் கந்தர்வர்களைப் பார்த்துக் கொண்டிருந்தான். சிற்பங்களின் நிமிராத கண்கள் எதையோ அறிந்தவை போலிருந்தன. வெயில் ஏறும் வரை ஒரே இடத்தில் நின்றுகொண்டிருந்தான்.

தெரிந்த ஒரு மனிதனைப் பார்த்துவிட்டால் கூட மனதிற்கு நிம்மதியாக இருக்கும் போலிருந்தது. கோவில் மரத்தடியில் நாலைந்து பேர் சீட்டாடிக்கொண்டிருந்தார்கள். நடை சாத்தி விட்டதால் பிரகாரம் எங்கும் ஆட்கள் படுத்துக் கிடந்தார்கள்.

அவன் லயோனல் சார் வீட்டிற்குப் போகலாம் என்று புறப்பட்டான்.

டீச்சர் ரோஸ் நிறத் துணியில் எம்ப்ராய்டரி போட்டுக் கொண்டிருந்தாள். திருமாலைப் பார்த்ததும் சிரித்தபடியே இன்றைக்கு மதியம் மீன் குழம்பு வைத்தபோது உங்களைத்தான் நினைத்துக் கொண்டிருந்தோம். சார்கூட திருமாலுக்குப் பிடிக்கும் என்று சொல்லிக்கொண்டேயிருந்தார் என்று ஆதங்கப்படுவது போல் சொல்லியபடி திருமாலை வரவேற்றாள். லயோனல் சார் உறங்கிக் கொண்டிருந்தார். அவன் மர நாற்காலியில் உட்கார்ந்து கொண்டபடி டீச்சர் செய்திருந்த எம்பிராய்டரியிலிருந்த குருவிகளைப் பார்த்துக்கொண்டிருந்தான். கறுப்பு நிறக் குருவிகள் பார்க்க மிக அழகாகயிருந்தன.

டீச்சர் ஒரு தட்டில் மீன்களையும் இரண்டு ரொட்டித் துண்டுகளையும் எடுத்து வந்து தந்தாள். ரொட்டியோடு மீனைச் சாப்பிட சுவையாகயிருந்தது. திருமால் டீச்சரின் விரல்கள் நூலை விடுவிடு வென மாயம் போல் கோர்த்து இழுப்பதைப் பார்த்துக்கொண்டேயிருந்தான். சாப்பிட்ட தட்டை சமையலறையில் போடும்போது கவனித்தான். சுத்தமாகத் துடைத்து வைக்கப்பட்டிருந்தன பீங்கான் கிண்ணங்கள். சமையல் நடந்ததற்கான அறிகுறிகளேயில்லை. மெலிதானதொரு சுகந்தம் அறையில் கசிந்து கொண்டிருந்தது.

டீச்சர் அவனை நீதிமான்களின் கதையை வாசிக்கச் சொன்னாள். திருமால் அவளுக்காக பைபிளில் உள்ள நீதிமான்களின் பக்கங்களை வாசிக்கத் துவங்கினான். மெதுவான குரலில் அவன் வாசிப்பதைக் கேட்டுக்கொண்டே அவள் நூலைப் பின்னிக் கொண்டிருந்தாள். மாலை வெயில் வீட்டு வாசலில் நின்றபடி அவர்கள் பேசிக்கொள்வதைக் கேட்டபடியிருந்தது.

அன்றிரவு லயோனல் சார் அவனுடன் நெடுநேரம் பேசிக் கொண்டிருந்தார். இரவு அவர்கள் வீட்டிலே தங்கிக்கொள்ளச் சொன்னார். நட்சத்திரங்கள் நிரம்பிய வானத்தைப் பார்த்தபடி மொட்டைமாடியில் பாயை விரித்துப் படுத்துக் கிடந்தார்கள். லயோனல் சார் நட்சத்திரங்கள் வானில் நகர்ந்து கொண்டிருப்பதைப் பார்த்துக்கொண்டேயிருந்தார். பிறகு மெதுவான குரலில் சொன்னார்,

"இந்த நட்சத்திரங்களை நாம் பார்த்துக்கொண்டிருப்பது தற்செயலானதில்லை. இது ஒரு அரிய சந்தர்ப்பம். ஒருவரையொருவர் சந்திப்பது, பிரிந்து போய்விடுவது, எதுவும் தற்செயலானது இல்லை.

யாவும் காரணமறியாத அரிய செயல்கள். எந்த நிமிஷத்தில் மழை பெய்யத் துவங்கும் என்றோ, எப்போது மழை நின்று போய்விடும், எவ்வளவு மழை பொழியும், யாரெல்லாம் மழையில் நனையப்போகிறார்கள், இதை நம்மால் தெரிந்து கொள்ள முடிகிறதா என்ன? உலகம் மிக மர்மமானது. எண்ணிக்கையற்ற தெரியாதவைகளால் நிறைந்தது. நீனும் நானும் அருகாமையிலிருக்கும் இந்த நிமிஷம் என்றாவது ஒரு நாள் வியப்பாக உனக்கு தோன்றும். அப்போதுதான் இந்த நிமிஷத்தை நீ புரிந்து கொண்டிருக்கிறாய் என்று அர்த்தம்.”

திருமால் மௌனமாகக் கேட்டுக்கொண்டேயிருந்தான். டீச்சர் உறங்கியிருந்தார்கள். லயோனலின் இரண்டு மகன்களும் சுவரில் சாய்ந்து உட்கார்ந்தபடி பேசிக்கொண்டிருப்பதைக் கேட்டுக் கொண்டிருந்தார்கள். எங்கிருந்தோ காற்று கசிந்து வரத் துவங்கியது. பின் எவரும் பேசிக்கொள்ளவேயில்லை. விடிகாலையின்போது ஒவ்வொருவராக எழுந்து வீட்டிற்குள் போனார்கள். திருமால் ஈரம் கசிந்த விடிகாலையைப் பார்த்தபடியே கண்கள் சொருக படுத்துக் கிடந்தான். உறங்க வேண்டும் என்பதே வேதனை தருவதாகயிருந்தது.

வெயில் நீண்டு காலில் ஊர்ந்து ஏறும்வரை உறங்கிக் கிடந்தான். எழுந்து கீழே வந்தபோது வீட்டிலிருந்த யாவரும் பணிக்குக் கிளம் பிப் போயிருந்தார்கள். சிறிய காகிதக் குறிப்பு மட்டும் கதவிடுக்கில் சொருகப்பட்டிருந்தது. அவனுக்கு காபியும் ரொட்டியும் வைத்துப் போயிருந்தாள் டீச்சர். வீட்டுச் சாவி நிலையின் மேலேயிருந்தது. கதவைத் திறந்து உள்ளே போக விருப்பமற்று தெருவில் இறங்கி நடந்தான். காலை வெயில் சுள்ளென அடித்தது. திருமால் தலை கவிழ்ந்தபடியே சாலையைக் கடந்தபோது கோட்ஸ் மில்லின் சங்கொலி கேட்கத் துவங்கியது. அன்றிரவே அவன் நகரை விட்டு வெளியேறி இறையியல் கல்லூரிக்குப் போய்விடலாம் என்று முடிவு செய்தபடியே மிஷன் பள்ளிக்கூடத்தை நோக்கிப் போகத் துவங்கினான்.

87

புண்ணாகிப்போன குடலுடன் மருத்துவமனையிலிருந்து விடுதிக்கு வசந்தா மட்டும் திரும்பியிருந்தாள். ஜெயக்கொடி அரசாங்க மருத்துவமனையிலே தங்கியிருந்தாள். எட்டு எடுத்து வைக்க முடியாதபடி அடிவயிறு நோவு கண்ட வசந்தாவைக் கைத்தாங்கலாக அழைத்து வந்தார்கள். நான்கு நாட்களுக்குப் பிறகு இருவர் வீடுகளுக்கும் செய்தி தரப்பட்டிருந்தது. வசந்தாவின் மாமா வந்திருந்தபோது வசந்தா பாயில் சுருண்டு கிடந்தாள். மாணவிகள் கையைக் கட்டிக்கொண்டு இருவரும் கொமட்டிக் காயைத் தட்டித் தின்றதை அவரிடம் சொல்லிக்கொண்டிருந்தார்கள். கழுத்தெலும்பெல்லாம் தெரிய வசந்தா சுருண்டு கிடந்தாள். எதற்காக அவர்கள் வித்தைத் தின்றார்கள் என்பதை யாரும் சொல்லவேயில்லை.

மாணவிகளில் ஒருத்தி மட்டும் தயக்கத்துடன் சொன்னாள்.

"படிப்பு வரலைனு டீச்சர் அடிச்சாங்க. அதான் செத்துப் போயிரலாம்னு வித்தை அரைச்சுத் தின்னுட்டாங்க."

வசந்தாவின் மாமா விடுதியில் இருந்த அவளது துணிகள், புத்தகங்களை எடுத்துப் பெட்டியில் அடைத்தார். ஜெயக்கொடியின் பாவாடைகள் காய்ந்து தொங்கிக்கொண்டிருந்தன. பள்ளியில் அவர் கேட்கும் முன்பாகவே வசந்தாவை வீட்டுக்குக் கூட்டிப் போய்விடும்படியாகச் சொல்லியிருந்தார்கள். அவர் தயக்கத்துடன் ஹெட்மாஸ்டர் நீட்டிய காகிதங்களில் கையெழுத்து போட்டார். மதியம் விடுதிக்கு வந்தபோது தன்னுசார் வந்திருந்தார். வசந்தா நாவெல்லாம் உலர்ந்து போனவளாகக் குத்துக்காலிட்டு உட்கார்ந்திருந்தாள். அவளது தலைமயிர் செம்பட்டை படிந்திருந்தது. அவர் முக்குச் சாலை வரை அவளைக் கொண்டுபோவதற்காக விடுதியிலிருந்த சைக்கிளை இரவல் கேட்டார். இரண்டு மாணவிகள் தாங்களும் பஸ் ஏற்றிவிடுவதற்கு வருவதாக ஒத்துக்கொண்டார்கள்.

வசந்தாவிற்கு அழுகை அழுகையாக வந்தது, அவளால் சப்த மிட்டு அழ முடியவில்லை. தொண்டையில் ரணமாகயிருந்தது. அவள் புறங்கையால் கண்களைத் துடைத்துக்கொண்டே கிணற்ற டியைப் பார்த்துக்கொண்டிருந்தாள். ஒரு மாணவி அவளருகே குனிந்து ஜெயக்கொடிகிட்டே ஏதாச்சும் சொல்லணுமா என்று கேட்டாள். வசந்தாவால் பேச முடியவில்லை. கண்கள் திரைத்துக் கொண்டு வந்தன. அவள் கொடியில் தொங்கிக்கொண்டிருந்த ஜெயக்கொடியின் பாவாடையை எடுத்து வரும்படியாக சைகை காட்டினாள். பூப்போட்ட பாவாடையை மடித்துத் தனது பெட்டியில் வைக்கும்படி மாமாவிடம் கொடுத்தாள்.

அவர்கள் புறப்பட்டபோது பேச்சியம்மாள் சொல்ல முடியாத வேதனையுடன் வசந்தாவின் தலையைத் தடவிவிட்டு “மனசை அலையவிடக் கூடாது தாயி... எல்லாத்துக்கும் வயசிருக்கு. பிழைச்சத்து மறுபிழைப்பு. ஆத்தாளுக்குச் சட்டி எடுத்து செலுத்து. சுகமாயிரும்” என தன் சுருக்குப் பையிலிருந்த திருநீற்றை எடுத்துப் பூசிவிட்டாள். கன்னத்து மேட்டில் விழுந்த திருநீற்றைக்கூட துடைக்காமல் வசந்தா தலைகவிழ்ந்திருந்தாள்.

வசந்தாவைத் தூக்கி சைக்கிளில் உட்கார வைத்தார்கள். அவளது இடுப்பு எலும்புகள் துருத்திக்கொண்டிருந்தன. வசந்தாவுடன் மாணவிகள் முக்குச் சாலை வரை வந்த போது யாரும் பேசிக் கொள்ளவேயில்லை. மாமா தகரப் பெட்டியைக் கால் இடுக்கில் வைத்துக்கொண்டபடியே தொலைவைப் பார்த்துக்கொண்டிருந்தார். மாணவிகள் தாங்களாகவே எதையோ பேசிக்கொண்டிருந்தார்கள். மாலை நேர வெளிச்சம் எங்கும் விரிந்திருந்தது. வெயில் அடங்கிய வானத்தில் மேகத்திட்டுகள் சிதறிக் கிடந்தன.

அவர்கள் பஸ் வருவதற்காகக் காத்துக்கொண்டிருந்தார்கள். வசந்தா பற்களைக் கடித்துக்கொண்டபடி உட்கார்ந்திருந்தாள். தொலைவில் பஸ் வருவது போல தெரிந்தது. மாணவிகள் பிரிந்து செல்வதற்காகத் தயாரானார்கள். வசந்தாவிற்குத் தொண்டையில் வலி அதிகமாவது போலிருந்தது. மாமா அவளை பஸ்ஸில் ஏற்றி உட்கார வைத்தார். ஒன்றிரண்டு சீட்டைத் தவிர வேறு ஆட்களேயில்லை. இனி இந்தப் பள்ளிக்குத் திரும்ப வர முடியுமா இல்லையா என்று தெரியாத வேதனையுடன் அவள் மாணவிகளை நோக்கிக் கையசைத்தாள். ஒரு மாணவி கண்ணீரை அடக்க முடியாமல் தலைகவிழ்ந்து நிற்பது தெரிந்தது. பஸ் அவர்களை விட்டு விலகி நகர்ந்தபோது மாணவிகள் சைக்கிளை உருட்டியபடி போய்க் கொண்டிருப்பது தெரிந்தது.

மாமா அவர் மடியில் படுத்துக்கொள்ளச் சொன்னார். ஜன்னல் கம்பியில் சாய்ந்தபடியே அவள் ஜெயக்கொடியை நினைத்துக் கொண்டு மனதிற்குள்ளாகவே கரைந்து கொண்டிருந்தாள். மாலை மெல்ல அடங்கி எங்கும் இருள் நிரம்பிக்கொண்டிருந்தது. இந்நேரம் மாணவிகள் விளக்கைப் பொருத்திவிட்டு படிக்கத் துவங்கியிருப்பார்கள் என்று தோணியது. அவள் பார்வை புலப்படாத இருளில் மின்மினிகள் துள்ளிக் கொண்டிருப்பதைப் பார்த்தபடியே வந்தாள். கைகள் தானாக நடுங்கத் துவங்கின. மாமா ஏதோ யோசனைகளுடன் அவளையே பார்த்துக்கொண்டிருந்தார். காலடியிலிருந்த பையிலிருந்த ஜெயக்கொடியின் பாவாடையை எடுத்து முகத்தை மூடிக்கொள்ள வேண்டும் போலிருந்தது. குனிய முடியவில்லை. கால்களை விலக்கிக்கொண்டு குனிந்தபோது அவளறியாமல் கண்ணீர் சொட்டத் துவங்கியது.

வீடுகளும் விருட்சங்களும் இருளுக்குள் ஊறிக் கிடப்பதைப் பார்க்க விருப்பமற்றவர்களைப் போல பஸ்ஸிலிருந்த யாவரும் மௌனமாக வந்தார்கள். ஒன்றிரண்டு நட்சத்திரங்கள் அவர்கள் ஊர் போகும் வரை கூடவே வந்து கொண்டிருந்தன. வசந்தா நெடுநேரத்திற்குப் பிறகு ஒரு நட்சத்திரத்தைத் தற்செயலாக ஏறிட்டுப் பார்த்தாள். அது அவள் வேதனையை அதிகப்படுத்துவ தாகயிருந்தது. பிறகு தலைகுனிந்து கொண்டாள். கலங்கிய நிலவு வெளிச்சம் பஸ் கூடவே வந்து கொண்டிருந்தது.

பனிக் காலம்

வெள்ளி எழுந்து வியாழம் உறங்கிற்று
புள்ளும் சிலம்பின காண்

ஆண்டாள்

88

ரயில் நிலையத்தில் காத்துக்கொண்டிருந்தாள் ரத்னாவதி. எங்கே போவது என்று தெரியவில்லை. கொல்லம் மெயிலில் நள்ளிரவில் வந்திறங்கியபோது நகரம் உறக்கத்தில் ஆழ்ந்து கிடந்தது. பிறந்தது முதலே சுற்றித் திரிந்த நகரம் இன்று தெரியாத ஊரைப் போல திகைப்பூட்டுவதாகயிருந்தது. எங்கே போவது என்ற யோசனையிலே சிமெண்ட் பெஞ்சில் உட்கார்ந்திருந்தாள். குளிர் சிமெண்ட் பெஞ்சில் இறங்கியிருந்தது. சேலையைப் போர்த்திக்கொண்டு உட்கார்ந்துகொண்டாள். இந்த ஊரில் யாரிருக்கிறார்கள். யாரைப் பார்க்கப் போவது. மங்கிய வெளிச்சத்துடன் நீளும் சாலைகள் வெறிச்சோடியிருந்தன. குதிரை வண்டிக்காரர்கள் யாவரும் அப்புறப்படுத்தப்பட்டு ரிக்ஷாக்களும் டாக்சி ஸ்டாண்டுகளும் வந்திருந்தன. கோவிலின் கோபுரம் மட்டுமே இப்போதும் மாறாமல் தனியே ஒளிர்ந்து கொண்டிருந்தது. யாரையும் தேடிப் போய்ப் பார்க்க வேண்டும் என்று தோன்றவேயில்லை. பார்க்காமலிருப்பது நல்லது என அவளாகச் சொல்லிக்கொண்டாள். காதிற்குள் குளிர் நிரம்பி தொண்டைக் கமறலை உண்டுபண்ணியது. எங்காவது ஓரமாகப் போய் உட்கார்ந்து கொள்ளலாமா என்று தேடிப் பார்த்தாள். ஆங்காங்கே ஆட்கள் உறங்கிக்கொண்டிருந்தார்கள். உறக்கத்தில் பார்க்கும்போது யாவரும் சாந்தமாகவே இருக்கிறார்கள் என்று தோணியது. அவளால் உட்கார்ந்திருக்க முடியவில்லை. கைகளைக் கட்டிக்கொண்டே அங்குமிங்கும் நடந்தாள். ஏழெட்டு வருடமாகவே இந்த ஊருக்குத் திரும்பி வரக் கூடாது என்பதற்காகவே எங்கெங்கோ சுற்றிக்கொண்டிருந்தாள். முடிவாக அவள் விரும்பாமலே நேற்றிரவு இதே ஊருக்கு ரயிலில் வந்து சேரும்படி யாகிவிட்டிருந்தது. தண்ணீர்த் தொட்டியருகே வந்தபோது ஒரு ஆள் குளித்துக்கொண்டிருப்பதைக் கவனித்தாள். அவன் சப்தமாகப் பாடியபடி அங்குமிங்கும் நடந்து கொண்டு

குளித்துக்கொண்டிருந்தான். ஆண்கள் விநோதமானவர்கள் எனத் தானாகச் சொல்லிக் கொண்டாள். விடிவதற்கான வெளிச்சம் கூட வரவில்லை. மெதுவாக அவள் விருப்பத்திற்கு எதிராக அவளாகவே ரயில் நிலையத்தை விட்டு வெளியே வந்தாள். ஆள் நடந்து வருவதைக் கண்ட ரிக்ஷாக்காரர்களில் ஒருவன் தலையில் கிழிந்த சாக்கைப் போர்த்திக்கொண்டு அருகில் வந்து வாங்கம்மா ரிக்ஷாவிலே போகலாம் என்றான். பதில் பேசாமல் ஏறிக்கொண்டாள். எங்கே போக வேண்டும் என்று கேட்டதும் காளவாசலுக்கு என்று சொன்னாள். ஜெயராணியைப் பார்க்கலாம், என்ன சொல்லப் போகிறாள் என மனதிற்குள்ளாக முடிவு செய்தபடி ஈரக் காற்றில் கைகளை உரசிக் கொண்டே தெருக்களைப் பார்த்துக்கொண்டிருந்தாள். குளிர் அதிகமாக இருப்பதாகச் சொல்லியபடியே அவன் ரிக்ஷாவை மிதித்துக்கொண்டிருந்தான். ஜெயராணியின் வீட்டைக் கண்டு பிடிக்க முடியவில்லை. தெருவின் அமைப்பே மாறியிருந்தது. ரிக்ஷாக்காரன் தூங்கிக்கொண்டிருந்த ஒருவனை எழுப்பி விசாரித்தான். அவன் கண்களைக் கசக்கிக்கொண்டே அடுத்த சந்தில் முருகன் வேல் போட்ட வீடு என்றான். கதவைத் தட்டியபோது ஜெயராணியே கதவைத் திறந்தாள். ஆள் பெருத்து முகமெல்லாம் வீங்கியிருந்தது. அவள் ஆச்சரியத்துடன் ரத்னாவைப் பார்த்துக் கொண்டிருந்தாள்.

ரத்னா காவி படிந்த பல்லைக் காட்டியபடி "என்னக்கா அப்படி பாக்குறே" என்று கேட்டாள்.

ஜெயராணி தனது தலைமயிரை அள்ளி முடிந்து கொண்டு "நீ செத்துப்போயிருப்பேனு நினைச்சோம். உசிரோடதான் இருக்கா" எனக் கோபமாகச் சொன்னாள். ரத்னா சிரித்துக்கொண்டே "சேர்ந்து போகலாம்னுதான் உன்னைத் தேடிகிட்டு வந்திருக்கேன்" என்றாள். ரிக்ஷாக்காரன் நின்றுகொண்டேயிருந்தான். ரத்னா அவனுக்குப் பணம் கொடுத்துவிட்டுத் திரும்பும்போது ஜெயராணி முகத்தைக் கழுவிக்கொண்டிருப்பது தெரிந்தது. உள்ளே கிடந்த மர நாற்காலியில் உட்கார்ந்துகொண்டாள். ஜெயராணி யாரையோ எழுப்பிக்கொண்டிருக்கும் சப்தம் கேட்டது. சில நிமிஷங்களுக்குப் பிறகு ஒருவன் கையில் தூக்குவாளியுடன் காபி வாங்குவதற்காக வெளியே புறப்பட்டுப் போனான். ஜெயராணி அருகே வந்து உட்கார்ந்து கொண்டு கேட்டாள்,

"சொல்லுடி... எங்கே போயிருந்தே... என்ன ஆச்சு?"

ரத்னா பல்லைக் காட்டிக்கொண்டே கேட்டாள்,

"புதுசா கல்யாணம் பண்ணிகிட்டே போலிருக்கு."

"தெரிஞ்ச இடம். நமக்குனு ஒரு ஆள் வேணுமில்லே..."

"முன்னே இருந்த மச்சான் என்ன ஆனாரு?"

"அவருக்குக் காளவாசல்ல வேலை பாத்து டிபி வந்திருச்சு. நானும் பண்டுவமெல்லாம் பாத்தேன். ஆள் பொழக்கலை."

காபியை வாங்கிக்கொண்டு வந்திருந்தவனுக்கு முப்பது வயதிற்குள்ளாகயிருந்தது. அவன் தனது வேலை முடிந்துவிட்டது என திரும்பவும் படுக்கைக்குப் போய்ப் படுத்துக்கொண்டான்.

ஜெயராணி சூடாகக் காபியை ஆற்றிக் குடித்தபடியே "இதுக்காகவாவது ஒரு ஆம்பிளை வேணும்ல" என்றாள். இருவரும் சிரித்துக்கொண்டார்கள். பொழுது விடிவதற்கான சப்தங்கள் பிறந்து கொண்டிருந்தன.

எஸ்.ராமகிருஷ்ணன்

89

வசந்தாவிற்குத் திருமணம் நடந்து சில நாட்களே ஆகியிருந்தன. அவள் திருமண நாள் அன்று காலையில் ஜெயக்கொடி தன் கணவனுடன் வந்திருந்தாள். மெலிந்து உயரமான ஸ்திரீயைப் போல இருந்த அவள் வசந்தாவின் கையைப் பிடித்துக்கொண்டு “மாப்பிள் ளையைப் பிடிச்சிருக்காடி” எனத் திரும்பத் திரும்பக் கேட்டுக் கொண்டே இருந்தாள். ஜெயக்கொடிக்கு இரண்டு குழந்தைகளிருந்தன. அவளது கணவன் சாக்கு தைப்பவனாகயிருந்தான். ஜெயக் கொடியை விடவும் மெலிவாகயிருந்த அவன் கைக்குழந்தையைத் தூக்கிக்கொண்டு நின்றிருந்தான். கல்யாணம் முடியுமளவு ஜெயக் கொடி கூடவேயிருந்தாள். அவளிடமிருந்த பரிகாசமும் வேடிக்கைகளும் மறைந்து போயிருந்தன. முகத்தில் எப்போதும் குழப்பமும் கடுமையும் ஏறியிருந்தது. ஊருக்குப் புறப்படும்போது ஜெயக்கொடி தயக்கத்துடன் வசந்தாவின் கையில் ஐம்பது ரூபாயைத் தந்தபடி “வேற எதுவும் வாங்கிட்டு வர முடியலைடி” என்றாள். அந்தக் காசை வாங்கிக்கொள்வது மனதை உறுத்துவதாகயிருந்தது. அவள் ஏதேதோ பேச விரும்பினாள். இரைச்சலும் சந்தடியும் அவளை அமைதியாக்கியது. மௌனமாக ஜெயக்கொடியின் குழந்தையை வாங்கி முத்தமிட்டவளாக அவர்கள் சாப்பிட்டார்களா என்று கேட்டாள். ஜெயக்கொடியின் கணவன் தலையாட்டிக்கொண்டான். அவர்கள் கிளம்பிப் போன பிறகு புதுத் தலையணையை வெறித்துப் பார்த்தபடியே வசந்தா உட்கார்ந்திருந்தாள். அறைக்குள் வந்து மாலையைக் கழட்டிக் கதவில் தொங்கவிட்டபடியே மணமகன் சிகரெட்டைப் பற்ற வைத்துக்கொண்டிருப்பது தெரிந்தது. அவள் மணமகன் சேதுவைப் பார்த்துக்கொண்டேயிருந்தாள். யாவர் மீதும் ஆத்திரமாக வந்தது. அன்றிரவு அவர்கள் டாக்சியில் புறப்பட்டுப்

போகும்போது கூட அவள் தன் வீட்டிலிருந்த எவரிடமும் ஒரு வார்த்தைகூட இணக்கமாகப் பேசவேயில்லை.

*

இரண்டு மாதங்களுக்குள் வசந்தாவின் சுபாவம் முற்றாக மாறிப் போயிருந்தது. எப்போதும் சிடுசிடுப்புடன் கோபம் கொள்பவளாக இருந்தாள். அவளது கணவன் எதையும் அவளிடம் கேட்பதோ, சொல்வதோகூட இல்லை. அவளாக விரும்பி எப்போதாவது மாலை நேரங்களில் தலையை அலங்கரித்துக்கொண்டால் அன்றி, மற்ற நேரங்களில் அவள் கேசம் காற்றில் அலைந்து கொண்டுதானிருக்கும். வீட்டில் யாவரும் அவளுக்குப் பயந்துகொண்டுதானிருந்தார்கள். சேதுவின் அண்ணன் சிறிய ஹோட்டல் வைத்திருந்தான். அந்த ஊர் மிகச் சிறியதாகயிருந்தது. சேதுவின் அண்ணன் சங்கு வாய் பேச முடியாதவன். அவனது மனைவி கிட்ணாவும் சேதுவும் தான் வேலைகளைக் கவனித்துக்கொண்டிருந்தார்கள். சங்கு எப்போதும் அடுப்படியிலே இருந்தான். பரிமாறுவதற்கும், கடைச் சாமான்கள் வாங்கிப் போடுவதற்கும் சேது அலைந்து கொண்டிருப்பான். விடிகாலையில் எழுந்து கொள்ளும் மூவரும் சைக்கிளை உருட்டிக்கொண்டு ஹோட்டலுக்குப் புறப்படும்போது வசந்தா தூங்கிக்கொண்டிருப்பாள். அரவம் கேட்டுக் கண் விழித்தபோதும் அவள் எழுந்து கொள்வதில்லை. மாலை நேரங்களில் எப்போதாவது இனிப்புப் பலகாரங்களை இலையில் மடித்துக்கொண்டு சேது வீட்டிற்கு வருவான். தனியே பல்லாங்குழி ஆடிக்கொண்டிருக்கும் வசந்தா அவனை நிமிர்ந்துகூடப் பார்ப்பதில்லை. சேதுவும் கிட்ணாவும் ஒன்றாக சைக்கிளில் வருவதையும், சாப்பிடுவதையும் பார்க்கும் போது சில சமயம் அவளுக்கு ஆத்திரமாக வரும். ஆனாலும் அவள் சேதுவிடம் எதையும் கேட்டுக்கொள்வதேயில்லை. எப்போ தாவது சங்கு சைகையில் அவளிடம் ஏதாவது வேண்டுமா என்று கேட்பான். அவனிடம் மட்டும் கோபம் கலைந்த வளாகத் தேவையில்லை என்று கையசைத்துப் பதில் சொல்வாள். சில நாட்கள் வீட்டிற்குத் திரும்பி வராமலே அவர்கள் மூவரும் ஹோட்டலிலே படுத்து உறங்கிக்கொள்வதும் நடக்கும்.

வருடத்திற்கு ஒரு முறை சங்கு விசாகத் திருவிழாவிற்குப் பாத யாத்திரையாக நடந்தே போகிற பழக்கமுடையவனாகயிருந்தான். அவன் யாத்திரைக்காகப் புறப்படும் நாளில் வசந்தாவிடம் காணிக் கையாகக் காசு கொடுத்தால் தான் போட்டு வருவதாக சைகையிலே கேட்டான். அவள் தன்னிடம் காசில்லை என்று

கையை விரித்ததும் அவன் வீட்டிற்குள்ளிருந்த சேதுவைக் கோபமாக முறைத்தபடி கையை ஆட்டியாட்டி ஏதோ சைகை செய்து கொண்டிருந்தான். சேது அவளுக்காகச் சில்லறைகளை அள்ளி வந்து தந்தான். நள்ளிரவு வரை அவனை அனுப்பி வைப்பதற்காக யாவரும் வீட்டில் விழித்துக்கொண்டிருந்தார்கள். காவி வேஷ்டியும் துண்டுமுடன் அவன் சிறிய சுமையைத் தோளில் தொங்கவிட்டபடி தனது ஊரிலிருந்த பாதயாத்திரைக்குப் புறப்படுகிறவர்கள் வந்து சேர்வதற்காகக் காத்துக்கொண்டிருந்தான்.

அவன் யாத்திரை போன இரண்டு நாட்களுக்குப் பிறகு ஒரு பின்னிரவில் அவள் உறக்கத்திலே யாருடைய மெதுவான பேச்சுக் குரலையோ கேட்டுக்கொண்டிருந்தாள். ஹோட்டலுக்குக் கிளம்பிக் கொண்டிருக்கிறார்களோ என்று தோணியது. எழுந்து கொள்ள மனமில்லாமல் படுத்துக் கொண்டிருந்தாள். பெண்ணின் சிரிப்புக் குரல் கேட்டது. கட்டிலை விட்டு இறங்கி வந்து பார்த்தாள். அடுப்படியின் கதவு தாழிடப்பட்டிருந்தது. உள்ளிருந்து இரண்டு குரல்கள் ஒன்றையொன்று கேலி செய்தபடியிருந்தன. அவளுக்குக் கதவைத் தட்ட வேண்டும் போலிருந்தது. கடுகடுப்போடு நின்று கொண்டேயிருந்தாள். சிரிப்புச் சப்தம் அடங்கி மெல்லிய முணு முணுப்பானது. அவள் தனது கட்டிலில் போய்ப் படுத்துக்கொண்டாள். நீண்ட நேரத்திற்குப் பிறகு கிட்ணா குளிப்பதற்காகத் தண்ணீரைக் கோரி ஊற்றிக்கொள்ளும் சப்தம் கேட்டது. அவள் படுக்கையில் பல்லைக் கடித்தபடியே படுத்துக் கிடந்தாள். லைட்டைப் போடாமலே தனது சட்டையைத் தேடிக்கொண்டிருந்த சேதுவைப் புரண்டு பார்த்தாள். அவன் முகத்தில் சிரிப்பு ஒளிந்திருந்தது. அவன் சட்டையைப் போட்டுக்கொண்டு சைக்கிளை வெளியே எடுத்தபோது பால் பாத்திரத்துடன் கிட்ணா வாசலில் நின்று கொண்டிருந்தாள். வீட்டுக் கதவைச் சாத்தி வைத்துவிட்டு இருவரும் விடிகாலையின் தெருவில் நடந்து போய்க்கொண்டிருந்தார்கள்.

வசந்தாவிற்குத் தன் மீது ஆத்திரமாக வந்தது. யாருடனாவது சண்டை போட வேண்டும் போலிருந்தது. அவள் அப்படியே கிளம்பி ஊருக்குப் போய்விடலாம் என்று தோணியது. காலையில் அவள் முதன் முறையாக ஹோட்டலுக்குப் போனாள். சேது சாப்பிட்டுக்கொண்டிருந்தவர்களுக்குப் பரிமாறிக்கொண்டிருந்தான். உள்ளே சமையலறையில் கிட்ணா வேலை செய்துகொண்டிருப்பது தெரிந்தது. வசந்தா கல்லாவில் போய் உட்கார்ந்து கொண்டாள். சேது அவளை ஆச்சரியத்துடன் பார்த்தபடி காசை வாங்கிப்

போடச் சொன்னான். அன்று பகல் முழுவதும் வசந்தா சாப்பிட வேயில்லை.

யாத்திரையிலிருந்து திரும்பி வந்த சங்கு தான் வேண்டுதல் போட்டு வந்திருப்பதால்தான் வசந்தாவின் கோபம் தீர்ந்து போயிருக்கிறது என் மனைவியிடம் சைகை செய்தான். அவள் முறைத்தபடியே கழுவ வேண்டிய பாத்திரங்களை அவன் முன் தூக்கிப் போட்டாள். வசந்தாவும் மறுநாளிலிருந்து விடிகாலையிலே ஹோட்டல் வேலைக்குள் கலந்து போயிருந்தாள். எப்போதாவது அவளது கண்கள் கிட்ணாவையும் சேதுவையும் ரகசியமாகக் கவனிக்கும். அவர்கள் வேலை செய்து கொண்டிருக்கும்போதே உரசிக்கொள்வதும் ஒருவரையொருவர் தொட்டுக்கொள்வதுமாகயிருந்தார்கள். வசந்தா ஆத்திரத்தை அடக்கிக்கொண்டு பார்த்துக் கொண்டேயிருந்தாள்.

நீண்ட நாட்களுக்குப் பிறகு கிட்ணா சூல் கொண்டிருந்தாள். அவளுக்குத் தலைச்சுற்றும் மயக்கமும் வந்து கொண்டிருந்தன. எப் போதும் அவளுக்கு விசிறிவிட்டுக்கொண்டு அருகிலே நின்றிருந்தான் சேது. வசந்தாவிற்கு அதைச் சகித்துக்கொள்ள முடியாமலேயிருந்தது.

இரவில் வசந்தா ஆழ்ந்து தூங்குவதே இல்லாமல் போய்க் கொண்டிருந்தது. சிறிய சப்தம் கேட்டாலும் கண் விழித்துவிடு வளாகயிருந்தாள். ஒரு விடிகாலையில் சேதுவைக் கட்டிக்கொண்டு கிட்ணா சப்தமில்லாமல் விசும்பிக்கொண்டிருப்பது கேட்டது. பின் கதவு தாழிடப்பட்டிருந்தது. வசந்தா ஆத்திரத்தைத் தாங்க முடியாமல் கதவைத் தட்டினாள். கிட்ணா அவசர அவசரமாகக் கதவைத் திறந்தாள். வசந்தா அவள் கன்னத்தோடு ஓங்கியறைந்தாள். கிட்ணாவிற்குத் தலை சுற்றியது. அலறல் சப்தத்துடன் கையை ஊன்றியபடி தரையில் உட்கார்ந்து கொண்டுவிட்டாள். சப்தம் கேட்டு எழுந்து வந்த சங்கு மூவரையும் பார்த்துக் கொண்டிருந்தான். ஒரு நிமிஷத்திற்குப் பிறகு கீழே கிடந்த விறகுக் கட்டையை எடுத்து சேதுவை ஓங்கியடித்தான். சேது கையை உயர்த்திப் பிடிக்க முயற்சித்தபோது அவன் கழுத்தைப் பிடித்து வெளியே தள்ளி மிதித்தான். வசந்தாவைக் கையெடுத்துக் கும்பிட்டபடி நின்றான் சங்கு. வசந்தா சேதுவை முறைத்தபடியே நின்றுகொண்டிருந்தாள். வாசலைத் தாண்டி நின்ற சேதுவின் கலக்கத்தைக் கண்டவள் போல கிட்ணா தன் சேலையை வரிந்து சொருகிக்கொண்டு அருகே போய் நின்றபடி தன் கணவனைப் பார்த்துக் கத்தினாள்,

“என்னமோ புதுசா பாக்காததைப் பாத்த மாதிரி முறைக்கிறே... உனக்கு நிஜமாவே தெரியாது. என் வயித்திலே வளர்றது இவன்

பிள்ளைதான். இப்போ என்ன செய்யணும்னு சொல்றே. கொல்லப்போறயா... கொன்னு போட்டிரு."

கையிலிருந்த விறகுக் கட்டையைக் கீழே போட்டுவிட்டு சங்கு தன் தலையிலே தானே மாறி மாறி அடித்துக்கொண்டான். அண்ணனை சமாதானம் செய்ய விரும்பியவனைப் போல சேது அருகாமையில் வந்தான். அதைச் சகித்துக்கொள்ள முடியாத சங்கு ஆத்திர மாகி அவன் மீது பாய்ந்தான். விலக்கிவிட முடியாதபடி இருவரும் கட்டிப் புரண்டு கொண்டிருந்தார்கள். கிட்ணா ஆவேசம் கொண்ட வளைப் போல சேதுவைப் பிடித்து இழுத்து தனியே கூட்டிப் போய்க்கொண்டிருந்தாள். இருளில் அவர்களின் சச்சரவு சப்தம் கேட்டு நாய்கள் குலைத்துக்கொண்டதேயன்றி யாரும் எழுந்து வரவேயில்லை.

90

லயோனல் சார் கடிதம் போட்டிருந்தார். ஒரு உறைக்குள் நான்கு சிறிய கடிதங்கள் இருந்தன. டீச்சரின் அழகான கையெழுத்தில் எளிய வாசகங்களுடன் ஒரு கடிதமிருந்தது. கடிதம் வந்தது முதல் நாலைந்து முறை திருமால் படித்துவிட்டான். எதற்காகத் தன் மீது இத்தனை அன்பு செலுத்துகிறார்கள் என்று தோணியது. அவன் கடிதத்தைத் தனது ஸ்வெட்டருக்குள் சொருகி வைத்தபடியே வெம்பா படர்ந்திருந்த மரங்களுக்கு ஊடாக நடந்து கொண்டிருந்தான். இறையியல் கல்லூரி அவனுக்குப் பிடித்தமானதாகயில்லை. அதன் கட்டுப்பாடுகளும், உரையாடல்களும் ஏனோ மனதிற்கு விருப்பமற்றே இருந்தது. அறையில் அவனோடு இருந்த பவுல் இதை ஒரு வேலையாகத்தான் நாம் செய்ய வேண்டும், குடும்பத்தில் உள்ளவர்களையே நம்மால் அன்பாக நடத்த முடியவில்லையே, எப்படி ஒரு திருச்சபை முழுவதையும் நடத்த முடியும் என்று கேட்டான். திருமால் பதில் பேசாமல் சிரித்துக்கொண்டான். பவுல் தான் இதை ஒரு பணியாகவே மேற்கொள்வதாகவும், இதை விடவும் அரிய தத்துவங்கள் உலகிற்கு அறிமுகமாகிவிட்டிருக்கின்றன. மனிதர்கள் இனிப் பொருளாதார சமத்துவம் பெறுவதனால் மட்டுமே உலகில் அன்பைக் கொண்டுவரச் செய்ய முடியும் என்றபடியும் தனது பெட்டியிலிருந்து ஒரு புத்தகத்தை எடுத்துக் காட்டினான். குடும்பம் தனிச் சொத்து குறித்து ஏங்கெல்ஸ் என்று தலைப்பிட்டிருந்தது. திருமாலுக்கு அதில் உடன்பாடில்லை. அவன் மறுத்தபடியே பிரார்த்தனையால் எவர் மனதில் அன்பை உருவாக்கிவிட முடியும் என்று சொன்னான். சில வாரங்களுக்கு முன்பு திருமாலும் தனது பயிற்சி மாணவர்களுடன் பூனாவில் உள்ள இறையியல் மையத்திற்குப் போயிருந்தான். அங்கும் இது போன்றே கட்டுப்பாடுகள், சம்பாஷணைகள், சடங்குகளிருந்தன.

எஸ்.ராமகிருஷ்ணன்

ரயிலில் திரும்பும் வழியெங்கும் அவன் ஆரஞ்சுப் பழம் ஒன்றைக் கையில் வைத்தபடியே வந்தான். வழியெல்லாம் பவுல் தான் படித்த புத்தகம் பற்றியே பேசிக்கொண்டிருந்தான். ருஷ்யாவில் துவங்கி இன்று ஐரோப்பிய நாடுகள் அனைத்தையும் தீவிரமாகப் பற்றிவரும் உன்னதமான கோட்பாடு இது. உன் பிரார்த்தனையை விடவும் வலிமையானது, என அவனிடம் புத்தகத்தை நீட்டினான். ! திருமாலுக்கு வாங்கிக்கொள்ள மனதில்லை. மறுத்தபடியே தனியே யோசித்துக்கொண்டு வந்தான். உண்மையில் அன்பைப் பிரசங்கம் செய்து கொண்டுவர இயலுமா என்ன? குழப்பமாகயிருந்தது. தங்கள் கல்லூரிக்குத் திரும்பிய பிறகும் அதைப் பற்றியே நினைத்துக்கொண்டிருந்தான். மனிதர்கள் தங்கள் வாழ்வின் கேடுகளைத் தாங்கள் உணர்ந்தே இருக்கிறார்கள். அதிலிருந்து விடுபட அவர்களால் முடியவில்லை. ஒருவேளை விரும்பவும்மில்லை என்று தோணியது. பயிற்சி வகுப்பு நடத்தும் பாதர் மிக்கேல் அவனது சந்தேகங்கள் யாவும் சாத்தானின் வாசகங்கள், அவை அழித்தொழிக்கப்பட வேண்டியவை என்றார். அவன் தனது சந்தேகங்களை லயோனல் சாருக்கு எழுதியிருந்தான். அவர் மென்மையான முறையில் அவனது சந்தேகங்கள் யாவும் நியாயமானவை, ஆனால் அவை எதுவும் கிறிஸ்துவிற்கு எதிரான வையல்ல. அன்பை எந்த வழியில் கொண்டுவந்தாலும் அது தேவ குமாரனின் விருப்பத்திற்குரியதே என்று எழுதியிருந்தார். திருமால் இரண்டு நாட்களாகப் பயிற்சி வகுப்புகளுக்குப் போகாமல் அறையிலிருந்த பவுலின் புத்தகங்களைப் படித்துக்கொண்டிருந்தான். தான் இதுவரை பள்ளியிலோ வேதபாடங்களிலோ கேட்டிராத புதிய வாசகங்கள், தர்க்கங்கள் மற்றும் நிரூபணங்கள் அவனுக்குள் மெதுவாக சந்தேகங்களை உருவாக்குவதும் அழிப்பதுமாகயிருந்தன.

நூலகத்தில் வைத்து ஒரு முறை "இதுபோன்ற புத்தகங்கள் நமது நூலகத்தில் வாங்கப்படுவதேயில்லை. இவைகளை நாம் தூஷணை செய்ய என்ன அவசியமிருக்கிறது" என்று பவுல் கேட்டான்.

திருமாலால் பதில் சொல்ல முடியவில்லை. இரண்டு நாட்களுக்குப் பிறகு ஒரு இரவில் பவுல் அவனிடம் தனக்கு ஒரு நண்பரைத் தெரியும்; அவர் உன்னைச் சந்திக்க ஆசைப்படுகிறார் என்று தெரிவித்தான். திருமாலுக்கு எவரையும் சந்திக்க விருப்பமில்லை. ஆனாலும் அவன் பவுலுடன் சேர்ந்து புறப்பட்டான். விவசாயியைப் போல் ஒற்றைத் தட்டு வேஷ்டியும் தோளில் துண்டும் போட்டிருந்த அவர் மரக் கிடங்கு ஒன்றில் தங்கியிருந்தார். அவனை அறிமுகப்படுத்தியபோது அவர் மெதுவாகக் கைகளைக்

குலுக்கியபடி அருகில் உட்கார்ந்து கொள்ளச் சொன்னார். அவரது குரல் மிகவும் மிருதுவாகயிருந்தது, அவர்கள் ஒரு பெரிய மரத்தடியில் உட்கார்ந்து கொண்டார்கள். பவுல் அவரோடு உற்சாகமாகப் பேசிக்கொண்டிருந்தான். அவர் எந்தக் கேள்விக்கும் கோபம் கொள்ளாமல் பதில் சொல்லிக்கொண்டே வந்தார். அவர் பேச்சிற்கு இடையே அவர்கள் இருவரையும் தோழர் என்று அழைத்துக்கொண்டிருந்தது வியப்பாகயிருந்தது. திருமால் கைகளைக் கட்டிக்கொண்டே கேட்டுக்கொண்டிருந்தான். உரையாடலின் ஏதோ ஒரு முனையில் அவர் தன்னை மறந்து ஆங்கிலத்தில் விடுவிடுவென ஏதோ ஒரு மேற்கோளைச் சொல்லிக்கொண்டிருந்தார். பேசி நிறுத்தியதும் பவுல் அவரது கையைக் குலுக்கிக் கொண்டான். அவர்கள் கிளம்பும்போது அவர் ரேடிக்கல் ரிவ்யூ என்று இதழின் பிரதிகளை அவர்களிடம் கொடுத்து வாசித்துப் பார்க்கச் சொன்னார்.

அறைக்குத் திரும்பி வரும் பாதை தெரியாமல் பனி பெய்யத் துவங்கியிருந்தது. அவர்கள் ஈரமான தலையோடு அறைக்குத் திரும்பினார்கள். இரவெல்லாம் இருவரும் ரேடிக்கல் ரிவ்யூவைப் படித்துக்கொண்டிருந்தார்கள். அவர் பேசிய ஆங்கிலம் மிகவும் நளினமாகயிருந்தது.

பவுலிடம் கேட்டபோது அவர் லண்டனில் பாரட்லா படித்தவர் என்றும் தொழிற்சங்கப் பணிகளுக்காகத் தன்னை ஒப்புக் கொடுத்துவிட்டதாகவும் சொன்னான். தோழர் சீனிவாசன் பற்றி லயோனல் சாருக்கு உடனே கடிதம் எழுத வேண்டும் போலிருந்தது. ரேடிக்கல் ரிவ்யூவைப் படித்து முடித்தபோது விடிகாலை பிறந்து கொண்டிருந்தது. உறங்குவதற்கு முன்பாக லயோனல் சாருக்குப் பதில் எழுதிவிட வேண்டும் என்று கடிதம் எழுதத் துவங்கினான். கடிதம் முடியும்போது விடுதியின் மணி அடிக்கத் துவங்கியது. மணி நாலைத் தாண்டிவிட்டது என நினைத்துக்கொண்டே படுத்துக்கொண்டான். பவுல் எதையோ கண்டுபிடித்து விட்டவனைப் போல உறக்கத்திலும் சிரித்துக்கொண்டிருந்தான்.

எஸ்.ராமகிருஷ்ணன்

91

நீண்ட நாட்களுக்குப் பிறகு வேம்பலையின் தெருக்களுக்கு மின்சார விளக்குகள் பதிப்பதற்கான வேலைகள் நடந்துகொண்டிருந்தன. காயாம்புதான் ஊருக்கு மின்சாரம் வர வேண்டும் என்பதில் அதிக ஆர்வம் காட்டுபவனாகயிருந்தான். அவனது மாமனார் ஊரில் மின்சார விளக்குகள் தெருவெங்கும் விடிய விடிய எரிந்து கொண்டிருப்பதைப் பார்த்ததிலிருந்து அவன் மனது அந்த வெளிச் சத்திலே கூடியிருந்தது. வடகுறிச்சி வரை மின்சாரக் கம்பங்கள் வந்துவிட்டிருந்தன. யாராவது முன்கை எடுத்தால் வேம்பலைக்கு மின்சாரம் வந்துவிடும் என்றார்கள். காயாம்பு இதற்காகவே ஊர்க் கூட்டத்தை ஏற்பாடு செய்திருந்தான். மின்சார விளக்குகள் ஊருக்குத் தேவையில்லையென்றும் பிசுபிசுத்த இருட்டிற்காகவே இந்த ஊரில் மூதாதையர்கள் காலத்திலிருந்து வாழ்ந்து வருவதாகவும் பலர் கூச்சலிட்டார்கள். ஆனாலும் மின்சார விளக்குகள் வருவதற்காகத் தான் ஒருவனே எவ்வளவு வேண்டுமானாலும் செலவு செய்யத் தயாராக இருப்பதாக காயாம்பு வற்புறுத்திய பிறகு அவர்கள் மறுப்பேதும் செய்யவில்லை.

காயாம்பு மின்சாரக் கம்பங்கள் நடும்போது கூடவேயிருந்தான். அவனது கருப்பட்டிக் கிட்டங்கியில் வேலை செய்பவர்கள் மணக்க மணக்க மல்லிக்காபியும் காரசேவும் வாங்கிக் கொடுத்தவர்களாக மின்சார ஊழியர்கள் கம்பங்களை நடுவதற்கு உதவி செய்து கொண்டிருந்தார்கள். தெருவில் மட்டுமல்லாது தேவைப்படும் வீடுகளுக்கும் மின்சாரம் வழங்க இருப்பதாகத் தெரிய வந்தது. சாயக்காரர்கள் தெருவில் ஓரிருவரும் ஆசாரியும் தங்கள் வீடுகளுக்கு மின்சார விளக்குகள் தேவை என விண்ணப்பித்துக் கொண்டார்கள். வேம்பர்கள் தங்கள் தெருவிற்கு மின்சார விளக்கு தேவையில்லை என்பதோடு எவருக்கும் மின்சார விளக்கு

வேண்டியதில்லை என்று உறுதியாகயிருந்தார்கள். மூன்று மாத காலம் தினமும் காயாம்பு மின்சார அலுவலகத்தின் வாசலிலே காத்துக் கிடந்தான்.

மின்சார விளக்குகள் வேம்பலையின் தெருவில் எரிந்த அன்று ஊரே பெரிதானது போலிருந்தது. விடிய விடிய விளக்குகள் எரிந்து கொண்டிருந்தன. தெருவில் உறங்குபவர்கள் தங்களை யாரோ பார்த்துக்கொண்டிருப்பது போலவே உணர்ந்தார்கள். காயாம்புவின் வீட்டிலும் அன்றிரவு முழுவதும் விளக்குகள் எரிந்து கொண்டிருந்தன. ஊரிலிருந்த இருட்டு கலைந்துவிட்ட மிரட்சியில் நாய்கள் எங்கே படுப்பது எனத் தெரியாமல் தட்டழிந்து கொண்டிருந்தன. சிறிய முணுமுணுப்புகூட இல்லாமல் பலரும் மின்சார விளக்குகளைப் பார்த்துக்கொண்டிருந்தனர். ஒரு வயசாளி மட்டும் ஆத்திரத்துடன் இனி ஊர் அழிஞ்சு உருப்படாம போயிரும் என கத்திக்கொண்டிருந்தார். வானில் உள்ள நட்சத்திரங்கள் தெரியாதபடி வெளிச்சம் படர்ந்து கொண்டிருந்தது. எங்கிருந்தோ சிறு பூச்சிகள் பிறந்து விளக்கை வட்டமிட்டுக்கொண்டிருந்தன. காயாம்பு மிக சந்தோஷமாகயிருந்தான். அவன் மனைவி, மகன், யாவரும் ஊஞ்சலில் அமர்ந்து வெளிச்சத்தைப் பார்த்துக்கொண்டிருந்தனர். வேம்பலையில் இனி எவனும் ஒளிந்து கொள்ள முடியாது என மனைவியிடம் கேலியாகச் சொல்லிக்கொண்டிருந்தான் காயாம்பு. பனிக் காலமென்பதால் விடிகாலையில் தங்களையும் அறியாமல் அவர்கள் கண் அயர்ந்தபோது வெளிச்சம் அவர்கள் வீட்டுப் படி வரை ஊர்ந்து ஏறிக்கொண்டிருந்தது. தூறல் விழுவது போல தெருவெங்கும் வெளிச்சம் ஓடிக்கொண்டிருப்பதைப் பார்ப்பதற்கு யாரும் விழித்திருக்கவில்லை.

*

கரையடிக் கருப்பிற்கு ஊட்டுக் கொடுப்பது என முடிவாகியிருந்தது. கிழக்கேயிருந்து கிடாய்கள் வந்து நின்றன. கரகாட்டக்காரர்களும் மேளக்காரர்களும் இரண்டு நாட்களுக்கு முன்னதாகவே வந்து சேர்ந்துவிட்டார்கள். கோவிலைச் சுற்றிக் களம்போல செதுக்கிப் பொங்கலிடுவதற்குக் கல் போட்டிருந்தார்கள். மாட்டு வண்டிகள் வந்தபடியிருந்தன. காயாம்புவின் வகையறா ஆட்கள் முறுக்கிய மீசையோடும் தொங்கும் வாள் போன்ற கிருதாக்களுடனும் ஊரில் நடமாடிக் கொண்டிருந்தார்கள். வேலிப்புதரில் சாராய விற்பனை இரவு பகலாக நடந்துகொண்டிருந்தது. சிரிப்பும் இரைச்சலுமாக அவர்கள்

அலைந்து கொண்டிருந்தார். ஊட்டிற்காக நள்ளிரவில் பூசை வைப்பதற்கு பூசாரி தனது அவிழ்ந்த கூந்தலைக் கொண்டையிட்டு படையல் சாமானோடு வந்து சேர்ந்த போது கோவிலைச் சுற்றி விலக்க முடியாத கூட்டமிருந்தது. காயாம்பு ஏழு கிடா பலி கொடுப்பதாகயிருந்தான். சந்நதம் வந்து பூசாரி ஆடும்வரை யாவும் தன் இயல்பிலே நடந்தேறிக் கொண்டிருந்தது. சந்தத்தின் உக்கிரத்தில் பூசாரி கத்தினான்,

"சாமி இங்கிருந்து புறப்பட்டு தன் பூமிக்கே போயிருச்சுடா... இனி இந்த ஊரிலே அது தங்கியிருக்க முடியாதுனு பிடிவாதமா போயிடுச்சு... என்ன குத்தம்னு கேட்டா... உரியவனைக் கேட்கச் சொல்லுதுடா. தப்பு செஞ்சவன் தானா ஒத்துக்கிட்டு மாப்பு கேட்டிருங்க."

காயாம்புவிற்குத் தான் மின்சார விளக்குகள் போட்டதுதான் கருப்பு வெளியேறிப் போவதற்குக் காரணமாக இருந்திருக்குமோ என்று தோணியது. அவன் நெடுஞ்சாண்கிடையாகத் தரையில் விழுந்து சொன்னான்,

"ஊர் நல்லதுக்குதான் கரண்ட் கம்பம் வைச்சு, லைட்டு போட்டேன். அது குத்தம்னா மன்னிச்சிருங்க சாமி."

பூசாரி உக்கிரத்தில் நாக்கைக் கடித்துக்கொண்டு ஆடினான். அவன் துள்ளலை நிறுத்த முடியவில்லை. அவன் காயாம்புவை மன்னிக்கவில்லை. பதிலாகக் கையில் இருந்த வீச்சரிவாளோடு கிழக்கே பார்த்து ஓடத் துவங்கினான். அவனைப் பின்தொடர்ந்து யாரும் ஓடக் கூடாது என்பதற்காக இருப்பிடத்திலே நின்று கொண்டார்கள். விடிகாலையில் பூசாரி ஊர் எல்லை தாண்டிக் கிடந்தான். ஊட்டு நின்று போயிருந்தது. கிடாய்கள் புளிய இலையைத் தின்றபடி வெயிலில் காத்துக்கொண்டிருந்தன. திருவிழாவிற்கு வந்தவர்கள் சலிப்போடு ஊர் திரும்பத் துவங்கினார்கள்.

தன் வீட்டில் மின்சார விளக்குகள் எரிவதைப் பார்க்கும் போதெல்லாம் காயாம்புவிற்குப் பயமாகவும் நடுக்கமாகவுமிருந்தது. இரவில் முன்பு போலவே அவன் எண்ணெய் விளக்குகளை ஏற்றச் சொன்னான். தெரு விளக்குகள் எரிவதுகூட அவனுக்கு மனதை உறுத்திக்கொண்டேயிருந்தது. சில நாட்களுக்குப் பிறகு அவனே தனது கிட்டங்கியாட்கள் சிலரை அனுப்பிப் பின்னிரவில் தெரு விளக்குகளைக் கல்லெறியச் சொன்னான். வேம்பலையில் முன் போலவே இருட்டு நிரம்பத் துவங்கியது. நாய்கள் மின்சாரக்

கம்பங்களின் அடியில் குழிபறித்து உறங்கத் துவங்கின. திரும்பவும் தெருவில் படுப்பதற்காகப் பாயைச் சுருட்டிக்கொண்டு பெண்களும் ஆண்களும் தெருவிற்கு வந்தனர். ஊரில் ஆசாரி வீட்டிலும் சாயக்காரர்கள் தெருவிலும் மட்டுமே மின்சார விளக்குகள் இருந்தன. அவர்களும்கூட ஊர்க்காரர்களுக்குப் பயந்து எண்ணெய் விளக்குகளையே ஏற்றத் துவங்கினார்கள். மூர்க்கமான மனிதனைப் போல வேம்பலை திரும்பவும் தன் இயல்பிற்கே திரும்பியிருந்தது.

எஸ்.ராமகிருஷ்ணன்

92

ஜெயராணி அம்பாசிடர் கார் வாங்கியிருந்தாள். கார் தெருவிற்குள் வந்து போக முடியாமலிருப்பதால் அதை தவசியின் வீட்டருகே நிறுத்தியிருந்தாள். ரத்னாவும் அவளும் புறப்பட்டுத் தெருவைக் கடந்து வந்தபோது டிரைவர் காரைக் கொண்டு வந்து நிறுத்தியிருந்தான். காரில் ஏறும்போது ரத்னாவிற்குச் சிரிப்பாக யிருந்தது. ஜெயராணி காரின் முன் சீட்டில் ஏறி உட்கார்ந்து கொண்டாள். காரினுள் மெலிதாக மல்லிகைப் பூ வாசம் வந்து கொண்டிருந்தது. காரின் கேபினில் இருந்த வேட்டாளியம்மனுக்கு மாலை சாத்தியிருந்தார்கள். ரத்னாவைத் தன் காரில் கூட்டிப்போவது ஜெயராணிக்கும் பெருமையாக இருந்திருக்க வேண்டும். அவள் வெற்றி லையை மென்றபடியே மெஜஸ்டிக்கிற்குக் காரை விடச் சொன்னாள். மெஜஸ்டிக் லாட்ஜ் கைமாறிப்போயிருந்தது. ஆனாலும் ஜெயராணிக்கு இருந்த செல்வாக்கு மாறவில்லை. லாட்ஜின் முகப்பை மாற்றிக் கட்டியிருந்தார்கள். கார்கள் நிற்குமிடம் புதிதாக உருவாகியிருந்தது. ஆனால் லாட்ஜின் அந்தப் பச்சை நிறமும் இரட்டை ஜன்னல்களும் அப்படியே இருந்தன. ஜெயராணி காரை விட்டு இறங்கியதும் வாசலில் அமர்ந்தபடி பேப்பர் படித்துக்கொண்டிருந்த மேனேஜர் பேப்பரை மடித்துப் போட்டுவிட்டு நமஸ்காரம் செய்தான். ரத்னாவதிக்கு அந்த மேனேஜரைப் பழக்கமில்லை. அவள் தயங்கியபடி நின்று கொண்டிருந்தாள். ஒரு சிறுவன் சேரைக் கொண்டுவந்து போட்டான். லாட்ஜ் வாசலில் இருந்த பெட்டிக் கடைக்காரன் அவர்களையே பார்த்துக்கொண்டிருந்தான். ஜெயராணி வெற்றிலையும் காபியும் கொண்டுவரச் சொன்னாள். டாக்சி ஸ்டாண்டில் இருந்த லாட்டரிச் சீட்டு விற்பவன் ரத்னாவதியைக் கவனிக்காதவன் போல பார்த்துக்கொண்டேயிருந்தான். அதைக் கவனித்தவள் போல ஜெயராணி "என்ன அப்பாவும் அப்பிடி

பாக்குறே… ஆள் தெரியலையா… ரத்னா. சாவடித் தெரு ரத்னாவதி…” என்றாள். அறுபது வயதைக் கடந்திருந்த அப்பாவு ஆச்சரியத்துடன் அவள் அருகில் வந்து கேட்டான்.

“அதான் தெரிஞ்ச முகமா இருக்கேனு பாத்துக்கிட்டே இருக்கேன். நம்ம செங்கோட்டை அஸ்ரப் முதலாளிகூட இருந்ததா கேள்விப்பட்டேன்.”

ரத்னா பதில் சொல்வாள் என அவளையே பார்த்துக் கொண்டிருந்தாள் ஜெயராணி. ஆனால் ரத்னா யாவற்றையும் மறக்க விரும் பியவள் போல மௌனமாக இருந்தாள்.

அப்பாவு ஜெயராணியிடமிருந்து ஒரு வெற்றிலை வாங்கிக் கொண்டபடியே ரத்னாவதியை பார்த்துப் பெருமூச்சு விட்டான்.

“ஆள் ரொம்ப வாடிப்போயிட்டாப்லே இருக்கு. கழுத்தெலும்பெல்லாம் துருத்திக்கிட்டு இருக்கு. அஸ்ரப் முதலாளி சாப்பாடு போடலையா…’

ஜெயராணிக்கு அவன் தொடர்ந்து ரத்னாவைப் பற்றிப் பேசிக் கொண்டிருப்பதைத் தவிர்க்க வேண்டும் போலிருந்தது. அவள் அப்பாவுவிடம் இரண்டு ரூபாயை எடுத்துக் கொடுத்துப் புகையிலை வாங்கிக்கொண்டு வரச் சொன்னாள். அப்பாவு போகும் போதும் ரத்னாவதியைப் பார்த்துக்கொண்டே போனான். ஜெயராணி மேனேஜர் படித்துப்போட்டிருந்த பேப்பரைப் பிரித்துப் படம் பார்த்துவிட்டுத் தரையில் விட்டெறிந்தாள். லாட்ஜிலிருந்து வந்து போகிறவர்கள் ஜெயராணியைப் பார்த்துச் சிரித்தபடியே போனார்கள். அவள் எழுந்து மாடியறையின் சாவியை வாங்கிக்கொண்டு அவளை மேலேறி வரச் சொன்னாள்.

நூற்றிப் பன்னிரெண்டாம் அறை எப்போதும் ஜெயராணிக்குரியதாகயிருந்து வருகிறது. அந்த அறையை அவள் பெயருக்கே நூர் முகமது எழுதிக்கொடுத்துவிட்டார் என்றுகூட பேசிக்கொண்டார்கள். அறையில் ஆள் உயரக் கண்ணாடியிருந்தது. ஜெயராணி அலுப்போடு படுக்கையில் உட்கார்ந்து கொண்டாள். அணில் ஒன்று அறை வாசலை எட்டிப் பார்த்தபடி ஓடியது. ரத்னாவதி தன்னைக் கண்ணாடியில் பார்த்துக்கொண்டிருந்தாள். மழிக்கப்பட்ட தலையில் இன்னமும் கேசம் அடர்ந்து வரவில்லை, முன் பற்கள் இரண்டு விழுந்திருந்தன. தலைமயிர் கொட்டிப் போய், கண்கள் ஈரம் உலர்ந்து போனவையாகயிருந்தன. உதட்டில் கறுமை படிந்திருந்தது. அப்பாவு சொன்னது போலவே அவளது கழுத்து எலும்புகள் ஜாக்கெட்டிற்கு வெளியே துருத்திக்கொண்டு தெரிந்தன. அவள் நாவால் உதட்டை ஈரமாக்கிக் கொண்டாள். டெலிபோன்

எஸ்.ராமகிருஷ்ணன் 485

மணியடித்தது. ஜெயராணி போனை எடுத்துப் பேசினாள். ரத்னா வாசல் கதவைத் திறந்து கொண்டு வெளியே பார்த்தாள். கடைசி யறையாக இருந்ததால் பின்புறமுள்ள கட்டிடங்களைப் பார்க்க முடிந்தது. குடை ரிப்பேர் செய்கிற ஒருவன் சாலையில் அமர்ந்து தைத்துக்கொண்டிருந்தான். கோவிலின் கோபுரம் சற்றே மறைவாகத் தெரிந்தது.

ஜெயராணி அவளைக் கூப்பிட்டாள். ரத்னா விரும்பும் நாள் வரைக்கும் அந்த அறையில் தங்கியிருக்கலாம், சாப்பாடு ஒரு பையன் கொண்டுவந்து தருவான் என்றபடி அவளுக்கு ஐம்பது ரூபாயை எடுத்துக் கொடுத்தாள். ரத்னாவதி பணத்தை வாங்கிக் கொண்டு கேட்டாள்,

"நீ எங்கக்கா போறே..."

ஜெயராணி வெற்றிலைச் சாறு வழிய "வசூலுக்கு" என்றபடி மாடிப்படியில் இறங்கிக் கீழே போனாள். அறைக்குத் திரும்பிய போது வெறுப்பாகயிருந்தது. நகரிலுள்ள லாட்ஜ்கள் யாவையும் இடித்துத் தள்ளிவிட வேண்டும் போலிருந்தது. கதவைத் தாழிட்டுக் கொண்டு படுக்கையில் விழுந்தபடியே எத்தனை அறைகளில் தான் தங்கியிருக்கிறாள் என யோசித்துக்கொண்டிருந்தாள். கடந்த காலத்தை நினைப்பது வெறுப்பை அதிகப்படுத்துவதாகயிருந்தது. ஆனாலும் மனம் தானே கடந்த காலத்தைக் கிளறிக்கொண்டேயிருந்தது. அவள் அப்பாவு கேட்டதைப் பற்றியே நினைத்துக் கொண்டிருந்தாள்.

*

அஸ்ரப் நடுத்தர வயதுள்ளவராகயிருந்தார், மரக்கடை வியா பாரத்தைத் தலைமுறையாகச் செய்து வந்தார்கள். புனலூர் சாலையில் அவர்களது பெரிய மரக்கடையிருந்தது. அஸ்ரப் பிளோமோத் கார் வைத்திருந்தார். வெள்ளிக்கிழமையானதும் அவர் புனலூருக்குப் போய்விடுவார். மனைவி மக்கள் புனலூரிலிருந்தார்கள். மற்ற நாட்களில் அவருக்குத் தினம் ஒரு இடத்தில் ராத்தங்கல்.

லாரிகள் தடியை ஏற்றிக்கொண்டு புறப்படும் நாளில் மட்டும் இரவெல்லாம் கூட மரக்கடையிலிருப்பார். ரத்னாவதியை அவரது தோப்பு வீட்டிற்குக் கூட்டிக்கொண்டு போனது கோபாலன் அண்ணாச்சிதான். ஆனாலும் அஸ்ரப் ரத்னாவதியைப் பார்த்த மாத்திரத்தில் தெரிந்து கொண்டுவிட்டார். அன்று ரத்னா பகலிலே குடித்திருந்தாள். பாதிகிறக்கமான நிலையில் அவள் சிவப்பு நிறத்திலிருந்த அந்தத் தோப்பு வீட்டின் மரப்படிகளில் சப்தமிட்டு ஏறினாள். கீழே சீட்டாட்டம் நடந்து கொண்டிருந்தது. கோபாலன்

அண்ணாச்சி சீட்டு விளையாடுவதற்காகவே அஸ்ரப்பைத் தேடி வருபவராகயிருந்தார். மூன்று பேர் சீட்டாடிக்கொண்டிருந்தார்கள். ரத்னாவதி மெதுவாக வீட்டிலிருந்து வெளியேறி மாமரமொன்றின் தாழ்வான கிளையில் ஏறி உட்கார்ந்து கொண்டு ஊஞ்சல் போல ஆடிக்கொண்டிருந்தாள். மாலை நேரமென்பதால் பறவைகளின் குரல் தொலைவில் கேட்டுக்கொண்டிருந்தது. சாரல் காலக் காற்று ஈரமேறியிருந்தது. குயிலாகத்தானிருக்க வேண்டும். அவளும் குயிலைப் போலவே சப்தமிட்டாள். சட்டென குரல் ஒடுங்கி நிசப்தமாகியது. அவள் வாய்விட்டுச் சிரித்தபடியே மாவிலைகளைக் கிள்ளி கீழே போட்டபடியே மரக்கிளையில் ஆடிக்கொண்டிருந்தாள். சீட்டாட்டம் இரவெல்லாம் நடந்து கொண்டிருந்தது. கோபாலன் அண்ணாச்சியின் நாய் அவரது காலருகே படுத்துக்கொண்டு அவரைப் பார்த்தபடியே இருந்தது. சீட்டில் அண்ணாச்சி ஜெயித்துக்கொண்டிருந்தார். அவரது கைகள் நாயின் தலையைக் கோதி விட்டுக்கொண்டிருந்தன. அஸ்ரப் பத்தாயிரத்திற்கும் மேலாகத் தோற்றிருந்தார். ஆனாலும் விளையாட்டு நீண்டுகொண்டேயிருந்தது. ரத்னாவிற்குப் பசியாக இருந்தது. அவள் இருட்டிற்குள் வெகு நேரம் உட்கார்ந்திருந்தாள். பின்பு எழுந்து மாடியறைக்கு வந்து விளக்கைப் போட்டுவிட்டு படுத்துக்கொண்டாள். மரக் கதவுகள் அலமாரிகள் யாவும் மெருகேறியிருந்தன. பின்னிரவில் அவர்கள் குடித்துக்கொண்டிருக்கும் சப்தம் கேட்டு கண்விழித்தாள். போதையேறிய கோபாலன் அண்ணாச்சி நாயைக் கொஞ்சிக் கொண்டிருந்தார். அஸ்ரப்பின் குரல் தனியே கேட்டுக்கொண்டிருந்தது. விடிகாலையில் அவர்கள் புறப்பட்டபோது அஸ்ரப்தான் அவள் இரண்டு நாட்கள் இங்கே தங்கியிருந்துவிட்டு வரட்டும் என்றார். நாயை அணைத்துக்கொண்டு பின் சீட்டில் ஏறிப் படுத்துக்கொண்டார் கோபாலன் அண்ணாச்சி. டிரைவர் புறப்படும்போது வேண்டுமென்றே ஹாரன் அடித்தது ரத்னாவதிக்குக் கேட்டது. அவளது அறைக்கு யாரும் வரவில்லை.

மறு நாளின் காலையில் அஸ்ரப் அவளை அழைத்ததாக வீட்டைப் பெருக்கும் பெண் வந்து சொன்னாள். ரத்னாவதி கீழே இறங்கிப் போகும்போது அஸ்ரப் வெளியே புறப்படுவதற்குத் தயா ராக நின்றிருந்தார். அவளது கண்களைப் பார்த்தபடியே சொன்னார்,

"ஆரியங்காவு வரைக்கும் போக வேண்டியது இருக்கு. மீன் சாப்பிடுவேயில்லையா... செய்யச் சொல்லியிருக்கேன்."

அவள் யோசிக்க நேரமின்றி கேட்டாள்,

“நானும் வரட்டுமா?”

அவர் சிரித்துக்கொண்டே சொன்னார்,

“ஆரியங்காவுக்கா... அங்கே என்ன இருக்கு. மரம் வெட்டிப் போட்டிருப்பாங்க. அதை வேடிக்கை பாக்கணுமா?”

அவள் சிரித்தபடியே “பரவாயில்லை” என்றாள்.

கார் மலைப்பாதையில் வளைந்து போய்க்கொண்டிருந்தது. அஸ்ரப் மீதிருந்து முரட்டு நறுமண வாசனை வந்து கொண்டிருந்தது. அவர் காரை ஓட்டியபடியே அவளிடம் பேசிக்கொண்டு வந்தார். பச்சை படர்ந்திருந்த சரிவில் கார் போகும்போது மரங்கள் அவர்களை விட்டு பின்னால் ஓடுவதைப் பார்த்துக்கொண்டே வந்தாள். மலைச்சரிவினுள் கார் அமைதியாகப் போய்க்கொண்டிருந்தது. செக்போஸ்ட்டைத் தாண்டிப் போனதும் சாரல் வலுத்துப் பெய்யத் துவங்கியது. மழைக்குள்ளாக அவள் காரில் போய்க் கொண்டிருப்பது பிடித்திருந்தது. கார் செல்லும் பாதை தெரியாதபடி மழை பெய்து கொண்டிருந்தது. மரங்கள் லேசாக வெளிச்சத்தில் தெரிந்து மறைந்தன. அவள் ஆரியங்காவிற்கு வந்தபோது நல்ல வெயில் அடித்துக்கொண்டிருந்தது. மழை பெய்ததற்கான சுவடேயில்லை. அவர்கள் காரை நிறுத்திவிட்டு ஆற்றின் ஓரமாகவே நடந்தார்கள். அடி பெருத்த மரங்கள் வெட்டப்பட்டுக் கரையோரமெங்கும் கிடந்தன. மீன்களுக்குப் பொறி வாங்கிப் போடும் சுற்றுலாப் பயணிகள் ஒரு பாலத்தருகே உட்கார்ந்திருந்தார்கள். ஸ்படிகம் போல தண்ணீர் ஓடிக்கொண்டிருந்தது. தண்ணீருக்குள் கிடந்த கூழாங்கற்கள் யாவையும் மொத்தமாக அள்ளிக்கொண்டு போய்விட வேண்டும் போலிருந்தது. அவள் காலில் ஈரம் படும்படியாக நடந்தாள். அடர்ந்து வனம் போல இலைகள் உதிர்ந்திருந்த பாதையில் நடந்து போனபோது அங்கே ஒருவருமேயில்லை என்று தெரிந்தது. மரங்கொத்தி ஒன்று எங்கிருந்தோ சப்தமிட்டுக்கொண்டிருந்தது. அவள் சருகில் நடக்கும் போது ஏற்படும் சப்தத்தை ரசித்தபடியே அவரிடம் கேட்டாள்,

“இங்கே யானை வருமா?”

அஸ்ரப் தனது வேஷ்டியைத் தூக்கிப் பிடித்தபடியே “ஆனை இங்கே வராது. அது வேற இடமிருக்கு” என்றார். ஆறு ஓடும் சப்தம் கூட கேட்கவில்லை. ஆச்சரியத்துடன் அவள் கேட்டாள்,

“இது என்ன ஆறு.”

“குளத்துப் புழை.”

இருவரும் சிற்றோடை போல தனித்து ஓடிய தண்ணீரைத் தாண்டி மரம் வெட்டுமிடத்திற்குப் போனார்கள். வழியெங்கும் மரங்கள் வெட்டி வீழ்த்தப்பட்டிருந்தன. அஸ்ரப்பைக் கண்டதும் மரம் வெட்டுபவர்கள் கையைக் கட்டிக்கொண்டு மௌனமாக வணக்கம் செய்தார்கள்.

"லாரியில் தடி ஏத்திப் போயிருச்சா" என்று அஸ்ரப் கேட்டதும் ஒருவன் சிட்டையொன்றை அவரிடம் கொடுத்தான். அஸ்ரப் அதை வாங்கிப் பார்த்துவிட்டு அவளிடம் போகலாமா என்று கேட்டார். அவர்கள் புழையைக் கடந்து போகும்போது கள் கடையிலிருந்த சிலர் அவளையே பார்த்துக்கொண்டிருந்தார்கள். அஸ்ரப் காரில் திரும்பி வரும்போது கேட்டார்.

"பக்கத்திலே ஒரு அருவி இருக்கு. பாக்கணுமா?"

அவள் தலையாட்டினாள். கார் மரங்களுக்கு ஊடாகவே சென்றுகொண்டிருந்தது. பழுத்து உதிர்ந்த சந்தன மரத்தின் இலைகள் வழியெங்கும் நிறைந்து கிடந்தன. சாலையில் ஒரு ஆள் கூட எதிர்ப்படவில்லை. அவர்கள் கானகத்தின் அடிவயிற்றை நோக்கிப் போகிறார்களோ என்றிருந்தது. வானம் தெரியாதபடி மரங்கள் வளர்ந்திருந்தன. கார் மிக மெதுவாகச் சென்றது. அவர்கள் தொலைவிலே அருவியின் சப்தத்தைக் கேட்டுவிட்டார்கள். கார் மெதுவாக வளைந்து திரும்பி ஈரப் பாதைகளில் போய்க்கொண்டிருந்தது. காட்டருவி என்பதால் அது பெரிய பாறையொன்றிலிருந்து ஆவேசமாகத் தரைக்குக் குதித்து வந்து கொண்டிருந்தது. அருகாமையில் போக முடிய வில்லை. வழுக்குப் பாறைகளாக இருந்தன. ரத்னா கையைக் கட்டிக்கொண்டு அதைப் பார்த்தபடியிருந்தாள். அஸ்ரப் ஏதோ சொல்லிக்கொண்டிருப்பது தெரிந்தது. ஆனால் சப்தத்தைக் காற்று அடித்துக்கொண்டு போனது. அவள் சிரித்தபடியே தன் கையை அருவியை நோக்கி நீட்டிக்கொண்டிருந்தாள். அஸ்ரப் "அவளிடம் குளிக்கவில்லையா" என்று கேட்டார். இருவரும் அருவியில் குளித்துக்கொண்டிருந்தபோதுதான் அஸ்ரப் முதன் முறையாக அவளை முத்தமிட்டார். அது அருவியின் பொங்கி வழியும் தண்ணீரோடு உதட்டிலிருந்து கசிந்து ஓடியது. இருவரும் ஒருவரையொருவர் கேலி செய்தபடியே நெடுநேரம் அங்கேயிருந்தனர். மேகம் மூடிக்கொள்வது போல வெளிச்சம் பதுங்கத் துவங்கியது. அஸ்ரப் தலையைத் துவட்டியபடியே பாறையொன்றில் நின்றபடி சொன்னார்,

"சீட்டிலே நேத்து தோற்றது நல்லதுக்குத்தான் போலயிருக்கு."

ரத்னாவதி சிரித்துக்கொண்டாள்.

இருவரும் தோட்டத்து வீட்டிற்குத் திரும்பி வந்தபோது இருட்டியிருந்தது. மீன் குழம்பும் சிவப்பரிசிச் சோறும் சாப்பிட்டாள். மரக் கதவுகளும் படிகளும் அவளுக்கு ரொம்பவும் பிடித்திருந்தன. அஸ்ரப்போடு இரண்டு மூன்று நாட்கள் தங்கியிருந்தாள். பகலில் வீட்டைப் பூட்டிக்கொண்டு தனியே படுக்கையில் ஏதாவது யோசனை செய்து கொண்டிருப்பாள். அந்த வீட்டின் எல்லாச் சாவிகளும் அவளிடமேயிருந்தன. அந்தச் சாவிகளைப் படுக்கையில் போட்டு விளையாடிக்கொண்டிருப்பாள். அவ்வளவு பெரிய மர வீடு இப்போது தன்னுடையதுதான். கார் வரும் ஓசை கேட்டதும் கதவைத் திறக்க கீழே இறங்கி ஓடுவாள். நான்கு நாட்களுக்குப் பிறகு ஒரு இரவில் கோபாலன் அண்ணாச்சி வந்திருந்தார். ரத்னா வதியைத் தன்னோடு அனுப்பிவிடும்படியாக அவர் அஸ்ரப்பிடம் கேட்டுக்கொண்டிருந்தார். அஸ்ரப் பதில் பேசவில்லை. ரத்னா கீழே இறங்கி வரவில்லை. நீண்ட யோசனைக்குப் பிறகு கோபாலன் அண்ணாச்சியிடம் அவளை அனுப்ப முடியாது என அஸ்ரப் கடுமையான குரலில் சொன்னார். இருவருக்கும் வாக்குவாதம் நீண்டுபோய்க்கொண்டிருந்தது. பேச்சிற்கு நடுவே தன் மீது பாய வந்த கோபாலன் அண்ணாச்சியின் நாயை அஸ்ரப் ஒரு தடியை எடுத்து அடித்துவிட்டார். நாய் அப்படியே ரத்தம் கொப்பளிக்க சுருண்டு விழுந்தது. கோபாலன் அண்ணாச்சி பதட்டத்துடன் நாயைத் தூக்கிக்கொண்டு காரில் புறப்பட்டார். ஆத்திரம் அடங்காத அஸ்ரப் அவர் கார் போன பிறகும் கத்திக்கொண்டேயிருந்தார்.

மூன்று வருடங்கள் அதே வீட்டில் அஸ்ரப்புடனிருந்தாள். ஒரு முறை அவளைப் புனலூரில் உள்ள தன் வீட்டிற்கே அழைத்துக் கொண்டு போனார் அஸ்ரப். வீட்டில் ஏழெட்டுப் பெண்கள் இருந்தார்கள். யாரும் அவள் யாரென கேட்டுக்கொள்ளவில்லை. எலுமிச்சை டீ கொண்டுவந்த சமையற்காரப் பெண் மட்டும் அவளை முறைத்தபடி போனாள். அஸ்ரப்பின் மனைவி மிக அழகானவளாகயிருந்தாள். இரண்டு பெண் பிள்ளைகளும் ஒரு பையனுமிருந்தார்கள். அஸ்ரப்பின் மனைவிகூட ஒரு மரம் வெட்டு பவனின் மகள் தான் என்று சொல்லியிருந்தது நினைவிற்கு வந்தது. அந்த வீட்டில் நிற்பதற்கே கூச்சமாகயிருந்தது. விடுவிடுவென வெளியேறி காரில் ஏறி உட்கார்ந்துகொண்டாள்.

இது நடந்து சில நாட்களுக்குப் பிறகு அவளுக்கு ஒரு இரவில் காய்ச்சல் கண்டது. இரண்டு மூன்று நாட்கள் காய்ச்சல் விடவேயில்லை. சூரணப் பொடிகள் சாப்பிட்டும் காய்ச்சல் கட்டுப்படவில்லை. அவள் நாவறண்டு போனவளாகப் படுக்கையிலே கிடந்தாள். சமையல்காரப் பெண்ணும் வேலைக்கு

வராமல் போயிருந்தாள். காய்ச்சல் முற்றிக்கொண்டிருந்தது. ஒரு இரவீல் அஸ்ரப் அவளிடம் மருத்துவமனைக்குப் போய்க் காட்டிவிட்டு வரலாமா என்று கேட்டார். அவர்கள் புனலூருக்குப் புறப்பட்டார்கள், பொது மருத்துவமனையில் ஒரு வாரம் அவள் அனுமதிக்கப்பட்டிருந்தாள். மெல்ல அவளது காய்ச்சல் விடுவதும் விலகுவதுமாகயிருந்தது. ஒரு இரவில் மருத்துவமனைக்கு வந்த அஸ்ரப் தயக்கமான குரலில் சொன்னார்,

“கோபாலன் அண்ணாச்சி வீட்டுக்குப் போய் நீ இருந்து கொள்ள முடியுமா?”

அவள் புரியாமல் கேட்டாள்,

“வீட்டிலே ஏதாச்சும் பிரச்சனையா?”

“அதெல்லாமில்லை. ஆனா… என்னாலே இப்படி அலைஞ்சு கிட்டு இருக்க முடியாது.”

இதைக் கேட்டதும் அவள் ஆத்திரமாகிக் கேட்டாள்,

“இத்தனை நாள் எப்படி முடிஞ்சது?” அவர் நகத்தைக் கடித்தபடியே இருந்தார். பிறகு தயக்கத்துடன் அவளிடம் சொன்னார்,

“சொல்ல வேண்டாம்னு நினைச்சேன்… நீயே பேச வைச் சிட்டே. உனக்கு மேகவெட்டை நோய் வந்திருச்சு. அதான் இனிமே இங்கே இருக்க வேணாம்னு நினைக்கேன்.”

அவள் கலக்கத்துடன் சொன்னாள்,

“பிடிக்கலைன்னா போகச் சொல்லிருங்க. அதுக்காக இல்லாதது எல்லாம் சொல்லாதீங்க.”

அவர் முகத்துக்கு நேராகவே சொன்னார்,

“கெட்ட சீக்கு இது. டாக்டர்கிட்டே சொல்லியிருக்கேன், அவங்களே உன்னைத் தனி வார்டிலே சேத்து கவனிப்பாங்க. குணமா கிட்டா ஊருக்கு அனுப்பி வச்சிருவாங்க. எனக்கு ஆரியங்காவுலே வேலையிருக்குப் புறப்படுறேன்.”

அவளைப் புனலூர் மருத்துவமனையினுள் தனியே விட்டுவிட்டு அஸ்ரப் வெளியேறிப் போனார். அவளுக்குக் கத்தியழ வேண்டும் போலிருந்தது. வேண்டுமென்றே நாக்கைக் கடித்துக்கொண்டாள். பல் பட்டு நாக்கில் ரத்தம் வரும் வரைக்கும் இறுக்கமாகக் கடித்தாள். அஸ்ரப் போன பிறகு என்ன செய்வது எனத் தெரியாமல் ஜன்னலுக்கு வெளியே பார்த்துக்கொண்டிருந்தாள்.

வெயில் இல்லாத பகலில் மேகம் சப்தமில்லாமல் கடந்து போய்க்கொண்டிருப்பது தெரிந்தது. பாஷை தெரியாத ஊரில் யாருமில்லாமல் தனியே மருத்துவமனையில் சீக்காளியாகக் கிடப்பதை விடவும் செத்துப் போய்விடலாம் போலிருந்தது. அவள் அழக்கூடாது என்று உறுதியாக இருந்தாள். ஆனாலும் வேதனை அவளை நிலைகொள்ள விடாமல் செய்து கொண்டிருந்தது.

*

தனி வார்டில் ஏழெட்டுப் பெண்கள் மட்டுமே இருந்தார்கள். மருத்துவமனையிலிருந்து யாவருக்கும் நீல நிறத்தில் புடவை கொடுத்திருந்தார்கள். இரும்புக் கட்டில்கள் துருவேறியிருந்தன. காலையிலும் மாலையிலும் இரண்டு பெண் மருத்துவர்கள் அந்த வார்டிற்கு வருவார்கள். கடுகடுப்பான ஊசி போட்டுவிட்டு, வெள்ளை நிற மாத்திரைகளையும் தருவார்கள். அவளுக்கு உடம்பு வற்றிக்கொண்டே வந்தது. சாப்பிட முடியாதபடி நாக்கு உலர்ந்து போய்விட்டிருந்தது. அவளைப் போலவேயிருந்த பெண்களில் ஒருத்தி நாள் முழுவதும் ஆண்களைத் திட்டிக்கொண்டேயிருந்தாள். இன்னொரு பெண்ணோ எப்போதும் வெறும் தரையில் முழங்காலிட்டு மன்னிப்பு கேட்டபடி பிரார்த்தனை செய்து கொண்டிருந்தாள். ரத்னாவிற்கு நாகுவின் நினைவு வந்தது. அவன் ஏன் செத்துப்போனான். அவன் மட்டும் உயிரோடு இருந்தால் தான் இப்படி ஏதோ ஒரு ஊரில் வந்து சீக்காளியாகக் கிடக்க வேண்டியது வந்திராதே என்று நினைத்துக்கொண்டாள்.

மருத்துவமனையில் அவளைப் பார்ப்பதற்கு யாரும் வரவேயில்லை. எப்போதாவது ரிஜிஸ்தரில் பெயரை எழுதிக்கொள்ள வரும் பெண்ணைத் தவிர வேறு யாரும் அவளோடு பேசுவது கூடயில்லை. இரண்டு மாதங்கள் அவள் மருத்துவமனையிலே இருந்தாள். நோயின் கடுமை மட்டுப்பட்டிருந்தது. அவளை வீட்டிற்கு அனுப்பி வைப்பதற்காக ஒரு மாத காலத்திற்கு மாத்திரையும் மருந்துப் புட்டிகளும் தந்தார்கள். அவள் விரும்பினால் தங்கிக்கொள்ளலாம் என்று தேவமாதா கருணை இல்லத்தின் முகவரியையும் தந்தார்கள். மருத்துவமனையை விட்டு வந்த ரத்னா மெதுவாக வெயிலில் நடந்து சாலைக்கு வந்தாள். கையிலிருந்த மாத்திரைகளையும் மருந்துப் புட்டியையும் அருகாமையிலிருந்த குப்பைத் தொட்டியில் தூக்கி வீசினாள். மெதுவாக நடந்து ரயில் நிலையத்திற்குப் போய்ச் சேர்ந்தாள். ஊருக்குப் போவதற்கு இரவு தான் ரயிலிருந்தது. அவள் ரயில்வே ஸ்டேஷன் சிமெண்ட் பெஞ்சில் படுத்துக்கிடந்தாள். வெயில் அவள் முதுகில் ஏறி ஊர்ந்து கொண்டிருந்தது. காற்றின் குளிர்ச்சியும் அசதியுமாக

அவள் தன்னறியாமல் உறங்கினாள். விழித்துப்பார்த்தபோது பின்னிரவாகியிருந்தது. ர்யில் நிலையத்தில் யாருமேயில்லை. இனி எங்கே போவது என்று தெரியாதபடி ரயில் நிலையத்தை விட்டு வெளியே வந்தாள். சாலையில் வெளிச்சமில்லை. அவள் பசியோடு சாப்பிடுவதற்கான கடையைத் தேடிக்கொண்டிருந்தாள். நகரமே உறங்கிக் கொண்டிருந்தது. ஏதாவது குப்பையில் கிடந்தால்கூட எடுத்துச் சாப்பிட்டுவிடலாம் போலிருந்தது. சாலையோரத்தில் தேங்கிக் கிடந்த குப்பையில் ஏறிக் கிளறினாள். பாதி வாழைப்பழங்களும் ஒன்றிரண்டு பிழிந்த ஆரஞ்சுப் பழத்தோல்களும் கிடைத்தன், அவள் வாழைப்பழத்தைத் தோலோடு சாப்பிட்டாள். தண்ணீர் குடிப்பதற்காகத் தெருக்குழாயைத் திருகியபோது தண்ணீர் பீச்சியடித்தது. அப்படியே அதன் அடியில் உட்கார்ந்து கொண்டு தலை முழுவதையும் காட்டினாள். குளிர்ந்த தண்ணீர் உடம்பெங்கும் ஓடிக்கொண்டிருந்தது. ஈர உடம்போடு தேவமாதா கருணை இல்லத்திற்குப் போவதற்கான வழியைத் தேடி அலையத் துவங்கினாள். விடிகாலையில் அவள் போய் சேர்ந்தபோது கருணை இல்லத்தின் கதவுகள் திறந்திருந்தன. அவளின் மருந்துவமனை சீட்டையும் பெயரையும் குறித்துக்கொண்டு உள்ளே போகச் சொன்னார்கள். அவள் அகலமான ஓர் அறையில் நாலைந்து பெண்கள் உறங்கிக்கொண்டிருப்பதைக் கவனித்தாள். கருணை இல்லத்தில் பாசியேறி பெரிய சுற்றுச்சுவரும் நிறைய தென்னை மரங்களுமிருந்தன. அவள் தானும் ஒரு ஓரமாக உறங்கத் துவங்கினாள். மதிய நேரத்தில் பலா இலையைத் தொன்னையாகச் செய்து அதில் சுடுகஞ்சி தந்தார்கள். பகலில் அவளும் மற்ற பெண்களுடன் தேங்காயிலிருந்து நார் உரிப்பதற்குப் பழகிக்கொள்ள வேண்டும் என்றும் அவளுக்கு அதற்காகத் தனியே சம்பளம் தரப்படும் என்றும் விடுதியின் காப்பாளன் தெரிவித்தான். மூன்று மாதங்கள் அந்த இல்லத்திலே தங்கியிருந்தாள். அவளாக ஒரு நாளில் நாவிதரை வரச்சொல்லி தனது தலையை மொட்டையடித்துக் கொண்டுவிட்டாள். மற்றவர்கள் அவளது உக்கிரமான முகத் தோற்றத்தைக் கண்டு அருகில் நெருங்கிப் பேசுவதில்லை. ஒவ்வொரு இரவிலும் அவர்கள் பிரார்த்தனை செய்யும்போது ரத்னாவும் மனம் கசிய பிரார்த்தனை செய்வாள். எப்போதாவது அவளாகவே யாரும் கேட்காமல் சமையல் அறைக்குச் சென்று காய்கறிகளை வெட்டித் தருவாள். மற்ற நேரங்களில் அவள் தெருவைப் பார்த்தபடி ஜன்னலைப் பிடித்துக்கொண்டு நின்று கொண்டிருந்தாள். ஒரு வருடத்திற்குப் பிறகு அவளாக அங்கிருந்து வெளியேறிட விரும்பினாள். உடலில் முன்பு போல வலுவும் ஆரோக்கியமும் திரும்பியிருந்தன. தனக்குத் தெரிந்தவர்கள்

யாரையும் பார்க்கக் கூடாது என்று தோணியது. பின்னொரு நாள் அவள் கொல்லம் மெயிலில் தன் ஊருக்கே போய்விடலாம் என்று புறப்பட்டபோது விடுதியின் காப்பாளன் அவளிடத்தில் சம்பளக் காசையும் கொஞ்சம் வாழைப்பழங்களையும் தந்து அனுப்பினான். இரவில் ரயில் வரும் வழியெங்கும் விழித்துக்கொண்டேயிருந்தாள். தண்ணீரைப் போல ஓரிடத்தில் நில்லாமல் தான் ஏன் ஓடிக் கொண்டேயிருக்கிறோம் என்று யோசனையாகயிருந்தது. பனி மூட்டத்தில் உறங்கிக் கிடக்கும் சிறு கிராமங்களையும் ஆற்றுப் பாலத்தையும் பார்த்தபடியே வந்தாள். தனது நகரத்திற்கு ரயில் வந்தபோது இறங்கிக்கொள்ள வேண்டும் என்று ஆசையேயில்லாமல் இருந்தது. ரயில் புறப்படும் நேரம் வரை தனது இருக்கையிலே உட்கார்ந்திருந்தாள். பிறகு அவள் கீழே இறங்கி நின்று தன்னைக் கடந்து செல்லும் ரயிலைப் பார்த்தபடியே இருந்தாள். கைதட்டி ரயிலை நிறுத்திவிட வேண்டும் போலிருந்தது. இந்த ரயில் நிலையத்திலும் பனி மெதுவாக இறங்கிக்கொண்டிருந்தது. அவள் தனது கைகளை உரசிக்கொண்டே ஒரு பெஞ்சில் உட்கார்ந்து கொண்டாள்.

*

யாரோ தன்னை அழைக்கும் சப்தம் கேட்டது. அறையின் கதவைத் திறந்து ரத்னா பார்த்தபோது ஒரு சிறுவன் நின்று கொண்டிருந்தான். அவனது கையில் வாலை இழையும் டிபன் கேரியரும் இருந்தன. அவள் சிரித்தபடியே "இவ்வளவு சாப் பாட்டை யாரு சாப்பிடுறது" என்று கேட்டாள். ஜெயராணியக்காவும் சாப்பிட வருவார்கள் என்றபடி உள்ளே கொண்டுபோய் வைத்துவிட்டுத் தன்னை ஒரு முறை கண்ணாடியில் பார்த்துக் கொண்டான். அவனைப் பார்க்கும்போது ஒரு சாடையில் திருமாலைப் போலவேயிருந்தான். திருமால் இந்நேரம் படித்து முடித்திருப்பான். ஏதாவது வேலைக்குப் போயிருப்பானா, என்ன செய்து கொண்டிருப்பான், அவளைத் தேடியிருப்பானா? அவளாக யோசித்துக்கொண்டிருந்தாள். உடனே அவனைப் பார்க்க வேண்டும் போலிருந்தது. ஜெயராணியிடம் கேட்டால் அவனைப் பற்றித் தெரியும் என சுயசமாதானம் செய்து கொண்டவளாகக் கதவைத் திறந்து வைத்து நின்றுகொண்டாள். ஏதோவொரு அறையிலிருந்து பெண்ணின் சிரிப்புக் குரல் கேட்டது. ரத்னா திரும்பிப் பார்த்தாள். அந்த சிரிப்புச் சப்தம் அடங்காமல் கேட்டுக்கொண்டிருந்தது அவளால் சகிக்க முடியாமலிருந்தது. சட்டென அறைக் கதவைச் சாத்திக்கொண்டு படுக்கையில் விழுந்தாள். சிரிப்புச் சப்தம் அப்போதும் கதவிடுக்கு வழியாக அறைக்குள் ஊர்ந்து வந்து கொண்டுதானிருந்தது.

93

தோமர் சீனிவாசனிடமிருந்து வாசிப்பதற்காக இன்னமும் சில புத்தகங்களைத் திருமால் வாங்கிக்கொண்டு வந்திருந்தான். அந்தத் தமிழ் வாசகங்கள் படிப்பதற்கே சிரமமாகயிருந்தன. பரிச்சயமில்லாத வார்த்தைகள், பிரயோகங்கள். அவன் வகுப்பறைக்குச் செல்லாமல் படுக்கையில் கிடந்தபடியே அந்தப் புத்தகங்களைப் படித்துக் கொண்டிருந்தான். தன்னைச் சுற்றிய உலகத்தின் இயக்கம் யாவும் புரிந்துவிட்டது போலிருந்தது. உலகைக் குலுக்கிய இருபது நாட்கள் புத்தகம் படித்த இரவில் கனவில் கூட வேற்று முகங்களே வந்து கொண்டிருந்தன. பவுல் அவனைப் பரிகாசம் செய்தபடியே எப்படியிருக்கிறது இயங்கியல்வாதம் என்று சிரித்தான். இருவரும் அறையில் இரவெல்லாம் பேசிக்கொண்டேயிருந்தார்கள். ஞாயிற்றுக் கிழமை பிரார்த்தனையின் போது கூட திருமால் கவனம் முழுவதும் வேறு எங்கோ நிலையூன்றியிருந்தது. சபை முடிந்து வெளியே வரும்போது பாதர் இன்னாசி அவனைத் தனியே அழைத்துக்கொண்டு போய்க் கேட்டார்,

“சமீபமாக விடுதியிலிருந்து சில மாணவர்கள் ஒருவரை ரகசியமாகச் சந்தித்து வருவதாகக் கேள்விப்பட்டேன். அவர் யார் என உனக்குத் தெரியுமா?”

திருமால் தெரியாது என்று சொன்னான். பாதிரி தனது அங்கியிலிருந்து ரேடிக்கல் ரிவ்யூ இதழ் ஒன்றை எடுத்துக் காட்டி இந்த இதழ் விடுதியில்தான் கிடந்தது என்று சொன்னார். அவன் பதில் சொல்லாமலிருந்தான். மெதுவாக அவர் அவனது தோளைத் தட்டிக்கொண்டு பவுல் மீது தான் சந்தேகப்படுவதாகச் சொன்னார். திருமால் அவர் கூடவே விடுதி வரையில் நடந்து வந்தான். அறைக் குத் திரும்பியதும் தனது புத்தகங்களைக் கட்டிலின் அடியில் ஒளித்து வைத்தான். விடுதியில் இருந்த எந்தக் கதவிற்கும் தாழ்ப்

பாள் கிடையாது. மேலும் பாத்ரூம் சுவரில் பாதிவரை கறுப்பு பெயிண்ட் அடித்து வைத்திருப்பார்கள். இரவில் பவுல் வந்தவுடன் எச்சரிக்கை செய்ய வேண்டும் என நினைத்துக்கொண்டிருந்தான். மாலையில் சங்கீதப் பயிற்சியிருந்தது. கிதாரை எடுத்துக்கொண்டு பயிற்சியரங்கத்திற்குப் போன போது இருவர் முன்னதாக வந்து வயலின் வாசித்துக்கொண்டிருந்தார்கள். இரவு வெகு நேரம் சங்கீதப் பயிற்சி செய்து கொண்டிருந்தான்.

மறுநாள் காலை தத்துவ வகுப்பின்போது திருமாலை அழைப்பதாக ப்யூன் வந்து சொல்லியபோது முதல்வரின் அறையில் பவுல் நின்றிருந்தான். அருகில் இருந்த மேஜையில் திருமால் ஒளித்து வைத்திருந்த புத்தகங்கள் இருந்தன. இன்னாசி பாதிரியார் கடுமையான குரலில் பவுலை எச்சரிக்கை செய்து கொண்டிருந்தார். பவுல் தான் படிப்பதற்காக வாங்கியவை என அலட்சியமாகச் சொல்லிக் கொண்டிருந்தான். திருமாலிடம் இந்தப் புத்தகங்களை பவுல் வாசித்துக்கொண்டிருப்பதை அவன் பார்த்திருக்கிறானா என்று கேட்டார். திருமால் இல்லை என்று சொன்னான். அவனை வெளியே அனுப்பிவிட்டு உள்ளே விசாரணை நடந்து கொண்டிருந்தது. அவன் வகுப்பு முடிந்து திரும்பி வருவதற்குள் கல்லூரியில்லிருந்து பவுல் வெளியேற்றப்பட்டிருந்தான். விடுதியிலிருந்த அவனது உடைகள், பொருட்கள் யாவும் வெளியே எடுத்துப் போடப்பட்டிருந்தன. திருமாலின் அறைக்கு பெலிக்ஸ் என்ற இளம் துறவி ஒருவரைச் சேர்த்திருந்தார்கள். அவனுக்கு உடனே பவுலைப் பார்க்க வேண்டும் போலிருந்தது. ஆனால் பவுல் மதியமே புறப் பட்டுப் போயிருப்பதாகச் சொன்னார்கள். அறையில் படுத்தபடியே எதற்காகத் தன்னைக் காட்டிக்கொடுக்காமல் பவுல் வெளியேறிப் போய்விட்டான் என்று யோசித்துக்கொண்டிருந்தான். விடுதியின் அறையில் அன்று உறக்கம் பிடிக்கவேயில்லை. நெடுநேரம் புரண்டு படுத்துக்கொண்டிருந்தான். இயேசுவோடு நெருக்கமாகயிருந்த மீனவர்கள் நினைவிற்கு வந்தார்கள். ஒரு மீனவனைப் போல முழுமைய்ாகத் தன்னை ஒப்புக்கொடுக்க முடியாமல் போய் விட்டதோ என்று யோசித்தான்.

இரண்டு நாட்களுக்குப் பிறகு லயோனல் சார் கடிதம் எழுதியிருந்தார். பவுல் போன்றவர்கள் வெளியேற்றப்பட வேண்டியவர்களில்லை, மாறாக விவாதிக்கப்பட வேண்டியவர்கள். அவர்களிடம் கூட நாம் அன்பு காட்ட முடியாமல் போகும்போது எப்படி சகலருக்குமான அன்பை உண்டாக்கிவிட முடியும் என்று கேட்டிருந்தார். பவுலைப் பார்ப்பதற்காகவே இரண்டு நாள் விடுப்பு

எடுத்துக்கொண்டு செல்லலாம் போலிருந்தது. விடுப்புக் கடிதம் தந்துவிட்டு இரவில் அவன் மலையை விட்டு நகரம் நோக்கி வந்து கொண்டிருந்தான். பவுலின் சருகணி கிராமத்திற்கு இரவில் போய் சேர முடியாது. லயோனல் சாரின் வீட்டில் தங்கியிருந்துவிட்டு காலையில் முதல் பஸ்ஸைப் பிடித்து ஊர் போய்ச் சேரலாம் என நினைத்துக்கொண்டே மலையைப் பார்த்துக்கொண்டிருந்தான். மலையிலிருந்த பாறைகள் தொலைவிற்கு வந்ததும் அரும்பிய பூக்களைப் போல துருத்திக்கொண்டு தெரிந்தன. அவன் மலையின் காற்றை ஆழ்ந்து சுவாசித்துக்கொண்டான். நகரம் வந்து சேர்வதற்கு இரண்டு மணிக்கு மேலாக நேரமிருந்தது.

*

பின் இரவிலும் லயோனல் சார் படித்துக்கொண்டிருந்தார். மேஜை விளக்கின் வெளிச்சத்தில் அமர்ந்து கொண்டு ஆத்ம விசாரம் என்ற நூலை வாசித்துக்கொண்டிருந்தார். அழைப்பு மணியின் ஓசையைக் கேட்டுக் கதவைத் திறந்த டீச்சர் அவனை ஆச்சரியத்துடன் பார்த்தபடி உள்ளே வரச் சொன்னாள். லயோனல் சார் புத்தகத்தை மேஜை மீது கவிழ்த்தி வைத்துவிட்டு வெளியே வந்தார். அவரது மகன்கள் இருவரும் உறங்கியிருந்தார்கள். டீச்சர் விடைத் தாள்களைத் திருத்திக்கொண்டிருந்தாள். லயோனல் சார் அவனை தனது அறைக்குள் கூட்டிச்சென்றார். மேஜை விளக்கு எரிந்து கொண்டிருந்த்து. அவன் மர நாற்காலியில் உட்கார்ந்து கொண்டான். லயோனல் சார் மெலிதான புன்னகையுடன் கடிதம் கிடைத்ததா என்று கேட்டார். தனது சட்டைப் பையிலிருந்த கடிதத்தை எடுத்துக் காட்டினான். அவர் கவலை தோய்ந்த முகத்துடன் கேட்டார்,

“பவுலைத் தற்காலிமாக விலக்கியிருக்கிறார்களா? அல்லது நீக்கி விட்டார்களா?”

அவன் பெருமூச்சிட்டவாறே சொன்னான்,

“நீக்கிவிட்டார்கள்.”

இருவரும் ஒருவரையொருவர் பார்த்துக்கொள்ளாமல் தலை கவிழ்ந்திருந்தார்கள். திருமால் ஆத்ம விசாரம் புத்தகத்தையே பார்த்துக்கொண்டிருந்தான். லயோனல் அதைக் கையில் எடுத்துக் கொண்டவராக பென்சிலால் கோடு போடப்பட்டிருந்த இரண்டு வரிகளை வாசித்துக் காட்டினார்.

“ஒருவர் மற்றவரை எவ்வளவு நேசிக்கிறார்கள் என்று வரையறுக்க முடியுமா என்ன?” அவராகவே இந்த கேள்வியைக்

கேட்டு விட்டுக் கண்களை மூடிக்கொண்டார். திருமால் காலையில் பவுலைப் பார்ப்பதற்காக அவனது ஊருக்குப்போக இருப்பதாகச் சொன்னான். அவர் மௌனமாகத் தலையசைத்தபடியே தனக்கு விருப்பமான இசைத்தட்டு ஒன்றை ரிக்கார்டரில் சுழலவிட்டார். நீர் ஊற்று பொங்குவது போல வயலின் இசை அறையெங்கும் பொங்கத் துவங்கியது. இசை முடியும்போது டீச்சர் சாய்வு நாற்காலியிலே உறங்கியிருந்தாள். லயோனலும் திருமாலும் மாடிக்குச் சென்றார்கள். நட்சத்திரங்கள் அற்ற வானமாக இருந்தது. நெடு நேரம் அவர்கள் இருளைப் பார்த்தபடியே இருந்தார்கள். லயோனல் உறங்கப் போவதற்காக அழைத்தபோது இருவரின் உடலிலும் ஈரம் படிந்தது போல பனி அப்பியிருந்தது.

94

வசந்தா வீடு திரும்பியிருந்தாள். இரண்டு மாதங்கள் கடந்து போய்விட்டபோதும் அவளை அழைத்துக்கொண்டு போவதற்காக யாரும் வரவேயில்லை. மல்லிகா எதைக் கேட்டபோதும் வசந்தா பதில் சொல்லாமலே இருந்தாள். வசந்தாவின் மாமா சேதுவைப் பார்த்து வருவதற்காகப் புறப்பட்டுப் போவதாகச் சொல்லிய நாளில் அவனைத் திரும்ப அழைத்துக்கொண்டு வந்தால் தான் கிணற்றில் விழுந்து செத்துவிடுவதாகக் கத்தினாள் வசந்தா. வீட்டிலிருந்தவர்கள் அவளை என்ன செய்வது என்று தெரியாமல் பார்த்துக்கொண்டிருந்தார்கள். எதற்காக அன்று செத்துப் பிழைத் துக்கொண்டோம் என்று நினைத்துக்கொண்டே படுக்கையில் கிடப்பாள் வசந்தா. கண்களை மூடிக்கொண்டால் எங்கிருந்தோ பறவைகளின் கூட்டமொன்று சிறகடித்தபடியே மிதந்து கொண்டிருப்பது போலிருக்கும். அப்பறவைகள் கை தொடும் தூரத்தில் இருப்பது போல தெரியும். நாளுக்கு நாள் அந்தப் பறவைகளின் எண்ணிக்கை கூடிக்கொண்டேயிருந்தது. சில நேரங்களில் அவள் தன் உடலில் அப்பறவைகள் பறந்து அலைவதைப் போல நடுங்கிக் கொள்வாள். பறவைகள் அவளது குருதியினுள் பறந்து கொண்டிருந்தன. கண்களைத் திறந்து வைத்துவிட்டால் அவை ஒரு நிமிஷத் திற்குள் காணாமல் போய்விடுகின்றன. எப்போதும் தன் கண்களை மூடியபடியே பறவைகளின் சிறகடிப்பு ஒலியைக் கேட்டுக்கொண்டிருந்தாள். மல்லிகாவிற்குப் பயமாகயிருந்தது. அவள் வசந்தா கண்ணை மூடிக்கொண்டிருப்பதைக் கண்டாலே கோபத்துடன் அருகில் வந்து தலையில் அடிப்பாள். வசந்தாவிற்கு அப்படியே இருக்க வேண்டும் போலிருந்தது. உடற்சூடு அதிகமாகிவிட்ட தால்தான் அவள் வெறித்துக்கொண்டிருக்கிறாள் என்று தலையில் குளிர்ச்சிக்காகப் பத்து போட்டார்கள். எண்ணெய் வழியும் கண்களுடன் அவள் பறவைகளைப் பார்த்தபடியே இருந்தாள். மனம் கட்டுக்கடங்காமல் கொதித்துக்கொண்டிருந்தது.

*

வசந்தா கோவித்துக்கொண்டு போன மறுநாளிலிருந்து கிட்ணாவின் செயல்கள் யாவும் மூர்க்கமேறி விட்டிருந்தன. சங்கு கடைக்கோ வீட்டிற்கோ வர மறுத்தவனாக ஊர் மடத்திலே கிடந்தான். ஊரிலிருந்தவர்கள் பலருக்கும் சங்குவின் மீது வருத்தமாகயிருந்தது. அவனை சமாதானம் செய்து வீட்டிற்கு யார் கூட்டிப் போவது என்று தயங்கிக்கொண்டிருந்தார்கள். கிட்ணா பிடிவாதமாகயிருந்தாள். சேது ஹோட்டலை மூடிவிட்டு உள்ளேயே படுத்துக் கிடந்தான். அவனுக்கும் வீட்டிற்குப் போகத் தயக்கமாகயிருந்தது. நாள் முழுவதும் சங்கு கரியால் தரையில் கோடு கிழித்தபடியே குத்துக் காலிட்டு உட்கார்ந்திருந்தான். அவன் கண்கள் ரௌத்திரமேறியிருந்தன. கிட்ணா ஹோட்டலுக்கு வந்து கதவைத் தட்டியபோதும் சேது திறக்கவேயில்லை. அவள் ஆவேசமாக எது எதையோ கத்தினாள். மூன்றாம் நாளின் இரவில் சேது எழுந்து மடத்தை நோக்கி வந்தான். சங்கு படுத்துக்கொண்டு கால் மீது கால் போட்டபடி யோசனையிலிருந்தான். சேது அவன் கால்கள் இரண்டையும் பிடித்துக்கொண்டு சொன்னான்,

“என்னைக் கொன்னு வேணும்னாலும் போட்ருண்ணே… இப்படி அசிங்கப்படுத்தாதே. நான் தப்பு செஞ்சிட்டேன். எனக்காக நீ எதுக்குண்ணே தெருவிலே கிடக்கே.”

காலை உதறிக்கொண்டு எழுந்து கொள்ளப் பார்த்தான் சங்கு. சேது காலை விடவேயில்லை. வலுவோடு உதறியபோது சேது தள்ளிப்போய் விழுந்தான். சங்கு அவசரமாக எழுந்து மடத்தை விட்டுக் கீழே இறங்கி நின்றுகொண்டான். அப்போதும் சேது மன்னிப்பு கேட்பதற்காக நின்றுகொண்டேயிருந்தான். நெடுநேரம் இருவரும் பேசிக்கொள்ளாமல் நின்றுகொண்டிருந்தார்கள். பிறகு சங்கு விடுவிடுவென தன் வீட்டிற்கு நடந்து போனான். கதவைத் தட்டித் திறந்து உள்ளே தூங்கிக்கொண்டிருந்த கிட்ணாவை முகத் தோடு நாலைந்து முறை அறைந்தான். அவள் விக்கித்துப் போனவளாக நின்றுகொண்டிருந்தாள். திரும்பி வந்து கதவைத் தாழ்ப்பாள் போட்டுவிட்டு தனது கட்டிலில் படுத்துக்கொண்டான் சங்கு. வீட்டின் கதவு பூட்டப்பட்டிருந்தது சேதுவிற்கு ஆறுதலாகயிருந்தது. அவன் கடைச் சாவியை வாசற்படியில் வைத்துவிட்டு ஓட்டில் சொருகி வைக்கப்பட்டிருந்த யாத்திரைப் பையை உருவி எடுத்துக் கொண்டு கிளம்பினான். விடிந்ததும் கிட்ணா வாசல் கதவைத் திறந்தபோது ஹோட்டல் சாவி ஈரமேறிக் கிடந்தது. சைக்கிளில் பால் பாத்திரத்தை ஏற்றிக் கொண்டு புறப்படத் தயாராகயிருந்தான் சங்கு.

95

பவுலின் வீட்டைக் கண்டுபிடிப்பது பெரிய சிரமமாகயில்லை. சிறிய கிராமமாகயிருந்தது. தெருவில் கோழிக்குஞ்சுகள் அலைந்து கொண்டிருந்தன, காற்றில் பறக்கும் காகிதத்தைப் போல ஒரு சிறுமி ஆட்டுக்குட்டியொன்றைத் துரத்திக்கொண்டு அங்குமிங்கும் ஓடிக்கொண்டிருந்தாள். வரும் வழியில் சாலையின் அருகாமையிலே பனைகள் நிரம்பியிருந்தன. கிராமம் இயக்கமற்று சோர்ந்து கிடந்தது. பவுலின் வீடு இருந்த தெருவில் பாறையொன்று தெருவின் நடுவில் சிதைந்து கிடந்தது. பவுலின் சகோதரி வீட்டு வாசலில் உட்கார்ந்தபடியே மீன்களைச் சுத்தப்படுத்திக் கொண்டிருந்தாள். அவள் திருமாலைப் பார்த்ததும் தனது ஆடைகளைத் திருத்திக்கொண்டவளாகத் திகைப்புடன் பார்த்தாள். பவுலைப் பார்க்க வந்திருப்பதாகச் சொன்னான். அவள் உள்ளே எழுந்து போய் ஏதோ கேட்டுவிட்டு தயக்கத்துடன் உள்ளே வரச் சொன்னாள். ஒரு சிறுமி பவுல் அண்ணன் சார்லஸ் வாத்தியாரின் தோட்டத்துக் கிணற்றடியில் இருப்பதாகச் சொல்லியபடி கூப்பிட்டு வருவதாகச் சொன்னாள். தானே அவளோடு வருவதாகக் கிளம்பினான். ஆச்சரியமூட்டும் வகையில் ஊரில் மிகப் பெரிய மாதா கோவில் இருந்தது. அதன் கம்பீரமான படிகளும் சிவப்புக் கூரைகளும் வியப்பாகயிருந்தன. ஊரை விட்டு விலகியிருந்தது கிணற்றடி. பருத்து வளர்ந்திருந்த ஒரேயொரு வேம்பும் சிறிய பம்ப்செட் அறையுமிருந்தன. பவுல் பம்ப்செட்டினுள் கயிற்றுக் கட்டிலில் படுத்துக்கொண்டு எதையோ படித்துக்கொண்டிருந்தான். திரு மாலைப் பார்த்ததும் மிகுந்த சந்தோஷத்துடன் அருகில் உட்காரச் சொன்னான். இறையியல் கல்லூரியில் இல்லாத ஒரு நெருக்கம் இப்போது கூடுவதாகயிருந்தது. சிறுமி அவர்கள் இருவரையும் பார்த்துக்கொண்டிருந்தாள். ப்யூஸ் பாக்சின் மீது வைத்திருந்த சிகரெட்டுகளில் ஒன்றை எடுத்துப் புகைக்கத்

துவங்கியபடியே எப்படி லீவு கொடுத்தாங்க என்று கேட்டான். திருமால் சிரித்துக் கொண்டே தான் மிஷன் சபைக்குப் போய் வருவதாக லீவு போட்டதாகச் சொன்னான். இருவரும் சிரித்துக்கொண்டார்கள்.

தும்பைச் செடியிலிருந்து ஒரு மஞ்சள் வண்ணத்துப்பூச்சியொன்று கதவை நோக்கிப் பறந்து வந்தது. சிறுமி அதைத் துரத்திக்கொண்டு போனாள். பவுல் இனிமேல் என்ன செய்யப்போகிறான் என திருமால் கேட்டதற்குத் தனக்குத் திட்டமாகத் தெரியவில்லை. ஒரு வேளை தனது தகப்பனைப் போல இதே ஊரில் பெட்டிக்கடை ஒன்றை நடத்திக்கொண்டு வாழ்ந்து முடித்துவிட வேண்டியது தான் என்றான். பவுலின் மனம் சோர்ந்துபோயிருக்கிறது என்பது தெரிந்தது. அவனது கட்டிலின் அடியில் ஏழெட்டுப் புத்தகங்களும் ஒரு பைபிளும் கிடந்தன. பவுல் தான் வீட்டிற்குச் சாப்பிடுவதற்கு எப்போதாவது போவதைத் தவிர மற்ற நேரங்களில் இங்கேயே இருப்பதாகச் சொன்னான். திருமால் அவன் படித்துக்கொண்டிருந்த புத்தகத்தைப் புரட்டிப் பார்த்தான். லோகாயத வாதம் பற்றிய புத்தகமது. புத்தகத்தை மூடி வைத்துவிட்டு அவன் பயிற்சி வகுப்பிலிருந்து வெளியேறியதற்குத் தானே காரணம் என்று வருத்தம் தோய்ந்த குரலில் சொன்னான். பவுல் சிகரெட்டை ஆழ்ந்து புகைத்தபடியே “அப்படியெல்லாம் இல்லை, இரண்டு பேரும் வெளியேறுவதற்குப் பதிலாக ஒருவன் வெளியேறுவது நல்லதில்லையா” என்றான். திருமாலுக்கு மனச் சமாதானம் கொள்ள முடியவில்லை. பவுல் சிகரெட்டை அணைத்து வீசி எறிந்துவிட்டு கேட்டான்,

“தோழர் சீனிவாசனைப் பார்த்தாயா?”

பவுல் தலையாட்டியபடி ஊருக்கு அனுப்பவுதற்காக அவர்தான் பணம் கொடுத்தார் என்றும் அவரே தான் ஏதாவது ஒரு அமைப்பில் சேர்வதற்கு உதவவிருப்பதாகவும் சொன்னான். சிறுமி கையில் ஒரு வண்ணத்துப்பூச்சியைப் பிடித்துக்கொண்டு வந்திருந்தாள். அவளது முகத்தில் சந்தோஷம் படர்ந்திருந்தது.

“பவுலண்ணே... வண்ணத்துப்பூச்சியை நோட்டுல ஒட்டினா அப்படியே ஒட்டியிருக்குமா பறந்துருமா?”

பவுல் சிரித்துக்கொண்டே “பறக்காது, ஆனா செத்துப் போயிரும்” என்றான்.

சிறுமி கலக்கத்துடன் கையிலிருந்த வண்ணத்துப்பூச்சியை என்ன செய்வது என்று யோசித்தாள். பிறகு அவளாக முடிவு செய்தபடி

பறக்கவிட்டாள். இறகுகள் பிய்ந்து போயிருந்த வண்ணத்துப் பூச்சி தடுமாறியபடி பறந்தது. அவள் தன் கைகளில் ஒட்டியிருந்த நிறத்தை மெதுவாக முகத்தில் தடவிக்கொண்டாள். பவுல் அவளிடம் வீட்டில் என்ன சாப்பாடு என்று கேட்டான்.

"மீன் குழம்பு. உனக்கு இங்கயே கொண்டு வந்திரவா..." எனக் கேட்டாள்.

இருவரும் சாப்பிட வருவதாகச் சொல்லியனுப்பினான். சிறுமி கைகளை விரித்துக்கொண்டு சப்தமிட்டபடியே ஓடினாள்.

*

பவுல் ஆறு பேரில் ஒரு ஆணாகப் பிறந்தவன். மூத்தவள் ஜெசி, அடுத்தவள் புளோரா, மூன்றாவது பவுல். இவர்களுக்கு அடுத்து ருத், மார்த்தா, திரேசா, மூவரும் தங்கைகள். கடைசியாக இரட்டைக் குழந்தைகள் பிறந்தன. அக்குழந்தைகள் பிறந்த சில மணி நேரத்திலே இறந்துவிட்டன. அதை பவுலின் தாய் தொட்டுக் கூடப் பார்க்கவில்லை. ஜெசிதான் கையில் வாங்கினாள். ஒன்றோடு ஒன்று ஒட்டிப் பிறந்த அக்குழந்தைகள் ஈர்க்கைப் போல மிக மெலிவாகயிருந்தன. கண்கள் இருப்பதே தெரியாது. போல உள்ளோடியிருந்தன. இரண்டும் ஆண் குழந்தைகள். பவுலின் தகப்பன் அந்தக் குழந்தைகளைத் தொட்டுக்கூடப் பார்க்கவில்லை. அவை சாத்தானைக் கொண்டு பிறந்திருக்கின்றன. சாத்தானுக்குத் தான் இரட்டை நாவு ஒட்டிக்கொண்டிருக்கும் எனச் சொல்லிக்கொண்டிருந்தான். ஜெசி தன் கைகளிலே அந்தக் குழந்தைகளை அணைத்து வைத்துக்கொண்டிருந்தாள். சில மணி நேரம் அவை உலகின் வெளிச்சத்தைக் கண்டன. பிறகு நிசப்தமாக விடை பெற்றுக்கொண்டன. யாரும் அழக்கூடயில்லை.

பவுலின் தகப்பனான கிருபை பஸ் வந்து திரும்புமிடத்தில் ஒரு சிறிய பெட்டிக்கடையை வைத்திருந்தான். அந்த ஊரிலே ஒரேயொரு கடை தானிருந்தது. ஆறு பலகைகள் போட்டு இணைத்துப் பூட்டும் கடை அது. நாள் முழுவதும் கடைக்குள் நின்று கொண்டேயிருப்பான். கடைக்குத் தனது மனைவியோ குழந்தைகளோ வருவதைக் கிருபை விரும்புவதேயில்லை. விடிவதற்கு முன்பாகவே கடைச் சாவியை எடுத்துக்கொண்டு வீட்டிலிருந்து வெளியேறிவிடும் அவனது மனதில் கடையிலிருந்த கண்ணாடி ஜார்களும் கலர் பாட்டில்களும் வாழைப்பழங்களின் எண்ணிக்கை யுமே நிரம்பியிருந்தன. ஊரில் பலரும் அவன் கள்ளத் தராசு வைத்து தங்களை அதிகமாக ஏமாற்றுவதாகச்

சொல்லிக் கொண்டிருந்தார்கள். சிறுவர்கள் கொண்டுவரும் காசைப் பறித்துக்கொண்டு ஊதலோ, மிட்டாயோ கொடுத்து அனுப்பிவிடுகிறான் எனப் பெற்ற றோர்கள் சண்டையிடுவது தினமும் நடந்துகொண்டுதானிருந்தது. அதுபோன்ற நேரங்களில் கிருபை சண்டையிடுவதற்குத் தயங்குவதேயில்லை. மூர்க்கமாகக் கத்துவான். வாழைப்பழத் தோல்களை வீசி எறிவான். அவனது கொச்சையான வசையைத் தாள முடியாமல் எவரும் நின்று பேச முடிவதேயில்லை. இரவானதும் கடையை மூடிவிட்டு அரிக்கேன் விளக்கைச் சிறியதாக்கிவிட்டு கடைக்குள்ளாகவே நாணயங்களை எண்ணிக்கொண்டிருப்பான். யாரோ முணு முணுப்பதுபோல ஒரு சப்தம் நெடு நேரம் கேட்டுக்கொண்டேயிருக்கும். வீட்டிற்கு வரும்போது அழுகிப்போன வாழைப்பழங்கள், செல்லாத புலிக்காசுகள் இவைகளைத்தான் கொண்டு வருவான். அவன் யாரையும் நம்புவதேயில்லை. தன்னை எப்படியாவது ஏமாற்றிவிடுவார்கள் என சந்தேகப்பட்டுக்கொண்டேயிருந்தான். இந்த சந்தேகம் சில நேரங்களில் மூர்க்கமாகும்போது வீட்டிலிருந்த கல் உரலைக்கூடத் தூக்கி எதையாவது ஒளித்து வைத்திருக்கிறார்களா என்று தேடிப் பார்ப்பான். வீட்டில் யாருடைய வாய் அசைந்தாலும் தனது கடையிலிருந்து பொருளைத் திருடித் தின்கிறார்கள் என்று கூச்சலிடுவான். பவுலின் தாய் அது போன்ற நேரங்களில் எரிச்சல் அடைந்து கத்தும்போது அவளது புடவையை இழுத்து இடுப்பில் ஏதாவது ஒளித்து வைத்திருக்கிறாளா என்று சோதிக்கக் கூட அவன் தயங்குவதேயில்லை. ஆடைகள் நெகிழ்ந்த நிலையில் பவுலின் தாய் தன் கால்களை அகட்டிக்கொண்டு “இங்கே தேடிப் பாருடா ஈனப்பயலே” என ஏசுவாள். அவளது தாடையை இரண்டு கைகளாலும் இறுகப் பிடித்து நெறித்தபடி அவளைக் கொன்றுவிடப்போவதாகக் கிருபையும் கத்துவான். அதுபோன்ற நேரங்களில் வீட்டில் குழந்தைகள் எவரும் இருக்க மாட்டார்கள். ஒவ்வொருவராக வெளியேறிப் போய்விடுவார்கள். சண்டை இரவெல்லாம் நீளக்கூடும் என்பதால் அவர்கள் சார்லஸின் வீட்டில் படுத்துக்கொள்ளவும் கூடும். பவுலின் தகப்பன் ஒரேயொரு ஆளோடு மட்டும்தான் ஸ்நேகமாகயிருந்தான். அது அவனது தாய். வயதேறி சுருண்டு கிடக்கும் அவள் ஒரு சாக்கை மடித்துப் போட்டுத் திருகைக்கு அருகில் படுத்தே கிடக்கிறாள். நடமாட்டம் குறைந்துவிட்டபோதும் அவள் பார்வை தெளிவாகவேயிருந்தது. தனது தாடைகளை அசைத்தபடி அவள் எப்போதும் வாசலையே பார்த்துக்கொண்டிருப்பாள். பவுலின் தகப்பன் கடையை மூடிவிட்டு வரும்போது அவளுக்காக பன்ரொட்டி ஒன்றை மறைவாக ஒளித்து எடுத்து வருவான். அதைத் தனது நடுங்கும்

504 ※ நெடுங்குருதி

கைகளால் வாங்கிக்கொள்ளும் அவள் அவசரமாக சாக்கின் அடியில் ஒளித்து வைத்துக்கொள்வாள். எப்போதாவது சில்லறை காசுகளைக் கூட அவளுக்கு பவுலின் தகப்பன் கொண்டு வந்து தருவதுண்டு. ஒரு பன்ரொட்டியைப் பிய்த்துத் தின்று முடிப்பதற்கு அவளுக்கு ஒரு நாள் ஆகிவிடும்.

பவுலுக்கு இப்போதும் நன்றாக நினைவிலிருந்தது. குருத்தோலை பண்டிகை நாட்களது. பிரார்த்தனைக்காக பவுலின் அம்மாவும் சகோதரிகளும் மாதா கோவிலுக்குப் புறப்படத் தயாராகிக் கொண்டிருந்தார்கள். தான் வைத்திருந்த ஐந்து ரூபாயை யாரோ திருடிக்கொண்டுவிட்டார்கள் என்று வீட்டில் பவுலின் தகப்பன் கத்திக்கொண்டிருந்தான். பவுலின் அம்மா தலைக்கு முக்காடிட்டபடி கறுப்பு நிற பைபிளை அணைத்துக்கொண்டு பிள்ளைகளைக் கிளப்பிக்கொண்டிருந்தாள். பிரார்த்தனைக்கான தேவாலய மணி அடிக்கும் சப்தம் கேட்டது. அவசர அவசரமாக அவர்கள் வீட்டை விட்டு வெளியேறும்போது ஆத்திரம் மிகுதியான கிருபை தனது பணத்தைக் கொடுத்துவிட்டுப் போடி என வழியை மறித்தான். பவுலின் தாய் பிரார்த்தனை முடிந்து வந்து தான் தேடித் தருவதாகச் சொல்லியபடி வெளியே இறங்கி நடந்தாள். அவர்கள் பத்தடி நடப்பதற்குள் கிருபை விறகுக் கட்டை ஒன்றை எடுத்து அவள் மீது வீசினான். முதுகில் விழுந்த அடியைத் தாள முடியாமல் கையிலிருந்த பைபிளைப் புழுதியில் வீசியெறிந்தவளாக பவுலின் தாய் விழுந்தாள். பிள்ளைகள் பயத்தோடு நின்றுகொண்டிருந்தனர். வேகவேகமாக ஓடி வந்த கிருபை அவள் மீது ஏறி உட்கார்ந்து கொண்டு தலைமயிரைப் பிடித்து ஓங்கி அடிக்கத் துவங்கினான். அவள் எழுந்து கொள்ள முயற்சித்தாள். தனது முழங்காலால் அவளது அடிவயிற்றை மிதித்துக்கொண்டு பணத்தை ஒளித்து வைத்திருக்கிறாளா என்று தேடினான். அம்மாவிடமிருந்து ஒரு வார்த்தை வரவில்லை. பிள்ளைகள் தலைகவிழ்ந்தபடி நின்று கொண்டிருந்தார்கள். தேவாலயத்தில் பிரசங்கியாரின் குரல் கேட்கத் துவங்கியது.

சைக்கிளில் வந்து கொண்டிருந்த அண்ணாவி கிருபையை விலக்கிவிட்டார். அம்மா கேசம் முழுவதும் மண் அப்பிக்கொள்ள விழுந்தே கிடந்தாள். பவுலும் சகோதரிகளும் அவளைத் தூக்கிவிட முயன்றபோதும் அவள் எழுந்து கொள்ள விரும்பாதவளைப் போலக் கிடந்தாள். யாவரும் அவளருகே உட்கார்ந்து கொண்டு வேதனையுடன் பார்த்துக்கொண்டிருந்தார்கள். பவுலின் தகப்பன் தெருவில் மூர்க்கத்துடன் நடந்து போய்க்கொண்டிருந்தான்.

சபையில் சங்கீதம் பாடும் சப்தம் கேட்டது. சட்டென பவுலின் தாய் எழுந்துகொண்டாள். மண்ணிலே தனது கால்களை மண்டியிட்டுக்கொண்டு சங்கீதத்தைப் பாடத் துவங்கினாள். தேவாலயத்தைப் பார்த்தபடியே அவர்கள் ஆறு பேரும் ஜெபம் செய்தார்கள்.

சபை முடிந்து வெளியே வந்தவர்கள் தெருவில் மண்டியிட்டுத் தலை தாழ்த்தியிருக்கும் பவுலின் தாயைப் பார்த்தபடியே கடந்து போனார்கள். போதகர் வீடு திரும்பும்போது அவளருகே நின்று மெல்லிய குரலில் சொன்னார்,

“பிள்ளைகளுக்காக நீங்கள் சமாதானமாக இருக்கக் கூடாதா?”

அவள் ஆத்திரத்துடன் சொன்னாள்,

“என் கையாலே அவனை அடித்துக் கொன்று போடுவதற்கு இன்னமும் மனது வரவில்லை. அவன் செத்துப்போனால்தான் இந்தப் பிள்ளைகள் சுகப்படும்.”

போதகர் அது தவறு என்பது போல மறுத்துத் தலையசைத்து விட்டு,

“உனக்குப் பிள்ளைகளால் களிப்பும் சந்தோஷமும் உண்டாகும். எழுந்து வீட்டிற்குப் போ”

எனத் தனது கையால் அவளுக்கு ஆசீர்வாதம் செய்தார். தன் மீதிருந்த புழுதியைக்கூட துடைத்துக்கொள்ளாமல் பவுலின் தாய் பிள்ளைகளைக் கூட்டிக்கொண்டு வீடு திரும்பினாள். அவளது கோபம் கிருபையின் தாய் மீது திரும்பியது. கோழிக்குப் போடுவதற்காக வைத்திருந்த தவிட்டை அப்படியே அள்ளிக்கொண்டு போக் கிழவியின் மீது கொட்டிவிட்டு வந்தாள். கிழவி பதில் பேசவேயில்லை. கிழவி தன் கண்களை மூடிக்கொண்டு சுருண்டு கொண்டாள்.

இரவில் வீடு திரும்பிய கிருபை யார் அவள் மீது தவிட்டைக் கொட்டியது என ஓங்காரமாகக் கத்தினான். கிழவி கோழி தள்ளி விட்டதாகச் சொன்னாள். இருவரும் நெடுநேரம் ரகசியமாகப் பேசிக்கொண்டிருந்தார்கள். கிழவியால் பேச முடியாமல் இருமல் கண்டது. புளோரா அவர்கள் ரகசியம் பேசுவதையே பார்த்துக் கொண்டிருந்தவளாக அம்மாவிடம் வந்து சொன்னாள். கிருபை இருமல் ஏறிப் புடைத்துக்கொண்ட தாயின் விலா எலும்புகளை மெதுவாகத் தடவிவிட்டுக்கொண்டிருந்தான். அவள் கண்கள் தானே கசிந்து கொண்டிருந்தன. மெதுவாக அவள் தலையைப் பிடித்துக்கொண்டு ஈய டம்ளரிலிருந்து இரண்டு மடக்குத்

தண்ணீரைக் குடிக்க வைத்தான். ஈரத்தை அவளது நாக்கு தடவிக் கொண்டது. அன்றிரவு அவள் கூடவே படுத்துக்கொண்டான்.

விடிகாலையில் அவனுக்கு வயிற்றுப்போக்கு கண்டது. எழுந்து இருட்டிற்குள்ளாக நடமாடிக் கொண்டிருந்தான். கடையிலிருந்து ஓம் வாட்டரை எடுத்து வந்து தர வேண்டுமா என ஜெசியிடம் கேட்கச் சொன்னாள் பவுலின் தாய். அவன் கடைச் சாவியைத் தர முடியாது என்றவனாக இருட்டிற்குள் நின்றுகொண்டிருந்தான். விடிகாலையில் பின்வாசலைத் தாண்டும்போது அவன் கீழே விழும் சப்தம் கேட்டது. புளோராவும் ஜெசியும் அரிக்கேன் விளக்கைப் பொருத்திக்கொண்டு வந்து பார்த்தார்கள். தன் உணர்வின்றி மலம் கழித்தபடியே விழுந்து கிடந்தான் அவர்களின் தகப்பன். அவனைத் தூக்கிக்கொண்டு வந்து ஒரு பாயில் போட்டார்கள். அவன் கண்களைத் திறக்கவேயில்லை. உப்பைக் கரைத்து வந்து ஜெசி அவன் வாயில் புகட்டிக்கொண்டிருந்தாள்.

சாக்கில் சுருண்டு கிடந்த கிருபையின் அருகே அவனது தாய் மெதுவாக இடுப்பை அசைத்து அசைத்து ஊர்ந்து வந்து பார்த்தாள். அவளது நடுங்கும் கைகள் மகனின் கண்களைத் திறந்து பார்த்தன. அவள் பயத்துடன் கிருபை கிருபை எனப் பெயர் சொல்லி அழைக்க ஆரம்பித்தாள். உடலில் சலனமேயில்லை.

புளோராவிடம் மிளகாய் வத்தலை அடுப்பில் சுட்டுக்கொண்டு வரும்படியாகச் சொன்னாள். புளோரா வத்தலை நெருப்பில் காட்டிக் கொண்டுவந்தபோது கிழவி அதைக் கிருபையின் மூக்கின் அருகில் காட்டினாள். மூச்சு திணறி உடம்பு தூக்கிப்போட்டது. கண்கள் மெதுவாகத் திறந்து கொண்டன. அவன் முதன்முறையாக அழுதான். குழந்தைகள் யாவரும் அவன் படுக்கையை ஒட்டி நின்று கொண்டார்கள். அவன் கண்களை மூடிக்கொண்டான். கிழவியின் நடுங்கும் கைகள் மகனுக்காக ஜெபம் செய்தன.

பிள்ளைகளும் தகப்பனுக்காகப் பிரார்த்தனை செய்தார்கள். இவை யாவும் நடக்கும்போதும் பவுலின் தாய் படுத்தபடி அமைதியாகப் பார்த்துக்கொண்டிருந்தாள். விடிகாலையில் அவர்கள் பிரார்த்தனை பலனில்லாமல் இறந்து போனான்.

கல்லறைத் தோட்டத்தில் புதைத்துவிட்டு வீடு திரும்பும் வரையில் பவுலின் தாய் அழவேயில்லை. சில நாட்களுக்குப் பிறகு கிழவி பவுலின் தாயை அழைத்து தன்னைத் தூக்கி வேறு சாக்கில் படுக்க வைக்கும்படி சொன்னாள். விருப்பமின்றி வேறு சாக்கை விரித்துப் போட்ட அவளிடம் தனது சாக்கை உதறிப் பார்க்கும் படியாகச் சொன்னாள் கிழவி.

அதிலிருந்து பணமும் சில்லறை நாணயங்களும் கொட்டின. அவளால் நம்ப முடியாதபடி அவ்வளவு நாணயங்கள் தரையெங்கும் சிதறியிருந்தன. வீட்டிற்குத் தேவையான சாமான்கள் வாங்க அதை வைத்துக்கொள்ளும்படியாகச் சொன்னாள்.

பவுலின் தாய் ஆவேசத்துடன் பணத்தையும் நாணயங்களையும் பொறுக்கினாள். இருநூறு ரூபாய்க்கும் மேலாகயிருந்தது.

இந்தப் பணத்தை வைத்துக்கொண்டு அதே பெட்டிக்கடையைத் திறந்துவிடலாம் என பவுலின் அம்மா சொன்னதும் கிழவி தனது மகனைத் தவிர வேறு யாரும் அக்கடையின் சாவியைத் தொடு வதைத் தன்னால் பார்த்துக்கொண்டிருக்க முடியாது, வேண்டுமானால் ஒரு பசுவை வாங்கிப் பிழைத்துக்கொள்ள வேண்டியதுதான் என்றாள். அன்று மாலையில் பவுலின் தாய் மார்த்தாவை ஏணியைப் போட்டு ஏறச் சொல்லி புகைபோக்கியின் அடியில் கையை விட்டுத் தேடச் சொன்னாள். சிறிய துணியில் நாணயங்கள் முடிச்சிடப்பட்டு தூக்கி எறியப்பட்டுக் கிடந்தன. இது போல அரிக்கேன் விளக்கின் மண்ணெண்ணெய்க்குள் நாணயங்கள் கிடந்தன. மண் கலயத்திலும் கோழி அடைகாக்கும் ஓட்டிலுமாகப் பணமும் நாணயமும் வந்து கொண்டிருந்தன. பிள்ளைகள் யாவரும் ஆச்சரியத்துடன் அம்மாவைப் பார்த்துக் கொண்டிருந்தார்கள்.

தன்னிடமிருந்த எல்லாப் பணத்தையும் அவள் ஒன்று சேர்த்து இரவில் எண்ணினாள். இத்தனை நாட்கள் பவுலின் தகப்பன் கண்ணில் படாமல் ஒளித்து வைத்திருந்த பணம் முழுவதையும் எடுத்துக்கொண்டு சந்தைக்குப் புறப்பட்டாள். வீடு திரும்பும்போது கருத்த பசு ஒன்றும் நான்கைந்து தாராக் கோழிகளும் வாங்கி வந்திருந்தாள். கருத்த பசுவின் பால் குத்துச் சட்டியை நிரப்பி, உலைமூடிகள், டம்ளர்களில் நிரம்பியது. வீடெங்கும் பால் வாடை வந்து கொண்டேயிருந்தது. கிழவி பச்சைப்பாலைக் குடிக்கத் துவங்கினாள். நாற்பது நாட்களுக்குப் பிறகு பவுலின் பாட்டி எழுந்து நடமாடத் துவங்கினாள். வீட்டில் அவளது குரல் ஓங்கிக் கேட்கத் துவங்கியது. அவளும் பவுலின் தாயும் எப்போதும் ரகசியம் போல எதையாவது பேசிக்கொண்டேயிருந்தார்கள்.

பண்டிகை நாள் வந்தபோது பவுலின் தாய் பிள்ளைகளுக்குப் புது உடுப்பு அணிவித்துக் காணிக்கைக் காசுகள் அள்ளித் தந்தபடியே மாதா கோவிலுக்குப் போனபோது முதல் முறையாகத் தனது பெயரைச் சொல்லிக் காணிக்கை அளித்தாள். அவளது

பெயர் பெட்ரஸ் தங்கபுஷ்பம் என்பது சபையிலிருந்தவர்களுக்கு அன்றுதான் முதன் முறையாகத் தெரிந்தது.

*

திருமாலுக்கு ஆச்சரியமாகயிருந்தது. பகல் முழுவதும் தனது கடந்த காலத்தைப் பற்றி பவுல் பேசிக்கொண்டிருந்தபோது யாவும் தன் கண் முன்பாக நடந்தேறியது போலவேயிருந்தது. பவுலின் தகப்பன் மீது ஏனோ வாஞ்சையாக இருந்தது. பவுலுக்கும் தன்னைப் போலவே தோன்றியிருக்கக்கூடும். ஆனால் அதை அவன் வெளிக்காட்டிக்கொள்ளவில்லை. மாலையில் இருவரும் தகப்பனின் மூடிக் கிடந்த பெட்டிக்கடையின் அருகே நின்று அதைப் பார்த்துக்கொண்டிருந்தார்கள். கடையின் சாவியை அவனது பாட்டி இறந்தபோது சவப்பெட்டியினுள் வைத்துப் புதைத்துவிட்டதாக பவுல் சொன்னான். கல்லறைத் தோட்டத்திற்குப் போன போது சிறிய மரச் சிலுவை நடப்பட்டு கிருபைதாசின் பெயர் பொறிக்கப்பட்டிருந்தது. இருவரும் ஒரு நிமிடம் அவருக்காகப் பிரார்த்தனை செய்துகொண்டார்கள்.

பவுலின் சகோதரிகளில் இருவர் பள்ளி ஆசிரியையாக வேலை பார்த்துக்கொண்டிருந்தார்கள். மூவருக்கு மணமாகியிருந்தது. பவுலின் தாய் பெரிய கண்ணாடி அணிந்தபடி சமையல் அறையில் வேலை செய்துகொண்டிருந்தாள். கடந்த காலத்தின் சிறு சுவடு கூட அவளிடத்தில் இல்லை. அவள் திருமாலைப் பார்த்தபோது தங்களுக்கு உறவினராக உள்ள ஒருவரின் நினைவு வருவதாகச் சொன்னாள்.

அன்றிரவில் பவுல் அவனையும் கிணற்றடிக்குத் தங்குவதற்குக் கூட்டிக்கொண்டு போனான். கிணற்றில் தண்ணீர் கசியும் சப்தம் மெதுவாகக் கேட்டுக்கொண்டிருந்தது. ஆள் நடமாட்டமேயில்லை. விளக்கு வெளிச்சத்திற்கு நூற்றுக்கணக்கான பூச்சிகள் வந்து கொண்டிருந்தன. அவன் சிகரெட் பிடித்தபடியே சொன்னான்,

“எனக்கும் அம்மாவிற்கும்தான் சண்டை. அவளுக்காகத்தான் நான் போதகராவதற்குப் பயிற்சி எடுக்கச் சம்மதித்தேன்.”

திருமாலுக்கு அப்படித்தானிருக்க வேண்டும் என்று வீட்டைப் பார்த்தபோதே தெரிந்தது.

வீட்டிற்குப் போய் இருக்க வேண்டுமென்றாலே மனதில் கடந்த காலத்தின் நிகழ்ச்சிகள் ஊறத் துவங்கிவிடுகின்றன. படுக்கையில் உறங்க முடியவில்லை. சண்டையும் சச்சரவும் கனவில் கூட திரும்பத் திரும்ப வந்து கொண்டிருக்கின்றன. அதற்குப் பயந்தே இங்கே வந்துவிடுகிறேன் என்றான் பவுல்.

திருமால் தன்னைப் பற்றி ஏதாவது பேசக்கூடும் என்பது போல அவனையே பார்த்துக் கொண்டிருந்தான் பவுல். ஆனால் திருமால் தனக்குக் கடந்த காலமேயில்லை என்பது போல அமைதியாகயிருந்தான். இரவில் இருவரும் நெடுநேரம் பேசிக்கொண்டிருந்தார்கள். மறுநாள் திருமால் ஊருக்குப் புறப்பட்டபோது பவுல் ஏதோ யோசனை செய்தவனைப் போலச் சொன்னான்,

“நீ தோழர் சீனிவாசனை இனிமேல் பார்க்க வேண்டாம்.”

திருமால் எதையோ கேட்க விரும்பியவன் போல பேச எத்தனித்து சட்டென அமைதியாகிக் கொண்டான். இறையியல் கல்லூரிக்குத் திரும்பிய பிறகும் பவுலின் தகப்பன் நினைவில் வந்து கொண்டேயிருந்தான்.

ஒன்றிரண்டு நாட்களுக்குள் திருமாலுக்கு வகுப்பிற்குத் தொடர்ந்து போவது குற்ற உணர்ச்சியூட்டுவதாகயிருந்தது. ஒரு காலையில் அவன் இறையியல் கல்லூரி முதல்வரிடம் தான் போதகர் பயிற்சியிலிருந்து விலகிக்கொள்ள விரும்புவதாகத் தெரிவித்தான். அவர் காரணம் கேட்டும், சமாதானம் செய்து பார்த்தபோதும் அவன் ஏற்றுக்கொள்ள மனமற்றவனாகக் கல்லூரியிலிருந்த தனது உடமைகளை எடுத்துக்கொண்டு புறப்பட்டான். ஊருக்குக் கிளம்புவதற்குள் தோழர் சீனிவாசனைப் பார்க்க வேண்டும் போலிருந்தது. அவரைத் தேடி மரக்கடைக்குப் போனபோது அவர் இன்னொரு மையத்திற்கு மாறிப்போய்விட்டார் என்றார்கள். திருமால் நீண்ட நாட்களுக்குப் பிறகு முதன்முறையாக எங்கே போவது என யோசித்துக்கொண்டிருந்தான். பல வருட காலம் விடுதியிலே தங்கியிருந்தாகிவிட்டது. இனி என்ன செய்வது? எங்கே தங்குவது? மலையை விட்டுக் கீழே இறங்கி வரும் வரை யோசனையே இல்லாமலிருந்தது. நகரத்திற்கு வந்து இறங்கியதும் லயோனல் சாருக்கும் பவுலுக்கும் எழுதி வைத்திருந்த கடிதங்களைத் தபால் பெட்டியில் போட்டுவிட்டு தெருவில் நடந்து போகத் துவங்கினான். நகரம் வெளிச்சத்தில் மினுங்கிக் கொண்டிருந்தது.

96

ரத்னாவதி ஜெயராணியுடன் சேர்ந்து கொண்டு வசூலான பணத்தை எண்ணிக்கொண்டிருந்தாள். ஐந்தும் பத்துமாக நிறைய பணமிருந்தது. ஜெயராணி எண்ணிய பணத்தை ஒரு நோட்டில் குறித்துக்கொண்டு வந்தாள். படுக்கை முழுவதும் கொட்டிக் கிடந்த பணத்தைப் பார்க்கும்போது விருப்பமற்றேயிருந்தது. அவள் பூக் கட்டுவது போல விரலால் கிள்ளிப் பணத்தை எடுத்து எண்ணினாள். ஜெயராணி வீட்டிற்குப் போவதற்காக ஆயுத்தமானபோது அவளது கணவன் வந்திருந்தான். அவன் கதவைப் பிடித்தபடியே தான் கொண்டுவந்திருந்த வட்டிப் பணத்தையும் எண்ணி அவளிடம் தந்தான். ஜெயராணி வீட்டிற்குப் புறப்படும்போது அவளிடம் கேட்டாள், "தனியா இருந்துக்கிடுவயா?"

இதைக் கேட்டதும் ரத்னாவிற்குச் சிரிப்பாக வந்தது. அவள் இரண்டாவது ஆட்டம் சினிமா பார்க்கப் போவதாகச் சொன்னாள். லாட்ஜிலிருந்த சிறுவனைத் துணைக்கு அழைத்துக் கொண்டு போகும்படியாகச் சொல்லிவிட்டு தனது காரில் ஏறிக்கொண்டாள். தாயும் மகனும் போல் அந்தச் சிறுவனுடன் வழிநெடுகிலும் பேசிக் கொண்டே நடந்தாள் ரத்னா. பின்னிரவில் அவர்கள் திரும்பிய போது சிறுவன் தூக்கக் கலக்கத்துடன் அறை வாசல் வரை வந்து விட்டுப் போனான். அறைக்குள் நுழைந்து கதவைச் சாத்தியதும் ஏதோவொரு வெறுமை முகத்தில் அறைவது போலிருந்தது. படுக்கையில் இருந்தபடியே சுற்றிக்கொண்டிருந்த ஃபேனைப் பார்த்துக்கொண்டிருந்தாள். இப்படியே செத்துப்போய்விட்டால் என்ன? லாட்ஜில் செத்துப்போனவர்கள் எத்தனையோ பேர் இருக்கத்தானே செய்கிறார்கள். இனி தனது வாழ்வில் என்ன மீதமிருக்கிறது. சந்தோஷமாகயிருக்கும்போதே செத்துவிடுவது நல்லதுதானே. சாவைப் பற்றி நினைக்க நினைக்க அவள் கண்கள்

எங்காவது கம்பி தென்படுகிறதா என்று தேடின. ஃபேனில் தொங்கிச் சாக முடியாது. சாவதற்குப் பயந்து எங்கும் உயரத்தில் கம்பிகளேயில்லை. அவள் நீண்ட நேரம் படுக்கையிலிருந்தபடியே வெறித்துப் பார்த்துக்கொண்டிருந்தாள். பிறகு வாசற்கதவைத் திறந்துவிட்டு வெளியே வந்து நின்றுகொண்டாள். ரோந்து சுற்றுபவனின் குரல் தனியே கேட்டுக்கொண்டிருந்தது. திருமாலைப் பற்றிக் கேட்க வேண்டும் என்று நினைத்துக்கொண்டிருந்து, ஏன் கேட்காமல் விட்டோம் என்று தோணியது. அவன் தன்னைப் பார்த்தால் ஒருவேளை வெறுத்து ஒதுக்கக்கூடுமோ? எதற்காக அவனைப் பெற்றுக்கொண்டோம். அவன் தன் மீது எத்தனைப் பிரியமாக இருந்தான். தனக்கு மட்டும் ஏன் அந்த ப்ரியம் இல்லாமல் போய்விட்டது. ஏன் பூபாலனைத் திருமணம் செய்து கொண்டோம், ஏன் இப்படி இரவில் விழித்துக்கொண்டுவானை வெறித்துப் பார்த்துக்கொண்டிருக்கிறோம் எனக் குழப்பமாகயிருந்தது. நெடு நேரம் நின்றுகொண்டேயிருந்தாள். சாலையில் ஒரு பிச்சைக்காரன் குளிரைத் தாங்கிக்கொள்ள முடியாமல் ஒரு பிளாஸ்டிக் பைக்குள் புகுந்து கொண்டு உறங்கிக்கொண்டிருந்தான். அவள் குளிர்க்காற்றை சுவாசித்தபடியே நின்றிருந்தாள். எல்லோருக்கும் நன்றி சொல்ல வேண்டும் போலிருந்தது. மௌனமாக உலகைப் பார்த்துக் கொண்டேயிருந்தாள். பிறகு அவள் அறைக்குச் சென்று சந்தோஷத்துடனும், ஆசையோடும் சேலையை ஃபேனில் போட்டுச் சுருக்கிட்டுக்கொண்டாள். திருமாலைக் கட்டிக்கொண்டு முத்தமிட வேண்டும் போல ஆசையாக இருந்தது. அவள் மனதை ஒருமுகப் படுத்திக்கொண்டு தாழிட்டிருந்த அறையைப் பார்த்துக்கொண்டிருந்தாள். பின்பு மிக மெதுவாகத் தான் ஏறி நின்ற ஸ்டூலைத் தள்ளிவிட்டாள். பின்பனி அப்போதும் ஜன்னல் வலை வழியாக ஊடுருவிக்கொண்டிருந்தது. விடிகாலை வரை அவள் உடல் தொங்கிக்கொண்டேயிருந்தது. அறை விளக்குகள் அணைக்கப் பட்டிருந்தன. குளிர்க்காற்றில் அவளது விரல்கள் குளிர்ந்து போகும் வரை தொங்கிக்கொண்டிருந்தாள்.

விடிகாலையில் வீட்டிற்கு மூச்சிரைக்க வந்திருந்த சிறுவன் சொன்னபோது ஜெயராணியால் நம்ப முடியாமலிருந்தது. அழுகையைக் கட்டுப்படுத்திக்கொண்டே “நேத்து ராத்திரி வரைக்கும் நல்லா பேசிக்கொண்டுதானடா இருந்தா” என்று துக்கத்தோடு சொன்னாள்.

டாக்சியைக் கொண்டுவருவதற்க்காக ஜெயராணியின் கணவன் போனபோது அவன் கண்கள் கூட கலங்கியிருப்பதை

ஜெயராணி கவனித்தாள். போலீஸ்காரர்கள் வந்து சேர்வதற்குள் அவள் லாட்ஜிற்குப் போய்விட வேண்டும் என்று நினைத்தாள். யாருக்குச் சொல்லி அனுப்ப வேண்டும் என்று யோசனையும் வந்தது. யார் இருக்கிறார்கள் அவள் மீது அக்கறை கொள்வதற்கு. சாவதற்காகவே தன்னைத் தேடி வந்திருக்கிறாள் போலும் என நினைத்தபோது துக்கம் கண்களை அழுத்தியது. விடிகாலையில் அவளது கார் நகரத்திற்குள் வந்துகொண்டிருந்தபோது திருமால் எங்கேயிருப் பான் என்று தேடிச் சொல்லிவிட வேண்டும். மிஷன் பள்ளிக்கூடத்தில் கேட்டால் தெரிந்துவிடும் என்று முடிவு செய்து கொண்டாள். லாட்ஜ் வாசலில் கார் வந்து நின்றபோது ரத்னாவோடு சினிமாவிற்குச் சென்ற சிறுவன் அழுது கொண்டிருப்பதைப் பார்த்ததும் ஜெயராணியால் துக்கத்தைத் தாள முடியவில்லை. வெடித்து அழ ஆரம்பித்தாள்.

97

அந்த இடத்தைப் பழைய வெற்றிலைச் சாத்திரம் என்று சொன்னார்கள். ஒரு பாதி இடிந்து கிடந்தது. முன்பக்கம் முழுவதையும் இடித்துவிட்டு புதிதாகக் கட்டிடங்கள் உருவாகியிருந்தன. திருமால் அங்கிருந்த பயோனியர் அச்சகத்தில் வேலைக்குச் சேர்ந்து கொண்டான். மிஷன் பள்ளியில் ஆசிரியராகயிருந்த ஜெரோம் அதை நடத்திக்கொண்டிருந்தார். டிரிடில் மிஷின் ஓடிக்கொண்டிருந்தது. அச்சுக் கோர்ப்பதற்காக நான்கு பெண்கள் வேலைக்கு இருந்தார்கள். இலவச வெளியீடுகள் மற்றும் பள்ளிப் புத்தகங்கள் அச்சாகிக் கொண்டிருந்தன. அவன் அங்கேயே தங்கிக்கொள்ளலாம் என்று ஜெரோம் சொல்லியிருந்தார். திருமால் பிழை திருத்துவதையும் அச்சகக் கணக்குகளையும் பார்த்தபடி அங்கேயே தங்கிக்கொண்டான். கட்டிட இடிபாடுகள் அவனுக்கு மயக்கமூட்டுவதாகயிருந்தன. இரவு நேரத்தில் அதைப் பார்த்தபடி நின்றிருப்பான். பாம்பு ஊர்வது போல ஏதோ ஒரு மெல்லிய வெளிச்சம் நகர்ந்து கொண்டேயிருக்கும். அருகாமையில் சென்று பார்ப்பதற்காக இடி பாடுகளின் மீது ஏறிச் சென்றான். ஒரு அறையின் சுவர்கள் இடிந்து அப்படியே உள் இறங்கியிருந்தன. சுவரில் யாரோ பெரியதாக செங்காவி நிறத்தில் மயில் படம் வரைந்திருந்தார்கள். வெளிச்சம் ஊறிக்கொண்டிருக்கும் இடத்தருகே போனபோது சுண்ணாம்புக் கப்பிகளும் இடிந்த சுவரின் கற்களும் குவிந்திருந்தன. தரையிலிருந்து சிறிய நெருப்பு பீறிட்டு அசைந்து கொண்டேயிருந்தது. ஆச்சரியத்துடன் பார்த்துக்கொண்டிருந்தான். நீருற்றைப் போல பூமிக்குள்ளிருந்து நெருப்பும் ஊற்றாகக் கசிந்து கொண்டிருக்கிறதா என்ன? அதைப் பார்க்கப் பார்க்கக் கண்களை விலக்க முடியாமலிருந்தது. ரகசியமான குரலில் நெருப்பு எதையோ தனக்குத் தானே பேசிக் கொண்டிருப்பது போல கேட்டது. அறைக்குத் திரும்பிய பிறகு

நிலை கொள்ளாத மனிதனைப் போல அந்த நெருப்பு தட்டழிந்து கொண்டிருக்கிறது என்று பட்டது. திருமால் அச்சுக் காகிதங்களின் மசி வாசனையை நுகர்ந்தபடியே உறக்கமற்றவனாகக் கிடந்தான். யாரையும் போய்ப் பார்க்க வேண்டும் என்றே தோணவில்லை. ஆனாலும் இரண்டு நாட்களாக மனது கனமாகவே இருந்து கொண்டிருந்தது. தனது கடிதத்தைப் படித்துவிட்டு லயோனல் சார் வருத்தப்படக்கூடும் என்று நினைத்தபோது வேதனை கவியத் துவங்கியது. பவுலையும் தன்னோடு சேர்த்துக் கூட்டி வந்திருக்கலாமோ என்று நினைத்தபடியே அவன் இருளைப் பார்த்தபடி படுத்துக் கிடந்தான்.

*

லயோனல் சார் வீட்டிற்கு ஜெயராணியின் டிரைவர் வந்து திருமாலை விசாரித்துவிட்டுப் போனதிலிருந்து அவர் மனத் துயர மேறிப்போனவராகயிருந்தார். அவரது இரண்டு பையன்களும் திருமாலை எப்படியும் தேடிவிடலாம் என்று அவருக்கு சமாதானம் செய்தார்கள். டீச்சரும் தனது துக்கத்தை மறைத்துக்கொண்டு அவருக்கு இணக்கமான வார்த்தைகளைச் சொல்லிக்கொண்டிருந்தாள். ஆனாலும் லயோனல் எதையோ ஜெபித்துக்கொண்டே கண்களை மூடியபடி தனது சாய்வு நாற்காலியில் படுத்துக்கொண்டிருந்தார். வீட்டிலிருந்த யாவருக்கும் திருமாலைப் பார்க்க வேண்டும் போலிருந்தது. நீண்ட நேரத்திற்குப் பிறகு அவரே மிஷன் பள்ளிக்குச் சென்று விசாரித்து வருவதற்காகப் புறப்பட்டார். சைக்கிளில் அவர் மிஷன் பள்ளிக்குப் போனபோது ஜெரோம் வாசலில் நின்று இலவச வெளியீடுகளைக் கொடுத்தபடியிருந்தார். லயோனலைப் பார்த்ததும் ஸ்நேகத்துடன் சொன்னார்,

"நம் பள்ளியில் படித்த பிரான்சிஸ் திருமால் தான் இப்போது அச்சகத்தைப் பார்த்துக்கொள்கிறான். கடுமையான உழைப்பாளி. இந்தப் பிரசங்கம் கூட அவனால் சரிபார்க்கப்பட்டதுதான்."

லயோனல் தயக்கத்துடன் கேட்டார்,

"எந்த பிரான்சைச் சொல்கிறீர்கள்?"

"சபையில் பிரசங்கம் கூட செய்வானே... உங்களுக்குத் தெரிந்திருக்கும். லயோனல்."

லயோனல் துக்கத்தை அடக்கியபடியே சொன்னார்,

"அவனது தாயார் நேற்று காலை இறந்துவிட்டார்கள்."

அவர் வெளியீடுகளைத் தனது பையில் போட்டுவிட்டு திகைப் போடு கேட்டார்,

"அவனுக்குத் தகவல் தெரியாதா?"

லயோனல் பதில் பேசாமலிருந்தார். ஜெரோம் தனது அச்சகத் திலேதான் பிரான்சிஸ் தங்கியிருப்பதாகச் சொன்னார்.

*

லயோனல் போன போது மிஷின் ஓடிக்கொண்டிருந்தது. கையில் ஒரு காலி புரூப்பைத் திருத்திக்கொண்டிருந்தான் திருமால். அவன் லயோனலை ஆச்சரியத்துடன் பார்த்தபடியே அவர் உட்காருவதற்காக ஒரு மர ஸ்டூலை எடுத்துப் போட்டான். லயோனல் அவன் கைகளைப் பிடித்தபடியே பார்த்துக்கொண்டிருந்தார். திருமால் தனது கைகளை இறுக்கமாகப் பற்றியிருந்த அவரது முகத்தைக் கவனித்தவனைப் போல் குழப்பத்துடன் கேட்டான்,

"டீச்சருக்கு உடல்நிலை சரியில்லையா."

அவர் மெதுவான குரலில் சொன்னார்.

"இரண்டு நாளாக உன்னைத் தேடிக்கொண்டிருக்கிறார்கள். உனது அம்மா இறந்து போய்விட்டாள்."

திருமால் சலனமற்ற கண்களுடன் கேட்டான்,

"உங்களுக்கு யார் வந்து சொன்னது?"

லயோனல் அவனது கைகளை இறுக்கத்துடன் பற்றிக்கொண்டபடி சொன்னார்,

"நான் போயிருந்தேன். துரதிருஷ்டமான சாவு."

திருமாலுக்குப் பால் கடையில் அம்மா உட்கார்ந்தபடி சிரித்துக் கொண்டிருப்பது நினைவில் வந்தது. மிஷன் பள்ளியின் விடுமுறை நாட்களில் தன்னை அழைத்துக்கொண்டு தெருவில் நடக்கும் போது கிள்ளிய வலி இப்போதும் கையில் உறைந்திருப்பது போல வேயிருந்தது. அவன் ஆழ்ந்து பெருமூச்சிட்டபடியே சொன்னான்,

"அம்மாவைப் பார்த்துப் பல வருடமாகிவிட்டது."

லயோனல் அவனை அச்சகத்தை விட்டு வெளியே அழைத்து வந்தார். அவர்கள் பேசிக்கொண்டிருந்ததை அச்சகத்திலிருந்த பெண்களும் கேட்டிருக்கக்கூடும். அவர்கள் முகம்கூட நிமிஷத்தில் துக்கமேறிப் போனது. லயோனலும் அவனும் கட்டிட

இடிபாடுகளைப் பார்த்தபடி நின்றுகொண்டிருந்தார்கள். லயோனல் அவனது கையை விடவேயில்லை.

"நீ வரக்கூடும் என்று காத்துக்கொண்டிருந்தார்கள்."

திருமால் மௌனமாகயிருந்தான். கடைசியாக அம்மாவைப் பார்க்க முடியாமலே போய்விட்டது என்பது மனதில் துக்கத்தைக் கசியச் செய்து கொண்டிருந்தது. வெளிக்காட்டிக்கொள்ளாமலேயிருந்தான். இருவரும் தத்தனேரி இடுகாட்டிற்குப் போனபோது மாலையாகியிருந்தது. புதைமேடுகள் நீண்டிருந்தன. அவர்கள் மௌனமாக நடந்து போய்க்கொண்டிருந்தார்கள். எலும்புகள் வெடித்துக் கிடந்தன. சாம்பல் தூசிகளும் பாதி எரிந்த வறட்டிகளும் தென்பட்டன. யாருமில்லை. இருவரும் சிதைமேட்டின் அருகில் நின்று கொண்டிருந்தார்கள். ஓர் ஓரத்தில் சவத் துணிகள் குவிந்து கிடந்தன. அம்மாவிற்குப் பிடித்தமான மஞ்சளில் பூப்போட்ட சேலையொன்று கிழிந்து களிமண் ஒட்டிக்கொண்டு கிடந்தது. மாலை வெயிலில் இருவரும் அங்கிருந்த திலாக்கிணறைப் பார்த்தபடி நின்றார்கள். திருமால் லயோனல் சாருடன் அவரது வீட்டிற்குத் திரும்பினான். இரவில் அவர்கள் யாவரும் திருமாலின் தாய்க்காகப் பிரார்த்தனை செய்தார்கள். பிரார்த்தனையின் போது டீச்சர் தானறியாமல் அழுதது மனதிற்கு ஏதோ செய்தது. திருமாலும் தனது துக்கத்தை அடக்க முடியாமல் விம்மத் துவங்கினான். பிரார்த்தனையிலிருந்த எவரும் அவனை நிமிர்ந்துகூடப் பார்க்கவில்லை. தலை தரையில் படுமளவு மண்டியிட்ட அவன் கண்களைத் துடைத்தபோது துக்கம் அடங்கவேயில்லை. டீச்சர் மெதுவான குரலில் அவனுக்காக ஜெபித்துக்கொண்டிருந்தாள்.

98

வேம்பலையில் பனி குறைவாகவேயிருந்தது. சில நாட்களாக விடிகாலையில் சிறிய கம்பளிப் புழுவைப் போலத் தோற்றம் கொண்டிருந்த புழுக்கள் வாசற்படிகளிலும் வீட்டு மாடங்களிலும் வேப்பமரங்களிலும் ஊர்ந்து கொண்டிருப்பதை வேம்பலைக்காரர்கள் பார்த்துக்கொண்டிருந்தார்கள். விவசாயக் காலமில்லாத இப்போது எங்கிருந்து இந்தப் புழுக்கள் வருகின்றன என்றே தெரியவில்லை. சடை சடையாகக் கதவில் அப்பிக்கொண்டும் ஆட்டு உரலை மொய்த்துக்கொண்டுமிருந்த இப்புழுக்கள் நாளுக்கு நாள் பெருகிக்கொண்டு வருவதாகவேயிருந்தன. இப்புழுக்கள் எச்சிலைப் போல ஈரமாக உமிழ்ந்து கொண்டிருந்தன. அது கையில் படும் போது எரிச்சலூட்டுவதாகயிருந்தது. உடைகளில், ஓலைக்கொட்டான்களில் இந்த புழுக்கள் உமிழும் போது துளை விழுந்து விடுவதைக் கண்டார்கள்.

நாலைந்து நாட்களுக்குள் பலரது உடைகளிலும் புழு அரித்துப் போன துளை காணப்பட்டது. வீட்டுப் பெண்கள் ஆத்திரத்துடன் புழுக்களைத் தூத்துப் பெருக்கிக் குப்பையில் போட்டு வருவார்கள். பகலில் இல்லாத இப்புழுக்கள் விடிகாலையில் வீட்டுக் கதவில் அப்பிக்கொண்டிருந்தன. பனிதான் இப்புழுக்களைக் கொண்டு வருவதாக ஊர்க்காரர்கள் நம்பினார்கள். புழுக்களை அழிப்பதற்காக வெந்நீரைக் கொதிக்க வைத்து ஊற்றியும் நெருப்பிலிட்டும் பார்த்தார்கள். அப்போது அவற்றின் உடலிலிருந்து கந்தமான ஒரு நெடி பரவி மூக்கைச் சுழிக்க வைப்பதாகயிருந்தது. ஊரிலிருந்தவர்கள் பயத்தோடு பாதி இரவில் எழுந்து கதவில் புழுக்கள் ஒட்டியிருக்கின்றனவா எனப் பார்த்தபடியே தூங்கினார்கள். விடிந்த போது எங்கிருந்தோ தூவிவிடப்படும் விதைகளைப் போல புழுக்கள் எங்கும் உதிர்ந்து கிடந்தன.

சாயக்காரர்கள் தெருவிலிருந்த ஒருவன் தனது வேஷ்டி யாவும் துளையிடப்பட்டிருப்பதைத் தெருவில் விரித்துக் காட்டிக் கொண்டிருந்தான். குழந்தைகள் மீது எச்சம் பட்டுவிட்டால் அவர்கள் கதறியழுகிறார்கள் என்று ஒரு பெண் பயத்தோடு சொன்னாள். ஊர் முழுவதும் இரவில் வேப்பிலைகளைக் கொளுத்திப் புகை போட்டார்கள். புகை வீட்டுக் கூரைகளில் படிந்தது. மறுநாள் காலை முந்திய நாளைவிடவும் அதிகமாகப் புழுக்கள் தெருவில் ஊர்ந்து கொண்டிருந்தன. எங்கிருந்து பிறந்து வருகின்றன என்றே தெரியவில்லை. அவர்கள் அசூயையுடன் புழுக்களை அள்ளியள்ளி நெருப்பிலிட்டுக்கொண்டிருந்தார்கள். துர்மணம் ஒன்று ஊரில் தொடர்ந்து இருந்து கொண்டேயிருந்தது. துளைவிழுந்த துணிகளையும் ஓலைக் கொட்டான்களையும் தெருவில் போட்டுப் பொசுக்கிக்கொண்டிருப்பது அன்றாடக் காட்சியாகிப்போயிருந்தது. ஒருவரோடு ஒருவர் நின்று பேசிக் கொள்ளக்கூட மனமற்று சிடுக்கோடு தெருவில் அலைந்து கொண்டிருந்தார்கள். அயர்ச்சியும் கவலையும் ஊரைப் பீடிக்கத் துவங்கியது.

இரண்டு வாரங்களுக்குப் பிறகு வெளிறிக் கிடந்த ஒரு பகலில் எங்கிருந்தோ கொக்கின் கூட்டம் ஊரை நோக்கி வந்து தரையிறங்கத் துவங்கியது. வேம்பலையிலிருந்தவர்கள் தங்கள் ஊரில் அவ்வளவு கொக்குகள் தரையிறங்கிப் பார்த்ததே கிடையாது. மடமடவெனக் கொக்குகள் வீட்டுக் கூரைகளிலும் தெருவிலும் ஊர்ந்து கொண்டிருந்த புழுக்களைக் கொத்தித் தின்னத் துவங்கின. அவர்கள் பார்த்துக்கொண்டிருந்தபோதே கொக்குக் கூட்டம் சிறகடித்துக்கொண்டு மேலும் கீழுமாக பறந்து ஒன்றுவிடாமல் புழுக்களைத் தின்று தீர்த்தன. அவர்கள் சந்தோஷத்துடன் கொக்கைப் பார்த்துக்கொண்டிருந்தார்கள். மரத்தின் கிளைகளில் ஒளிந்துக்கொண்டிருந்த சிறு புழுகூட கொக்கிடமிருந்து தப்ப முடியவில்லை. பிறகு அக்கொக்குகள் தங்கள் வேலை முடிந்தவை போல ஆகாசத்தில் பறந்து செல்லத் துவங்கின. ஊர்க்காரர்கள் கொக்கைக் கையசைத்து விடை கொடுத்தார்கள்.

இரண்டு நாட்கள் கொக்குகள் வேம்பலையில் தொடர்ந்து தரையிறங்கி மூன்றாம் நாளில் ஒரு புழுகூட ஊரில் இல்லாமல் போயிருந்தன. பழக்கமானதால்தானோ என்னவோ அதன் பிறகு கிழக்கே செல்லும் கொக்குகள் கூட்டமாக வேம்பலையில் தரையிறங்கத் துவங்கின. ஊர்க்காரர்கள் கொக்கை எவரும் விரட்டவோ அடிக்கவோ கூடாது எனக் கண்டிப்பாகச் சொல்லியிருந்தார்கள். பகல் வேளையில் வேம்பலையில்

கொக்குகள் தரையிறங்கிச் சிறகடித்துக்கொள்ளும் சப்தம் கேட்ட வயசாளி ஒருவன் இனி வேம்பலைக்குச் செழுமை வந்துவிடும் என்று சந்தோஷத்துடன் சொன்னான். ஊரிலிருந்தவர்களும் கொக்கு தரையிறங்கும் ஊர் வாழ்ந்துவிடும் என்பதில் நம்பிக்கை கொண்டேயிருந்தார்கள்.

99

ஓரேயொரு முறை ஜெயராணியை மட்டுமாவது பார்க்க வேண்டும் போலிருந்தது. லயோனல் சார் தானும் அவனுடன் வருவ தாகச் சொன்னார். இருவரும் மெஜஸ்டிக் லாட்ஜிற்குப் போனார்கள். மாடியிலிருந்த ஜெயராணியின் அறை மூடப்பட்டு விட்டது என்றும் இப்போது அவள் கீழே பனிரெண்டாம் அறையில் இருப்பதாகவும் சொன்னார்கள். திருமால் பல வருடங்களுக்குப் பிறகு ஜெயராணியைப் பார்த்தான். அவள் எந்த மாற்றமும் இல்லாமல் அப்படியே இருந்தாள். அவளுக்குத் திருமாலை அடையாளம் தெரியவில்லை. அவன் தன் பெயரைச் சொன்னதும் பதட்டத்துடன் அவனது கைகளைப் பிடித்துக்கொண்டவளாகக் கேட்டாள்,

"எங்களை எல்லாம் நினைப்பு வச்சிருக்கயாய்யா?"

அவன் மெதுவான குரலில் சொன்னான்,

"உங்க கையாலே சாப்பிட்டு வளந்தவன்தானே... பெரியம்மா."

அவள் தன்னை உரிமையோடு அழைப்பதைத் தாங்க முடியாமல் கண்ணீர் முட்டிக்கொள்ளச் சொன்னாள்,

"உங்கம்மா மனசு கல்லுடா... ஒரு நா... ஒரு வார்த்தை உன்னைப் பத்திக் கேட்கவேயில்லை. எனக்குதான் மனசு தாங்காம சொல்லியனுப்பிச்சேன். கடைசியா முகத்தைப் பாக்கக்கூட வரலையே."

லயோனல் சார் கைகளைக் கட்டிக்கொண்டு அமைதியாகப் பார்த்துக்கொண்டிருந்தார். ஜெயராணி கண்களைத் துடைத்துக் கொண்டு "நான் ஒருத்தி. வந்த பிள்ளைய நிக்க வச்சு பேசிகிட்டு இருக்கேன். உட்காருய்யா... உங்க கூட வந்தவகளா... உட்காருங்கய்யா" என்றாள். ஜெயராணிக்குள் இப்போதும்

துக்கம் ஈரம் காய்ந்துவிடாமலிருந்தது. "வீட்டுக்குப் போற வரைக்கும் அன்னைக்கு என்கூட சிரிச்சு பேசிக்கிட்டுதான்பா இருந்தா" எனப் பேச்சுக்குப் பேச்சு சொல்லிக்கொண்டிருந்தாள். அவன் அமைதியாகக் கேட்டுக்கொண்டிருந்தான். லாட்ஜின் மேனேஜரிலிருந்து சிறுவர்கள் வரை யாவரும் ஜெயராணியின் அறைக்கு வந்திருந்தார்கள். யாவரிடமும் அவனைத் தன் பிள்ளை என்று பெருமையாகச் சொல்லிக்கொண்டிருந்தாள் ஜெயராணி. அம்மாவைப் பற்றி எதையும் திருமால் கேட்டுக்கொள்ளவேயில்லை. தான் இதே ஊரில் ஓர் அச்சகத்தில் வேலை செய்வதாகத் திருமால் சொன்ன போது மட்டும் ஆதங்கத்துடன் ஜெயராணி சொன்னாள்,

"எதுக்கு யாருகிட்டயும் நீ கையைக் கட்டி நிக்கணும், உனக்கு எவ்வளவு பணம் வேணும்னு சொல்லு, பெரியம்மா தாறேன் கண்ணு. நம்ம வீடு இருக்கு... கார் இருக்கு... நீ எதுக்குய்யா கஷ்டப்படணும்."

திருமால் பேசாமல் நின்றுகொண்டிருந்தான். பிறகு தயக்கத்துடன் கேட்டான்,

"அந்த ரூமை நான் பாக்கணும்."

தயக்கத்துடன் ஜெயராணி மேனேஜரைப் பார்த்தாள். அவன் "பூட்டிக் கிடக்குது" என இழுத்தான். பிறகு ஜெயராணியே "திறந்து காட்டு, தம்பி பாக்கட்டும்" என்றாள்.

லயோனல் சார் தான் வரவில்லை என்று அங்கேயே நின்று கொண்டார். ஜெயராணி தானே சாவியை வாங்கிக்கொண்டு மாடிக்கு நடந்தாள். அந்த வரிசை அறைகளிலே யாருமில்லை. தூசியடைந்து போயிருந்தது. அறையின் கதவைத் திறந்த போது படுக்கை வெளிறிப்போய் கிடந்தது. திருமால் இரண்டு நிமிடங்கள் கண்களை மூடிக்கொண்டு அங்கேயே நின்றிருந்தான். காற்று அப்படியே உறைந்து போயிருந்தது போலிருந்தது. அறையின் ஒரு மூலையில் வளைந்து போன ஃபேனின் சிறகுகள் கிடந்தன. அவன் கீழ் இறங்கி வந்தபோது லயோனல் சார் எங்கிருந்தோ எடுத்த ஒரு சங்குப்பூவைக் கையில் வைத்தபடி நின்றுகொண்டிருந்தார். ஜெயராணி அவன் சாப்பிட்டுப் போகவேண்டும் என்று வற்புறுத்தினாள். திருமால் தான் லயோனலின் வீட்டிற்குப் போக இருப்ப தாகச் சொல்லியபடி மெஜஸ்டிக் லாட்ஜை விட்டுப் புறப்பட்டான். இருவரும் சந்தடிமிக்க தெருவில் நடந்து வரும்போது சொன்னான்,

"இந்த ஊரை விட்டு எங்காவது தொலைதூரத்துக்கு விலகிப் போக வேண்டும் போலிருக்கிறது சார்."

லயோனல் அவன் தோளைப் பிடித்துக்கொண்டு நடந்தபடியே "எனக்கும் அது சரியாகத்தான் தோணுது" என்றார்.

இருவரும் குட்ஷெட் ரோடு அருகே வந்தபோது லயோனல் சொன்னார்,

"உனக்கு விருப்பமானால் பெல்காமில் எனது சகோதரி ஒரு சுகாதார மையம் நடத்துகிறாள். அங்கே நீயும் தங்கியிருக்கலாம். விருப்பமானால் அவளது வேலைகளில் நீயும் பங்கெடுத்துக் கொள்ளலாம்."

திருமால் அன்றிரவே தான் பெல்காம் புறப்படுவதாகச் சொன்னான். இருவரும் அன்று நீண்ட நேரம் மிஷன் பள்ளிக்கூட வளா கத்திலிருந்த தேவாலயத்தின் படிக்கட்டுகளில் உட்கார்ந்திருந்தார்கள். மாணவர்களின் விடுதி இப்போதும் நிசப்தமாகவே இருந்தது. அவன் யாருமற்ற பள்ளியின் நீண்ட தாழ்வாரங்களைப் பார்த்துக் கொண்டிருந்தான். மாலை வெயில் அடங்கியிருந்தது. நகரில் என்று மில்லாத அளவு அன்று இரைச்சலும் ஜன நடமாட்டமும் அதிக மிருப்பது போல தோன்றியது. ஜெரோமின் அச்சகத்திலிருந்து அவனை அழைத்துக்கொண்டு போவதற்காக லயோனலும் அவனது இரண்டு மகன்களும் இரவில் வந்திருந்தார்கள். அவன் ரயில் ஏறிக்கொண்ட போது தயக்கத்துடன் லயோனல் அவனது கையில் சில நூறு ரூபாய்களைக் கொடுத்தார். அவனால் மறுக்க முடியாமலிருந்தது. நகரை விட்டு ரயில் புறப்பட்டபோது தொலை விலிருந்து பார்த்தான். நகரம் மிக அழகாகவும் இதுவரை தான் பார்த்தறியாதது போலவும் இருந்தது. பிறகு அவன் கண்களை விட்டு மெதுவாக நகரம் மங்கி மறையத் துவங்கியது.

100

ஏழெட்டு மாதங்களுக்குப் பிறகாக சேதுவைத் தேடிக் கண்டு பிடித்து அழைத்துக்கொண்டு வசந்தாவின் ஊருக்கு வந்திருந்தான் சங்கு. பிசுக்கேறிய தலைமயிரும் தாடியுமாக இருந்தான் சேது. அவனது தோற்றம் உருக்குலைந்திருந்தது. வசந்தாவின் அம்மாவிடமும் அவளது வீட்டு மனிதர்களிடமும் மன்னிப்பு கேட்டுக் கொண்டபடி தனது தம்பியின் மனைவியை அவனோடு அனுப்பி வைக்கும்படி கேட்டான் சங்கு. வசந்தா நீண்ட நாட்களுக்குப் பிறகு சேதுவைப் பார்த்தாள். அவனது கண்கள் வற்றிப்போயிருந்தன. அவளை நேர்கொள்ள முடியாமல் கவிழ்ந்தன. அவள் மௌனமாக நின்று கொண்டிருந்தாள். வசந்தாவின் தாய்மாமன்கள் இனிமேலும் அவர்கள் சங்குவின் ஊருக்கு அவளை அனுப்பி வைக்க முடியாது என்பதில் உறுதியாக இருந்தார்கள். வசந்தா அதுவரையிருந்த மௌனத்தைக் கலைத்தபடி சொன்னாள்,

"நான் அவரோடு போறேன்."

சேது நிமிர்ந்து அவளைப் பார்த்தான். வசந்தாவின் முகத்தில் சலனமேயில்லை.

வசந்தாவின் தாய்மாமன் ஆத்திரத்தோடு "சகவாசம் சரியில்லாத வீட்ல நிம்மதியா வாழ முடியாதும்மா. அது சரிப்படாது" என்றார். உறுதியான குரலில் சொன்னாள் வசந்தா.

"நாங்க வேம்பலைக்குப் போயி இருக்கப்போறோம்."

மல்லிகாவிற்குத் திகைப்பாகயிருந்தது. "அங்கே யாருடி இருக்கா. எங்கே போயி தங்குவே?" என்றாள்.

வசந்தா அம்மாவை முறைத்தபடி "அது எங்கய்யா ஊரு... அங்கே அவரு வீடு இருக்கு. இடிஞ்சு கிடந்தா என்ன, எடுத்துக் கட்டிட்டுப் போறோம். நான் வேம்பலைக்குத்தான் போகப் போறேன்" என்றாள்.

அவள் விருப்பப்படியே அவர்களை வேம்பலையில் குடித்தனம் வைப்பதற்குத் தான் ஏற்பாடு செய்வதாக சங்கு சொன்னான். சேது முதல் முறையாக அவர்கள் வீட்டில் அன்று தங்கிக்கொண்டான். அவனிடம் யாரும் பேசிக்கொள்ளவில்லை.

இரண்டு நாட்களுக்குப்பிறகு அவர்கள் வேனில் சாமான்களை ஏற்றிக்கொண்டு வேம்பலைக்கு புறப்பட்டார்கள். சேது சவரம் செய்திருந்தான். ஆனாலும் அவனது மௌனம் கலையாமலே யிருந்தது. வழியில் எவரும் பேசிக்கொள்ளவேயில்லை. நீண்ட நாட்களுக்குப் பிறகு மல்லிகா வேம்பலையின் பாதைகளைப் பார்த்துக் கொண்டிருந்தாள். பனைகள் எப்போதும் போல் ஒன்றோடு ஒன்று பேசிக்கொண்டிருப்பது போல் அசைந்து கொண்டிருந்தன. வறண்ட கிணறுகளைப் பார்த்தபடியே வந்த வசந்தா சேதுவிடம் "கிட்ணாவிற்குக் குழந்தை பிறந்திருச்சா" என்று கேட்டாள். அவன் தலை கவிழ்ந்தபடியே "பத்து நாளாச்சு... ஆண் பிள்ளை" என்றான். கிழக்கிலிருந்து கொக்குக் கூட்டம் ஒன்று பறந்து வந்துகொண்டிருந்தது. வேம்பலையை நெருங்கும்போது வீடுகள் உதிர்ந்து கிடப்பது போல தெரிந்தன. சேது ஊரையே பார்த்துக்கொண்டிருந்தான். அவனிடம் வசந்தா ஏதோ யோசனை செய்தவள் போல கேட்டாள்,

"என்ன பேரு வச்சிருக்காங்க..."

அவன் பெயர் வைக்கவில்லையென்றான்.

அவளாகவே சொன்னாள்,

"நாகுனு பேர் வைக்கலாமா?"

மல்லிகா சட்டெனத் திரும்பிப் பார்த்தாள். சேது ஏற்றுக் கொள்வதாகத் தலையசைத்துக்கொண்டான். ஊரின் முகத் துவாரத்திலிருந்த வேம்புகள் தென்படத் துவங்கின. வசந்தா மிகுந்த ஆதங்கத்துடன் சொன்னாள்,

"நம்ம பிள்ளை அடுத்தவங்ககிட்டே எதுக்கு இருக்கணும். போயி வாங்கிட்டு வந்திரு. நாம் வளர்த்துக்கிடுவோம்."

சேது சம்மதித்தான். ஊருக்குள் சாமான்கள் ஏற்றிய வேன் வந்தபோது சிறுவர்கள் கத்திக்கொண்டே வந்தார்கள். வேம்பர்கள் தெருவில் இறங்கி யாவரும் நடந்து கொண்டிருந்தபோது விரிந்த உள்ளங்கை ரேகைகளைப்போல வேம்பலை தன் சுபாவம் அழியாமல் அப்படியே இருந்தது. கொக்குகள் நிசப்தமாக வானிலிருந்து வேம்பலையில் இறங்கிக்கொண்டிருந்தன. தொலைவில் எங்கோ மயிலின் அகவல் ஓசை விட்டு விட்டுக் கேட்டுக்கொண்டிருந்தது.

* * *